தளிர் மனம் யாரைத் தேடுதோ

AF745724

தீபா செண்பகம்.

பொருளடக்கம்

முன்னுரை

என் வரிகள்.

'தளிர் மனம் யாரைத் தேடுதோ' நாவல் எனது இரண்டாவது தொடர்-கதை.

எனது முதல் கதையான 'மனதின் வாத்தைகள் புரியாதோ ,இங்கே வெளி வந்தது. அதற்கு வாசகர்களாகிய உங்களின் மேலான ஆதரவைத் தொடர்ந்து, எனது இரண்டாவது கதையோடு வந்துள்ளேன்.இதற்கும் தங்கள் மேலான ஆதரவை நல்குமாறு வாசக நெஞ்சங்களைக் கேட்டுக் கொள்கி-றேன். தங்களது மேலான விமர்சனத்தையும் தெரிவியுங்கள்.

தளிர் மனம் யாரைத் தேடுதோ என்ற இந்தக் கதை, சரியான புரிதல் இல்லாமல், உணர்ச்சிவசப்பட்டுப் பிரியும் ஒரு பெண், தன் இணையோடும், முதல் தலைமுறையில் பிரிந்தசொந்தங்களோடும். பிணக்குகள் தீர்ந்து எப்படி இணைகிறாள் என்பதைச் சொல்லும் கதை. டாக்டர்.திவ்யவர்ஷினி மற்றும் அவளது இரட்டை குழந்தைகள் அநி, ஆதுவுடன் பயணத்தைத் தொடரு-வோம் வாருங்கள்.

வாசித்து விமர்சனம் தாரீர்.

தீபா செண்பகம்.

deepasenbagamnovels@gmail.com.

தளிர் மனம் யாரைத் தேடுதோ

மனம்-1

தொண்டைமான் மன்னர்கள் வழி வழியாக ஆண்ட இடம் புதுக்கோட்டைச் சீமை. அன்றைய காலத்தின் மன்னராட்சியின் சான்றாக இன்னும் பழைய கோட்டை, மதில்கள், ஏரிகள் ஆகியவை இருக்கின்றன. வற்றாத ஜீவநதி பாயும் வளநாடு அல்ல இது. அதனால் மழைநீரைச் சேகரிக்க ஆங்காங்கே குளங்கள், ஏரிகள் வெட்டப் பட்டு மக்களின் குடிநீர் பிரச்சனையைத் தீர்த்-தார்கள். தற்போது ஆழ்துளை போர்கள் மூலம் விவசாயம் மற்றும் தண்ணீர் பிரச்சினையையும் தீர்த்துக் கொள்கின்றனர்.

புதுக்கோட்டை நகரத்திலிருந்து சற்றே தள்ளி உள்ள ஒரு குடியிருப்பு பகுதியில்,பெரிய பங்களா வீடு இருந்தது. முகப்பில் "தேவகி பவனம்" என்ற வீட்டின் பெயரும், அதில் dr.சேது மாதவன் md, dr.தேவகி MBBS. என்ற பெயர்ப் பலகைகள் தாங்கி நின்றன. தேவகி பவனத்திற்குள், dr. திவ்யவர்-ஷினியின் வாகனம் உள்ளே நுழைந்தது.

இவள் காரை நிறுத்தியதும் ஹே... என ஒரே சத்தம், தேவகியின் ஆறு வயது பெண்ணும் நான்கு வயது பையனும், காருக்குள் இருந்து இறங்கிய இரட்டையர்களைப் பார்த்துக் குதூகலித்தனர்.இவர்களும் அவர்க-ளைப் பார்த்து ஆனந்தமடைந்தனர். காரை நிறுத்தியதும் மூத்த குழந்தை-கள் இளையவர்களைக் கூட்டிக் கொண்டு உள்ளே ஓடினர்."பார்த்து மெதுவா போங்கடா,விழுந்துடாதீங்க." எனக் குரல் கொடுத்தாள் திவ்யா.

திவ்யவர்ஷினி, இருபத்திஐந்து வயது, ஐந்தே முக்கால் அடி உயரத்தில், கடைந்த சிற்பம் போல் உடல்வாகு, பிறை நெற்றியில் நழுவி வந்து விழும் கற்றை முடி எப்போதும் அவளை இம்சிக்கும்,கூர் நாசி, விரிந்த இதழ்கள், சந்தன வண்ணம், நீண்ட கண்கள் தீட்சன்யாமாகவும் அதே சமயம் அதில் ஓர் சோகம் இழையோடியும் இருந்தது.

முகத்தில் அளவுக்கு அதிகமான புன்னகை கிடையாது, அவளின் வெள்ளி நீர்வீழ்ச்சி போன்று சலசலக்கும் சிரிப்பை அவள் அதே மலையில் நான்கு வருடம் முன்பே தொலைத்து விட்டாள். திரும்பத் தேடும் உத்தேசமும் அவளிடம் இல்லை. அளவான தேகம், அவளைத் தனியாகப் பார்த்தால் மூன்று வயதுக்குக் குழந்தைகளின் தாய் என்று சொல்ல இயலாது. மருத்துப் படிப்பு தந்த நிமிர்வு. குறுகிய நான்கு வருடத்தில் வாழ்க்கைத் தந்த அனு-பவம் அவளைப் பண்படுத்தி வைத்திருந்தது. நீண்ட கார்குழலாலாக இருந்த தனது சிகையை, காரணமாகக் குறைத்துக் கொண்டாள். இப்போது அதுவும் அவளது பேச்சைப் போல ஒரு கிளிப்பில் அடங்கிவிட்டது.

தனது உடலை வெளிக் காட்டாத கூடாரம் போன்ற அனார்கலி சுடிதாரில், ஒரு ஹேண்ட் பேக். கழுத்தில் தாலிக் கொடி போன்ற சங்கிலி போட்டு, கவனமாக உள்ளே பின் செய்திருப்பாள்.

கணவன் வெளி நாட்டில் இருப்பதாகச் சுற்றி இருப்பவர்களிடம் சொல்லி வைத்திருந்தாள். அவர்களாகக் கேட்கும் கேள்விகள்,"அவரும் டாக்டரா" "வெளிநாட்டில் வேலை" "பாவம் டக்டரம்மாவா பிள்ளைகளை வளர்க்கிறது" "காதல் கல்யாணமா" "மாமனார், மாமியார் ஒத்துக்கில்லை" "உங்க அப்பா அம்மா" "பேரப்பிள்ளைகளைப் பார்த்தும் மனசு இரங்கலை" "உனக்கென்ன குறை ராஜாத்தி" "நாங்க இருக்கிறோம் கவலைபடாதீக" என்ற கிராம மக்களின் கேள்விக்குத் தலை அசைத்ததில் அவர்களாகவே ஓர் கதை வைத்திருக்க இவளும் மறுத்துச் சொன்னாள் இல்லை.

இவள் வேலை பார்க்கும் இடத்தில் ஒரு பேப்பர்மில்லும், விதைப் பண்ணையும் உண்டு. அங்கு வேலை செய்பவர்களுக்காக, அவசரத் தேவைக்கும் பத்து மைல் தூரம் செல்ல வேண்டியது இருந்ததால், அந்த முதலாளி தங்கள் ஊழியர்களும் மற்றும் சுற்று வட்டார மக்கள் அவசரத் தேவை சிறு நோய்களுக்கு வைத்தியம் செய்து கொள்ள ஒரு சிறிய மருத்துவ விடுதி வைத்திருந்தார். அதில் திவ்யவர்ஷினி மருத்துவராக இருக்கிறாள். ஒரு கம்போண்டர், செவிலியர், ஆயாம்மா, இரண்டு படுக்கைகள் கொண்ட அறை, ஒரு பிரசவ வார்டும் உண்டு.

இரட்டையர்கள் பிறந்து மூன்று மாத குழந்தையாக உதவிக்குக் கலா என்ற பெண்மணி துணையோடு வந்தாள். அன்றிலிருந்து இவளுக்கும் பிள்ளைகளுக்கும் கலாம்மாவாக ஆனார். இவர்களின் வாழ்க்கை அங்கமாகச் சமையல் வீடு குழந்தைகளைப் பார்த்துக்கொண்டார். அவர் இவளின் பிரசவ காலத்திலிருந்து உடன் இருக்கிறார்.

மில், பண்ணையின் உரிமையாளர்கள் கனகரத்தினம், தமிழ்செல்வி அவர்களின் வயல்வெளி சூழ்ந்த வீட்டின், பக்கவாட்டில் இவளுக்கும் ஒரு இரண்டு படுக்கையறை கொண்ட வீட்டை ஒதுக்கி இருந்தனர். விருந்தினர் மாளிகைகளுக்குக் கீழே இருந்த இந்த வீட்டில், பாதுகாப்பாகத் தனது வீடு, குழந்தைகள், மருத்துவ விடுதி என வாழ்க்கையை ஓட்டிவந்தாள் திவ்யா.

அந்தப் பகுதிக்கு இவளைப் போன்ற மருத்துவரின் அவசியம் இருந்தது. இவளுக்கும் ஓர் பாதுகாப்பான இடம் தேவைப்பட்டது. இரண்டரை வருடமாக 'மில்டாக்டரம்மா' என்ற அடை மொழியோடு பணியாற்றி வருகிறாள். ஒரு காரும், ஸ்கூட்டியும் வைத்திருக்கிறாள்.

மெடிக்கல் கிட் எந்தநேரமும் கைவசம் இருக்கும். எமெர்ஜென்சி என எந்த நேரம் போன் வந்தாலும், காரிலோ, ஸ்கூட்டியிலோ சென்று விடுவாள். டாக்டரம்மாவை உயிர் காக்கும் தேவதையாகப் பார்த்தனர். அதனால் எந்த அத்துமீறல்களும் இல்லாமல் வாழ்க்கை பிள்ளைகளின் வளர்ச்சியோடு ஓடிக் கொண்டிருந்தது.

இரு பைகளில் பண்ணையில் விளைந்த காய்கறி, பழங்கள் என அள்ளிக் கொண்டு வந்தாள் திவ்யா. தேவகி, "திவ்யா, எத்தனை தடவை சொன்னாலும் கேட்கமாட்டே. எதற்கு இப்படி அள்ளிட்டு வர்ற. அங்கேயே வை. கோமு தூக்கிட்டு வருவா" என்ற படி, அவள் கையில் வைத்திருந்த பையைப் பிடுங்கி ஓரத்தில் வைத்து விட்டு, திவ்யாவைக் கையைப் பிடித்து அழைத்துச் சென்றார் தேவகி.

ஹால் ஷோபாவில் உட்கார்ந்த போது, கோமு தண்ணீர் கொண்டு வந்து கொடுத்து விட்டு,"பண்ணையில் விளைஞ்ச காய்கறி பழங்களா டாக்டரம்மா. பச்சு பச்சுன்னு இருக்கு" என்றபடி உள்ளே எடுத்துச் சென்றாள். "அக்கா, எங்க டாக்டர் சாரைக் காணோம்" என்றாள் திவ்யா.

"டாக்டர் சார் இங்கே இருக்கேன், டாக்டர் மேடம். வாங்க வணக்கம்" எனக் கைகூப்பியபடி வந்தார் சேது மாதவன். "பார்த்திங்களா,என்னை வெளி ஆளாக்கிக் கும்பிடு போடுறீங்க" எனக் குறைபட்டாள் திவ்யா.

"யாரு நானு தேவிம்மா, உன்னை டாக்டரம்மா என்னன்னு சொன்னாங்க, என்னை என்னன்னு சொன்னாங்க" எனக் கேட்டார் மாதவன். "டாக்டர் சார் கேக்குறார் பதில் சொல்லு" என்றார் தேவகி.

"அது, தேவகி அக்கா எனக்குச் சூப்பர் சீனியர். அதனால் அக்கான்னுக் கூப்பிட்டு பழக்கமாயிடுச்சு. நீங்க சீனியர் டாக்டரா, டெரரா அறிமுகம் ஆனீங்க, இன்னும் அந்தப் பயம் இருக்கிது. ஹவுஸ்சர்ஜன் பண்ணும் போது,உங்களைப் பார்த்தாலே அவ்வளவு பயம், தேவகி அக்காகிட்ட கவுந்திங்கப் பாருங்க அப்புறம் தான் தைரியம் வந்துச்சு ." என்றாள் திவ்யா. "என்னன்னு, இந்த ஆளு ஒரு டம்மிப் பீஸுன்னா" என்றார் மாதவன்.

"டாக்டர் சார், தேவகி அக்காவுக்குக் கணவனா வரணும்னா டம்மிபீஸா இருக்க முடியுமா, டெர்ரா இருந்தாலும் அக்காவை வைத்து சிபாரிசு பிடிக்கலாமென்று தைரியம் வந்தது." என்றாள் திவ்யா.

"கேட்டுக்கம்மா, டாக்டர் திவ்யவர்ஷினிக்குப் பயமாம், நம்புற மாதிரியா இருக்கு .மில் டாக்டரம்மா சொன்னதைச் செய்ய ஒரு ஊரே தயாரா இருக்குன்னு கனகரத்தினம் சார் சொன்னார். திவ்யாவால் நமக்கு ஏகப்பட்ட மதிப்பு " எனக் கேலியில் ஆரம்பித்து அவளைப் புகழ்ந்து பேசினார்.

"அந்த மில் தொழிலாளிகள், சுற்றுவட்டார மக்கள், கனகரத்தினம் அப்பா தான் எங்களைப் பார்த்துகிறாங்க. அந்த இயற்கை சூழலே ,எங்கள் மலையில் இருக்கிற மாதிரி இருக்கு, உண்மையில் உங்கள் இரண்டு பேருக்கும் தான் என் நன்றியை சொல்லணும். கைப் பிள்ளைகளோடு நின்றவளை, எந்தக் கேள்வி முறையும் இல்லாமல் உங்கள் மகளாட்டம் ஏத்துக்கிட்டிங்க, இந்த காலத்தில பெத்தவங்களே சுமையா நினைப்பாங்க. உங்கள் ஆதரவு இல்லைனா, நான் என்ன ஆகியிருப்பேன்னு தெரியலை" என உணர்ச்சி மிகுதியில் கண்கலங்கிப் பேசிக் கொண்டிருந்தாள் திவ்யா.

" திவ்யா என்ன இது இவ்வளவு எமோஷனல், இன்னும் பார்க்க வேண்டியது, சாதிக்க வேண்டியது எவ்வளவோ இருக்கு. டாக்டர்ஸ்எமோஷன் ஆகவே கூடாது. உடம்புக்கு நல்லது இல்லை " எனப் பேச்சை மாற்றினார் மாதவன். தேவகி, "ஆமாம்,எமோஷனே ஆகாமல் தான் டாக்டர் சார், என்கிட்டே ப்ரபோஸ் பண்ணினார்" என அவரைப் பேச்சில் வாரினார்.

திவ்யா தன்னை மறந்து சிரித்தாள்.அதற்குள் "அம்மா, அநித்தா என் ட்ரெஸ்ஸை எல்லாம் நனைச்சுட்டான்" என ஈரமாக வந்து நின்றது இரட்டையரில் ஒன்றான ஆது. ஆதிரைச் செல்வி.

"வந்ததுக்குள்ள ஆரம்பிச்சுட்டீங்களா, என்னடா பண்ணுனீங்க" என்றபடி ப்ராக்கைக் கழட்டி விட்டு துண்டு கொண்டு துடைத்து ஒரு சிம்மியை மாட்டி விட்டாள் திவ்யா.

"அங்க ஃபிஷ் இருக்கு, கலர் கலர் ஃபிஷ், அதைப் பார்க்கப் போனோம்". என்றாள் ஆது. அந்த மழலைக் கிளியை அள்ளி அணைத்துத் தூக்கிய மாதவன், கன்னத்தில் முத்தமிட்டுக் கொஞ்சி, தன் மடியில் அமர்த்திக் கொண்டார். "அநிருத்தா எப்படி உங்க ட்ரெஸ்ஸை நனைச்சாங்க" எனக் குழந்தைக்கு ஈடாகக் கேட்டார் .

"நான் நின்னுகிட்டு ஃபிஷ் பார்த்திட்டு இருந்தேனா,சௌமிக்கா பிஷ் காமிச்சா. கிருஷ் ஃபிஷ்ஷை கையில் எடுத்து காமிச்சான், ஃபிஷ் கீழ விழுந்துடிச்சு... அது டான்ஸ் ஆடி ஜம்ப் பண்ணிச்சு, அக்கா அது மேல் தண்ணீர் ஊத்தச் சொன்னா, அநித்தா ஃபிஷ் மேல ஊத்தாம என் மேல் ஊத்திட்டான்" என்றது ஆது.

"மாமா, நான் இவ மேல ஊத்தலை, ஃபிஷ் மேல தான் ஊத்துனேன், ஆது தான் ஃபிஷ்ஷை பிடிக்க வந்தாள்" எனக் குறைப் பட்டியலோடு வந்தான் அநிருத்ய ராஜன். அவனது உடையும் ஈரமாக இருந்தது.

"பாருங்கக்கா, வீட்டிலையும் இதே அநியாயம் தான். நான் வந்து உட்கார கூட இல்லை. இதுங்க சேட்டைக்குப் பயந்துக் கிட்டே எங்கேயும் கூட்டிட்டுப் போறதில்லை " எனத் தேவகியிடம் அழாத குறையாகச் சொன்னாள் திவ்யா.

அன்னை முகம் வாடவும் இரட்டையருக்குப் பொறுக்கவில்லை."ஆதும்மா சாரி" என்றது ஆதிரை. "அநிம்மா இனிமே இப்படிச் செய்ய மாட்டேன்" எனக் காதைப் பிடித்துச் சாரிக் கேட்டது அநிருத்தா. திவ்யா பேசாமல் திரும்பிக் கொள்ளவும், இரண்டும் மாற்றி, மாற்றித் தங்கள் அம்மாவுக்கு முத்தம் தந்து சமாதானம் செய்தனர்.

இந்தக் காட்சியைக் கண்ணீர் மல்கப் பார்த்த தேவகி, குரலைச் சீர் படுத்திக் கொண்டு, "சௌமி, க்ருஷ் வாங்க. யாரு இவங்களைப் பின்னாடி கூட்டிட்டுப் போனது" என அதட்டினார். "மம்மி, புது ஃபிஷ் பார்க்கத் தான் கூட்டிட்டுப் போனேன். கிருஷ் தான் அதைக் கையில் எடுத்தான்" என்றாள் சௌமி.

"மம்மி, இவள் பொய் சொல்றா" எனக் கிருஷ் தனது பக்க நியாயத்தைச் சொல்ல, பஞ்சாயத்து ஓடியது. சேது மாதவனைப் பஞ்சாயத்துத் தலைவராக்கி விட்டு இரண்டு அம்மாக்கள் இருவரும் அவ்விடம் விட்டு அகன்றனர்.

கோமுவிடம், மதியத்துக்கான சாப்பாட்டு மெனுவைச் சொல்லி விட்டு அறைக்குச் சென்றனர். சில பல விசயங்களைப் பேசிய பிறகு திவ்யா தயங்கித் தயங்கி விசயத்திற்கு வந்தாள்.

"அக்கா, நியூசிலாந்தில் ஒரு ஹாஸ்பிடலில் என் ரெய்யூம் ஏத்துக்கிட்டாங்க. அதோடு மேற்படிப்பைத் தொடரவும் வசதி செய்து தர்றாங்க. டாக்டர் சூர்யப்ரசாத், என் சீனியர், உங்க ஜூனியர் அங்க இருக்கார். இன்னும் ஆறுமாதத்தில் எப்போ வேணும்னாலும் போகலாம். இந்த லெட்டரை வச்சு விசா அப்ளை பண்ணணும். பசங்களுக்கும் பாஸ்போர்ட் எடுக்கனும். வேலை முடிய ஆறுமாதம் ஆகிடும். அது தான் மில் ஹாஸ்பிடலில் நீங்க தான் சேர்த்து விட்டிங்க. உங்க கிட்டயும், சார்கிட்டயும் ஒரு வார்த்தை சொல்லிட்டு செய்யலாம்னு வந்தேன்" என ஒருவாறு சொல்லி முடித்தாள் திவ்யா.

" இந்த நாட்டை விட்டுப் போறதாவே முடிவே பண்ணிட்டியா திவி" என்றார் தேவகி. "வேற என்னக்கா செய்ய முடியும், நான் செய்த தப்புக்கு, பிறந்த ஊரை விட்டுத் தலைமறைவா திரிஞ்சு, இப்போ இதுங்க எதிர்காலத்துக்காகத் தாய்நாட்டை விட்டே போக வேண்டிய நிலைமை."எனக் கண் கலங்கினாள் திவ்யா.

"கேட்கிறேன்னு தப்பா நினைக்காதே திவி, அநி,ஆது அப்பாகிட்ட பேசிப் பார்க்கலாம். நானும் சேதுவும் போறோம். நீ நேம் அட்ரெஸ் கொடு" என்றார் தேவகி.

"நானும் பாசமான அப்பாக்கு மகளாக இருந்தவள் தான் அக்கா, என் பிள்ளைகளுக்கு அவங்க தந்தைப்பாசம் கிடைக்கனும்னு நினைக்க மாட்டேனா. அது நடக்காத காரியம். இங்கே இருந்தால் பசங்க வளர வளர அப்பாவை பற்றிய கேள்வி வரும்.அதுக்குத் தான் கடல் கடந்து போறதே அங்கே சிங்கிள் மதரா இருந்து கிட்டே என் பிள்ளைகளை வளர்த்துக்குவேன்" என்றாள் திவ்யா."ஒருமுறை இதுங்க அப்பாகிட்ட பேசிப் பார்க்கிறதுல என்ன தப்பு."எனத் தேவகி விடாமல் கேட்கவும்.

"நிறைமாத கர்ப்பிணி மனைவி இரண்டு நாளில் வளைகாப்புக்குக் காத்துக்கிட்டு இருக்கும் போது, பலவீனமான சந்தர்ப்ப சூழ்நிலையில், என்னோடு அதாவது வேறு பெண்ணோடு சுகித்திருந்தவன், எப்படிக்கா என் பிள்ளைகளுக்கு நல்ல அப்பாவா இருக்க முடியும். என்னால சக்களத்தி சண்டையெல்லாம் போட முடியாது. அந்தப் பொண்ணு வந்து, என் புருஷனை வளைச்சுப் போட்டியாடின்னு என்னைப் பார்க்கும் போதே நான் செத்துருவேன் அக்கா" என முகத்தைப் பொத்திக் கொண்டு அழுதாள் திவ்யா.

தேவகி கதவைத் தாழ் போட்டு வந்து, தன் தங்கை போன்ற தோழியை அணைத்துக் கொண்டாள். அவள் அழுகை மொத்தமும் வெளியேறட்டும்

எனக் காத்திருந்தார். நான்கு வருடத்திற்கு முன்பே கண்ணீரை வற்ற விட்டவள், இப்போது தான் மடை திறந்து உள்ளாள்.

" நீ அப்படி எல்லாம், தன்னை விட்டுக் கொடுக்கிற ஆள் இல்லையே, முன்னே பின்னத் தெரியாத ஆளோடு எப்படி,எதுவும் ரேப்..." எனத் தேவகி கேட்கும் போதே இடை மறித்த திவ்யா தனது கடந்த காலத்தை அவரிடம் பகிர்ந்து கொண்டாள்.

"திவி, நீ சொல்றதை வச்சுப் பார்த்தா, எங்கயோ இடிக்குது. ஏமாத்துறவன் எப்படிடா உன் அப்பா, அம்மா கூட எல்லாம் பழகி இருப்பான்" என்றார் தேவகி.

"வேண்டாம் அக்கா விடுங்க, அசந்தர்ப்பமா எங்கையாவது அவரைப் பார்க்க கூட நான் விரும்பலை. ஏன்னா அவர் என் வீக்னெஸ், நான்கு வருடத்தில் என்னையவே நான் மாற்றி வந்திருக்கேன், அவர் மனைவியோடு சேர்த்துப் பார்க்கும் நேரம், என் பயம் உறுதியாகி என்னைக் கேவலமாகக் காட்டும். எனக்கு எதுவுமே வேண்டாம், டாக்டர் சார் கிட்ட சொல்லிடுங்க. நான் ஆறு மாதம் வரை இருப்பேன்னு நோட்டீஸ் குடுத்துடுறேன்.ஏன்னா அவர்களுக்கும் டாக்டர் கிடைக்கனுமே." என்றாள்.

அம்மா என்ற அழைப்பில் தன் முகத்தின் கண்ணீரைத் துடைத்து, முகத்தைச் சாதாரணமாக வைக்கப் பிரயத்தனப் பட்டு, அதில் வெற்றியும் கண்டாள் திவ்யவர்ஷினி.

கதவைத் தேவகி திறக்கவும் ஓடி வந்து கட்டிக் கொண்ட ஆது, "அம்மா நீ ஆதும்மா தானே. அநிம்மா இல்லலை" என்றது ஆது. திவ்யா சிரித்து "இது என்னடா கேள்வி இரண்டு பேருக்கும் திவிம்மா தான் அம்மா" எனச் சமாதானம் செய்தாள்."அதெல்லாம் கிடையாது நீ ஆதும்மா. அநி வந்தால் தூக்கக் கூடாது" என்றது."அச்சச்சோ அப்புறம்,அநியை யார் தூக்குவா" எனக் கேட்டாள் திவ்யா.

"அப்பா தூக்கட்டும். பாய்ஸ், பாய்ஸோடு சேர்ந்துக்கட்டும். நீ போன் போட்டு அப்பாவை வரச் சொல்லு" என்றது ஆது. திவ்யா விக்கித்து நின்றாள்.

மனம்-2

திவ்யவர்ஷினி தன் மகள்,"அநி வந்தால் தூக்கக் கூடாது, அப்பாவுக்குப் போன் போடு, பாய்ஸ், பாய்ஸைத் தூக்கட்டும்" என்று சொன்ன வார்த்தைகளை நம்ப மாட்டாமல் கேட்டாள்.

இவள் எங்கிருந்து இந்த 'அப்பா' என்ற வார்த்தையைப் படித்தாள், என ஆச்சரியமாக இருந்தது. இருந்தாலும் அதிர்ச்சியையும் சமாளித்துக் கொண்டு, அவளை அருகில் அழைத்து மடியில் அமர்த்தி "ஆதும்மா அநிருத்தா உன்னுடைய தம்பி தானே, நீ தான் அக்கா பொறுப்பா தம்பியை

பார்த்துக்க வேண்டாமா? உன்னை நம்பி தானே திவிம்மா கிளினிக்கு எல்லாம் விட்டுட்டு போறேன். நீ தாண்டா தங்கம் பார்த்துக்கனும் . இப்படி எல்லாம் பேசக் கூடாது" என்றாள் திவ்யா.

தன்னிடம் பெரியமனுஷியாகப் பாவித்து வேலைக் கொடுக்கவும், "ஓகே திவிம்மா. நான் அநித்தாவை பார்த்துக்கிறேன்" எனக் கிளம்பி வெளியே சென்றது ஆதிரை.

தேவகி பார்த்துக் கொண்டே இருந்தவர், "இப்பவே இந்தப் போடு போடுது. நீ எத்தனை நாளைக்குச் சமாளிப்ப திவ்யா" என்றார். "பார்ப்போம் அக்கா, கடவுள் எனக்குனு விதிச்சது தானே நடக்கும்" என்றாள்.

மதியம் சாப்பிடும் போது ஆதிரை, அநிருத்தாவிற்கு இதைச் சாப்பிடு எனத் தனக்குப் பிடித்த உருளைக்கிழங்கு ப்ரை,அப்பளம் இவற்றை அவனுக்காக விட்டுக் கொடுத்தது. இதைப் பார்த்த தேவகி,சேது மாதவன் அசந்து போனார்கள். இந்தக் குழந்தைகளைப் பாராட்டுவதா அல்ல இவர்களைப் பெற்று வளர்த்த இதன் அம்மாவைப் பாராட்டுவதா என இவர்கள் பிணைப்பை எண்ணி வியந்தனர்.

குழந்தைகளை விட்டு விட்டு வீட்டுக்குத் தேவையான பொருட்களை வாங்கச் சென்றாள் திவ்யா.அவர்கள் இருக்கும் இடத்தில் அத்தியாவசிய பொருட்களுக்கான சிறிய அளவுக் கடை தான் உள்ளது.மற்றவை கிடைக்காது. அதனால் நகருக்குள் வரும் போது, தனக்குத் தேவையான மளிகையிலிருந்து அத்தனையும் வாங்கிக் கொள்வாள். தமிழ்செல்வியும் இவளிடம் சில பொருட்களை வாங்கி வரச் சொல்லியிருந்தார். இதே போல் கனகரத்தினம் நகருக்குள் வரும் போது,வேறு ஏதாவது வேணுமா எனத் திவ்யாவை விசாரித்து விட்டு வருவார்.அதிலும் தவறியவற்றை, ஆபீஸ் பையன் இரண்டு சக்கர வாகனத்தில் சென்று வாங்கி வருவான்.

ஒரு ஷாப்பிங் மாலில் காரை நிறுத்திவிட்டுத் தேவையான பொருட்களை எடுத்து ட்ராலியில் போட்டுக் கொண்டிருந்தாள். மனதில் எண்ணம் கடந்த காலத்தை அசை போட்டுக் கொண்டிருந்தது. இது போன்றதொரு மாலில் கண்ணில் பட்டதை எல்லாம் அள்ளிப் போட்ட போது, அவள் அம்மா,'திவிம்மா இப்படிக் கண்ணில் பட்டதை எல்லாம் வாங்கக் கூடாது. இது நமக்கு வேணுமா, வேண்டாமான்னு ஒரு தடவைக்கு, இரண்டு தடவை யோசிக்கனும்' என்ற அம்மாவின் குரல் காதில் ஒலித்தது. அதன் எதிரொளியாக இரண்டு பொட்டலங்களை ட்ராலியில் இருந்து எடுத்து அதன் இடத்தில் வைத்தாள்.

'ஒரு சாமான் வாங்குறதிலேயே இத்தனை யோசனை சொல்லுவீங்களே அம்மா. என்னைத் தனியா விட்டுட்டு இரண்டு பேரும் கிளம்பிட்டீங்களே. உங்களுக்கான நல்ல மகளா, நான் இல்லாமல், உங்கள் வளர்ப்பிலிருந்து தவறியதால் தான் விதி என்கிட்ட இருந்து உங்களைப் பிரிச்சிடுச்சு போல. அதுவும் நல்லது தான் பெற்ற மகள் ,இப்படிச் சீரழிந்து நிற்கிறதைப் பார்ப்-

பதை விட இது பெட்டர். இன்னைக்கு ஆது கேட்ட மாதிரி நாளைக்கு அறியும் கேட்பான். நான் என்ன பதில் சொல்லுவேன்.என் கேரக்டர் பற்றிய கேள்வி வருமே. சட்டி நிறைந்த பாலில் ஒரு துளி மோர் விழுந்தாலும், முழுப் பாலும் திரிந்து தயிராயிடும்னு சொல்லுவீங்களே அம்மா. நானும் தாயாகிட்டேன். ஆனால் என் பிள்ளைகள் என் வரம். நீங்கள் இரண்டு பேரும் இல்லாத இடத்தைப் பாசத்தால் அதுங்க தான் நிரப்புதுங்க' எனத் தன் எண்ணம் போன போக்கில் யோசித்தவள், யார் மீதோ மோதப் போய்ச் ‘‘சாரி‘‘ என்றாள்.

"பரவாயில்லை மேம், பார்த்துக் காலில் இடிச்சுக்காதீங்க" என்ற தனது வாழ்வே திசை மாறிப் போன,பரிச்சயமான குரலில் நிமிர்ந்துப் பார்த்தாள் திவ்யா.

அவன் முகமும் குரலும் பரிட்சியமானதாக இருந்தது. ஆனால் சாயல் இருந்ததே தவிர இவன் அவனில்லை. இவள் நெற்றியில் முடிச்சு விழ யோசித்து முடிக்கையில் அவன் ஒரு எஸ்க்யூஸோடு அவ்விடம் விட்டுப் பில் போட்ட பையோடு, ஆப்பில் மாதுளை, இனிப்பு வகைகள் என வாங்கிக் கொண்டு இறங்கி விட்டான்.

திவ்யா,‘உன் துரோகம்,ஏமாற்று வேலை தெரிந்தும் என்னால் உன்னைத் திட்டவோ, சபிக்கவோ முடியலையே, என் நினைவை விட்டாவது அகன்று தொலை.' என மனதில் தன் மனதோடும், அவன் நினைவோடும்,அவனோ-டும் சண்டையிட்டாள்.

தேவகி வீட்டுக்குத் திரும்பிய போது, மாதவன் யாரோடோ போனில் பேசிக் கொண்டிருந்தார். திவ்யாவைப் பார்க்கவும் தலையசைப்போடு தோட்-டத்தின் பக்கம் நடந்தார். திவ்யா வீட்டிற்குள் சென்றாள்.

"ரவி நான் சொன்னதை எல்லாம் நினைவில் வச்சிக்கோ. இதிலிருந்து அந்த ஆள் யாரென்று நாமே கண்டுபிடிப்போம். தேவகி சொல்றதை கேட்டா,எங்கயோ ஒரு மிஸ் அண்டர்ஸ்டாண்டிங்னு தான்தோனுது." என்றார்.

"மாதவா,திவ்யா உன் கண் முன்னால் இருக்கிறது தான் எங்களுக்கு ஒரே ஆறுதல்.அப்பா நாலு வருஷமா கேட்டுக்கிட்டே இருக்காங்க. விஜயன் கடைசியா போகும் போது, தன் மகளைப் பற்றித் தான் பேசினான். அதைப் பாத்துக்கக் கூட முடியாத பாவியா இருக்கேன்னு ஒரே புலம்பல். அவர்-கிட்ட கூட நான் எதுவும் சொல்லலை. விஜயன் மாமா,விபத்தில் ஏதோ நடந்திருக்கு, அதனால தான் திவ்யாவை மறைச்சு வச்சேன்.யாராவது தேடி வந்தாலோ, கேட்டாலோ எனக்குத் தகவல் கொடு, நான் உடனே கிளம்பி வந்துடுவேன் " என்றார் மாதவனின் நண்பனும், திவ்யவர்ஷினியின் குடும்ப நண்பனுமான dr.ரவிசந்திரன்.

" சரிடா ரவி, நீ கவலைப் படாதே, மில் ஆளுகளே அவளுக்குப் பாது-காப்பு தான்.டாக்டரம்மா வெளிநாடு போக ஆறு மாதம் டைம் இருக்கிறது. அதுக்குள்ள வகையா மாட்ட வச்சிடுவோம். நான் அப்புறம் கூப்பிடுகிறேன்"

என்றார் மாதவன்.

திவ்யா இரண்டு பிள்ளைகளுக்கும் உடை மாற்றித் தான் கிளம்புவதற்கு ஆயத்தம் செய்தாள். அக்கா, நீங்களும் டாக்டர் சாரும் பிள்ளைகளைக் கூட்டிட்டு பண்ணைக்கு வாங்க. ஒரு மாற்றமா இருக்கும். கிராமத்தை ரசிப்-பாங்க. செல்வி அம்மாவும் கட்டாயம் சொல்லிட்டு வரச் சொன்னாங்க" என அழைத்தாள் திவ்யா.

" சரி திவ்யா கட்டாயம் வர்றோம். நீ தான் எங்களை விட்டுட்டு கடல் கடந்து போறேன்னு சொல்றியே." என்றார் தேவகி."அக்கா, என் நிலைமை தெரிஞ்சும் இப்படிப் பேசக் கூடாது." எனக் குறை பட்டாள் திவ்யா.

தேவகி பவனத்தில் விடை பெற்ற திவ்யா, பிள்ளைகள் இருவரையும் ஒரே சீட்டில் அமர்த்திச் சீட் பெல்ட்டைப் போட்டு விட்டாள். அவளுடைய கார், புதுக்கோட்டையிலிருந்து, பட்டுக் கோட்டை ரோட்டில் ஆலங்குடி தாண்டி வடகாடு சென்று, அதன் உள்ளே பிரிந்து ஒற்றைச் சாலையில் பயணித்தது. இந்தப் பகுதி தான் ஹைட்ரோ கார்பன் எடுப்பதைத் தடை செய்யக் கோரி போராட்டம் நடத்தப்பட்ட நெடுவாசல் சுற்றுவட்டாரப் பகுதி.

இங்கு முதலில் மானாவாரி பயிர்களாகப் பயிரிடப்பட்டது. பிறகு ஆழ்து-ளைக் கிணற்றுப் பாசனத்தால் நிலக்கடலை, உளுந்து, மற்றும் வாழை பயி-ரிடப்பட்டது. பலாமரங்களும் முந்திரிக் காடுகளும், யூக்லிப்டஸ் மரங்களும் நிறைந்து காணப்படும்.

ஒற்றைப் பாதையில் பயணித்த கார், ‘கே.ஆர்’பேப்பர் மில், கேஆர் விதைப் பண்ணை என்ற பெயர் பொறித்த நூறு ஏக்கர் நிலப்பரப்பில் அமைந்த பண்ணைக்குள் நுழைந்தது. கேட்டில் நுழைந்தவுடன் பேப்பர் மில் உள்ளது. நீண்ட தார் சாலையின் இரு மருங்கிலும் மரங்கள் நடப் பெற்றுச் செழுமையாக இருந்தது. மில் பகுதியில் ஒரு பூந்தோட்டமும் அதனை ஒட்டி பிள்ளையார் கோவிலும் உண்டு.

மில்லுக்கு எதிர் பகுதியில், தனி வேலி அமைக்கப்பட்ட மில் தொழி-ளாலிகளுக்கான குடியிருப்பு உள்ளது. ஐம்பதுக்கும் மேற்பட்ட குடும்பங்கள் அங்கே வசிக்கின்றனர். அவர்களுக்காக அமைக்கப்பட்ட கிளினிக்காக இருந்த போதும், மில் தொழிலாளிகள், பொதுமக்கள் பயன்படுத்த வசதியாக அதே இடத்தில் கிளினிக் உள்ளது. திவ்யவர்ஷினி அங்குத் தான் தன் மருத்-துவப் பணியைச் செய்கிறாள்.

திவ்யவர்ஷினியின் கார், நீண்ட சாலையில் மில்லை தாண்டி அரைக் கிலோ மீட்டர் பயணித்து வலது புறம் திரும்பியது, அங்கிருந்து நீண்ட ரோட்டின் இரு புறமும் , மா பலா சப்போட்டா தென்னந் தோப்புகள் இருந்தன. அதைக் கடந்து பின்னால் வயல்களுக்கு நடுவே, மூன்று கட்டி-டங்கள் காணப்பட்டது.

புல்வெளி அழகாக வெட்டப் பட்டு, முகப்புத் தோட்டம். இடது புறம் விதைப் பண்ணைக்கான அலுவலகம். அதனைத் தாண்டி பெரிய ஷெட்

போட்ட குடோன், முன்னால் சிமெண்ட் தளத்தில் பெரிய களம். அங்குத் தான் நெல் அடிப்பது போன்ற சகல விவசாய வேலைகளும் நடக்கும்.

திவ்யாவின் கார் அதைத் தாண்டி வலது பக்கம் இருந்த பெரிய வீட்டின் முன் நின்றது. கனகரத்தினத்தின் கார் ஷெட்டில் இருக்கும், அங்கு வேறொரு புதிய கார் நின்றது. திவ்யா அதை யோசனையாகப் பார்த்த வண்ணம், காரை நிறுத்தி பிள்ளைகளை இறக்கி விட்டாள். காரின் பின் பக்கம் பொருட்களை எடுத்து உள்ளே செல்ல வேண்டும். எடுபிடி வேலை செய்யும் சுப்புவைத் தேடினாள். காணவில்லை சரி காரை பார்க் செய்த பின் எடுத்துக் கொள்ளலாம் எனப் பிள்ளைகளை வீட்டுக்குச் செல்லுமாறு பணித்தாள்.

திவ்யா காரை நிறுத்தும் போதே சுப்பு வந்து விட்டான். "டாக்டரம்மா கொடுங்க நான் தூக்கிட்டுப் போகிறேன்."என வாங்கிக் கொண்டான்."இதை எங்கள் வீட்டில் வச்சுடு சுப்பு. இது செல்வியம்மாக்கு நானே கொடுத்துடுறேன்" என இவள் ஹேண்ட் பேக், ஒரு கட்டப்பை சகிதம் வீட்டின் முகப்பை நோக்கி நடந்தாள்.

கனகரத்தினத்தின் வீடு முகப்பு நல்ல தேக்கில் செய்யப்பட்ட அலங்கார நிலைக் கதவு. அதற்கு முன்னே இரு பக்கமும் திண்ணை இருந்தது.நுழைவாயில் வழியே உள்ளே சென்றால் பெரிய ஹால், ஹாலின் உள்ளே இடது புறம் ஒரு அறையும் வலது புறம் மாடிக்குப் படி சென்றது.ஹாலைத் தாண்டி ஒரு நடை மற்றொரு டையனிங் அங்கிருந்து இரண்டு படுக்கை அறை, அதன் பிறகு அடுப்படி இருக்கும்.

இந்த வீட்டின் வலது புறத்தில் கீழே ஹால் இரண்டு படுக்கை அறை கொண்ட வீடு தனிப் பகுதியாக இருந்தது அதில் தான் திவ்யா இருந்தாள். நடுவிலிருந்த ஒரு கதவைப் பூட்டி அவளுக்கு ஒதுக்கி இருந்தனர். மாடிப் பகுதி முகப்பு வீட்டிலிருந்து உள்ளே படி வைத்து வந்து விடும். தனியாக வெளியேவும் படி உண்டு. மாடிப் பகுதி விருந்தினர் அறை.

கனகரத்தினம் தமிழ்ச்செல்விக்கு இரண்டு மகள்கள் மூத்தவள் புவனேஸ்வரி, தஞ்சாவூரில் கனகு தனது அக்காள் மகனுக்குக் கொடுத்திருக்கிறார். நான்கு வயதில் மகன் உள்ளான். அவன் பிறக்கும் சமயத்தில் நடந்த மேஜர் ஆக்சிடென்டில் படு காயமடைந்த மருமகனுக்குச் சேவை செய்வதில் மகள், பிறந்த வீட்டை மறந்திருந்தாள். இளையவள் ராஜேஸ்வரி கல்லூரியில் முதுகலை இரண்டாம் வருடம், திருச்சியில் தங்கிப் படிக்கிறாள். விடுமுறைக்கு மட்டுமே வருவாள்.

திண்ணையில் பொருட்களை வைத்து விட்டு " அநி, ஆது" எனக் குரல் கொடுத்தாள் திவ்யா. வெளியே எங்காவது சென்று வந்தால் வந்தவுடன் இரண்டும் தாத்தா,பாட்டி என அவர்கள் வீட்டில் அட்டெனென்ஸ் போட்ட பின்பே வீட்டுக்கு வருவார்கள்.

செல்வி தான் வெளியே வந்தார். "திவ்யா வீட்டுக்குள்ள வாமா. பிள்ளைகள் இங்க தான் இருக்கு. சின்ன மருமகன் வந்திருக்கிறார்" என்றார்.

"நீங்க கெஸ்ட்டைப் பாருங்கம்மா. நான் பிள்ளைகளைக் கூட்டிட்டுப் போறேன், இங்க இருந்தால் உங்களைப் பேச கூட விடமாட்டாங்க " என்றாள் . அதற்குள் அநியை தூக்கியவாறு வந்த புதியவன், தன் அலைப் பேசியைச் செல்வியிடம் நீட்டி, "அம்மா பேசனுமாம்" என்றான். அவர் திவ்யாவை உள்ளே வருமாறு அழைத்து விட்டு, "அண்ணி, வணக்கம்" எனப் பேச ஆரம்பித்தார்.

அநியைத் தூக்கி நின்ற புதியவன். "வணக்கம் டாக்டர். நான் இனியன். அத்தை உங்களைப் பத்திச் சொன்னாங்க. உங்கள் பசங்கள் இரண்டு பேரும் ரொம்பச் சமத்து. உள்ளே வாங்க ஒரு மருத்துவ ஆலோசனை வேண்டும், உங்கள் உதவியும் எங்களுக்குத் தேவைப் படுது" என அழைத்தான்.

'இவனைத்தான் ஷாப்பிங் மாலில் பார்த்தோமா' என யோசித்தவாறே நின்றவளை "அம்மா" என அநி அவளிடம் தாவினான். அவனை அணைத்துத் தூக்கியபடி உள்ளே வந்தாள் திவ்யா. இவள் வரவும், "திவிம்மா ஆதுவைத் தூக்கு" என ஓடி வந்தது ஆதிரை.

"ஆது கண்ணு நான் தூக்கிக்கவா" என இனியன் நெருங்கவும், "நோ , ஸ்டேஜர்ஸ் (ஸ்ட்ரேன்ஜர்ஸ்) தூக்கக் கூடாது, சரி தானே திவிம்மா" என்றது ஆது. இனியனுக்குச் சிரிப்பு வந்தது. ஆது,திவ்யா காலைக் கட்டிக் கொள்ளவும், ஷோபாவில் அமர்ந்து, இருவரையும் மடியில் வைத்துக் கொண்டாள்.

திவ்யா உள்ளே நுழையும் முன்,கனகரத்தினம்,செல்வியம்மாவிடம் பேசிக் கொண்டிருந்த இனியன், "தாத்தா, பாட்டி நாங்கள் வந்துட்டோம்" என ஓடி வந்த இரட்டையரின் குரலில்,அவர்களைப் பார்த்தவனுக்கு இனிய அதிர்ச்சியாக இருந்தது. சிறு வயதில் தங்கள் அண்ணன், தம்பிக்குள் தான் இந்த உருவ ஒற்றுமை இருக்கும். ஓடிவந்த இரட்டையரில் பெண் குழந்தையிடம் தங்கள் குடும்பச் சாயல் சிலவும், ஆண் குழந்தை தங்கள் வீட்டில் சட்டத்தில் தொங்கும் புகைப்படங்களில் பிரதியாக ஓடி வந்ததை அதிர்ச்சியாகப் பார்த்தான்.

பெண்குழந்தை நேராகத் தாத்தாவிடம் ஓடியது. ஆண் குழந்தை சிநேகமான புன்னகையால் தன்னிடம் அழைத்துக் கொண்டான் இனியன். " மருமகனே நாங்க சொன்னமே, பெரிய மாப்பிள்ளையை இடமாற்றத்துக்காக இங்க கூட்டிட்டு வந்து வச்சுக்கலாம். வீட்டோடு டாக்டர் இருக்காங்கன்னு சொன்னது, இந்த இரட்டை வால் பசங்களுடைய அம்மாவைத் தான். டாக்டர் திவ்யவர்ஷினி. செல்வி நீ போய்த் திவ்யாவை கூட்டிட்டு வா. திவ்யாவைப் பார்த்தா, மாப்பிள்ளைக்கும் ஒரு நம்பிக்கை வரும்" என்றார்.

இனியனுக்கு யோசனை ஓடியது. திவ்யவர்ஷினி... இந்தப் பெயரைக் கேட்டிருக்கேனா என யோசித்தான். பிள்ளைகளிடம் பெயரைக் கேட்டுத் தெரிந்துக் கொண்டவன், தனது அண்ணன் இங்கே வருவது அவசியம் என நினைத்தான். திவ்யாவின் கணவரைப் பற்றிய விசயமும் தெளிவில்லாமல் இருக்கவே, அவளைப் பார்க்கும் ஆவலில் மடியில் அமர்ந்திருந்த அநியோடு

வெளியே வந்தான் இனியன்.

அம்மாவின் மடிக்குப் போட்டியிட்டனர் இரட்டையர்கள். "போயிட்டு வந்தாச்சாம்மா, டாக்டருங்க இருவரையும் நம்ம வீட்டுக்கு வரச் சொல்லி கூப்பிடலாமேம்மா" என்றார் கனகரத்தினம் "சொல்லிட்டு வந்திருக்கிறேன் அப்பா.வர்றேன்னு சொன்னாங்க. மிஸ்டர். இனியன் ஏதோ சொன்னாரே" என்றாள்.

"ஆமாம்மா, இவர் நம்ம புவனாவுடைய கொழுந்தன். நீ புவனாவையே பார்த்தது இல்லையே. நான்கு வருஷத்துக்கு முன்னால் ஒரு மேஜர் ஆகசிடென்டில் எங்கள் மாப்பிள்ளை, இவர் அண்ணனுக்குக் காலில் பெரிய அடி, சின்னச் சின்னதா நான்கு முறை சர்ஜரி பண்ணியாச்சு. இப்பக் கொஞ்சம் பரவாயில்லை. ஒரு மாற்றத்துக்கு இங்க கூட்டிட்டு வரலாம்னு பேசினோம். அதுக்குத் தான் உன் ஆலோசனையைக் கேட்கச் சொன்னேன்" என்றார்.

"இதோ வர்றேன் அப்பா" என்றவள்,கலாம்மாவை போனில் அழைத்து, பிள்ளைகளைக் கூட்டிப் போகச் சொன்னாள்.

இனியனிடம் , அவன் அண்ணனுக்குச் செய்யப்பட்ட சர்ஜரிகளைப் பற்றிக் கேட்டுத் தெரிந்து கொண்டாள். பிறகு தற்போது கொடுத்து வரும் ட்ரீட்மெண்ட் பற்றிக் கேட்டறிந்தாள். பின்னர்,"அவங்க ரிப்போர்ட் எனக்கு இல்லைனா அப்பாக்கு மெயில் பண்ணிடுங்க. நான் ஸ்டெடி பண்ணிக்கிறேன். ரொடீன் செக்கப் நான் பார்த்துக்குறேன்.மற்றதை ஸ்பலிஸ்ட்டை கன்சல்ட் பண்ணிக்கலாம்" என்றாள் திவ்யா.

"உங்கள் மெயில் ஐடி சொல்லுங்கள், நான் ஊருக்குப் போய் அனுப்புகிறேன்." என்றான் இனியன். திவ்யா தயங்கி பின்னர்ச் சொன்னாள். அவன் குறித்துக் கொண்டான்.

"அப்பா, நானும் ஒரு விசயம் பேசத் தான் வந்தேன். எனக்கு நியூசிலாந்தில் ஒரு ஹாஸ்பிடலிலிருந்து வேலைக்கு அழைப்பு வந்திருக்கு. ஆறு மாதம் டைம் இருக்கு. விசா அப்ளை பண்ணிக் கிளம்ப ஆறு மாதம் ஆகும். நான் இங்கே இருக்கும் வரை கட்டாயம் கவனிச்சிக்கிறேன். இப்பவே சொல்லிட்டா, நம்ம ஹாஸ்பிடலுக்கும் நல்ல டாக்டர் கிடைப்பாங்களே அதுக்காகச் சொல்றேன்" என்றாள்.

கனகரத்தினம் அதிர்ச்சியானார். "என்னம்மா திடீர்னு,இங்க ஏதாவது பிரச்சினையா" என்றார். "ஐயோ இல்லைப்பா, கைக் குழந்தைகளோடு அனாதை மாதிரி வந்தவளை உங்கள் மகளாட்டம் பார்த்துக் கிட்டங்களே. அதுக்கு என்றும் நன்றி கடன் பட்டிருக்கேன். பிள்ளைகள் அவர்கள் அப்பாவைக் கேட்க ஆரம்பிச்சுட்டாங்க" அது தான் என்றாள் .

"மேடம், நீங்க அங்க வாங்கப் போற சேலரியை தர்றோம். இங்கேயே இருங்கள்" என்றான் இனியன். திவ்யா அவனை ஒரு பார்வைப் பார்த்தாள். "பணத்தை மட்டும் வைத்து எல்லாத்தையும் முடிவு பண்ணிட முடியாது மிஸ்டர் இனியன்" என்றாள். அதில் அழுத்தம் இருந்தது. இனியன் சட்டெனப்

பின் வாங்கினான்.

"நீங்க தப்பா எடுத்துக்காதீங்க டாக்டர். நான், என அண்ணன் மேல் இருக்கிற பாசத்தில் தான் சொன்னேன் " என்றான்.

"இட்ஸ் ஓகே மிஸ்டர். அப்பா, நான் சொன்னது உங்களுக்கு ஷாக்காக இருக்கும். எனக்கும் வேற வழியில்லை பிள்ளைகள் எதிர் காலத்திற்காக, நான் அவசியம் போகனும் .வர்றேன்பா, அம்மாட்ட சொல்லிடுங்க" எனக் கிளம்பினாள்.

கனகரத்தினம் இனியனிடம்,"அது தான் ஆறுமாதம் கழிச்சு தானே திவ்யா போறேன்னு சொல்லுது. அது வரை பெரியமாப்பிள்ளையோட, புவனாவும் ஆனந்தும் இங்கே இருக்கட்டும். நீங்களும் கொஞ்சம் சொல்லுங்கள் மாப்பிள்ளை. அப்பா,அம்மா நிம்மதியா அனுப்பி வைப்பாங்க. திவ்யா ஒரு வார்த்தை சொன்னால் கட்டாயம் செய்யும்" என்றார்.

செல்வி பேசிவிட்டு வந்தவர்,"அண்ணி சரின்னு சொல்றாங்க தம்பி நீங்க தான், அப்பா அண்ணனிடம் பேசனும்" என்றார்.

"சரிங்க அத்தை. நான் கிளம்புகிறேன்" என்றவனை. "நல்லா இருக்கு டிபன் சாப்பிட்டுட்டுப் போகலாம், வீட்டைச் சுற்றிப் பாருங்க. பெரிய தம்பிக்கு அடிபட்ட பிறகு, எங்களை அடியோடு மறந்துட்டீங்க" எனக் குறைபட்டார் தமிழ்ச் செல்வி.

மொபைலை பிடித்துக் கொண்டு வெளியே வந்தான் இனியன், அநி, ஆதி கலாம்மாவோடு விளையாடிக் கொண்டிருக்க, அவர்களைக் கேமராவில் சிறை பிடித்தான். வீடியோ ரெக்கார்ட் செய்யும் போதே, திவ்யா வந்து அழைக்கவும் இரட்டையர்கள் ஓடிவந்து அவளைத் தொட்டனர். இதனை அவள் அறியாமல் ரெக்கார்ட் செய்தான்.

இனியனின் வருகை, தெளிந்த ஓடை எனத் திவ்யா நம்பிக் கொண்டிருக்கும் வாழ்க்கையில் என்ன மாற்றத்தைக் கொண்டு வரும். அவள் மறக்கவும், மறைக்கவும் நினைக்கும் விசயங்களைக் கிளறிவிடுமோ.

மனம் -3

திவ்யவர்ஷினி, இரட்டையர் இருவரும் தன் தாய் யாருக்குச் சொந்தம் என இவ்வளவு நேரமும் சண்டையிட்டு, அவர்களின் சண்டையை மாற்றும் விதமாக இரண்டையும் ஆளுக்கு ஒரு பக்கம் அணைத்துக் கொண்டு கதைப் புத்தகத்தின் படங்களை விரித்து வைத்துக் கொண்டு ஓநாயும் ஆட்டுக்குட்டியும் கதை சொல்ல ஆரம்பித்தாள். (பெட் டைம் ஸ்டோரி).

" ஒரு ஊரில் ஒரு அம்மா ஆடும், குட்டி ஆடுகளும் இருந்துச்சாம். அம்மா ஆடு குட்டி ஆடுகளை நல்லா பாரத்துக்கிச்சாம்" என்றாள் திவ்யா.

"திவிம்மா மாதிரியே என்னம்மா" என்றது ஆது. திவ்யா சிரித்து, "வாலு கதையை மட்டும் கேளு " என அவளைக் கொஞ்சிவிட்டு,"அம்மா சொல்-

லுங்க" என்ற அநியிடம்,

"அம்மா ஆடு ,குட்டி ஆடுகளை விட்டுட்டு, கடைக்குப் போகணும்னு கதவை உள்ளே பூட்டிக்கச் சொல்லுச்சாம். வெளியிலையும் பூட்டிட்டு போகும் போது , குட்டி ஆடுகள்கிட்ட அம்மா ஆடு சொல்லுச்சாம்,

'கண்ணுங்களா அம்மா வந்திருக்கிறேன், கதவைத் திறங்க'' அப்டின்னு அம்மா சொன்னால் மட்டும் தான் கதவைத் திறக்கனும், வேறு யார் வந்து கூப்பிட்டாலும் கதவைத் திறக்கக் கூடாதுன்னு சொல்லிச்சாம்" என்ற திவ்யா, என்ன சொல்லுச்சு எனக் கேட்கவும்,

"கண்ணுங்களா, அம்மா வந்தேன் கதவைத் திற ன்னு சொல்லும் அம்மா கோட்" என்றான் அநி. " கரெக்ட்டா சொன்னான் அநி, அடுத்தக் கேள்-விக்கு ஆது பதில் சொல்லனும்" என்றாள். ஆது தலை ஆட்டியது .

"இதை ஒரு ஓநாய், உல்ஃப் பார்த்துக்கிட்டே இருந்தது. அம்மா ஆடு போன கொஞ்ச நேரத்தில் வந்து, அதே மாதிரி கூப்பிட்டது. ஒரு ஆட்-டுக்குட்டி சொல்லுச்சாம், இது அம்மா இல்லை என்று, இன்னொரு ஆடு குட்டி இது அம்மாதான்னு சொல்லுச்சாம்"என்ற திவ்யா மகளையும் கதைக்-குள் இழுத்து 'என்ன சொல்லுச்சு ஆது குட்டி சொல்லுங்க ", எனக் கேள்-வியும் பதிலுமாக ஆடுகளைத் தின்ற ஓநாய் கதையைச் சொல்லவும், இரட்-டையர்கள் அவளைக் கட்டிக் கொண்டனர்.

"திவிம்மா, நீ எங்களை அப்படி விட்டுவிட்டுப் போகாதே. ஏதாவது உல்ஃப் வந்திடும்" எனக் கட்டிக் கொண்டனர். "இல்லைடா, திவிம்மா உங்-களை விட்டுட்டு எங்கப் போவேன். நீங்க தான் என் உயிர்" என்று கண்ணீர் விட்டாள் திவ்யா.

"திவிம்மா, அப்பாவை வரச் சொல்லு, கிருஷ் சொன்னான் அப்பா, ப்ரேவா கெட்டவங்களை அடிப்பாங்கலாம்" என்றான் அநி. மீண்டும் யோசனையில் ஆழ்ந்தாள் திவ்யா.

"திவிம்மா அப்பாவுக்குப் போன் போடு" என்ற ஆது,போனை எடுத்து நீட்டியது. திவ்யா அவர்களது வற்புறுத்தலில் தன்னைப் போல் அவர்கள் அப்பாவுக்கு, தன்னை மறந்து எண்களை அழுத்தினாள்.

அலைப் பேசி அடித்து ஓய்ந்தது, யாரும் எடுக்கவில்லை என, அவள் யோசித்த போதே, "ஹலோ " என்ற அவனின் குரல் அவளை ஆட்டம் காணவைத்தது. அதற்குள் "ஹலோ அப்பா நீங்க எப்ப வர்றீங்க" என அநிக் கேட்டான். "அப்பா சீக்கிரம் வாங்க" என ஆது கூப்பிட்டது. அதற்குள் சுயம் தெளிந்த திவ்யா, போனைக் கீழே தவறவிட்டாள்.

"அம்மா என்ன ஆச்சு, அப்பா பேசலை" என்றனர். "ஐயோ போன் உடைஞ்சுப் போச்சே, நாளைக்குச் சரி பண்ணிப் பேசலாம்" எனச் சமாதானம் செய்தாள் திவ்யா.

பின்னர் விட்ட கதையைத் தொடர்ந்து அவர்களைச் சந்தோஷமாகக் கதை கேட்க வைத்தாள். ஊம் கொட்டிக் கொண்டே கதையைக் கேட்ட

பிள்ளைகள் தூங்கி விட்டன. கதை சொல்லிய தாய் தான் தன் கதைக்குள் பிரயாணித்துக் கொண்டிருந்தாள்.

கொடைக்கானல் மலைக்கு ஏறும் வழியில், ஊத்து என்ற இடத்திலிருந்து பிரிந்து செல்லும் தாண்டிக்குடி மலைப் பிரதேசத்தில் பிறந்து வளர்ந்தவள் திவ்யவர்ஷினி. கொடைக்கானல் காண்வென்ட் பள்ளியில் பள்ளிப் படிப்பை முடித்தவள், குடும்ப நண்பரான பொன்னுசாமியின் மகன் ரவிச்சந்திரனைப் பார்த்து, தானும் மருத்துவப் படிப்பில் சேர்ந்தாள்.

அவள் பெற்ற மதிப்பெண்ணுக்கு மதுரை மருத்துவக் கல்லூரியில் இடம் கிடைத்தது. ஊருக்கும் பக்கம், தாய் தந்தையை அடிக்கடிப் பார்த்துக் கொள்-ளலாம் என இங்கேயே சேர்ந்தாள். இதோ நான்கு வருடம் முடித்து, ஐந்தா-வது வருடம் ஹவுஸ்சர்ஜன் பயிற்சி மருத்துவராக இருக்கிறாள். பத்து நாட்-கள் விடுப்புக் கிடைத்ததில் வீட்டில் சீராட வந்துவிட்டாள்.

அப்பா விஜயராகவன் தோட்டக்கலை படிப்பை முடித்து ,தொழில் சார்ந்து இங்கே வந்தவர், இந்த மலைப் பிடித்துப் போகவும் இங்குச் செட்டில் ஆகி-விட்டார். அவர் காதல் மனைவி கார்த்திகைச் செல்வி. இவர்களுக்குச் சொந்த ஊர் தஞ்சாவூர் பக்கம். காதல் மணம் புரிந்து அதற்கு எதிர்ப்பு கிளம்-பவே இரு வீட்டினரையும் துறந்து இந்த மலையில் குடிபுகுந்தனர்.

இங்கிருக்கும் நண்பர்கள், வேலை செய்பவர்களே இவர்கள் குடும்பம். மலையில் இருக்கும் பாதி ரிசார்ட்களுக்கு லேண்ட் ஸ்கேப்பிங் எனும் தோட்-டம் வடிவமைத்தல் இவர் செய்ததே, எனவே மலையில் நல்ல மதிப்பும் இருந்தது. சம்பாதித்த பணத்தைப் பழத் தோட்டங்களில் முதலீடு செய்து, தாண்டிக்குடிப் பகுதியில் வீட்டையும் கட்டி செட்டில் ஆனார் விஜயன்.

ஒரே மகள் திவ்யவர்ஷினி ,திருமணம் செய்து நான்கு ஆண்டுகள் சென்று பிறந்தவள்.எனவே செல்லமாகவும், துணிச்சலாகவும் வளர்த்தார்கள். ஒரே பெண்பிள்ளை ஆதலால் சுயச்சார்பாக இருக்க வேண்டும் எனத் தைரி-யமாக வளர்த்தார்கள். இன்று அதுவே அவள் விதியாகவும் மாறிப் போனது.

அதிகாலையில் கிளம்பி மலையேறிவிட்டாள் திவ்யா. அவள் வரும் வழியையே பார்த்திருந்த விஜயராகவன் ஊத்து பகுதியிலிருந்து மகளை அழைத்து வந்தார். மதுரைக்கே வந்து கூட்டி வருகிறேன் எனும் தகப்பனை, எதற்குப்பா வீண் அலைச்சல் என அவள் மறுத்து விடுவாள். இதோ அவள் கிளம்பும் நேரம் கணக்கிட்டு அரைமணி நேரமாகக் குளிரில் காத்திருந்து அழைத்து வந்தார்.

"அம்மா நான் வந்துட்டேன்" என ஜீப்பிலிருந்து இறங்கி ஓடி வந்து, கார்த்திகைச் செல்வியைக் கட்டிக் கொண்டாள் திவ்யா. அவளை அணைத்து வாஞ்சையாக முத்தமிட்ட கார்த்திகா, "இளைச்சுப் போயிட்டியேடி திவிம்மா. சாப்பிடுவியா இல்லையா. முடியெல்லாம் வரவரன்னு இருக்கு. எதுவுமே கவனிச்சுக்க மாட்டியா" என மகளின் தோற்றத்தில் குறைபடுதலோடு அன்பை வெளிப்படுத்தினார்.

"அம்மா பத்து நாள் லீவு, திவி ஃபுல் அண்ட் ஃபுல் உன் கண்ட்ரோல் தான். பார்த்து மகளைத் தேற்றிவிடுங்க" என்றாள் திவ்யா. "ஆமாம்மா, மகள் வந்ததோடு ஏதாவது நல்லதா சமைச்சுப் போடு, நமக்கு மட்டும் தானேன்னு சிறு தானிய தோசையாப் போட்டு மனுசனை கொல்ற. திவிம்மா அப்பா-வுடைய ஃபேவரைட்சையும சேர்த்து உன்னதுன்னு அம்மாகிட்ட சொல்லிடு" என்றார் விஜயன்.

"ஆமாம் உங்கப்பாவை பட்டினி போட்டுக் கொள்கிறேன், பேச்சைப் பார். திவிம்மா உங்கப்பா பிபி, சுகரைச் செக் பண்ணிப் பார் ,அப்பத் தெரியும்" என்றார் கார்த்திகா.

"அப்பா, இதென்ன அம்மா சொல்றது உண்மையா. டாக்டர் வீட்டிலேயே பேசண்ட் இருக்கலாமா. நான் சொல்ற உணவுக்கட்டுப்பாடு தான் இனிமே ஃபாலோ பண்ணணும். ஆமாம், அதென்ன உங்க ஃபேவரைட்டை நான் சொல்லனுமா? அம்மாக்கு நம்ம இரண்டு பேரைப் பற்றியும் ஒண்ணுமே தெரி-யாது. நான் சொல்லித் தான் தெரியனும்.ஏம்பா என்னை வச்சு புருஷனும், பொண்டாட்டியும் காமடி, கீமடி பண்ணலையே. மீ பாவம்" என்றாள் திவி.

" போடி அரட்டை, கீஸர் போட்டு வச்சிருக்கேன், குளிச்சிட்டு வா" என அனுப்பினார் கார்த்திகா. அவள் அறைக்குச் செல்வதைப் பார்த்திருந்-தவர், "இப்ப தான் பிறந்த மாதிரி இருக்கு, அதுக்குள்ள வளர்ந்து டாக்டர் ஆகிட்டா" என மகளை வியந்தார் கார்த்திகா.

விஜயன், அவரை மையலாகப் பார்த்து, "ஆமாம்டி காத்து, இப்ப தான் பார்த்த மாதிரி இருக்கு ,அதுக்குள்ள இருபத்துஅஞ்சு வருஷம் ஓடிப் போச்சு" என்றபடி கார்த்திகையைத் தோளோடு அணைத்தார் விஜயன்.

"ஐயே,போதுமே எங்க கேப் கிடைத்தாலும் நீங்க ஆரம்பிச்சுடுவீங்க. தலை முடியெல்லாம் நரைக்க ஆரம்பிச்சிடுச்சு ஞாபகம் இருக்கட்டும். மகளுக்குக் கல்யாணம் செஞ்சு மருமகன் எடுக்கிற கட்டத்துக்கு வந்திட்-டோம்" என்றார் கார்த்திகா.

"வாய் தான் அப்ஜக்சன் சொல்லுது" என்றவர், எட்டி மகள் அறையைப் பார்த்து விட்டு,"எத்தனை வருஷம் ஆனாலும் என் டார்லிங், என் டார்லிங் தான்" என அவர் நெற்றியில் முத்தமிட்டார். ஏதோ கேட்க வந்த திவ்யா அவர்கள் தனிமையில் தலையிடாமல் சிரித்தபடி உள்ளே சென்றுவிட்டாள்.

அவளுக்குக் குடும்பம் என்பது, தனது தாய் தந்தையின் இனிமையான இல்லறம் தான். இருவரும் கண்களால் காதலைப் பரிமாறியபடி, ஒருவரை ஒருவர் கேலிப் பேசிக் கொள்வர். பதின்ம வயது வந்த திவ்யா தனக்கும் இப்படியான துணை தான் வேண்டும் என நினைக்க ஆரம்பித்தாள்.

மதிய உணவுக்குப் பின், தனது பள்ளி சினேகிதிக்குத் திருமணம் நிச்-சயித்து இருப்பதால் அவளைப் பார்த்து வருகிறேன் என ஜீப்பில் கிளம்பி-னாள்."இருட்டும் முன்னே வந்திடு திவிம்மா" என்றார் தாய்."யூ டோண்ட் ஃவொரி காத்து, நான் வந்திடுவேன்" என அம்மாவின் கன்னத்தில் முத்த-

மிட்டாள் திவ்யா.

"கழுதை, என் புருஷன் கொஞ்சறதை மறைஞ்சு நின்னு பார்த்தியாடி" என முதுகில் செல்லமாக ஓர் அடி போட்டார்.

" மறைஞ்சு பார்க்கிறதுக்குப் பெட்ரூம்லயா ரொமான்ஸ் பண்றீங்க.உங்க லவ் தான் ஊரறிந்த ரகசியமாச்சே ,உங்க நெத்தியில் கிஸ் பண்ணாம அப்பா எங்கேயாவது கிளம்பி இருக்காங்களா?.புதுசா பார்க்கிற ஆம்பளை, பொம்பளை அத்தனையும், உங்கள் லவ்வைப் பார்த்து வெட்க்கப்படுங்க. என்னைச் சொல்ல வந்துட்டீங்க" என்றாள் திவ்யா.

ஹாஹா எனச் சிரித்த விஜயன், "விடுடாம்மா, அன்பை வெளிப்படுத்துறது தப்பா என்ன.உங்கம்மா என் லவ்னா, நீ என் உயிர். உங்களைக் கொஞ்ச யார்க்கிட்ட அனுமதி வாங்கனும்" என்றபடி திவ்யாவை அணைத்து உச்சந்தலையில் முத்தமிட்டார் .

"சீக்கிரம் இருட்ட ஆரம்பித்திடும் வேகமா போய்ட்டு வந்திடுடம்மா" என அனுப்பி வைத்தார்."பொன்னு மாமா வீட்டுக்குப் பக்கத்தில் தான்பா.வரும் போது பார்த்திட்டு வருகிறேன்" என்றாள்.

"திவிம்மா, அண்ணா வீட்டுக்கு போறேன்னா, இதையும் கொடுத்திடு ஊறுகாய் போட்டு வச்சிருக்கேன். இதில் இப்ப பறிச்ச பழம் இருக்கு" எனக் கையில் கொடுத்து அனுப்பினார் கார்த்திகா.

வளைந்து வளைந்து சென்ற ஏற்ற இறக்கமான மலைப் பாதையில் லாவகமாக அந்த ஹை எண்ட் ஜீப்பை ஓட்டினாள் திவ்யா. சில வளைவுகள் தாண்டியதும், "ராஜன் கார்டன்ஸ்" என்ற புதுப் பெயர்ப்பலகை பிரம்மாண்டமாக இருந்தது. நிறைய ஆட்கள் வேலைப் பார்த்துக் கொண்டிருந்தனர். 'புதுசா வாங்கி இருப்பாங்க' என மனதில் நினைத்தவள் ஜீப்பை லாவகமாகச் செலுத்த, அங்கிருந்த புதியவர்கள் ஜீப் ஓட்டும் நாகரீக மங்கையை அதிசயமாகப் பார்த்தனர்.

ஜீன்ஸ், ஷார்ட் குர்தி, கட் ஷூ என மார்டனாக இருந்தவளின் கருங்கூந்தல் மட்டும் நன்றாகப் பின்னப்பட்டு ,கருநாகம் போல் இடையைத் தாண்டி தொங்கிக் கொண்டிருந்தது. மலை ஏறிய திவ்யா தோழியைப் பார்க்கச் சென்றாள். பொன்னுசாமி, வீட்டுக்குச் சென்றவளை, அவர்களும் சீராட்டினர். ரவிச்சந்திரனின் மனைவி மசக்கையாக இருந்தாள், அம்மா அனுப்பிய ஊறுகாய் அதற்காகத்தான் எனப் புரிந்து அதைக் கொடுத்துவிட்டு,வாழ்த்தி மகிழ்ச்சி தெரிவித்து வந்தாள்.

திரும்ப வரும் போது, ஜீப்பில் ஏதோ வித்தியாசமான சத்தம் வந்தது. சரி போய்விடலாம் என ஜீப்பை ஓட்டினாள். இவர்கள் பகுதிக்குத் திரும்பி விட்டாள். ப்ரேக்கை அழுத்திப் பார்த்தால், பிடிக்கவில்லை, ஆனாலும் பதட்டப்படாமல் லாவகமாகச் செலுத்திய போதும் வேகத்தைக் கட்டுப்படுத்த முடியவில்லை. தொடர்ந்து ஹாரன் அடித்துக் கொண்டே வந்தாள். இந்தச் சத்தம் மலை பகுதியில் எதிரே வருபவருக்கும் செய்தியைத் தரும்.

ராஜன் கார்டன்ஸ்க்கு மேல் வளைவில் ஜீப் வந்தது.அடுத்தச் சமதளத்தில் மரத்தின் மீது மோதியாவது ஜீப்பை நிறுத்த திவ்யா யோசித்துக் கொண்டிருந்தாள். ராஜன் கார்டன்ஸை ஜூப் வேகமாகக் கிராஸ் செய்தது.

சரிவாக இருந்ததால்,வேகம் அதிகமாகச் சென்று, கட்டுப்பாட்டை மீறியது. இதோ ஆபத்து வந்துவிட்டது, ஜீப் அடுத்தப் பள்ளத்தில் உருண்டு விடும். அம்மா, அப்பா கண் முன் வந்தார்கள். இப்போது பதட்டம் அவளைத் தொற்றிக் கொள்ள அடுத்துத் தெரிந்த புல்வெளியில் உருளச் சீட்டின் ஓரத்துக்குப் போனாள், குதிக்க எத்தனித்த நேரம் ஒரு கை அவளின் இடையை வளைத்துத் தூக்கியது.

இது என்ன மாயம், என் உயிரைக் காப்பாற்றத் தேவன் வந்தானோ என அதிசயித்த நேரம், " என்னை இறுக்கமாகப் பிடிச்சுக்கோ, இப்போ கீழே உருளப் போறோம்" என்ற கந்தர்வக்குரல் அவள் காதில் ஒலிக்க, அவன் மார்போடு உடலைச் சுருக்கி ஒட்டிக் கொண்டாள். அவன் தன் இடுப்பிலிருந்த கயிற்றை விடுவித்த நேரம், இவள் பார்த்து வைத்திருந்த புல்வெளியில், அந்தக் கந்தர்வனோடு உருண்டாள், கடைசியில் அவன் விழுந்து கிடக்க, அவனை அணைத்த வண்ணம் இவள் கிடந்தாள்.

அவன் மார்பில் இதயத்தின் துடிப்பு வேகமாக அடித்தது. அவன் முகம் ஏதோ ஒரு வலியின் வேகத்தை அனுபவித்த போதும், "ஆர் யூ ஓகே" என்றான்.

அவன் முகத்தில் பார்த்த வேதனை, ஆக்சிடெண்ட் ஆன அதிர்ச்சி, தப்பித்த மகிழ்ச்சி என அனைத்துமாக அவள் கண்களில் கண்ணீர் பெருகியது.

அதிலும் அவன் லாவகமாக அவளை ஏந்திய விதத்தில் முள் குத்திய சிராய்ப்புகளோடு அவள் தப்பியிருக்க, அவனுக்குத் தான் கையை ஊன்றியதில் கையில் மூட்டு விலகியது. தான் எழுந்து அவனைக் கைத் தாங்களாக எழுப்பி விட்டாள். அவன் நிற்க இயலாமல் வலியில் தள்ளாடி மயக்கம் வந்தது, அவனை அப்படியே தன் மேல் தாங்கிக் கொண்டு , "யாராவது உதவிக்கு வாங்க" எனக் கத்தினாள். இது எவ்விதம் நடந்தது என நினைத்தவள் ஜூப்பைக் கண்களால் தேடினாள்.ஜீப் கயிற்றில் இழுக்கப்பட்டு மலைமேல் முட்டி நின்றது.

ராஜன் கார்டன்ஸை, அவளுடைய ஜீப் கடந்த வேகத்தை வைத்து ஏதோ விபரீதம் என முடிவெடுத்தவன், பின்னால் ஓடி வந்து பார்த்தான். அந்த அசாத்திய வேகத்திலும் லாவகமாக வளைத்து ஓட்டிய பெண்ணைக் கண்டவன், தங்கள் பகுதியில் உழுத்துப் போன மரங்களின் தூறுகளை அறுத்து இழப்பதற்காக மரத்தில் கட்டப்பட்டு வடம்புக் கயிறு கொக்கிகளோடு இருந்ததைப் பார்த்தான்.

இரண்டு கயிற்றில் ஒன்றைக் கையில் பிடித்தவாறு , மற்றொன்றை இடுப்பில் கட்டிக் கொண்டு குறுக்காக ஜீப் கீழே செல்லும் பாதையை நோக்கி

மலைச் சரிவில் குதித்தான். இரண்டு வளைவுத் தாண்டி ஜீப் வரவாம், இவன் குறுக்கில் இறங்கவும் சரியாக இருந்தது. கொக்கியோடு இருந்த கயிற்றை ஜீப்பின் பக்கவாட்டில் மாட்டியவன், ஜீப் ஸ்லோ ஆகும் போது, அதிலிருந்தவளின் இடுப்பை வளைத்துப் பிடித்து "என்னை இறுக்கமாகப் பிடித்துக்கொள், இப்போது கீழே உருளப் போகிறோம்" என்றான். அதே போல் உருண்டனர். உருளும் போது அவளை நன்றாகப் பாதுகாத்தான். இதோ விழுந்த வேகத்தில் கைகளை ஊன்றியவனின் வலதுக் கை வலியை அளவு கடந்து காட்டியது. அவன் மயக்கமடைந்தான்.

அவன், திவ்யா மீதே மூர்ச்சையாகிவிட, அவள் பதறி விட்டாள். அதற்குள் மேலே வேலை செய்தவர்கள்,எஸ்டேட் மேனேஜர் மற்றொரு காரைக் கொண்டு வந்தனர் . அதில் அவனை ஏற்றி மடியில் படுக்கவைத்து, அவன் கையைப் பிடித்துக் கொண்டாள். ஜீப்பிலிருந்து , தன் மொபைலை எடுத்துத் தரச் சொன்னவள், டாக்டர் ரவிச்சந்திரனுக்கும், தன் தந்தைக்கும் விவரத்தைச் சொன்னாள்.

மருத்துவமனையில் அவனைச் சேர்த்து விட்டு, தலையைப் பிடித்தபடி ஓய்ந்து உட்கார்ந்தாள். அவளைக் காப்பாற்ற வந்த கந்தர்வன் தான் அவள் பிள்ளைகளின் தகப்பனா. இவர்கள் வாழ்க்கையில் என்ன நேர்ந்தது . பொறுத்திருந்து பார்ப்போம்.

மனம்-4

சோழநாடு சோறுடைத்து என்பது மொழி, காவிரித் தாய் தன் கரங்களை விரித்து, ஆசையாய் அள்ளித் தெளித்த பசுமை, பசிய நெல் வயல்கள் நிறைந்த பகுதியாக, தென்னகத்தின் நெற்களஞ்சியமாகத் தஞ்சையைச் செழிப்படைய வைத்தது.

மனித உருவமைப்பில் கையானது தன் உருவை வளர்த்து ஐந்து விரல்களாகப் பிரித்து அன்னத்தை அள்ளி ருசிக்க உதவுகிறது. அதே போல் காவிரித் தாய் தஞ்சை மண்ணில் பாயும் முன் தன்னை ஐந்தாகப் பகிர்ந்து மண்ணில் பாய்கிறாள். அரசலாறு, வென்னாறு, வெட்டாறு மன்னியாறு, புது ஆறு எனப் பிரிந்து அன்னம் தரும் பசிய வயல்களைத் தருகிறது.

வருடம் முப்போகம் செழுமையைத் தரும் காவிரித் தாயை, தண்ணீர் பங்கீடு, அரசியல் தலையீடு, இனபாகுபாடு, சுயநலம் என ஆயிரம் காரணங்களால் தடுத்தாலும், தாய்மை நிறைந்த பொன்னியவள், தடைகளைத் தகர்த்து நம்மிடம் வந்தே சேருவாள்.

வென்னாறு பாயும் தஞ்சை மண்ணில் ராஜேந்திரம் என்ற பகுதியில் அந்தப் பெரிய மாளிகை வீட்டின் பெரிய வாசல் இரண்டு இருந்தது. ஒன்றின் வழியே உள்ளே நுழைந்து வலது புறமாக ஓடி போர்டிக்கோவை அடைந்து, அதனை அரை வட்டமாகச் சுற்றி இடது புறம் மற்றொரு வாசல் வழியே

வெளியேறியும் விடலாம், நடுவே பெரிய தோட்டம் இருந்தது.

போர்டிக்கோவில் இருந்து பெரிய தூண்கள் தாங்கி நிற்கும் முகப்பு, அதைத் தாண்டி பெரிய வரவேற்பு அறை, இருபுறமும் அதிலும் தூண்கள் தாங்கி நின்றது, வெளியே இருந்து வரும் பார்வையாளர்களுக்காக, அங்கே வரிசையாக மர நாற்காலி ஷோபாக்கள் இருந்தன. அதன் நடுவே பெரிய தேக்குக் கதவு வேலைப்பாடுகள் நிறைந்தது, அதனை ஏழு அடுக்கு நிலைகள் தாங்கி நின்றன. அதன் மேற் பகுதியில் கஜலட்சுமி மரத்தில் மிளிர்ந்தது.

வீட்டிற்குள் சென்றவுடன் பெரிய முரட்டுத்தனமான ஹால், அதன் அந்தஸ்துக்கு ஏற்ற ஷோபாக்கள் இருந்தன. மற்றொரு புறம் பெரிய தேக்கு மர ஊஞ்சல் இருந்தது. ஹாலைத் தாண்டி அடுத்தக் கட்டில் மற்றொரு ஹால் அதிலிருந்து மாடிப்படி சென்றது. கீழே வலது புறம் அடுப்படி, டைனிங், இடது புறம் மூன்று பெரிய அறைகள். ஹாலைக் கடந்தால் பின்கட்டுப் பகுதி.

'ராஜன் பவனம்' என்ற பெயர்த் தாங்கிய அந்த மாளிகையின் பெரியவர் எழுபத்து எட்டு வயது ரகுநாத ராஜன், மனைவியை இழந்தவர். அவரது ஒரே மகன், ராஜேந்திர ராஜன் அவர் மனைவி லலிதாம்பிகா. இவர்களுக்கு மூன்று மகன்கள், ஓர் மகள். மகளை மற்றொரு புகழ்பெற்ற குடும்பத்தில் கொடுத்திருந்தனர். மூத்த மகனுக்கு மட்டும் திருமணம் ஆகியிருந்தது.

மாடியறையில், ராஜேந்திர ராஜனின் இரண்டாவது மகனும், அவர்களது அத்தனை தொழில்களையும் ஆணிவேராகத் தாங்கி நிற்பவனுமான ஆதித்யராஜன், தன் உறக்கத்தைத் தொலைத்து விட்டு, அலைப் பேசியைப் பார்த்தவாறு அமர்ந்திருந்தான்.

ஆதித்யராஜன், ஆறடி உயரத்தில் பழங்காலப் போர்வீரன் போல் தன் உடலை உடற்பயிற்சி செய்து செதுக்கி வைத்திருந்தான். மாநிறம், அலை அலையான கேசம், கண்களில் மிரட்டும் பார்வை, கூர் நாசி அடர்த்தியான மீசை ,அமர்த்தலான முகத்தோடு தோரணையாக இருப்பான். இரத்தப் பந்தங்களோடு இருக்கும் போது மட்டுமே இலகுவாக முகம் கனிவடையும்.

அவன் மனதில் ஆயிரம் எண்ணங்கள் அலைபாய்ந்து கொண்டிருந்தன. இந்த அலைப்புறுதல் அவனுக்குப் புதிதல்ல. நான்கு வருடப் போராட்டம். கண்ணை மூடி பெருமூச்சு விட்டவன் சற்று முன் வந்த ராங் காலை நினைத்துச் சிரித்துக் கொண்டான்.

'அப்பா எப்ப வர்றீங்க. சீக்கிரம் வாங்கப்பா' என்ற இரண்டு மழலைக் குரல்கள். அதோடு போன் கட்டானதே, யாரோ தன் தகப்பனுக்குப் பதில் எனக்குப் போன் செய்து விட்டனரோ. யாராக இருந்தாலும் என் மனதில் ஏனிப்படி சந்தோஷம். வழக்கமா அவள் நினைவில் மனம் கனக்குமே. இன்னைக்குப் பரவசமாக இருக்கே. நீ மட்டும் என்னை விட்டுப் போகாமலிருந்திருந்தா, நமக்கும் இப்படிப் பிள்ளைகள் இருந்திருக்குமே? எங்கடிப் போன? அங்கிள், ஆண்டியும் இல்லாத இந்த உலகத்தில் நீ எந்தத் தனிமை சிறையில் இருக்க. என் மேல் என்ன கோபம். எதுவானாலும் எங்கிட்ட வந்து

சண்டை போடுடி வர்ஷி' எனத் தினமும் சொல்லும் புலம்பலை இன்றும் சொல்லிக் கொண்டான். பால்கனியில் இரவு வானத்தை வெறித்துப் பார்த்து நின்றவனின் நினைவுகள் பின்னோக்கி ஓடின.

தாண்டிக் குடி மலையில் புதிதாக வாங்கிய எஸ்டேட் பழத் தோட்டத்தைச் சீர்படுத்தச் சென்றிருந்தான். வேலையாட்களை ஏவி கொண்டு, எந்த மரங்களை எல்லாம் வெட்டலாம் எனக் கணக்கெடுத்துக் கொண்டு , எஸ்டேட் மேனேஜரோடு பேசிக் கொண்டிருக்கும் போது, கீழ் பகுதியிலிருந்து ஒரு ஜீப் வந்தது. அதை லாவகமாக ஒரு பெண் ஓட்டிக் கொண்டு வரவும், சுவாரஸ்யமாகப் பார்த்தான். ஜீன்ஸ் குர்தியில் , தன்னை மறைத்திருந்த போதும், அவள் முக அழகு அவனை ஈர்த்தது. அகன்ற நெற்றி, நீண்ட கண்கள், கூர் நாசி, மென்னகை தவழ்ந்த அதரங்கள், காதில் ஓர் வளையம் அணிந்திருந்தாள். ஒரே பார்வையில் அதுவும் ஒரு நிமிடத்துக்கும் குறைவான நேரத்தில் பார்த்த பொழுதில் அவன் கண்களில் நிறைந்தவள், பசைப் போட்டு அவன் மனதிலும் ஒட்டிக் கொண்டாள்.

'அழகியே நீ யாரடி, பார்த்ததும் கவர்ந்த நீ காந்தம் தானோ, நான் இரும்பாக எனை வார்த்து வைத்திருப்பதாகக் கர்வத்தில் இருக்க, காந்தமாக என்னைக் கவர்ந்து விட்டாயடி. யாரடி நீ மோகினி, ஒரே பார்வையில் உள்ளத்தில் சிம்மாசனமிட்டு அமர்ந்தாயே. மிரட்டலாகப் பார்க்கும் என் கண்களில் காதலைக் கசிய விடுவாயோ' எனத் தான் பார்த்த பார்வையில், தன்னையே தொலைத்தான். ஆனால் அவள் பெயர்ப்பலகையை மட்டுமே வாசித்து, சாலையில் கவனம் பதித்து ஜீப்போடு பறந்துவிட்டாள் அந்த யுவதி.

ஆதித்யன், அவள் போன திக்கைப் பார்த்திருக்க, எஸ்டேட் மேனேஜர், "தாண்டிக்குடி விஜயன் ஐயா மகள், மதுரையில் டாக்டருக்குப் படிக்கிது" என்றார். " என்ன? யார்?" என்றான் ஆதித்யன். " இப்ப ஜீப்பில் போச்சே அந்தப் பெண்ணைச் சொன்னேன்,நம்ம எஸ்டேட்டை கொடுத்தா சொர்க்கபுரியா மாற்றிடுவார்" என்றார். "ஓ" என மனதில் குறித்துக் கொண்டான்.

அவள், எப்படியும் திரும்ப வருவாள் என மலையின் வழித்தடத்தில் ஒரு பார்வையும், ஜீப் சத்தத்திற்காகக் காதைத் தீட்டி வைத்துக் கொண்டு அவன் காத்திருந்தான்.

அவனது வேலையாட்கள், ஒரு பெரிய மரத்தை இழுத்துப் போட பெரும் கயிறுகளைக் கட்டி விட்டு, யானை வருவதற்காகக் காத்திருந்தனர். யானையின் துதிக்கையில், மரத்தில் கட்டப்பட்ட கயிற்றைக் கொடுத்து இழுக்கச் சொல்வார்கள், ஏற்கனவே எந்திரம் கொண்டு அறுபட்டிருக்கும் மரம், யானைபலத்தால் சாயும். அது சரிவில் விழுந்தால், அதனைத் தூக்கித் தரவும் யானைகள் பயன்படும்.

அப்போது, மலையிலிருந்து இறங்கிக் கொண்டு, ஹாரன் அலறிக் கொண்டு அவளின் ஜீப் வந்தது, ஆதித்யன் ஏதோ சரியில்லை என யூகித்தான், மேலே இரண்டாவது வளைவில் அதன் வேகத்தைக் கணக்கிட்ட-

வன், ஒரு கயிற்றை இடுப்பில் கட்டிக் கொண்டான். அதற்குள் ஜீப் வேகமாக இவனைக் கடந்தது. மற்றொரு கொக்கி மாட்டிய கயிற்றைப் பிடித்துக் கொண்டு, "மேனேஜர் சார், வண்டியோடு கீழே வாங்க" எனக் கத்தியவாறு, இரண்டு, மூன்று ஜம்பில் குதித்துக் குதித்துச் சரிவில் இறங்கியவன், ஜீப் வரும் இடத்திற்குச் சென்றான்.

ஜீப் வரவும் சரியாகக் கயிற்றைச் சுழற்றி அதன் பக்கவாட்டை நோக்கிக் கயிற்றைத் தூக்கி எறிய, அது சரியாக மாட்டி அதன் வேகத்தைக் குறைத்தது. இதை அறியாத அவள் குதிக்கத் தருணம் பார்த்தாள், ஆதித்தன் மற்றொரு ஜம்பில் அவளை இடையோடு வளைத்து இறுக்கிக் கொண்டான்.கயிறு அதற்கு மேல் வரவில்லை, எனவே பக்கத்துப் புல்வெளியைக் கணக்கிட்டு, தன் இடுப்புக் கயிற்றை அவிழ்த்தான்.

"என்னை இறுக்கமாகப் பிடித்துக் கொள், கீழே உருளப் போகிறோம்" என்றான். அவளின் அருகாமையை அந்த ரணகளத்திலும் விரும்பினான். அவளுக்குக் காயம் படாமல் காக்க எண்ணி லாவகமாக உருண்டு, பேலன்ஸுக்கு கையை ஊன்றியவன் கைகளில் மூட்டு விலகியது. மரணவலி வலித்தது. வலியில் மயக்கம் வரும் போல இருந்தது. அதிலும் அவளின் நலம் அறிய மனம் துடிக்க,"ஆர் யூ ஓகே" என வினவினான்.

அவள் அவனை அணைத்துத் தூக்கி எழ உதவி செய்தாள், எழு இயலாமல் மயக்கம் வரும் போல இருந்தது, ஆனால் அழைப்பது அவள் ஆயிற்றே, அவள் உதவியோடு எழுந்து விட்டான். அவள் கண்களிலிருந்து கண்ணீர் தாரைகள் கொட்டின. அதைத் துடைக்க எண்ணித் தூக்கிய கைகளில் வலி வேகமெடுக்க, அப்படியே மயங்கி அவள் மேலேயே சரிந்தான்.

அதன் பின்னர், இரவு விழிப்பு வந்த போது வலது கையில் மாவுக் கட்டுப் போட்டுக் கழுத்தில் கட்டி விட்டிருந்தனர். மற்ற இடங்களில் சிராய்ப்பும், இடது கால் அசைக்க முடியாமல் இருந்தது. அவன் சிரமப்பட்டுக் கண்களைத் திறந்தான்.

கன்னங்களில் கண்ணீர் கறையோடு, அலைப்புற்ற முகத்தோடு, முடியெல்லாம் பரட்டையாகப் பறந்து கொண்டு, கண்களில் குற்ற உணர்ச்சியோடு அவனையே வெறித்தபடி, அவள் அமர்ந்திருந்தாள். தனக்காக அவள் அமர்ந்திருந்ததைக் கண்ட ஆதித்யனுக்குக் கசங்கிய உடையிலும், நலுங்கிய தோற்றத்திலும் கூட அவள் பேரழகியாகவே தோன்றினாள்.

அவன் கண்விழித்ததைப் பார்த்து என்ன பேசுவது எனத் தெரியாமல், "சாரி, என்னைக் காப்பாற்ற வந்து நீங்க அடிப்பட்டுக் கிடக்குறீங்க. சாரி. ரொம்ப வலிக்கிதா" என அவள் மனதில் வலியோடு கேட்டாள். அவன் "இட்ஸ் ஓகே. உங்களுக்கு ஒன்றும் இல்லைல " எனப் பார்வையால் தலை முதல் பாதம் வரை வருடினான். வேறொரு சந்தர்ப்பத்தில், இவனே இப்படிப் பார்த்திருந்தாலும், திவ்யவர்ஷினி பதில் வேறு விதமாக இருந்திருக்கும்.

"என் காயங்களைத் தான் நீங்கள் வாங்கிக்கிட்டீங்களே. நான் நல்லா தான் இருக்கேன். உங்களுக்குத் தான் கையில் மூட்டு விலகி, காலில் சின்ன ஃப்ராக்சர் " என்றாள் .

"ஓ, அது தான் மயங்கிட்டேனா. நீங்க இதைக் கூடத் தாங்காத இவன் என்ன ஆளுன்னு நினைச்சிருப்பீங்க" என அவள் நினைப்பைப் பற்றி அப்போதும் கவலைப் பட்டான். திவ்யா முறைத்தாள்.

"என் உயிரைக் காப்பாற்றி இருக்கீங்க. இந்தப் பெயின் அளவு எப்படி இருக்கும்னு எனக்குத் தெரியும்" என்றாள். "ஆமாம், ஆமாம் டாக்டருக்குத் தெரியாததா என்ன?" என்றான். "நான் டாக்டருன்னு உங்களுக்கு எப்படித் தெரியும்" என்றாள்.

"நீங்க மலைக்கு ஏறும் போதே, மேனேஜர்,உங்கள் அப்பாவைச் சொல்லிச் சொன்னார்" என்றவனுக்கு நா வறட்சியில் இருமல் வந்தது. திவ்யா வேகமாக வந்து, டம்ளரில் தண்ணீரை எடுத்து வந்து, அவன் எழ உதவி செய்து மெல்லப் புகட்டினாள்.

விஜய ராகவனும் கார்த்திகைச் செல்வியும் அந்த அறைக்குள் வந்தனர். ஆதித்யன் முழித்திருக்கவும். அருகில் வந்து, "இப்போது வலி பரவையில்லையா தம்பி " எனக் கேட்டார் விஜயன். அவன் தலையசைத்தான்.

"யார் பெற்ற பிள்ளையோ, நம்ம திவியைக் காப்பாற்றப் போய், இப்படி அடிப் பட்டுக் கிடக்குதே" என்றார் கார்த்திகா."தம்பிக்குப் பசிக்கும், இட்லியை எடுத்து வச்சுக் குடும்மா" என்றார்.

கார்த்திகா தட்டில் எடுத்து வைத்தவர், திவ்யாவிடம் ஒரு தட்டை நீட்டி விட்டு, தானே அவன் பெட் அருகில், சேர் போட்டு அமர்ந்து, அவனுக்கு ஊட்டிவிட்டார்."எதுக்கு ஆண்டி உங்களுக்குச் சிரமம்" என்றான் ஆதித்தன்.

"எங்கள் மகள், உயிரையே காப்பாற்றி இருக்கீங்களே தம்பி" எனக் கண் கலங்கியபடி அவனுக்கு ஊட்டி விட்டார்.அவன் சாப்பிட்டு முடிக்கவும்,dr. ரவி வரவும் சரியாக இருந்தது.

"மாமா, அத்தை நான் பார்த்துக்கிறேன். நீங்க கிளம்புங்க" என்றான்.

"இல்லை ரவி, நீ திருப்பிச் செக் பண்ணு, ரெஸ்ட் எடுத்தால் போதும்னா, நாங்க வீட்டுக்கு கூட்டிட்டுப் போறோம். திவி மற்றதைப் பார்த்துக்கட்டும். தம்பிக்கு உதவிக்குக் கந்தனை வச்சுக்குவோம். காரில் தான் வந்தேன், நான் கூட்டிட்டுப் போறேன்" என்றார் விஜயன்."சரி மாமா, ஏதோ சார் புண்ணியத்தில் திவ்யா தப்பிச்சுட்டா. தேங் காட்" என்றான் ரவி.

அன்று இரவே தங்கள் வீட்டுக்கு ஆதித்யனை அழைத்து வந்து விட்டார். ஆதித்தியன் வீட்டைப் பற்றிக் கேட்டவர், அவனது முழுப் பெயர் சொல்லவுமே அவனை அறிந்து கொண்டவர் ,கார்த்திகாவை ஒரு பார்வை பார்க்க. அவரும் அறிந்து கொண்டார்.ஆனாலும் தெரிந்ததாகக் காட்டிக் கொள்ளவில்லை. ஆதித்யனுக்கு, எல்லா வசதியும் செய்து கொடுத்து, தங்கள் மகனைப் போல் பார்த்துக் கொண்டனர். திவ்யாவிற்குச் சில கீறல்,

காயம், உடல்வலி எல்லாம் இருந்தது. அவள் சமாளித்துக் கொண்டாள்.

இரவு படுக்கும் முன், அவன் டெம்பரேச்சர் பார்க்க வந்தவள்,"ஆமாம் உங்கள் பெயர் என்ன" என அவன் வாயில் தர்மா மீட்டரைச் சொருகியபடி கேட்டாள். பேச முடியாமல் வாயில் தெர்மாமீட்டர் இருந்தது. பக்கத்திலிருந்த பேனாவால் மாவுக் கட்டின் மேல் ஆதித்தியன் என இடது கையில் எழுதினான். 'ஆ' எழுத்துச் சரியாக எழுதாமல் 'தி'யும்' நி ' போல் விழுந்து இருந்தது. "நித்யனா" என்றாள். அவன் முழுப் பெயரை விஜயனிடம் சொன்ன போது, இவள் இல்லை, எனவே பெயர் தெரியாமல் இருந்தாள்.

அவளின், நித்யன் என்ற அழைப்புப் பிடித்துப் போக, அவனும் மறுத்-தான் இல்லை. அவளும் நித்யன் என்றே அழைத்தாள். "இதோ பாருங்க நித்யன், நான் உங்களுக்கு ஊசி போட்டுட்டுப் போறேன், நல்லாத் தூங்கிடு-வீங்க. ஏதாவது வேணும்னா கூப்பிடுங்க.கந்தன், வெளியில் படுத்திருப்பான். நான் பெயின் கில்லர் போட்டிருக்கிறேன், அதனால் தூங்கிடுவேன். நாளை-யிலிருந்து, உங்களைப் பார்த்துக்கிறது என் டூட்டி சரியா?" எனத் தலை சரித்துக் கேட்டவளை முத்தமிடத் தோன்றியது அவனுக்கு.

இடது கையை அவளருகே நீட்டிவிட்டான்."என்ன?" எனத் திடுக்கிட்டுக் கேட்டாள் திவ்யா."உங்கள் கந்தனை வரச் சொல்லுங்க ரெஸ்ட் ரூம் போகனும்" என்றான்.

"ஓ, இதோ கூப்பிடுறேன்", என அவனுக்குக் குரல் கொடுத்தாள். அவனைக் காணவில்லை. அவன்தான் அனுப்பியதே, சமாளிக்க ஏதோ சொன்னான்.

திவ்யா, "ஐயோ, அவனைக் காணோமே." அர்ஜென்டா என எப்படிக் கேட்பது என நினைத்தவள், கைத் தாங்களாக, இடது கையைத் தன் தோள் மேல் போட்டுக் கொண்டு எழுப்பி விட்டாள், இடது காலில் மைனர் ஃப்-ராக்சர் இருந்தது. எனவே வலது கால் இடது கை பேலன்சில் அவள் மீதே நன்றாகச் சாய்ந்து இரண்டு அடி எடுத்து வைத்தான்.

அதற்குள் கந்தன் வந்து தாங்கிக் கொண்டான். அவன் சென்று வந்து கட்டிலில் படுக்கும் வரை நின்றவள், கைக்கு அணைவாக, அவளது காட்டன் ஷால்களைச் சுருட்டிக் கொண்டு வந்து கை அசையாத வண்ணம் அண்டக் கொடுத்தாள்.

"நித்யன், தூக்கத்தில் கூடக் கவனமாக இருங்க, வலதுகை பக்கம் திரும்-பிப் படுக்காதீங்க. வலிக்கும்" எனச் சொல்லும் போதே தன் கண்களில் வலி-யைக் காட்டினாள்.

"டாக்டரம்மா சொன்னால் கேட்டுக்குறேன்." எனப் புன்னகைத்தான். குட் நைட்டோடு தனது அறைக்குச் சென்றாள் திவ்யா.

ஆதித்யன், "குட்நைட் வர்ஷி. குட்நைட், நீயாவது நிம்மதியாத் தூங்குடி. என் தூக்கத்தைத் தான் நீ கொண்டு போய்ட்டியே" என வாய் விட்டே புலம்-பினான்.

அவன் புலம்பலைக் கேட்டபடி அறை வாசலில் நின்ற அவன் தம்பி, "அண்ணா, உள்ளே வரலாமா" என்றான். அழைப்பில் திரும்பிய ஆதித்யன் சிரிப்பை உதிர்த்து, "டேய், இனியா வாடா, புதுக்கோட்டைப் போயிட்டு வந்-துட்டியா?" என்றான்.

"ஆமாம் ஆதி, வந்துட்டேன். உனக்கு ஒரு சர்ப்ரைஸ். இது ஒரு ஷாக்-கிங் சர்ப்ரைஸ். என் அண்ணனுடைய நான்கு வருடக் காத்திருப்பு தவத்துக்-குக் கிடைத்த பரிசு" எனப் பில்டப் செய்தான்.

"எனக்கு, சர்ப்ரைஸ் ஒரே விசயம் தான், அது தான் இல்லைனு போயி-டுச்சே. இன்னைக்குக் கூட இரண்டு குட்டீஸ்ங்க,அப்பா சீக்கிரம் வான்னு-கூப்பிட்டதுங்க. அதுங்க அப்பன் எங்கே இருக்கிறானோ?" என்றான் ஆதித்-யன்.

இனியன், பரபரப்பனான், "ஆதி, நான் கேட்கிற கேள்விக்கு உண்மை-யான பதில் சொல்லு. நீ இன்னும் பேச்சுலர் தானே?" என அழுத்தமாகக் கேட்டான்.

"டேய், என்னைப் பார்த்தால் உனக்கு, அப்படி ஆள் மாதிரி தெரிகிறதா. நான் ஏகபத்தினி விரதன்டா" என்றான்.

"எனக்குக் கல்யாணம் ஆனாலும், பிள்ளைப் பெற்றுக்கொள்ள முடியாது, படாத இடத்தில் பட்டிடுச்சு.கல்யாணமே வேண்டாமென்று அம்மாகிட்ட சொன்ன. இப்ப எப்படி, ஏக பத்தினி விரதன் ஆன" என்றான் இனியன்.

"இனியா, சும்மா பழசைப் போட்டுக் கிளறாதே, நான் ஏதோ வாய் தவறிச் சொல்லிட்டேன், எனக்குத் தூக்கம் வருது" எனப் பெட்டில் சாய்ந்-தான்.

இனியன், அவனருகே பெட்டின் பக்கவாட்டில் வந்து நின்று அவன் கண் முன்னே மொபைலை நீட்டித் தான் எடுத்த வீடியோவை ஓடவிட்டான்.

"அநித்தா நில்லு நானும் வர்றேன்" எனப் பெண் குழந்தை மழலைப் பேசியது. " ஆது நீ போதி நான் மத்தும் தாத்தா வீத்துக்குப் போறேன்" என்றது அந்த மழலை ஆண் குரல், கலாமா இரண்டுக்கும் அருகில் இருந்-தார்."அநித்தா, ஆது இரண்டு பேரும் போக வேண்டாம் உள்ளே வாங்க" என்றபடி திவ்ய வர்ஷினி வந்தாள். அதோடு வீடியோ முடிந்தது.

இயல்பாகக் காணொளியைப் பார்க்க ஆரம்பித்தவன், கடைசியில் திவ்-யாவைக் காணவும் அதிர்ந்தான்.இனியனின் செல்லைப் பிடுங்கி, திரும்பத் திரும்ப ஓட விட்டவன், "வர்ஷி, வர்ஷி, வர்ஷிம்மா, எங்கடி இருக்க, வர்ஷி. இனியன் இது எப்படிடா, எங்கடா" என ஆதித்தன் கட்டிலிலிருந்து இறங்குவதாக நினைத்து விழுந்து புரண்டு, கண்களில் குற்றால அருவிக் கொட்ட இனியனைப் பற்றி நின்றான்

மனம்-5

ஆதித்யனின் பரபரப்பும், உணர்ச்சியும் ஜெட் வேகத்தில் பறந்தன. இனியனை உலுக்கி எடுத்துவிட்டான். கேள்வி மேல் கேள்வி அடுக்கிக் கொண்டே சென்றான்.

"இனியா, வர்ஷியை எங்கப் பார்த்த, நல்லா இருக்கிறாளா, நல்லா தான் இருப்பா, இருக்கனும். ஆனால் முகத்தில் பாரேன் அசாத்திய மௌனம் ஆனால் கண்ணில் உயிரோட்டமே இல்லையே, முடியைக் குட்டையாக்கி யாரோ மாதிரி இருக்கா. என் வர்ஷி இப்படியே இருக்க மாட்டாளே. ஆனால் இது வர்ஷிதானே, டாக்டரம்மா. என் உயிரை எடுத்துட்டுப் போனவ. எங்கடா பார்த்த, புதுக்கோட்டைக்குத் தானே போன? அங்கேயா இருக்கா. வா இப்பவே போகலாம்" என இனியனிடம் கேள்வியும், பதிலாக அவனே பேசிக் கொண்டிருந்தான்.

இத்தனை பதட்டம், பரபரப்பான ஆதித்யனைப் பார்ப்பது இனியனுக்கே புதிது. இவன் அதிகம் பேச மாட்டான், அடுத்தவரைப் பேச விட்டே அதிலிருந்து மடக்குவான். ஆனால் அடுத்தவரைப் பேச விடாமல் பேசும் படபடப்பு. அதிசயமாகப் பார்த்தான் இனியன்.

"ஆதி ரிலாக்ஸ், எதுக்கு இவ்வளவு பதட்டம். இவங்க யார், உனக்கும் அவர்களுக்கும் என்ன சம்பந்தம். இரண்டு குழந்தைகள் இருக்கிறது கவனிச்சியா" எனக் கேட்கவும், திரும்ப வீடியோவை ஓடவிட்டான்.

"ஆமாம்டா, இனியா இதுங்க இரண்டு பேரும் யார், வர்ஷியைப் பார்த்ததில இதுங்க என் கவனத்திலேயே வரலையே ." என ஆதி கேள்வியாகப் பார்க்கவும்.

"ஆதி, திருப்பி அதே கேள்வியைக் கேட்கிறேன், நீ யார் கூடவும் ரிலேசன்சிப்பில் இருந்தியா?" என்றான்.

"நான் யார் கூடவும் அப்படி எல்லாம் இருந்ததில்லை. வர்ஷியை பார்த்தலிருந்து, அவளைக் காதலிக்கிறேன். வேற யாரையும் மனசில யோசனை கூடத் தோணாது. நாலு வருஷமா அவள் நினைப்புதான். மீதி வாழ்க்கையும் அப்படித்தான். நீ லூசுத்தனமா கேட்காதே" என்றான். "அப்போ, டாக்டரோடு ரிலேசன்சிப்பில் இருந்தியா" என்றான் இனியன்.

"இனியா!அறைஞ்சுருவேன். இன்னொரு தடவை இப்படிக் கேட்காதே. அவள் அப்படிப் பட்ட கேரக்டரே கிடையாது. நாங்க எப்பவுமே லிமிட் கிராஸ் பண்ணினது கிடையாது" என ஆதி கண்கள் சிவக்கக் கோபமாக வார்த்தைகளை உதிர்த்தான்.

"அப்ப அந்தப் பிள்ளைகள் டெஸ்ட்யூப் பேபியா. நீ உன் அணுக்களை டொனேட் பண்ணுனியா" என நிதானமாகக் கேட்டான் இனியன். "என்னடா, அபத்தமா கேள்வி கேட்கிற. எனக்கு என்ன அவசியம் வந்தது." என இளையவனை முறைத்தான்.

"ஆதி, அந்த வீடியோ உன் மூளையில் பதிஞ்சதா இல்லையா. டாக்டர் அந்தப் பிள்ளைகளின் அம்மா. பிள்ளைகள் உன் சாயல். நீங்க இரண்டு

பேரும் காதலர்கள். வேறு என்ன விளக்கம் வேணும்" எனக் கடுப்பானான் இனியன்.

ஆதித்யன் யோசனையில் ஆழ்ந்தான், கடைசியாகத் திவ்யவர்ஷினியை எப்போது பார்த்தோம் என யோசித்தவன்,"அவளைக் கடைசியாகப் பார்த்த போது, முதல் நாள் நைட் நான் தான் ஊத்துப் பகுதியிலிருந்து, இல்லை, இல்லை மதுரையிலிருந்தே நான் தான் அவளைக் கூட்டிட்டு வந்தேன். எப்பவும் அவள் ஊருக்குப் போகும் சமயத்தைக் கணக்கு பண்ணி, என் எஸ்டேட் விசிட்டையும் வச்சுக்குவேன்.நம்ம எஸ்டேட்டைத் தாண்டிப் போக முடியலை. மரம் விழுந்து கிடந்தது. நான் போகும் முன்னமே, அன்பு எஸ்டேட்டுக்குப் போய்ட்டு, கொடைக்கானல் போய்ட்டான்.

நாங்க நம்ம எஸ்டேடிலேயே சாப்பிட்டுட்டுப் பேசிக்கிட்டு இருந்தோம். புதிதாகக் கட்டியிருந்த இடத்தை அவளுக்குக் காட்டிட்டு இருந்தேன். குளிர் அதிகமாக இருந்தது.நெருப்பு மூட்டி உட்கார்ந்தோம். அதில் உட்காரவும் தாகமா இருக்கிறதா, வர்ஷி கேட்டாள். நான் ப்ரிட்ஜிலிருந்து கூல்ட்ரிங்க்ஸ் பாட்டில் எடுத்துட்டு வந்தேன். இரண்டு பேருமா குடித்தோம். அதுக்கு அப்புறம் ஞாபகம் இல்லை. காலையில் நான் என் பெட்டிலிருந்தேன்.வர்ஷி இல்லை. அன்பு போன் செய்தான், முதல் நாள்,நண்பர்களோடுஎஸ்டேட்டுக்கு வந்து விட்டு கொடைக்கானல் போகும் போது மொபைலை வச்சிட்டுப் போய்ட்டேன், மலையிலிருந்து இறங்குறோம், ஊத்துக்கு வாடான்னு சொன்னான்.

நான் போய்க் கொடுத்துட்டுத் திரும்பும் போதே, விஜயன் அங்கிள் வண்டி ஊத்துக்குப் போச்சு. நான் நிறுத்திக் கேட்டேன். " திவி இப்ப தான் வந்தாள், பின்னாடியே வரச் சொல்லி போன் கால், அது தான் கிளம்புறா" என்றார்.

" நான் மதுரையில் கொண்டு வந்து விடவான்னு கேட்டேன், அவள் என்னை முறைச்சிட்டு 'அப்பா சீக்கிரம் வண்டியை எடுங்க நேரமாயிச்சுன்னு சொன்னா. அது தான் நான் அவளைக் கடைசியாப் பார்த்தது."என முடித்தான்.

இனியன் அவனையே பார்த்திருந்தவன், "அதுக்கப்புறம் டாக்டரோடு போனில் கூட நீ பேசலையா" எனக் கேட்டான்.

"இல்லை, அவளுக்கு என்ன கோபம்னு தெரியலை, என்னை ப்ளாக் பண்ணிட்டா. அவள் ஃப்ரண்டுக்குப் போட்டேன். ட்ரைனிங் முடிஞ்சு கிளம்பிட்டோம்னு சொன்னா. நான் இரண்டு நாளில் ஊருக்கு வந்துட்டேன். அவள் போனே எடுக்காததால் பத்து நாள் கழித்துத் திரும்பப் போய் நேரே அங்கிள், ஆண்டியிடம் என் விருப்பத்தைச் சொன்னேன். அவர்களுக்கும் சந்தோஷம். நாங்க லவ் பண்றது அவர்களுக்கும் தெரிந்து இருந்தது. நான் அப்பா, அம்மாவோடு வர்றேன்னு சொன்னேன்.அதுக்கு, அவுங்க,நீங்க வரவேணாம் மாப்பிள்ளை , நாங்களே வறோம்னு.சொன்னார்."

"அவர் மாப்பிள்ளைனு சொல்லவும், எப்படி இவ்வளவு நம்பிக்கையா சொல்றேன்னு பார்க்குறீங்களா. உங்கப்பா என் மகள் சம்பந்தத்தை மறுக்க மாட்டார். நாங்கள் தஞ்சாவூர் வருவதற்குத் தான் யோசனையா இருக்கு,சரி மகளுக்குன்னா வந்து தானே ஆகனும். எனக்கும் பழைய கணக்கெல்லாம் பாக்கி இருக்கிறது வர்றேன்னு சொன்னார். நான் பிஸ்னஸ் விசயமா, ஒரு லைசன்ஸ் வாங்க டில்லி போயட்டு வந்தேன். அங்கிள் இங்கே வந்தாரான்னு எனக்குத் தெரியாது, அந்த நேரம் தான் அன்புக்கு ஆக்சிடென்ட். இரண்டு நாள் கழிச்சு,எஸ்டேட் மேனேஜர் போன் போட்டார்,

அங்கிள், ஆண்டி விபத்தில் இறந்துட்டாங்கன்னு போன்.எனக்குத் தூக்கி வாரிப் போட்டது. அவ்வளவு பிரியமானவங்க. அங்கிள் அப்படியே தோரணையா ராஜா மாதிரி இருப்பார். என்னால் நம்பவே முடியலை. வர்ஷிக்கிட்ட பேச முயற்சி பண்ணினேன் , ஆனால் அவள் மறுத்துட்டா.இங்கே அன்பு கிரிடிக்கல் ஸ்டேஜ், எல்லாரும் உடைஞ்சு இருந்த நேரம், அங்கே வர்ஷி என்ன பண்றாளோன்னு ஒரே தவிப்பு. போனும் எடுக்கலை.

அந்த நாட்கள் நரகத்துக்குச் சமானமா இருந்தது. ஒரு வாரம் கழித்துப் போன போது அங்க யாருமே இல்லை. விஜயன் அங்கிள் நண்பர் பொன்னுசாமி அங்கிள் தான் எல்லாம் பார்த்துக்கிட்டு இருந்தார்.

வர்ஷியைக் கேட்டதுக்கு, அவளால் ஜீரணிக்க முடியாமல் அழுதுக்கிட்டே கிடந்தாள், அது சிநேகிதப் பிள்ளைகள் வந்து கூட்டிட்டுப் போயிடுச்சுங்க. விஜயன் விட்டுட்டுப் போனதை நான் தான் பார்க்கிறேன். மகளுக்குக் கல்யாணம் பேசனும்னு ஆசையா கிளம்பினான். எல்லாம் பாழாப் போயிடுச்சுன்னு அழுதார். எனக்கும் அழுகையைத் தவிர வேறெதுவும் மிஞ்சலை.

அவளை இந்த நாலு வருஷத்திலேநான் தேடாத இடமில்லை. அவள் பேட்ச் மெட் ஒவ்வொருத்தரையா இன்னும் விசாரிச்சுக்கிட்டு தான் இருக்கிறேன். "எனத் தன் கதையைச் சொல்லி முடித்தான் ஆதித்யன். எதற்கும் கலங்காதவன் கண்களில் அன்று காவிரியின் பிரவாகம் இருந்தது. அண்ணன் படும் வேதனைத் தாளாமல் அவனை அணைத்துத் தேற்றினான் இனியன்.

"ஆதி உன் கவலைக்கெல்லாம் விடிவுகாலம் வந்திடுச்சு. அந்தப் பிள்ளைகளை நல்லாப் பாரு" என்றவன், தங்கள் சிறுவயது படங்கள் ஹாலில் மாட்டியிருந்தவற்றைக் கழட்டிக் கொண்டு வந்து பெட்டில் வைத்து விட்டு,"இப்ப ஒற்றுமையை நல்லாப் பார். இந்த இரட்டை குழந்தைகள் உன் பிள்ளைகள்" என்றான் இனியன்.

வாயடைத்துப் போனான் ஆதித்யன், "என் குழந்தைகள், அப்போ வர்ஷியை நான் அன்னைக்கு ... " எனப் பேச்சுத் தடைப்பட்டுப் பிள்ளைகளையே பார்த்திருந்தான்.

"இனியா, என் குற்ற எண்ணிக்கை கூடிட்டே போகுதுடா. நான் என் வர்ஷியை கல்யாணம் பண்ணாமல் தொட்டு இருக்கிறேன். அதில் அவள், என்மேல் கோபமா இருந்ததைக் கூடத் தெரியாமல் இருந்திருக்கேன். அங்-

கிள், ஆண்டியும் இல்லை. வயிற்றில் பிள்ளைகள், ஓ காட். என்ன பாடு பட்டாளோ. எனக்கு எதுவுமே தெரியாமல் இருந்திருக்கேனே. என் பிள்ளைகள். அப்போ கொஞ்ச நேரம் முன்னாடி பேசினது" எனத் தன் மொபைலைத் தேடி எடுத்து, அந்த நம்பரைப் பார்த்தான். இனியனிடம் காட்டவும், அந்த நம்பரை வேறு ஆப்பில் போட்டுப் பார்த்து, பெயரைக் காட்டினான். Dr. திவ்யவர்ஷினி. எனக் காட்டியது.

"அப்போ என் பிள்ளைகள், என்னைத் தேடுதுங்க. வர்ஷி தான் போன் போட்டுட்டு, அப்புறம் சுதாரிச்சுக் கட் பண்ணியிருப்பாள். ஏண்டா. இரண்டு பேரும் தன்னை மறந்து நடந்ததா கூட இருக்கட்டும், நானே கூட எல்லை மீறி இருந்தாலும், என் சட்டையைப் பிடிச்சு உலுக்கி கேள்வி கேட்கிறதை விட்டுட்டு இவள் ஏன் ஒதுங்கிப் போனா?" எனக் குழப்பமான கேள்விகளோடு துடித்தான். ஆதித்யனுக்கு அன்றைய இரவு மறக்க இயலாததாக இருந்தது. இத்தனை நாள் இருந்த மன பாரம் குறைந்ததா, இல்லை இன்னும் கூடியதா? எனக் கேட்டால் அவனுக்கும் பதில் தெரியவில்லை. இனியன், ஆதியைப் பிடித்து வைத்து விளக்கமாகப் பேசினான்.

"ஆதி, இது நம்ம கெஸ்ஸிங் தான்.கனகரத்தினம் மாமாவின் மில் கிளினிக்கில் கடந்த இரண்டரை வருஷமா வேலைப் பார்க்கிறாங்க. மூன்று மாத இரட்டைக் குழந்தைகளைத் தூக்கிட்டு வந்ததாகவும், ஹஸ்பன்டும் டாக்டர், வெளிநாட்டில் இருக்கார்னு சொன்னாங்க . நான் அன்புவை அங்க கூட்டிட்டுப் போறதைப் பற்றிப் பேசின போது, தான் நியூசிலாந்தில் போய்ச் செட்டில் ஆகப் போறதாச் சொன்னாங்க." என இனியன் சொல்லவும், ஆதித்யனுக்குத் தூக்கிப் போட்டது.

"அப்போ நாளைக்கே போவோம்டா. நான் வர்ஷியோட பேசுறேன்" என்றான் ஆதித்தன்."ஆதி நீதானான்னு எனக்குச் சந்தேகமா இருக்கிறது. காதலும், பாசமும் உன் கண்ணை மறைக்கிறது. டாக்டர், அதாவது அண்ணி உன் கிட்ட இருந்து மறைஞ்சு வாழறாங்க. உன்னை வேணும்னே அவாய்ட் பண்றாங்க. அப்ப உன் மேல் வேற ஏதோ கோபம், வெறுப்பு இருக்கு. செல்வி குழந்தை பெற்ற போது, நாமெல்லாம் இருந்தும் மாமாவைத் தான் தேடினா. அதே மாதிரி, அண்ணிக்கு யாருமே இல்லாத போதும் உன்னைத் தேடி வரலை. ஏன்னு யோசிக்க மாட்டியா. அந்தஸ்து எல்லாம் காரணமாகச் சொல்லாதே. அவங்க அப்பா சொன்னதாகச் சொன்னியே, நம்ம அப்பா மறுக்க மாடாடார்னு சொன்னார்னு, அப்போது வேறு ஏதோ இருக்கு." என இனியன் சொல்லவும் ஆதித்யன் யோசிக்க ஆரம்பித்தான்.

"ஆறு மாசத்தில, வெளிநாடு எதுக்குப் போகனும். அந்த ஊரு கல்சர், அப்பாவைப் பிள்ளைகள் தேடாது. அதுக்காகத் தான். அவங்க உன்கிட்ட வர்றதாகவே இல்லை." என உண்மையைப் போட்டு உடைத்தான் இனியன்.

ஆதித்யன் உச்சக்கட்ட அதிர்ச்சியிலிருந்தான். இனியன் சொன்னதில் உண்மை உரைத்தது. இனியன், "இப்போ முடிந்தால் தூங்கு. காலையில்

நிதானமாகப் பேசலாம். என்கிட்ட சொல்லாமல், எந்த ஸ்டெப்பும் எடுக்காதே. உணர்ச்சி வசப்பட்டு அண்ணிக்கு போன் போட்டுடாதே. இப்போதான், இருக்கிற இடம் தெரிஞ்சு இருக்கு. அப்புறம் முதலுக்கே மோசமாகிடும்" என அறிவுறுத்திச் சென்றான்.ஆதி இரவில் அத்தனை கேள்விகளையும் திருப்பித் திருப்பி யோசித்தான். எதற்கும் பதில் தெரியவில்லை. தன்னை மறந்து தூங்கினான்.

காலையில் சீக்கிரம் எழுந்து தயாராகி, இனியன் அறைக் கதவைத் தட்டினான் ஆதித்யன். சீக்கிரம் கிளம்பி கீழே வா, நான் எல்லாரிடமும் பேசனும் என்றான். அவனை ஒரு பார்வைப் பார்த்துவிட்டு, சரி போ வர்றேன் என அனுப்பினான் இனியன்.

டையனிங் ஹாலில் ரகுநாத ராஜன், ஒரு புறமும், ராஜேந்திர ராஜன் மறுபுறமும் நடு நாயகமாக அமர்ந்திருந்தனர். லலிதா அவர்களுக்குப் பரிமாறினார். புவனா அவள் கணவன் அன்பு ராஜனுக்கு உணவு கொண்டு சென்றாள். ஆனந்த் ராஜன், அவர்கள் மகன், தாத்தாவோடு, பெரிய மனிதனாக அமர்ந்திருந்தான். சோர்ந்த முகத்தோடு ஆதித்யன் வந்து அமர,பின்னால் இனியனும் வந்து சேர்ந்தான்.

"அப்பா, சாப்பிட்டு ஹாலில் வெயிட் பண்ணுங்க. அன்புவைக் கூட்டிட்டு வர்றேன், எல்லார்கிட்டயும் முக்கியமான விசயம் பேசனும்" என்றான் ஆதித்யன்.

ராஜேந்திரன் மகனைப் பார்த்தவர், ஏதோ இருக்கிறது என யூகித்து "சரிப்பா" என்றார்.அரை மணியில் எல்லாரும் ஹாலில் கூடிவிட்டனர். தாத்தா ரகுநாதராஜன், "பேரப்புள்ளை பவ்யமா இருக்கிறதைப் பார்த்தா ஏதோ வம்பு இருக்கு போலயே. பொண்ணு யாருய்யா?" என்றார். ஆதித்யன் சங்கடமாகப் பார்த்தான்.

"தாத்தா,ஆதி அத்தான் இப்பத் தான் வாயைத் திறக்கலாமான்னு யோசிக்கிறார். நீங்க அடைச்சுடுவீங்க போலயே" என்றாள் புவனா. வீல் சேரில், அன்பு ராஜனைத் தள்ளிக் கொண்டு வந்தாள், அவள் அழைத்து வருவதைப் பார்த்து, இனியன் அண்ணனை அழைத்துக் கொண்டான்.

அன்பு ராஜன், வீல் சேரில் இருந்த போதும், நல்ல களையாகவே இருந்தான். அன்புராஜனும், ஆதித்யராஜனும் இரட்டையர்கள். சட்டெனப் பார்ப்பவர்களுக்கு இருவரும் ஒருவரோ எனத் தோன்றும், ஆனால் பழகிய பின்னர் வித்தியாசம் அறிந்து கொள்வார்கள். அன்பு, ஆதித்தியனைக் கூர்ந்து கவனித்தான். முகம் வாடிப் போய் , தவித்துக் கொண்டிருந்தவனைப் பார்த்தவுடன் விசயத்தை அறிந்து கொண்டான்.

ராஜேந்திர ராஜன், "ஆதி ஏதோ பேசனும்னு சொன்னியே" என்றார். அவன் எப்படி ஆரம்பிப்பது எனத் தெரியாமல் தவித்துப் போது, லலிதா, "எதுவானாலும் தயங்காம சொல்லு ஆதி" என்றார். இனியன் உதவி செய்வானா என அவன் முகத்தைப் பார்த்திருந்தான். அவன் ஆதித்யன் வாயி-

லிருந்தே வரட்டும் என்பது போல் பார்த்திருந்தான்.

அன்பு தான் போட்டு உடைத்தான், "ஆதி, டாக்டரை கண்டுபிடிச்சிட்டியா. இருக்கிற இடம் தெரிஞ்சிடுச்சா" எனக் கேட்டான். ஆதி அதிர்ச்சியாக நிமிர்ந்து பார்த்தான். "யாருப்பா, என்ன டாக்டர்" என்றார் ராஜேந்திரன்.

லலிதா, புவனா வீட்டில் அன்பு தங்குவதைப் பற்றிப் பேசுகிறார்கள் என நினைத்தார். "தமிழும், கனகும் ,அந்த டாக்டர் பொண்ணு நல்ல பொண்ணு, அன்புவை நல்லா கவனிச்சுக்கும். அனுப்பி வைங்கன்னு சொன்னாங்க" என்றார். "அம்மா, இது வேற விசயம். நீங்க கொஞ்ச நேரம் பொறுங்க. அவனே சொல்லட்டும்" என்றான் அன்பு.

"அப்பா, கொடைக்கானல் எஸ்டேட் வாங்கப் போனப்ப, ஒரு பொண்ணை விரும்பினேன். அவள் அப்பா, அம்மா நம்ம பக்கம் தான், ஆனால் யார்னு தெரியாது. அவங்க உங்க கிட்டப் பேச வரேன்னு சொன்னாங்க. ஆனால் அதுக்குள்ள ஒரு ஆக்சிடெண்டில் அவள், அப்பா, அம்மா இரண்டு பேரும் தவறிட்டாங்க. இவளும் என்மேல் கோபமா தலைமறைவாகிட்டா. நேத்து தான் அவள் இருக்கிற இடம் தெரிஞ்சது " என்றான் ஆதித்யன்.

ராஜேந்திரன் கூர்மையாகப் பார்த்தார். "அவ்வளவு தானாப்பா விசயம்" என்றார். ஆதித்யன் கண்களில் கண்ணீர் சொரிந்தது, "எனக்கே நேத்து தான்பா தெரியும், எனக்கு இரட்டை குழந்தைகள் இருக்குப்பா" என மொபைலை நீட்டிக் கொடுத்துவிட்டு முகத்தை மூடி அழுதான்.

லலிதா பதறிவிட்டார். "ஆதி, நீ தனிமரமாகவே இருந்திடுவியோன்னு பயந்துக்கிட்டு இருந்தேன். மருமகளையும், பேரன், பேத்தியையும் கூட்டிட்டு வாப்பா, நான் பார்த்துக்கறேன் " என அவனை அணைத்துக் கொண்டார்.

அதற்குள், ராஜேந்திரன் வீடியோவைப் பார்த்தார் பேரன் பேத்தி எனப் பார்க்கவும் அவருக்கும் ஆடித்தான் போனது. மொபைல் கை மாறி அனைவரும் பார்த்தனர்.

தாத்தா, ரகுநாத ராஜன் தான், "ராஜேந்திர மருமகள் முகத்தைப் பார் தெரிந்த சாயலா இல்லை" என்றார். லலிதா வாங்கிப் பார்த்தார். "ஏங்க மாமா, சொல்லவும் தான் புரியிது. பாருங்க கார்த்திகை மாதிரி இல்லை" என்றார்.

அவசரமாகக் கைகள் நடுங்க வாங்கிப் பார்த்தார் ராஜேந்திரன். "ஆதி இந்தப் பொண்ணோட அப்பா அம்மா இல்லைனு சொன்னியே. அவங்க பெயர்" எனப் பல தெய்வங்களையும் வேண்டியபடி எந்தப் பெயரை அவன் சொல்லக் கூடாது என வேண்டினாரோ, அதே பெயரை அவன் சொன்னான்.

ராஜேந்திரன் அதிர்ந்து, "கடைசி வரை முகத்தில் முழிக்காமலே போய்ச் சேர்ந்திட்டியாடா விஜயா" எனக் கதறினார். வீட்டில் அனைவரும் ஆச்சரியமாகப் பார்க்க, ரகுநாத ராஜன், மகன் தோளைத் தட்டி விட்டு தனது அறைக்குச் சென்று விட்டார்.

மனம்-6

வடகாடு, ‘கே.ஆர்.விதைப் பண்ணை’ காலையில் கிழக்கில் உதித்த சூரியன், பசிய வயல்களுக்கு மெல்ல தன் முகத்தைக் காட்டிக் கொண்டிருந்தான். மயில் அகவும் சத்தமும், ஜோடி குயில்களின் இனிமையான குரல் ஒன்றின் கூவலுக்குப் பதிலாக அதன் இணை மறு குரல் கொடுத்தது. பட்சிகள் மரங்களிலிருந்து விழித்தெழுந்து, கலகலவெனக் குரல் எழுப்பி விடியலை வரவேற்றன.

காலைத் தென்றல் அசைந்து நெல் வயல்களில் தன் கரங்களால் குறும்பு செய்ய, அப்போதுதான் நடப்பட்டு நாட்கள் இருபதைத் தாண்டிய தளிர்கள் அவை, கிச்சு கிச்சு மூட்டப்பட்ட உணர்வில் சிலுசிலுத்தன. அருணன் தான் அரும்பி உள்ளான் அதனால் இந்த ஆனந்தம், அவர்களின் எசமான் சூரிய தேவன் வந்து விட்டால், நேரம் செல்லச் செல்ல கடுமையைக் காட்ட ஆரம்பித்து விடுவார். அவரின் சுள்ளென்ற பார்வையைத் தனிக்கவென நிலமகள் அந்தத் தளிர்களுக்குத் தன் குளுமைத் தாய்மையால் தாலாட்டுவாள். எல்லாம் பொறுத்துத் தானே வளர வேண்டும். தளிர்கள் பொறுத்துக் கொள்ளும்.

வயல்களின் கரையில் அதனைத் தாண்டிய குடும்பச் சித்திரம் ஓடியது,சேவல், படபடவெனத் தன் சிறகைப் படபடத்து, வைக்கோல் போர் மீதிருந்து கீழே பெட்டைக் கோழியின் அருகே குதித்தது. குஞ்சுகளோடு சிதறிக் கிடந்த நெற்கதிர்களைக் கொத்திக் கொண்டிருந்த கோழி, சேவலுக்குச் செல்லமான முறைப்பைத் தந்து, சிதறித் தெறித்த குஞ்சுகளை அரவணைத்தது. இதைக் காபியைப் பருகியவாறு பக்கவாட்டு மேல்மாடத்திலிருந்து பார்த்திருந்த திவ்யா கோழி, சேவலைப் பார்த்து,"கூறு கெட்ட சேவா" எனத் திட்டுவது போல் கற்பனையில் தனக்குள் சிரித்துக் கொண்டாள்.இதுபோல் காலை நேரத்தில் இயற்கையை மனிதர்களாய் பாவித்துக் கற்பனை செய்து ரசிப்பதும்,அதோடு காப்பிய ருசிப்பதும் அவள் வழக்கமாக மாறிவிட்டது.

கோழிக் குஞ்சுகளைத் தன்னோடே, சேர்த்து மேய்ந்து கொண்டிருந்தது. அங்கே பசுவிடம் கன்றுக் கொஞ்சிக் கொண்டிருந்தது. பால்காரர் பீச்சியது போக மீதி இருந்த பாலைக் குடிக்கத் தாயின் மடியில், அவசரமாக முட்டி மோதிக் கொண்டிருந்தது. பசு நாவால் அதை நக்கி தாய்மையை வெளிப்படுத்திக் கொண்டிருந்தது.

தனக்கும் இரட்டையர்கள் பிறந்ததையும், ஆதிரை வேகமாக அழுது அவளிடம் தாய்ப்பாலைக் குடித்துவிடும். அநியைத் தான் தூக்கி எழுப்பிப் பாலைப் புகட்டுவாள். ஆண்டவன் அதில் மட்டும் அவளையோ, அவள் பிள்ளைகளையோ வஞ்சிக்கவில்லை. தேவையான அளவு பால் சுரந்தது.

மாடு கோழி எனச் சுற்றித் திரிந்த ஐந்தறிவு ஜீவன்களின் தாய்ப் பாசத்தைப் பார்த்தவள், ‘இந்தத் தாய்மை இல்லாமல் இருந்திருந்தால் நானும்

ஜடமாயிருப்பேன். நித்யன் தன்னை மறந்த நிலையில் நீ தந்த உயிர்கள், எனது உயிரானது. நீ பிள்ளை வரம் தந்ததில் கூட எனக்குக் குறையில்லை நிறை தான். ஆனால் ஏன் ஏமாற்றின, அதைத் தான் தாங்க முடியலை. நேத்து ஒரு வேகத்தில் போன் போட்டுட்டேனே. தெரிஞ்சுக்குவானோ. இல்லை ராங் கால் னு தான் நினைப்பான். ஒரு வேளை தெரிஞ்சு வந்-துட்டா. அது எப்படி அவன் மனைவி அன்னைக்கே நிறைமாதம், அவளும் இரட்டை பெத்திருப்பாளோ? இருந்தாலும் அப்படி இருந்தா, நித்யன் உனக்கு அது ஜாஸ்தி தான்' என மனம் போன போக்கில் யோசித்துக் கொண்டிருந்-தாள்.

ஷோபாவில் அமர்ந்து யோசனையிலிருந்த போது, ஆது வந்து அவள் மடியில் படுத்து வயிற்றோடு கட்டிக் கொண்டது. 'அப்பன் போகாமல் வந்-துட்டா' என மனதில் செல்லமாக மகளை இல்லை, இல்லை அவள் தகப்-பனை தான் திட்டுவாள். அவளுக்கு அவனின் பெயரையே சூட்டி , மகனுக்-குத் தனது அழைப்பின் நினைவில் பெயர் சூட்டினாள்.

ஒருமுறை கார்த்திகைச் செல்வி, ஆண்டி பெயர் மாதிரி தான் எங்கள் வீட்டில் பிறந்த பெண் குழந்தைகளுக்குச் செல்வி என வரும்படி சூட்டுவோம். ஆண்களுக்கு ராஜன் என்று முடியும். என் தங்கை பெயர் 'ஈகைச் செல்வி' என்றான்

அதென்ன 'ஈ'யில் பெயர் வச்சிருக்கீங்க என இவள் கேட்ட போது, 'அது விளையாட்டாக அமைந்தது என அப்பா சொல்லுவாங்க' நாங்கள் சகோதர சகோதரிகள்' அ ஆ.இ .ஈ 'என்றான். அதை வைத்தே தானும் அ, ஆ எனப் பெயர் வைத்து விட்டாள்.

'அவனையே தான் வெறுக்கிற பெயர் மட்டும் அவன் குடும்பத்துக்குப் பொருத்தமா இல்லைனா என்ன' என மனசாட்சி கேட்டது. 'போகுது போ, பிள்ளைகள் இருப்பதே தெரியாது, பெயராவது இருந்து விட்டுப் போகட்டும்' என யோசித்தாள்.

ஆது இவள் வயிற்றில் தலையை வைத்து முண்டிக் கொண்டிருந்தது. "ஆதும்மா எந்திரிடி, பிள்ளைப் பூச்சி மாதிரி துளைக்கிறது. குளிச்சு, சாப்-பிட்டு ஸ்கூலுக்குப் போகலாம். அந்த ஆண்டி உனக்கு இன்றைக்குக் கலரிங் சொல்லித் தருவாங்க. அம்மா க்ரையான் நோட்டெல்லாம் நேத்துவாங்கிட்-டேன்" என்றாள்.

ஆது எக்ஸைட்டாகி எழுந்தது. அவள் மேலேயே ஏறி முகத்தில் முத்த-மிட்டு." ப்ரமிஸ்ஸா வாங்கிட்டியாம்மா " என்றது."ப்ராமிஸ்ஸா வாங்கிட்டேன்" என்றாள்.

அறி எழுந்து வந்துவிட வீட்டிற்குப் பின்னால் இருந்த சிறிய பம்ப் செட்டில், அளவாகத் தண்ணீர் வரும். சிறிய தொட்டி வழியாகத் தண்ணீர் கொட்டி வெளியேறும். அதில் குளிக்கவைக்கவென டவல் சோப்பு, டூத் ப்ரெஸ் பேஸ்ட் சகிதம், பிள்ளைகளோடு வந்தாள். தினமும் அவர்களுக்கு

இதே ஆனந்தக் குளியல் தான். திவ்யா தனது குழந்தைகளைத் தன்னால் முயன்ற அளவு, சந்தோஷமாக வைத்துக் கொள்வாள்.

திவ்யா தண்ணீரில் இறங்கிக் கொண்டு கலா அம்மா, பிள்ளைகளைத் தூக்கிக் கொடுக்கவும், தொட்டிக்குள் நிற்க வைத்தாள். இரட்டையர் இடுப்பு வரை தான் தண்ணீர் இருந்தது. மேலே அள்ளி ஊற்றி, ஒருவருக்கு ஒருவர் தண்ணீரை அள்ளித் தெளித்து விளையாடி, பல் விளக்கி, சோப்பு போட்டு, குளிப்பாட்டினாள். ஆனந்தக் குளியல் முடியவும், பிள்ளைகளைக் கவனமாக இறக்கி விட்டு தானும் வந்தாள். துவட்டி விட்டு உள்ளே அவர்களை அனுப்பி விட்டு இவள் குளியலறையில் புகுந்தாள்.

பள்ளிக்குப் பிள்ளைகளைக் கிளப்பி விட்டு, தானும் கிளினிக் கிளம்பினாள். மினி இட்லி ஊற்றி அவர்களைச் சாப்பிட வைத்தாள்."இன்னைக்கு என்னம்மா செய்ய, நேற்றே ஆதிரை கீரை சாப்பிட மாட்டேன்னு அடம் பண்ணுச்சு" என்றார் கலாம்மா.

"அவள் அப்படித்தான்மா சொல்லுவா, நீங்க வைங்க.அதோடு கேரட் சேர்த்துப் பருப்பு நெய் சாப்பிடட்டும் நான் சொல்லி விடுறேன்" என்றாள் திவ்யா.

கலாம்மாவிடம் தங்களுக்கான மதிய உணவு மெனு சொல்லிவிட்டு, காரில் கிளம்பினாள். அநிருத்யா, "அம்மா ஸ்கூல் முஞ்சப்பறம் வந்து அப்பாகிட்ட பேசலாமா?" என்றான். திவ்யா அவன் பேச்சை மாற்றும் விதமாக, "அநிக்கு அப்ப அம்மாவைப் பிடிக்காதா?" என உதட்டைப் பிதுக்கினாள். "பிடிக்குமே, லவ் யூ மா" என்றான் அநி. "ஆது தான், லவ்யூ மா.அநிக்கு இல்லை" என்றாள் ஆது.

"இல்லை,அநிக்கு தான் லவ்யூ மா" என இரண்டும் சண்டை போட்டுக் கொண்டன.

அதற்குள் ப்ளே ஸ்கூல் வந்தது, இருவரையும் இறக்கி, உள்ளே அழைத்துச் சென்று பேக், தண்ணீர், ஸ்நேக்ஸ் எனக் கொடுத்தாள்."குட்மார்ணிங் டாக்டர். இந்த வாரம் பிள்ளைகளுக்கு ஒரு செக்கப் வச்சுக்குவோமா. மழை சீசன் வருது" என்றார்.

"கண்டிப்பா செய்வோம். அதோடு சில அவேர்னஸ் பழக்கங்களையும் சொல்லித் தருவோம்" எனப் பிள்ளைகளிடம் பை சொல்லி விடை பெற்றாள்.

கிளினிக்கில் வரிசையாக நோயாளிகள் காத்திருந்தனர். அவர்களைக் கவனித்து முடிக்கவே பனிரெண்டரை ஆனது. கம்போண்டர் முத்துவை பிள்ளைகளை அழைத்து வீட்டில் விடச் சொன்னாள். ட்ராவல் ஏஜென்சி ஆட்களுக்குப் போன் செய்து, இரட்டையர்கள் பாஸ்போர்ட், மற்றும் தங்களது விசா எடுப்பதைப் பற்றிப் பேசினாள்.

அவள் கிளம்பும் நேரம் மரத்திலிருந்து விழுந்ததாக ஒருவனைத் தூக்கி வந்தனர். அவனுக்கு முதலுதவி செய்து, பெயின் கில்லரை போட்டு விட்டு, புதுக் கோட்டை மருத்துவமனைக்கு அனுப்பி வைத்தாள். நோயாளியின்

கையைச் சேர்த்து, கழுத்தோடு ஊஞ்சல் போல் கட்டுப் போட்டு அனுப்பிய போது தனக்காக அடிபட்டவனின் நினைவு வந்தது.

ஆதித்யனை மருத்துவமனையிலிருந்து தங்கள் வீட்டுக்கு அழைத்து வந்து நன்றாகப் பார்த்துக் கொண்டனர், விஜயராகவன் கார்த்திகைச் செல்வி தம்பதி.

அடுத்த நாள் காலையில் எஸ்டேட் மேனேஜர் அவன் உடைகளைக் கொண்டு வந்து கொடுத்தார். அவரோடு எஸ்டேட் சீரமைப்பைப் பற்றி விவாதித்து விஜயனிடம் பொறுப்பை விட்டான் ஆதித்யன். மேனேஜர் விஜயனுக்காகக் காத்திருந்தார்.

காலையில் அவர்கள் டிஸ்கஸனுக்கு ஊடே வந்த திவ்யவர்ஷினி, "அப்பா நித்யனுக்கு ரெஸ்ட் கொடுக்காமல் வேலை வாங்கிகிட்டே இருக்கீங்களே" என ஆட்சேபனைத் தெரிவித்தாள்.

விஜயன், "அது யாரும்மா நித்யன். மேனேஜர் பெயர் கூட நடராஜனென்று தான் சொன்னார். இங்க நித்யன்னு யாரும் இல்லையே" என்றார்
.

ஆதித்யன் மென்னகையோடு இருந்தான், "உங்க பக்கத்தில் , உங்க மகளைக் காப்பாற்றப் போய், கட்டுப் போட்டு உட்கார்ந்து இருக்காரே, அவர் தான் நித்யன்" எனத் தன் தகப்பன் தன்னிடம் விளையாடுவதாக நினைத்துச் சொன்னாள்.

"ஏன் தம்பி உங்க பெயர் ஆதித்யன் தானே சொன்னீங்க. என் மகள் இன்னொரு பெயர் சொல்லுது" என்றார்.

"ஆமாம் சார், என் வாயில் தெர்மாமீட்டர் வச்சிட்டுப் பேரைக் கேட்டாங்க. பக்கத்தில் பேனா இருந்தது, கட்டுப் போட்ட இடத்தில் எழுதி காண்பிச்சேன். அரைக் குறையா எழுதியதில் எனக்குப் புதுப் பெயர் கிடைச்சது. டாக்டரம்மா சொல்லும் போது நல்லா இருந்தது, சரின்னு வச்சுக்கிட்டேன்" என்றான் ஆதி.

திவ்யா முறைத்தாள், "பேனா சரியில்லாமல் தித்தன், புத்தனென்று வந்து, அப்படியே கூப்பிட்டு இருந்தாலும் ஒண்ணும் பிரச்சினை இல்லை அப்படித்தானே" என முறைத்தாள்.

ஆதித்யன் சிரித்து விட்டு, "நித்யன் நல்லா இருந்தது ஒத்துக்கிட்டேன்" என்றான். விஜயனும் சிரித்தார்.

"அப்பா டாக்டர்கிட்ட பொய் சொல்லக் கூடாது, மாற்றி ப்ரிஸ்கிரிப்சன் கொடுத்தால் என்ன ஆகும். அவர் சிரிக்கிறார்னா, நீங்களும் கூடச் சேர்ந்து சிரிக்கிறீங்க " என ஆட்சேபனைத் தெரிவித்தாள்.

"இல்லைமா சிரிக்கலை, வெரி சீரியஸ், தம்பி நீங்க திவ்யாவை இப்படித் தப்பா மாற்றி நினைக்க விட்டிருக்கக் கூடாது. என் மகள் அதே பேரை மனப்பாடம் செஞ்சிருக்கும் இனிமே மாற்றுவது கஷ்டம். சரிதானடா குட்டிமா" என்றார். அதற்கும் முறைத்தாள்.

"இப்ப என்னடா, ஓ ரகசியத்தைச் சொல்லிட்டனா. இல்லையே, ஏன் தம்பி என் மகளுக்குச் சின்னதிலிருந்து ஒரு பழக்கம் இருக்கு, முதல் முறை எப்படி வாசித்து மனதில் ஏத்திக்குதோ அதே தான் கடைசி வரை, இப்பவும் tomorrow ன்னு எழுதச் சொன்னால், எத்தனை o,r,w எங்க வருமென்று குழம்பும். இந்த ரகசியத்தை உங்கள் கிட்டச் சொல்லலை?" என அப்பாவி-யாக முகத்தை வைத்துக் கொண்டு கேட்டார் விஜயன்.

ஆதித்யன் புன்னகை முகமாகக் கேட்டிருந்தவன், "இல்ல சார், நீங்க எந்த ரகசியமும் சொல்லலை" என இதழில் குறும்பு நகையாட விஜயனோடு சேர்ந்த அவளை வம்பிழுத்தான்.

அங்கே வந்த கார்த்திகா, "ஏங்க அவளை வம்பிழுக்க வேறு நேரமே கிடைக்கலையா, கையில் ஊசியை வச்சுக் கிட்டு நிற்கிறாள். பாவம் ஆதி. ஆதி அவரைச் சார் மோரெல்லாம் கூப்பிடாதே, மாமான்னு கூப்பிடு இல்லை பொதுவா அங்கிள்னு சொல்லு" என்றார்.

"நான் அங்கிள்னே கூப்பிடுறேன். அங்கிள் ஜாலியா மிங்கிள் ஆகுறாங்க. மாமான்னா, மரியாதைக் கொடுத்து டிஸ்டன்ஸ் மெயின்டைன் பண்ணனும்" என்றான் ஆதித்யன். பெரியவர்கள் இருவரும் கண்ணால் பேசி அறையை விட்டு வெளியேறினர்.

"திவிம்மா, நீ வலிக்காமல் ஊசியைப் போட்டு விடு. நான் மேனேஜர் வெளியே நிற்கிறார், அவரோடு போய், எஸ்டேட்டைப் பார்த்துட்டு வருகி-றேன். ராஜன் காசை நம்மால் முடிந்த அளவு மிச்சப் படுத்துவோம்" என்றார்.

"ஏம்பா இவர் பெயர், ஆதித்யன்னு சொன்னீங்க, இப்ப நீங்க ஒரு புதுப் பெயர் வச்சிருக்கீங்க" என்றாள்.விஜயன் சமாளித்து,"ஆதித்யராஜன் முழுப் பெயர் போதுமா" என்றார்.

சிரஞ்சில் மருந்தை ஏற்றியபடி, ஆதித்யன் அருகில் வந்தவள், "திரும்-புங்க ஊசி பேடனும். " என்றாள்.அவன் இடது கையைக் காண்பித்தான், அவள் முறைத்தவாறு," இது ரொம்ப வலிக்கும், கையில் போட முடியாது, இடுப்பைக் காட்டுகள்" என்றாள்.

அவன் தயங்கி,"இல்லை கையிலேயே போடுங்க, நான் வலியைப் பொறுத்துக்குவேன்" என்றான்.

"நித்யன், நான் ஒரு டாக்டர், நீங்க ஒரு பேசன்ட், உங்க உடல் எங்-களைப் பொருத்தவரை ஒரு மனித உடல் அவ்வளவு தான். நோ ஃப்லிங். திரும்புங்க" என்றாள். "நான் டாக்டரில்லையே, நீங்க யங் கேர்ள் கூச்சமா இருக்கும் " என்றான்.

"ஹாஸ்பிடலில், சிஸ்டர் போடுவதாக நினைச்சுக்குங்க" என்றாள்.

" நீங்க டாக்டராகவே போடுங்க. சிஸ்டரா எல்லாம் நினைக்க முடியாது" என்றான் ஆதித்யன். திவ்யாவுக்குச் சிரிப்பு வந்தது.

அவனோடு வார்த்தையாடியபடி ஊசியைப் போட்டு முடித்தாள். ஆதித்-யன், "என்னைக் கலாய்க்கிறது அப்புறம் இருக்கட்டும் , ஊசியைப் போடுங்க.

எவ்வளவு நேரம் சட்டையைத் தூக்கிட்டு நிற்கிறது" என்றான்.

"உங்களுக்கு வேண்டுதல் போலன்னு நினைத்தேன். கீழே விடுங்க. ஊசி போட்டு பத்து நிமிடம் ஆச்சு" என்றாள்."நிஜமாவே போட்டுடிங்களா, தெரியவே இல்லை. இனி காய்ச்சலா இருந்தா, தஞ்சாவூரிலிருந்து, டாக்டர் திவ்யவர்ஷினி எங்க இருக்காங்களோ, அங்க வந்து ஊசிப் போட்டுக்குறேன். " என்றான்.

"அதுக்குப் பதில் நோயே வரக்கூடாதுன்னு வேண்டிக்கிங்க" என்றாள்.

"வந்த நோய்க்கு மருந்து உங்ககிட்ட தான் இருக்குன்னா என்ன பண்றது?" என ஓர் பார்வைப் பார்த்தான்.

திவ்யா, "அடிப்பட்டதுக்கு மாவுகட்டு போட்டாச்சு. பத்து நாளில் சரியாகிடும். அப்பா நீங்க வந்த வேலை முடிச்சுக் கொடுத்துடுவாங்க , அவ்வளவு தான். மனசை அலையவிடாதீங்க" என்றாள். அவன் முகம் வாடியது. திவ்யா அவனை ஓய்வெடுக்கச் சொல்லிவிட்டு சென்றாள்.

கையில் அடிப்பட்டதை அவன் வீட்டில் சொல்லவில்லை. ஒரு வாரத்தில் மூட்டுச் சேர்ந்திருந்தது. கட்டை பிரித்து விட்டனர். ஆதித்யன் எஸ்டேட் போய்விட்டான். திவ்யாவிற்கும் விடுப்பு முடிந்து பணிக்குத் திரும்பும் நாள் வந்தது. அடுத்த நாள் காலையில் கிளம்புகிறாள், ஆதித்யனைப் பார்க்கவென எஸ்டேட் சென்றாள்.

வேலையை மேற்பார்வை செய்து கொண்டிருந்தான். அவள் அன்றே அப்படிப் பேசிய பிறகு அவளோடான பேச்சைக் குறைத்து இருந்தான் ஆதித்யன். விஜயனிடம் சகஜமாகப் பேசுவான். அவர் பேச்சு முழுவதும் மகளே வியாபித்து இருப்பாள். அதனால் அவரோடு பேசுவது அவனுக்குச் சுவாரஸ்யமானதாக இருந்தது.

திவ்யாவிற்குத் தான் ஒரு மாதிரி இருந்தது. எந்த அறிமுகமும் இல்லாத தனக்காகத் தனது உயிரைப் பணயம் வைத்தானே எனத் தோன்றியது. அதற்காகத் தான் அன்று சென்றாள்.

அவளைப் பார்க்கவும், அவன் முகம் மலர்ந்தது. இன்று ஒரு காட்டன் சேலைக் கட்டி, நீண்ட தன் கூந்தலைத் தளரப் பின்னலிட்டு புது மலரென, மல்லிகைப் பூச் சூடி அழகுப் பதுமையென, விஜயனோடு வந்து இறங்கினாள். விஜயன் மலைக்குச் சென்று திரும்பும் போது அழைத்துக் கொள்வதாக இறக்கி விட்டுச் சென்றார். கையில் ஒரு பார்சல் இருந்தது.

ஆதித்யன் அவளைக் காணவும், தன்னைக் கட்டுப்படுத்திக் கொண்டு சம்பிரதாயமாக வரவேற்றான். "வாங்க டாக்டர், என்ன திடீரென உங்க பேசன்ட் ஞாபகம்" என்றான். திவ்யாவுக்கு அவன் வருத்தம் புரிந்தது.

" இப்போ வந்தது, டாக்டர். திவ்யாவா இல்லை, முன்னே, பின்னே தெரியாத ஒரு பெண்ணை ,அவள் அப்பா, அம்மாவின் உயிரானவளைக் காப்பாற்றிக் கொடுத்ததுக்காக அந்த நல்ல மனிதனுக்கு நன்றி சொல்ல வந்த வர்ஷினி." எனப் புன்னகைத்தாள்.

ஆட்கள் கட்டிட வேலை, தோட்ட வேலை என்று செய்து கொண்டிருந்தனர். எனவே சற்றே ஒதுங்கி இருந்த பவழமல்லி மரத்தின் கீழே இருந்த ஸ்டோன் பென்சில் அவளை அமரவைத்து, அவன் அருகே ஒரு மரத்தின் வேரில் அமர்ந்திருந்தான் இருவரும் பேசிக் கொண்டிருந்தனர்.

திவ்யவர்ஷினி அவன் கைகளைப் பிடித்துக் கொண்டு, "தாங்க்ஸ் நித்யன். நீங்க அன்னைக்கு ஜீப்பை நிறுத்தி, என்னைக் காப்பாத்தலைனா, நான் வந்த வேகத்துக்கு, என் எலும்பு கூடக் கிடைச்சிருக்காது. அப்பா, அம்மா நான் இல்லாமல் என்ன ஆகியிருப்பாங்கன்னு நினைக்கவே பயம்மா இருக்கு" என்றாள்.

அவள் கைகளை அழுத்திய ஆதித்யன், "வேண்டாம் வர்ஷி, அதையெல்லாம் நினைக்காதே, உனக்கு எதுவும் ஆகியிருக்கும்கிற நினைப்பே எனக்கு நடுக்கத்தைத் தருது" என அவள் கைகளைப் பிடித்திருந்த அவன் கரங்கள் நடுங்கியது.

அந்த உணர்வே அவளுக்குப் புதிதாக இருந்தது. இருவரிடமும் ஓர் மௌனம். தன் பார்வையை அவள் தழைத்து, உதிர்ந்திருந்த பவழமல்லி மலர்களைப் பார்த்திருந்தாள். இந்தச் சந்தர்ப்பத்தை விட்டால், அவளோடு பேச முடியாது என அவனுக்குத் தோன்றியது. எனவே தைரியத்தைக் கூட்டிப் பிடித்த அவளின் கையை விடாமல் தனது மனதைத் திறந்தான்.

"வர்ஷி, நீ எப்படி எடுத்துக்குவேன்னு தெரியலை. பார்த்து பத்து நாளில் இப்படிப் பேசுறானேன்னு நினைக்காதே. உன்னைப் பார்த்த நொடியிலிருந்து நான் உணர்வதைத் தான் சொல்றேன். உன்னை முதன் முதலில் அன்னைக்கு, ஜீப்பில் மலை ஏறும்போது பார்த்தேன். பார்த்த நொடியில் இங்கே பதிஞ்சிட்டே" என இதயத்தைக் காட்டினான். அவள் விழி விரித்துப் பார்த்திருந்தாள்.

"நீ யாருன்னு மேனேஜர் சொன்னார். அப்போ எப்படியும் திரும்பி வருவேன்னு, எதிர் பார்த்துக்கிட்டே இருந்தேன். ஆனால் உன் ஜீப் ஹாரன் அலறிகிட்டே வந்தது. ஏதோ சரியில்லைனு தோன்றியது. இதுக்கு மேலே இரண்டாவது வளைவிலேயே, ஜீப் வேகத்தைக் கவனிச்சுட்டேன். மரம் இழுப்பதற்காகக் கயிறு கட்டி தயாராக இருந்தது.

உன்னைக் காப்பாற்ற என் மனம் பரபரத்தது. ஏற்கனவே என்சிசி மலை ஏற்றம் பயிற்சி எல்லாம் உண்டு, அந்தத் தைரியத்தில் குதிச்சிட்டேன். வண்டியைக் கொக்கியில் மாட்டியாச்சு. நீ குதிக்கத் தயாராக இருந்தே. அந்த நேரத்திலும் உன்னுடைய கான்பிடென்ஸ் பார்த்து எனக்கு ஒரே ஆச்சரியம். உனக்கு அடிபடக் கூடாதுன்னு தூக்கினேன். கீழே விழுந்த போது கூட உனக்கு எதுவும் அடிபடலை என்பதை உறுதி செய்ய மனம் துடிச்சது.

இந்தப் பத்து நாள், என் வாழ்க்கையில் மறக்க முடியாத நாட்கள். இன்னைக்குச் சொல்லலைனா, என்னைக்குமே சொல்ல முடியாதுன்னு தோனிச்சு.அது தான் இப்போதே சொல்றேன். என் வாழ்க்கை முழுவதும்

உன்னோடு பயணிக்க ஆசைபடுறேன் வர்ஷி. என் வாழ்க்கைத் துணையாக ,என்னை முழுமையாக்க வருவாயா வர்ஷி" எனக் கைகளைப் பற்றியவாறுக் கேட்டான் ஆதித்யன்.

திவ்யவர்ஷினி, சுயம் மறந்து அவனின் பேச்சில், அவனின் உணர்வில் தன்னைத் தொலைத்திருந்தாள். எப்படிப் பதில் வினையாற்றுவது என அறி-யாமல் சிலையாகியிருந்தாள்.

"வர்ஷி, வர்ஷி நான் எதாவது தப்பா சொல்லிட்டேனா" என அவளை உலுக்கியபடிக் கேட்டான் ஆதித்யன் .

அதில் சுயநினைவு அடைந்தவள், "நித்யன் எனக்கு எப்படி ரியாக்ட் செய்யறதுன்னே தெரியலை. நீங்க என்னை நினைக்கிற அளவு நான் அவ்-வளவு பெரிய ஆளானு தெரியலை. என்னால் அந்த அளவு ஃபீல் பண்ண முடியுமான்னும் தெரியலை. உங்களை இவ்வளவு பாதிச்சு இருக்கேனா நித்-யன்" எனக் கேட்டாள் திவ்யா.

அவளையே பார்த்திருந்தவன், "எனக்கானவள் நீ தான்னு, நான் உணர்ந்துட்டேன் வர்ஷி. நான் காத்திருப்பேன். இதே மாதிரி உணர்வோடு எனக்கானவளாக நீ வந்தாலும் சரி, இல்லை இயல்பான அரேஞ்டு மேரே-ஜாக இருந்தாலும் சரி. நான் அப்பா, அம்மாவோடு வந்து அங்கிள், ஆண்-டிக்கிட்ட உன்னைத் திருமணத்துக்குக் கேட்கிறேன்" என்றான்.

நித்யன் எனக்குக் கொஞ்சம் டைம் கொடுங்களேன், ஹவுஸ்சர்ஜன் கோர்ஸ் பாதியில் இருக்கு, அதை முடிச்சு டாக்டர் ஆகிக்கிறேன். ஆறுமா-தம் டைம் இருக்கே, இதே ஃபீலிங் உங்களுக்கு அப்பவும் இருந்தால் அப்பா, அம்மாவிடம் பேசுவோம்" என்றாள்.

அவள் கையைப் பிடித்திருந்தவன், அவளருகில் முழங்காலிட்டு அமர்ந்து, "என் வாழ்க்கை நீதான்னு நான் தெளிவா இருக்கேன். உனக்குத் தெளிவாகும் வரை காத்திருப்பேன்" என்றவன். "வித் யுவர் பர்மிஷன்" என்று அவள் புறங்கையில் முத்தமிட்டான். அவள் உடல் சிலிர்த்தது.

"டாக்டர் நேரமாகுது, கிளம்பலையா" என நர்ஸ் ரோசி கேட்டவுடன் புல்லரித்திருந்த தன் மேனியைத் தொட்டுப் பார்த்து, ஒரு பெரு மூச்சுடன் கிளம்பினாள் திவ்யா.

பிள்ளைகள் மாலையில் விளையாடிக் கொண்டிருந்தன. திவ்யா அவர்-களோடு சேர்ந்து சிறிது நேரம் இருந்து விட்டு, ஆறுமணி போல் மீண்டும் கிளம்பினாள். புவனாவிடமிருந்து போன் வந்தது.

"ஹலோ டாக்டர், நான் புவனா, செல்வியம்மா மகள். என் வீட்டுக்கா-ரரை அங்க கூட்டிடடு வரச் சொல்லி அப்பா, அம்மா சொல்றாங்க, எனக்-குத் தான் ஒரே யோசனை" என்றாள்.

"வணக்கம் சிஸ்டர், நான் இங்கே வந்தே இரண்டரை வருஷத்துக்கு மேலே ஆகிறது. நீங்க ஒரு முறைகூட வந்ததில்லை. தைரியமா வாங்க. என்னால் முடிந்ததை நான் செய்யறேன. ஏதாவது எமர்ஜென்சி என்றாலும்

பதினைந்து நிமிடத்தில் தேவகி ஹாஸ்பிடல் போயிடலாம்" என்றாள்.

"உங்களுக்கு இரட்டை பசங்க இருக்கிறதாம் அம்மா சொன்னாங்க. போன் போட்டா, ஆனந்தை பற்றிக் கேட்டுட்டு, உங்கள் பசங்க புராணம் தான்" என்றாள்.

"வாங்க சிஸ்டர், செல்வி அம்மாவும் சந்தோஷப் படுவாங்க. உங்கள் பையனுக்கும் கம்பெனிக்கு ஆள் இருக்கு. நானும் உங்களுக்குச் சுமாரான தோழியாக இருப்பேன்" எனத் திவ்யா சிரித்தாள் .

" உங்களை யாரு விட்டா.அதெல்லாம் நான் வந்து உங்களை ஃப்ரெண்டு பிடிச்சிடுவேன். அந்தக் காட்டுக்குள்ள இருக்க அதிசயப் பிறவி நீங்க தான்" என்றாள் புவனா. "உங்க பசங்க இருந்தால் கொடுங்க, வரும் முன்னே அவர்களையும் ஃப்ரண்டா ஆக்கிக்குறேன்." என்றாள் புவனா.

"இருங்க ஸ்பீக்கரில் போடுகிறேன். ஆது, அநி இங்க வாங்க இந்த ஆண்டி பேசனுமாம்." என அழைக்கவும் ஓடி இரண்டும் ஓடி வந்தது.

"யாரும்மா அப்பாவா" என்றான் அநி. "இவன் ஒருத்தன், செல்வி பாட்டியோட பொண்ணு , புவனா ஆண்டி " என்றாள் ஸ்பீக்கரில் இருந்தது . "ஆது, அப்பா இல்லையாம், யாரோ கேர்ள்ஸ் நீயே பேசு" என அநி கிளம்பினான்.

"ஹலோ ஆண்டி நீங்க யாரு, எங்க இருக்கீங்க" என்றது ஆது. "நான் புவனா, தஞ்சாவூரில் இருக்கிறேன். நீங்க என்ன பண்றீங்க" என்றாள் புவனா. "நானும் அநித்தாவும் பால் விளையாடுறோம்." என்றது.

"எங்க வீட்டில் ஒரு அண்ணா இருக்கான், நான் கூட்டிட்டு வந்தா, அவனையும் பால் விளையாட சேர்த்துக்கிறியா" எனக் கேட்டாள்.

"ஓகே, வாங்க. பாட்டி வீட்டுக்கு வருவீங்களா, எப்போ வருவீங்க. நாங்க காலையில் ஃப்ளே ஸ்கூல் போவோம். சாய்திடம் வாங்க" என்றது.

"சரிடா தங்கம், சாய்ந்திடமே வர்றோம். அநி பேச மாட்டாரா" என்றாள்.

"அவனுக்கு அப்பாட்ட பேசனுமாம், கேர்ள்ஸ் ட்ட பேசமாட்டானாம்" என்றது ஆது.

திவ்யா சிரித்துக் கொண்டே, "சரிங்க சிஸ்டர், விட்டால் இன்றைக்குப் பூரா பேசுவாங்க. நான் கிளீனிக் கிளம்புறேன். நீங்க சாரைக் கூட்டிட்டு வாங்க" என அழைப்போடு போனை வைத்து விட்டு, அநிருத்தாவிடம் வந்தாள்.

"அநி" எனவும். "அம்மா உன் கூட டூ. நீயும் ஆதுவும் கேர்ள்ஸ் செட்டு நெண்டு பேர் இருக்கீங்க. நான் ஒரே பாய்ஸ். எனக்கு அப்பா வேணும்" என்றான். போனைக் கட் பண்ணியதாகத் திவ்யா நினைத்திருக்க, இது அத்தனையும், அந்தக் குடும்பம் கேட்டுக் கொண்டிருந்தது.

புவனாவை போன் செய்யச் சொல்லி, ஸ்பீக்கரில் போட்டுக் கொண்டு, ஆதித்யன் ஆவலாகக் காத்திருந்தான். அவனுக்குப் பரபரவென இருந்தது. அன்பு, இனியன் லலிதா போன் அருகே அமர்ந்து இருந்தனர்.ஹலோ என்ற

திவ்யாவின் குரலிலேயே ஆதித்யன் கலங்கி, வாயைப் பொத்தி சத்தமில்லாமல் குலுங்கினான். லலிதா அணைத்துக் கொண்டார். அநி அப்பாவா எனக் கேட்ட போது, கண்ணீர் தாரையாகக் கொட்டியது. ஆதுவின் மழலையில் மகிழ்ச்சி அடைந்த போதும், அநி கடைசியில் பேசியதில் ஆதித்யன் பாசத்தில் குரல் எழுப்பி விட்டான்.புவனா வேகமாகக் காலை கட் செய்தாள்.

"அம்மா, நான் எந்த ஜென்மத்தில் செய்த பாவம், எனக்குப் பிள்ளைகள் இருப்பதே தெரியாமல் இருந்திருக்கேன். என் மகன் எனக்காக ஏங்குறான்மா. வர்ஷியோட டூவெல்லாம் போடுறான். என் உடம்பெல்லாம் துடிக்குது" என அழுதான்.

"இனியா,இன்னும் எதுக்குடா என்னைத் தடுத்துக்கிட்டு இருக்க. நான் வர்ஷிகிட்ட பேசுகிறேன். என்னால அவளைச் சமாளிக்க முடியும். என்னைப் போக விடுறா" என்றான்.

"நாளைக்குப் போகலாம் ஆதி. நீ கொடுத்த நம்பரில் பேசிட்டேன். டாக்டர். ரவிசந்திரன் வர்றார். புதுக்கோட்டையில் தேவகி ஹாஸ்பிடலுக்குக் காலையில் வரச் சொல்லி இருக்கிறார். நாம இரண்டு பேரும் போவோம். என்னை அண்ணிக்குத் தெரியும், அதனால் நான் அவங்க முன்னாடி வரமாட்டேன். இது ஓர்க் அவுட் ஆகலைனா, புவனா அண்ணி அன்பு அண்ணாவோடு அங்க போகட்டும்" என்றான் .

இவர்கள் பேசியதைக் கேட்டபடி வந்த ராஜேந்திரன், "நான் வர்றேன்டா. என் மருமகளை இங்கே கூட்டிட்டு வந்துடுவோம். விஜயனுக்கும், கார்த்திக்கும் அவர்கள் கல்யாணம் செய்த போது தராத ஆதரவை, அவன் மகளை என் மருமகளாக்கி ப்ராயசித்தம் தேடிக்கிறேன்." எனக் கண்ணீர் விட்டார்.

"அப்பா, ஆதி அவன் பிரச்சனையைத் தீர்க்கட்டும். அது தான் சரியான வழி. உங்களுக்கும், அவங்க பெத்தவங்களுக்கும் ஏற்கனவே மனஸ்தாபம் இருக்குன்னு தெரிந்தால், டாக்டர் வேறு எங்கயாவது சொல்லாமல் போகவும் வாய்ப்பு இருக்கு. ஆதி முதலில் அவன் பிள்ளைகளோடு சேரட்டும்" என்றான் அன்புராஜன். அதுவே சரியென ராஜன் மாளிகையில் ஏற்றுக் கொள்ளப்பட்டது.

இங்கே வடகாட்டில், முறைத்து நின்ற அநியை, கொஞ்சி சமாதானம் செய்து, திவ்யா கிளினிக் கிளம்பினாள்.

"நீ சமத்துப் பையனா இரு, அம்மா அப்பாவைப் பேசச் சொல்றேன்" என்று, கலாம்மாவிடம் சொல்லி விட்டு கிளினிக் கிளம்பினாள்.அவள் மனம் அடித்துக் கொண்டது. "கடவுளே இந்தப் பிஞ்சு மனதில் இவ்வளவு ஆசை இருக்கிறதே, நான் என்ன செய்வேன். எனக்கு ஒரு வழி காட்டு" என மனதில் பிரார்த்தனை செய்தாள் திவ்யவர்ஷினி.

திவ்யாவின் பிரார்த்தனை, ஆதித்யனின் தவிப்பு இதற்கு ஒரு தீர்வு வருமா. திவ்யவர்ஷினிக்கும் அவளின் இரட்டை குழந்தை, அவற்றின் தகப்பன் அனைவருக்கும் நாளை எப்படி விடியும் பொறுத்திருந்து பார்ப்போம்.

மனம்-7

சேது மாதவன், பரபரப்பாகத் தேவகியின் கேபினுக்கு வந்தார். அதைப் பார்த்த தேவகி நர்ஸை அனுப்பி விட்டு, அவரை நிதானமாகப் பார்த்து, கண்களால் என்னவெனக் கேட்டார். எதிரே இருந்த சேரில் வந்து அமர்ந்து தண்ணீர் குடித்தவரிடம், "என்ன டாக்டர் சார், டூட்டி டயத்தில் வந்திருக்கீங்க" என்றார்

"கொடைக்கானல்லருந்து ரவி காலையில் வர்றதா சொல்லியிருக்கான். திவ்யா சம்பந்தமா, டிவின்ஸை யாரோ தனது பிள்ளைகள்னு சொல்றாங்களாம். காலையில் அவர்கள் வந்துடுவாங்க, ரவி அவன் அப்பாவோடு வர்றான். நம்ம யாரு என்னன்னு விசாரிப்போம், அதன் பிறகு முடிவு பண்ணுவோம்." என்றார்.

"சேது,இது சரியா வருமா, இத்தனை வருஷம் கழிச்சு திடீரென எப்படித் தேடி வர்றாங்க. அவங்க அப்பா, அம்மாவுடைய டெத்தும் ஏதோ ப்ளான்ட் ஆக்சிடென்ட் மாதிரி தெரியுதுன்னு சொன்னீங்களே" என சந்தேகமாய் கேட்க ,

"ஆமாம்மா, ரவி தான் ஆபத்து இருக்குனு சொன்னான். திவ்யாவுக்குக் கூடத் தெரியாது.தெரிஞ்சா யார் என்னன்னு அவர்கள் பின்னாடி அலைவா அது அவள் உயிருக்கே ஆபத்துனு சொன்னான்." என்றார் .

"சரிப்பா, நாம தேடனும்னு நினைச்சோம், தன்னால உண்மை தேடி வருது. திவி, தனியா வெளிநாடு போகாமல் வாழ்க்கையில் செட்டிலான சரிதான்" என்றார் தேவகி.

"நல்லதையே நினைப்போம். நீ தானே மிஸ் அண்டர்ஸ்டேண்ட் மாதிரி இருக்குன்னு சொன்ன, அது சரியான திவ்யாவும் நம்மளை மாதிரி நல்ல வாழ்க்கை வாழுவா. அவளுக்கும் ஒரு அடிமை புருஷன் கிடைப்பார்.ஏவினதை எல்லாம் கேட்கிற ஆள் இருந்தால் மனைவிகளுக்கு ஒரு பலம் தானே."என்றார் மாதவன்.

"எப்படி, உங்களை மாதிரி அடிமை புருஷன், அந்த ஃபைலைக் காணோம், அந்த வாலாட்டைக் காணோம், துண்டு எடுத்துக் கொடு, இதைக் கொண்டா, அதைக் கொண்டான்னு கொஞ்ச நேரம் உட்கார விடுவீங்களா. இதில் இவர் எனக்கு அடிமை வேலை செய்கிறாராம்" என தேவகி குறை பட "ஆமாம்டா தேவிம்மா, எல்லாத்துக்கும் உன்னைச் சார்ந்து அடிமையா தானே இருக்கிறேன்" எனச் சிரித்தார்.

"போதும் உங்க புராணம். என்ன படிச்சு என்ன வேலைப் பார்த்தாலும் கடைசியில் பொம்பளை குடும்பத்துக்கு வேலைக்காரியா தான் இருக்கா. இதில் இவர் அடிமையாம்" என அவர் வார்த்தையைப் பிடித்துக் கொண்டார் தேவகி. கடைசியில் நர்ஸ் வந்து டாக்டர் சாரை "எமர்ஜென்சி" எனத் தேவ-

கியிடமிருந்து மீட்டுச் சென்றார்.

தஞ்சை ராஜன் மாளிகை, ஆதித்யன் நாளை கிளம்புவதற்குத் தனது துணிகளைப் பேக்கிங் செய்தான். இனியன் பார்த்துக் கொண்டே இருந்தான், "அண்ணா நீ என்ன பெரிசா பேக் பண்ற, அங்கேயே டேராவா" என்றான்.

"ஆமாம் டா, ஒரு வாரம் நீ இங்க எல்லாத்தையும் பாத்துக்க. அதன் பிறகு ஒரு மணிநேரம் தானே ட்ராவல் நான் தினமும் வந்துட்டுப் போறேன்."என்றான் ஆதித்யன்.

"டேய் ஆதி, டாக்டரம்மா அட்மிட் பண்ணிக்குவாங்களான்னே தெரி-யலை, அதுக்குள்ள குடும்பம் நடத்த ப்ளான் போடுற" என்றான். ஆதித்யன் முகத்தில் இத்தனை நேரம் இருந்த அழுகை, கதறல், தவிப்பு எல்லாம் போய், ஓர் பதட்டம் மட்டும் இருந்தது.

"அதெல்லாம் நான் சமாளிச்சுக்குவேன். என்னைப் பார்த்தா எங்க மாறி-டுவோமோன்னு தானே ஓடிக்கிட்டே இருந்தா. நேருக்கு நேர் பார்த்த பிறகு என்ன செய்வான்னு பார்க்கிறேன்."என நம்பிக்கையாகப் பேசினான்.

"ஒரே நாளில் ஒரே ஆள் விதவிதமா மாற முடியுமா, சாய்ந்திரம் வரை சின்னபிள்ளையாட்டம் அழுதுகிட்டு இருந்த. இப்போ பயங்கரக் கான்பி-டென்ஸ், பிஸ்னஸ் மேன் ஆகிட்ட"என்றான் இனியன்.

"ஆமாம் முதல்ல அவளுக்குப் புருஷனா, பிள்ளைகள் அப்பாவா பேசிப் பார்ப்பேன், வழிக்கு வரலைனா பிஸ்னஸ் மேன் ஆதித்யன் தான் சரி. எது எப்படியோ எனக்கு வர்ஷியும், பிள்ளைகளும் வேண்டும். என் மகன் என்-னைத் தேடுறான், இதற்கும் மேல் சும்மா உட்கார்ந்து இருக்க முடியாது" எனத் தீர்மானமாகப் பேசினான்.

"நல்லபடியா, அண்ணியும் பிள்ளைகளும் வீடு வந்து சேரட்டும். அப்-போது தான் எல்லாருக்கும் நிம்மதி" என்றான் இனியநாதராஜன்.

தன் துணிகளை எடுத்து வைத்த போது, ஒரு க்ரீம் கலர் சட்டையை, பார்க்கவும் ஆதித்யன் முகம் கனிந்து அதைத் தடவிப் பார்த்தான். நினைவு-கள் அவள் பரிசளித்த நாளுக்குச் சென்றது.

விஜயன், திவ்யாவை இறக்கி விட்டுச் செல்லவும், அந்தப் பவழமல்லி மரத்தடியில் தன் மனதைத் தெரிவித்து அவள் கையில் முத்தமிட்டான். சிலையாகி இருந்த திவ்யா ஆறுமாதம் அவகாசம் கேட்டாள். தனது கையோடு கொண்டு வந்து பார்சலை அவனிடம் நீட்டினாள். "இது என்ன வர்ஷி" என்றான்.

" உங்களுக்காத் தேடி வாங்கினேன். சைஸ் சரியா இருக்கும்னு நினைக்-கிறேன். என்னைக் காப்பாற்றினப்போ, சட்டை எல்லாம் கிழிஞ்சு இருந்தீங்-களா, அதே மனசுல ஓடிட்டு இருந்துச்சு, அது தான் நேற்று மலைக்குப் போகும் போது வாங்கிட்டு வந்தேன்" என்றாள்.

"ஓ இழப்பை ஈடு செய்யறீங்க, வேறு ஒண்ணும் இல்லையே" என்றான். அவன் குரலில் என்ன இருந்தது எனத் தெரியவில்லை.

"நித்யன் என் உயிருக்கோ, உங்கள் உயிருக்கோ இந்தச் சட்டை விலை-தான் மதிப்பா. உங்களுக்காக ஏதாவது வாங்கனும்னு தோனிச்சு. வாங்-கிட்டேன். பிடிக்கலைனா கொடுங்கள் நானே எடுத்துட்டுப் போறேன்" என முறுக்கினாள் .

"நான் பிடிக்கலைனு சொன்னேனா, டாக்டரம்மா இந்த அளவாவது, மனம் இரங்கி எனக்காக யோசிச்சதே சந்தோஷம். இதையே கன்டின்யூ பண்ணி , என்னை உங்கள் சிந்தையில் வச்சுக்குங்க. அப்படியே பதவி உயர்வு கொடுத்து, இதயத்துக்கும் மாற்றி விட்டுடுங்க, சரியா?" என்றான்.

அவன் சொன்ன விதத்தில் திவ்யாவுக்குச் சிரிப்பு வந்தது, வெள்ளி நீர்-வீழ்ச்சி போலக் கலகலவென நகைத்ததில் முன்னே வந்து இடை சுற்றிய தனது பின்னலைக் கையில் எடுத்து, ஆட்டிக் கொண்டே, "ஆகா காவிரித் தண்ணீர் குடித்து வளர்ந்ததால் சொல் வளம், நல்லா செழிப்பாகவே இருக்கு. " என்றாள்.

"கம்பன் வீட்டுக் கட்டுத் தறியும் கவி பாடும்னு சொல்லுவாங்க. தஞ்-சாவூரகாரன் இந்த அளவாவது பேசிக்கிறேன்" என்றான். பின்னர் அவளின் வேலை நேரம், ஓய்வு நேரம் எல்லாம் கேட்டுத் தெரிந்து கொண்டான்.

"இங்கே இன்னும் எத்தனை நாள் இருப்பீங்க" எனக் கேட்டாள்."நீ இருந்தா டேரா போடலாம், அதுதான் கிளம்புறியே, எஸ்டேட் வேலையை முடிச்சு விட்டாச்சு, மாசம் ஒரு தரம் வந்தா போதும். விஜயன் அங்கிள் மற்-றதைப் பார்த்து, ஏற்பாடு செய்யறதா சொல்லியிருக்காங்க" என்றான். போன் நம்பர்களை ஏற்கனவே பரிமாறிக் கொண்டிருந்தனர்.

"வர்ஷி, மதுரை வழியாகத்தான் ஊருக்கு போகனும், நாளைக்குச் சேர்ந்தே போகலாமா" என்றான்."நீங்க நாளைக்குக் கிளம்பறதா சொல்லவே இல்லை" என்றாள். "நீயும் இப்பதானேம்மா கிளம்புறேன்னு சொல்றே" என்-றான்.

"நீங்களே ட்ரைவ் பண்ணிப் போகக் கூடாது, ட்ரைவர் போட்டுட்டுப் போங்க" என டாக்டராக உத்தரவிட்டாள்.

"டாக்டரம்மா உத்தரவு, மீற முடியுமா, மதியத்துக்கு மேல் கிளம்புவோம்" என்றான். விஜயன் வரவும் அவரிடமும் சொல்லி விட்டு, மேனேஜரிடம் மற்ற வேலைகளைச் சொல்லி அடுத்த நாள் கிளம்ப ஏற்பாடு செய்தான்.

அடுத்த நாள் மதியம் சாப்பாட்டுக்குக் கார்த்திகைச் செல்வி அழைப்பு விடுத்திருந்தார், எனவே முற்பகலில் சென்றான். நால்வருமாகப் பேசிக் கதைத்து உண்டு முடித்து, மூன்று மணிக்குக் கிளம்பினர். அவன் காரில் கூடை கூடையாகப் பழங்களை நிறைத்தார் விஜயன். "உங்கப்பாக்குப் பிடிக்-கும் கொண்டு போங்க" என்றார் விஜயன்.

"என்ன அங்கிள் அவர் கூடப் பழகின மாதிரி சொல்றீங்க" என்றான் ஆதி. விஜயன் சமாளித்து, " எங்க தலைமுறை ஆட்கள், இது மாதிரி பழங்-களைச் சாப்பிட்டு வளர்ந்தவங்க, அதுதான்" என்றார்.

திவ்யாவுக்குத் தனிப் பேக்கிங் இருந்தது. ட்ரைவர் கரை ஓட்ட, இவர்கள் பின்னிருக்கையில் அமர்ந்து கதைத்த படி பயணம் செய்தனர். மதுரையில் அவளை இறக்கி விடும் முன் நான்கு வழிச் சாலை ஹோட்டலில் காபி குடித்தனர்.

அந்த ஹோட்டலில் நூதனமான கைவினைப் பொருட்கள் விற்பனைக்கு இருந்தது. மரத்தாலான காற்றில் அசைந்து ஒலி எழுப்பும் ,காற்று மணி அவளுக்கு வாங்கிப் பரிசளித்தான்." இது அசையும் போதெல்லாம் என் ஞாபகம் வரட்டும்." என்றான். அதோடு மரத்தாலான தோடு வளையல், கீ செயின், பேக் என இவள் எடுத்து வைத்த போது, "டாக்டரா இருந்தாலும் இதெல்லாம், ஆசைப் பட்டு வாங்குவது இயல்பானதோ" என்றான்.

"ஆமாம், உங்கள் வீட்டுக்கு ஒரு செட் எடுக்கவா" என்றாள். "அம்மா தாயி, அவங்க எல்லாம் தங்க நகை போடுற ஓல்டு பேசன் பெண்மணிகள். உனக்கு மட்டும் எடு" என்றான். அதன் படி அவனுக்கு ஒரு கீசெயின் மட்டும் பரிசளித்தாள்.

திவ்யாவை , மருத்துவக் கல்லூரி விடுதியில் கொண்டு விட்டான். லக்கேஜை அவன் தூக்க முயன்ற போது மறுத்து விட்டாள்.

ஆதித்யன் விடை பெறும் நேரம் வந்தது, "ஓகே நித்யன் நீங்க கிளம்புங்க. கொஞ்ச நாள் வலது கையில் கனமானதைத் தூக்காதீங்க. இடது காலை ஊன்றி நடக்கக் கூடாது" என வரிசையாக அடுக்க, "சரிங்க மேடம், சரிங்க மேடம் " எனத் தலையாட்டினான்.

"நான் சீரியஸா சொல்றேன், நீங்க கிண்டல் பண்றீங்களா" எனக் கோபித்தாள்.

பதட்டமான ஆதித்யன்,"வர்ஷி, சீரியஸா சரின்னு சொல்றேன். கிளம்பும் போது கோபிக்காதே, அதே மனசை உருத்திக்கிட்டே இருக்கும்" எனக் கையைப் பிடித்தான். அவன் பதட்டம் பார்த்து, "என் கோபத்தைப் பார்த்து உங்களுக்கு அவ்வளவு பயமா" என்றாள்.

"இல்லையா பின்னே, வர்ஷி மேடம் இங்க இருக்காங்க. லேசா கோபித்தாலும் என் ஹார்ட் பீட் காட்டிக் கொடுத்திடும்" என இதயத்தைக் காட்டியபடி சொன்னான்.

"அடேங்கப்பா, தஞ்சாவூர் காரர் தலை தூக்குறார்" என்றாள். சிரித்தபடி அவளோடு நடந்து அனுமதிக்கப்பட்ட இடம் வரை வந்தவன். இடது கையில் ஒரு லக்கேஜை எடுத்து வந்தான்.

அவள் தோழி டாக்டர்கள், ஆரவாரமாக வந்து அவளை அணைத்துக் கொண்டு, "என்னடி எங்க அயிட்டம் எல்லாம் கொண்டு வந்தியா. சார் யார், உன்னை விட்டு பார்வை திரும்ப மாட்டேங்குது" என்றார்கள்.

ஆதித்யன் சிரித்தபடி நின்றான், சிறு அறிமுகத்தோடு, "இதை எடுத்துட்டு போங்கடி , இவரை அனுப்பிட்டு வருகிறேன்" என அவனோடு திரும்பி வந்தாள்.

பாதையில் பார்வை இல்லாமல் அவள் கால் இடறியது, அவள் விழப் போகும் போது, ஆதித்யன் பிடித்துக் கொண்டான். "வர்ஷி பார்த்து" என்-றான். "கல் தட்டிடுச்சு , வேறு ஒண்ணும் இல்லை. நீங்க போய்ச் சேர்ந்த பிறகு எனக்குப் போன் பண்ணுங்க. நான் எதிர் பார்த்துக் கிட்டே இருப்பேன்" என்றாள் .

"கட்டாயம்" என்றவன் சுற்றி ஓர் பார்வை பார்த்து விட்டு தோளோடு அணைத்து, "போய்ட்டு வர்றேன்டா" என அவள் நெற்றியில் முத்தமிட்டான். திவ்யாவுக்குக் கலங்கிப் போனது, இதுபோல் அவள் தந்தை தாயிடம் உரிமை பாராட்டுவார். தலையை மட்டும் அசைத்து வழியனுப்பி வைத்தாள். ஆதித்-யன் அம்மாவின் குரலில் மீண்டான்.

"ஆதி நான் உன்கூட வரவா, எனக்கு மருமகளையும், பேரன் பேத்-தியையும் பார்க்கனும்னு ஆசையா இருக்கிறது. கார்த்தியுடைய மகளென்று சொல்ற, எடுத்தெறிந்து எல்லாம் பேசமாட்டாள். அவள் அம்மா, நிச்சயம் அது மாதிரி வளர்த்து இருக்க மாட்டாள்" என்றார் லலிதா.

ஆதி அம்மாவைப் பார்த்தவன் அவர் கையைப் பிடித்துக் கொண்டு "அம்மா உங்க ஆர்வம் எனக்குப் புரியுது. அவளுக்கு என் மேல் இருக்க கோபம் குறையட்டும், அன்பு கூட வாங்க. ஒரு வாரம் டைம் குடுங்க. நான் சொல்றேன்" என்றவன், அவரை உட்காரவைத்து அவர் மடியில் தலைசாய்த்-துக் கொண்டு கேட்டான். "அம்மா கல்யாணம் பண்ணாமலே பிள்ளையைப் பெத்துருக்கானேன்னு என் மேல் உங்களுக்குக் கோபம் வருதா, என்னைப் பார்த்தால் சரியான பெண் பித்தனா இருப்பானோன்னு தோனுதா?" எனக் கவலையாகக் கேட்டான்.

"ஆதி இது அந்தப் பொண்ணு மேல் நீ வச்சிருந்த ஆசையில்,அவள் உன்னுடையவள்னு உணர்ச்சி வயப்பட்டோ அல்லது உன் சுயநினைவு இல்-லாமல் கூட நடந்திருக்கலாம். நான் என்மகன்களைப் பெண்பித்தனா எல்லாம் வளர்க்கவில்லை. எனக்குத் தெரியும்'' என தேற்றியவர்,'' எல்லாம் விதிப்படி தானே நடக்கும்" என பெருமூச்சு விட்டார்.

"அம்மா நான் உங்க மகன், அதனால் இப்படிச் சொல்றீங்க. பொதுவா வர்ஷியைப் பார்க்குறவங்க என்னைத் தப்பா தானே நினைப்பாங்க. என் கேரக்டரையே தப்பா நினைக்க வாய்ப்பு உண்டு. வர்ஷியையும் அப்படி நினைப்பாங்களே" எனக் கவலைப் பட்டான்.

"ஆதி, இனியன் சொன்னதை வைத்துப் பார்த்தா, உன்னை வெளிநாட்-டில் இருக்கிற மாதிரி தான் அந்தப் பொண்ணு சொல்லி வச்சிருக்கு. இன்-னொரு விசயம். நம்ம மனசு சுத்தமா இருந்தா எதைப் பற்றியும் கவலைப் பட வேண்டாம். அவளும் புரிஞ்சுக்குவா கவலைப் படாதே" என மகனைத் தேற்றினார். நேற்றிலிருந்து அவன் மனதை அரித்த கேள்விகளுக்கு, அவன் அம்மாவின் பதில் ஆறுதல் தந்தது.

திவ்யவர்ஷினி, தன் பிள்ளைகளுக்காக வேகமாக நோயாளிகளைக் கவனித்து விட்டு வீட்டுக்கு வேகமாக வந்தாள். வீட்டின் நாலாபுறமும் இருள் கவ்வி கிடந்தது. இரவின் நிசப்தம், அதில் மரங்களின் அசையும் ஓசை, தவளைச் சத்தம், சில்வண்டுகளின் ரீங்காரம். ஜல், ஜல் எனும் சலங்கைப் பூச்சிச் சத்தம். தண்ணீர் கொட்டும் போர் சத்தம். மா எனும் பசுவின் அழைப்பு.

பண்ணைக்காரன் வைத்துக் கேட்டுக் கொண்டிருக்கும் ரேடியோ பாட்டு, கனகரத்தினம் டீவியில் பார்த்துக் கொண்டிருந்த செய்திகளின் சத்தம் எல்லாம் தெளிவாகக் கேட்டது. இரவு வயல்களுக்குத் தண்ணீர் பாய்ச்சவென வேலைக்குப் பெண்கள் வருவார்கள். பண்ணைக்கார வேலப்பனும், ராக்குவும் மாடு கன்றுகளைப் பார்த்துக் கொண்டு வெளியே காற்றாட இருப்பார்கள். மற்றபடி திருட்டுப் பயம் என்பது இருக்காது. நம் மனதின் குரல்கள் நமக்கே சத்தமாகக் கேட்கும், அவ்வளவு அமைதி.

திவ்யாவின் வீட்டில் தான், சத்தம் இருக்கும். அநி,ஆதி சண்டை, திவ்யாவின் குரல் கேட்டுக் கொண்டே இருக்கும். இன்று, தோசை மாவில் பூ, இலை, மீன், பட்டாம் பூச்சி என ஸ்பூனில் பல வடிவங்களில் தோசை ஊற்றி பழங்கள் கொண்டு வீட்டில் செய்த ஜாம் வைத்து அவர்களுக்குச் சின்னச் சின்னத் தட்டுகளில் வைத்துச் சாப்பிடக் கொடுத்தாள்.

அநி அப்பாவிடம் பேச வேண்டும் என்பதை மறந்திருந்தான். கொஞ்ச நேரம் கார்ட்டூன் போட்டு விட்டு,தன் வேலைகளை முடித்து வந்து இரட்டையர்களுக்குப் பால் ஆற்றித் தந்து விட்டுத் தூங்க வைத்தாள்."அம்மா பாட்டுப் பாடு" என அவள் கையை ஆது பிடித்துக் கொண்டது. இன்றும் நேற்று போல் இருவரையும் அணைத்தவாறு, சினிமாவில் வந்த தாலாட்டுப் பாடல்களைப் பாடினாள். இரண்டும் அன்னை மடியில் ஆனந்தமாகத் தூங்கின.

அழகான அந்தக் காலைப் பொழுது, திவ்யாவின் குடும்ப வாழ்வில் இனிய வசந்தத்தை இன்று கொண்டு வர இருக்கிறது. அவளுக்கு விருப்பமோ இல்லையோ இது நடந்தே தீரும். அவளின் நலவிரும்பிகள் அவளை விட மாட்டார்கள். காலையில் எழுந்த போதே திவ்யாவுக்கு ஏதோ படபடப்பாக இருந்தது.

ஆதித்யன் வீட்டில் அனைவரிடமும் சொல்லிக் கொண்டு கிளம்பி விட்டான். தனது வாழ்வின் முக்கியமான தினம்.தன் மனதுக்கு இனியவளை, அவளின் வெறுப்போடு எதிர் கொள்ளப் போகிறான். உடன் வருகிறேன் என்ற இனியனையும் தவிர்த்து விட்டு, தான் மட்டும் புதுக்கோட்டை நோக்கிக் காரைச் செலுத்தி வந்தான். தனது இரத்தமான இரட்டைக் குழந்தைகளை, மூன்று வருடம் கழித்து முதல்முறையாக அவர்கள் முகம் பார்க்கும் ஆவலுடன் காரை விரட்டினான்.

ஆதித்யன், தானே நேரடியாக ரவியுடன் தொடர்பு கொண்டான். ராஜன் எஸ்டேட் உரிமையாளர் எனவும், தான் வைத்தியம் பார்த்தது நினைவில்

வந்து, பேசினான் ரவி. தேவகி பவனத்தின் முகவரியை, லொகேஷன் அனுப்பி அங்கே வரச் சொன்னான் dr. ரவிச்சந்திரன். காலை உணவை ஹோட்டலில் முடித்துக் கொண்டு ஒன்பதரை மணிக்குச் சரியாக, தேவகி பவனத்தின் வாசலிலிருந்து அழைத்தான். ரவி வெளியே வந்து அழைத்துச் சென்றான். காரை இவர்கள் வீட்டின் பக்கவாட்டில் நிறுத்தி விட்டு வந்தான்.

ரவி, ஆதித்யனைப் பார்க்கவும், கைக் குலுக்கி, "ஹலோ மிஸ்டர். ஆதித்யன், திவ்யாவை ஜீப் ஆக்சிடென்டில் இருந்து காப்பாற்றுனீங்களே, அதே ஆதித்யன் தானே " என்றார்.

"ஆமாம் டாக்டர், என்னை இவ்வளவு நல்ல விதமாக ஞாபகம் வைத்துக் கொண்டதற்கு நன்றி" என்றான்.வாங்க என அழைத்து வந்ததும், உள்ளே பொன்னுசாமியைப் பார்த்துவிட்டு, "வணக்கம் சார், என்னை ஞாபகம் இருக்கா. விஜயன் அங்கிள் வீட்டில் பிறகு வந்து பார்த்தேனே" எனச் சொல்லும் போதே, அவர்கள் மரணத்தை உச்சரிக்கக் கூடத் தயங்கும் அவன் குணத்தைக் கணக்கில் எடுத்துக் கொண்டனர்.

"நீங்க தானாத் தம்பி, அன்னைக்கே திவ்யாவைப் பற்றி விசாரிச்சிங்களே. வாழ்க்கையில் விதி எப்படி எல்லாம் விளையாடுது. இனிமேலாவது நல்ல காலம் பிறக்கட்டும்" என்றார்.தேவகி, சேது மாதவனை அறிமுகம் செய்து வைத்தான் ரவி.

"டாக்டர் தம்பதி, என்னுடைய நண்பர்கள். இவர்கள் மூலமாகத் தான், திவ்யாவை கவனிச்சுக்கிறேன். எங்களிடமிருந்தும் விலகித் தான் இருக்கிறாள்" என்றான்.

ஆதித்யன், தானே அறிமுகம் செய்து கொண்டான். "வணக்கம் டாக்டர். நான் ஆதித்யன். தஞ்சாவூரில் குடும்பம் தொழில் இருக்கு. தாண்டிக்குடி எஸ்டேட் வாங்கிச் சீர் திருத்த போனப்ப தான் வர்ஷி, ஐ மீன், திவ்யவர்ஷினி, விஜயன் அங்கிள், ஆண்டி பழக்கம். இப்போது வர்ஷி இருக்குமிடத்தின் உரிமையாளர், கனகரத்தினம் என் தாய் மாமா. இரண்டு நாள் முன்னாடி, என் தம்பி இங்கே வந்தான். என் பிள்ளைகளைப் பார்த்துட்டு வந்து அவன் சொன்ன பிறகு தான் எனக்குத் திவ்யவர்ஷினி ,இங்க இருக்கிற விசயமே தெரியும்" என முழுக் கதையும் ஒப்பித்தான்.

" மிஸ்டர். ஆதித்யன், உங்களைப் பார்த்ததில் எங்களுக்கு ரொம்பச் சந்தோஷம். திவ்யா எங்களுக்குத் தங்கை மாதிரி. இரத்த உறவு இல்லாத போதும். நாங்க அவளுடைய வெல்விஷர்ஸ். நீங்க நேரில் கூடப் பிள்ளைகளைப் பார்த்ததில்லை, அவர்கள் உங்கள் பிள்ளைகள்னு எப்படி இவ்வளவு உறுதியாகச் சொல்றீங்க" என்றார்.

ஆதித்யன் திட்டவட்டமாகப் பேசினான், "வர்ஷி தான் அந்தப் பிள்ளைகளின் அம்மான்னா, சந்தேகமில்லாமல் நான் தான் அவர்கள் அப்பா. என் பிள்ளைகளுக்கு மட்டும் தான் அவள் தாயாக இருக்க முடியும். உங்கள் திருப்திக்காக எந்த டெஸ்ட் எடுக்கச் சொன்னாலும் நான் ரெடி" என்றான்

அவனின் உறுதியில் நால்வரும் அதிசயமாகப் பார்த்தனர்.

"நீங்க ஒத்துக்கிறீங்க சார், உங்கள் அப்பா, அம்மா அவர்களை ஏத்துக்கனுமே" என்றார் மாதவன். "உங்களுக்கு, இந்த நாலு வருஷத்தில் திருமணம் ஆகியிருந்தால் என்ன செய்கிறது" என்றார் தேவகி. அது தானே திவ்யாவின் முக்கியக் குற்றச் சாட்டு.

"என் வர்ஷியை முதன், முதலில் பார்த்த நொடியிலிருந்து இப்போது வரை அவள் மட்டும் தான் என் மனதில் இருக்கா. நாலு வருஷமா நான் தேடாத இடம் கிடையாது. அவளுடைய பேட்ச் டாக்டர்கள் எல்லாரிடமும் விசாரிச்சுக்கிட்டு இருக்கிறேன். நீங்க அவளுடைய சூப்பர் சீனியராக இருக்கனும். என்கிட்ட உள்ள லிஸ்டில் உங்கள் பெயர் இல்லை" என்றான்.

"எங்கள் அப்பா, அம்மா வர்ஷியைக் கட்டாயம் ஏத்துக்குவாங்க. நேற்று தான் இன்னொரு விசயமும் எனக்குத் தெரிஞ்சது. விஜயன் அங்கிலும் எங்கள் அப்பாவும் நண்பர்கள். கார்த்திகை ஆண்டி எங்கள் வீட்டில் வளர்ந்தவங்களாம். தூரத்து உறவு,ஆனால் மகள் போல வளர்த்தோம்னு சொன்னாங்க. இரண்டு பேரும் காதலிச்சது தெரியவும், தாத்தாவுக்குக் கோபம். அங்கிள் குடும்பத்தில் ஏதோ வில்லங்கம் இருக்கிறது, நண்பனா இருக்கட்டும், மருமகனா ஏத்துக்க முடியாதென்று தாத்தா சொல்லிட்டாங்களாம்.

அதை மீறி, அங்கிள் எல்லார் முன்னாடியும் வந்து கூப்பிடவும், ஆண்டியும் கிளம்பபிட்டாங்க. வளர்த்த பாசம் இல்லாம, தூக்கிப் போட்டுட்டு ஆண்டி போறாங்க, என்பதில் தாத்தாவுக்குக் கோபம். அப்பாவால் தாத்தாவை மீறி எதுவும் செய்ய முடியவில்லை. இதை நேற்று அப்பா அழுதுகிட்டே சொல்லும் போது தான் தெரிஞ்சுகிட்டேன்." என நிறுத்தியவன்.

"அப்பா, அம்மா இரண்டு பேரும் நாங்களும் வர்றோம்னு கிளம்பினாங்க . நான் தான் என் மேல் வர்ஷிக்கு இருக்கிற கோபம் என்னன்னு பார்த்துச் சரி செய்த பிறகு வாங்கன்னு சொல்லிட்டு வந்தேன்" என்ற ஆதித்யன், போன் போட்டுக் கொடுத்து பொன்னுசாமியைத் தனது தந்தையுடன் பேசச் சொன்னான். பிறகு டாக்டர்களிடமும் ராஜேந்திரன் பேசினார். அதன் பிறகு டாக்டர்கள், கனகரத்தினத்திற்குப் போன் செய்து, திவ்யாவை மட்டும் அழைத்து வரச் சொன்னார்கள்.

கனகரத்தினம், திவ்யாவை அழைத்து வந்தாரா. ஆதித்யன் திவ்யா சந்திப்பு எவ்விதம் அமையும். தளிர் மனங்கள் தேடும் தகப்பன் அவர்களுக்குக் கிடைப்பாரா, பொறுத்திருந்துப் பார்ப்போம்.

மனம்-8

திவ்யவர்ஷினி, காலையிலிருந்தே ஏதோ ஓர் பதட்டம் அவளைச் சூழ்ந்தது போலவே உணர்ந்தாள். ஏதோ இனம் தெரியாத உணர்வு. நேற்று, ட்ராவல் ஆட்களுடன் பேசியதில் மூன்று மாதத்தில் எல்லா ஏற்பாடுகளும் செய்து

விடலாம் என்று சொல்லி இருந்தனர்.

நியூசிலாந்தில் செட்டில் ஆவதற்குப் பணமும் தேவைப் பட்டது. தாண்டிக்குடி போய் மற்றவற்றை முடித்துக் கொண்டு பொன்னுசாமி மாமாவிடமும் சொல்லிக் கொண்டு கிளம்ப வேண்டும் என நினைத்தாள்.

பிள்ளைகளை அழைத்துச் செல்வதா வேண்டாமா என்ற குழப்பம் இருந்தது. தான் மட்டும் சென்றால், அப்பா, அம்மாவின் நினைவில் என்ன ஆவேனோ என்ற பயமும் வந்தது. அன்றைய நாளை நினைத்துப் பார்த்தாள். எவ்வளவுக்கு, எவ்வளவு மறக்க நினைக்கின்றாளோ,அந்த அளவு கண் முன் நினைவுகள் தாண்டவமாடும்.

இன்றும் நினைவு வந்தது, அதிலும் அவளின் தேற்ற இயலாத அந்தச் சோகத்தில், அவன் மீது கோபமிருந்த போதும், அவளின் நித்யனை மனமும் , ஆறுதலாக அவன் தோளில் சாய வேண்டும் என உடலும் துடித்தது. தனது தாய் தந்தையுடன், அவனும் அவ்வளவு நன்றாகப் பழகி இருந்ததில், அவர்களின் பிரிவை அவன் புரிந்து ஆறுதல் தருவான் எனத் தோன்றியது. இரண்டு நாட்கள் கழித்துச் சம்பிரதாயமான போன் அழைப்பு வரவும், நொந்துபோய்ப் பேச மறுத்தாள். சாப்பிடாமல் மயங்கிக் கிடந்தாள், உடல் சோர்ந்தது.

பொன்னுசாமியும், அவர் மனைவியும் அவளைத் தேற்றச் செய்த முயற்சிகள் தோற்றன. சாப்பிடாமல் கிடந்த போதும் குமட்டல் வந்தது. முதலில் சரியாகச் சாப்பிடாததால் வந்த குமட்டல் என நினைத்தால், சோர்வும் மயக்கமும் அதிகமாக மாதவிடாய் தள்ளியிருக்குமோ என்று ஒரு நொடி பொறி தட்ட, ரகசியமாக மலைக்குச் சென்று, பரிசோதனை செய்தாள். பாசிடிவ் என வரவும், அழுவதா, சிரிப்பதா எனத் தெரியவில்லை.

ரவிசந்திரனிடம் மட்டும் சொல்லி விட்டு ஒரு வாரத்தில் காரியம் முடித்துக் கிளம்பினாள். அன்று தாண்டிக்குடி விட்டுக் கிளம்பியது தான். ரவி தான் அவர்களது பண்ணையிலிருந்து வரும் வருமானத்தை அவள் பேங்க் அக்கவுண்டில் செலுத்தி வந்தான். தனக்கும் எதுவும் தெரியாது என்றே, தனது தந்தை முதல் அனைவரையும் நம்ப வைத்திருந்தான்.

பிள்ளைகள் பிறந்த பிறகே தேவகி, சேது மாதவன் பாதுகாப்பில் இங்கு இருக்கிறாள். தன் வாழ்க்கையில் தாய் தந்தையரே சகலமும் என வாழ்ந்தவள், அவர்களுக்கு மாற்றாகத் தனது பிள்ளைகளை அந்த ஸ்தானத்தில் வைத்துக் கொண்டாள்.

இந்தக் குழந்தைகளைத் தனக்கு வரமாக அருளத்தான் கடவுள் நித்தியனை என் வாழ்வில் அனுப்பினார் போலும் எனத் தன் சங்கிலியைத் தொட்டுப் பார்த்துக் கொண்டாள். தாலிக் கொடி போன்ற அவள் சங்கிலியில் தாலிக்குப் பதில் அவன் தந்த 'Nithya varshi' என்று எழுத்துக்கள் பின்னப்பட்டுத் தங்கத்தில் டாலராக இருக்கும். அதனைத் தொட்டுப் பார்த்துக் கொண்டாள்.

அவள் யோசனையாக க்ளினிக்கில் அமர்ந்திருக்க, கனகரத்தினம் போன் செய்தார். தேவகி அழைத்தார் எனவும், டாக்டர் யாரும் அமைந்து விட்-டார்களோ என அவரோடு கிளம்பினாள். பிள்ளைகளின் பொறுப்பை நர்ஸ், கம்போண்டர், கலாம்மா என எல்லாரிடமும் கொடுத்து விட்டுக் கிளம்பினாள்.

தேவகி பவனத்தில், ஆதித்யன், "டாக்டர் நான் வரும் அவசரத்தில் அப்படியே வந்துட்டேன். வர்ஷி வருமுன் நான் கடைக்குப் போய்ட்டு வர்-றேன்.அவள் வந்த உடனே நான் வந்துடுவேன். எனக்குக் கால் பண்ணுங்க. நான் இங்க இருப்பது தெரிய வேண்டாம் ப்ளீஸ்" எனக் கிளம்பினான்.

தன்னைப்பற்றி டாக்டர்கள் பேசி ஒரு முடிவுக்கு வரட்டும் என இடம் கொடுத்து ஒதுங்கினான். அவர்களுக்கும் அது புரிந்தது. திவ்யாவின் வரு-கைக்காகக் காத்திருந்தனர். கனகரத்தினம், திவ்யாவோடு தேவகி பவனம் வந்தார், தேவகி வரவேற்றார்.

" என்ன டாக்டர் அவசரமா, வரச் சொன்னீங்களே, ஏதாவது முக்கிய-மான விசயமா" என்றார் கனகரத்தினம்."அக்கா என்ன விசயம்" என்றாள் திவ்யா.

"உன்னைப் பார்க்க கெஸ்ட் வந்திருக்காங்க" என்று மட்டும் சொன்னாள். போன் செய்ததில் கண்டு பிடித்து வந்து விட்டானோ? " என இதயம் வேக-மாக அடித்தது.

கால்கள் பின்னிக் கொண்டன, ஆனாலும் எவ்வளவு நேரம் கடத்த முடி-யும், வீட்டிற்குள் வந்தாள். பொன்னுசாமி மாமாதான் எதிர் கொண்டார், "திவ்யாம்மா நல்லா இருக்கியாடா" என வாஞ்சையாக அணைத்தார். அவரைப் பார்க்கவும், அப்பா ஞாபகம் வந்தது. இதோ வருகிறேன் என உருண்டு திரண்ட கண்ணீரை அடக்க முயன்றாள்.

"அப்பா இல்லாத மலையில் நமக்கென்ன வேலைன்னு, இந்த மாமா-வையும் மறந்துட்டியாடா?" என அவர் கண்கலங்கக் கேட்கவும் ஏற்கனவே உணர்ச்சி வயப்பட்டு இருந்த திவ்யாவின் கண்களில் கண்ணீர் வடிந்தது. அவர் அணைத்துக் கொண்டார்.

பொங்கி வந்த கண்ணீரைக் கைக்குட்டைக் கொண்டு துடைத்தாள், கண்-ணீர் பார்வையை மறைத்தது. விஜயன், கார்த்திகையின் நினைவில் உதட்-டைக் கடித்து அழுகையைச் சமாளிக்கப் பார்த்தும் முடியாமல் நெஞ்சம் விம்ம, உடைந்து அழுதாள்.

"அவங்க தான் என்னை அநாதையாக்கிட்டுப் போய்ட்டாங்களே மாமா" எனக் கதறினாள். ரவியும் வந்து அணைத்துக் கொண்டான், "திவிம்மா அப்-படியெல்லாம் பேசாதடா, உனக்கு நாங்க இருக்கோம்" என்றான்.

அவள் ஏக்கமாகப் பெருமூச்சு எடுத்து விம்மவும், தேவகி வந்து கூட்டிப் போனார். அவளைத் தோளோடு அணைத்து, முதுகைத் தடவி தண்ணீர் கொடுத்தார்."சாரிக்கா, மாமாவைப் பார்க்கவும், அப்பா, அம்மா ஞாபகம் வந்-திருச்சு" எனத் தன்னை நிலைப் படுத்திக் கொண்டவள். முகத்தைச் சீராக்கிக்

கொண்டு வந்து அவர்கள் மத்தியில் உட்கார்ந்தாள்.

கனகரத்தினத்தை மாதவன் வரவேற்று விவரம் சொல்லியிருந்தார். பொன்னுசாமி, ரவியையும் அறிமுகம் செய்து வைத்திருந்தார். அவர்கள் வீட்டினர் நலமறிந்த பின்னர், "மாமா, நானே வரனும்னு நினைச்சேன். நான் நியூசிலாந்தில் செட்டில் ஆகலாம்னு பார்க்கிறேன். வீடு பண்ணை எல்லாம் விற்க ஏற்பாடு பண்ணுங்க" என்றாள்.

"என்னம்மா, ஒரேடியா விட்டுட்டுப் போறேங்கிற" என்றார் பொன்னுசாமி.

அந்த நாடு நல்ல பாதுகாப்பான நாடு தான், என் கூடப் படித்த டாக்-டரெல்லாம் அங்க இருக்காங்க. டாக்டர் சார் மாமாட்ட சொல்லுங்கள்" என மாதவனைப் பார்த்துச் சொன்னாள். அவர்கள் தலையசைத்தபடி அமைதி-யாக இருந்தனர்.

"நாடு விட்டுப் போற அளவுக்கு என்னம்மா நடந்தது. இங்கேயே நல்ல பையனா பார்த்துக் கல்யாணம் செய்து செட்டில் ஆகலாமே" என்றார் பொன்-னுசாமி. ஆதித்தியனைப் பார்த்திருந்த போதும் திவ்யாவின் வாய் வழியாக உறுதி செய்ய விரும்பினார்.

திவ்யா தயங்கியபடி, "எனக்கு இரட்டைப் பிள்ளைகள் மூன்று வயசில் ஆண் ஒன்று, பெண் ஒன்று இருக்கு மாமா. அவங்களுக்காகத் தான் அங்கே செட்டில் ஆகனும்னு பார்க்கிறேன்" என்றாள்.

" உங்கப்பா கடைசியா உனக்குக் கல்யாணம் பேசத்தான் போனான், அதுக்குள்ள என்னென்னமோ ஆயிடுச்சு. எப்படியோ கணவன்,குழந்தை எனச் செட்டில் ஆனாள் சரிதான்." என்றார். திவ்யா மௌனமாக இருந்தாள்.

“ உங்கள் சினேகிதர் மகளோட, மாப்பிள்ளை நியூசிலாந்தில் தான் இருக்காரான்னு கேளுங்க சார்.” என்றவனின் குரலில் அதிர்ச்சியானாள் திவ்யா. அவள் விழுக்கென நிமிர்ந்து பார்க்க, கை இரண்டையும் கட்டியபடி ,அவளையே வைத்த கண் எடுக்காமல் பார்த்திருந்தான் ஆதித்யன் . நான்கு வருடம் கழித்து அவனைக் காணும் ஆவல் ஒரு புறமும், ஐயோ வந்துட்-டானே என்ற தவிப்பு ஒரு புறமும் இருந்தது. ஆனால் பார்வையை அவனி-டமிருந்து விலக்கினாள் இல்லை. அவனும் சளைக்காமல் குற்றம் சாட்டும் பார்வைப் பார்த்தவன் அவளின் தோற்றத்தில் சற்றே கனிந்தான். உணர்ச்சி வெள்ளத்தில் இவர்கள் தத்தளிக்க, மருத்துவர்கள் வேடிக்கை மட்டுமே பார்த்-தனர்.

கனகரத்தினம் தான் எதிர்பாராமல் ஆதித்யனை அங்குச் சந்திக்கவும் ஆச்சர்யமானார்."மாப்பிள்ளை, உங்களுக்கு டாக்டர் திவ்யாவைத் தெரியுமா?" என்றார் .

அவர் மாப்பிள்ளை என விழித்ததும் இவளுக்கு இன்னும் பயம் பிடித்தது. அதிர்ச்சியைச் சமாளித்து விரைப்பானாள் திவ்யா."என் பிள்ளைகளின் தாயை எனக்கு எப்படித் தெரியாமல் போகும்" என்றான் ஆதித்யன்

கனகரத்தினம் மேலும் குழப்பிப் போனார்." திவ்யா, மாப்பிள்ளை சொல்றது, ஆனால் திவ்யா கணவர் ஒரு டாக்டர் , வெளி நாட்டில் தானே இருக்கார்" எனக் குழம்பினார்.

" பதில் சொல்லுங்கள் டாக்டர். திவ்யவர்ஷினி விஜயராகவன். பிரச்சனையைச் சமாளிக்காமல் ஒதுங்கி வாழறது தானே உங்கள் குடும்ப வழக்கம்" என வேண்டுமென்றே, அவளை வாயைத் திறக்க வைப்பதற்காகப் பேசினான் ஆதித்யன். அவ்வளவு நேரமும் விரைத்து இருந்தவளுக்கு, தனது தகப்பனைச் சொல்லவும் ரோசம் வந்தது.

"ஆமாம், ஏமாற்றும் ஆட்கள் இருந்தா, அவங்ககிட்ட இருந்து ஒதுங்கித் தான் வாழனும் அது என் பர்சனல். அதை விடுங்க,இதென்ன புதுக்கதை , உங்க பிள்ளைகளுக்கு நான் எப்படி அம்மா ஆக முடியும். ஊரறிய தாலி கட்டுனீங்களா, இல்லை உலகறிய எனக்குப் பிரசவம் பார்த்தீர்களா.?" என்றாள் திவ்யா.

"அதுக்கு வாய்ப்புக் கொடுக்காமல் தானே தன்னை மறைச்சு ஓடிப்போன, நாலு வருசமா நாய் மாதிரித்தேடி அலையறேன்.''என்றான் கோபமாகவே.

" என்னம்மா இது, மாப்பிள்ளை அமைதியாய் பேசுங்க'' எனச் சமாதானம் செய்தார் கனக ரத்தினம். "நாலு வருசத்துக்குமுன்னாடியே, இவளோடு எனக்குக் கல்யாணம் நடக்க இருந்தது மாமா. இவள் அப்பா, அம்மா தஞ்சாவூர் வர்றதா இருந்தாங்க. நான் ஒரு லைசன்ஸ் விசயமா டெல்லி போய்ட்டு வர்றதுங்குள்ள அங்கிள், ஆண்டி விபத்தில் இல்லாமல் போய்ட்டாங்க. டாக்டரம்மாவும் தலைமறைவாகிட்டாங்க. நேற்று இனியன் பிள்ளைகளைப் பார்த்துட்டு வந்து சொல்லித் தான் எனக்கு விசயமே தெரியும்" என்றான் ஆதித்யன்.

"என் பிள்ளைகள் பிறந்ததையே மறைத்து வச்சிட்டு, இப்ப நாட்டை விட்டுப் போகவும் ப்ளான் போடுறா" எனக் கோபமாக ஒருமையில் இறங்கினான்.

"ஹலோ மிஸ்டர் மைண்ட் யுவர் லாங்வேஜ். தேவகி அக்கா, டாக்டர் சார், எனக்கும் இவருக்கும் எந்தச் சம்பந்தமும் இல்லை. இவரா கற்பனை பண்ணி ஏதேதோ பேசுறார். பேசி அனுப்பி விடுங்க" என முகத்தைத் திருப்பிக் கொண்டு ஓரத்தில் போய் அமர்ந்தாள்.

டாக்டர்கள் மூவரும், பொன்னுசாமியும் எதுவும் பேசவில்லை. அவர்களாகச் சண்டையிட்டுக் கரை ஏறட்டும் என அமைதி காத்தனர்."போறேன், பிள்ளைகளைக் கூட்டிட்டு என்னோடு தஞ்சாவூருக்கு வா. முறையாக் கல்யாணம் பண்ணிக் கூட்டிட்டுப் போகிறேன்" என்றான் ஆதித்யன்.

" நீங்க எதுக்கு என்னைக் கல்யாணம் பண்ணிக்கனும். ஆமாம் எனக்குப் பிள்ளைகள் இருக்கிறது. ஆனால் அது உங்கள் பிள்ளைகள் கிடையாது. அதுங்க அப்பா , நியூசிலாந்தில் இருக்கிறார். தேவகி அக்கா, நீங்க சொல்லுங்கள். டாக்டர். சூர்யபிரசாத்" என அவள் பேசும் முன்பே.

"ஷெட் அப், திவ்யா.இதற்கு மேல் ஒரு வார்த்தை பேசாதே" என்றவன் கண்களில் கோபம் அனல் பறக்க, அவளைக் கையைப் பிடித்து வலுக்கட்டாயமாக எழுப்பினான் மற்றவர்கள் பதறவும், "இவள் யாருன்னு தெரியாத போதே இவளுக்காக மலையிலிருந்து குதித்தவன், சில விசயம் தனியா தான் பேச முடியும் ப்ளீஸ்" என்றான் ஆதித்யன்.

தேவகி, "நேரா இருக்க ரூமிற்குப் போங்க" என்றாள். கண்களால் மற்றவர் ஒப்புதலும் தந்தனர். நோய் நாடி,நோய் முதல் நாடி மருந்து தரும் மருத்துவர்கள்,அவர்களுக்கும் தெரியும் திவ்யவர்ஷினியின் காயத்தை ஆற்றும் வல்லமை ஆதித்யனிடம் மட்டுமே உள்ளது என்று, எனவே நடப்பதை அமைதியாகக் கவனித்தனர்.

திவ்யாவை உடும்புப் பிடியாகப் பிடித்து இழுத்து வந்தான்.ரூமிற்குள் வந்து கதவை அடைத்து விட்டு, அவளை நெருங்கினான்.அவள் பின்னால் நகர்ந்து சென்று சுவரில் முட்டி நிற்க, அவளைச் சிறை பிடித்து, நெருங்கியவன், அவள் முகத்தை இறுக்கமாக பற்றி, "ஏண்டி இப்படிப் பண்ற, என்ன கோபமா இருந்தாலும் என்கிட்ட நேரா காட்டு, நீ ஏன் ஓடி மறையிற அங்கிள் ஆண்டியும் இல்லாமல், பிள்ளைகளைத் தாங்கிக்கிட்டுத் தலைமறைவு வாழ்க்கை. உனக்கு ஒரு நிமிஷம் கூட என்கிட்ட வரனும் தோனலையா." எனத் தன் ஆற்றாமையை நினைத்து அவளைச் சிறை வைத்திருந்த கையால் அவளின் பின்னிருந்த சுவரில் குத்தினான்.

கை வீங்கியது அதனைப் பற்றித் தடுத்தவள், “உங்களுக்குப் பைத்தியமா பிடிச்சுருக்கு, இப்படி ஹார்ட் பண்ணிக்கிறீங்க. இப்படியெல்லாம் கிறுக்குத்தனம் செஞ்சா ஏமாற்றியது இல்லைனு போயிடுமா” என்றாள்.

“ஏமாற்றினேனா, நானா நான் என்ன ஏமாற்றினேன்,கல்யாணத்துக்கு முன்னாடி உறவு வச்சுக்குறது தப்பு தான், ஆனால் அப்போ நானோ, நீயோ சுய நினைவில் இல்லையே, நேற்று இனியன் பிள்ளைகள் உன் ஜாடையில் இருக்குன்னு கேட்டப் பிறகு தான், அப்படி நடந்திருக்குமோனு யோசிச்சேன். சத்தியமா ஞாபகம் இல்லைடி, அதுக்காக இவ்வளவு பெரிய தண்டனைக் கொடுப்பியா. சட்டையைப் பிடிச்சு ஏண்டா செஞ்சேன்னு கேட்கத் தெரியாது?” என்றான். அவள் மௌனியானாள்.

“சரி நடந்தது, நடந்து முடிஞ்சிடுச்சு, இனி மாற்ற முடியாது, பிள்ளைகளைக் கூட்டிட்டு வா. வீட்டில் சொல்லிட்டேன், உன்னை யாரும் எதுவும் கேட்க மாட்டாங்க. உனக்குச் சங்கடம் வராத மாதிரி, நான் தான் தப்பு பண்ணேன்னு ஒத்துக்குறேன்” என்றான்.

ஆதித்யன் பேச்சில், ‘செய்யறதெல்லாம் செஞ்சிட்டு,பேச்சைப் பாரு,பெரிசா என் மாணத்தைக் காப்பாத்துற மாதிரி பில்டப்பு.எல்லாம் ஆண்பிள்ளை எனும் திமிர்’ என மனதில் அவனைத் திட்டினாள். அழுத்தமான பார்வையுடன் மௌனமாக இருந்தவளை, உலுக்கி “பதில் சொல்லுடி” என்-

றான்.

ஒரு தீர்மானத்துக்கு வந்தவளாக, ''நீங்க சொல்ற மாதிரி எல்லாம் வர முடியாது, நான் எதற்கு உங்கள் பேச்சைக் கேட்கணும், ஒரு அவசியமும் இல்லை, உங்களுக்காக ஏங்கிய வர்ஷி என்னைக்கோ செத்துப் போயிட்டா .இன்னும் மிச்சம் இருக்கிறது டாக்டர் மட்டும் தான். என் பிள்ளைகளின் அம்மா. நான் சிங்கிள் மதராகவே இருந்து என் பிள்ளைகளை வளர்த்துக்கு-வேன்.உங்கள் காசு பணமோ, கருணையோ எங்களுக்குத் தேவை இல்லை.' என மொழிந்து விட்டு அவளையே பார்த்து இருந்தவனைக் கடந்து கதவைத் திறக்கப் போனாள்.

''இதுதான் உங்கள் முடிவா, டாக்டர் திவ்யவர்ஷினி விஜயராகவன்'' எனக் கேட்டான் ஆதித்யன். அவன் குரலில் கனிவு சென்று, கடினம் வந்திருந்தது. அதுவும் மிகவும் அழுத்தமாக, ஆயிரம் முறை ஒத்திகைப் பார்த்த நிதானத்துடன் வந்தது. இந்தக் குரலில் தான் திவ்யா அரண்டாள். அப்படியே நின்றாள்.

'' என் முடிவையும் கேட்டுட்டுப் போங்க. நான் இப்போ உங்களோடு உங்கள் வீட்டுக்கு வருவேன், நீங்க என்னை என் பிள்ளைகளுக்கு அப்பாவா எல்லாக் குடும்பங்களிலும் நடப்பது போல் சந்தோசமா அறிமுகப் படுத்தனும். நான் உங்கள் வீட்டில் தான் தங்குவேன், செலவு நான் பார்த்துக்கிறேன்.'' என அவன் பேசிக் கொண்டிருக்கும் போதே'' நான் மறுத்தால்'' என்றாள் திவ்யா.

''அதுதானே, முழுசாகக் கேக்குற பொறுமை எப்ப இருந்தது, இப்போது இருக்கிறதுக்கு.'' என்றான்.

''உங்க பாராட்டுக்கு ரொம்ப நன்றி, விசயத்துக்கு வாங்க'' கண்களில் இகழ்ச்சியைக் காட்டிப் பேசினாள் .''நானும் பேசிக்கிட்டு தான் இருந்தேன், நீங்கதான் பொறுமை கிலோ என்ன விலைன்னு கேட்கிற ஆளாச்சே''என்றவனை

'' ஆமாம் உங்களுக்குத்தான், பொறுமை எருமை மாதிரி இருக்கு, சொல்லுங்க'' என எருமையில் அழுத்தம் கொடுத்துச் சொன்னாள் அவளையே அமைதியாகப் பார்த்து நின்றான்.அவனை முறைத்து விட்டு, ''சொல்லுங்க'' என்றாள்.

'' என் பிள்ளைகள் மேல் உரிமைக் கேட்டு கஸ்டடி கேஸ் போடுவேன்'' என மெல்லாமல் விழுங்காமல் முழுக்கக் குண்டைத் தூக்கிப் போட்டான்.

'' என் பிள்ளைகள் என்பதற்கு என்ன ஆதாரம்னு , அபத்தமாகக் கேள்வி எல்லாம் என் வர்ஷி, கேட்க மாட்டாள், அவள் ரொம்ப ஷார்ப். ஓ மறந்துட்டேன். இப்போது இ ருக்கிறது திவ்யா, டாக்டர்.திவ்யவர்ஷினி. சரி, பரவாயில்லை, அந்த மேடமும் கொஞ்சம் அறிவாளியா இருப்பாங்க. தாய்ப் பாசமும் இருக்கும். DNA ,டெஸ்ட்டு, அது இதுன்னு என் பிள்ளை-

களையும், என்னையும் அலைய விடமாட்டாங்க. அதனால் நான் சொல்லும் டீலுக்கு ஒத்துவரனும்'' என்றான்.

திவ்யா, கதவு வரை போனவள், திரும்பி வந்து ஷோபாவில் பட்டென அமர்ந்தாள், கண்களில் கண்ணீர் வழிந்தது, " என் பிள்ளைகள் தான் என் உலகம், அதையும் பறிக்கலாம்னு ஏன் பார்க்கறீங்க. உங்களுக்கு நான் இல்லைனா இன்னொரு பொண்ணு, வாரிசும் இருக்குமே. எங்களை எங்கள் வழியில் வாழ விடுங்க'' என முகத்தை முழங்காலில் புதைத்து,கைகளால் கட்டிக்கொண்டு அழுதாள்.

நிச்சயமாக, இதை எதிர் பார்க்காத ஆதித்யன், அவள் முன் மண்டியிட்டு அமர்ந்து, "என் கூட இருக்கிறது அவ்வளவு வெறுப்பா இருக்கா வர்ஷி. அப்படி நான் என்ன செஞ்சேன் அப்படியே இருந்தாலும் என்னை மன்னிக்கக் கூடாதா'' என, அவள் முகத்தை நிமிர்த்தி உருகினான். அவன் முகம், அவளின் முகத்துக்கு நேராக அவள் கண்களைப் பார்த்த வண்ணம் அருகிலிருந்தது.

இருவரும், ஒருவரில் மற்றவரைத் தொலைத்தனர். எவ்வளவு நேரம் நீண்டதோ, ஆதித்யன் தான், தன்னை மீட்டுக் கொண்டு பேசினான்.

" சரிம்மா, எனக்கு ஒரு வாய்ப்பு கொடு, ஆறுமாசம் நீ, வெளிநாடு போகும் வரை, நான் என் பிள்ளைகளோடு இருந்துக்குறேன். அதுக்குள்ளே உனக்கு என் மேல் இருக்கக் கோபம், வெறுப்பு மறைஞ்சா, இங்கேயே சேர்ந்து வாழலாம். இல்லைனா,வருஷம் இரண்டு முறை என் பிள்ளைகளைப் பார்க்க மட்டும் அனுமதி கொடு. நமது சண்டை அதுங்களை பாதிக்க வேண்டாம்'' என்றான். அவளுக்கும் சரி எனப் பட்டது. இந்த அநி வேறு அப்பா, அப்பா என உரு போடுகிறான். வேறு யாரையும் அவளால் அடையாளம் காட்ட முடியாது, ஒத்துக் கொண்டாள் .

"அப்புறம் இன்னொரு விஷயம், எருமை பொறுமை மாதிரி திட்டுகிற வேலை எல்லாம் வச்சுக்கக் கூடாது.என் பிள்ளைகள் முன்னாடி என் இமேஜ் முக்கியம், தனியாகக் கூப்பிட்டு வச்சு வேணும்னா கொஞ்சிக்க'' எனவும் அவள் முறைக்க, "இதைத்தான்,முறைக்கிறது அடிக்கிறது, இதைத்தான்.என் பாஷையில் சொன்னேன். அதெல்லாம் செஞ்சுக்க. இந்த ஒப்பந்தத்தை மீறினால் தண்டனை வழங்கப்படும்.'' என்றவன்

அவளின் முகத்துக்கு நேரே வாகாக அமர்ந்து இருந்ததால், அவளின் இதழை, தன இதழால் சிறை பிடித்தான், முதலில் திமிறியவள், பின்னர் இயைந்துப் போனாள். மூச்சு முட்டவும் அவளை விடுவித்து '' இது எருமைன்னு சொன்னதுக்குச் சாம்பிள். என்னைத் திட்டினேன்னா, இனிமே இதற்குத் தான் ஆசைபடுறேன்னு புரிஞ்சுக்குவேன்.'' என் அவளின் நெற்றியில் முத்தமிட்டுச் சென்றான். திவ்ய வர்ஷினி சிலையாய் சமைந்து இருந்தாள் .

கதவைத் திறந்து வெளியே சென்ற ஆதித்யனை, அனைவரும் ஆவலா-கப் பார்த்திருக்க ,கட்டை விரல் உயர்த்திக் காட்டினான்.எல்லார் மனதிலும் நிம்மதி பிறந்தது.

தேவகி உள்ள சென்று திவ்யாவைப் பார்த்தாள் . அவள் தேவகியைக் கட்டிக் கொண்டு “எனக்குப் பயமா இருக்கிறது அக்கா” என அழுதாள். அவளின் முதுகை வருடிய தேவகி, “எல்லாம் சரியாகிடும் கவலைப் படாத” எனது தேற்றினார்.

மனம்-9

மாலை நேரம், சூரியன் தன் சுட்டெரிக்கும் ஒளிர் ரேகைகளை மடக்கிக் கொண்டு இன்று சமத்தாக மேற்கில் இறங்குகிறான். வானம் செம்மைப் பூசி சாட்சியாக நின்றது, சிலுசிலுக்கும் தென்றல் ஆதித்யனின் மனம் போலவே படபடத்து வீசியது. இதோ காரில் தன் மனத்துக்குகந்தவளின் வெற்றுப் பார்-வைத் தாங்கிய போதும், அதைக் கணக்கில் கொள்ளாது,புதுக்கோட்டை-யில் வண்டியைக் கிளப்பியதிலிருந்து திவ்யாவைக் கேள்வியால் திணறடித்துக் கொண்டே வருகிறான் ஆதித்யன். அநிக்கு என்ன பிடிக்கும், ஆது என்ன சாப்பிடும் என எல்லாக் கேள்விகளும் தம் குழந்தைகளைப் பற்றி மட்டுமே இருந்தது.

அவளும் பழகிய காலத்திலிருந்து இப்படிப் படபடப்பான ஆதித்யனைக் கண்டதில்லை. இவனின் உணர்வு பிரவாகத்தைப் பார்த்து அவளுக்கே அதி-சயமாக இருந்தது. அவனின் அழைப்பு வர்ஷியிலிருந்து மாறி ‘திவி’ யாகி இருந்தது. அவனும் அவளுக்கு ஆதி ஆகியிருந்தான். இதற்கும் வாக்கு வாதம் நடந்தது. பழைய மாதிரி வர்ஷி என அழைக்கத் தடை போட்டாள் திவ்யவர்ஷினி.

தேவகி வீட்டு அறையில் தனிமையில் பேசிய பின்பு வெளியே வந்த ஆதித்யன் கட்டை விரல் தூக்கிக் காட்டியபடி வந்தான். வயதில் மூத்த பொன்னுசாமி ,கனகரத்தினம் திருப்பதி அடைந்த போதும், திவ்யாவைப் பற்றி நன்கு அறிந்த டாக்டர்கள் மூவரும் நம்பிக்கை இல்லாமல் தான் பார்த்தனர். தேவகி திவ்யாவிடம் விரைந்தார்.அவளின் பயத்தைப் போக்க அரவணைத்-தவள், அவளுக்குப் புரியும் படி எடுத்துச் சொன்னார்.

“திவி , ஆதித்தியனைப் பார்த்தால் ஏமாற்றும் ஆள் மாதிரித் தெரியலை, உங்க இரண்டு பேருக்கும் இடையில் ஏதோ மிஸ் அண்டர்ஸ்டாண்டிங் மாதிரி தான் எங்களுக்குத் தோணுது, நீயும் ஒன்றும் டீன் ஏஜ் பொண்ணு இல்லை, அவரும் நல்ல பிஸ்னஸ் மேனாகத்தான் தெரிகிறார். சொசைட்டியில் பொறுப்-பான பதவியில் இருக்கீங்க, உங்கள் குழந்தைகளுக்கான பொறுப்பான பெற்-றோர் ஸ்தானத்தையும் மனதில் வச்சு முடிவெடுங்க.வாயால் சொல்றதால் எதுவும் ஆகாது, வெளி நாடு போறேன்னு சொல்ற, அங்க ஹவுஸ் கீப்பிங்

ஆட்கள் எல்லாம் சுலபமாகக் கிடைக்காது. அப்படியே இருந்தாலும். நம்மைப் பிள்ளைகளை நம்பி விட்டுட்டுப் போக முடியாது.

திடீர்னு உனக்கு ஒண்ணுன்னா பிள்ளைகள் எண்ணப் பண்ணும். உன் பேரன்ட்ஸ் போனபோது, நீ தனியா நின்னு சமாளிக்கிற அளவு ஆளாகி இருந்த, அதுவும்,அநி சின்னப் பிள்ளைகள் . எல்லாத்தையும் யோசி.அதுக்காக உன்னைச் சுயமரியாதை வீட்டுக் கொடுத்து வாழச் சொல்லலை. நீ உன்னிடத்தில் இரு, எப்ப உனக்கு அவர் மேல் நம்பிக்கை வருதோ, அப்பா முடிவெடு'' என எடுத்துச் சொன்னார். தேவகி.

அதே நேரம் ,டாக்டர்கள் இருவரும் ஆதித்யனை ஓரம் கட்டியிருந்தனர். ஆதித்யன் ''நீங்க இரண்டுபேரும், வர்ஷிக்கும், பிள்ளைகளுக்கும் செய்த உதவியை என்றைக்கும் மறக்க மாட்டேன். நீங்க என்னை முழுதாக நம்பலாம்.'' என்றான்.

ரவி,''திவ்யாவின் துணை யாருன்னு தெரியாதப்ப ரொம்பப் பயம் இருந்தது. ஆனால் உங்களைப் பார்த்த பிறகு எனக்கும் நிம்மதி. விஜயன் அங்கிள் உங்களை மருமகனா ஏற்றுக்குத் தயாராக இருந்தது எங்களுக்குக் கூடுதல் நம்பிக்கை '' என்றான்.

'திவ்யா பிள்ளைகளைத் தனியா வச்சுக்கிட்டு ரொம்பப் போராடிடுச்சு. கனகரத்தினம் சார் குடும்பம், கூடவே இருக்க ஒரு அம்மா, பண்ணை ஆளுங்க, இவங்க உதவியால் கொஞ்சம் சமாளிச்சு வந்தது. திவ்யாவுக்கு உங்கள் மேல் ஏதோ ஒரு குறை இருக்கு, உங்கள் கேரக்டர் சம்பந்தமா இருக்கலாம், நீங்க தான் அதைத் தீர்க்கனும். பொதுவாகவே பெண்களுக்கு, எப்பவுமே ஒரு பொஸசிவ்நெஸ் உண்டு, அது அதிகமானா வாழ்க்கை நரகம் தான், பார்த்துக்குங்க'' என்றார் மாதவன்.

''மாதவா, உனக்கும் அதே நிலைமை தானா, தேவகி டாக்டர், மெச்சூர்டா இருக்கும்னு நினைத்தேன்'' என்றான் ரவிச்சந்திரன்.

''டாக்டர்னா, அவளும் பெண் தானே, அதுவும் என் மனைவி. மனைவினா டெரர் தான், அதுவும் சார், தாலிக் காட்டாமல் அப்பா ஆனவர். திவ்யா டபுள் டெர்ரா இருக்கும். பார்த்துக்குங்க'' என்றார். இருவருக்கும் ஆதித்யன் மேல் நம்பிக்கை வந்திருந்தது, இருவரும் மனவேறுபாடுகளைக் களைந்து ஒன்றாக வாழ வேண்டும் என்ற எண்ணமும் இருந்தது. ஆனால் அவர்கள் பிரச்னையை அவர்களே தான் தீர்க்க வேண்டும், எனவே மாதவன் பிரச்சனையைக் கோட்டிட்டு மட்டுமே காட்டினார். சூழலை இலகுவாக்கச் செய்யும் முயற்சியில் பொதுவான மனைவிகளைப் பற்றிய அனுபவ பாடத்தையும் ஆதித்யனுக்குச் சொல்லித் தந்தார்.

'' சார் கிரவுண்டுக்கு போகும் முன்னாடியே பயமுறுத்தாதீங்க. நானே தைரியமா இருக்கிற மாதிரி முகத்தை வச்சுக்கிட்டு இருக்கேன்.'' என ஆதித்யன் சொல்லவும், இருவரும் சிரித்து விட்டனர்.

ரவி “ஆதித்யன்,திவ்யா சரின்னு சொன்ன பிறகு உங்க கிட்ட பேச-லாம்னு இருந்தேன். சில விஷயங்களை நீங்க தெரிஞ்சுக்கனும் “ எனச் சொல்ல ஆரம்பித்தான். மாதவனும் கேட்டுக் கொண்டு இருந்தார்.

ரவி சொன்னதில், ஆதித்யன் ஆழ்ந்தான், பிறகு “ நான் பார்த்துக்கறேன் டாக்டர்.எங்கள் வீட்டுப் பெரியவங்களுக்கு அவர்களைப் பற்றி இன்னும் நிறையத் தெரிஞ்சு இருக்கும். அப்பாகிட்ட கேட்டுக்குறேன். நீங்க பயப்படா-தீங்க. என்னை மீறித்தான் ,இனி எதுவும், யாரும் திவ்யாவையும் பிள்ளைக-ளையும் நெருங்க முடியும்” என்றான் ஆதித்யன்.

“ இந்தப் போன் நம்பரை வச்சுக்குங்க, எந்தப் பிரச்சனையை வந்தாலும், இந்த எண்ணுக்கு போன் போடுங்க, அவர் தான் இவ்வளவு நாளா பாது-காக்கிறது, உங்களைச் சொல்லவும் சரின்னு வரச் சொன்னதும் அவங்க தான்.”என்றான் ரவி.

தேவகி கதவைத் தட்டி சாப்பிட அழைத்தார். கனகரத்தினம், பொன்னு-சாமி பேசிக் கொண்டதிலிருந்து, கனக ரத்தினத்திற்குத் திவ்யா யார் என்பது தெரிந்து இருந்தது. கனக ரத்தினம், திவ்யாவை பக்கத்தில் அமர்த்தி அவள் தாய் தந்தையரைப் பற்றி விசாரித்தார்.

கார்த்திகைச்செல்வி, ராஜேந்திர ராஜன்,ஆதித்யனின் தந்தையுடன் ஒரே வீட்டில் வளர்ந்தவர். கார்த்திகையின் தாய் தந்தை அவர் சிறுவயதாக இருக்-கும் போதே இறந்து விட்டனர். ரகுநாதராஜனுக்கு அவர்கள் மனைவி வழி உறவு, யாரும் இல்லாமல் இருந்த சிறுமியைச் சிறுவயதிலேயே தங்கள் வளர்ப்பு மகளாக வளர்த்து வந்தனர். ராஜேந்திரனுக்குத் திருமணம் ஆனபோது, அவரின் மைத்துனரான கனகரத்தினத்திற்கு, கார்த்திகையை மனம் முடிக்கத் திட்டமிட்டு இருந்தனர். ஆனால் கார்த்திகையும், ராஜேந்தி-ரனின் நண்பரான விஜய ராகவனும் ஒருவரை ஒருவர் விரும்பினார்.

விஜயனின் குடும்பம் பரம்பரை ஜமீன் குடும்பம், அவரும் இளம் வயதில் தாயை இழந்தவர், தந்தை மறுமணம் செய்ததில் இவருக்குத் தனிமை தான் மிஞ்சியது, எனவே இருவர் வீட்டிலும் எதிர்ப்பு வர, கார்த்திகையை அனை-வர் முன்னிலும் கைப் பிடித்து ,கோபித்து மயிலேறிய முருகனைப் போல் தாண்டிக்குடி மலையில் தனது வாழ்வை அமைத்துக் கொண்டார்.

கனகரத்தினத்தின் மனைவி தமிழ்செல்வி, ராஜேந்திரனின் ஒன்றுவிட்ட தங்கை, கார்த்திகை வயதை ஒத்தவர். இவர்கள் வீடுகள் ராஜேந்திரத்தில் அடுத்து, அடுத்து இருக்கும் எனவே கார்த்திகையும், தமிழ்செல்வியும் நல்ல தோழிகளாக இருந்தனர். திவ்யாவை அமர்த்தி அந்தக் கதைகளைப் பேசிக்-கொண்டு இருந்தார். யாரோ ஒரு மகள் வயது பெண் மருத்துவர் எனப் பாசமாக இருந்தவர், கார்த்திகை மக்கள் எனவும் உணர்ச்சி வயப் பட்டுப் போனார்.

தேவகியின் வேலைக்கார பெண் கோமு அனைவருக்கும் ருசியான சாப்பாட்டைப் பரிமாறினாள். கனகரத்தினம் வீட்டில் காத்திருப்பாள் எனச் சொன்ன போது தேவகி தான் பேசிக் கொள்வதாகச் சாப்பிட வைத்தார்.

ஆதித்யனை திவ்யா பக்கத்தில் அமர்த்தி அவனுக்கு உணவுகளைப் பாஸ் செய்து பரிமாற வைத்தார். "வர்ஷி, குழம்பு கொஞ்சமா ஊத்துமா கிழங்கு வை " என்றான் ஆதித்தன். அவள் அவனுக்கு மட்டும் கேட்கும் விதமாக,''இந்த வர்ஷி,கிருஷின்னு கூப்பிடறதெல்லாம் விட்டுடுங்க, நான் தான் அவள் செத்துட்டான்னு சொன்னன்ல. இனி மற்றவர்களைப் போல் திவ்யான்னு கூப்பிடுங்க.'' என்றாள்.

''மற்றவர்களை மாதிரிக் கூப்பிட்டால் பார்க்கிறவங்க தப்ப நினைப்பாங்க அதனால் திவின்னுக் கூப்பிடுறேன். நீ என்னை நித்யன்னே கூப்பிடலாம் எனக்கு ஒரு பிரச்சனையும் இல்லை.'' என்றான் ஆதித்யன்.

திவ்யா முறைத்தபடி இருந்தாள்.''சரிவிடு அப்படிக் கூப்பிட்டால் உனக்குப் பழசெல்லாம் ஞாபகம் வரும், என்கிட்டே மயங்கிடுவோம்னு பயப்புடுற, ஆதின்னே கூப்பிடு'' என்றான், அதற்கும் முறைப்பே பதிலானது.

தேவகி, சேது மாதவனிடம் விடை பெற்று, கிளம்பினார். ரவிச்சந்திரன், பொன்னுசாமியையும் தங்கள் விதைப் பண்ணை வரை வந்து போகச் சொல்லி கனகரத்தினமும், ஆதித்யனும் அழைப்பு விடுத்தனர்.

திவ்யாவின் பிள்ளைகளைப் பார்க்கும் ஆவலில் அவர்களும் வரச் சம்மதித்தனர். கனகரத்தினம் தனது காரில் அவர்களை அழைத்துக் கொண்டார், மாதவனும் ''திரும்ப வந்து இங்கே தங்கிப் போகலாம் ரவி'' என்றான். எனவே அவர் காரை அங்கேயே விட்டு கனகரத்தினத்துடன் பயணித்தனர்.

ஆதித்யன் காரில் திவ்யவர்ஷினி அருகில் அமர்ந்து வந்தாள். அவளோடு பயணித்த போது தான் ஆதித்யன் தன் பிள்ளைகளைப் பற்றிக் கேள்விக்குக் கேட்டுப் படுத்தி விட்டான்.

''கொஞ்ச நேரம் வாயை மூடிக்கிட்டு வண்டியை ஓட்டுங்க , இறங்கினதுக்குப் பிறகு பார்க்கத்தானே போறீங்க'' என்றாள் .

" நீ இந்த மாதிரி சூழ்நிலை இருந்திருந்தா,புரியும், உனக்கு என்னையவே புரிஞ்சுக்கத் தெரியலை, என் ஃபீலிங் பற்றி என்ன தெரியும்" என்றான் "எனக்கு எதுவும் தெரிஞ்சுக்க வேண்டாம். வந்து பிள்ளைகளைப் பார்த்து, பழகி அதுங்க உங்களோடு ஒட்டிக்கும், என்னைத் தர்ம சங்கடமான நிலையில் நிறுத்தனும். அது தானே உங்களுக்கு வேணும், செய்ங்க எவ்வளவு தூரம் போறீங்கன்னு நானும் பார்க்கிறேன்" என்றாள்.

'' வ.... திவி என் பாசத்தைக் கொச்சைப் படுத்தாத. அப்புறம் எதுக்குடி போன் போட்டுக் கொடுத்த. என் பிள்ளைகள் வாங்கப்பான்னு கூப்பிட்டுச்சு வந்துட்டேன். நீ என்ன தான் எங்களை மறைச்சு பிரிச்சு வச்சாலும், உண்மையான அன்பு சேர்த்து வைக்கிறது பார்" என்றான் ஆதி. அப்படித்தான்

இருக்குமோ என அவளும் அமைதியானாள்.

கார், கேஆூர் பேப்பர் மில்லுக்குள் நுழைந்தது. அதைப் பார்வையிட்டவன் வண்டி ஓட்டிக் கொண்டே, " நிறைய மாறியிருக்கு. முன்னாடியே இங்கே வந்திருந்தால், இவ்வளவு காலம் பிரிந்திருக்கிற கஷ்டம் இல்லை." என வாய் விட்டுப் புலம்பினான்.

" என்னைப் பற்றிப் பிள்ளைகளிடம் நல்ல விதமா சொல்லியிருக்கியா?" எனப் பரிச்சைக்குச் செல்லும் சிறுவனாகக் கேட்டான் ஆதித்யன்.

அவன் இதயம் வேகமாகத் துடித்தது. வேர்வைத் துளிகள் முகத்தில் படர்ந்தது. சந்தேகமாக அவன் இடது கை நாடியைப் பிடித்தவள், நாடி வேகமாகத் துடிப்பதை உணர்ந்து, "ஒரு நிமிடம் காரை ஓரமாக நிறுத்துங்க" எனத் திவ்யா சொல்லவும், அவள் முகத்தைப் பார்த்துக் கொண்டே நிறுத்தினான்.

தன் பக்கம் அவனைத் திருப்பி உள்ளங்கைச் சில்லிட்டு இருந்ததைத் தொட்டுப் பார்த்து "ரிலாக்ஸாக இருங்க. பிள்ளைகளைப் பார்க்கத் தானே போறீங்க. எதுக்கு இவ்வளவு எக்ஸைட்மென்ட். நீங்க இப்படிப் பிஹேவ் பண்ணுனா அதுங்க பயந்திடும்" என்றாள். "எனக்குப் படபடப்பா இருக்குடி வர்ஷி" என்றவாறு அவளை அணைத்துக் கொண்டான். அவன் இதயத்தின் படபடப்பை உணர்ந்தவள் முதுகை வருடினாள்.

"ரிலாக்ஸாக வாங்க. அநிக்கு நீங்க தான் ஹீரோ. எங்க படிச்சதுங்களோ, அப்பா இருந்தா இப்படிச் செய்வாங்க, அப்படிச் செய்வாங்கன்னு ஒரே அப்பா புராணம். ஆதிரை தான் உடனே நெருங்காது. அதுக்கும் ஃபீல் பண்ணாதீங்க" என்றபடி அவனை விடுவித்தாள்.

சிறுவனைப் போல் அழுதிருந்தான். தன் கைக்குட்டை கொண்டு அவன் கண்ணீரைத் துடைத்தவள், "வண்டியை எடுங்க. கனகரத்தினம் அப்பா போய் அரை மணி நேரம் ஆச்சு. கேள்வியும், புலம்பலும், அழுகையுமா இருபது நிமிடத்தில் வரவேண்டிய இடத்துக்கு ஒரு மணிநேரம் உருட்டிட்டு வந்திருக்கீங்க. அங்க வந்து அழுதீங்க, கொன்னுடுவேன்" என அவள் மிரட்டியதில், அவளின் அரவணைப்பில் தன்னைச் சமன்படுத்தி வண்டியை மூன்றாவது நிமிடத்தில் வீட்டின் முன் நிறுத்தினான்.

"பிள்ளைகள் வீட்டுக்குள்ள இருக்கும், நான் முதலில் போறேன், நீங்க பின்னாடியே வாங்க. பேசி சர்ப்ரைஸ் சொல்லி அறிமுகப் படுத்துறேன், ஈசியாகப் போகும்" எனத் திவ்யா ப்ளான் பண்ணி அழைத்து வந்தாள். ஆனால் கார் போய் நின்றதும் சத்தம் கேட்டுத் தமிழ்ச்செல்வி கையைப் பிடித்தபடி வாசலில் வந்து நின்றனர் இரட்டையர்.

ஆதித்யன் முன்னால் நின்ற வாகனத்தைப் பார்த்து இடம் விட்டு நிறுத்துவதில் கவனமாக இருந்தவன். நிறுத்திய பின் இறங்கவும், "அப்பா" என அநிருத்யா அவன் கால்களைக் கட்டிக் கொள்ளவும் சரியாக இருந்தது.

அதற்குள் திவ்யா சுற்றி வந்திருந்தாள். ஆது அவளைக் கண்டு ஓடிவந்தது. திவ்யா சொன்ன அறிவுரை யாவும் காற்றில் பறந்தது, அநியை அள்ளி

அணைத்த ஆதித்யன் மார்போடு இறுக்கியபடி கண்ணீர் வடித்தான்.

திவ்யாவுக்குத்தான், இவ்வளவு எமோஷன் ஆகிறானே எனப் பதட்டமாக இருந்தது. ஆதிரை திவ்யாவைக் கட்டிக் கொண்டது, "இது யாருமா " என்றது.

ஆதுவை தூக்கி வைத்திருந்தவள், "ஆதும்மா, அப்பாடா, அநி, ஆது குட்டியுடைய அப்பா" என ஆதித்தியனை கைக் காட்டினாள். அவள் சொல்லில் உணர்வுப் பெற்ற ஆதித்யன், அநியை இடது கையில் ஏந்தி முத்தமழைப் பொழிந்து விட்டு, அவனை ஏந்தியவாறே, வாடாம்மா என வலது கையை நீட்டினான். ஆது அம்மாவிடம் ஒட்டிக் கொண்டது.

"நீங்க பாய்ஸ், பாய்ஸோட சேர்ந்துக்குங்க, நான் ஆதும்மா கூடவே இந்துக்குவேன்" என அம்மாவின் கழுத்தைக் கட்டிக் கொண்டது. அநிருத்தா அப்பாவின் தோள்களில் சாய்ந்து சொகுசாக இருந்தான். அவன் முதலில் அப்பாவிடம் போனதில் ஆதிரைக்குக் கோபம் வேறு இருந்தது. ஆனாலும் அவனிடம் போகத் தயக்கமும் இருந்தது."அப்பாட்ட வர மாட்டிங்களா, அப்பா பாவமில்லை" என அவன் இறைஞ்சலாகப் பார்க்கவும் திவ்யாவுக்கே பாவமாக இருந்தது.

அவனருகில் வந்து, "அப்பாக்கு முத்தம் கொடு" என்றாள்.அநிருத்தா,"நான் தர்றேன்" என ஆதித்யன் கன்னங்களில் மாறி மாறிக் கொடுத்தான். இதற்குத்தானே ஆசைப்பட்டாய் ஆதித்யா என அவன் மனம் கூப்பாடு போட்டது. கண்ணீர் மல்க நின்றான்.

"அநிருத்தா கொடுத்துட்டானே, நீங்க ஒரு முத்தம் கொடுங்கடாத் தங்கம்" என ஆதித்யன் கெஞ்சவும், ஆது திரும்பிக் கொண்டது. 'ஆத்தாளை மாதிரியே வந்துருக்கா' என ஆதித்யன் திவ்யாவைக் கண்களால் பார்த்தான். அவன் பார்வை அர்த்தம் புரிந்து, "முதல் தடவை பார்க்கிறாளே அதனால் தான்" என்றவள், ஆதுவிடம் "ஆதும்மா நம்ம அப்பாடா முத்தம் கொடுங்க" என்றாள் திவ்யா.

"நீதானே பாய்ஸ் ஸ்டேஜஸ்க்கிட்டப் [ஸ்ட்ரேஞ்சர்ஸ்]போகக் கூடாது சொன்னே மாட்டேன் போ" என்றது. அவள் சிரித்துவிட்டு, "அப்பாக்குக் கொடுக்கலாம், அவர் ஸ்ட்ரேஞ்சர் இல்லை" என்றாள் திவ்யா.

"அப்ப நீ மொதல்ல கிஸ்கொடு, நான் அப்புறம் தர்றேன்" என்றது. ஆதித்யன் வாய்ப்பு கிடைத்ததென வாய்விட்டுச் சிரித்தான்.திவ்யா அவனை முறைக்கவும், "அம்மா நீயே அப்பாவை முறைக்கிற நான் மாட்டேன். அவர் ஸ்டேஜர் தான் " என்றது ஆது.

"என்னை ஸ்டேஜரா இல்லாமல் அப்பாவா மாத்துமா ப்ளீஸ்" எனத் திவ்யாவின் அருகில் வந்து சொன்னான். இந்த நாடகம் பார்க்க எல்லாரும் வெளியே வந்துவிட்டனர். திவ்யாவுக்குத் தர்ம சங்கடமாக ஆனது, ஆதி நின்ற தோரணையில் அவனும் விடமாட்டான் எனத் தெரிந்து, ஆதுவை கையில் ஏந்தியபடி, அநிக்கு முத்தம் தந்து விட்டு அவன் கன்னத்திலும்

பட்டும் படாமல் முத்தமிட்டு நகர்ந்தாள். ஆதித்யன் வானத்தில் பறந்தான், அவனைத் திவ்யா கையில் கிள்ளி பூமிக்கு இறக்கி வந்தாள். அவன் 'ஆ' என வாய்விட்டு அலறினான், திவ்யா என்னத்தைச் சொல்லுவானோ எனப் பயந்து இருக்கும் போதே,

அவள் கைகளிலிருந்த மகளையும் வலது கையில் ஏந்தி, "ஆதும்மா அப்பா கன்னம் ஆது முத்தம் தரலைனு அழுது, முத்தம் தாடா" எனச் சிணுங்கி அழுது நடித்தான். ஆதிரை தன்னை மறந்து சிரித்து, அவன் வலது கன்னத்தில் முத்தமிட்டது. அநி போட்டிக்கு இடது கன்னத்தில் முத்தமிட்டான். இரண்டும் மாறி, மாறி முத்தமழை பொழிய, ஆனந்தமாக அணைத்தவாறே, கனகரத்தினம் வீட்டுக்குள் சென்றான். ஷோபாவில் அமர்ந்து இரட்டையரை மடியில் வைத்து அணைத்துக் கொண்டான்.

திவ்யா, உணர்ச்சி மயமாக அவர்களைப் பார்த்து மனதின் ஓரத்தில் மகிழ்ச்சி அடைந்த போதும், தான் தனித்து விடப்பட்டது போல் கண்ணீர் மல்க வெளியே நின்றாள்.தமிழ்ச்செல்வி, "திவிம்மா, அப்பா இப்போது தான் சொன்னாங்க. கார்த்தி மகளாம்லடா நீ" எனக் கண்ணீர் ததும்ப அணைத்துக் கொண்டார்.

"அவளை மாதிரியே அப்பா, அம்மா அல்பாயுசுல போகிற விதியா உனக்கும் போடனும். பாவி மகள் உன்னை இப்படி விட்டுவிட்டு போயிட்டாளே" என மனதின் வரிகளைச் சொல்லவும். திவ்யா கட்டுடைந்த கால்வாய் போல் கண்ணீரைப் பெருக்கினாள்.அவளை அரவணைத்து ஆசுவாசப் படுத்திய செல்வியிடம், கனகரத்தினம் வந்தார்,

"ஏம்மா வந்ததும் மகளை அழ வைக்கிற. திவிம்மா உனக்கு அம்மா, அப்பா இல்லைங்கிற நினைப்பே வரக் கூடாது. இனிமே நாங்கள் தான் அப்பா, அம்மா. பெத்தவங்க இல்லைனு சொல்லக் கூடாது" எனத் தலையில் வாஞ்சையாகத் தடவினார்.திவ்யா கண்ணீர் உகுத்தாள். அவளை அணைத்தபடி இருவரும் வீட்டுக்குள் அழைத்துச் சென்றனர்.ஒரே நாளில் அவள் பிள்ளைகளுக்குத் தகப்பனும், அவளுக்குத் தாய் தந்தையும் கிடைத்தனர்.

வீட்டுக்குள் பொன்னுசாமி, ரவிச்சந்திரன் அமர்ந்து இருந்தனர். திவ்யாவை ஆதித்யன் அருகில் அமர்த்தி விட்டுச் செல்வி சிற்றுண்டி எடுக்கச் சென்றார்.

"அநி, ஆது இவங்க பொன்னு தாத்தா, இவங்க ரவி மாமா வணக்கம் சொல்லுங்கள்" என்றாள். கை குவித்து "வணக்கம் தாத்தா, வணக்கம் மாமா" எனக் கோரஸ் பாடினர்.

"திவிம்மா, உன் மகள் உன்னையே உரிச்சு வச்சிருக்கு. சின்னதில் உன்னைப் பார்த்த மாதிரியே இருக்கு. நீயும் இதே மாதிரி உங்க அம்மா சொல்லி வணக்கம் சொன்ன" எனச் சொல்லிச் சிரித்தார்.

"திவி சின்னதிலிருந்தே டாக்டர் ஆகனும்னு சொல்லும்.கையில் ஒரு குச்சியை வச்சுக்கிட்டு, மாமா உங்களுக்கு ஊசி போடுறேன்னு வரும் .அதே

மாதிரி ஆகிடுச்சு" என மலரும் நினைவுகளில் பொன்னுசாமி திளைத்திருந்தார்.

"ஆமாம் வலிக்காமல் ஊசி போடுறதில் டாக்டரம்மா எக்ஸ்பெர்ட், .நானும் ஏமாந்து நின்னுருக்கேன் " என்றான் ஆதித்யன். இரட்டை அர்த்தத்தில் பேசுகிறானோ எனத் திவ்யா யோசிக்கும் முன் ,"மாமா உங்களுக்கு அநியைப் பார்க்கும் போது, வேற சாயல் தோணலையா"எனக் கேட்டான்.

"அநியைப் பார்க்கும் போது உன்னை மாதிரி இருக்கேன்னு நினைச்சது உண்டு, ஆனால் இப்படி உறவு இருக்குமென்று நினைச்சே பார்க்கலை" என்றார் கனகரத்தினம்.

ரவியும், ஆதித்யன் அருகில் வந்து அமர்ந்து பிள்ளைகளுடன் வார்த்தையாடிக் கொண்டிருந்தான் .ஆது சளைக்காமல் எல்லாவற்றிற்கும் பதில் வைத்திருந்தது. இவர்கள் பேசி மகிழ்ந்திருந்த நேரம், செல்வி கலாம்மா உதவியுடன் சிற்றுண்டி பரிமாறினாள். திவ்யாவும் சேர்ந்து எடுத்துக் கொடுத்தாள். பணியாரமும் சுண்டலும் இருந்தது. தட்டை இரட்டையர்கள் அருகில் கொண்டு வந்து வைத்து, மிளகாய் நீக்கி சாப்பிடக் கொடுத்தாள்.

"மறந்தே போய்ட்டேன், அப்பா உங்களுக்கு டாய்ஸ் வாங்கிட்டு வந்தேன்டா " என வெளியே காரை நோக்கிச் சென்றான். வரும்போது கை கொள்ளாமல் பொம்மை, கார் என அள்ளிக் கொண்டு வந்தான். பிள்ளைகள் அதைப் பார்க்கவும் குஷியானார்கள்.சில மணி நேரங்கள் பேசிக் கொண்டிருந்து விட்டு ரவியும், பொன்னுச்சாமியும், கிளம்பினார். ரவி மீண்டும் ஆதித்யனிடம் எச்சரித்து வீட்டுக் கிளம்பினான்.இரவு உணவை முடித்தே செல்ல வேண்டும் எனும் தமிழ்ச்செல்வியின் அன்புக் கட்டளையில் அதையும் முடித்துப் பிள்ளைகளை அழைத்தாள் திவ்யா.

"அநி, ஆது வாங்கடா நேரமாச்சு, உங்களுக்குத் தூக்கம் வந்துடும். தாத்தா, பாட்டி அப்பாக்குக் குட்நைட் சொல்லிட்டு வாங்க" என்றாள் . ஆதித்யனை தன வீட்டுக்குள் அனுமதிக்காமல் வெளியே நிறுத்த நினைத்தாள் திவ்யவர்ஷினி.ஆதித்யன் அதிர்ந்து நின்றான்.

மனம்-10

திவ்யவர்ஷினி, இரட்டையரிடம், நேரமாச்சு தூங்கப் போகலாம், தாத்தா பாட்டியோடு சேர்த்து அப்பாவிற்கும் குட்நைட் சொல்லச் சொல்லவும், ஆதித்யன் அதிர்ந்தான்.என்ன செய்வது என்ற கையறு நிலை, பிள்ளைகளுக்குத் தான் அவன் தகப்பன். திவ்யா வீட்டில் தங்குவதற்கு என்ன உரிமை இருக்கிறது. கனகரத்தினம் தம்பதிக்கு எதுவும் தெரியாமல் இருந்திருந்தால், அவன் அதைச் சொல்லி மிரட்டியாவது அவள் வீட்டில் நுழைந்து இருப்பான். இங்கு அதுவும் இல்லை. ஆதித்யனின் தாய் மாமனாகிப் போனார் கனகரத்தினம். அவராலும் எதையும் அழுத்திச் சொல்ல முடியாது. சரியான

ஓர் உறவு சிக்கலிலிருந்தது இவர்கள் உறவு.

ஆனால் புதிதாக வந்த அப்பாவை விட்டுவிட்டு வருவதற்கு அநிருத்யா தயாராக இல்லை. அவன் அம்மா குட்நைட் சொன்னதும். "அம்மா, அப்பா கூத தூங்குறேன்" என்றான் அநி.

"இல்லை அநி,வா அப்பாவை டிஸ்டர்ப் பண்ணக் கூடாது. அப்புறம் அப்பா நாளைக்கு ஊருக்குப் போய்டுவாங்க, குட்நைட் சொல்லிட்டு வா." என்றாள்.

"அதெல்லாம் முதியாது, அநிக்கு அப்பா வேணும்" என்றான். "அநி டியர் அடம்பிடிக்கக் கூடாது வாங்கடாச் செல்லம், அம்மா இன்னைக்கு மோக்லி கதை சொல்றேன்" என்றாள். "எனக்கு மோக்லி வேண்டாம், அப்பா தான் வேணும்" என ஓடி வந்து ஆதித்தியனைக் கட்டிக் கொண்டான்.

தமிழ்ச்செல்வி,"திவ்யா, நீ போம்மா ஆதி தம்பி கொண்டு வந்து விடட்டும்" என்றார்.ஆதித்யனுக்கு ஒரு முறைப்பைப் பரிசாகத் தந்து விட்டு, ஆதிரையை அழைத்துச் சென்றாள் திவ்யா. ஆதியை வாவெனத் தன் வீட்டிற்கு அழைக்கவும் இல்லை. அநியை சமாதானம் செய்யவும் இல்லை. செல்வியிடம் சொல்லி விட்டு ஆதிரையுடன் வெளியேறினாள்.

ஆதித்யனுக்கும் செய்வது யாதெனப் புரியவில்லை. அநியை அணைத்தபடி உட்கார்ந்து இருந்தான். அம்மா சென்றவுடன்,அப்பாவின் மடியை விட்டு இறங்கி காரை எடுத்து விளையாடினான். கனகரத்தினம் ஆதியிடம் வந்து, "மாப்பிள்ளை உங்களுக்கு மாடியில் இருக்க ரூமில் பெட் போட்டிருக்கிறேன். நீங்க ட்ரெஸ்ஸை மாத்திட்டு வாங்க" என்றார். இங்கே தங்க ஆரம்பித்தால் பிள்ளைகளிடமிருந்தும், திவ்யாவிடமிருந்தும் விலகி நிற்க நேரிடும் என முடிவெடுத்த ஆதித்யன்.

"மாமா, நீங்க தப்பா நினைக்கலைனா நான் ஒன்று சொல்றேன். நான் என் பிள்ளைகளுக்காகத் தான் இங்கே வந்தேன். இன்னைக்கு இங்க தங்குனா, என்னைத் தள்ளி நிறுத்திடுவா திவ்யா. முறைப் படி தாலிக் கட்டலைனாலும், மானசீகமா அவளோடு தான் குடும்பம் நடத்திக்கிட்டு இருக்கேன். நான் என் வழியில் அவளைச் சமாளிச்சுக்குறேன். நீங்க தப்பா எடுத்துக்காதீங்க" என்றான்

.

"நாங்க என்ன மாப்பிள்ளை சொல்ல, இந்த ஊரைப் பொறுத்தவரை நீங்க திவ்யா புருஷன் தான். பிள்ளைகளின் அப்பா. நீங்க தாராளமா தங்கலாம். ஆனால் திவ்யா சம்மதிக்கனும்" என்றார்.

"சரிங்க மாமா, என் வீட்டுக்குப் போறேன், உப்பைத் தின்னவன் தண்ணீர் குடிக்கனும், தப்பைப் பண்ணவன் தண்டனை அனுபவிக்கனும்கிறது விதி. எதுக்கும் மாடி ரூம்சாவி இருந்தா குடுங்க. துரத்தி விட்டானா தங்க இடம் வேணுமே. நடு ராத்திரியில் உங்களைத் தொந்தரவு செய்ய வேண்டாம் பாருங்க" என்றான். அவனைப் பார்த்துச் சிரித்த கனக ரத்தினம்," இவ்வளவு

உறுதி இருந்தா சரிதான். திவ்யா நல்ல பொண்ணு, அடிக்கல்லாம் செய்யாது தைரியமாப் போங்க" என்றார்.

"உங்க பேச்சைத் தட்டுவனா மாமா, மாமன் எவ்வழியோ, மருமகனும் அவ்வழி, எவ்வளவு அடி வாங்கினாலும் வெளியே சொல்ல மாட்டேன்" என்றான் ஆதித்யன். "மாப்பிள்ளை, என்னை உன் கணக்கில் சேர்க்காத. நாங்கலாம் வீட்டில் பார்த்த பெண்ணைக் கட்டுனவுக" என்றார்.

தமிழ் செல்வி ," ஆமாம், ஆமாம். பிடிச்சது கிடைக்கலைனா, கிடைத்-தைப் பிடிச்சதா சொல்லி வீட்டுக்கு நல்ல பிள்ளையாட்டம் கட்டிக்க வேண்-டியது. இதில் அக்கா மகனுக்குச் சொல்ல வந்துட்டாங்க" என்றார்.

" தமிழு, நம்ம கதை எதுக்கு விடு. என்ன செய்ய, அக்காள் மகனாப் போய்ட்டாரு, நாம தானே சப்போர்ட் பண்ணனும்" என்றார். "மாமா ஏதோ வேற விசயம் இருக்கிற மாதிரி இருக்கே எனி ஹெல்ப்" என்றான்.

"மாப்பிள்ளை, நாங்கலாம் தாலி கட்டியிருக்கமாக்கும், என் பொண்டாட்டி வெளியே தள்ளி கதவை எல்லாம் சாத்தாது. மகனைக் கேட் பாசா வச்சுச் சீக்கிரம் வீட்டுக்குப் போ" என்றார் கனகு. தமிழ்ச் செல்வியை முறைத்தபடி, துண்டை உதறி தோளில் போட்டுக் கொண்டு ஒரு பார்வையோடு அறைக்-குச் சென்றார்.

கீழே கிடந்த காரை ஓட்டிக் கொண்டிருந்த அநிக்குத் தூக்கம் கண் நிறைய இருந்தது. எங்கே கண் மூடினால் அப்பா சென்று விடுவாரோ என அநி விழித்துக் கொண்டிருந்தான். அவனை ஒரு கையிலும், தனது பேகை ஒரு கையிலும் தூக்கிக் கொண்டு, ஆதித்யன் திவ்யாவின் வீட்டை நோக்கி நடந்தான், அநிருத்யா போகும் பாதையைச் சொன்னான்.

தன் விதியை நொந்தபடி ஆதித்யன் திவ்யாவை நோக்கிச் சென்றான். திருமணமான பெண்கள், கணவன் வீட்டுக்குள் காலடி வைப்பார்கள், அப்பா பிள்ளைக்கு வழி காட்டுவார், இங்கு எல்லாம் தலைகீழ்.

திவ்யா கதவைத் திறந்து வைத்து ஹாலில் அமர்ந்திருந்தாள். கலாம்மா தன் படுக்கையைப் போட்டு டைனிங்கில் படுக்கச் சென்று விட்டார். கனக ரத்தினம் வீட்டின் வலது புறம் தெற்கு நோக்கி வாசல் இருந்தது, முதலில் ஓர் பால்கனி வராண்டாவும், பின்னர் ஒரு ஹால் ஹாலிலிருந்தே பக்கவாட்-டில் அடுத்தடுத்து இரண்டு அறை, ஹாலுக்கு நேராக டைனிங் கிச்சன் என நீண்டது. பிறகு பின் பக்கம். டைனிங்கில் தான் கலாம்மா விரித்துப் படுப்பார்.

"அப்பா, இது தான் நம்ம வீது. வாங்கப்பா" என அநி கையைப் பிடித்து அழைத்து வந்தான், ஆதுவும் தூக்கக் கலக்கத்திலிருந்தது, முழித்து அம்மா மடியில் சாய்ந்து கொண்டு, "அம்மா தூங்கலாம் வாம்மா" என அழைத்துக் கொண்டிருந்தது. அப்பாவைப் பார்க்கவும் புன்னகை விரிந்தது.

ஆதித்யனைக் கண்ட திவ்யா எதுவும் பேசவில்லை. "அம்மா, அப்பா பாருங்க" எனத் தாய்க்கு அறிமுகம் செய்தான் அநி.

"அம்மா, அப்பா நம்மக் கூதப் பதுத்துக்கத்தும், அப்பத் தான் ஹேப்பி ஃபேமலி. ஆது நம்ம தீவியில் பார்த்தமே ஹேப்பி ஃபேமலி" என்றான்."அம்மா அப்பா நம்மக் கூட இருப்பாங்களா?" எனக் கேட்டது ஆதிரை.

ஆதித்யன், அவளையே பார்த்திருந்தான்.'வான்னு கூடச் சொல்ல மாட்டாளோ' என மனதில் நினைத்தான்.'செய்யறதெல்லாம் செஞ்சிட்டு ஒரு லுக் வேற, நான் வான்னு கூப்பிடலைனா ஆதித்யராசா வராமல் போயிடுவாராக்கும் , அத்தனையும் நடிப்பு' என மனதில் அவன் துதி பாடினாள் திவ்யா.

"அநி உங்கப்பாக்கு நம்ம வீட்டில் வசதி பத்தாது, தாத்தா மாடி ரூம் சாவி தரலையா?" என மகனிடம் பேசினாள்.

"அம்மா நம்ம பெத் பெரிசு தானே அதிலையே அநி, ஆது, அம்மா,அப்பா எல்லாரும் ஒன்னா பதுத்துக்கலாம்" என்றான் அநி.

"நான் ஆதும்மா பக்கத்தில் தான் படுப்பேன், நீ அப்பா பக்கத்தில் படு " என அழுத்தமாகப் பேசியது ஆதிரை."சரி, இரண்டு பேரும் போய் ப்ரஷ் பண்ணுங்க, அம்மா வர்றேன்" என்றாள்.

"அப்பா" என அநிக் கேட்கவும். "ஆமாம், இவர் தான் பெரிசா அப்பாவைக் காப்பாத்த வந்துட்டாரு ,போ உங்கப்பா இங்க தான் இருக்கார் போ" என விரட்டவும் உள்ளே போனான் அநி. கையைக் கட்டிக் கொண்டு அவனைப் பார்த்த திவ்யா,"அப்புறம், என்ன செய்யறதா உத்தேசம்" என்றாள் .

ஆதித்யன் அவளையே துளைக்கும் பார்வைப் பார்த்தவன்,'இவளிடம் தயங்கி நின்றால் பிரிச்சு மேஞ்சுடுவா. நம்ம தான் அப்பர் ஹேண்ட் எடுக்கனும்' என மனதில் நினைத்தான். அதைச் செயல் படுத்தும் விதமாகப் பேசினான்.

" இங்க பார் என் பிள்ளைகளுக்காகத் தான் நான் இங்கே தங்க வந்தேன். நீ ஓவரா சீன் போடாத. என் பிள்ளைகள் கூடத் தான் நான் இருப்பேன். உனக்குப் பிடிச்சா வச்சுக்க. பிடிக்கலைன்னா சகிச்சுக்க." என்றான். திவ்யா முறைத்தாள்.

அவளருகில் சென்றவன்,"இங்க பார், பிள்ளைகள் முன்னாடி முறைக்கிற வேலை வச்சுக்காதே. திட்டும் வாய்க்குக் கிடைக்கும் தண்டனை தான் முறைக்கும் கண்ணுக்கும் கிடைக்கும்" என்றவன் அவளை நெருங்கும் முன் அவள் சுதாரித்துக் கதவுப் பக்கம் போனாள்.

கதவை அடைத்துப் பூட்டியவள், " முகரையைப் பாரு, எதுடா சான்சுன்னு அலையிது மங்கி" எனத் திரும்பியவாறு முணுமுணுத்தாள். அவள் பின்னோடு வந்து காதைத் தீட்டி வைத்துக் கேட்டவன்,"இப்ப ஏதாவது என்னைப் பற்றிக் கொஞ்சும் மொழி சொன்னியா திவிம்மா" என்றான் . அருகில் கேட்ட அவன் குரலில் அரண்டவள், அவனைத் தள்ளி நிறுத்தி.

"உங்கள் பிள்ளைகள் கிட்டத் தான் உங்களுக்கு உரிமை இருக்கு. என்கிட்ட இல்லை, அதை நல்லா ஞாபகம் வச்சுக்குங்க. என்கிட்ட இந்த விளையாட்டெல்லாம் வேண்டாம். இல்லைனா நானும் மென்டல் ஹராஸ்மென்ட் கேஸ் போடுவேன்" எனக் கண்களில் அனல் பறக்க மிரட்டினாள் திவ்யவர்ஷினி. அவன் சளைக்காமல் சிரித்தபடி பார்த்திருந்தான்.

"கோபத்தில் தான் செமையா இருக்க. லவ் யூடி திவிக் குட்டி" என அவளை முத்தமிடும் தூரத்தில் நெருங்கி, தொடாமல் அவள் அவஸ்தையை மட்டும் ரசித்திருந்தான்.அநி,ஆதி, "அப்பா அம்மா" என்று அழைக்கவும்.

"இதோ வந்துட்டேன்" எனக் கோரஸ் குரல் கொடுத்தனர். அவன் சிரித்தவாறும், அவள் மூச்சை இழுத்து விட்டு அவனைத் தள்ளிக் கொண்டு பிள்ளைகளிடம் விரைந்தாள். இரட்டையர்கள் இரண்டும் ப்ரஷ் செய்வதாகச் சட்டையை நனைத்திருந்தன. அலமாரியிலிருந்து முழுக் கவர் செய்யும் இரவு உடையை எடுத்தாள்.

"இரண்டு பேரும் உச்சா போய்டு வந்தீங்களா " என்றாள்."அம்மா எனக்கு வரலை" என்றான் அநி. "அதெல்லாம் சொல்லக் கூடாது, ஆது நீ போய்டு வந்தியா." எனக் கேள்விகள் கேட்டு, திரும்பவும் வாஷ்ரூம் அழைத்துச் சென்று, உடலைத் துடைத்து டவளோடு வெளியே அனுப்பினாள்.

அநி அப்பாவிடம் ட்ரெஸ்ஸை எடுத்து வந்தான். ஆதிரை கட்டிலருகில் அப்பாவைப் பார்த்தவாறு அம்மாவுக்காகக் காத்திருந்தது. ஆதித்யன் பிள்ளைகளுடன் திவ்யா பேசுவது,செய்வது என அனைத்தையும் ஆசையாகப் பார்த்திருந்தான்.

அநி வரவும் ஷோபாவில் அமர்ந்தபடி துடைத்து விட்டான். பேபி பவுடரை எடுத்து வந்து நீட்டினான் அநி. "முகத்துக்குப் போடவா" என்ற அப்பாவிடம், கேலியாகச் சிரித்தது ஆது, "அப்பா இங்கே "என உடலைத் திருப்பிக் காட்டினான் அநி.

"எங்கடா டப்பாவில் பவுடரைக் காணோம்" என்ற ஆதித்யனிடம் பஞ்சு டப்பாவை தன் உடலில் தட்டிக் காண்பித்தான் அநி,"இப்பதி, அதே வந்தும்" என்றான். ஆது மேலும் சிரித்தது, திவ்யா வரவும்,"அம்மா, அப்பாக்கு ஒண்ணுமே தெரியலை" எனச் செய்தி வாசித்தது.

"ஆமாம் எதுவுமே தெரியாமல் தான் உங்கள் இரண்டு பேருக்கும் அப்பா ஆகியிருக்கிறார்" என ஜாடை பேசினாள் திவ்யா.

ஆதித்யன், அநி சொன்னபடி, பவுடர் போட்டு, ட்ரெஸ்ஸையும் போட்டு விட்டான். அநியை பெட்டில் கொண்டு விட்டவன், "ஆமாம் உங்க அம்மா தான் பெரிய டாக்டர். அவங்களுக்கு எல்லாமே தெரியும். அப்பாக்கு ஒண்ணுமே தெரியாது. ஆதும்மா அப்பாக்கு,அம்மாவைச் சொல்லிக் கொடுக்கச் சொல்லுங்க. அப்புறம் பாரு அப்பா அநி, ஆதுக்கு எல்லாம் நல்லா செய்வேன்" என்றான்.

"அம்மா, அப்பாக்கு சொல்லிக் கொடு. அப்பா செய்வாங்க" எனத் தீர்ப்புச் சொன்னது ஆதிரை. ஆது தனது இடத்தில் படுத்துக் கொள்ள, அநி ஆதித்யனையும் கட்டிலுக்கு இழுத்தான்.

"அப்பா ட்ரெஸ் மாத்திட்டு வர்றேன் நீங்க படுங்க" என்றான் ஆதித்யன். அநி அவனுக்காகப் படுக்காமல் உட்கார்ந்து இருந்தான்.

ஆதித்யன் மாற்று உடையைப் பேகிலிருந்து எடுத்தான், திவ்யாவைப் பார்க்கவும், அவள் வாஷ் ரூமைக் கண்களால் காட்டினாள். அவன் சட்டையைக் கழட்டியபடி ஹேங்கரைத் தேடினான். கதவுக்குப் பின்னாடி எனக் காட்டினாள். அங்கே அவளது துப்பட்டா, ஹேண்ட் பேக் என மாட்டியிருந்தது. அதில் ஒன்றில் மாட்டியவன், வாஷ் ரூம் நோக்கிச் சென்றான். சட்டை இல்லாத அவனைப் பார்க்கவே திவ்யாவுக்குச் சங்கடமாக இருந்தது. ஆதுவைத் அணைத்தவாறு பக்கத்தில் அமர்ந்திருந்தாள்.

ஆதித்யன் ஷார்ட்ஸ் அணிந்து, டவலால் உடலைத் துடைத்தபடி வந்து, கண்ணாடியில் தலை சீவி பின்னரே டீசர்ட் அணிந்தான். திவ்யாவுக்குத் தான் மூச்சடைத்தது. பிள்ளைகள் இல்லாத நேரத்தில் பேச வேண்டும் என முடிவெடுத்தாள்.

அநி ஆதித்யன் வந்து கட்டிலில் அமரவும், அவன் மீது ஏறிக் கொண்டான். " அப்பா படுங்க" எனப் படுக்க வைத்து அவன் மார்பில் ஏறிக் குப்புறப் படுத்துக் கொண்டான்.

ஆதித்யன் தன் மகனின் ஏக்கத்தை நினைத்துக் கண்கலங்கி இருந்தான். திவ்யாவும் அநியைப் பார்த்துக் கொண்டே இருந்தவள் பெருமூச்சை மட்டுமே வெளியிட்டாள். ஆது அணைத்துத் தட்டிக் கொடுத்ததில் தூங்கி இருந்தது. அநியைத் தட்டிக் கொடுத்தவாறு, கண்களின் ஓரம் கண்ணீர் வழியப் படுத்திருந்தான் ஆதித்தன்.

திவ்யா, வாஷ்ரூம் சென்று, நைட் பேண்ட், குர்தி என வந்தாள். இரவிலும் இது தான் அவளது உடை. ஏதாவது எமர்ஜென்சி கேஸ் வந்தாலும் போக வசதியாக இதை அணிந்திருப்பாள். மணி பதினொன்றைக் காட்டியது. அநி தூங்கி விடவே, அவனை ஆது அருகில் போட்டு தலையணையை ஓரத்தில் வைத்து விட்டு அறையை விட்டு வெளியேறினான் ஆதித்யன். திவ்யா பார்த்துக் கொண்டே இருந்தாள். ஆதித்யன் ஹாலில் இருந்த குசனைத் தலைக்கு வைத்து, ஷோபாவில் சரிந்திருந்தான்.அவன் கால்கள் கீழே தொங்கிக் கிடந்தது.

திவ்யா எழுந்து வந்து பக்கத்து அறையில் கட்டிலில் படுக்கையை விரித்து விட்டு அவனை அங்கே படுக்கச் சொன்னாள். ஆதித்யன் யோசனையாக அவளைப் பார்த்தான். ஆனால் எதுவும் கேட்கவில்லை.

அதே நேரம் அவளின் மொபைல் ஒலித்தது. ஆதித்யன் பதட்டமாக இந்த நேரம் யார் என எழுந்தான். போனை எடுத்த, திவ்யா காதில் விசயத்தை வாங்கி விட்டு "ரோஸி ஸிஸ்டர் லேபர் வார்டை ரெடி பண்ணுங்க.

இதோ வந்துட்டேன்" என்றாள். ஆதித்யன் அவள் முகத்தையே பார்த்திருந்-தான்.

திவ்யா, தன்னுடைய ஹேண்ட் பேக், கார் சாவி மொபைலை எடுத்துக் கொண்டு , கலாம்மாவை எழுப்பினாள்.

"என்னம்மா இந்த நேரம்" என்றார். முழித்தே படுத்திருந்தார். ஆதித்யன் வருகை திவ்யாவின் வாழ்க்கை ஆகியவற்றைப் பற்றி அவளிடம் நேராகக் கேட்காமல் கிரகித்து வைத்திருந்தார்.

"ஒரு எமர்ஜென்சி பிரசவ கேஸ், பிள்ளைகள் தூங்கிடுச்சு. அவர் அந்த ரூமில் இருப்பார். சத்தம் கேட்டா பார்த்துக்குங்க" என்றாள். ஆதித்யன் அவளையே பார்த்திருந்தவன் விசயத்தைப் புரிந்து கொண்டான். அவளுக்கு முன் சென்று கதவைத் திறந்து, செருப்பை மாட்டினான். " நீங்க எங்க வர்-றீங்க" என எரிந்து விழுந்தாள் திவ்யா.

"கிளினிக் போறியே நானும் வர்றேன்" என்றான். "எனக்குப் போகத் தெரியும். இத்தனை நாள் அப்படித் தான் போனேன். நீங்க போய்த் தூங்-குங்க" என நடந்தபடி சொன்னாள்.

கலாம்மாவிடம் "நான் விட்டுட்டு வர்றேன்" எனச் சைகை செய்த வந்-தான். அவருக்கும் இன்று நிம்மதியாக இருந்தது. திவ்யா இப்படிக் கிளம்பும் போதெல்லாம் கவலையாக இருப்பார். தமிழ் செல்வியிடம் சொல்லி வருத்த படுவார். "நீங்க பயப்படாதீங்க. எல்லாம் நம்ம ஆளுங்கள் தான். வேற யாரும் உள்ளே வர முடியாது" எனக் கலாம்மாவின் கவலைக்குப் பதில் தரு-வார் தமிழ்செல்வி.

திவ்யாவின் காரை மறைத்து ஆதித்யன் கார் நின்றது. அதைப் பார்த்து குறையோடு முறைத்தாள்.தனது கார் கதவை ரிமோட்டில் திறந்தவன், "ஏறு" என்றான் .வேறு வழியின்றி அவள் ஏறினாள், மூன்றாவது நிமிடத்தில் கிளி-னிக்கில் இருந்தனர். ரோஸி பதட்டமாக வந்து, டாக்டர் கொஞ்சம் காம்பிளி-கேட்டட் என்றார். ஆதித்யன் காத்திருந்தான்.

திவ்யா உள்ளே போய்ச் செக்கப் செய்து விட்டு சில முன்னேற்பாடுகளை-யும் செய்து விட்டு வெளியே விரைந்து வந்து, "வயிற்றில் குழந்தை திரும்பி இருக்கிறது ஆப்பரேஷன் செய்யனும். புதுக்கோட்டை தேவகி ஹாஸ்பிடல் கொண்டு போகலாம்" என்றாள். ஆம்புலன்ஸ் வந்து கிளம்பவும் நேரமாகுமே என யோசிக்கும் போதே, திவ்யாவை ஆதித்யன் அழைத்தான்.

"திவி தேவகி மேடத்துக்குப் போன் போட்டு தியேட்டர் ரெடி பண்ணச் சொல்லு, அந்த லேடியைப் பின்னாடி ஏற்று. நீயும் வா. பத்து நிமிடம் போய்விடலாம்" என்றான். அவளுக்கும் சரி எனப் படவே, பிரசவலிக் கண்ட பெண், அவள் அம்மா, நர்ஸ் இவர்களைப் பின்னால் ஏற்றி, தானும் அவனோடு முன் சீட்டில் அமர்ந்தாள்.ஆதித்யனின் அந்த ஹை எண்ட் இறக்குமதி வாகனம் சீறிப் பாய்ந்தது.

"கலாம்மாட்ட விசயத்தைச் சொல்லிடு. கதவை பூட்டிட்டுப் படுப்பாங்க" என்றான். அதே போல் தகவல் தந்தாள்.ஹாஸ்பிடல் வழியையும் மேப்பில் போட்டு ,ஒரு ஜேர்க் இல்லாமல் பத்தாவது நிமிடம் ஹாஸ்பிடலில் இறக்கி விட்டான்.

தேவகி தயாராக இருந்தார். திவ்யாவும் ஆபரேஷன் தியேட்டர் செல்லும் உடையை மாட்டிய வண்ணம் ஆதித்யனிடம் கண்களால் பேசிச் சென்றாள். அவனும் தான் காத்திருப்பதாகச் சைகை செய்தான்.

அந்தப் பெண்ணின் தாயார்,கடவுளை வேண்டிக் கொண்டு பதட்டமாக இருந்தார். "கவலைப் படாதீங்க ஒன்றும் ஆகாது"என்றான்."டாக்டரம்மா புருஷனா நீங்க நல்லா இருக்கனும்" என வாழ்த்தினார். பின்னாடியே வண்டியில் அந்தப் பெண்ணின் கணவனும், அப்பாவும் இரண்டு சக்கர வாகனத்தில் வந்து சேர்ந்தனர்.

அவர்கள் பதட்டமாக நடந்து கொண்டிருந்ததைப் பார்த்து, ஆனந்த் பிறக்கும் போது, தங்கள் குடும்பம் இருந்த நிலையை நினைத்துக் கொண்டான். அரை மணி நேரத்தில் பிள்ளை அழுகைச் சத்தம் கேட்டது. பத்து நிமிடத்தில் டாக்டர்கள் வெளியே வந்தனர். "சரியான நேரத்தில் வந்துட்டிங்க. பையன் பிறந்து இருக்கான். நார்மல் ஆகிடுச்சு. ஆபரேஷன் ரெடி பண்ணுறதுக்குள்ள சரியான பொஸிஷன் வந்து நார்மல்" என்றார் தேவகி .மேலும் தொடர்ந்து

"எல்லாம் உங்கள் டாக்டரம்மா சாமர்த்தியம் தான். முதலில் குழந்தையோட கால் வரப் பார்த்தது, ஒரு சூடு வச்சு உள்ளே தள்ளி ஊசி போட்டு கூட்டிட்டு வந்தாங்க. சார் வேகமாக வந்ததில் சரியான நேரத்துக்கு வந்துட்டீங்க." எனச் சொல்லவும். அந்தக் குடும்பம் இவர்கள் இருவரையும் வாழ்த்தி தேவகிக்கு நன்றி சொன்னது.

தேவகி மற்ற ஆலோசனைகளைச் சொல்லிக் கிளம்பினார். திவ்யாவும் நர்ஸ் ரோஸி தான் இருந்து காலையில் வருவதாகச் சொல்லி விட்டார் எனக் கிளம்பினாள். ஆதித்யனிடம் தேவகி நன்றி தெரிவித்து விட்டு. "என உங்கள் பிள்ளைகளைப் பார்த்திட்டீங்களா, ஹேப்பியா" என்றார் .

"ரொம்பச் சந்தோஷம், என் வாழ்க்கையின் மறக்க முடியாத நாள். என் மகன் தான் கட்டிக்கிட்டு விடவே இல்லை. மகள் அவங்க அம்மாவைக் கொண்டு இருக்கு, ஒரே யோசனை, இவன் நல்லவனா, கெட்டவனான்னு, இருந்தாலும் பரவாயில்லை ஸ்டேஜரிலிருந்து, அப்பாவா ஒத்துக்கிச்சு" எனத் திவ்யாவைப் பார்த்தபடி சொன்னான்.தேவகி சிரித்து விட்டார், "அதென்ன ஸ்டேஜர்" என்றார்.

"டாக்டரம்மா வளர்ப்பு, முன்ன பின்னத் தெரியாதவங்கக் கிட்டப் பழகக் கூடாது ஸ்டேஜர் னு சொல்லிக் கொடுந்திருக்காங்க" என ஆதுவைப் போல் ஸ்டேஜரைச் சொன்னான்.

தேவகி சிரித்து,"ஓ ஸ்ட்ரேஞ்சரா, சரி,சரி. என்ன பண்றது மிஸ்டர் ஆதித்யன், இந்தக் காலத்தில் சிசுவைக் கூட விட்டு வைக்க மாட்டேங்கிறாங்க. நியூஸில் எத்தனை பார்க்கிறோம்" எனத் திவ்யாவின் வளர்ப்புக்கு வக்காலத்து வாங்கினார்.

"மேடம், நான் எங்க திவிம்மாவைத் தப்பே சொல்லலை. பிறந்து மூன்று வருஷம் வரை பிள்ளைகள் இருப்பதே தெரியாத நான் உண்மையில் ஸ்ட்ரேன்ஜர் தான்."என வருந்தினான்.

"ஓ, சியர்அப், மிஸ்டர் ஆதித்யன் உங்களுக்குப் பொண்ணுங்களைத் தெரியாது, இதே ஆது உங்களை அவள் ஹீரோவா பார்ப்பாள், எங்கப்பா, எங்கப்பான்னு பேசலைனா பாருங்கள்" என்றார்.

"நீங்க சொல்ற மாதிரி நடந்தால் சரி தான், என்ன ஆறு மாத கெடுவில் இதெல்லாம் சாத்தியமாக்கனும். அப்புறம் நீங்க என்னை ஆதி ன்னே கூப்பிடுங்க. மிஸ்டர் எல்லாம் வேண்டாம். எனக்கு உங்களைப் பார்த்தால் சிஸ்டர் ஃபீல் தான்" என்றான்.

தேவகி மீண்டும் சிரித்துவிட்டு, "நல்லாப் பேசுறீங்க ஆதி, என்ன சிஸ்டர்னு சொல்லி திவிக்கு என்னை நாத்தனார் ஆக்கிட்டீங்க" என்றார். திவ்யா மௌனமாக இவர்கள் அரட்டையைப் பார்த்திருந்தவள், "போகலாமா?" என்றாள்.

இருவரும் விடைப்பெற்று வண்டியில் ஏறி சிறிது தூரத்தில் ஒரு ஹோட்டல் முன் நிறுத்தினான் ஆதித்யன், அவள் என்னவெனப் பார்க்கவும், "ரொம்பக் களைப்பா இருக்கே ஒரு காபி" என்றான். அவளுக்கும் காபி அருந்த வேண்டும் போல் இருந்தது. ஆனாலும் அவன் கரிசனைத் தேவையில்லை எனப் பட்டது.

"எனக்கு ஒண்ணும் களைப்பா இல்லை வேண்டாம்" என்றாள்."எனக்கு வேணும் , கொஞ்சம் கம்பெனிக் குடுங்க டாக்டரம்மா" என்றான்.

மணி இரண்டைத் தாண்டி இருந்தது. காபி சொல்லிக் காற்றாட வெளியில் கிடந்த டேபிளில் அமர்ந்தனர். இரண்டு பிஸ்கட்டோடு காபியை அருந்தினர். திவ்யாவிற்கு இது போன்ற இரவின் பயணங்கள் பிடிக்கும். ஆனால் துணை இன்றி இதனைத் தவிர்த்தாள்.

மற்றொரு காரிலிருந்து ஆண்கள் கூட்டம் மற்றொரு டேபிளில் உட்கார்ந்தது. பாதிக் காபியிலிருந்தனர், திவ்யா சங்கடமாக உணரவே, ஆதித்யன் அவளருகே சேரை ஒட்டிப் போட்டு அமர்ந்து கையை அவள் தோளில் பாதுகாப்பு அரண் போல் போட்டுக் கொண்டான். அவனின் செய்கை அவள் மனதுக்கு இதமாகவே இருந்தது.ஆனாலும் காணாதது போல் இருந்துவிட்டாள்.

மீண்டும் பண்ணை நோக்கிய பயணம், தேவகி மருத்துவமனையில் பிறந்த குழந்தையை ஏந்தியிருந்த திவ்யாவைப் பார்த்தான். உயிரைக் காப்பாற்றிப் பிரசவிக்க வைத்த பெருமிதத்தில் அவள் முகம் பூரித்து இருந்தது.

சாவகாசமாகக் காரை செலுத்திய ஆதித்யன், "இரட்டை குழந்தைகள், உனக்கு நார்மலா, சிசேரியனா வர்ஷி" என்றான். அவன் குரலில் அந்த அருமையான தருணத்தில் தான் அவளோடு இல்லையே என்ற ஆதுரம் இருந்தது. அவன் குரலில் அதை உணர்ந்தவள், "நார்மல் தான்" என்றாள். அதற்கு மேல் இருவரும் எதுவும் பேசவில்லை. வீடு வந்து சேர்ந்தனர்.

பிள்ளைகள் தூங்கிக் கொண்டிருந்தன. கலாம்மா திறந்து விட மீண்டும் ஒரு முறை குளித்து நைட்டி அணிந்தாள் திவ்யா. பிள்ளைகள் நடுவில் படுத்துக் கொள்ள, கைக் கால்களை அவள் மேல் போட்டுக் கொண்டு ஆனந்தமாகத் தூங்கினர். ஆதித்யன் அடுத்த அறையில் படுத்ததும் தூங்கி-விட்டான்.

காலையில் திவ்யாவின் அறையில் திரைச்சீலைகள் இழுத்து விடப் பட்டு, போர்வை போர்த்திக் கதவை அடைத்துத் தொந்தரவு இல்லாமல் தூங்-கினாள். அவள் எழும் போது எட்டு மணி ஆகியிருந்தது. எழுந்து மணிப் பார்த்தவள், அவசரமாகப் பிள்ளைகளைத் தேடினாள். பின்னால் இருந்து அநி, ஆது, ஆதி என மூவர் சத்தமும் கேட்டது. அவனின் இருப்பு ஞாபகம் வந்தது. ப்ரெஸ் செய்து வெளியே வந்து எட்டிப் பார்த்தாள்.

அந்தச் சிறிய பம்ப் செட்டில் மூவரும் ஆடிக் கொண்டு இருந்தனர். ஆதித்யன் வேற்று மேனியோடு பிள்ளைகளும் அவனுமாக அரையாடை உடுத்தி பம்ப் செட்டில் ஆடி கொண்டு இருந்தனர்.

இரு பிள்ளைகளையும் இரண்டு கைகளிலும் தூக்கியபடி ஆதித்யன் குழாயில் நேராகத் தலையைக் காட்டிக் கொண்டு இருக்க, இவன் மீது பட்-டுத்தெறித்த தண்ணீர் சிறிய ஷவர் போல் அவர்கள் மேனியில் தெளித்தது. திவ்யா அவர்களுக்கு மூச்சு முட்டும் எனக் கையில் தண்ணீர் எடுத்து அவர்-கள் தலையை நனைப்பாள். இப்படி ஆடுவதில் அவர்கள் குதூகலம் அதிக-மாக இருந்தது.

“போதும்டா தங்கங்களா, வீட்டுக்குப் போகலாம். சீக்கிரம் தலையைத் துவட்டலாம். சளி பிடிக்கும்” என்றான் ஆதித்யன்.

“அப்பா இன்னும் கொஞ்ச நேரம் ப்ளீஸ் “ என்றது ஆதிரை ”என் தங்-கக் கட்டி நீங்க இப்படிக் கேக்கும் போது எப்படி மாட்டேன்னு சொல்றது “ என ஆதிரையைக் கொஞ்சினான்.

“நல்ல அப்பா” என ஆதிரையும் அவனுக்கு முத்தம் தந்தது, அதனைப் பார்த்த அநியும் அடுத்தக் கன்னத்தில் முத்தம் பதித்து “நீங்க அநி அப்பா தானே “ என்றான், “இல்லை அப்பா நீங்க ஆதுப்பா” என்றது.

இதைப் பார்த்திருந்த திவ்யாவுக்குப் பொறாமை வந்தது, ‘அட பக்கிகளா இதுகளைப் பத்து மாசம் சுமந்து பெத்து வளர்த்தேன், என் கிட்டச் சொல்ற மாதிரியே நேற்று வந்த அப்பாகிட்டயும் சொல்லுதுங்க.’ என மனதில் புகைந்-தாள் .

இவன் என்ன செய்யிறான் பார்ப்போம் ,யாருக்கு அப்பான்னு சொல்லுவே என மனதில் ஆதித்யனுக்குச் சவால் விட்டாள் , அவன் மிகவும் சுலபமாக, "நான் சொல்லட்டா எப்படிச் சொல்லணும்னு" என்றான்.

அதுங்க "ம்ம்" சொல்லவும், 'அநி-ஆது ,இரண்டு பேருடைய எழுத்து 'நி ,து' சேர்த்து 'நித்து ,நித்துப்பா ' சொல்லிடுங்க ஹேய்" என உற்சாகமூட்டி பிள்ளைகளை நம்பவைத்து அவளின் நித்யன் என்ற அழைப்பை தன பிள்ளைகள் வாயால் அழைக்க வைத்தான் ஆதித்யன்.

இரட்டையர் இரண்டும், மகிழ்ச்சியாக அவனுக்கு 'நித்துப்பா' என முத்தமிட்டு வீட்டுக்குள் செல்ல தொட்டியின் சுவரில் நின்றன. வாசலிலிருந்து பார்த்துக் கொண்டிருந்த திவ்யாவை நமட்டுச்சிரிப்போடு பார்த்தான் ஆதித்யன்.

அம்மா எனக் கை நீட்டி அழைத்தன பிள்ளைகள் பம்ப் சேட்டின் சுவற்றின் மீது அப்பாவைப் பிடித்தபடி நின்று கொண்டிருந்த பிள்ளைகளுக்கு திவ்யா ஆளுக்கு ஒரு துண்டை போர்த்தி விட்டாள் .

கண்கள் அவனிடமே நிலைப் பெற்றிருந்தது. "திவிம்மா மச்சானை அப்புறம் சைட் அடிப்பிங்களாம் .இப்ப பிள்ளைகளைத் தூக்குங்க, சளி பிடிச்சுக்கும் " என அவளுக்குக் கேட்கும் வண்ணம் அவள் காதருகில் குனிந்து சொன்னான்.

திவ்யா பல்கலைக் கடித்துக் கொண்டு வாயை மட்டும் அசைத்துச் சத்தம் வராமல் "போடா மங்கி' என்றாள் .அதைப் புரிந்து பிள்ளைகளை அவள் பிடித்திருக்க ஒரே ஜம்பில் தொட்டியிலிருந்து மேலேறி அவளருகில் குதித்து அவளை உரசியவாறு தலையைச் சிலுப்பினான். தண்ணீர் திவலைகள் அவள் மீதும் பட்டுத் தெறிக்கப் பிள்ளைகள் சிரித்தன.

பிள்ளைகளை இருக்கக் கைகளிலும் அள்ளிக் கொண்டு அவளை இடித்துக் கொண்டு வீட்டுக்குள் சென்றான் ஆதித்யன். அவனின் செயல்களில் வெளியே கோபம் உள்ளே சந்தோசம் எனத் தனக்குத் தானே புதிராக அவர்கள் பின்னோடு சென்றாள் திவ்யா.

மனம்-11

இந்தப் பருவத்தின் பருவத் தேர்வுகள் ஆரம்பித்து விட்டன. ஒரு நாள் பரிட்சை, இரண்டு மூன்று நாட்கள் விடுமுறை என விடுப்பும், பரிச்சையுமாகக் கல்லூரி சென்று கொண்டிருந்தாள் ராஜேஸ்வரி. கனகரத்தினம், தமிழ்ச்செல்வியின் இரண்டாவது மகள், திருச்சியில் தங்கி முதுகலை படித்துக் கொண்டு இருக்கிறாள்.கல்லூரி ஹால்டலில் ஏகப்பட்ட கட்டுப்பாடுகள் இருந்ததால், தோழிகள் இருவரைச் சேர்த்துக் கொண்டு தனியாக வீடு எடுத்துத் தங்கி இருக்கிறாள். பலகட்ட விசாரணை, ஆய்வுக்குப் பிறகு கனகரத்தினம்

சம்மதித்தார்.

இன்று பரிட்சை இல்லை, ஸ்டெடி ஹாலிடேயில் இருந்தாள். தோழிகளோடு அரட்டை, சமூக வலைத்தளங்களில் சேட்டிங், ஷாப்பிங், பார்லர் போகக் கொஞ்சம் நேரம் படிப்புக்குப் போனால் போகிறது என்று, அப்பா இவ்வளவு செலவு செய்கிறாரே நாமும் பார்டர் பாசாவது ஆகவேண்டும் என உயர்ந்த லட்சியத்தோடு படிப்பவள், ராஜி என்ற ராஜேஸ்வரி. இரவில் இணையத்தில் அரட்டை அடித்ததால் அம்மணி உறக்கம் கலையாமல் துயில் கொண்டிருந்தாள்.

போன் இரண்டு முறை அடித்து ஓய்ந்தது. மூன்றாவது முறை மிகவும் சிரமப்பட்டுக் கண்ணைத் திறந்தாள் நம் பெண்ணரசி. மீண்டும் கண்ணை மூடிக் கொண்டே ஸ்வைப் செய்து மொபைலை காதுக்குக் கொடுத்தாள்.

"அடியே ராசுக்குட்டி இன்னும் உனக்கு விடியலையா, என்ன இன்னும் தூக்கம்?' என்ற குரலில் தூக்கி வாரிப் போட்டு எழுந்தாள் ராஜி.

"அத்தான், நிஜமாவே நீங்க தான் கூப்பிடுறீங்களா" எனப் பக்கத்தில் தூங்கிக் கொண்டிருந்த தோழியை நறுக்கெனக் கிள்ளினாள் ராஜேஸ்வரி. "ஆ,எருமை மாடு, சனியனே வலிக்குதுடி" என இரண்டு அடி போட்டு விட்டு அவள் குப்புறப் படுத்துக் கொண்டாள்.

"அத்தான், இனி அத்தான், இனியநாதராசா இன்னைக்கு என்ன திடீர்னு ராசுக்குட்டி ஞாபகம். என்ன விசயம்" என்றாள்.

"எல்லாம் நல்ல விசயம் தாண்டி ராசு குட்டி. நம்ம ரூட் கிளியர் ஆகுது" என உற்சாகமாகச் சொன்னான் இனியன்.

"ஆகா நிஜமாவா" என அதிர்ந்து மீண்டும் தோழியைக் கிள்ளினாள். இந்த முறை அவள் திருப்பிக் கிள்ளி விட்டுத் தூக்கத்தைத் தொடர்ந்தாள். இவள்,"ஆ" என அலறினாள். "என்னடி ஆச்சு" என்றான்.

"ஒண்ணும்மில்லை இது கனவா இல்லை நினைவான்னு கிள்ளிப் பார்த்தேன். அப்படின்னா ஆதி அத்தான் கல்யாணத்துக்குச் சரின்னு சொல்லிட்டாங்களா, பொண்ணு யாரு. பேர் என்ன, எந்த ஊர், எப்பக் கல்யாணம், தேதி வச்சாச்சா, எங்க அக்கா தங்கச்சிகளுக்கு நடுவிலிருந்து சமாளிச்சிருவாங்களா" என்றாள்.

"பொறுடி, பொறு கொஞ்சம் மூச்சு விட்டுக் கேள்வி கேளு, ஒரேதா அடுக்கிட்டே போற, மனுசன் எப்படிப் பதில் சொல்றது" எனப் புலம்பினான் இனியன்.

"இப்போ நீங்க தான் விசயத்தைப் பட்டுன்னு சொல்லாமல், வழவழக்கிறீங்க" என்றாள்."ஏண்டி அவ அவ கட்டிக்கப் போறவன் பேச்சைக் கேட்கத் தவமா இருக்காளுங்க உனக்கு வழவழப்பா இருக்கோ. போடி உனக்கு நியூஸே சொல்லமாட்டேன். போனை வைக்கிறேன்." என இனியன் முறைத்துக் கொள்ளவும்.

" சாரி,சாரி, சாரிடி இனிக்குட்டி, நீங்க வழவழன்னு என்ன ரம்பமா அறுங்க, ரத்தம் வந்தாலும் உங்க ராசுக்குட்டி பொறுத்துக்குவா, சொல்லுங்கள் பிரானநாதா ச்சி, இனிய நாதா உங்கள் வார்த்தைகளால் என் காதில் தேன் பாய்ச்சுங்கள் " என நடிகையர் திலகமாக வசனம் பேசினாள்.

"ராசுக்குட்டி இந்த வாய் ஒன்றே போதும் எட்டூரை விலை பேசிடுவ, சரி விசயத்துக்கு வர்றேன். ஆதியின் தேடல் ஓவர். அண்ணி கிடைச்சாச்சு" என்றான்.

"உங்க அண்ணி, என் அக்கா, எங்கே இருக்காங்க" என்றாள்."எல்லாம் உங்க காட்டில் தான், வடகாடு. அதுவும் உங்கள் வீட்டில் தான் இருக்காங்க" என்றான் இனியன்.

"அத்தான், என்னைக் கல்யாணம் கட்டும் முன்னாடியே உனக்கு மர கழன்டுடுச்சா. எங்கள் வீட்டில் என்னை விட்டால் யார் இருக்கா. பக்கத்தில் டாக்டரக்கா, திவ்யாக்காவும் இரட்டை சுட்டீஸூம் தான் இருக்காங்க. வேற பண்ணைக்கு வர்றதுங்க, மில்லுக்கு வர்றதுங்க தான், ஆதியத்தானுக்கு அதெல்லாம் செட் ஆகாதே, வேற யாரும் இல்லையே" என்றாள்.

"அடியே ராசுக்குட்டி, ஒரு வார்த்தைக்கு ஒன்பது வாக்கியம் பேசிட்டு, என்னை வழவழக்குறேன்னு சொல்ற, வந்தேன்னு வச்சுக்கப் பேசுற வாய்க்குத் தான் பனிஸ்மென்டே (அண்ணன், தம்பி இதில் சேம் ப்ளட், சேம் திங்கிங்) எப்படி வசதி" என்றான் இனியன்

"போயா நீயும் உன் பனிஸ்மென்ட்டும், எங்க காட்டுக்கு ச்சி, எங்க ஊருக்கு , எங்க அக்காளை பொண்ணு அழைச்சிட்டு போணப்ப வந்ததோடு சரி, அதுக்கப்புறம், உங்க சாதி சனம் தலை வச்சு படுத்திருப்பீங்க. பெரிசா வந்திட்டாரு இனியநாதராசா, பனிஸ்மென்ட் கொடுக்க" என்றாள் ராசுக்குட்டி, ச்சி ராஜி.

"உங்க ஊருக்கு வராதா பாவத்துக்குத் தாண்டி இவ்வளவு கஷ்டமும் ஆதியோடு நாமும் அனுபவிச்சோம். முன்னாடியே வந்திருந்த, எங்க அண்ணியும் பிள்ளைகளும் வீடு வந்து சேர்ந்தருப்பாங்க " என்றான் இனியன்.

"அத்தான், நேரா விசயத்துக்கு வாங்க, எனக்கிருக்குறேதே, ஒரு மூலையில் கொஞ்சம் மூளை , அதை இப்படியெல்லாம் யோசிச்சு வேஸ்ட் பண்ணமாட்டேன்" என்றாள்.

" அது தான் தெரியுமே என் ராசுக்குட்டி, என்னை வம்பிழுக்க மட்டும் தான் அதை யூஸ் பண்ணுவான்னு. சரி கேளுடி உங்கள் வீட்டில் இருக்காங்களே டாக்டர் திவ்யவர்ஷினி அவங்க தான் ஆதியண்ணன் மனைவி, அநி, ஆது அவங்க பிள்ளைகள்" என்றான் இனியன்.

ராஜி அதிர்ச்சியில் தோழியைக் கிள்ளப் போக, அவள் சுதாரித்துப் பக்கவாட்டில் உருண்டாள். அடுத்தவளைக் கிள்ளினாள்.இருவருமாக இவளைத் தலையணைக் கொண்டு மெத்தினர், அப்போதும் அசராமல் "அத்தான் , காலங்காத்தால உங்களுக்கு ஏமாற்ற நான் தான் கிடைச்சேனா. இன்னைக்கு

ஏப்ரல் ஒன்று கூடக் கிடையாது. யாருக்குக் காது குத்துறீங்க. ஆயிரம் பேருக்குச் சோறாக்கிப் போட்டு, பேராவூரணி திருவிழாவுல காது குத்தி ராசேஸ்வரின்னு பேர் வச்சிருக்காக எனக்கு ஆமாம்." என முதல் மரியாதை ராதாவின் ஸ்லேங்கைப் பிடித்தாள் ராஜி.

இனியன் வாய்விட்டு அடக்கமாட்டாமல் சிரித்தவன், ஓய்ந்து "நிஜம்மாடி ராசுக்குட்டி, உன் மேல் சத்தியமா. ஆதி நாலு வருசத்துக்கு முன்னாடியே, அவங்களை லவ் பண்ணியிருப்பான் போல, ஏதோ மிஸ் அண்டர்ஸ்டான்டிங்கில் பிரிஞ்சுட்டாங்க. அண்ணி அண்ணன் மேல் இன்னும் பயங்கரக் கோபத்தில் தான் இருக்காங்க. இவன் தான் கையில் காலில் விழுந்தாவது சமாதானம் செய்யப் போயிருக்கான்" என நடந்ததைச் சொன்னான்.

"நிஜமாவே திவ்யாக்கா, ஆதியத்தான் வொய்ப்பா, ஆனால் அக்கா கணவர் டாக்டர், வெளிநாட்டில் இருக்காருன்னு சொல்லுவாங்களே" என யோசித்தாள்.

"அண்ணி சொல்லி கேட்டுருக்கியா" எனக் கேட்டான். நிஜமாகவே தன் கொஞ்சம் மூளையை உபயோகித்து யோசித்த ராஜி, "ஆமாம், அக்கா அவங்க வாயால் சொன்னதே இல்லை, ஏதாவது கேட்டால் சிரிச்சு மழுப்பிடுவாங்க. இதெல்லாம் பண்ணையில் வேலை செய்யறவங்க, மில்லில் வேலை செய்யறவங்க சொன்னது" என்றாள் ராஜி தொடர்ந்து

"ஆனால் உண்மையில் நல்ல விசயம், திவ்யாக்கா ரொம்ப நல்லவங்க. நிஜமாவே ஆதியத்தான் கொடுத்து வச்சவர் தான். ஊர்காரங்களுக்கே நேரம் காலம் பார்க்காமல் சேவை செய்வாங்க. தன் குடும்பம்னு வந்தால் இன்னும் நல்லா பார்த்துக்குவாங்க" என்றாள்.

"அதுக்குத் தாண்டி உனக்குப் போன் பண்ணேன், நீ சீக்கிரம் பரிச்சை முடிச்சு உங்க ஊருக்குப் போற வேலையைப் பார், நீ இருந்தால் தான் சகுனி வேலை எல்லாம் பார்த்து அவங்களைச் சேர்த்து விட்டுவ. சீக்கிரம் கிளம்பிப் போ " என்றான்.

"தாங்க்யூ ஃபார் யுவர் காம்ப்ளிமெண்ட்ஸ் மன்மத ராசா. ஆனாலும் நீங்கள் உங்கள் மனசில் இவ்வளவு உயர்வான இடத்தில் என்னை வச்சிருப்பீங்கன்னு நான் நினைக்கவே இல்லை, நினைக்கவே இல்லை" என அபிநய சரஸ்வதிக்குச் சவால் விட்டாள் ராஜி.

இனியனுக்குச் சிரித்துப் புரையேறியது, "போனை வைக்கிறேன்டி ராசுக்குட்டி என்றால முடியலை" என வைத்து விட்டு மீதி சிரிப்பை முடித்தான்.

"எங்க அண்ணன் பரவாயில்லை, இவளைக் கட்டிக்கிட்டு நான் என்ன பாடு படப் போறேனோ" என வாய் விட்டே புலம்பினான். சரியாக அதே நேரம் ஆதித்தியனிடமிருந்து வீடியோ கால் வந்தது. ஆர்வமாக எடுத்தான் இனியன்.

வடகாடு வீட்டுக்கு முன்னே களத்தில் நின்றபடி பேசினான் ஆதித்யன், "இனியா, குட் மார்னிங்டா. இன்னும் சாப்பிடப் போகலையா?" என்றான்.

"குட் மார்னிங் அண்ணா, போன் பேசிட்டு இருந்தேன், இதோ போறேன். நீ சொல்லு என்ன பண்ற, அண்ணியிடம் அடி வாங்கிட்டியா, பிள்ளைகள் என்ன பண்ணுது" என்றான்.

"அதுக்குத் தாண்டா கூப்பிட்டேன், இதோ பாரு. அநி ஆது இது 'இனியாப்பா' ஹாய் சொல்லுங்க" என்றான். வீடியோகாலில் ஹாய் சொன்ன இரட்டையர், "அப்பா இது அன்னைக்குப் பார்த்தமே ஸ்டேஜர் அங்கிள்" என்றது ஆதிரை.

"ஆமாப்பா ஹாய்" என்றான் அநிருத்யா. இனியனும் சிரித்துவிட்டு 'ஹாய்'ச் சொன்னான்."இது இனியாப்பா டா குட்டிமா, ஸ்டேஜர் இல்லை. நீயும் அநியும் எப்படி அண்ணன் தங்கச்சி, அது மாதிரி நானும் , இனியாப்பாவும் அண்ணன் தம்பி" என்றான் ஆதித்யன்.

"அப்பா நான் தான் அக்கா, அநி தான் தம்பி, திவிம்மா சொன்னாங்க" என உரிமையை நிலை நாட்டியது ஆதிரை. அநி சண்டைக்கு வந்தான். "நான்தான் அண்ணன். நித்துப்பா சொன்ன மாதிரி அண்ணன்" என்றான்.இவர்கள் சண்டையைப் பார்த்தவாறே இனியன் இறங்கி டயனிங்குக்கு வந்தான்.

"இனியா அப்பா,அம்மாவை காட்டுடா" என்றான் ஆதி. போனைத் திருப்பி லலிதாவைக் காட்டினான், அவரும் பேரன், பேத்தியோடு சமமாக முழங்காலிட்டு அமர்ந்திருந்த மகனைப் பார்த்து உணர்ச்சி வசப்பட்டார்.

மஞ்சள் பூசிய வட்ட முகமும், பெரிய குங்குமப் பொட்டு, உயர் ரகத் திருபுவனம் சேலை கழுத்தில் பிடி நகை , முக்கு, காதுகளில் வைரத்தோடு டாலடிக்கத் தாய்மை பொங்க இருந்த தனது அம்மாவைக் காட்டி, "அநி, ஆது இவங்க தான் உங்கள் பாட்டி, அப்பாவுடைய அம்மா. லலிதா பாட்டி வணக்கம் சொல்லுங்க" என்றான்.

"வணக்கம் பாட்டி" எனக் கோரஸ் பாடினர் இரட்டையர்கள் . பிள்ளைகளை வீடியோவிலேயே கொஞ்சினர் லலிதா. "என் தங்கங்களா, நல்லா இருங்கடா. உங்க பெயர் என்ன?" எனக் கேட்டார்.

"நான் ஆது, ஆதிரைச் செல்வி" என்றது."நான் அநி, அநித்தா"எனச் சொல்ல அவன் தடுமாற, "அநித்தராஜன்" என்றது ஆது.

"நல்ல பெயரா இருக்கே. யாரு வச்சாங்க" எனக் கேட்டார்.

"எங்கள் அம்மா. எங்க திவிம்மா. " என்றனர்."உங்க அம்மா பெயர் என்ன?" என்றார் லலிதா. "திவிம்மா, திவ்யவர்ஷினி. எங்கம்மா டாக்டர். ஊசியெல்லாம் போடுவாங்க" என ஆதிரைச் சொல்ல.

"அப்பாடி ஊசி போடுவாங்களா, பயமா இருக்கே" என்றார் லலிதா.

"ஆனால் எங்களுக்குப் போதமாத்தாங்க. எங்க அம்மாக்குப் பயம். அதனால தேவி அத்தை தான் ஊசி போதுவாங்க" என்றான் அநிருத்யன். இவர்கள் மழலைப் பேச்சை வீடே உன்னிப்பாகக் கேட்டது. இனியன் அம்மாவைத் திருப்பி நிறுத்தி, பிள்ளைகளை அப்பாவும் பார்க்கும் படி செய்தி-

ருந்தான்.

"தாத்தா பாருங்கடா, தாத்தாக்கு வணக்கம் சொல்லுங்க" என்றான் ஆதித்யன். "எந்தத் தாத்தா கனகு தாத்தா தான் இங்க இருக்காங்களே" என ஆதிரைக் கேட்டது.

"அவங்கள மாதிரியே இவங்க 'ராஜ் தாத்தா ' என ராஜேந்திரன் பெயரைச் சுருக்கிச் சொல்லிக் கொடுத்தான் ஆதி. "ராஜ் தாத்தா வணக்கம்" என்றனர்.

ராஜேந்திரன் கண்ணீர் மல்க நெகிழ்ந்து தான் போனார். " வணக்கம்டா செல்லங்களா,சாப்பிட்டீங்களா" என்றார். "ஓ ஆச்சே, திவிம்மா குத்தி இத்லி தந்தாங்க" என அநி சொல்லவும். "நித்துப்பா ஊட்டிவிட்டாங்க" என்றது ஆதிரை. "ஆகா, அது யாருப்பா நித்துப்பா" என்றார் ராஜேந்திர ராஜன்.

"ஐயோ தாத்தா, இது கூடத் தெரியாதா" எனத் தோளைத் தூக்கிக் கொண்டு கிலுக்கிச் சிரித்தது. ஆதித்தியனைத் தொட்டுக்காட்டி "இவங்கதான் நித்துப்பா. அநி யோட நி, ஆதுல து சேர்த்து நித்துப்பா. அப்பா கரெக்ட்டா" என ஆதிரை வினவியது.

"நீங்க சொன்ன தப்பா இருக்குமா, கரெக்ட் தான்" என மகளை முத்தமிட்டான் ஆதித்யன், அப்பா அநிக்கு என அவனும் போட்டிக்கு வரவும், அவனையும் கொஞ்சினான். இருவரும் ஆதித்யனுக்கு முத்தம் தந்தனர். இருவரையும் அணைத்த படி வலது கையில் மொபைலைப் பிடித்திருந்தான் ஆதித்யன்.

திவ்யா, கனகரத்தினத்திடம் போய், நேற்று மில் தொழிளாலியின் மகளைத் தேவகி மருத்துவமனையில் சேர்த்ததைப் பற்றித் தகவல் சொல்லி விட்டு வந்தாள். அதற்குள் இங்கு வீடியோ சாட்டிங் செய்தனர். திவ்யா வருவதைப் பார்த்த ஆதித்யன்"சரிங்கப்பா நான் அப்புறம் பேசுறேன், பிள்ளைகள் ஃப்ளே ஸ்கூல் போகனும்" எனப் பிள்ளைகளைப் பை சொல்ல வைத்துப் போனை அணைத்தான்.

இரட்டையர்களை," கலாம்மா கிட்ட உங்க பேகை வாங்கிட்டு வாங்கடா செல்லம்" என அனுப்பி விட்டு, தனது காரை எடுத்து, அதில் ஏறச் சொல்லி கதவைத்திறந்து விட்டவனிடம் பேசினாள் திவ்யா.

"லுக் மிஸ்டர் ஆதித்யன், இத்தனை நாள் எப்படிப் போனோமோ நாங்க அப்படியே போய்க்குவோம். எங்கள் ரொடீனை மாத்தாதீங்க. நேற்று ஒரு எமர்ஜென்சி, அதனால் வந்தேன். லிப்ட் கொடுத்ததுக்கு ரொம்பத் தாங்க்ஸ். உங்கள் லிமிட்டை கிராஸ் பண்ணாமல் இருங்க. அப்பத் தான் இரண்டு பேருக்குமே நல்லது." எனப் படபடத்தவள் தனது காரின் ஓட்டுனர் இருக்கையில் அமர்ந்து, அவனுடையதைக் கடந்து லாவகமாக முன்னால் சென்று நிறுத்தினாள். அவளையே அமைதியாகப் பார்த்திருந்தான் ஆதித்யன். பிள்ளைகள் வழக்கம் போல வந்து, அப்பாவிற்குப் பை சொல்லி அம்மாவின் காரில் ஏறி அவனுக்குப் பை சொல்லிப் பறந்தன.

ஆதித்யன், அவர்கள் போன பாதையைப் பார்த்தபடி நின்றான், பின்னிருந்து வந்து தோளைத் தொட்டார் கனகரத்தினம். "வாங்க மாமா" என்றான் ஆதி.

"பிள்ளைகளை மதியம் கம்போன்டர் ராமு தான் கூப்பிடப் போவான். அவன் கிட்ட சொல்லிடுறேன். ஸ்கூல் நம்ம கம்பெனிக்கு எதிர்க்கத் தான் இருக்கு. இப்ப வாங்க நம்ம பேப்பர் மில்லுக்குப் போகலாம். நேற்று திவ்யாவை கூட்டிட்டுப் போனீங்களாமே சொல்லுச்சு" எனப் பேசியபடி தனது காரை எடுத்தார். திரும்பி வரும் போது பிள்ளைகளை அழைத்து வரவேண்டுமே எனத் தனது காரையும் எடுத்தான்.

இவர்கள் கிளம்புவதற்குள், விதைப் பண்ணையின் அன்றைய கூலி ஆட்கள், ஆபீஸில் தங்களது பெயர்களைக் கொடுத்துப் பதிந்துக் கொண்டிருந்தனர். ஆனாலும் பார்வை ஆதித்யனிடம் இருந்தது.

"டாக்டரம்மா புருஷன். நம்ம ஐயா அக்காள் மகனாம். இத்தனை நாள் தெரியாமல் போச்சு. ஏதோ சண்டை போல இங்கன வந்துடுச்சு டாக்டரம்மா. ஆமாம், டாக்டரம்மாவை கூட்டிட்டு போய்விடுவாரா. " என ஆளாளுக்கு இவர்களைத் தலைப்பாக்கிப் பேசிக் கொண்டிருந்தனர்.

தஞ்சாவூரின் மற்றொரு ஊரான வல்லம் பகுதியில், மற்றொரு பெரிய குடும்பம், ஓங்கி உயர்ந்து நின்றது, அந்த வீட்டின் முகப்பில் தன் வெள்ளைச் சட்டை பேண்ட் சகிதம் ஸ்கார்பியோவில் ஏறப் போனவனை எட்டிப் பிடிக்கக் குரல் கொடுக்காமல், பின்னோடு ஓடி வந்து, ஏதோ சத்தம் எனத் திரும்பிப் பார்த்தவனை மோதி விழப்போனாள் ஈகைச் செல்வி, அவளை ஒரு கையால் பிடித்து நிறுத்திய அவளது கணவன் விஸ்வா என்ற விஸ்வேஸ்வரன், "எதுக்கும்மா இப்படி அடிச்சு, பிடிச்சு ஓடி வர்ற. கூப்பிட வேண்டியது தானே" என்றான்.

அவள் மூச்சை வெளியேற்றி, தன் வட்ட முகத்தின் கோலிக் குண்டு கண்களை அவன் முகத்தில் அலைபாயவிட்டு, "உங்க மொபைல், சாப்பாட்டு மேஜையில் விட்டுட்டு வந்துட்டீங்க. வெளியே போற மனுசனை பின்னாலிருந்து குரல் கொடுக்க முடியுமா. அத்தை வேற பக்கத்தில் இருந்தாங்க அது தான். பிடிங்க" என்றாள்.

"அது தானே என்னைக்கு அவங்க முன்னாடி கூப்பிட்டு இருக்க, எல்லாம் நயன பாஷை தான். அப்படிப் பேசிப் பேசியே, இந்தக் கோலிக் குண்டுக் கண்ணு என் கண்ணுலையே நிக்குதடி ஈகா" எனச் சுற்றிப் பார்த்து விட்டு அவள் இரண்டு இமைகளிலும் மின்னல் வேக முத்திரை பதித்தான்.

"அத்தான் யாராவது பார்க்கப் போறாங்க" என அவள் விலகி நிற்கும் போதே. "நடத்து நடத்துச் சின்னவனே நாங்க எதுவுமே பார்க்கலை" என விஸ்வாவுக்கு மூத்த அண்ணன்கள் பிரகதீஸ்வரன், மகேஸ்வரன் இருவரும் சிரித்தபடி இறங்கி வந்தனர்.

தலையைக் குனிந்து கொண்ட ஈகைச் செல்வி, விஸ்வாவுக்குத் தன் குண்டுக் கண்களால் ஓர் முறைப்பையும் தந்து விட்டு, அவர்கள் இறங்கட்டும் எனத் தயங்கி நின்றாள்.

"அண்ணன் எவ்வழியோ, தம்பி அவ்வழி. உங்க கிட்ட படிச்சது தான்." என அவளுக்குக் கண்களால் விடை கொடுக்க மீண்டும் அதே வேகத்தில் படி ஏறியும் விட்டாள் ஈகைச் செல்வி.

சகோதரர்கள் கிளம்பி விட்டனர். இவர்களுக்குச் சொந்தமாக நிலபுலன்களும், நவீன இயந்திரங்களுடன் கூடிய அரிசி ஆலை எனப் பெரிய தலைக்கட்டுக்குக் குடும்பம்.

ஈகைச் செல்வி வீட்டுக்குள் திரும்பச் செல்லவும், "ஏத்தா இவ்வளவு வேகமா ஓடி ஓட்டப் பந்தயத்தையா ஜெயிக்கப் போற. விழுந்து வச்சா, உங்க அப்பா, அம்மாக்கு யார் பதில் சொல்கிறது" என மாமியார் மரகதத்தம்மாள் அதிகாரமாகவே கேட்டார்.

"அட விடு மரகதம், சின்னவன் போனை வச்சிட்டு போயிட்டான், அவன் போற வேகத்துக்கு, மருமகள் ஓடுனா தான் பிடிக்க முடியும், இங்கிருந்து குரல் கொடுத்தால் நீ சும்மா விடுவியா?" என்றார் சந்திரசேகரன்.

"ஆகா வந்துட்டார் மாமனார் மருமகளுக்கு ஆதரவு குரல் கொடுக்க. மருமகள்களை ஒன்னு சொல்ல விடமாட்டிங்களே" என்றார் மரகதம்.

"ஊரான் பிள்ளையை ஊட்டி வளர்த்தால் தன் பிள்ளை தானே வளரும்னு சொல்லுவாங்க." என்றார் மாமனார். "உங்களுக்கு எந்த மகள் இருக்குப் பிறந்ததெல்லாம் பையனுங்க" என்றார் மரகதம்.

" மகனுங்களுக்கும் பொருந்தும் மரகதம், மருமகள்களை நல்லா வச்சுக்கிட்டின்னா தான் அதுங்க, உன் மகனுங்களை நல்லா வச்சுக்குங்க" என ஒரே போடாகப் போட்டார். மாமனார், மாமியார் சம்பாஷனையை மருமகள்கள் அடுப்படியிலிருந்து கேட்டுக் கொண்டிருந்தனர்.

" செல்வி ஓட்டப் பந்தயத்தில ஜெயிச்சியா?" எனக் கேட்டார் மூத்த மருமகள் வளர்மதி. "அக்கா , ஜெயிச்சது மட்டுமில்லை கொழுந்தனார் பரிசும் கொடுத்தார்" என்றாள் நடு மருமகள் மலர்விழி. ஈகைச் செல்வி, அவள் கிண்டலில் முகம் சிவந்து செங்கொழுந்தானாள்.

"போங்கக்கா, மேல போட்டது, போட்டபடி கிடக்கு நான் ஒதுங்க வச்சிட்டு வர்றேன் அக்கா. நான் வந்து குழம்பு வைக்கிறேன். " என மாடி ஏறினாள் செல்வி.

சந்திரசேகர், ஹாலில் ஓரமாகச் சேரில் அமர்ந்திருந்த தன் தாயிடம் வந்தார், "அம்மா நேற்று ஜமீன் வீட்டுச் சித்தப்பா சௌந்திரராகவ பூபதி, போன் பண்ணியிருந்தார். என்னை ஒரு நடை வந்துட்டுப் போகச் சொன்னார்" என்றார்.

"இப்ப என்னவாம், உங்கள் சித்தப்பாருக்கு, என் தங்கச்சி போனதோட சொந்தம் போச்சு. ஒத்த மகன் கருவப்பிள்ளைக் கொத்தாட்டம் பெத்துப்

போட்டுட்டுப் போயிட்டாள். அவனையாவது பக்கத்தில் வச்சுக்கத் தெரிஞ்சதா. கோவிச்சுக்கிட்ட போன மகனைத் தேட கூட இல்லை. இரண்டாவதா கட்டுனாறே ஒரு பிடாரி, அதைக் கட்டிக்கிட்டு தானே அழுகுறார். நீ ஒண்ணும் போக வேண்டாம்" என்றார் அமிர்தம் அம்மாள்.

"அம்மா, கூப்பிட்ட மரியாதைக்குத் தலையைக் காட்டிட்டு வர்றேன். " எனச் சமாதானம் செய்தார் சந்திரசேகர்."பின்னே எதுக்கு என் கிட்ட யோசனைக் கேட்ட" என்றார் அமிர்தம். அம்மாவைப் பேசி சமாதானம் செய்து அதே பகுதியில் ஐந்து மையில் தூரத்திலிருந்த ஜமீன் வீட்டுக்குக் கிளம்பினார்.

வடகாடு, மதியம் திவ்யா தன் கிளினிக்கில் பிசியாக இருந்தாள். எனவே கம்போண்டர் ராமுவை அழைத்து வீட்டில் விடச் சொன்னாள். ஒரு ஓரத்தில் ஆதித்யனிடமே சொல்லலாமோ, ஆசையாக அழைத்து வருவானே எனத் தோன்றியது. ஆனால் அவள் ஈகோ தடுத்தது, பின் அதே பழக்கமாகத் தினமும் பிள்ளைகள் கேட்குமே எனவும் நினைத்து ராமுவையே பணித்தாள். ஆனால் ஆதித்யன் எப்படிச் சும்மா இருப்பான்.

பள்ளி விடுவதற்குப் பத்து நிமிடங்கள் முன்னால் சென்று வெளியே காத்திருந்தான். பள்ளி ஆசிரியை சந்தேகமாகப் பார்க்கும் போதே, ராமுவும் வந்து "டாக்டரம்மா வீட்டுக்காரர், நேற்று தான் வந்தார். இராத்திரி சார் தான் மில் ஃபோர்மேன் பிரசவவலி கண்ட மகளைப் புதுக்கோட்டைக் கூட்டிக்கிட்டுப் போய்க் காப்பாற்றுனாரு. ரொம்பத் தாங்க்ஸ் சார்" என்றான். கிராமத்தினரின் இயல்பை நினைத்தான் ஆதித்யன். இதே கிராமம் தங்கள் பிள்ளைகள் திருமணம் எனும் பந்தமில்லாமல் பிறந்தவர்கள் எனத் தெரிந்தால் தூற்றவும் செய்வார்கள் என மனதில் பட்டது. ஆசிரியை ஓரிரு வார்த்தை பேசி பிள்ளைகளை அவனோடு அனுப்பினார்.

மதியம் அழைத்து வந்தவன், பிள்ளைகளோடு சேர்ந்து அமர்ந்து அவர்களுக்குத் தட்டில் சோறு போட்டுத் தரச் சொல்லி, கதைப் பேசி, காக்கா முட்டை, கோழி முட்டை எனச் சாதத்தை உருட்டி வைத்து, அவர்களை உண்ண வைத்தான்.

ஹாலில் இருந்த டீவியில் , மொபைலிலிருந்து கனெக்ட் செய்து டிஸ்னி வேர்ல்ட் படத்தைப் போட்டுக் காண்பித்தான். அவர்கள் படுத்துக் கொண்டே பார்க்க வசதியாக, தனக்காக ரூமில் இருந்த சிங்கிள் பெட்டை எடுத்து வந்து விரித்து, அதில் தானும் அமர்ந்து, அவர்களையும் அமர்த்தி டிவியை ஓடவிட்டான்.

ஆதித்யன் சுவற்றில் சாய்ந்து கால் நீட்டியிருக்க, இரட்டை இரண்டும் அவன் மடியில் படுத்துக் கொண்டே டீவி பார்த்தன. அவனும் கூடச் சேர்ந்து அந்தக் கதையை விளக்கிச் சொல்லிப் பார்க்க வைத்தான்.

திவ்யா இரண்டரை மணி போலக் கிளினிக்கில் இருந்து வந்தாள். அப்பா மக்களைப் பார்த்து முதலில் அதிர்ச்சி தான், பின் லேசானப் பொறாமையும்

தலைத் தூக்கியது. படம் பார்க்கும் மும்மரத்தில் இவளைக் கண்டு கொள்ளவே இல்லை. அவளுக்கு அந்தக் கடுப்பும் சேர்ந்து ஆதித்யன் மீது திரும்பியது.

ஆதி, அவள் போவதைப் பார்த்துக் கொண்டே அமைதியாக இருந்தான். அவளும் அதே போல் உள்ளே சென்றாள். கை கால் கழுவி உடை மாற்றியவள், சாப்பிடப் போனாள். கலாம்மாவை காத்திருக்காமல் சாப்பிடச் சொல்லி ஆர்டர் போட்டிருந்தால் திவ்யா எனவே அவர் சாப்பிட்டு இருந்தார்.

திவ்யா வந்து டயனிங்கில் அமரவும், "திவ்யாம்மா, பிள்ளைகள் சாப்பிட்டது. தம்பி இன்னும் சாப்பிடலை" என்றார். இவ்வளவு நேரம் சாப்பிடாமல் என்ன பண்றார், பிள்ளைகளோடு சாப்பிட வேண்டியது தானே?" என்றாள்.

"காலைலயும் அவர் வீட்டில் சாப்பிடலைமா. நான் செல்வியம்மா வீட்டில் சாப்பிட்டு இருக்கும்னு நினைச்சேன் அங்கயும் சாப்பிடலை. காலையில் ஐயா கேட்டதுக்குச் சாப்பிட்டேன்னு சொல்லிட்டார்" என்றார். திவ்யாவுக்கு அதிர்ச்சியாக இருந்தது. ஆதித்யன் உரிமையாகப் பழகுவதால் தன்னால் சாப்பிட்டு இருப்பான் என நினைத்தாள்.

"ம்ப்ச்,என் உயிரை வாங்குறதுக்குன்னே வந்திருக்கு" என முணுமுணுத்துக் கொண்டே அவனருகில் வந்து நின்றாள். தினமும் தூங்கிப் பழகியதில் இரட்டையர் தூங்கியிருந்தன. கலாம்மா ஹாலுக்கு வந்தார். தான் அங்கு வந்தால் தான் இருவரும் அங்கிருந்து நகர்வர் என நினைத்து வந்தார்.

"தம்பி பிள்ளைகளை நான் பார்த்துக்கிறேன், நீங்க போய்ச் சாப்பிட்டு வாங்க" என்றார் ."இல்லை கலாம்மா, நான் வெளியிலேயே சாப்பிட்டுட்டேன், பசிக்கவில்லை" என்றான்.

திவ்யாவுக்கு அவன் பொய் சொல்வது புரிந்தது, "பிள்ளைகளைப் பெட்டில் போட்டுட்டு வாங்க. உங்ககிட்ட பேசனும்" என்றாள். அவன் காதில் வாங்காதது போல் இருந்தான். பல்லைக் கடித்த திவ்யா கோபத்தை அடக்கிக் கொண்டு "மிஸ்டர் ஆதித்யன், உங்களைத் தான் வாங்க பேசனும்" என்றாள்.

ஆதித்யன், பிள்ளைகளுக்குப் போர்த்தி விட்டு அவளைப் பின் தொடர்ந்தான். திவ்யா நேராக டயனிங் நோக்கிச் செல்லவும், இவனும் பின்னாடியே சென்று, கையைக் கட்டி நின்றான்."உட்காருங்க சாப்பிடலாம்" என்றாள் திவ்யா.

"பேசனும்னு சொன்னியேன்னு வந்தேன். நான் சாப்பிட்டேன்" என்றான். திவ்யா ஹாலுக்கும் டயனிங்குக்கும் நடுவே உள்ளக் கதவை அடைத்து விட்டு வந்தவள், அவனை இழுத்து நாற்காலியில் அமர்த்தி, ஒரு தட்டை எடுத்து வைத்துச் சாப்பாடு பரிமாறினாள்.

"சாப்பிடுங்க. உங்க மூஞ்சியைப் பார்த்தால் எனக்குத் தெரியாதா சாப்பிடுங்க" என்றாள்."எந்த உரிமையில் சாப்பிடச் சொல்ற திவ்யா" என்றான்.

அவள் பார்த்துக் கொண்டே இருக்கவும், "நான் பிள்ளைகளுக்காக இங்க தங்குறேன். ஒரு வாரம் இப்படி முழு நேரம் இருந்துட்டு, அப்புறம் ஆறு

மாசம் நீ வெளிநாடு போகிறவரைக்கும் முடிந்த வரை என் பிஸ்னஸ் வேலைகளைக் குறைச்சுகிட்டு இங்க இருந்துக்குறேன். நடுவில் இந்தச் சாப்பாட்டுக் கவலை எல்லாம் உனக்கு வேண்டாம். நான் வெளியில பார்த்துக்குவேன்." என்றான்.

அவளுக்கு அழுகையும் ஆத்திரமுமாக வந்தது, "இப்படி என்னை ஹர்ட் பண்ணனும்னே இங்க வந்திங்களா, என்ன உரிமையில் மேன் இங்க வந்து உட்கார்ந்து இருக்க. அதுக்கு மட்டும் உரிமை இருக்கு. போ, சாப்பிடாட்டிப் போ. நீதான் காரை எடுத்துகிட்டு எங்க வேணாலும் போய்ச் சாப்பிட்டு வந்திடலாம். நான் சாப்பிடுறேன். நான் சாப்பிட்டு ஹெல்தியா இருந்தால் தான் என் பிள்ளைகளைப் பார்க்க முடியும். எனக்கென்ன விழுந்து கிடந்தா பார்க்க அப்பா, அம்மாவா இருக்காங்க" எனப் புலம்பியபடி இரண்டு வாய் உணவை அள்ளி வாயில் அடைக்கவும் , உள்ளே இறங்காமல் அவள் தொண்டையும் சதி செய்தது. சிக்கிக் கொண்டு விக்கியது. தண்ணீரை எடுத்து அவளைக் குடிக்க வைத்து, தொண்டையைத் தடவி முதுகை வருடி விட்டான். ஆதித்யன் முகம் மட்டும் இறுகிக் கிடந்தது. அவள் சாப்பிடவும் முடியாமல், தட்டை மூடி வைத்து விட்டு எழுந்தாள்.

"உட்கார்" என அவள் தோள்களைப் பிடித்து அமர்த்திய ஆதித்யன், "உட்கார்ந்து சாப்பிடு. நீ உழைத்த காசு, சுயம்புவா இரண்டு பிள்ளைகளையும் தாங்கி, டாக்டராவும் கடமையைச் செய்யிற டாக்டரம்மா , எனக்காகக் கூடக் கலங்கக் கூடாது. இது தான் உன் பலம்" என்றான்.

அவள் அவனை ஏறெடுத்துப் பார்த்தாள் ,"நான் நிஜமாவே சாப்பிட்டேன்டி. காலையில் நீயும் சாப்பிடுன்னு சொல்லலை. வீம்பா இருந்துட்டேன். காலை காபி அத்தை கையில் குடிச்சிட்டேன்.இங்க தங்கிட்டு அவங்கக் கிட்டப் போய் டிபன் வைங்கன்னா சொல்ல முடியும், மாமாகூட மில்லுக்குப் போய்ட்டு பொழுது போகாமல், இந்தப் பக்கம் பக்கத்து டவுன் வரைக்கும் போனேன், பசித்தது மீல்ஸ் ரெடின்னு போட்டிருந்தது சாப்பிட்டேன்" என்றான்.

"பொய் சொல்லாதீங்க, நான் சம்பாதிக்கிற காசில் சாப்பிடக் கூடாது, நான் பெத்த பிள்ளைகள் மட்டும் வேணுமோ" என்றாள்."அதில் என் ஷேர் இருக்குதில்ல, இரட்டைப் பிள்ளை டபுல் ஷேர்" என்றான், கண்ணைச் சிமிட்டியபடி. "போடா மங்கி , பேச்சைப் பார், எல்லாம் மேல் சாவனிசம் .ஈகோ." என்றாள்.

" நான் எங்க மேல் சாவனிஸ்ட்டா இருக்கேன், பேச்சு மட்டும் தான், மத்தது ஒண்ணும் இல்லை நேற்றிலிருந்து போடா மங்கி ன்னு மூன்று தடவை புகழ்ச்சி மொழி சொல்லிட்ட. நான் அதுக்குத் தண்டனைத் தருவேன்னு சொன்னேன், எங்க கொடுத்தேன்" என்றான். திவ்யாவுக்கு மூச்சடைத்தது, "நான் எதுவுமே சொல்லலை" என்றாள்.

"சரி ஒரு டீல், இந்த மூன்று தடவைக்குப் பெனால்டியா, மூன்று தடவை தட்டில் சாப்பாடு போட்டுச் சாப்பிட்டு முடி. நான் இந்த மூன்று தண்டனையை மட்டும் தள்ளுபடி செய்யறேன். சாப்பிடைனா உனக்குத் தண்டனை தான் வேணும்னு புரிஞ்சுக்குவேன்" என அவள் உதடுகளில் விழி பதித்து அவன் சொல்லவும், தட்டை வேகமாகத் தன்னருகே இழுத்துச் சாப்பிட்டாள்.

அவன் பேச வாய் திறந்த போது அவனுக்கும் தாடையைப் பிடித்து ஊட்டிவிட்டாள். அவன் அதிர்ச்சியாகப் பார்க்கவும்,"எனக்கு வயிற்றை வலிக்கக் கூடாது பாருங்க" என்றபடி, தன் தட்டின் சரி பாதியை அவளுக்கு ஊட்டினாள்.

இருவருமாகச் சாப்பிட்டு கையை வாயைக் கழுவவும், இருவருக்குமே திருப்தி. "சும்மா, நான் வெற்றிலை பாக்கு வச்சு அழைக்கனும்னு எதிர் பார்க்காமல் பிள்ளைகளோடு சேர்ந்து நேரத்துக்குச் சாப்பிடுங்க" எனக் கட்டளையிட்டாள்.

அவளைச் சுவரோடு ஒட்டி நிறுத்தி, "அதென்ன மங்கி, அதுவும் போடா மங்கி. மங்கி என்ன செய்யும் தெரியுமா, அப்போ மங்கி சேட்டையெல்லாம் செய்யச் சொல்றியா" என அவளோடு ஒட்டி ஒட்டாமல் நின்று தன் ஒற்றை விரலால் அவளை அளந்தான் ஆதித்யன்.அவஸ்தையாக மூச்சை விட மறந்து இருந்தவள், சுதாரித்து, அவன் நெஞ்சில் கை வைத்துத் தள்ளி இடைவெளியை அதிகப் படுத்தினாள்,

"முதன்முதல்ல பார்த்தது தானே மனசில் நிற்கும். மலையிலிருந்து குதிச்சதை மங்கின்னு சொல்லாமல் என்ன சொல்லுவாங்க" என அவனை எதிர் சுவரில் தள்ளி நிறுத்தி, "மங்கின்னு தான் சொல்லுவேன், ஆனதைப் பார்த்துக்கப் போடா" எனக் கண்களால் அவனைச் சீண்டி விட்டு கதவைத் திறந்து ஹாலுக்குச் சென்றாள் திவ்யா.

"மங்கித் தாண்டி, மலையில் மலர்ந்த பூமாலையைச் சூட்டிக்கத் தெரியாமல், எப்படிப் பிச்சதுன்னே தெரியாமல், திருப்பிக் கோர்க்க முயற்சி பண்ற முட்டாள் மங்கி" எனத் தன்னையே நொந்து கொண்டான் ஆதித்யன்.

மனம் -12

ராஜேந்திரத்தில் லலிதா மாலை நேரம் மாமனாருக்குக் காபி சிற்றுண்டி கொடுத்து விட்டு, தன் கணவருக்கு எடுத்துச் சென்றார். தங்களது அறையில் அவருக்கு மேஜை மீது வைத்து விட்டுக் கட்டிலில் அமர்ந்தார். ராஜேந்திரன் முகம் கழுவி துண்டில் துடைத்தபடி வந்து நாற்காலியில் அமர்ந்தார். லலிதா இந்த நேரத்தில் வந்து அமர்ந்தாரெனில் ஏதோ முக்கியமான விசயம் பேச வேண்டும் என்பது அர்த்தமாகும்.

"என்ன இன்னைக்குத் தட்டில் வழக்கமான சுண்டல் கூட இனிப்பெல்லாம் இருக்கு" என வந்து அமர்ந்தார் ராஜேந்திர ராஜன்.

"எல்லாம் பேரப் பிள்ளைகளைப் பார்த்த சந்தோஷம் தான். மருமகள், பேரப் பிள்ளைகளை அழைச்சிட்டு வர ஏதாவது ஏற்பாடு பண்ணுங்க" என்றார்.

"நான் என்னம்மா மாட்டேன்னா சொல்றேன், பெரியவனுங்க இரண்டு பேரும் , காத்திருக்கச் சொல்றானுங்களே. இதென்ன சாதாரணமா எடுத்தேன், கவுத்தேன்னு செய்கிற விசயமா. ஒரு சம்பந்தி உன் தம்பியா போயிட்டான் பிரச்சினை இல்லை. செல்வி வீட்டில் சொல்லனும்ல. சம்பந்தியம்மா சும்மா இருப்பாங்களா. அதைத் தான் யோசிச்சுக்கிட்டே இருக்கேன்" என்றார்.

லலிதா யோசனையாக, "அவுகளைக் கூடச் சமாளிச்சக்கலாம், உங்க சித்தப்பாரு வீட்டை நினைச்சாத்தான் பயமாக் கெடக்கு. அங்க சின்னத்தை இருக்காங்களே, அவுங்க மக வீட்டுப் பேத்திக்கு ஆதியைச் செய்யனும்னு ரொம்ப ஆசை. இவன் பிடி கொடுக்கவே இல்லை, இப்படின்னு தெரிஞ்சா என்ன சொல்லுவாங்களோ " என்றார் லலிதா.

"இந்தக் கவலைக்கெல்லாம் இப்ப அர்த்தமே இல்லைமா. பேரன், பேத்தியைப் பார்த்தியா. ஆனந் மாதிரியே தான் ஜாடை அநிக்கு. அது மருமகள் பிள்ளைகளுக்கு வச்சிருக்கப் பெயர்களைப் பார்த்தியா, நம்ம குடும்பத்தில் வைக்கிற மாதிரியே வச்சிருக்கு. ஆதியைப் பிடிக்காமலா அப்படி வச்சிருக்கு. போய்ச் சமாதானம் பண்ணி பேசனும்னா எங்கப் போய்ப் பேசறது. விஜயன் இருந்திருந்தா உரிமையாகவே சண்டை போடுவேன். அநியாயமா இப்படிப் போய்ட்டானே." என வருந்தினார்.

"ஆமாம் , கார்த்திகை இருந்திருந்தாலும் நிலைமையே வேற, அது நம்மளைத் தேடி வந்திருக்கும். இந்தப் பொண்ணும் இத்தனை சங்கடப் பட்டிருக்காது. பிள்ளைகளைத் தனியா வச்சுகிட்டு, டாக்டரா இருந்தாலும் மற்றது பாக்கனுமே, அதுவும் இரட்டைப் பிள்ளைகள் வேற" என லலிதா புலம்பினார்.

" விஜயன் இல்லைங்கிறது, அவன் அப்பாவுக்குத் தெரியுமான்னுத் தெரியலை. அவர் குடும்பம் வேற வில்லங்கம் பிடிச்சவங்க. நம்ம பேரன் பேத்தியைச் சொத்துக்குப் போட்டியா நினைக்காமல் இருக்கனும்" என்றார். "நம்ம பேரன், பேத்தி அவுக சொத்துக்கு எப்படிப் போட்டி ஆவாங்க" என்றார் லலிதா.

"நீ புரிஞ்சு தான் கேக்குறியா, விஜயன் குடும்பம் ஜமீன் குடும்பம். அப்பா வழிச் சொத்தே கடல் மாதிரி இருந்தது. அவங்க அம்மாவுக்கும் ஏகப்பட்ட சொத்து, செல்வி மாமனாரோட அம்மாவும் , அவுங்களும் உடன் பிறந்தவுக. ஆண் வாரிசு இல்லை அதனால் இவங்களுக்கத் தான் சரி பங்கு. விஜயன் அதைக் கூட வாங்காமல் உதறிட்டு தான் போனான். ஜமீன் சொத்தை

இரண்டாம் தாரத்து மகனுங்க உட்கார்ந்தே சாப்பிட்டு ஆடம்பரத்திலேயே அழிச்சிட்டானுங்க. இனி மீதம் இருக்கிறது , அந்த அத்தையுடைய சொத்-துக்கள் தான். அதுவே கோடி, கோடியா இருக்கும். அவனுங்க எதற்கும் துனிஞ்சவனுங்க" என நிறுத்தினார்.

"நீங்க சொல்றதைப் பார்த்தா பயமா இருக்கே. ஆனால் ஆதி சொல்லித் தானே நமக்கே தெரியும். விஜயண்ணன் பற்றி ஒரு சேதியும் தான் இல்-லையே, அவுகளையே தெரியாதப்ப, திவ்யாவைப் பற்றியும் அவுகளுக்குத் தெரிய வாய்ப்பு இல்லையே" எனக் கேட்டார் லலிதா.

"நமக்குத் தேவை இல்லை ஒதுங்கிட்டோம். ஆனால் அவனுங்களுக்கு இவங்க இருக்கிறதே பிரச்சினை தானே. எனக்கு என்னமோ விஜயன் விபத்-தில் இவனுங்க கை இருக்குமோன்னு சந்தேகம் வருது" என்றார்.

"நீங்க சொல்லச் சொல்லப் பயந்து தான் வருது, பேரன், பேத்தியை நம்ம கிட்ட அழைச்சுக்கிற வழியைப் பாருங்க. எனக்குக் கண் முன்னாடி வேணும்" என்றார் லலிதா.

"கனகு பண்ணையில் தானே இருக்கு, அதுவும் பாதுகாப்பு தான். அவன் இடத்தில் வெளி ஆட்கள் பாதுகாப்பை மீறி வரமுடியாது. நீ கவலைப் படா-மல் இரு. செல்விகிட்ட முதலில் விசயத்தைக் காதில் போட்டிரு. நிலமை சரியான பின்னே, சம்பந்தி வீட்டுக்கு நேரா போய்ச் சொல்லிக்கலாம்" என ராஜேந்திரன் டபரா செட்டிலிருந்த காபியைக் குடித்து முடித்தார்.

"செல்விகிட்ட சொல்லவே எனக்குப் பயந்து தான் வருது. ஆதியைத் தேற்றி அனுப்பிட்டேன், எத்தனை பேருக்குப் பதில் சொல்றது. மகனைப் பெத்தும் புலம்புவது நானாகத்தான் இருப்பேன்" என்றபடி அடுப்படிக்குச் சென்றார்.

"என்னத்தைப் புலம்பல் அதிகமா இருக்கு. எல்லாம் சரியாகிடும் கவலைப் படாதீங்க" எனப் புவனாத் தேற்றினாள்.

"இந்த வயசில் உனக்கு இருக்கிற பக்குவம் எனக்கு இல்லைடியம்மா. அன்புவை நீ பார்த்துக்கிறதனால அவன் இந்த மட்டுக்கும் நல்லா இருக்-கான். ராசாவாட்டம் ஓடித் திரிஞ்சவனை இப்படி உட்காரவச்சிடுச்சே விதி" என வருந்தினார்

"அத்தை ,அதையே நினைக்காதீங்க. உங்கள் பேரன் வரவும் டிபன் எடுத்து வச்சுக் கொடுங்க. நான் அத்தானுக்குக் கொடுத்துட்டு வர்றேன்" எனத் தங்கள் அறையை நோக்கிப் போனாள் புவனா.

கீழ் தளத்திலிருந்த அந்த அறையில், ஒரு புறம் மரக் கட்டிலும், மறு புறம், அட்ஜஸ்ட்மெண்ட் உடன் கூடிய ஸ்டில் கட்டிலில் மேலே லெதரால் ஆன பஞ்சு மெத்தையோடு கூடியது. அன்புக்காகவே ஆதித்யன் வடிவ-மைத்து வரவழைத்தது. எழுந்து சாய்ந்தபடி அமர்ந்திருந்தான் அன்பு.

"அத்தான், டிபன்,காபி சாப்பிடுங்க. பிசியோ வந்துடுவாங்க. " என்றபடி அவனுக்கு நாற்காலியில் மாற்றி உட்கார உதவி செய்தாள்."வாழ்க்கை பூரா,

இப்படியே இருந்துடுவேனாம்மா. நீ இப்படியே சேவகம் பண்ணிக்கிட்டே இரு" என வருந்தினான்.

"சும்மா எதையாவது பேசக் கூடாது, எவ்வளவு இம்பரூமெண்ட் இருக்கு சீக்கிரமே நடந்துருவீங்கப் பாருங்க" என்றபடி அவன் களைந்திருந்த தலை-முடியைச் சீர் செய்தாள். "ஆமாம், இதிலே அழகு ஒன்னு தான் குறைச்-சலாக்கும்" என்றவனை, "ஏன் என் புருஷன் அழகுக்கு என்ன குறைச்சல்" என்றபடி அவன் முகத்தைக் கைகளில் ஏந்தி நெற்றியில் முத்தமிட்டாள் புவனா.

"போடி , இப்படியே தாங்கிகிட்டே இரு. உனக்குன்னு என்ன சுகத்தைத் தந்தேன்" என்றவனை, தன் வயிற்றோடு அணைத்துக் கொண்டு உச்சந்த-லையில் தன் தாடையைப் பதித்தவள், "எல்லாம் தான் இருக்கு மூச், இது மாதிரி இனிமே பேசக்கூடாது" என்றவள் போன் மணி அடிக்கவும் எடுத்-தாள், “ஆதியத்தான் கூப்பிடுறாங்க” என அவனிடம் நீட்டினாள்.

காதுக்குக் கொடுத்த அன்பு, "ஆதி என்னடா என்ன ஆச்சு" எனச் சிரித்தான்."உனக்கு என் பிழைப்பு சிரிப்பா இருக்குதாக்கும். சரி சந்தோஷப்-பட்டுக்க, நான் என் பிள்ளைகளோடு ஹேப்பி" என்றான்.

"அது சின்னப் பிள்ளைகள், சீக்கிரம் ஏமாந்திடும். பெரிய பிள்ளை என்ன சொல்லுது" என்றான்."ஆதுவைக் கேட்குறியா,அதெல்லாம் கவர் பண்ணிட்-டேன்" என்ற ஆதித்யனிடம்.

"கழுவுகிற மீனில் நழுவுகிற மீன் நீதாண்டா. ஒண்ணுமே தெரியாத மாதிரி பதில் சொல்றான் பாரு, நடத்து, நடத்து வண்டி வீடு வந்து சேர்ந்தா சரி தான்" என்ற அன்புவிடம்,

"அன்பு, எப்ப எப்படி மாறுறான்னே தெரியலைடா. ஏகப்பட்ட தடா. அவளைப் பார்த்துட்டே சும்மா இருக்கவும் முடியலை" என்றான் ஏக்கமாக. அன்பு சத்தமாகச் சிரிக்கவும்,"டேய், ஏதாவது நாலு வார்த்தை நல்லதா சொல்லுவேன்னு பார்த்தா சிரிக்கிற. புவனா உன் கிட்டக் கோவிச்சுகிச்சுனா என்ன பண்ணுவ" எனக் கேட்டான் ஆதி.

"அடேய், என்ன என்னன்னு நினைச்ச, என் பொண்டாட்டியை கொஞ்ச-றதெல்லாம் உன்கிட்ட சொல்ல முடியுமா." என அன்பு பேசிக் கொண்டிருக்-கவும், என்னவெனப் புரியாமலும் ஆனால் கணவன் பேசியதில் புவனாவின் முகம் சூடானது, அதை ரசனையோடு பார்த்திருந்த அன்பு, "அடேய் உடன்-பிறப்பே நானெல்லாம் முறையா தாலி கட்டி குடும்பம் நடத்தறவன், நீயும் அதுக்கு வழியைப் பார்" என்றான்.

"மாமனாரும், மருமகனும் இதில் மட்டும் ஒரே மாதிரி பெருமையடிச்சுக்-குங்க. அவரும் அப்படித்தான் சொல்றார். நான் என்ன மாட்டேன்னா சொல்-றேன். " எனப் புலம்பிய ஆதியிடம்.

" எப்படிக் கேட்பாஸ் கிடைச்சது" எனக் கேட்ட இரட்டையிடம், "கஸ்டடி கேஸ் போடுவேன்னு மிரட்டினேன். கெஞ்சினால் மிஞ்சுறா. அதனால் நான்

மிஞ்ச ஆரம்பிச்சுட்டேன்" என்றான் ஆதி.

"அப்ப டாக்கரம்மா முறைக்கிறதில் தப்பே இல்லை. என்ஜாய், காலம் தான் சிறந்த மருந்து. பொறு, கல்யாணம் பண்ணிக்கச் சொல்லி நச்சரிக்கும் அம்மாவையே இத்தனை வருஷம் சமாளிச்சியே" எனத் தனது இரட்டையி-டம் சமாதானம் சொன்னான் அன்பு.

"அது தான் படாத இடத்தில் பட்டு, புள்ளைப் பெற்றுக்கத் தகுதியை இழந்துட்டேனே, அதனால் தான் கயல்விழியும் ஒதுங்குனா" என ஆதித்யன் அன்புவிடம் தான் வீட்டினரிடம் சொல்லி வைத்திருக்கும் பொய்யை நேரடி வாக்கியமாகச் சொன்னான்.

அவன் வீட்டின் வெளியே நின்று பேசிக் கொண்டிருக்க,அவனுக்குக் காபியைக் கொடுக்கப் பின் புறமாக வந்த திவ்யா,அவன் பேசிய கடைசி வாக்கியத்தைக் கேட்டாள். கொஞ்சம் இளகி வந்தவள் இந்த வார்த்தையில் அடிப்பட்டவளாய் காபியோடு வீட்டுக்குள் திரும்பி விட்டாள். தான் ஏமாற்-றப்படுகிறோம் என்ற உணர்வு மேலிட்டது. அறையில் சென்று கதவை அடைத்து விட்டுக் கண்ணை மூடிப் படுத்து விட்டாள்.

"அடேய், அண்டப் புளுகு ,இப்ப பொய் தெரிஞ்சாகயல் சாமியாடிக்-கிட்டே வரப் போறா" என்றான் அன்பு. "அதெல்லாம் சமாளிக்கலாம் நீ எப்ப இங்கே வர்ற" என்ற ஆதியிடம்.

"பிசியோ ஒரு பத்து நாளைக்கு ஒரு புதுப் பயிற்சி செய்ய வைக்கி-றேன்னு சொல்லி இருக்காங்க. அதில் நல்ல ரிசல்ட் இருக்கும்னு புவனாக்-கும் நம்பிக்கை, அதை முடிச்சிட்டு வர்றேன் ஆனந்த் வந்தோடனே வீடியோ கால் பண்றேன். புவனாவும் பிள்ளைகளிடம் பேசனுமாம்" என்றான் அன்பு. "சரி டா" எனப் போனில் பேசி முடித்து அவன் வீட்டுக்குள் போகவும், இரட்-டையர் எழவும் சரியாக இருந்தது. திவ்யா அறைக் கதவு அடைத்திருக்கவும், அவளுக்கு ஓய்வு கொடுத்து, கலாம்மா உதவியோடு இரட்டைகளைத் தயார் செய்து கனகரத்தினம் வீட்டிற்கு அழைத்துச் சென்றான்.

கனகரத்தினம், "வாங்க மாப்பிள்ளை, யார் முதலில் தாத்தாக்கு முத்தம் கொடுக்கப் போறாங்க, ஆதும்மாவா, அநிக்குட்டியா" எனக் கேட்டார்.நான் தான், நான் தான் எனப் போட்டிப் போட்டுக் கொண்டு அவரின் இரு கன்-னங்களிலும் முத்தம் தந்தனர் இரட்டையர்.

"ஆதும்மா, இந்தத் தாத்தா ஸ்டஜர் இல்லையா" எனக் கேட்டான் ஆதித்யன். "தாத்தா, நம்மத் தாத்தா அவுங்க எப்படி ஸ்டேஜர் ஆவாங்க. அப்பாக்கு ஒன்னுமே தெரியலை" என்றது ஆது.

"ஆமாம் உங்க அப்பாவுக்கு எதுவுமே தான் தெரியாது. நம்ம சொல்லிக் கொடுப்போம். நீங்க பாட்டி லட்டு செஞ்சுருக்காங்க போய்த் தாத்தா கேட்-டாங்கன்னு வாங்கிட்டு வாங்க" எனப் பிள்ளைகளை அனுப்பினார்.

"இதுங்க இங்க வரும் போது, மூன்று மாதம், தேவகி டாக்டர் சொல்லித் தான் திவ்யா இங்கே வந்தது. குப்புற விழுந்ததே இங்க தான். நாங்களும்

ஆனந்த வளர்க்க முடியாத குறையை இவங்க மூலம் தீர்த்துக்கிட்டோம். ராஜி லீவுக்கு வந்தா, இதுங்களைத் தூக்கிட்டே அலைவா.

ஒரு பிள்ளைக்குக் காய்ச்சல் வந்தா, அடுத்ததுக்கும் வரும். இரண்டும் அவங்க அம்மாவை விட்டும் வராதுங்க. ஒரு பேகை மாட்டிக்கிட்டு, கங்-காருக் குட்டிகளைத் தூக்கிட்டு அலைகிற மாதிரி, திவ்யா அலையும். நான் கூட நினைச்சது உண்டு , இப்படி ஒரு குக்கிராமத்தில் இந்தப் பொண்ணு ஏன் வந்து இருக்குன்னு. இப்பல்ல எல்லாம் புரியுது.

அவங்க அப்பா, அம்மா இருந்திருந்தாலும், அதுக்கு இந்த நிலைமை வந்திருக்காது. மாப்பிள்ளை உன் மேல் அதுக்கு என்ன கோபம்னு தெரி-யலை. எதா இருந்தாலும், பேசி தீர்த்துக்க. அக்கா, அத்தானை வரவழைச்சு ஒரு தாலியைக் கட்டிக் கூட்டிட்டுப் போ" என்றார்.

அவர் பேசப் பேச ஆதித்யன் கண்களில் கண்ணீர் கொட்டியது. முகத்-தைக் கையில் தாங்கி அமர்ந்திருந்தான். குரல் வராமல் தொண்டைக் கமறி-யது. கனகரத்தினம் தண்ணீர் எடுத்து வந்து கொடுத்துக் குடிக்க வைத்தார்.

"என் மேல என்ன கோபம்னே எனக்குத் தெரியலை மாமா. அங்கிள், ஆண்டி இருக்கும் போதே, அவளுடைய கோபம் இருந்தது. கரெக்டா சொல்லனும்னா, இரண்டு பேரும் சுயநினைவில் இல்லாத போது நடந்த நிகழ்வு . எனக்கு இதே இனியன் பிள்ளைகளைப் பார்த்திட்டு வந்து சொன்ன பிறகு யூகிச்சது. எனக்கு எதுவுமே ஞாபகம் இல்லை. நான் அவளை ரொம்ப ஹேர்ட் பண்ணிட்டனோ" எனக் கலங்கினான்.

"சரியான சந்தர்ப்பத்தில் உட்கார்ந்து பேசுங்கள் மாப்பிள்ளை, நான் திவ்-யாவையும் சொல்றேன்" என்றார். அதே நேரம் அன்புவிடமிருந்து வீடியோ கால் வந்தது.

"ஆதிப்பா ஹாய், எங்கப்பா போனீங்க. ஐ மிஸ்யூ" என்றது ஓர் இளங்-குரல். "ஹேய் சாம்பியன், அப்பா எங்க இருக்கேன் பாருங்க, கனகு தாத்தா வீட்டில்" எனத் திருப்பிக் காண்பித்தான். "ஆனந்து, நல்லா இருக்கீங்களா தங்கம்" என்றார் கனகு, தமிழ்செல்வி தட்டில் பலகாரங்களுடன் வந்தார். ஆது,அநி கைகளில் லட்டு இருந்தது. தமிழ் செல்வியிடம் பேசி, ஆதியிடம் வந்திருந்தான்.

"சாம்ப், உனக்கு ஒரு சர்ப்ரைஸ், இங்க பாரு உன் தம்பி, தங்கச்சி அநிருத்யா, ஆதிரை" என்றான்."ஆதிப்பா இவங்க என் தம்பி, தங்கச்சியா. ஹாய் " என இருவருக்கும் ஹாய்ச் சொன்னான்.

கனகரத்தினம், தமிழ்செல்வி, ஆதித்யன் அநி, ஆது எனக் கூடி மகிழ்ந்து இருக்க, அன்பு ஆனந்த், புவனாவும் அதே நேரம் வீடியோ காலில் வந்தனர். ஆனந்த், அநி, ஆதுவை அறிமுகம் செய்து வைத்தான் ஆதித்-யன். அன்புப்பா, புவிம்மா என அவர்களையும் அறிமுகம் செய்து வைக்கப் பிள்ளைகள் சொந்தங்களுடன் பேசி மகிழ்ந்தனர்.

திவ்யா மீண்டும் பாதியைத் தான் ஒட்டுக் கேட்டாள், ஆதியப்பா எனச் சொன்னதைக் கேட்டு, அவசரமாக வெளியேறினாள் திவ்யா. திவ்யா காரை கிளப்பிச் செல்லும் சத்தம் கேட்டது.

ஆதிரை "திவிம்மா க்ளினக் போறாங்க" என வெளியே ஓடியது. அதற்குள் திவ்யாவின் வாகனம் கடந்திருந்தது."அப்பா, அம்மா பை சொல்லாமல் போய்ட்டாங்க" எனக் குறை பட்ட ஆதுவிடம், "நம்ம நைட் வரவும் கேட்போம், " எனச் சமாதானம் செய்தான்.

"ஏதாவது அவசர கேஸ் வந்திருக்கும்" என்றார் தமிழ்ச் செல்வி. ஆதித்யன் பிள்ளைகளோடு விளையாடி அவர்களை உற்சாகமாக வைத்துக் கொண்டான். இரவு சாப்பிடும் நேரத்தில் அநி, ஆதுவுக்கு ஊட்டி விட்டான். "நீங்களும் சாப்பிடுங்கத் தம்பி, திவ்யாம்மாவுக்குச் சுப்புகிட்ட கொடுத்து விடனும். யாருக்கோ ட்ரிப்ஸ் ஏறுதாம்" என அவனிடம் சொன்னவர்,

"என்ன பொண்ணு இது, நேரத்துக்கு வீட்டுக்கு வராமல், அப்புறம் எதுக்கு நர்ஸ். அதை அனுப்பிட்டு இது உட்கார்ந்திருக்கும், இந்தா சுப்பு இதைக் கொண்டு போய் டாக்டரம்மாகிட்டக் கொடு."எனக் கலாம்மா புலம்பினார்.

"கலாம்மா, எனக்கும் சேர்த்துப் பேக் பண்ணுங்க. நான் அநி, ஆதுவை கூட்டிட்டுப் போய்ட்டு வர்றேன்" என ஆதித்யன் கிளம்பினான்.

திவ்யா கிளினிக்கில் ஒருவரும் இல்லாமல் தான் மட்டும் அமர்ந்திருந்தாள். பிள்ளைகள் இறங்கி ஓடிவந்து அவளைக் கட்டிக் கொண்டன. "அம்மா நீங்க ஏன், பை சொல்லாமல் வந்தீங்க" என்றது ஆது. "நைட் தோசை ஊட்ட கூட வரலை" என்றான் அநி.

ஆதித்யன் கொண்டு வந்த பேகை வைத்து விட்டு, கைகளைக் கட்டிக் கொண்டு அவளையே பார்த்தவாறு நின்றிருந்தான். எதுக்குப் பொய் சொன்னாள் எனும் ஆராயும் பார்வை. இருவரையும் மடியில் அமர்த்திக் கொண்டு முத்தமிட்டாள்."அநி ஆது சாப்பிட்டாங்களா" எனக் கேட்டாள்.

"சாப்பித்தோம், அப்பா ஊத்திவித்தாங்க." என அநி சொல்லவும், "அப்பா இன்னும் சாப்பிடலை, நீங்களும் வாங்கச் சாப்பிடலாம்" எனத் தங்கள் அம்மாவை இழுத்து வந்தனர் இரட்டையர். "இங்க எதுக்குடா வந்தீங்க, அம்மா வேண்டாம்னு சொல்லியிருக்கேன்ல" என்றபடி அவனைக் குற்றம் சாட்டினாள்.

"அந்தப் பூங்காவில் உட்கார்ந்து சாப்பிடலாம், அம்மாவைக் கூட்டிட்டு வாங்க." என ஆதித்யன் முன்னால் நடக்க, திவ்யாவும் வேறு வழியில்லாமல் பின் தொடர்ந்தாள். பாட்டில் தண்ணீரில் கை கழுவி பிள்ளைகள் முன்னால் சண்டை கூடாது என இருவருமாக உண்டு முடித்தனர்.

அங்கிருந்த ஊஞ்சலில் அது, அநி ஆடி மகிழ்ந்தனர். "அப்பா இதே மாதிரி டெய்லி, டெய்லி வருவோம்" என ஆது கேட்டது. காற்றுத் தென்றலாகத் தாலாட்ட ஆதிரை திவ்யாவின் மடியில் வந்து படுத்துக் கொண்டது.

அவள் வயிற்றைச் சுற்றிக் கட்டிக் கொண்டு தூங்கவும், இருவர் ஞாபகத்தில் சில காட்சிகள் வந்து சென்றது, அவர்கள் கண்களும் சந்தித்து நினைவு கூர்ந்தன.

அநி அப்பாவின் தோளில் சாய்ந்திருந்தான். இருவரும் பிள்ளைகளைத் தூக்கிக் கொண்டு கிளம்பினர். அவன் கார் ரோட்டு மேல் நிற்கவும், அவன் பார்வையில் பேசாமல் ஆதுவோடு பின்னிருக்கையில் ஏறி, அநியையும் வாங்கிக் கொண்டாள். இவர்கள் மௌன நாடகம் அடுத்த இரண்டு நாட்களும் தொடர்ந்தது.

ஆதித்யன் தன் பிள்ளைகளோடு பழகுவதைத் திவ்யா தடுத்தாள் இல்லை, தான் மட்டும் அவனிடமிருந்து விலகி நின்றாள். ஆதித்யனுக்கு அவளது மௌனமும் விலகளும் பெரும் தண்டனையாக இருந்தது. அன்று மதியம், சாப்பிடச் சொல்லி, அவன் வாயிலும் திணித்து நடந்தவை எல்லாம் சுமுகமாகும் என நினைத்திருக்க அவளின் போக்கு அவனுக்குப் பிடி பட இல்லை.

பிள்ளைகளுக்கு ஊஞ்சல் பிடித்தம் எனச் சின்னதும், பெரிதுமாக வீட்டுக்கு உள்ளே, வெளியே என ஊஞ்சல் கடையையே கொண்டு வந்து விட்டான்.

ஒரு வாரம் கழிந்த நிலையில் தினமும் தஞ்சை சென்று வர ஆரம்பித்தான். அவன் பிள்ளைகளிடம் சொல்வதை வைத்து திவ்யா அறிந்து கொள்வாள். மூன்று நாட்கள் வரிசையாக அநி,ஆதுவுடன் காலை நேரம் குளித்து ஆடி விட்டுப் பள்ளியில் கொண்டு விடுவான். அப்படியே தஞ்சை சென்று விட்டு, இரவு எட்டு மணிக்கு வந்து விடுவான்.

திவ்யா க்ளினிக்கிலிருந்து வரும் போது அநேகமாக ஆதித்யன் வந்திருப்பான். அன்று அவன் வரவில்லை, அவளுக்கு மனம் அடித்துக் கொண்டது. பிள்ளைகளும் அப்பாவைக் கேட்கவே இல்லை. தமிழ் செல்வி வீட்டில் இருக்கும் போதே, இன்று தான் வரவில்லை எனப் பிள்ளைகளிடம் சொல்லிவிட்டான். கலாம்மாவுக்கும் தெரிந்திருந்தது.

திவ்யாவுக்குத் தான் மனது ஆறவில்லை, அவன் வரவை எண்ணி கண்கள் மூட மறந்தது. இதே போல் ஐந்து வருடத்திற்கு முன் அவளை மெடிக்கல் காலேஜ் ஹாஸ்டலில் விட்டுச் சென்ற நாளை நினைவு கூர்ந்தாள்.

தாண்டிக்குடி மலையிலிருந்து மதுரை வந்து அவளை விட்டு விட்டுக் கிளம்பும் போது, "வீட்டுக்குப் போய் ஃபோன் பண்ணுங்கள் நித்யன், நான் பார்த்துக்கிட்டே இருப்பேன்" எனச் சொல்லி அனுப்பினாள்.

மதுரையில் கிளம்பும் போதே போனில் சார்ஜ் குறைவாக இருந்தது. தஞ்சை போய்ச் சேரும் போது டெட் ஆகியிருந்தது, காலை இழுத்து நடந்து வந்த ஆதியைப் பார்த்து வீட்டினர் பதறவும் நடந்ததைச் சொல்லிப் பேசிக் கொண்டிருந்ததில் போன் செய்ய மறந்தான். வந்த அலுப்பில் தூங்கி விட்டான். காலையில் சார்ஜ் போட்டு போன் ஆனாகவும் திவ்யாவிடமிருந்து

வந்த மெசுஜ்கள் குவிந்தன. இருபதுக்கும் மேற்பட்ட மிஸ்டு கால் அலார்ட்.

'ஐயோ மறந்தே போனேனே' என அவன் நினைத்த நேரம் அவளிடமிருந்து போன் வந்தது, "நித்யன் ஆர்யூ ஓகே" எனத் தவிப்பாக அவளிடமிருந்து போன் வந்தது."சாரிம்மா வர்ஷி அலுப்பில் தூங்கிட்டேன், பேட்டரி காலி அதனால் உன் போனையும் எடுக்க முடியலை" என்றான்.

"தெரியும், உங்கள் ஊருக்குப் போகவும் என்னைமறந்துடுவீங்கன்னுத் தெரியும். சரி வைங்க நான் டூட்டியில் இருக்கேன்" எனக் கோபமாக வைத்தாள். அதன் பின்னர் அவளைச் சமாதானம் செய்ய ஆதித்யனுக்கு ஒரு வாரம் பிடித்தது. அதுவும் நேரில் மதுரைக்கே சென்றான். போன் செய்து விட்டு வெளியே நின்றிருந்தான். திவ்யா மூச்சிரைக்க ஓடிவந்தாள்.

அவளை நிறுத்தி "எதுக்கு இப்படி ஓடி வர்ற" எனக் கடிந்தான் நித்யன். அவள் மூச்சை இழுத்து விட்டு,"எல்லாம் உங்களை அடிக்கத்தான்" என வேப்பங்குழை யை ஒடித்து அவனைக் கால்களில் மாற்றி, மாற்றி வலிக்காமல் அடித்தாள்.

"ஏய் இதற்குத் தான் தஞ்சாவூரிலிருந்து வந்தேனா, விடுடி இராட்சசி" என்றான்."இராட்சசியா, நானா இருங்க இராட்சசியா மாறிக் காட்டுறேன்" எனப் பலமான குச்சியை உடைக்கப் போனாள்.

"அம்மா தாயி, சரண்டர் விட்டுடு, எல்லாரும் வேடிக்கைப் பார்க்குறாங்க" எனவும், குச்சியைத் தூக்கிப் போட்டு அவனோடு காரில் ஏறினாள்."சொல்லிட்டியா, யாரும் தேட மாட்டாங்களே" எனக் கேட்டான்.

"அவுட்டிங்னு நோட்டில் எழுத்திட்டுத் தான் வந்தேன்" என அவனோடு மதுரை நகரை வலம் வந்தாள். "எங்க போகலாம்" எனக் கேட்டான். "இந்த ஊரில் எங்கப் போறது, திரும்பின இடமெல்லாம் கோவில் தான். " என்றாள்.

"சரி போகலாம், எனக்கு உன் கூட டைம் ஸ்பெண்ட் பண்ணனும் அவ்வளவு தான்." எனப் பழமையான கூடலழகர் கோவில் சென்று, நெடுமாளக நின்ற பெருமாளைச் சேவித்துச் சுற்றுப் பிரகாரத்தில் அமர்ந்தனர். நீண்ட திண்ணைகள், உயர்ந்த மதில்கள் என மூன்று பெரும் சுற்றுக்களைக் கொண்டிருந்த கோவிலில் ஆட்கள் நடமாட்டம் குறைவாகவே இருந்தது.

கண்ணியமாகவே இருவரும் பேசிக் கொண்டிருந்தனர். பேசவும், கேட்கவும் இருவருக்கும் விசயம் இருந்தது. அத்தனை பேச்சிலும் திவ்யா, அவன் குடும்பத்தைப் பற்றி மட்டும் அறிந்தாள் இல்லை. கோவில் பூட்டும் நேரமே வெளியே வந்தனர். அங்கே ஒரு ஹோட்டலில் சாப்பிட்டனர்.

"அடுத்து எங்கே போகலாம், சினிமாக்குப் போகலாமா" என ஆதிக் கேட்கவும் அவள் யோசனையாகப் பார்த்தாள்."ஹேய் வர்ஷி, நான் குட்பாய். எனக்கு வேற எந்த இன்டென்சனும் இல்லை" எனச் சத்தியம் செய்தான்."நீங்க சும்மா சொன்னாலும் நம்பலாம், சத்தியம் பண்ணினா தான் சந்தேகம் வருது" என அவனை ஒரு பார்வைப் பார்த்துச் சொல்லவும்.

"இது எதுக்கோ அழைப்பு விடுக்கிற மாதிரி இருக்கே. டாக்டரம்மா கில்லாடியா இருக்கு" என்றான்."அப்ப நேரா ஹாஸ்டலுக்கு விடுங்க. எங்கேயும் போக வேண்டாம்" என அவள் முறைக்கவும்.

"டாக்டரம்மாக்கு உடனே பொசுக்குனு கோபம் வருதே. தஞ்சாவூர்காரன் இவ்வளவு தூரம் வந்திருக்கேன், ஏதாவது பார்த்துச் செய்யுங்க " எனவும்,அவள் "ஏதாவது வில்லங்கம்மால்லாம் கேட்கக் கூடாது." என்றாள்

"நான் தான் குட் பாய்னு சொல்லிட்டேன்ல அப்படி எல்லாம் எதுவும் கேட்க மாட்டேன்." என்றவன் காரை நிழலில் நிறுத்திவிட்டுக் கண்ணை மூடித் திறந்தான், மயங்கியது போல் அவள் மீது சாய்ந்து அவள் வயிற்றைக் கட்டிக்கொண்டான் நித்யன். "நித்யன் என்ன செய்யுது. நித்யன்" எனக் கன்னத்தைத் தட்டியவள், அவனின் நாடியைப் பிடித்துப் பார்த்தாள், எல்லாம் சரியாகவே இருந்தது. அவன் ஃப்ராங்க் புரியவும்.

"சாப்பிட்டது எதுவும் சேரலையா. இருங்க அலர்ஜி இன்ஜக்ஸன் போடுறேன்" என அவள் பர்ஸை எடுக்க முயற்ச்சிக்க, அதையும் சேர்த்துப் பிடித்துக் கொண்டு அவள் வயிற்றைக் கட்டிக் கொண்டான். அவளுக்குக் கூச்சமாக இருந்தது.அவன் காதைப் பிடித்துத் திருகி நிமிர்த்தினாள்.

"சரியான சீட்டர். என்ன நடிப்புடா சாமி. இருங்க நிஜமாகவே ஊசி போடுறேன்" என முறைத்தாள்."எங்கம்மா உட்கார்ந்து இருந்தாலும் இப்படித்தான் வயிற்றைக் கட்டிக்குவேன்." என்றவனை

"பொய் சொன்னாலும் பொருந்த சொல்லுங்க. எங்களுக்கு ஒன்னுமே தெரியாது ஃப்ராடு பக்கிரி. என ஒரு அடி போட்டாள்.

இரவின் நிசப்தத்தில், நினைவுகளின் உணர்வு ஊர்வலத்தில், விழிப்பும், உறக்கமுமாக இரண்டறக் கலந்த நிலையில், ஆதிரை திரும்பிப் படுத்து அவளின் வயிற்றில் முண்டிக் கொண்டிருந்தது. திவ்யா பட்டென விழித்தெழுந்தாள். ஆதித்யனைத் தேடினாள்.

ஏதேதோ நினைவுகள் தோன்றி அவளைத் திணறடிக்கச் சட்டென தேடி மணியைப் பார்த்தாள், அதிகாலை இரண்டரை எனக் காட்டியது. ஆதிரையை நேராகப் படுக்க வைத்து விட்டு, தலையணையை ஓரத்தில் வைத்து விட்டு, ஹாலுக்கு வந்தாள் அங்கும் அவனில்லை. மற்றொரு ரூமில் பார்த்தாள் அங்கும் இல்லை.

காலையில் சென்றவன் இன்னும் திரும்பவில்லை என்பது உரைத்தது. ஏன் வரவில்லை என ஆராய்ந்த மனது கண்டதையும் கற்பனை செய்ய, கவலை வயிற்றைப் பற்றியது. அப்படியே அந்த அறையில் அவன் படுத்திருந்த பெட்டில் சாய்ந்தாள், ஏதோ ஒரு தேருதல் கிடைத்தது. அவனுக்குப் போன் செய்யலாமா என யோசித்தால், போன் செய்து என்ன பேசுவாய் எனக் கேட்டது மனசாட்சி.

அவன் உன்னை இளப்பமாக நினைப்பான் என்றது. அதையும் தாண்டி அவன் என் பிள்ளைகளின் தந்தை என வாதாட, பிள்ளைகளுக்குத் தான்

தந்தை உனக்கென்ன உரிமை என்றது. அவனுக்கு வேறு பிள்ளைகள் பிறக்காது, ஏதோ பெயர் சொன்னானே கயல்விழி, அவளாக இருக்குமோ, முதல் பிள்ளை என்ன ஆனது இன்றைக்கு ஆதுப்பா என்றதே, இவன் ஏன் என்னைத் தேடி வந்தான்.

என ஆயிரம் எண்ணங்கள் அவளை ஆக்கிரமிக்க, அவள் அயர்ந்து போனாள். மீண்டும் அவன் ஏன் வரவில்லை என்ற கவலை வயிற்றைப் பிடிக்க, இதே போன்ற இரவில் இடியென இறங்கிய பெற்றவர்களின் மரணச் செய்தியை நினைத்து அவள் உடல் பதறியது. அவனுக்கும் எதுவும் ஆகக் கூடாதே என மனம் பிரார்த்தனையில் இறங்கியது.

அந்த அறையின் லைட்டைப் போட்டு அவன் எண்ணுக்கு அழைக்கலாம் என்ற முடிவில் நித்யன் என N ல் தேடினாள், இல்லை, A வில் தேடினாள் இல்லை. அவன் எண்ணே அவளிடம் இல்லை. இத்தனை நாள் இருந்தானே நான் வாங்கவே இல்லையா, இல்லை அன்று அழைத்தேனே மனப்பாடமாகத் தெரியும் என எண்ணை அழுத்த நினைக்கையில் எண் நினைவில் வரவில்லை. பதட்டம் அவளுக்கு ஆதித்யன் அலைப் பேசி எண் எத்தனை முறை யோசித்தும் ஞாபகத்தில் வரவில்லை.

பித்துப் பிடித்தவளாக அவன் சட்டையை அலமாரியிலிருந்து எடுத்து அதை அணைத்துக் கொண்டே விடியும் வரை காத்திருந்தாள். பெண்மனம் படுத்தும் பாடு அவனுக்காகவே துடித்தது, ஆனாலும் அவளின் பயம் அவளைப் பற்றியது. தனது நடத்தையா அவன் உயிரா எனும் போது அவன் உயிரே பிரதானமானது.

காலையில் ஆறரை மணிக்கெல்லாம் போன் வந்தது, திவ்யா நடுங்கும் கைகளோடு எடுத்தாள் .

மனம்-13

ஆதித்யன் ஒருவார காலம், தன் பிள்ளைகளைச் சுற்றித் திரிந்தவன்,தொழிலையும் கவனிக்க வேண்டும் எனக் காலையில் கிளம்பிச் சென்று இரவில் வந்து கொண்டிருந்தான். ஒவ்வொரு நாளும் தந்தையை ஆவலுடன் எதிர்பார்க்கும் இரட்டையர். சுவாரஸ்யமாக அவர்களை ஏதாவது செய்து மகிழ்விப்பான். தின்பண்டங்கள், விளையாட்டுப் பொம்மைகள், கலரிங் மேஜிக் புக்ஸ் என அவனுடைய தேடுதலும் அதைத் தொடர்ந்தே இருந்தது.அதனை வாங்கிக் குவித்து வருவான்.

மூன்று நாட்கள் பயணம் செய்தவன் நான்காம் நாள் வேலை இருப்பதால் தஞ்சையில் தங்கி விட்டான். கிளம்பும் நேரம் வந்த வேலை அதனால் கனகரத்தினம் போனில் அழைத்துப் பிள்ளைகளோடு பேசி விட்டான்."அப்பா, நீங்க ஏன் வரலை" எனச் சிணுங்கிய அநியையும். "உங்களூட்டு டூ "என்ற மகளையும் கொஞ்சி கெஞ்சி சமாதானம் செய்தான் ஆதித்யன்.

திவ்யவர்ஷினிக்கு அவளது நித்யன் இன்று வரமாட்டான் என்று தெரி-யாது. அவள் அவனுடன் பேசுவது இல்லை, அதனால் அவளுக்கு அறி-விக்கவும் இல்லை. இதனை அவன் வேண்டுமென்றே செய்யவும் இல்லை. சாதாரண நிகழ்வாக மறந்தான்.

திவ்யாவுக்கு இன்று அவன் வரமாட்டான் என்பது தெரியாது. இரவு முழுவதும் தவித்து விட்டாள். ஒவ்வொரு கணமும் அவள் மனதின் தவிப்பு அதிகரித்தது. இரவு என்பது நமது எண்ணங்களை அதன் அடிப்படையில் பன்மடங்காக்கித் தரும் மாயக் கண்ணாடி. நல்ல மனநிலையோடு உறங்கும் போது சுகமான கனவுகள் வரும், அதை அமைதியாக அனுபவிப்போம். அதே நேரம், குழப்பங்களுடன் தூங்கும் போது அதன் கனவுகள் பயம் காட்-டும் அதில் மன உளைச்சலுக்கு ஆளாகி விழித்தெழுவோம். அந்தப் பயம் வெளிச்சம் வரும் வரை தொடரும்.

திவ்யா அதே போன்ற ஒரு பயத்தில் மன உளைச்சலுக்கு ஆளாகி இருந்தாள். காலை ஆறரை மணிக்கு அவளது அலைப் பேசி அழைத்தது, நடுங்கும் கரங்களோடு அதை எடுத்துப் பார்க்க அவளது மொபைலில் சேமிக்கப்படாத எண்.

"ஹலோ" என்ற அவளின் தீனமான குரலுக்கு முன்னால் அவனின் குரல் கேட்டது. "ஹலோ திவி நான் ஆதித்யன் அநி, ஆதி எந்திருச்-சிட்டாங்களா" என்றான். அவனின் குரலில் ஆசுவாசமடைந்து அவளுக்-குக் கண்ணீர் பெருக்கெடுத்தது, அவளையும் அறியாத அவளது கேவல் அவனுக்குக் கேட்டு விட்டது." திவி, திவி நான் பேசுறது கேட்குதா" என்-றவனின் தொடர் அழைப்பில் அவளது அழுகையை அவன் உணர்ந்தான்." வர்ஷி, வர்ஷிமா என்னடா ஏதாவது பேசு" என்றவனின் குரலில் உடைந்த-வள் பேச முடியாமல் போனைக் கட் செய்தாள்.

ஏதோ சரியில்லை என உணர்ந்தவன் மீண்டும் அழைத்தான், ஆனால் இப்போது வீடியோ காலில் அவள் வெறித்தவாறு அமர்ந்திருக்க, அப்போது தான் எழுந்த ஆதிரை அன்னையைத் தேடி வந்தது. போன் மணி ஒலிக்க-வும்,அதை ஆன் செய்தது. "அப்பா குட்மார்னிங்" என்றது ஆது.

"குட்மார்னிங் டா செல்லக்குட்டி" என அதனோடு பேச்சுக் கொடுத்துக் கொண்டே, அவளைப் பார்க்க முயன்றான். "ஆது தான் பஸ்ட் எந்திரிச்சிங்-களா, அம்மாக்கு முன்னாடியே எந்திரிச்சிட்டிங்களா, குட்கேர்ளா இருக்கீங்-களே " என்றான்.

"இல்லையே எப்பவும் போலத் திவிம்மா தான் ஃபஸ்ட்" என்றது. "அம்-மாகிட்ட போனைக் கொடுத்துட்டு அநியைக் கூட்டிட்டு வாங்க" என்றான். "அம்மா இந்தாங்க " என அவள் மடியில் போட்டுச் சென்றதில் அவளின் அழுத முகம் தெரிந்தது ஆதித்யனுக்கு.

"வர்ஷி, பேசுடி இப்ப எதுக்கு அழுகை. ஏன் முகமெல்லாம் இப்படி இருக்கு. வர்ஷிமா பேசுடி எனக்குக் கஷ்டமா இருக்கு" என்றான். அவள்

தன் மடியிலிருந்து போனைத் தன் முகத்தைப் பார்க்க முடியாதபடி பக்கத்தில் வைத்தாள். ஆனால் ஒலி கேட்கும் இடத்தில் தான் இருந்தாள்.

"நீ சொன்னா தான, நான் என்ன தப்பு செஞ்சேன்னும் தெரியும். என்கிட்ட என்ன மேஜிக் ஸ்டிக்கா இருக்கு. சொல்லுடி.அங்க இருந்தாலும் பேசமாட்டங்கிற. நான் என்ன தான் செய்ய?" என்றான்.

முகத்தைத் துடைத்து ஒரு முடிவுக்கு வந்தவள் கையில் எடுத்து , "நீ இங்க இரு, இருக்காத, வா, வராதே, போ போகாதே எதாவது செய், எனக்கு ஒண்ணும் இல்லை. ஒரு வார்த்தை நேற்று நைட் வரமாட்டேன்னு சொல்லலாம்ல. நேரா சொல்ல வேண்டாம் பிள்ளைகள் கிட்ட, இல்ல கலாம்மா கிட்டச் சொல்லி சொல்லலாம்ல. உன்னைக் கேட்க எனக்கு எந்த உரிமையும் கிடையாது தான். ஆனால் என் வீட்டுக்குத் தானே வர்ற. எப்பவும் வர்றவன் வரலைனா நான் என்ன நினைக்கிறது" என்றாள்.

" நான் வராதது உன்னை அவ்வளவு பாதித்ததா வர்ஷி" என்றான்.

"உனக்கு இது தான் முக்கியமான கேள்வி. நடு இராத்திரியிலிருந்து முழிச்சிருக்கேன், உன் நம்பரும் சேவ் பண்ணலை , பதட்டத்தில் மறந்திடுச்சு, யார்க்கிட்டப் போய்க் கேட்கிறது. உன்னால் ராத்திரியிலிருந்து முழிச்சிக்கிட்டு இருக்கேன். என்னைப் பற்றி உனக்கென்ன அக்கறை.

உனக்குத் தான் கயல்விழி, மீன் முழின்னு எவளாவது இருப்பா. என் பிள்ளைகள் மட்டும் தானே உனக்கு வேணும். கஸ்டடி பேப்பர் ரெடி பண்ணிக் கொண்டு வா. உன் பிள்ளைகளை உன் கிட்டக் கொடுத்துட்டு, நான் எங்க அப்பா அம்மா கிட்டப் போறேன்" எனப் பொரிந்து தள்ளிப் போனை அநியிடம் கொடுத்துவிட்டுப் பாத்ரூம் சென்றுவிட்டாள் திவ்யா.

ஆதித்யன் அவளது கடைசி வார்த்தைகளில் மிகவும் காயப்பட்டுப் போனான். என்ன வார்த்தை பேசிட்டுப் போறா என மனதில் குமைந்தான். "அப்பா குட்மார்னிங்" என அநி வந்தான். இருவருமாக அப்பாவிடம் பேசி, இனியாப்பா, பாட்டியிடமும், தாத்தாவிடமும் பேசினார்கள்."அநி, ஆது குளிக்க வாங்க" எனத் திவ்யா அழைக்கும் வரை இது நீண்டது.

ஆதித்தியனும், இனியனும் வீட்டின் பக்கவாட்டில், இருந்த மரத்தடியில் போடப்பட்டிருந்த நாற்காலியில் அமர்ந்திருந்தான். அவர்கள் தாத்தா உள்ளே சென்று விட்டார். ஆதித்யனுக்கு ஈகைச் செல்வியிடமிருந்து போன் வந்தது.

"செல்வி நல்லா இருக்கியாடா. அத்தான் பிள்ளைகள் எல்லாம் நல்லா இருக்கங்களா?" எனக் கேட்டான் "நல்லா இருக்கோம் அண்ணன். நேற்று அம்மா பேசுனாங்க. ஒரு விசயம் சொன்னாங்க. நிஜமாவா.நீங்க அந்த மாதிரிக் கிடையாதே" என இழுத்தாள்.

"அம்மா என்ன சொன்னாங்கன்னு எனக்குத் தெரியாது செல்வி. நாலு வருஷமா நான் என் வர்ஷியைத் தான் தேடிட்டு இருந்தேன். அவளுக்கும் எனக்கும் கல்யாணம் பேச வந்த போது தான் அவ அப்பா, அம்மாவுக்கு ஆக்சிடெண்ட் ஆனது. அவங்க இல்லை. இவளும் என் மேல் உள்ள

கோபத்தில் எனக்குச் சொல்லாமல் போய்ட்டா. இப்ப எனக்கும் அவளுக்கும் பிறந்த பிள்ளைகள் இரட்டை குழந்தைகள் இருக்கு. கனகு மாமா பண்ணை-யில் தான் டாக்டரா இருக்கா. என் வாழ்க்கை அவளோடு தான்" என்றான்.

"நீங்களும் மனைவி, குழந்தைகள்னு செட்டிலான சரி தான் அண்ணா. எங்க வீட்டு ஆளுங்க தான் என்ன சொல்லுவாங்களோ" என்றாள். "அத்-தான்கிட்டப் போன வாரமே சொல்லிட்டேன் செல்வி, சரி மாப்பிள்ளை உன் வாழ்க்கை , சம்சாரத்தைக் கூட்டிட்டு வந்து வாழற வழியைப் பாருன்னு சொல்லிட்டார்" என்றான் ஆதித்யன்.

"பார்த்தியா, இதில் எல்லாம் மச்சானுங்க கூட்டு சேர்ந்துக்குங்க, எனக்குத் தான் கடைசியாத் தெரியுமாக்கும். வரட்டும் இந்த மனுசனை வச்சுக்குறேன். அண்ணி, பிள்ளைகள் போட்டோ இருந்தா அனுப்புங்க பார்த்துக்கிறேன். ஒரே தங்கச்சி இருந்து என்ன புண்ணியம் எல்லாம் நியூசும் கடைசியாகத்-தான் வருது" என ஏகத்துக்கும் குறை பட்டாள்.

"டேய் செல்வி அண்ணன் மேல் கோவப்படாத. எனக்கே பிள்ளைகள் இருக்கிறது ஒரு வாரமா தான் தெரியும். உங்கண்ணி வேற பிள்ளைகளோடு வெளிநாட்டில் செட்டிலாகிற திட்டத்தில் இருக்கா. ஒரு டீல்ல ஓடுது வண்டி" எனத் தங்கையைச் சமாதானம் செய்தான் ஆதி.

"ஏன் எங்க அண்ணனுக்கு என்ன குறையாம், டாக்டரம்மா வேண்டாம்னு சொல்றதுக்கு" என அண்ணனுக்குச் சப்பைக்கட்டு கட்டினாள். அதே நேரம் செல்வி அறைக்குள் விஷ்வா உள்ளே நுழையவும். "அண்ணா இங்க ஒரு ஆளை மந்திரிக்கனும் நீ போனை வை " என்றாள் ஈகைச் செல்வி.

"ஆதி டேய் அண்ணா நீ வாங்குற அடி பத்தாதுன்னு, அத்தான் உனக்-குச் சப்போர்ட் பண்றவருக்கும் அடி வாங்கிக் கொடுக்குற. ஏன் உனக்குப் பலமா. ஏதோ அடிச்ச மாதிரி உட்கார்ந்திருக்க" என்றான் இனியன்.

அதே நேரம் புவனா அன்புவை நாற்காலியில் அழைத்து வர, ஆதி பாதி வழியில் அவனை அழைத்துக் கொண்டான். புவனா சென்றதும் "எதுக்-குக் கோவப்படுறான்னே தெரியலைடா. ஏண்டா வர்ஷி தானே முதன்முதலில் எனக்குப் போன் பண்ணா, என் நம்பர் அவளுக்குத் தெரியுமில்லை, அப்புறம் அதை அவள் மறந்தா நான் என்னடா பண்றது. போன் பண்ண முடியலை-யாம். நான் நேற்று நைட் வரமாட்டேன்னு சொல்லலையாம். சொன்னேன் வை, நீ எந்த உரிமையில் சொல்ற, நான் உன் பொண்டாட்டியான்னு அதுக்-கும் சண்டை போடுவா." என முகம் வாடி நின்றான்.

அன்பு,இனியன் இருவருக்கும் ஆதியைப் பார்க்கவே பாவமாகப் போனது. "ஆதி அப்படி நினைக்காதே, அண்ணிக்கு உன் மேல் இருக்கிற அக்கறை. நேற்று உன்னை எதிர் பார்த்து , நீ வரலைங்கவும் இவ்வளவு கோபம். உன் மேல் இருக்க லவ். அது புரியலையா. தெருவில் போறவன்-கிட்ட கோபப் பட முடியுமா. உரிமை இருக்கிற இடத்தில் தான் கோபப் பட முடியும். " என இனியன் சொல்லவும்.

" நீ சொல்றதும் பாயிண்ட் தான், வார்த்தைக்கு வார்த்தை தாலி கட்டினப் பொண்டாட்டியான்னு கேட்கிறாளே" என்றான்."அப்பத் தாலியைக் கட்டு" என்ற அன்புவை முறைத்தான் "என்னடா சொல்ற " என அதிர்ந்தான் ஆதி.

"ஏன் உனக்கு அந்த ஐடியா இல்லையா, அவங்களைக் கல்யாணம் பண்ணத் தானே, இல்லை லிவ்விங் டு கெதரா" என இனியன் கேட்கவும். ஆதித்யன் அவனை முறைத்தான்.

"ப்ரதர் பத்து நாளா என்ன பண்ணுனீங்களாம்" என்றான் மீண்டும் இனியன்."என் பிள்ளைகளோடுதான் இருந்தேன், அவப் பக்கம் திரும்பவே இல்லை" என்றான். ஹாஹாவெனச் சிரித்த அன்பு" இவ்வளவு பயம் இருக்கிறவன் எப்படிடா புள்ளைப் பெத்த" என்றான்.

"எனக்குத் தெரிஞ்சு நான் செஞ்ச தப்பு அந்த ஒரு நாள் ராத்திரி தான். புவனா வளைகாப்புக்கு முன்னாடி, நீ கூட ப்ரண்டு ஃபாரினில் இருந்து வந்திருக்கான்னு வந்தியே. முதல் நாள் நம்ம எஸ்டேடில் தங்கிட்டு தானே போன" என அன்புவைப் பார்த்துச் சொன்னான் ஆதி.

"வெயிட், வெயிட், அன்னைக்கு ஃப்ரிட்ஜிலிருந்து கூல்ட்ரிங் குடிச்சியா" எனப் பரபரப்பாகக் கேட்டான் அன்பு.

"ஆமாம் வர்ஷி மதுரையிலிருந்து மலைக்குப் போறேன்னு சொன்னால் உடனே நானும் காரை எடுத்துட்டு கிளம்பிடுவேன். அன்னைக்கும் போனோம், நம்ம எஸ்டேட் தாண்டிப் போக முடியாமல் மரம் விழுந்து கிடந்தது. நம்ம எஸ்டேடில் சாப்பிட்டோம். குளிர் ஜாஸ்தி நெருப்பு மூட்டி உட்கார்ந்தோம். அதில் தொண்டை வறண்டு போச்சு குடிக்க ஏதாவது கிடைக்குமான்னு பார்த்தா, ஃப்ரிட்ஜில் கூல்ட்ரிங் இருந்தது. அதுக்கப்புறம் ஞாபகம் இல்லை. நீ எதுக்கு அதைப் பற்றிக் கேட்கிற?" என்றான் ஆதி. உள்ளே திரும்பி புவனா வருகிறாளா எனப் பார்த்தான் அன்பு.

"அண்ணி வரலைத் தைரியமா சொலலு" என இனியன் கேலி செய்தான். "அந்தக் கூல்ட்ரிங்கில் என் பிரண்டு சரக்கைக் கலந்து ரெடி பண்ணினான். அங்கையே வச்சிட்டு வந்துட்டமேன்னு ஃபீல் பண்ணிட்டு இருந்தான். அதை நீங்க அடிச்சிட்டீங்களா. ஓ காட்" என்ற அன்பை இருவரும் முறைத்தனர்

"ஆதி , இருமல் மருந்துக்கே ஃப்ளாட் ஆகும். இதுக்குக் கேட்கவா வேணும், ஆனால் புள்ளை பெத்துக்குற அளவு ஸ்டடியா இருந்திருக்கப் பாரு, உன்னை எந்த லிஸ்டில் சேர்க்கிறது" என இனியன் இடித்துரைத்தான்.

"அடேய் வெந்த புண்ணில் வேலைப் பாய்ச்சாதே. நானே கடுப்பில் இருக்கேன். கஸ்டடி பேப்பர் கொண்டுவா கையெழுத்துப் போட்டுத் தர்றேன், நீ உன் பிள்ளைகளை வச்சுக்க. நான் எங்க அப்பா அம்மாகிட்ட போறேன்னு சொல்றா." என வருந்தவும்.

"சாரிடா ஆதி. ஏதோ விளையாட்டாச் செய்யப் போய் உன் வாழ்க்கையே பிரச்சனை ஆகிடுச்சு" என்றான் அன்பு. கடைசியில் அன்பு பேசிய-

தைக் கேட்டபடி வந்த புவனா விசாரணையை ஆரம்பிக்க, அன்பு மறைக்-காமல் சொல்லி விட்டான்.

புவனாவுக்குக் கோபம் தலைக்கு ஏறியது. "உங்கள் விளையாட்டு எங்க கொண்டு போய் விட்டிருக்கு பார்த்தீங்களா. பாவம் திவ்யா, ஆதி அத்தான் இப்பவும் மாப்பிள்ளை மாதிரி எலிஜிபில்லா தான் இருக்கார். அந்தப் பொண்-ணுல அம்மாவா நிக்குது. கழுத்தில் தாலி இல்லாமல், பிறந்த ஊரை விட்டு நாடோடியா அலைஞ்சு காட்டுக்குள்ள மறைஞ்சு உட்கார்ந்திருக்கு.

இப்பவும் நீங்க நாலு பேருக்கு முன்னாடி என் பிள்ளைகள்னு தைரியமா சொல்லிடுவீங்க. ஆனால் இந்த விவரம் தெரிஞ்ச ஒவ்வொருத்தரையும் பார்க்கும் போது, அவள் கேரக்டர் பத்தின கேள்வி வரும், வளர்ப்பைப் பற்-றிய சந்தேகம் வரும். நம்மைப் பேஸ் பண்ணவே தயங்கும். பெண் பாவம் பொல்லாதது. அந்தப் பாவம் தான் உங்களை வந்து சேர்ந்ததோ என்னவோ" எனப் புவனா ஆத்திரமும் அழுகையுமாகப் பேசப் பேச அண்ணன் தம்பி மூவரும் தலை குனிந்திருந்தனர்.

"புவனா எல்லாமே விபத்தா நடந்தது. இது திட்டமிட்டு செஞ்சது இல்லை. அவன் மட்டும் இந்த நாலு வருஷத்தில் வேற கல்யாணம் பண்ணி சந்தோஷமாகவா இருந்தான். பிள்ளைகள் இருப்பது தெரியாமலே தனக்குக் குறை இருக்கிறதா அம்மாட்ட சொல்லி தண்டனை அனுபவிச்சிட்டு இருக்-கான்" என அன்பு ஆதித்யன் பக்க நியாயத்தையும் சொன்னான்.

"அண்ணி நடந்தது, நடந்திருச்சு இப்ப என்ன செய்யறது அதைச் சொல்-லுங்க" என்றான் இனியன்.

லலிதாவும் இவர்கள் பேசிக் கொண்டிருந்த இடத்திற்கு வந்து சேர்ந்தார். "ஆதி எனக்கொரு யோசனை, தீபாவளி வருது, கனகு கூப்பிட்டுக் கிட்டே இருக்கான். அங்க கொண்டாடுற மாதிரி எல்லாருமே போவோம். கனகை வச்சே பேசுவோம். மருமகளுக்கு எடுத்து சொல்ற மாதிரி ஆள் இருந்தா, அவுகளை வச்சிக்கிட்டும் பேசுவோம். பாவம்டா அதுவும் ஒத்தையா கிடக்கே. நம்ம வீட்டில் ஆட்களோடு இருந்தா மனசுக்கும் மாற்றமா இருக்குமில்ல" என்றார் லலிதா.

"என்னால் எதுவுமே யோசிக்க முடியலை. நீங்க பெரியவங்களா பார்த்து சரின்னு படுறதைச் செய்ங்க. இனியா இங்கே பார்த்துக்கடா நான் கிளம்பு-றேன். எனக்கு மனசே சரியில்லை" என்றான் ஆதித்யன். அம்மாவும், உடன் பிறப்புகளும் ஆதியின் வாடிய முகத்தைக் கண்டு வருந்தினர்.

திவ்யா இரவு சரியாகத் தூங்காததால் பிள்ளைகளைச் சுப்புவுடன் அனுப்பி விட்டு , விடுப்புச் சொல்லி அறையில் படுத்து விட்டாள். ஆதித்-யன் சரியாக இரண்டு மணி நேரத்தில் அவளது அறையில் வந்து நின்றான். பிள்ளைகள் ஸ்கூலில் இருக்கும் போதே அவளைச் சமாதானம் செய்து விடும் நோக்கில் வந்து விட்டான். கலாம்மா சமையலை முடித்து அமர்ந்திருந்தவர், ஆதித்தியனைப் பார்க்கவும் அவர்களுக்குத் தனிமை கொடுத்து வெளியேறி-

விட்டார்.

அறையின் கதவை அடைத்து விட்டு அவளருகில் பெட்டில் அமர்ந்தான். அரவம் உணர்ந்து அவள் கண் திறந்து பார்த்தாள். ஆதித்யனை அருகில் பார்க்கவும், முகத்தைத் திருப்பிக் கொண்டாள்.

புவனா சொன்ன வார்த்தைகள் அவனை அலைக்கழிக்க, அவளை நெருங்கி அமர்ந்து அவளது முதுகைத் தடவினான். அவளது உடல் விரைப்பதும் பின் குலுங்குவதும் உணர்ந்து ,குனிந்து அவளை இறுக்கி அணைத்து நெற்றியில் முத்தமிட்டபடி இருந்தான். முதலில் திமிறியவள் பின்னர் உதட்டைக் கடித்துக் கண்ணை மூடி கண்ணீர் வடித்தாள்.

ஆதித்யனுக்குத் தாங்கவில்லை அவளைப் படுக்கையிலிருந்து தூக்கி தனது மார்போடு அணைத்துக் கொண்டான். தலையை முதுகை வருடியவாறு அவள் கழுத்து வளைவில் முகம் புதைத்து இருந்தான். திவ்யா மொத்தமாக அழுது தீர்த்தாள். அவனைப் பிரிந்த நாளிலிருந்து நான்கு வருடச் சோகத்தையும் அவன் தோள்களில் கரைத்தாள்.

தோள் வளைவில் முகம் புதைத்திருந்தவன் மெல்ல நகர்த்தி அவளின் முகமெங்கும் தனது இதழ்களை அசைத்து அளந்து அவளின் பிரிவுத் துயரைப் போக்கிக் கொண்டிருந்தான். அவனின் இறுகிய அணைப்பும் அரவணைப்பையும் தான் இத்தனை நாள் ஏங்கி எதிர்பார்த்திருந்தோமா. என அவள் மனசாட்சி உண்மையைச் சுட்டிக் காட்டியது. அவர்களிடத்தே துளியும் காமம் இல்லை. தான் உயிராக நேசித்தவளின் துயரைப் போக்க வேண்டும் என்ற முனைப்பு மட்டுமே இருந்தது. அங்கே அவன் பேசவில்லை அவர்கள் மௌனமே பேசியது. அவளது தவிப்பு அடங்கியது. அவளுக்கும் அவனை விலக்கத் தோனவில்லை.

நீண்ட அவர்களது தேருதல் அரவணைப்பு முடிந்து,ஆதித்யனின் காதல் விழித்தெழ அவனின் அணைப்பிலும் மாற்றம் தெரிந்தது. அவனது இதழசைப்பும் அவளின் இதழில் குவிந்து அவளைத் திக்குமுக்காடச் செய்தது. அதை உணர்ந்தவளுக்கு , ஏற்கனவே இப்படி இருந்த நினைவு பளிச்சிடத் தான் சுதாரித்து அவனை விலக்கி முகம் திருப்பினாள். அவனும் அவளை விடுவித்தான். அவளை உற்று நோக்கி , "ஏண்டா அப்படிப் பேசின" என்றான் ஆதித்யன்.

அவன் நெஞ்சில் கை வைத்துத் தள்ளி "போ ஒண்ணும் பேசாதே, உனக்கு உன் பிள்ளைகள் தானே முக்கியம். போ ஸ்கூலுக்குப் போயிருக்குதுங்க. அதுகளையே போய்க் கொஞ்சு" என்ற படி எழுந்து போக முயன்றாள்.

அவளைப் பின்னோடு இறுக்கி, "என் பிள்ளைகளைப் பார்க்கன்னா சாய்ந்திரம் தான் வந்திருப்பேன். என் மாமனார் மகளைப் பார்க்கத்தான் பறந்து வந்தேன்" என்றான்."தாலி கட்டின பொண்டாட்டியே இல்லை, மாமனார் எங்கிருந்து வந்தார்" என்றாள்.

"அதெல்லாம் எங்களுக்குள்ள அந்த உறவு அவர் மகளுக்குத் தெரியாமலே இருந்திச்சு. சொன்னவுடனே சரிங்க மாப்பிள்ளைன்னு சொன்னார்" என்றான்.

"பொய், சரியான ஃப்ராடு பக்கிரி பொய் சொல்றதைப் பார். பொய் சொன்னாலும் பொருந்த சொல்லனும், க்ராஸ் செக் பண்ண விஜயராகவன் இல்லைங்கிற தைரியம்" என்றாள்.

"ஏய் சத்தியமாடி. நான் கேட்கும் முன்ன, எப்படி மாப்பிள்ளைனு சொல்றேன்னு பார்க்குறீங்களா. எங்க சம்பந்தத்தை உங்கப்பா மறுக்க மாட்டார்னு சொன்னார்." என அவளைத் திருப்பிக் கட்டிலில் அமர்த்தி, தானும் அவளருகில் அமர்ந்து கையைப் பிடித்தவண்ணம் சொன்னான்.

விஜயன், கார்த்திகைக்கும் தங்களது குடும்பத்துக்கும் இருக்கும் தொடர்பைச் சொன்னான். அவளைப் பார்த்த அன்றே எல்லாருமாக இதையெல்லாம் பேசியிருந்தனர். ஆனால் அவள் கருத்தில் எதுவும் பதிந்தபாடில்லை.

"அப்பாவும், அம்மாவும் உன்னையும் ,பிள்ளைகளையும் பார்க்கனும்னு ஆசைபடுறாங்க. போகலாமா" என்றான். அவ்வளவு நேரம் இருந்த இலகுவான நிலை மாறி இறுக்கம் வந்தது அவளிடம்.

" நான் வரலை. நான் எங்கயும் வரவும் மாட்டேன். பிள்ளைகளை வேணும்னா கூட்டிட்டுப் போங்க.''என்றாள். "நீயில்லாமல் பிள்ளைகளை நான் எங்கயும் கூட்டிட்டுப் போறதா இல்லை. இருந்துட்டுப் போறாங்க விடு. ஆமாம் ஏதாவது சாப்பிட்டியா" என்றான். இன்று ஊட்டும் முறை அவனுடையதானது. 'எல்லாம் சரிதான் ஆனால் எப்ப முருங்கை மரம் ஏறுதுன்னே தெரியலையே' என மனதில் நினைத்தான்.

தஞ்சை, வல்லம் பகுதியிலிருந்தது அந்தப் பெரிய ஜமீன் மாளிகை. அதன் நீண்டு நெடிந்துயர்ந்த முகப்பு, மரவேலைப்பாடு பளபளக்கும் கிராணைட்டுக்குப் போட்டிப் போடும் அந்தக் காலத்து ரெட்ஆக்ஸைடு தரைகள், சுவர்கள் இரண்டடி அகலத்தில் முட்டை, சுண்ணாம்பு இன்ன பிற கலவைகள் சேர்ந்த வழவழப்பான சுவர். வண்ண விளக்குகளும் விலையுயர்ந்த கார்பெட், நாற்காலி ஷோபாக்கள் என மிரட்டிக் கொண்டிருந்தன. வேலையாட்களுக்குப் பஞ்சமில்லாமல் எங்கும் உலவித் திரிந்தனர்.

அந்த வீட்டின் நடுநாயகமாக, வைரமுகப்பு பதித்த கெட்டித் தாலிச் சரடு, வைர மூக்குத்தி, தோடு,கையில் வளையல்கள் அடுக்கப்பட்டு மிடுக்காகப் பெரிய ஷோபாவில் தான்மட்டும் அமர்ந்திருந்தார் சொர்ணத்தம்மாள். வயது எழுபத்தைந்தைக் கடந்தும் இன்னும் அதிகாரமும் ஆணவமும் முழுதும் நிறைந்து கம்பீரமாக அமர்ந்திருந்தார். கண் பார்வையில் ஜமீனையே அடக்கி வைத்திருக்கும் சிம்ம சொப்பனம்.

துண்டை கக்கத்தில் பிடித்தபடி தலை குனிந்து அந்தப் பெரிய அறையிலிருந்து, பின்கட்டுக்கு வெள்ளித் தட்டு, குவளை செம்பு என எடுத்துச் சென்றவனிடம், "ஏண்டா கந்தா ஐயா இன்னைக்காவது நல்லா சாப்பிட்-

டாரா" எனக் கேட்டார்.

பாதி வார்த்தை உள்ளே பாதி வார்த்தை வெளியே என, " இல்லைங்க நாச்சியார்.எஜமான் பாதிச் சாப்பாட்டில் கையைக் கழுவிட்டாங்க" என்றான். ஒரு பெருமூச்சு விட்டவர்,"சரிப் போ. மாத்திரையைப் பார்த்துக் கொடு" என்றார்.

தன் கனத்த சரீரத்தைத் தூக்கி மிடுக்குக் குறையாமல் தனது கணவரின் அறைக்குச் சென்றார். எல்லாம் இந்த நான்கு வருடமாகத் தான் இந்தப் படுக்கை, உடல் நலக் குறைவு எல்லாமே. அதற்கு முன் கர்வமான முகப் பாவத்தோடு, மிரட்டலாகவே வலம் வருவார்.

அந்த விஸ்தாரமான அறையில், பழமையின் செல்வச் செழிப்போடு, நவீன எலக்ட்ரானிக் பொருட்களும் போட்டிப் போட்டு, அதன் செல்வ வழமையைப் பறை சாற்றின. அங்கிருந்த தேக்குக் கட்டிலில் ஒரு அடி கனமுள்ள விலையுயர்ந்த பெட்டில் சாய்ந்தவாறு அமர்ந்திருந்தார் என்பது வயது ஶ்ரீ சௌந்தர ராகவ பூபதி. வயது முதிர்வைத் தாண்டி மனக் கவலை அவரைப் படுக்கையில் சாய்த்திருந்தது.

" இப்படிப் பாதிச் சாப்பாட்டில் கை கழுவுனா, வயிறு எப்படி நிறையும், மருந்து மாத்திரை வீரியத்தைத் தாங்குகிறதுக்காகவாவது உடம்பில் சக்தி வேண்டாமா." என்றபடி வந்து கட்டிலில் கணவருக்கு அருகில் அமர்ந்தார். அவர் முகத்தைத் திருப்பிக் கொண்டார்.

நான்கு வருடமாக மனைவி , பிள்ளைகளிடம் பேசுவது இல்லை என வைராக்கியமாக இருக்கிறார். வேலையாட்களுடன் கூட அளந்தே பேசுவார். இது அவர் தனக்குத் தானே கொடுத்துக் கொண்ட தண்டனை. 'பெற்ற மகனைக் காப்பாற்ற வக்கில்லாத எனக்கெதுக்கு ஜமீனும், சொத்தும், சொந்தமும், பேச்சும் எனத் தனக்குத் தானே கொடுத்துக் கொண்ட தண்டனை.

சொர்ணம் கொஞ்சம் மடங்கும் இடம் கணவரிடம் மட்டுமே. முதல் மனைவியான திவ்யலக்ஷ்மியை இழந்து திரிந்தவரை வளைத்துப் பிடித்தார். என்ன தான் ஜமீன் குடும்பம் ஏறினாலும் தராதரத்தில் அவருடைய இயல்பான குணம் வெளிப்பட்டது. ஜமீன்தாரை தன்னிடம் வசமாக வைத்துக் கொள்ள, அடுத்தடுத்து பிள்ளைகளைப் பெற்றார். மூத்தது பெண் அதற்கடுத்து இரண்டு மகன்கள்

இவர் திருமணமாகி வரும் போதே விஜயராகவன், எட்டு வயது சிறுவனாக இருந்தார், எனவே அம்மாவினிடத்திலிருந்த அடுத்தப் பெண்மணியைச் சின்னம்மாவாக ஏற்கவும் மனமில்லை. தன் தாய்வழி தாத்தா, பாட்டி வீட்டுக்குச் சென்று விட்டார். பள்ளி இறுதியாண்டில் இருக்கும் போதே தாத்தா ,பாட்டி அடுத்தடுத்து இறைவனடி சேரவும் தனிமைப் பட்டுப் போனார் விஜய ராகவன்.

தங்கை,தம்பிகள் வயதில் சிறியவர்கள், விஜயனின் இயல்பான கம்பீரத்தில் அவர்கள் அண்ணனிடம் நெருங்க வில்லை. சொர்ணமும் நெருங்க

விடவில்லை. தந்தையுடனான உறவும் விட்டேற்றியாக இருக்கும். பெரியம்மா அமிர்தம் வீட்டுக்குத் தாத்தா, பாட்டியோடு சென்று வந்தவர், சொர்ணம் அவர்களோடு செய்த வம்பில் அங்குப் போவதையும் நிறுத்தி விட்டார்.

விஜயனுக்குப் பள்ளி காலத்திலிருந்தே வகுப்புத் தோழன் ராஜேந்திர ராஜன். அவர் வீட்டுக்கு வரப் போக இருப்பார். விவசாயக் கல்லூரியில் தோட்டக் கலைப் படிப்பை விஜயன் எடுத்திருந்தார். கார்த்திகைக்கும் அக்ரி-யில் விருப்பமிருக்கவும் நண்பன் உதவியோடு மூன்று வருட பிஎஸ்சி அக்ரி-யில் கார்த்திகையைச் சேர்த்தனர்.

ஒரே கல்லூரி முதலில் அண்ணனின் நண்பன் எனப் பழகியவர், விஜ-யனின் தோரணையில் வீழ்ந்து, அவரின் காதலிலும் கரைந்தார் கார்த்திகை. தாயில்லாத விஜயனுக்குப் பசித்த வயிற்றை ருசியும் அன்பும் சேர்த்த உணவால் நிறைத்தார் கார்த்திகை. இருவருக்கும் படிப்பு முடிந்தது.

தனது அப்பாவிடம் விருப்பத்தைச் சொல்லவும், ஒருவரை அண்டி வாழும் பெண்ணைக் கட்டி வைக்க முடியாது என மறுத்தார். ராஜேந்திரன் வீட்டில் கேட்கும் போது, உன் அப்பாவின் சம்மதம் வாங்கி வா என்றனர். அதுவும் போகச் சொர்ணத்தின் குணமறிந்த யாரும் அவரை விஜயனுக்கு மணமுடிக்கச் சம்மதம் தரவில்லை, ராஜேந்திரனும் இந்த விசயத்தில் நண்-பனுக்கு ஆதரவு தரவில்லை.

விஜயன் ஒரு முடிவுக்கு வந்தவராக, எல்லார் முன்னிலையிலும் கார்த்-திகையிடம், தம் கரம் பற்றி நம்பி வரச் சொல்லி கையை நீட்டினார். அப்-போது கூட்டுக் குடும்பமாக இருந்த ராஜன் குடும்பத்தைத் துறந்து, எல்லாரி-டமும் மன்னிப்பை வேண்டி, விஜயனோடு கட்டிய சேலையோடு கிளம்பினார். நேராக அவரை வல்லத்து ஏகௌரியம்மன் ஆலயம் அழைத்துச் சென்று தங்-கள் குல தெய்வத்தை வேண்டி கார்த்திகைக்குத் தாலி கட்டினார்.

தங்கள் ஜமீன் வீட்டுக்குள் அடியெடுத்து வைக்கவும் சௌந்தர ராகவன் தடை விதிக்க, கார்த்திகையைக் கை பிடித்து அழைத்துச் சென்று தன் அன்-னைப் படத்தில் விழுந்து ஆசி வாங்கினார். மொத்தக் குடும்பமும் நின்றது. தந்தை கொடுத்த கார், அவர் அணிந்திருந்த குடும்ப நகை அருணாக் கொடி முதற் கொண்டு உருவி மேஜையில் போட்டவர், தனது அறைக்குச் சென்று வந்து தந்தை கொடுத்த பாங்க் பாஸ் புக்கையும் அதில் சேர்த்தார்.மற்றொரு வங்கிக் கணக்கு தாய் வழித் தாத்தா அவருக்குத் தந்ததைக் காட்டி. "இது என் அம்மத்தா, தாத்தா கொடுத்த பணம். இனி என் வாழ்வில் நீங்களோ, உங்கள் வாழ்வில் நானோ தலையிட வேண்டாம். இன்னைக்கே உறவை முடிச்சிடுங்க" என்றார்.

"இதை எல்லாம் கழற்றித் தரியே நீயே என் உடமைதாண்டா " என்றார் தந்தை.

" அந்தக் கடனை அடைக்கவும் ஒரு நாள் வருவேன், நீங்க ஆசைப்-பட்டா செய்து விட்டுப் போறேன். இல்லைனா கொடுப்பினை இல்லைனு

மனசைத் தேற்த்திக்குவேன். என்னை எனக்காகவே அன்பு செலுத்தும் என் மனைவி போதும்" என்றவர் அனைவரும் பார்த்தபடி இருக்க மனைவியோடு வீதியில் இறங்கிச் சென்றார்.

அன்று சென்றவர் நான்கு வருடத்திற்கு முன், தந்தையைப் பார்க்க வந்தார்.இருபத்தைந்து வருடம் கழித்து வந்த மூத்த மகன், மருமகளைப் பார்க்கவும் கொஞ்சம் சதையாடிப் போனது சௌந்தர ராகவனுக்கு. ஆனாலும் முரட்டுப் பிடிவாதம்.

"இப்ப என்ன பெற்ற கடனை அடைக்க வந்தியா? எனக்கு இன்னும் அந்திமம் வரவில்லை " என்றார் தந்தை.

"எனக்குத் தான் சொந்த பந்தம் இருந்தும் சேர்த்து வச்சி கல்யாணம் செய்யும் கொடுப்பினை இல்லை. இப்ப என் மகளுக்குக் கல்யாணம் வைக்கனும். மாப்பிள்ளை குடும்பம் பெரிய தலைக்கட்டு ராஜேந்திரன் மகன். என் மகளை அதே போல் சிறப்பா அனுப்பி வைக்கனும்னு நினைக்கிறேன். எனக்கு உங்கள் சொத்து வேண்டாம். சொந்தம்னு வந்து பெண்ணுக்குத் தாத்தாவா நில்லுங்க. எங்களுக்கு இருக்க ஒரே இரத்த பந்தம் நீங்க தானே." என அழைத்தார்.

சொர்ணமும், அவரது மகன்கள், நாகநாதன், பூமிநாதன் ஆகியோர் முறைத்தவண்ணம் பார்த்திருந்தனர். நாகநாதனுக்கு இரண்டு மகள் ஒரு மகன், பூமிநாதனுக்கு இரண்டு மகன் .

"இப்போதாவது அப்பன் தயவு தேவைன்னுப் பட்டதே. எத்தனை பிள்ளைகள்,என் பேத்தி பெயர் என்ன படிக்க வச்சிருக்கியா" எனக் கேட்டார். "ஒரே பொண்ணு தான் திவ்யவர்ஷினி டாக்டர் படிப்பு படித்து முடிக்கிறாள் . ராஜேந்திரத்தில் என் நண்பன் ராஜன் மகனுக்குக் கல்யாணம் பேசத்தான் வந்தேன்."என்றார்.

"உங்கள் அம்மா பேரையே வச்சிட்டியாக்கும். சரி போனைப் போடு அவர்களை இங்க வந்து பொண்ணு பார்க்கச் சொல்லு. என் பேத்தியையும் இங்க கூட்டிட்டு வா சௌந்திராகவ பூபதி பேத்தின்னா எப்படின்னு காட்டுறேன்" எனப் பேசினார்.

ஆதித்யனிடம் லேண்ட்லைன் நம்பர் வாங்கி இருந்ததால் , அதற்கு அழைத்தார். அன்பு தான் போனை எடுத்தான். அப்பா அம்மா புதுக்கோட்டை போயிருக்காங்க. நானும் புதுக் கோட்டைக்குத் தான் போறேன், வாங்க அப்பா, அம்மாவை அங்கேயே பார்த்திடலாம் என அழைத்தான்.

விஜயன் விசயத்தை அப்பாவிடம் சொல்லிக் கிளம்பினார். அவரை வன்மத்துடன் பார்த்திருந்தனர் சொர்ணத்தின் மகன்கள். விஜயன் வந்து சென்றதிலிருந்து தகவலே இல்லை. அவர் தந்த டெலிபோனும் வேலை செய்யவில்லை. ஜமீன்தார் மனம் ஏதோ சரியில்லை என உணர்ந்தது. ஒரு வாரம் சென்று அட்ரெஸ் கண்டு பிடித்துத் தாண்டிக்குடி சென்றவரை விஜயனின் மாலை போட்ட படமே வரவேற்றது. கதறிய தந்தைக்குச் சில சந்தேகங்கள்

தோன்ற, அந்த நேரம் வந்த டாக்டர் ரவியிடம் பேசி சில ஏற்பாடுகளைச் செய்தார்.

இராமேஸ்வரத்தில் மகனுக்குப் பிண்டம் கொடுத்தவர், இரண்டாம் தாரத்திடம் முதல்முறையாக வெறுப்பைக் காட்டி கோபித்துக் கிளம்பினார். அவர்களோடு தொடர்பு இல்லாமல் பேத்தியோடு ஒரு வருடம் அஞ்ஞாத வாசமிருந்தார். மகனிடம் காட்டாத வாஞ்சையைப் பேத்தியிடம் காட்டியவர், அவளுக்குப் பிரசவம் பார்த்து,தன்னோடு இருந்தால் அவளுக்கும் ஆபத்து என அடுத்த நாடகமாய் ,கனகரத்தினத்தின் பண்ணைக்கு அனுப்பினார்.

இவ்வளவையும் செய்த பீஷ்ம பிதாமகராய் திவ்யவர்ஷினியை இன்றளவும் காத்து வருகிறார். திவ்யா அவரிடமும் வாயைத் திறந்தாள் இல்லை, மகன் சொன்னதை வைத்துச் சதுரங்கம் ஆடினார். காய்கள் கனகச்சிதமாகச் சிக்கின.

மனதில் ஆயிரம் யோசனைகள் ஓடும். வாயைத் திறந்து மனைவி மக்களிடம் ஒரு வார்த்தை பேச மாட்டார். இவரது மௌனத்தால் வியாபாரம் விழுந்தது. செய்வதறியாது சொர்ணமும் அவர் மகன்களும், சௌந்தர ராகவனை அனுசரித்து, அவரது திருவாய் மொழிக்காகக் காத்திருக்கின்றனர்

திருச்சியிலிருந்து கிளம்பும் முன் ராஜேஸ்வரி என்ற ராஜி ,இனியனின் ராசு குட்டி போன் செய்தாள் , இனியன் முகத்தில் மென்னகையோடு அதை எடுத்தான். 'என்னடி எக்ஸ்பிரஸ் கிளம்பிடுச்சா'' என்றான்.

''ஆமாம், என் பிராண நாதர் ஒரு வேலை கொடுத்துச் செய்யாமல் இருப்பேனா,அது தான் அடுத்தப் பரீட்சை வரை மலைக்கோட்டைக்கு ஓய்வு கொடுத்துப் புதுக் கோட்டைக்குப் போறேன். மரியாதையா சனி, ஞாயிறு வந்து சேரனும்'' என்றாள் .

''ஆகா என்ன மரியாதை, என்ன மரியாதை. வர்றேண்டி'' என்றான். ''ஆமாம் நீங்க செய்யச் சொல்ற வேலைக்கு இந்த மரியாதை போதும், ஊரான் காதலை ஊட்டி வளர்த்தால் தன உன் காதல் வளரும்னா ,ஊட்டி வளர்க்கத்தானே வேணும் '' எனச் சிவாஜியாக மாறினாள் . ''ஆத்தா முதலில் கிளம்பு.அங்க வந்து பார்க்கிறேன்'' எனப் போனை வைத்தான் இனியன்.

மனம்-14

மலைக்கோட்டை விட்டுக் கிளம்பிய ராஜி திடுதிப்பென வந்து நின்றாள். இனியன் ஆதித்யனிடம் அழைத்துக் கொள்ளச் சொல்லி அவள் அலைப்பேசி எண்ணையும் அனுப்பி வைக்க, மாலை இரட்டையர் எழும் முன், கவனமாகத் திவ்யாவிடம் சொல்லி விட்டு வேறு ஏதாவது வாங்க வேண்டுமா எனக் கேட்ட போது திவ்யா தயங்கினாள்.

"இதைச் சொல்றதுனால் நான் ஒண்ணும் அட்வான்டேஜ் எடுத்துக்கொள்ள மாட்டேன், அதுவும் போக அந்தப் பில்லை தந்துடுறேன் பைசாவை செட்டில் பண்ணிடு. நானெல்லாம் பெருமையா என் பொண்டாட்டி காசில் உட்கார்ந்து சாப்பிடுவேன்" என ஆதித்யன் சொல்லவும்.

"எந்தப் பொண்டாட்டி" எனக் கேட்டாள், ஆனால் அது கேலியாகவோ, வம்பாகவோ தெரியவில்லை, ஏதோ சரியில்லையே எதுக்கு இப்படிக் கேட்கிறாள் என ஒரு நொடி யோசித்தவன், தாலி கட்டாததால் அப்படிப் பேசுகிறாள் என நினைத்தான்.

"பொண்டாட்டின்னா ஒருத்தி தான், வரிசையாக் கட்டி ஜெயிலுக்கா போவாங்க. சரி சீக்கிரம் கொடு நேரமாகுது. ஒரு நிமிஷம் பொறுக்காது அந்த வானரம், பஸ்ஸைப் பிடிச்சிரும். அப்புறம் இரண்டுமா சேர்ந்து என்னை வதையா வதைக்குங்க" என அவசரப் படுத்தினான் ஆதித்யன்.

அவளது மனம் கோணலாக யோசித்தது, 'ஒரு பொண்டாட்டியென்றால், அப்ப இங்க சுற்றி வருவது பிள்ளைகளுக்காகத் தான்' என ஒரே யோசனையில் பிடித்து நின்றாள். அவளைப் பொருத்தவரை அவனுக்கு ஓர் மனைவி, ஒரு குழந்தையும் இருக்க வேண்டும். அந்த மனைவியின் பெயர் கயல்விழி. எனத் தறி கெட்டு ஓடிய மனதை ,அவன் எதிரில் கேள்வியோடு நிற்பது புரிந்து, கலாம்மாவிடம் சென்று வாங்க வேண்டியதைப் பட்டியலிடச் சொன்னாள். அவர் ஏற்கெனவே எழுதி வைத்திருக்க, சில பொருட்களையும் சேர்த்து வாங்கி வரச் சொல்லி அவனை அனுப்பினாள்.

ராஜி வருவதற்குள், ஆதி புதுக் கோட்டை பஸ் ஸ்டான்டை அடைந்திருந்தான், தேவையானதை வாங்கிக் கொண்டு காத்திருக்க, "ஹலோ அத்தான், எங்க ஊருக்கு இப்போது வழி தெரிஞ்சுடுச்சா " என்றாள்.

"நல்லாவே, வழியில் எத்தனை ஸ்பீட் ப்ரேக்கர் இருக்கிறது, எத்தனை மரம், செடி கொடி எல்லாம் அத்துப்படி." என்றான் ஆதித்யன்."உங்கள் தம்பிக்கும் கொஞ்சம் சொல்லிக் குடுங்க. உங்களுக்குப் புண்ணியமாப் போகும்" என ராஜி சொல்லவும்.

"நீ படிப்பை முடிச்சிட்டு இங்க தங்கு, என் தம்பி தன்னால் தெரிஞ்சுக்குவான்" எனப் பதிலளித்தான். வழியில் பஞ்சு மிட்டாய், ஐஸ்கிரீம் கடையில் பாதியை வாங்கினான்.ஸ்னேக்ஸ், சாக்லேட் என வாங்கியதைப் பார்த்த ராஜி, "அத்தான் எங்கள் ஊரில் கடை ஆரம்பிக்கப் போறீங்களா?" என்றாள்.

அவளை முறைத்தவன்,"அது ஒன்று தான் பாக்கி, கடையை வச்சுக் கையில் தராசைக் கொடுத்து உட்கார வச்சிடுங்க." என்றான்.

"நல்ல ஐடியா திவ்யாக்காட்ட சொல்லுவோம். அத்தான் நிஜமாகவே நான் ரொம்ப ஹேப்பி. திவ்யாக்கா உங்களுக்குப் பர்ஃபெக்ட் மேட்ச்" என்றாள். "எப்படிச் சொல்ற" என்றான்.

"நாலு வருஷமா ஒருத்தரை ஒருத்தர் நினைச்சுக்கிட்டு, அடுத்தவங்கக் கிட்டப் பொய் சொல்லிக் காத்திருந்தது. அநி,ஆதுவோட அப்பான்னு பேசி-

னால் சிரிச்சு மழுப்பிடுவாங்க, ஆனால் கண்ணில் ஒரு ஏக்கம் தெரியும், இப்ப தானே அது எங்க அத்தானுக்கான ஏக்கம்னு தெரிந்தது" என்றாள்.

ஆதித்யன், அவள் பேச்சில் மௌனமாகக் காரை செலுத்தினான். அப்படித்தான், என் அணைப்புக்காக ஏங்கியிருப்பாளோ" எனக் காலையில் நடந்ததை வைத்து யோசித்தான். ராஜி வழி நெடுக பேசிக் கொண்டே வந்தாள். ஆதித்யன் காதில் விழுந்தாலும் கருத்தில் பதியவில்லை.

அன்புராஜன் காலை, மாலை என இரண்டு நேரமும் பிஸியோ தெரபிஸ்டுடன் ஒத்துழைத்தான். தனக்காகப் புவனா செய்யும் முயற்சிகள், சேவையைப் பார்த்து அவளுக்காகவாவது தான் எழுந்து நடக்க வேண்டும் என்ற முயற்சியில், தளராத முயற்சி. அதன் பலனாக இந்த வாரத்தில் இரண்டு தோள்வரை தாங்கிகள் வைத்துக் கொண்டு, புவனா, பிசியோவின் உதவியால் நடந்து பழகினான்.

இதோடு சில வகை எண்ணெய் தேய்ப்பு, ஒத்தடம் என இரத்த ஓட்டத்தைச் சீராக்கும் பயிற்சிகளும் ஆரம்பித்து இருந்தனர். அதிலும் நல்ல பலன் இருந்தது. அவன் பயிற்சிகளை முடித்துக் கட்டிலில் ஓய்வெடுத்துக் கொண்டு இருந்தான் அன்பு.

மாலை நேரம் ஈகைச் செல்வி , விஷ்வா மற்றும் மகள் கௌரி மகன் சித்துவுடன், ராஜன் மாளிகை வந்தாள். காலையிலிருந்து கோபித்திருந்த மனைவியைச் சமாதானம் செய்யவென அம்மா வீட்டுக்கு அழைத்து வந்தான் விஷ்வா. மருமகனைக் காணவும், லலிதா பம்பரமாகச் சுழன்று போண்டா, அசோக அல்வா , சுண்டல் என மாலை சிற்றுண்டியை அமர்க்களப் படுத்தினார்.

விஷ்வா, ஹாலில் மாமனார் மற்றும் தாத்தாவுடன் அமர்ந்து பேசிக் கொண்டிருந்தான்.ஆனந்த் அத்தைப் பிள்ளைகளைத் தனது விளையாட்டுப் பொருட்களைக் காட்டவென அழைத்துச் சென்றான். ஆதித்யன் தனது மக்களுக்கு வாங்கும் போது இவர்களுக்கும் சேர்த்தே வாங்கிக் குவித்திருந்தான். அதைப் பார்க்கப் பிள்ளைகள் மூவரும் சென்றனர்.

ஈகா, அண்ணனைப் பார்க்க, அன்புவின் அறைக்கு வந்தாள்.

"வாடா செல்வி, அத்தானோடு வந்தீங்களா." என நலம் விசாரித்தான்.

"ஆமாம் அண்ணா, அம்மா போன் பண்ணியிருந்தாங்க விசாரிச்சுட்டுப் போகலாம்னு வந்தோம்." என்றாள் ஈகைச்செல்வி.

"வாங்கண்ணி, இப்பத் தான் பிள்ளைகளைப் பார்த்தோம். அண்ணனைப் பார்க்கத்தான் உங்கள் அண்ணன் கிளம்புறாங்க" என்றாள் புவனா. அன்பு நாற்காலிக்கு மாற முயன்றவனுக்குப் புவனாவோடு அவளும் ஒரு கை கொடுத்தாள். "அண்ணி போன தடவை நான் வந்ததுக்கு அன்புண்ணாட்ட நல்ல முன்னேற்றம் தெரியுது" என மகிழ்ந்தாள் ஈகை.

"எல்லாம் உங்க அண்ணி கைங்கரியம் தான். வீட்டில் எல்லாரும் நல்லா இருக்கங்களாடா " என விசாரித்த வண்ணம் அன்பு ஆட்டோ மேடிக் நாற்-

காலியை நகர்த்தி ஹாலுக்கு வந்தான். ஆதியோ, இனியனோ இருந்தால் தாமே அவனை அழைத்துச் செல்வார்கள்.

"வாங்கத்தான், நல்லா இருக்கீங்களா" என விஷ்வாவை அன்பு வரவேற்று நலம் விசாரித்தான். "நல்லா இருக்கிறதுக்குத் தான் மாப்பிள்ளை உங்கள் தங்கச்சியை இங்க கூட்டிட்டு வந்தேன்" எனச் சிரித்தான் விஷ்வா.

அதே நேரம் இனியனும் வந்து முகமன் கூறி வரவேற்றான். புவனா அழைத்து விட்டு அடுப்படிக்குச் சென்றிருந்தாள். பின்னாடியே வந்த ஈகை-யிடம், "அண்ணி உங்கள் வீட்டில் தான் வேலை பார்க்கிறீங்க, பிறந்த வீட்-டில் ஜம்முனு அண்ணன்களோடு போய் உட்கார்ந்து பேசிட்டு இருங்க" என நாத்தனாரை அனுப்பி வைத்தாள்.

ஈகையும் வந்து அமரவும்,"என்னத்தான் அப்படிச் சொல்லிட்டீங்க, செல்வி அவ்வளவு டெரர் எல்லாம் கிடையாது" என்றான் இனியன்.

"மாப்பிள்ளை, நீ இன்னும் கல்யாணம் பண்ணிக்கலை அதனால் பேசுற, 'இல்லாள் 'அப்டிங்கிற போஸ்டிங் கொடுத்தவுடனேயே நம்ம வெக்கம், மானம், சூடு, சொரணை இதெல்லாம் இல்லாதவர்களா ஆகிடுவோம்" என்றான் விஷ்வா. ஈகைக் குண்டுக் கண்ணை உருட்டி முறைக்க,

"மாப்பிள்ளை இங்க பார், உங்க தங்கச்சி,உங்க முன்னாடியே குண்டுக் கண்ணை உருட்ட ஆரம்பிச்சிட்டா.'' எனக் காட்டவும்.தாத்தா முதல் அனை-வரும் சிரித்தனர்.

"போங்க பெரிசா, பயப்புடுற மாதிரி நடிக்கிறது. ஆதியண்ணனுக்குப் பிள்-ளைகள் இருக்கிறது எனக்கு இன்றைக்குத் தான் தெரியும். இவரிடம் பயந்து-கிட்டே சொன்னால், ஒரு வாரம் முன்னாடியே ஆதியண்ணன் சொல்லிடுச்-சாம்." என்றபடி பாதிக் குற்றச் சாட்டில் நிறுத்தினாள் ஈகை.

மச்சான்களிடமிருந்து மாமனாரிடம் பஞ்சாயத்தைத் திருப்பினான் விஷ்வா."மாமா நீங்களே சொல்லுங்க, ஆதி இப்படி,இப்படின்னு விசயத்தைச் சொல்லிட்டு, நானே வந்து உங்கள் வீட்டில் எல்லார்கிட்டயும் சொல்றேன் அத்தான். அதுக்கு முன்னாடி தெரிஞ்சா செல்விக்கும் சங்கடம்னு சொல்லும் போது நான் எப்படி இவளிடம் சொல்றது. " எனக் கேள்வி எழுப்பினான்.

"அது வீட்டில் மற்றவர்களைச் சொல்லியிருக்கும். நான் தங்கச்சி எனக்-குத் தெரிய வேண்டாமா?" என்றாள்.

"ஈகையம்மா ,உங்க அண்ணனுக்கு என்னை விட உன்னை நல்லாத் தெரியும், இந்த விஷயம் உனக்கு நேற்று தெரிஞ்சதா இல்லை இன்றைக்குத் தெரிஞ்சதா இதுவரைக்கும் நீ யாருகிட்டயுமே சொல்லை.அப்படித்தானே." என நிறுத்தியவன் அவள் முழிக்கவும் "நான் சொல்றேன் நிச்சியம் அண்-ணிங்க இரண்டு பேர்கிட்டையும் சொல்லியிருப்ப சரியா?" எனச் சரியாக மனைவியின் நாடியைப் பிடித்தான் விஷ்வா.

ஈகை தயங்கி, "அது ஒரே வீட்டில் இருக்கிறோம், என் மனசில் இருக்-கிறதை யார் கிட்டச் சொல்லுவேன்" என்றாள். இனியன்,"செல்வி உன் கேஸ்

தள்ளுபடியாகிடிச்சு. சரியான பாயிண்டில் அத்தான் பிடிச்சு கேஸை ஜெயிச்-சிட்டாங்க. இனிமே எதுவும் பேசாதே" எனத் தீர்ப்புச் சொன்னான்.

இப்போது ராஜேந்திரன்,"ஏம்மா மாப்பிள்ளை நம்மிடம் கோவிச்சிக்கிட்டுக் கேள்வி கேட்டால் ஒரு நியாயம் இருக்கு. நீயே சண்டைக்கு வர்றியே" என மகளைப் பார்த்துச் சொன்னார். தொடர்ந்து

"மாப்பிள்ளை, நாங்களே வந்து சம்பந்தியிடம் பேசறோம். நம்ம கனகு மில்லில் இருக்கிற கிளினிக்கில் தான் மருமகள் டாக்டரா இருக்கு. அன்பை அங்க வரச் சொல்லி சொல்லிக்கிட்டே இருந்தான் கனகு அது சரியா வரு-மான்னு பார்க்க இனியன் போனான். அங்கே இருந்த பிள்ளைகள் நம்ம வீட்டு ஜாடையாய் இருக்கவும், ஜாடையைப் பார்த்துச் சந்தேகம் வந்து ஆதி-கிட்ட காட்டவும். மருமகளைப் பார்த்துட்டு என் பிள்ளைகள் தான் சொல்-லிட்டான்" என விளக்கம் தந்தார்.

"ஆதி சொன்னாப்ல மாமா, ஏதோ நடந்தது நடந்திருச்சு இனிமே கூடிய சீக்கிரம் கல்யாணத்தை முடிச்சுக் கூட்டிட்டு வரும் வழியைப் பார்ப்போம் மாமா. டாக்டர் தானே அந்தப் பொண்ணு . அப்பக் கொஞ்சம் பக்குவம் இருக்கும். நம்ம குடும்பத்துக்குச் சரியாதான் வரும்." என யோசனை சொன்-னான்.

"மாப்பிள்ளை, மருமகப் பொண்ணு உங்களுக்குத் தான் முதல் சொந்தம் உங்களுக்குத் தங்கச்சி முறையாகிறது" என ராஜன் முறையை விளக்கினார்.

"ஜமீன்தார் பேத்தி பேராண்டி. அவங்க அப்பா விஜயராகவ பூபதி நம்மப் பெண்ணைக் கேட்டு வந்தார், ஜமீன் குடும்பத்தை நினைத்துப் பயந்து வேண்-டாம்னு சொன்னோம். கேட்கலை மீறி நம்மப் பொண்ணு கார்த்திகைச் செல்வி அவரைக் கட்டிக்கிச்சு. இப்ப வரலாறு திரும்புது. அவங்கப் பெண்-ணைக் கட்ட நம்மப் பையன் தவிச்சு அலைய வேண்டிய நிலைமை" என்றார் தாத்தா.

விஷ்வா யோசித்தவன்,"இப்ப தான் ஞாபகம் வருது, ஜமீன் சித்தப்பா வரச் சொன்னார் னு அப்பா போய்ட்டு வந்தாங்கலாம் ,அதிலிருந்து ஆத்தா வருத்தமா இருந்தாங்க. யாரையோ பிடாரின்னு திட்டிக்கிட்டே இருந்தாங்-கன்னு அண்ணன் இரண்டு பேரும் பேசிக்கிட்டாங்க."என்றான் விஷ்வா.

"அப்போ, பேத்தியைப் பற்றிப் பேசத்தான் சம்பந்தியை வரச் சொல்லியி-ருப்பாரோ. நம்மக் குடும்பத்து சம்பந்தம்ன்னு தெரியுமோ என்னவோ " என ஐயமுற்றார் ராஜேந்திரன்.

லலிதா காதை இங்குத் தான் தீட்டி வைத்திருந்தார். சிற்றுண்டியுடன் வந்தவர், "ஏங்க மருமகளுக்குத் தாத்தா இருக்காருன்னா,அப்ப மருமகள் தாத்தாவை வைத்துப் பேசலாமா" என்றார் .

அன்பு வேகமாக மறுத்தான், "இல்லை வேண்டாம், அவர் குடும்பத்துக்-குத் தெரியக் கூடாது, அது திவ்யா பிள்ளைகள் ஏன் ஆதிக்குமே ஆபத்து" என்றான்.

ராஜேந்திரனும்,"ஆமாம் மாப்பிள்ளை நம்ம மருமகள் திவ்யா ஜமீன் வாரிசு. உங்கள் ஆத்தா ,அப்பாவுடைய அம்மா பேரில் இருக்கும் சொத்து மதிப்பு அவுங்க ஆத்தாவுக்கும் உண்டு. அதில் சௌந்திரராகவ பூபதி இரண்டாம் தாரம் பிள்ளைகளுக்கு உரிமை இல்லை. ஆனால் அவர்கள் தான் அனுபவிக்கிறாங்க. அதனால் எதுவாக இருந்தாலும் யோசித்துத் தான் செய்யணும் " என்றார்.

"மாமா நீங்க சொல்றதைப் பார்த்தா பிரச்சினை பெரிசா இருக்கும் போலியே, நான் அப்பாட்ட கலந்துகிட்டு உங்ககிட்ட பேசுறேன். சீக்கிரம் முடிவெடுக்கனும் மாமா. " என யோசனை சொன்னான் விஷ்வா.

"செல்வி, மருமகள் உனக்கு நாத்தி முறை தான் ஆகனும், கவலைப் படாதே உன்னை ஒண்ணும் சொல்லமாட்டாங்க" எனத் தனியாக மகளைத் தேற்றி அனுப்பினார் லலிதா.

"சொன்னாலும் வாங்கிக்குவோம், பரவாயில்லை, ஆதி அண்ணனைப் பற்றி எவ்வளவு கவலைப் பட்டோம்.அது குடும்பம் பிள்ளைகள்னு செட்டில் ஆனா சரிதான்." என்றாள் ஈகை.

இனியன் ஆதிக்கு போன் செய்தான், அதற்குள் ராஜியையும் பண்ணையில் இறக்கி விட்டுப் பிள்ளைகளுடன் இருந்தான். திவ்யா கிளினிக்கு சென்றிருந்தாள்.

"இனியா, உன்னைப் பிடித்த வானரத்தை வந்து இறக்கி விட்டுட்டேன்டா" என்றான். அதைக் கேட்ட இனியன்,"நீ சொன்னது அவள் காதில் கேட்கவில்லை தானே, இல்லைனா உன்னையும் ஒரு வழி ஆக்குவா" என்றான்.

"ஹாஹா, தம்பி நாங்க பயப்படும் ஒரே இடம் டாக்டரம்மாகிட்ட மட்டும் தான். இந்த வானரத்தைப் பார்த்து எல்லாம் பயம் இல்லை" என்றான்.

"சரி விடு, எங்கேயோ அடி வாங்குனா சரிதான். செல்வி வந்திருக்கு. கௌரி, சித்துவும் வந்திருக்குதுங்க. வீடியோ காலில் வர்றேன் அநி, ஆதுவைக் காட்டு. டாக்டரண்ணி எங்க கிளினிக்கா" என்றான்.இனியன், மூன்று பிள்ளைகளையும் சேர்த்து உட்கார வைத்தான், செல்வி லலிதாவும் இணைந்தனர். ஆது, அநியை அழைத்தான் ."நித்துப்பா என் டங்க் (நாக்கு) பாருங்க பிங் கலர் ஆகிடுச்சு" என வந்தது ஆது.

"ஆமாம்டா இது எப்படி மேஜிக்கா?" என மகளுக்கா ஆச்சரியப் பட்டான் ஆதித்யன்."அநி டங்க், ராஜிக்கா டங்க்கும் பிங்கி ஆயிடுச்சு நித்துப்பா, " என்றது. ஆதிரை.

"ஆது குட்டி இங்கே பாருங்கள், ஹாய்" என்றான் இனியன். "ஹாய்... நித்துப்பா, இந்த அப்பா பேர் என்ன" எனக் கேட்டது. அதற்குள் அங்கு வந்த அநி "ஆது, இது இனியாப்பா" என்றான்.

"அநிருத்தா இனியாப்பாவை ஞாபகம் வச்சிருக்கீங்களா" என்றான் இனியன்."ஓ ஞாபகம் வச்சிருக்கேனே" என்றான்.

"இங்க பாருங்க, இது கௌரி அக்கா, இது சித்து, இது" என அவன் சொல்லும் முன் "ஆனந்த் அண்ணா" என்றது ஆது","ஓ சூப்பர் ஆது குட்டி கரக்டா சொல்லிட்டானே" என்றான் இனி.

கௌரியும், சித்துவும் மாமாவிற்கு ஹாய் சொன்னார்கள். செல்வியையும் அத்தை என அறிமுகப் படுத்திப் பேசிக் கொண்டிருந்தனர். ராஜி பிள்ளைக-ளுடன் விளையாடிக் கொஞ்சிவிட்டு,அவர்களுடன் பஞ்சுமிட்டாய் சாப்பிட்ட பிறகே வீட்டுக்குள் சென்றாள்.

தமிழ்செல்வி மகளைத் திடீரெனப் பார்க்கவும், "என்னடி ராஜி, சொல்-லாமல் கொள்ளாமல் வந்து நிற்கிற, பரிச்சை முடிஞ்சுதா என்ன? என்றார்

"என்னமோ கட்டிக் கொடுத்தவளைக் கேட்கிற மாதிரி கேட்குற. நான் என் வீட்டுக்கு வர்றேன், அதுக்கும் உன் கிட்ட பர்மிஷன் வாங்கனுமோ" எனக் குறைபட்டாள் ராஜி.

"ஏண்டி கேட்கிற கேள்விக்கு நேரடியா பதில் சொல்ல மாட்டியா. பரிட்சை நடக்குதேன்னு கேட்டேன்.";என்றார்."ஸ்டடி ஹாலிடேஸ்மா, பத்து நாள் லீவு.சரி உன் கையால் சாப்பிடலாமேன்னு வந்தேன்." என்றாள்.

"வாம்மா, ஆதி மாப்பிள்ளை கூட வந்தியா. அப்பாவைக் கூப்பிட்டு இருக்கலாம்ல." என்றார் கனகரத்தினம். "ஆமாம்பா, நான் ஊருக்கு வர்-றேன்னு இனியத்தான் கிட்டச் சொன்னேன், அவங்க தான் ஆதியத்தானை அனுப்பி வச்சாங்க" எனச் சொன்னாள்.

அநியும், ஆதுவும் ஆதித்யனுடன் வந்தனர், "ராஜிக்கா உன் டங்க்கைக் காட்டு, பிங்கா இருக்கில்ல" என்றது ஆது. "ஏண்டி சின்னதுகளோடு சேர்ந்து நீயும் பஞ்சு முட்டாய் சாப்பிட்டியா" எனத் திட்டினார் தமிழ்ச்செல்வி. அதற்-குள் அவள் நாக்கை நீட்டி சின்னதுகளுடன் விளையாடிக் கொண்டிருந்-தாள்.நோயாளிகள் யாரும் இல்லாததால் திவ்யா இன்று கிளினிக்கிலிருந்து சீக்கிரம் வந்து விட்டாள். "அம்மா வந்திட்டாங்க" என ஆதிரை வெளியே ஓடியது.

"நில்லுடா அம்மாவை நாம கூட்டிட்டு வருவோம்" என ராஜியும் ஆதி-ரையோடு வெளியே சென்றாள். திவ்யாவைப் பார்க்கவும், கட்டிக் கொண்ட ராஜி,"அக்கா நீங்க ஆதியத்தான் மனைவி ன்னு தெரியவும் ரொம்பச் சந்-தோஷம். உங்களைப் பார்க்கும் போது நீங்க எங்கள் சிஸ்டரா இருக்கக் கூடாதான்னு தோனும். இப்ப நிஜமாவே எங்கள் சிஸ்டராகிட்டீங்க" என மகிழ்ச்சி தெரிவித்தாள்.

"அம்மா, ராஜிக்காக்கு,அநிக்கு, எனக்கெல்லாம் டங்க் பிங்க் ஆகிடுச்சுப் பாருங்கள், உங்களுக்கு, அப்பாக்கும் இருக்கு. நீங்களும் பிங்க் டங்க் வரவைங்க" என அழைத்தது. பஞ்சுமிட்டாய் திவ்யாவுக்கு மிகவும் பிடிக்கும், அதைக் கண்டு சிறுமியாய் மகிழ்ந்திருக்கிறாள். தூரமாக நின்ற ஆதியைப் பார்த்தாள்.

இதைக் கவனித்த ராஜி, "அத்தான் தேடி அலைஞ்சு திரிஞ்சு வாங்கும் போதே எனக்குப் புரிஞ்சிருக்கணும்,அப்ப பிங்க் டங்க் பின்னாடியும் ஒரு வரலாறு இருக்கா அக்கா" என்றாள் ராஜி.

"ராஜிக்கா வரலாறு அப்படின்னா" எனச் சந்தேகம் கேட்கவும், "வரலா-றுன்னா ஸ்கூலில் சொல்லித் தருவாங்க,உங்க மிஸ்கிட்ட கேளுடாத் தங்கம்" என்றவள் அவளைப் பிடித்துக் கொஞ்சியவாறு "ஆது டியர், இனிமே நீ , என்னை ராஜிசித்தி ன்னு கூப்பிடு" என்றாள்.

"அப்பவாவது எனக்கு மூத்தவங்க ரூட்டை கிளியர் பண்றாங்களான்னு பார்க்கனும். அப்புறம் தேவையில்லாமல் 'வரலாறுன்னா ஹிஸ்டரிதானே"ன்னு (வடிவேல் பாணியில் சொன்னவள்)கேட்கிறவ, அதில் பி.எச்.டி வரைக்கும் செய்ய வேண்டியிருக்கும். வரலாறு பாவம்" என்றாள்.

திவ்யா அவளின் மாடுலேசனில் சிரித்து விட்டாள். அவர்களருகே வந்த ஆதி," ஆமாம் திவி வரலாற்றைக் காப்பாற்றவாவது நாம சீக்கிரம் ரூட்டை கிளியர் பண்ணுவோம். இல்லைனா தஞ்சையை ஆண்ட பாண்டிய மன்னர்-கள்னு இவள் தீசீஸ் செய்வா. தஞ்சாவூர்காரன் குறைந்த பட்சம் சோழ நாட்டு வரலாற்றையாவது காப்பாற்றுறேன்" என்றான்.

"ஆமாம் தஞ்சாவூர்காரங்க மன்னர் பரம்பரை இல்லை அது தான் உங்-கத்தான் கவலைபடுறார்" என்ற திவ்யா, தொடர்ந்து,"ராஜி மன்னர் பரம்ப-ரைகளில் பலதாரமணம், தாலி கட்டாமல் சேர்த்து வச்சுக்கிறதுன்னு நிறைய இருக்குமே, உங்கத்தானுக்கு நான் எந்த ரகம்" என்றாள் திவ்யா.

ஆதிரைக்கு இவர்கள் பேச்சு புரியாததால் அநியுடன் விளையாடச் சென்றது.ஆதித்யனுடன், ராஜியும் அதிர்ந்துப் பார்த்தாள். திவ்யாவே மீண்டும் தொடர்ந்து, "நம் நாட்டிலிருந்தால் தானே இந்தக் கேள்வி, பதில் அவமானம் எல்லாம், அதுதான் நியூசிலாந்தில் செட்டில் ஆகலாமென்று பார்க்கிறேன். அப்பா உன்கிட்ட சொல்லலையா" எனக் கேட்டாள்.

"திவ்யாக்கா, உங்களை யாருமே அப்படியெல்லாம் பார்க்கலை. மூன்று வருடமா பார்க்கிற எங்களுக்குத் தெரியாதா." என்றாள்.

" இந்த ஊர்காரங்களா ,எனக்கு ஒரு புருஷனனையும் உருவாக்கி, அவரை டாக்டராகவும் நினைச்சிக்கிட்டு இருக்காங்க. நானும் போக்கிடம் இல்லாததால் அதை மறுக்காமல் ஏத்துக்கிட்டேன். ஒரு ஆளுக்குத் தெரியட்-டும் நான் தாலி கட்டாமல் பிள்ளை பெற்றுக்கிட்டேன்னு, என்கிட்ட வைத்-தியம் பார்க்க கூட யாரும் வரமாட்டாங்க. உங்க அத்தான் இங்கே வந்து அந்த நிம்மதியையும் பறித்தது தான் மிச்சம். " எனக் குற்றம் சாட்டிவிட்டு வீட்டுக்குள் சென்றுவிட்டாள்.

காயம்பட்டு நின்ற ஆதித்யன் கல்லாகச் சமைந்திருந்தான். "சாரி அத்-தான், என்னால் தான் உங்களைத் திட்டிட்டுப் போறாங்க" என்றாள் ராஜி.

"நீ இல்லேனா வேற காரணம் வச்சுத் திட்டுவா, திட்டட்டும் அப்படி-யாவது அவள் அனுபவிச்ச வேதனை குறைஞ்சால் சரி தான். வர்ஷிக்கு

இப்படிக் காயப்படுத்திப் பேசவெல்லாம் தெரியாது, விதி அவள் பட்ட கஷ்டம் அவளை இப்படிப் பேசவைக்குது. அவள் நினைச்சிருந்தால் இந்தப் பிள்ளைகள் மண்ணுக்கே வந்திருக்காது. ஆனால் பெற்று வளர்த்திருக்காளே, மனசாலும், உடலாலும் எத்தனை சகிச்சிருப்பா, எதையாவது திருப்பி எனக்குத் தரட்டும். நான் தாங்கிக்குவேன்" என்ற ஆதித்யன் கண்ணீர் திவலைகளைச் சுண்டி விட்டு தன் பிள்ளைகளை நோக்கிச் சென்றான்.

ராஜி இவர்களைப் பார்த்து அதிசயித்து நின்றாள். திவ்யாவைச் சமாதானம் செய்ய நினைத்தவளுக்குத் தனது அறையில் அழுதபடி அமர்ந்திருந்த திவ்யாவே கண்ணில் பட்டாள். வழவழத்துப் பேசும் ராஜியே இந்த உணர்வுப் போராட்டத்தில் அமைதியாகிப் போனாள்.

சற்றைக்கெல்லாம் பிள்ளைகளோடு வீட்டுக்குச் சென்றுவிட்டான் ஆதித்யன். அவர்களது இயல்பு வாழ்க்கை பிள்ளைகளைச் சுழன்று வழக்கம் போல் நடந்தது. ஆதித்யன் அறி உறங்கிய பிறகு வந்து தனது அறைக் கட்டிலில் விழுந்தவன், வர்ஷியுடனான நித்யனை நினைத்துப் பார்த்தான்.

ஞாயிற்றுக் கிழமைகளில் தஞ்சையிலிருந்து மதுரை வந்து திரும்பும் இவனது நடைமுறையில் இந்த வாரம் மாற்றம் வந்தது. சனிக்கிழமை காலையில் தாண்டிக்குடி செல்வதால் அவனை இந்த வாரம் வரவேண்டாம் எனப் போனில் அழைத்துச் சொன்னாள் திவ்யவர்ஷினி.

"வர்ஷி, காலையில் ரெடியா இரு, நானும் மலைக்கு வர்றேன். சேர்ந்தே போகலாம் " என்றான் ஆதி.அதே போல் தொடர்ந்த பயணத்தில், காலையில் நான்கு வழிச் சாலை ஹோட்டலில் உணவு உண்டனர். வத்தலக்குண்டு தாண்டும் போது ரோட்டோரத்தில் "நித்யன் வண்டியை நிறுத்துங்க, ஸ்டாப் ஸ்டாப்" எனக் கத்தினாள்.

கார் ஜன்னல்களும் ஏற்றிவிடப் பட்டு இருந்தது எதுவும் கீழே விழவும் வாய்ப்பு இல்லையே என யோசித்து அவன் நிறுத்திய இடத்தில் இறங்கியவள், பின்னால் வந்து கொண்டிருந்த பஞ்சு மிட்டாய் வண்டியைக் கையை ஆட்டி நிறுத்தினாள். பின்னோடு இறங்கிய ஆதித்யன், "ஹேய் வர்ஷி என்ன இது" என்றான்.

"நித்யன் பஞ்சுமிட்டாய் எனக்கு ரொம்பப் பிடிக்கும். எவ்வளவு நாள் ஆச்சு சாப்பிட்டு" என ஆர்வமாகப் பார்த்திருந்தாள்.எப்போதும் ஓர் அமரிக்கையான பாவத்தோடு, மருத்துவ மாணவியாக வலம் வரும் வர்ஷி, இன்று ஆறு வயது சிறுமி போல் ஆசைப்பட்டாள். ஐந்து பாக்கெட்களை வாங்கி உள்ளே போட்டவள், ஒன்றைப் பிரித்து அப்போதே சாப்பிட்டாள்.

பொசுபொசுவென, பெரிய ரோசாப்பூவைப்போல், வண்ணம் பூசிய பருத்தியாக இருந்த பஞ்சு மிட்டாயை,தனது லிப்கிளாஸ் தடவிய உதடுகளால் அவள் ருசித்துக் கொண்டிருக்க, அவளது நித்யன் அவளை ரசித்தான்.

காரில் ஏறி உட்கார்ந்து அடுத்தப் பஞ்சுமிட்டாய் பேக்கைப் பிரித்தாள். நாவை சுழட்டி லாவகமாய் அவள் பஞ்சு மிட்டாயை இழுத்து உதடு குவித்-

துச் சாப்பிடும் அழகில் அவளையே பார்த்திருக்க, "நித்யன், நீங்களும் சாப்-பிடுறீங்களா" எனக் கையிலிருந்த பஞ்சு மிட்டாயை நீட்டியபடிக் கேட்டாள்.

ஆம் எனத்தலையசைத்த நித்யன், நீட்டிய கையைப் பின் சீட்டுப் பக்கம் தள்ளி, அப்போது தான் பிய்த்து வாயை மூட இருந்த தறுவாயில், அவள் வாயிலிருந்ததைத் தனது வாய்க்கு மாற்றிக் கொண்டான். மாற்றிய பின்னும் விட்ட பாடில்லை. அவளது இடையை அவனது கை வளைவில் வளைத்து வாகாக முன்னே இழுத்திருந்தான். முதலில் அதிர்ந்து விரிந்த அவளது கண்-கள், பின்னே லயித்து மயங்க. அவன் தோளை விலகப் பற்றிய அவளது இடது கையும் தோளை அழுத்தி தன் உணர்வைச் சொன்னது. நீண்ட இதழொற்றலை ஒரு பேருந்தின் அலறிய ஹாரன் முடித்து வைத்தது.

"வர்ஷி" என அவன் குரல் கிரக்கமாக ஒலித்தபடி அவள் கையைப் பிடித்தான், அவளும் உணர்வு மிகுதியிலிருந்தவள் அவன் தோளில் சாய்ந்து எம்பி இடது கழுத்து வளைவில் காலரை இழுத்து முத்தம் பதித்தாள். சமன்-பட்டிருந்த உணர்வுத் தூண்டப்பட மீண்டும் வன்னோற்றலை பரிசாகத் தந்து அவளை விடுவித்தான் அவளின் நித்யன்.

"வர்ஷிமா தாங்காதுடி போகலாம்" என்ற படி வண்டி நூறில் பறந்தது. அவள் உதட்டின் இளச்சிவப்பு வண்ணச் சாயம் அவனிடத்தும் ஒட்டிக் கொண்டது. அதனைப் பார்த்தவள் ரகசியமாகச் சிரித்தாள்,அவள் சிரிப்பைக் கண்டுக்கக் கொண்டவன் என்னவெனக் கண்களால் வினவ, தன் கைக்-குட்டைக் கொண்டு அவன் இதழைத் துடைத்து விட்டாள், அழுத்தமாகத் துடைக்கவும்,

"வர்ஷி வலிக்குது" என்றான். "இப்படியே போய் அப்பா முன்னாடி நின்னா அவ்வளவு தான், இதிலெல்லாம் எங்கப்பா படு ஸ்மார்ட்" என்றாள்
.

அவர்களின் முதல் சந்திப்புக்குப் பின்னர் மூன்று மாதம் கடந்திருந்தது. அதில் ஆதித்யன் திவ்யா இடையே நல்ல உறவு வளர்ந்து இருந்தது. அவர்-கள் ஒருவர் மீதான மற்றொருவர் நம்பிக்கையும் பலம் பெற்றிருந்தது.. ஆதித்-யன் மனதை முதல் சந்திப்பிலேயே திறந்திருந்தான். ஆனால் வாய்மொழி-யாகப் பேசாவிட்டாலும் அவனிடம் அவளது நெருக்கமும், தன்னவன் என்ற உரிமையும் தோன்றி இருந்தது.

தாண்டிக்குடியில் ஆதித்யனுடன் சேர்ந்து வந்து இறங்கிய தனது மகளை விஜயன் ஆச்சரியமாகவே பார்த்தார்.திவ்யா அவ்வளவு சீக்கிரம் யாருடனும் பழகிவிட மாட்டாள். ஆதித்யனுடனான அவளது உடல்மொழியும் சகஜமா-னதாகவே இருந்ததையும் உணர்ந்தார்.

ஆதித்யன் தூத்பேடா இரண்டு டப்பாக்களில் கார்த்திகையிடம் கொடுத்-தான். "அங்கிள் விரும்பி சாப்பிவாங்கன்னு சொன்னீங்களே" என்றபடிக் கொடுத்தான்.

"ஆதி என் மகள் யாரையும் சுலபமா ஃப்ரெண்டா ஒத்துக்காதே, நீங்க எப்படி ஃப்ரெண்டா ஆனீங்க" என்றார் விஜயன் வேண்டுமென்றே.

"எங்க அங்கிள் , உயிரைப் பணையம் வச்சில்ல ஃப்ரெண்டா ஆகியிருக்கேன். மங்கி வேலை பார்த்ததில் நம்மினம்னு நம்பியிருக்கும்." என்றான் ஆதித்யன். "தவ்வினது நீங்க தான், என்னை உங்கள் லிஸ்டில் சேர்க்காதீங்க. அப்பா உங்களுக்குப் பிடிக்கலைனா சொல்லுங்க நித்யனை அன்ஃப்ரெண்ட் பண்ணிடுறேன்" என்றாள் திவ்யா.

"என்னடி பொசுக்குனு சொல்லிட்ட, தம்பி முகம் வாடிடுச்சுப் பார். அவங்க கிடக்கிறாங்கத் தம்பி நீங்க எப்பவுமே இந்த வீட்டுப் பிள்ளை தான்" என்றார் கார்த்திகை.

"எங்க வீட்டுப் பிள்ளை, நம்ம வீட்டுப் பிள்ளைனு எல்லாம் படம் வந்திருச்சு. இந்த வீட்டுப் பிள்ளை புதுசு என்னப்பா" என்றாள் திவ்யா.

"ஆமாம்மா, சொந்தங்களைத் தொலைச்சிட்டு நிற்கிற எங்களுக்கு, உனக்குப்புறம் ஆதி தான் பிள்ளை. இந்த வீட்டுப் பிள்ளை" எனக் கண்கலங்கினார் விஜயன்.

"அப்ப மகனா தத்து எடுத்துக்குவீங்களா என்ன" என வம்பாகத் திவ்யா பெற்றவரிடம் கேள்வியை எழுப்ப, ஆதித்யன் கண்ணில் அவளுக்காக மட்டும் அனல் பறந்தது. விஜயன் என்ன சொல்லுவாரோ என மனம் படபடத்தது."மகன் தான், அதுக்குச் சுவீகாரம் எடுக்கனும்கிற அவசியம் இல்லை. மருமகனையும் மகனாப் பார்க்கலாம்" என ஆதித்யன் நெஞ்சில் பால் வார்த்தார் விஜயன்.

அதை நினைத்துப் படுத்திருந்தவனின் கண்களில் இன்று காவிரி ஓடியது. 'ஒரே வார்த்தையில் என்னை மருமகனாக ஏத்துக்கிட்டீங்களே அங்கிள். உங்கள் முகத்தைக் கடைசியா பார்க்க முடியாத பாவியானேன் நான். உங்கள் ஆசைப்படி வர்ஷியோடு நான் சேர்ந்து வாழனும். இறந்தவர்களை தெய்வமாகப் பார்ப்போம். நீங்க தெய்வமாக இருந்து எங்களை ஆசீர்வாதம் பண்ணுங்கள் அங்கிள்' என மனதார வேண்டினான் ஆதித்யன்.

இவர்கள் பந்தத்தின் பலனாவது இவர்களுக்குக் கிட்டுமா. நித்யனின் வர்ஷி மனம் மாறுவாளா. பொறுத்திருந்து பார்ப்போம்.

மனம்-15

ஆதித்யன், அன்று வந்தபடி இரண்டு நாட்களாகத் திவ்யாவின் வீட்டில் தான் இருக்கிறான். அவ்வப்போது அவளின் சுருக்கெனத் தைக்கும் வார்த்தைகள், எப்போதாவது அவளிடமிருந்து வருடிச் செல்லும் பார்வைகள், பிள்ளைகளை அணைத்து அவன் கொஞ்சி மகிழும் போது ஏக்கமான உணர்வு எனக் கலவையாக அவளும் அவனுடனான வாழ்வைப் பழகி இருந்தாள். நவராத்திரி சமயம் தொடங்கி இருந்தது.

ஒரு சனிக்கிழமை மாலையில் ஆனந்த்துடன் இனியன் வந்து சேர்ந்தான். ராஜி, இனியன் வருகையை வழி மீது விழி வைத்து பார்த்தபடி அநி, ஆதுவை வைத்துக் கொண்டு வீட்டுத் திண்ணையில் அமர்ந்திருந்தாள்.வண்டி ஹாரன் சவுண்டில், "ஹேய் இனியாப்பா வந்தாச்சு" எனக் குழந்தைகளோடு குமரியும் குதூகலித்தாள்.

இறங்கி ஓடி வந்த ஆனந்தை அணைத்து முத்தமிட்டாள் ராஜி. ஆனந்த்தை நேரில் பார்த்த அநி,ஆதுவுக்கு மகிழ்ச்சி எல்லை கடந்திருந்தது. "ஆனந்த், இது அநி, ஆது..." என அறிமுகப் படலத்தை ஆரம்பிக்கும் முன்னமே, "எங்களுக்குத் தெரியும்" என மூவரும் கோரஸ் பாடினர்.

"போங்கடா குட்டீஸ், சுட்டீஸ் பேசவே விட மாட்டேங்கிறீங்க" என்றாள் ராஜி. இனியன் சிரித்தபடி வந்து மூவருக்கும் ஹாய் பை கொடுத்தான். அவனின் ஒரு உள்ளங்கையில் மூவரின் கையும் அடங்கியது.

"வாருங்கள் இனிய நாத ராஜரே, உங்கள் நல்வரவு ஆகுக" என நாடக-பாணியில் ராஜி சொல்லவும். "ராஜிசித்தி பேசினதே புரியலை" என்றது ஆது.

"ராஜி, நான் அண்ணியையும் ஆதியையும் பார்த்திட்டு வர்றேன். இதில் பழங்கள் இருக்கு ,வீட்டில் குடுத்திடு,இதோ வந்திடுறேன்" என்றான். பிள்-ளைகளை உள்ளே அழைத்துச் சென்றாள் ராஜி. தமிழ்ச் செல்வி பேரனைக் கட்டிக் கொண்டு முத்தம் கொஞ்சினார். கனகரத்தினமும் ஹாலுக்கு வரவும் பேரனோடு பேசிக் கொண்டிருந்தனர்.

"மாப்பிள்ளை எங்கம்மா" என்றார் கனகு. "அண்ணன், அண்ணியைப் பார்த்துட்டு தான் நம்ம வீட்டுக்கு வருவாராம்" என நீட்டி முழங்கினாள் ராஜி. ஆனந்த்தோடு, ஆது, அநி பக்கத்தில் உட்கார்ந்து பெரிய மனிதர்க-ளைப் போல் பேசிக் கொண்டிருந்தனர்.

"அண்ணா, நீ எங்க வீட்டுக்கு வா, நான் உனக்கு டாய்ஸ் தர்றேன்" என்றது ஆது. "அண்ணா உனக்கு, கார் தர்றேன் வா அண்ணா" என்றான் அநி.

"ஓகே, இரண்டு பேரும் சொன்னதுக்குத் தாங்க்ஸ். நீங்க இரண்டு பேரும் தஞ்சாவூர் வாங்க. நான் உங்களுக்கு டாய்ஸ் தர்றேன். ஆதியப்பா நிறைய வாங்கித் தந்திருக்காங்க. நம்ம சேர்ந்து விளையாடலாம்" என்றான் ஆனந்த்.

"உங்க வீட்டில் வேற யார் இருக்கா?" என்றது ஆது. "எங்க வீட்டில், நான், அம்மா, அப்பா, தாத்தா, பாட்டி, பாட்டையா தாத்தா, இனியாப்பா, அப்புறம் ஆதியப்பா" என்றான் ஆனந்த். "ஆதியப்பா யாரு" என்றான் அநி.

"உங்களோடு போனில் பேசவச்சாங்களே அவங்க தான்" என்றான். "அவங்க நித்துப்பா, அநி, ஆது வுட்டு அப்பா நித்துப்பா" என்றது. ஆது. "எனக்கு அவங்க தான் ஆதியப்பா" என்றான் ஆனந்த்.

தமிழ்செல்வி தட்டு நிறைய லட்டு, முறுக்குக் கொண்டு வந்து தந்து சாப்-பிட வைத்தார். இவர்கள் பேசிக் கொண்டதை மூவரும் ஆசையாகப் பார்த்-திருந்தனர். இனியன், திவ்யா வீட்டுக்குள் கதவைத் தட்டி விட்டு உள்ளே

வந்தான்.

ஆதித்யன், ஹாலில் அமர்ந்திருந்தவன் , நிமிர்ந்து பார்த்து, "இனியா வாடா" என்றான். கிளினிக் கிளம்பிக் கொண்டிருந்த திவ்யா சத்தம் கேட்டு எட்டிப் பார்த்தபடி ஹாலுக்கு வந்தாள்.

"அண்ணி வணக்கம், நல்லா இருக்கீங்களா" என ஸ்நேக்ஸ்பையை நீட்-டவும், திவ்யா அவனிடமிருந்து வாங்கத் தயங்கினாள்.

" சின்னப் பிள்ளைகள் இருக்கிற வீட்டுக்கு வெறும் கையோடு எப்படி வர்றது. வாங்கிக்குங்க ப்ளீஸ்" எனவும், வாங்கிக் கொண்டாள்.

"என்ன அண்ணி வான்னு சொல்ல மாட்டிங்களா" என்றான் இனியன்

"நீங்க உங்க மாமா வீட்டுக்கு வந்திருப்பீங்க. நான் சொல்றதாலோ, சொல்லாததாலோ என்ன பெரிய வித்தியாசம் வரப் போகுது. ஆனால் நீங்க வந்திட்டுப் போனதில் தான், என் வாழ்க்கையில் வலுக்கட்டாயமான மாற்-றங்கள் வந்திருக்கு" என ஆதித்யனைப் பார்த்தபடி சொன்னாள்.

"அண்ணி ஒரு திருத்தம், நான் என் அண்ணன் வீட்டுக்கு வந்தேன். அண்ணி, அண்ணன் பிள்ளைகள் இருக்கிற உரிமையில் வந்தேன். நான் வந்துட்டுப் போனதால் உங்க வாழ்க்கையில் கட்டாயம் மாற்றம் தான். ஆனால் நல்ல மாற்றம்" என்றான்.

"ம் நல்லாத் தான் பேசுறீங்க. ஆனால் பிள்ளைகள் தான் உங்களுக்குச் சொந்தம். நான் கிடையாது. அதை ஃபோர்ஸ் பண்ண நினைக்காதீங்க. எனிவே உங்க அண்ணன் பிள்ளைகளைப் பார்க்க நான் தடை சொல்ல மாட்டேன். இல்லைனா தான் கஷ்டடிகேஸ் போடுவீங்களே. " என்றாள்.

"அண்ணி, ஆதி உங்களை விட்டுடக் கூடாதுன்னு, ஏதோ ஒரு வேகத்-தில் சொல்லியிருக்கான் விடுங்க. கிளினிக் கிளம்பிட்டிங்களா?" என்றான்.

"ஆமாம் செய்கிற வேலையையாவது ஒழுங்கா செய்யனுமே. நீங்க இருங்க உங்க அண்ணனோடு பேசிட்டு இருங்க" என்று உள்ளே சென்றவள், கலாம்மா செய்து வைத்திருந்த சிற்றுண்டி, காபியை இருவருக்குமாகக் கொண்டு வந்து கொடுத்தாள்.ராஜி பிள்ளைகள் மூவரையும் அழைத்து வந்-தாள். "திவ்யாக்கா உங்கள் கொழுந்தனார் வந்திருக்காராமே, அது தான் பார்த்திட்டு போகலாம்னு வந்தேன்" என்றபடி வந்தாள்.

ஆனந்த், ஆதியிடம் ஓடி வந்து "ஆதிப்பா, நீங்க இங்க தான் இருக்-கீங்களா. நிறைய நாள் பார்க்கவே இல்லையே" என்றான்.அவனைத் தூக்கி மடியில் வைத்துக் கொண்டு, "நான் வரும் போது நீங்க ஸ்கூலுக்குப் போய்ட்-டீங்க, அப்புறம் ஒரு நாள் தூங்கிட்டீங்க. அது தாண்டா நம்ம பார்க்கவே இல்லை. ஆமாம் அநி, ஆதுவைப் பார்த்துட்டிங்களா" எனக் கேட்டான். இரட்டையர் இருவரையும் இனியன் மடியில் இருத்தி பேசிக் கொண்டிருந்-தான்.

"இப்ப , இனியாப்பா ஸ்டேஜர் இல்லைல" எனக் கேட்டுச் சொந்தம் கொண்டாடிக் கொண்டிருந்தான் இனியன்.

ஆதித்யன், ஆனந்த்திடம் திவ்யாவை "ஆனந்த், இவங்க திவ்யாம்மா, நீ திவிம்மா ன்னு கூப்பிடலாம். "என அறிமுகம் செய்தவன், திவ்யாவிடம், "அன்புவின் மகன். இவங்க அம்மா அன்னைக்குப் பேசிய புவனா. ராஜியு-டைய அக்கா" என்றான்.

"ஆமாம் அக்கா, சொந்தக்காரங்க அதுனால தான் நாலு வருஷமா ஒருத்தரும் தலை காட்டலை" என்றாள் ராஜி. "புரியாமல் பேசாதே ராஜி, அன்பு இருந்த நிலைமை தெரியாதா உனக்கு" என்றான் ஆதி.

"ஆனந்த் குட்டி வாங்க. இப்ப தான் தாத்தா பாட்டி வீட்டுக்கு வர்றீங்-களா. பிடிச்சிருக்கா" எனக் கேட்டாள் திவ்யா.

"ஆமாம், ஆனால் வீடியோவில் பார்த்திருக்கிறேன்.எனக்கு ரொம்பப் பிடிச்சிருக்கு. திவிம்மா குனிங்க" என்றான் ஆனந்த். "ஏன் செல்லம்" என்-றபடி அவன் உயரத்திற்கு முழங்காலிட்டு அமர்ந்தாள், அவள் கன்னத்தில் முத்தமிட்டவன், "நீங்க ரொம்ப அழகா இருக்கீங்க" என்றான்.

கலகலவென நகைத்தாள் திவ்யா, "உங்களுக்கு அதெல்லாம் தெரியுமா, அழகா இருக்கிறதுன்னா என்ன" என்றாள். அவளது கன்னங்கள் சிவந்-திருந்தது,இரண்டு ஆண்களை வார்த்தைகளால் துவம்சம் செய்த திவ்யா, மழலையின் பேச்சில் அகம் மகிழ்ந்தாள்.

"ஆதி, இவன்கிட்ட நம்ம பாடம் கத்துக்கனும், வந்தவுடனே எப்படிக் கவர் பண்றான் பார். நீ இவ்வளவு தைரியமா சொல்லிடுவ" என அவனுக்கு மட்டும் கேட்கும் படி சொன்னான் இனியன்.

ஆதித்யன் , திவ்யாவிடமிருந்து கண்களை அகற்றாமல்,"எவ்வளவு சந்-தோஷமா சிரிக்கிறா பாருடா. இது தான் என் வர்ஷி, கவலையே தெரி-யாதவள்." எனப் பார்த்திருந்தான்.'சுத்தம் ரொம்ப முத்தி தான் போச்சு' என மனதில் நினைத்தான் இனியன்.

ஆனந்த்திடம் வந்த ராஜி,"ஏண்டா மகனே, இந்தச் சித்தியைப் பார்த்து எப்பவாது இப்படிச் சொல்லியிருக்கியா" என முறைத்து நின்றாள்.

"ராசுக்குட்டி, அதெல்லாம் தன்னால் சொல்லனும்டி, இப்படி என் மகனை மிரட்டாதே" என ஒரு வேகத்தில் சொல்லிவிட்டான் இனியன்.

திவ்யா அதிர்ந்து, பின் சத்தமாகச் சிரித்துவிட்டாள் .ராஜி இனியனை முறைக்கவும்,"இனியா மாட்டிக்கிட்டியா, கிளம்புடா. உன் மாமனார் உனக்-காகக் காத்துக்கிட்டு இருக்கார். பிள்ளைகளை நான் பார்த்துக்கிறேன். இது என்னுடைய ரொட்டின். திவ்யா வேற கிளினிக் போகனும். ராசுக்குட்டி ச்சேச்சே ராஜிமா நீ இனியாவைக் கூட்டிட்டுக் கிளம்பு" என்றான் ஆதித்யன்.

"மாமனாரா,ஏன் உனக்கும் தானே தாய்மாமா. அடுத்தவனை மாட்டி-விட்டு வேடிக்கைப் பார்க்கிறதில் மனசனுக்கு என்ன ஒரு ஆனந்தம்" எனப் புலம்பினான் இனியன்.திவ்யா பொங்கிய சிரிப்பை அடக்கிக் கொண்டாள், கண்களில் தண்ணீர் தளும்பியது. ஆதி அவளுக்குத் தண்ணீர் ஊற்றிக் கொடுத்தான்.

இவர்கள் பேச்சுக்கு மத்தியில் பிள்ளைகள் ரூமிற்க்கு சென்று விளையாடிக் கொண்டிருந்தன.ராஜி முறைத்து விட்டு, வெளியேறினாள். இனியன் திருடனுக்குத் தேள் கொட்டியது போல் முழிக்க, "தம்பி கிளம்புங்க. உங்க ராசுக்குட்டி வெயிட்டிங்" என்றான் ஆதி.

"டேய் அண்ணா,மனசாட்சி கெட்டவனே, உனக்காகத் தானே நேரா அண்ணியைப் பார்த்து ஐஸ் வைக்க வந்தேன். நான் வாய் தவறிச் சொல்ல, புருஷனும் பொண்ணாட்டியும் சிரிச்சு பேசியே அவளை ஏத்தி விட்டுட்டீங்க. இராத்திரி கெஸ்ட் ரூம் சாவி கூடத் தரமாட்டாள். நைட் ஸ்டே இங்க தான் எனக்குப் பெட் போட்டு வைங்க" எனச் சென்றான்.

"கலாம்மா நைட்டுக்கு சப்பாத்தி போட்டுடுங்க. பிள்ளைகளுக்குப் போட நான் வந்துடுறேன்." எனச் சிரித்தபடிக் கிளம்பினாள் திவ்யா. ஆதித்யன் அவளின் சிரிப்பில் மனம் மகிழ்ந்திருந்தான்.

இனியன் ராஜியை வால் பிடித்து, கனகரத்தினம் வீட்டுக்கு வந்தான். "வாங்க மாப்பிள்ளை, வந்ததும் வராததும் அண்ணனைப் பார்க்க போய்ட்டிங்களா" என்றார். "வணக்கம் மாமா, ஆமாம் ஒரு முக்கியமான கம்பெனி விசயம் பேச வேண்டியது இருந்தது." என்றான்.

"புளுகு மூட்டை,கம்பெனி விசயமாம், அதைச் சொல்ல போன் இல்லையோ, இத்தனை நேரமாவா சொல்லாமல் இருந்திருக்கும் .எல்லாம் டூப்" என மனதில் இனிய நாத ராசாவை அர்ச்சித்துக் கொண்டிருந்தாள் ராசுக்குட்டி.

தமிழ்செல்வி ," வாங்கத் தம்பி, அண்ணன், அண்ணி புவனா மாப்பிள்ளை சௌக்கியமா."என்றார்.

"ஆமாம் அத்தை எல்லாம் நல்லா இருக்காங்க. ஒரு புதுப் பிசியோ எக்சர்சைஸ் ஆரம்பிச்சு இருக்காங்க., அது முடியவும், அண்ணனும், அண்ணியும் வருவாங்க. அம்மா இங்கேயே தீபாவளிக் கொண்டாடலாமென்று யோசனை சொன்னார்கள்" என்றான்.

"தங்கமா, தாராளமா கொண்டாடலாம். நாங்களும் எப்ப வருவீங்கன்னு தவிச்சுக்கிட்டு தானே இருக்கோம்" என்றார். தமிழ்ச் செல்வி.

"ஆதியும், திவ்யா பிள்ளைகள் இங்கே தானே இருக்கு. திவ்யாவையும் பார்த்த மாதிரி இருக்கும்.எல்லாம் சரியா நடக்கட்டும்" என்றார் கனகு.

"நீங்க ஆனந்தை கூட்டிட்டு வந்தது ரொம்பச் சந்தோஷம்" என்றார் தமிழ்.

"ராஜி, அத்தானுக்கு மாடி ரூமில் எல்லாம் சரியா இருக்கான்னுப் பாரு" என்றார் கனகு."அப்பா, அவங்க நம்ம வீட்டில் தங்குவாங்களோ, என்னமோ. அண்ணன் வீட்டில் தங்க வந்திருப்பார்."என்றாள் ராஜி.

"ஆமாம் மாமா, நான் ஆதி வீட்டில் தங்கிக்கிறேன்.நானும் அவன்கிட்ட சொல்லிட்டு வந்திருக்கேன்" என்றான்.

ராஜி, நெற்றிக் கண்ணைக் காட்டி விட்டு மேலே சென்றாள். ஆதி திருமணத்தை மறுத்ததால் இவர்களுக்குத் திருமணம் தள்ளிப் போனது. புவனா திருமணத்தின் போதே, ஆதிக்கு , கயல்விழி யை கொடுக்கும் உத்தேசத்திலிருந்ததால், இனியனுக்கு இவளைப் பேசி வைத்தார் லலிதா. எனவே இவர்கள் சண்டை சமாதானங்களுடனான உறவை அனைவரும் கண்டும் காணாமல் இருந்தனர்.

கனகரத்தினம், பண்ணையாள் வந்து அழைக்கவும் வெளியே வந்தார். இரவு காவலுக்கு ,வயல்களுக்குத் தண்ணீர் பாய்ச்ச இன்னும் நான்கு ஆட்களை அதிகப்படுத்துவதைப் பற்றிப் பேசச் சென்றார்.

இனியன் மாடிப்படிகளில் பூனையாக மெல்ல அடி வைத்துச் சென்றான். இவனை எதிர் பார்த்திருந்த ராஜி ஒளிந்து இருந்தாள். ஒவ்வொரு இடமாக அவளும் அவனும் மறைந்து, தொடர்ந்து, ஓரிடத்தில் வசமாக அகப்பட்டாள்.

"ஏண்டி ராசுக்குட்டியை, ராசுக்குட்டின்னு கூப்பிடாமல் எப்படிடி கூப்பிடுவாங்க. ரொம்பத் தான் சிலுத்துக்கிற" என இரு பக்கமும் கைகளால் அடைத்து சுவற்றில் ஒட்டி வைத்து, சிறைபிடித்திருந்தான். கைகள் அவளின் இடையை உரசியே சென்றது."அத்தான், தள்ளி நில்லு, சொல்லிட்டேன். மற்ற வேலையெல்லாம் என்கிட்ட வச்சுக்காதே" என்றாள் .

"மற்ற வேலைனா எதுடி" என அவளை ஒட்டாமல் நெருங்கி இருந்தான் இனியன். "என்னைப் பற்றி உனக்குத் தெரியாது தொட்ட கத்துவேன்." என்றாள்.

"கத்துப் பார்ப்போம், இந்தா தொடப் போறேன், தொடப் போறேன்" எனக் கைகளை இனியன் நகர்த்த. கத்தப் போனவளின் வாயில் பிரித்து வைத்திருந்த சாக்லேட் பாரை திணித்தான். அவள் அதன் சுவையில் உமிழ் நீர் நாவில் சுரக்கக் கரைந்து நின்றாள் .சாக்லேட் பாரின்,மறு ஓரத்தின் முதல் பகுதியை இனியன் கடித்தான். கண்கள் நான்கும் காதல் கவிதைப் பேச, வாய் ஓயாது பேசும் ராஜியும் இனிப்பின் சுவையை மறந்து இனியனிடம் லயித்து இருந்தாள்.

அவன் தான் அவளின் அவஸ்தையை ரசித்தபடி ஒவ்வொரு சாக்லேட் கட்டமாகக் கடித்து முன்னேறினான்.

ராஜி மூச்சை இழுத்துப் பிடித்திருக்க, இரண்டு சாக்கி கட்டங்களை அவள் வாயில் தனது ஒற்றை விரலால் உள்ளே தள்ளி, அவளின் உதட்டை விரலால் அளந்தான். ராசுக்குட்டி சுவாசம் மேலே ஏறி கீழே இறங்கியது. ஓர் விரிந்த சிரிப்புடன், அவளைச் சிறையிலிருந்து விடுவித்தவன், அதே ஒற்றை விரலால் கன்னச் சிவப்பு காதுமடல், கழுத்து எனக் கீழிறங்க அவள் தடையாய் அவன் விரல் பற்றினாள்.

"கூடாதா" என இனியனின் கேள்வித் தொக்கிய ஒற்றை வார்த்தைக்கு, கிறங்கிய கண்களோடு தலையை மட்டும் இடவலமாக ஆட்டினாள். அதை ரசித்தவன் அவள் நெற்றியில் முட்டி, முத்தமிட்டு விலகினான். "வாடி ராசுக்-

குட்டி" எனக் கீழே அழைத்துவந்தான். அவளுக்கு முதலில் கட்டிப் பிடித்து விடுவானோ என்ற பயம், பிடித்தால் தான் என்ன என்ற ஏக்கம் பிறந்து. பின் ஒற்றை விரல் ஸ்பரிசமும், நெற்றியில் கிடைத்த முத்தத்தில் அதிருப்தியே நிலவியது. ஆனாலும் அவனோடு இறங்கினாள்.

காரிலிருந்து, பொருட்களை இருவருமாகக் கீழே இறக்கினர்.ஆதித்யன் பிள்ளைகளோடு வர, இரண்டு குட்டி சைக்கிள்கள் இருந்தது.ஒன்று இரண்டு சீட் உள்ளது, மற்றொன்று ஒரு சீட் உள்ளது. பிள்ளைகள் உற்சாகம் அடைந்தனர். ஆனந்த் சைக்கிளை ஓட்டிக் காட்ட, அநி, ஆதுவும் பழகின. ஆதுவை அமர்த்தி ஆனந்த் ஓட்டினான். ஓட்ட இயலாத போது,"சித்தி தள்ளு" என அவளையே வேலை வாங்கின.

தஞ்சை வல்லத்தில் ஜமீன் இல்லம், மெல்லத் தாத்தாவின் அறையை எட்டிப் பார்த்தாள் பதின்பருவ மங்கை."மங்கையர்க்கரசிக்கு என்ன வேணும்" எனத் திரும்பிப் பாராமலே, திருவாய் மொழிந்தார், சௌந்திர ராகவ பூபதி, கலகலவென நகையொலி எழுப்பியபடி துள்ளி வந்து மங்கை, அவர் சாய்ந்து படுத்திருந்த கட்டிலில் உரிமையாய் ஏறி அமர்ந்து, அவரது கன்னத்தைப் பிடித்துக் கொண்டு, "அது எப்படி என் தாத்தாவுக்குத் திரும்பிப் பார்க்காமலே நான் தான் தெரிஞ்சது" என ஆட்டினாள்.

அவரும் பேத்தியை அதே போல் பிடித்துக் கொண்டு,"அது எப்படி என் பேத்தியாளைத் தெரியாமல் போயிடும்" என்றார் சௌந்தர ராகவன். மங்கையர்க்கரசி, அதே ஊரில் இளங்கலை கலைக்கல்லூரியில் படிக்கிறாள். பார்ப்பதற்குத் திவ்யாவின் சாயல் ஒரு பக்கம் இருந்தது.

ஜமீன்தார் -சொர்ணத்தின் மூத்த மகள் ரத்தின வள்ளி, அவரைப் பக்கத்தில் உள்ள ஊர் பெரிய குடும்பத்தில் கொடுத்திருந்தனர். அவருக்கு இரண்டு மகன், ஒரு மகள் இருந்தது. அவளது கணவனும் சுகஜீவனம் செய்பவர், பாட்டன் சொத்தை சுகஜீவனமாக உட்கார்ந்தே சாப்பிட்டுக் குறைத்தார். மகன்கள் தலையெடுத்துக் கொஞ்சம் சொத்தை மீட்டனர். விவசாயப் பொருட்கள், உரக்கடை என வைத்துள்ளனர். அதில் பெரியவனுக்கு, நாகநாதனின் மூத்தமகள் அங்கையற்கண்ணியைச் சகல சீர் வரிசையோடு, சென்ற வருடம் தான் மணம் முடித்தனர். அதில் ஜமீன் தன் கையிலிருந்து செலவு செய்திருந்தார், அதில் சற்றே திருப்தியுற்று இருந்தனர்.

இரு பெண்களுக்கும் மூத்தவன் வீரராகவன், அடுத்தத் தலைமுறை தாங்கள் தான் என்பதை நிலை நாட்ட, தங்களுக்குச் சூட்டாத ராகவ எனும் பெயரை வில்லத்தனமாக யோசித்து நாகநாதன்,ஜெயந்தி தம்பதி தன் மகனுக்கு அந்தப் பெயரை வைத்தார். கல்லூரி படிப்பை ஒப்புக்கு முடித்தவன், குடும்பத் தொழில் கவனிக்க வந்தான். முதலில் அவனும் அதே டாம்பீகத்தில் திரிந்தான், ஒரு வருடமாகக் கொஞ்சம் பொறுப்பு வந்து, அப்பா, சித்தப்பாவை கேள்வி கேட்க ஆரம்பித்து இருந்தான்.

பூமிநாதனின் மனைவி வனிதா, தங்களது மகன்களுக்கு, ஶ்ரீராகவன், ஜெயராகவன் எனப் பெயர் சூட்டினர். அவர்களில் ஒருவன் கல்லூரியில் கடைசி வருடமும், மற்றொருவன் முதல் வருடம் பொறியியல் படிக்கின்றனர்.

"மங்கையம்மாளுக்குக் காலேஜ் இல்லையோ" என்றார். "நவராத்திரிக்கு லீவு விட்டுருக்காங்களே" என்றாள் மங்கை.

"முன்னல்லாம், நான் உன்னை மாதிரி இருந்தபோது ஜமீனே அல்லோலப் படும், எங்க அம்மாவுக்குக் கொழு வைக்கிறதில் கொள்ளை ஆசை. வருஷம் வருஷம், வாத்தியார் வரவழைச்சு பூஜையெல்லாம் செய்வாள். ஒன்பது நாளும் ஊரில் இருக்கக் குமரிப் பெண்ணெல்லாம் எங்கள் வீட்டில் தான்.வர்றவங்களுக்கு, தாம்பூலத்தோடு பட்டுச் சேலை வைத்துக் கொடுப்பாள். அதில் அம்மாவுக்குத் திருப்தி, அப்பாருக்குப் பெருமை." என்றார்."நீங்க நல்லா சைட் அடிச்சிங்களாக்கும்" என்றாள் மங்கை.

"அதுவும் தான், ஆனால் என்னைச் சைட் அடிக்கத்தான் ஒரு ஊரே வரும். மற்ற நேரம் பொண்டுகளை வெளியே விடமாட்டாதவர் கூட , நவராத்திரிக்கு, அனுப்பி வைப்பாங்க. அப்படி வந்த மகராசி தான் அந்தப் படத்தில் இருக்கிறது" என நிறுத்தினார் சௌந்தர ராகவன்.

"பெரிய ஆத்தாவா, ரொம்ப அழகா இருக்காங்க. தில்யலக்ஷ்மி தானே அவங்கப் பெயர்" எனக் கேட்டாள் மங்கை. படத்தைப் பார்த்திருந்த சௌந்தர ராகவன், முகத்தில் அப்படி ஒரு கனிவும், காதலும் மிளிர்ந்தது. "தாத்தா, யூ லுக் ஸோ ரொமான்டிக். அந்தப் பாட்டி மேல அவ்வளவு லவ்வா?" என்றாள்.

"போக்கிரி நாங்கல்லாம் எங்கள் காலத்தில், எங்க ஐயா முன்னாடி பார்த்துக்கக் கூட மாட்டோம், நீ தாத்தாகிட்டயே லவ்வான்னு கேட்கிற" எனத் தலையில் மெல்லமாகக் கொட்டு வைத்தார்.

"அது தான் தாத்தா ஜெனரேஷன் கேப், இப்ப அதுவா பிரச்சனை. உங்கள் மனசில் இருக்கிறதை சொல்லுங்க" என்றாள் மங்கை.

அவர் ஓர் புன்னகையுடன். "திவ்யலட்சுமி, அதைக் கட்டுறதுக்கு ஏகப்பட்ட போட்டி. எவ்வளவு அழகு கம்பீரம், அமைதியாகவே என்னை ஆட்டிப் படைக்கும்.அதைப் பார்க்கிறதுக்காகவே புது மாடல் காரை எடுத்துகிட்டு அவுங்க வீட்டுப் பக்கமே சுத்துவேன். கோவில், குளம், உற்சவம், திருவிழான்னா எனக்கு ஒரே கொண்டாட்டம் தான். சர்வ அலங்கார பூஷிதையாய் ராணி மாதிரி வரும் என் லட்சுமி. உங்கள் தாத்தன் மட்டும் சும்மாவா,கமகமன்னு போய் நிற்பேன்" என மீசையைத் தடவினார்.

"ஆமாம் பின்னே, இப்பவே இவ்வளவு கம்பீரம், அப்போ கேட்கவா வேணும். அதிலையே அந்த ஆத்தாவும் கவுந்து இருப்பாங்க" என்றாள்.

"ஆமாம், இரண்டு பக்கமும் பொதுவான ஆளுகளை வைத்து, பேசி முடிச்சோம். லட்சுமி கூடப் பொறந்தவுக ஒரு அக்காதான், கணக்கில்லாத சொத்து, பத்து நாள் கல்யாணம், இந்தத் தஞ்சாவூர் ஜில்லாவே மூக்கு மேல்

விரல் வச்சுப் பார்த்தது" எனப் பெருமை பேசியவர்.

"எங்கள் ஜோடியை வரைய ஓவியக்காரங்க போட்டிப் போட்டாங்க. போட்டோவும் பிடிச்சோம். செல்வ வளத்தில் குறைவில்லா வாழ்க்கை இரண்டு வருஷம் சொர்கத்திலிருந்தோம். மூனாம் வருஷம் உங்க பெரியப்பன் பிறந்தான். விழா எடுத்தோம். ராமன் பிறந்த வீட்டில் கொண்டாடியதைக் கம்பர் வர்ணனை செய்த மாதிரி விஜயன் பிறந்ததைக் கொண்டாடினோம். அவ்வளவு கர்வமான வாழ்வு.விரும்பிக் கட்டிய மனைவி,அழகா, அன்பா இருக்கும். வாரிசுக்கு ஆண் பிள்ளை. இதைவிட வாழ்க்கையில் என்ன வேணும் என்பதுபோல் நிறைவா இருந்தது. அது நிறைவு இல்லை கடவுள் ஆசைக்குக் காட்டி என்னை மோசம் செய்வார்னு எனக்குத் தெரியலை. விஜயனுக்கு ஐந்து வயதாக இருக்கும் போது அடுத்தப் பிரசவத்தில் குழந்தையோடு லட்சுமியும் போச்சு. என் வாழ்க்கையும் போச்சு. இப்ப எங்கள் காதல் அடையாளமும் மறைஞ்சது" எனக் கண்ணீர் வடித்தார்.

"தாத்தா இது என்ன சின்னப் பிள்ளையாட்டம்" என அவர் கண்களைத் துடைத்து அணைத்துக் கொண்டாள் மங்கை. வயது என்பதைத் தாண்டினாலும், பேத்தியிடமும் தாய்மையைக் காணலாம் என உணர்ந்தார்.

இவர்களின் பேச்சைக் கேட்டிருந்த, சொர்ணம் , அவரை அந்தப் பக்கம் கரித்துக் கொட்டிக் கொண்டிருந்தார், "கேட்டிங்களாடி, இந்த ஜமீன்தார் பேசுறதை, ஐம்பது வருஷமா இவர்கூடக் குடும்பம் நடத்தினது நான், முதல் சம்சாரத்து மேல் தான் லவ்வாம்" என்றார்.

அதைக் கேட்டிருந்த மூத்த மருமகள் ஜெயந்தி, தன் மாமியாரைக் குத்திக் காட்ட இதுதான் சரியான நேரம் என நினைத்தவள்,"அத்தை, ஊரில் சொல்லுவாங்க, எத்தனை பொண்டாட்டிக் கட்டினாலும் முதல் மனைவி தான் மனசில் நிற்பாளென்று. பாருங்க, பெரியத்தைக் காலமாகி, எவ்வளவு வருஷம் ஆச்சு, ஆனாலும் அவங்க தான் அவர் மனசில் இருக்காங்க" என்றாள்.

அவள் பேச்சுக்கு நமட்டுச்சிரிப்பு சிரித்த இளைய மருமகள் , "அக்கா, என்னதான் அவுங்க மனசிலிருந்தாலும். வீட்டை ஆட்சி பண்றது நம்ம அத்தை தானே" என்றாள். இப்படியான பேச்சு, சொர்ணத்தின் மகன்களான, நாகநாதனும், பூமிநாதனும் எள்ளும் கொள்ளும் போட்டால் வெடிக்கும் அளவு கோபத்தோடு வந்து சேரும் வரை தொடர்ந்தது.

"அம்மா, பாரு உன் புருஷனையும், அவர் மகன் போன இடத்துக்கே அனுப்பனும் போல. இவரால் ஏகப்பட்ட நஷ்டம். போறப் பக்கமெல்லாம் கடன் கொடுத்தவன் காதை அறுக்குறானுங்க" என ஓங்கி மெத்தையில் குத்தினான் நாகநாதன். மகன் கோபம் கொண்டிருந்ததால் பின்னோடு சொர்ணம் சென்றார், அவனது அறையில் தான் இந்தப் பேச்சு நடந்தது.

"டேய் மெல்லப் பேசு, எங்கப்பன் குதிருக்குள் இல்லைனு நீயே சொல்லுவ போல. அடங்குடா. அவருக்குச் சந்தேகம் தான் இருக்கு ருசுவாச்சு, நீ கலி திண்ண வேண்டியது தான்" என்றார் சொர்ணம்.

வல்லத்தில் ஈகைச் செல்விக் குடும்பத்தில், விஷ்வா வீட்டினரோடு பேசிக் கொண்டிருந்தான்.மொத்தக் குடும்பமும் கூடி இருந்தது. "என்னப்பா ஏதோ முக்கியமா பேசனும்னு சொன்ன" என்றார் சந்திரசேகர்.

"ஈகாவுடைய அண்ணன் ஆதித்யன், அவருக்கு ஏற்கனவே ஒரு பெண்ணைக் காதலிச்சு இருப்பார் போல,இரட்டை குழந்தைகள் இருக்குதாம். கொஞ்ச நாள் முன்னாடி தான் தெரியுமாம்." எனும் போதே,

"அது தான் மருமகன் கல்யாணம் வேண்டாம்னு நாடகம் ஆடினாரா. நல்ல நாடகம் தான், பொண்ணு யாரு. ஊரறிய தாலி கட்டாமல் குடும்பம் நடத்துனது " என்றார் மரகதம்.

"மரகதம், விஷ்வாவை பேசவிடு. அவன் பேசி முடிச்சப் பிறகு பேசலாம்" என்றார். "நாலு வருஷம் முன்னாடியே பழக்கம் இருந்திருக்கும் போல, அந்தப் பெண்ணுடைய அப்பா, அம்மா கல்யாணம் பேச வந்து இடத்தில் விபத்தில் இறந்துட்டாங்க. இந்தப் பெண்ணும் இருக்கும் இடம் சொல்லாமல் போயிடுச்சு, இனியன் அவங்க மாமா வீட்டுக்குப் போனப்ப பார்த்து சந்தேகமா ஆதியைக் கேட்கவும் தான் விஷயமே தெரியுமாம் " எனத் தெரிந்த விவரத்தைச் சொன்னான்.

"ஆதி தெரிஞ்சு ஒரு பெண்ணை ஏமாற்றும் பையன் கிடையாது. அந்தப் பொண்ணுத் தப்பா புரிந்து கொண்டிருக்கும்" என்றார் மகேஷ்வரன்.

"ஆமாம் இல்லைனா, இப்ப கம்பெனி, வேலையெல்லாம் விட்டுட்டு மாப்பிள்ளை அங்க போய் உட்கார்ந்து இருப்பாப்லையா" என்றான் பிரகதீஸ்வரன்."ஆனால் தாலி கட்டாமல் தாய் ஆகியிருப்பது, நல்ல குடும்பத்தில் நடக்குமா" என்றார் மரகதம்.

"ஆமாம் பா சொத்துக்காகப் பிள்ளையைப் பெற்றிருந்தால், ஏற்கனவே ஒரு குடும்பத்தில் நடந்திருக்கே " என்றார் அமிர்தம் என்ற அமிர்த லட்சுமி அம்மாள்.

"பொண்ணு யாராம்பா" என்றார் சந்திரசேகர்."அதைச் சொல்லத் தான் அப்பா வந்தேன். மாமா சொல்றாரு, அது அவர் ஸ்நேகிதர் மகள்னு. அவங்களை விட நமக்குத் தான் நெருங்கின சொந்தம்னு" என்றவுடன் சந்திரசேகர் சுதாரித்தார். "என்ன சொல்ற விஷ்வா. அப்போ" என நிறுத்தினார்.

"ஆமாப்பா, ஈகை தாத்தா சொன்னார், ஜமீன்தார் சௌந்திரராகவபூபதி பேத்தின்னு. அவங்க அப்பா பேரு விஜயன், அம்மா கார்த்திகை, அவங்க வீட்டில் வளர்ந்தவங்களாம்" என்றான்.

"அம்மா, இவன் சொல்றதைப் பார்த்தால் நம்ம விஜயன் மகள் போல இருக்கே. மகனும் மருமகளும் விபத்தில் இறந்துட்டதா அன்னைக்கு அந்தச் சித்தப்பா சொன்னார்" எனப் பதட்டமாகச் சொன்னார்.

"ஆமாம்பா, டாக்டரா இருக்கு. திவ்யவர்ஷினி . ஆண் ஒன்று, பெண் ஒன்று இரட்டைப் பிள்ளைகள்" என்றான்.

"அவங்க அம்மா பேரையே மகளுக்கு வச்சிருப்பான் போல, என் தங்கச்சியை மாதிரி அது மகனும் போகனும்னு விதி. அவள் பேத்தியும் இப்படி அநாதையா அலையுதே.எந்த நேரத்தில் அந்த ஜமீனுக்கு வாழ்க்கைப் பட்டாளோ ,அவள் வம்சமே பாழாய் போச்சு.அந்தப் பிடாரி நல்ல இருப்பாளா " என அமிர்தத்தம்மாள் கண்ணீர் வடித்தார்.

"விஜயனே, எதுவும் வேணாமுன்னு தானே ஒதுங்கிப் போனான், அதே மாதிரி மகளும் ஒதுங்குச்சு போல. என்ன விதியோ"எனச் சந்திரசேகர் வருந்தினார்.

"சந்துரு, நீ போய்ப் பார்த்து,அந்தப் பொண்ணை நம்ம, வீட்டுக்கு கூட்டிட்டு வா. லட்சுமி இருந்தா என்ன செய்யுமோ அதை நாம செய்வோம்" என்றார் அமிர்தத்தம்மாள்.

"அம்மா, நம்மளை யாருன்னே தெரியாமல் எப்படி அந்தப் பொண்ணு வரும், அதுவும் போக விசயம் வெளியே தெரிந்தா, அது உயிருக்கே ஆபத்து" என்றார் சந்திரசேகர். "அப்பா,மாமாவும் இதையே தான் சொன்னாங்க" என்றான் விஷ்வா.

"அங்கச் சுத்தி, இங்க சுத்தி நம்ப வீட்டுப் பொண்ணா ஆகிடுச்சாக்கும்" என்றார் மரகதம். மருமகள்கள் மூவரும் அடுத்தக் கட்டிலிருந்து விசயத்தைக் கேட்டுக் கொண்டிருந்தனர். ஈகை பதட்டமாக இருக்க, மூத்த ஓரகத்திகள் "எப்படியும் ஆத்தா சப்போர்ட் உனக்குத் தான் பயப்படாதே" என்றனர்.

அடுத்ததாகக் கட்டமாக ஜமீன்தாரை ரகசியமாகக் கலந்துக்கக் கொண்டு, சம்பந்தியுடனும் பேசி முடிவு செய்யலாம் எனச் சந்திரசேகர் மகனிடம் சொன்னார். அவனுக்கும் அதுவே சரியெனப் பட்டது, ஆதித்யனுடன் பேசவேண்டும் என விஷ்வா நினைத்துக் கொண்டான். இப்போது தங்களுக்கும் திவ்யாவின் வாழ்வில் பொறுப்பு இருப்பதாக நினைத்தான்.

கே.ஆர் பண்ணையில், திவ்யா சீக்கிரம் வந்து பிள்ளைகளுக்கு, ஆப்பிள், நிலா, ஸ்டார் எனச் சப்பாத்தி மாவில் தேய்த்து வெட்டி டிசைன் சப்பாத்தி செய்து தந்தாள். மூவரும் போட்டிப் போட்டு உண்டனர்.

இனியன், ஆதித்யனும் சேர்ந்து உண்டனர். இனியன் திவ்யாவிடம் அண்ணி உரிமை பாராட்டி அவளும் தங்கள் குடும்பம் என வலியுறுத்தினான். இரவு இங்கேயே தங்குவதாகச் சொல்லவும், வசதிப் பத்தாதே எனத் தவித்தாள்.

ஆதித்யன் தான் "திவிம்மா, கவலைப் படாதே. ஆனந்த் பிள்ளைகளோடு தூங்கட்டும். நானும் , இனியனும் அடுத்த ரூமில் பாய் விரிச்சுப் படுத்துக்குவோம். இல்லை அவனுக்குப் பெட்டை கொடுத்துட்டு, நான் கீழே படுத்துக்குறேன்" என்றான்.

ஆளுக்கு ஒரு பிள்ளையை மடியில் போட்டுக் கொண்டு, ஹாலில் பேசிக் கொண்டிருந்தனர். ஆதித்யனுக்கும் திவ்யா விஜயன், கார்த்திகையோடான பந்தம் அவர்கள் பேச்சில் புரிந்தது.

ஆதித்யன் வந்து விட்டால் விஜயன் மகிழ்ச்சிக்கு அளவு இருக்காது, ஏதோ தனது நண்பனைக் கண்டது போல் உறவாடுவார். தம்பி இந்தச் சாப்பாட்டைச் சாப்பிட்டுப் பாருங்க, அதை ட்ரை பண்ணுங்க,இதை ருசித்துப் பாருங்க என எதையாவது தருவார்.

கார்த்திகை ஒரு முறை,'' ஆதி தம்பி, உங்க அத்தை மகள், மாமா மகள் இருப்பாங்களே , இன்னுமா கல்யாணம் பேசாமல் இருக்காங்க `` என்றார்.

திவ்யாவும், அதற்கான பதிலைக் காதால் தீட்டிக் கேட்டாள் ``அதெல்லாம், லிஸ்ட் போடும் அளவு நிறைய இருக்காங்க, ஆனால் எனக்குப் பிடிக்கணுமே, நம்ம வர்ஷி மாதிரி ஜீப் கட்டுப்பாட்டை மீறினாலும், கூலா ஹாண்டில் பண்றப் பொண்ணு வேணும்.'' என்றான்.

`` நீங்க அப்படியெல்லாம் நம்பிடாதீங்க, எதோ உங்களை நண்பனாக ஏத்துக்கிட்டதால நீங்க தப்பிச்சீங்க, இல்லை, அவள் பேசுறதில் நீங்க அவ்வளவு தான்'' என்றார் கார்த்திகை.

``தம்பி நீங்க பயந்துடாதீங்க, அதெல்லாம் இயல்பான பெண்களின் குணம். உங்க ஆண்டி மட்டும் என்னவாம், இவளை விட்டு பார்வை எங்கேயாவது போச்சு, வச்சு செய்வா. ஒருவாரம் கெஞ்சனும், அலைய விடுவாள், மனுஷன் மண்டி போட்டு மன்னிப்புக் கேட்கும் வரை விடமாட்டாள்'' என்றார்.

ஆதித்யன் சிரிக்கவும், ``அப்படியெல்லாம் இல்ல ஆதி, அவர் என்ன செஞ்சார்னு கேள், பழைய நண்பர்கள் சேரவும்,குஷியில் எங்கள் வீட்டு இரண்டாவது மாடியில் அண்ணனோடு சேர்ந்து எல்லாம் ரகசியக் கூட்டம். இதுக்களுக்குக் காவல் நான் தான், உங்க அங்கிள் மப்புல, என்கிட்டே சொல்கிறதா நினைச்சு தமிழ்க்கிட்ட சொல்லப் போய் அவள் ஒரே அழுகை , அப்புறம் தான் நான்னு நினைச்சு ,உன்கிட்ட சொல்லிட்டாருடின்னு சமாதானம் செஞ்சேன் . அன்னைக்கு மட்டும் தமிழ் வாயைத் திறந்திருந்தால் , இவர் முதுகு தோல் உறிஞ்சு இருக்கும் `` என்றார் கார்த்திகை. ``காதலில் இதெல்லாம் சகஜமப்பா `` என வசனம் பேசினார் விஜயன். ஆதித்யன் இதுபோல் அவர்களுடனான நினைவுகளைப் பகிர்ந்தான்,

``ஆதி தமிழ்செல்வியென்றால் , அப்ப நம்ம அத்தையா அழுது ஆர்ப்பாட்டம் பண்ணினது. இந்தக் கலாட்டா நடந்தது நம்ம வீட்டில். ஏன்னா கார்த்தி அத்தை நம்ம வீட்டில் தானே இருந்தாங்க'' என அந்தச் சம்பவத்தைத் தங்கள் வீட்டோடு சம்பந்தப் படுத்தி, திவ்யாவுக்குத் தாங்கள் சொந்தம் தான் எனும் உணர்வை ஏற்படுத்தினான் இனியன்.

இனியன் முயற்சிகள் வெற்றியடையுமா பொறுத்திருந்து பார்ப்போம்.

மனம்-16

அதிகாலை ஐந்தரை மணி, பெரும் மரங்களில் அடங்கியிருந்த பறவைகள் எல்லாம் , இரவு பெய்த மழையில் குளித்து நனைந்திருந்தன. தங்களது சிற-குகளை உலர்த்திக் கொள்ள, சிறிது தூரம் பறந்து சென்று வரவேண்டும், அப்போது தான் குஞ்சுகளுக்கு உணவும் சேகரித்து வரலாம்,எனப் பொழுது புலரக் காத்திருந்தன.

தாய்ப் பறவைகள், தங்களது குஞ்சுகளுக்கு , முந்தியால் போர்த்திக் குளிரிலிருந்து தன் சேயைக் காக்கும் தாய் போல், தனது சிறகை விரித்துக் கதகதப்பைத் தந்து கொண்டிருந்தன. பூமிப் பந்து உருண்டு சூரிய தரிசனத்-துக்காகத் தான் காத்திருந்தது. நடுவில் வந்த மேகத் தூதுவர்கள், வரு-ணன் தன் வேலையை முடித்து ஓய்வெடுக்கும் தகவலைச் சொல்ல வந்த-தால்,ஆதவன் தரிசனத்தில் சிறிய தடை.

பட்சிகள், நேரத்தை உணர்ந்து அழைப்பை விடுக்க ஆரம்பித்து விட்டன. குதிரை பூட்டியாகிவிட்டது, இதோ வந்து விடுவார் எனச் சொல்லி கார் வண்ணத்திலிருந்து தனது நிறத்தைப் பால் வண்ணத்துக்கு மாற்றிக் கொண்-டிருந்தது மேகம். அதோ அருணன் வந்து விட்டான். பட்சிகள், பக்கத்துக் கூட்டுக்காரர்களையும் எழுப்பி விட்டது.

'அம்மா' என முந்தியைப் பிடித்து இழுக்கும் சேயைப் போல, குஞ்சுகள் குலாவ, அதனைக் கொஞ்சி , கெஞ்சி இரை தேடிப் பறக்கத் தயாரானது தாய்ப்பறவை. பக்கத்துக் கூட்டுக் காரர்களையும் அழைத்தாகி விட்டது. யாரேனும் ஒருவரைக் காவலுக்கு வைத்து மற்றவை பறந்து இரை தேடித் திரும்பும். பசிய வயல்கள், பட்சிகளின் ஒலிகள் இரவில் பெய்த மழையின் குளுமை, அதற்கு நடுங்கி பறவை குஞ்சுகளைப் போல், இந்த மூன்று பிள்-ளைகளும் பெற்றவரைக் கட்டிக் கொண்டு தூங்கின.

முன்னிரவில் பேசிக் கொண்டிருக்கும் போதே மழை பொழிய ஆரம்-பித்தது. தரை சில்லிட்டது. வீட்டிலிருந்த பாயைச் சேர்த்து கலாம்மாவுக்கு விரிக்கக் கொடுத்தவள், இனியனை அடுத்த அறையில் கட்டிலில் படுக்கச் சொன்னாள்.

"அண்ணி, நான் மாமா வீட்டுக் கெஸ்ட் ரூமுக்குப் போறேன். நீங்க சங்-கடப் பட வேண்டாம்" என்றான் இனியன். "அண்ணன் வீடுன்னு வந்தீங்க. இங்க உங்க மாமா வீடு இல்லைனா, ஹோட்டலில் ரூம் போடுவீங்களா. சரி வசதி பத்தாதுன்னா உங்க இஷ்டம்" என்றாள் திவ்யா. இதற்குப் பின் இனி-யன் என்ன சொல்வான், ஆதியைப் பார்க்க.

"நீ சுகமாப் படுத்துத் தூங்கு.எனக்கு என்ன யோசிச்சிருக்காளோ. உள்ளே ஏதாவது பிஞ்சப் பாய் வச்சிருப்பா. இல்லை ஜன்னி வந்தா, ஊசியாவது போடுவா. எனக்கு நிறைய ஆப்சன் இருக்கு நீ தூங்கு" என்றான். இனியன் அண்ணன் கூறிய மாடுலேசனில், சிரித்து விட்டான்.

"டேய் மெதுவாடா வந்துடுவா" என ஆதி தம்பியிடம் ஒரு கண்ணும், அறை வாசலைப் பார்த்து ஒரு கண்ணும் வைத்துச் சொன்னான். "ஆதித்ய-

ராஜன் னு ஒரு கட்டுக்கடங்காத காளை திரிஞ்சது, நீ பார்த்திருக்க" எனக் கேட்டான் இனியன். ஆதி முறைத்துக் கொண்டு நின்றான்.

ஆதுவை பெட்டில் படுக்க வைத்துவிட்டு வரும்வரை தான் இந்தப் பேச்சு எல்லாம். இனியனிடம் ஆனந்தை வாங்கினாள், "நீங்க ,அநியைத் தூக்கிட்டு வாங்க" என்றாள். "குட்நைட் அண்ணா, அண்ணி" எனத் தனக்கு ஒதுக்கப்பட்ட அறைக்குச் சென்று விட்டான்.

குயின் சைஸ் கட்டிலில் பிள்ளைகளைக் குறுக்காகப் படுக்கப் போட்டாள். ஒரு ஓரம் தானும், மற்றொரு ஓரம் ஆதி. கால்கள் வெளியே நீட்டிக் கொள்ள, ஷோபாவை இழுத்துப் போட்டார்கள். இரண்டு பெரிய குவில்ட் பெட்டால் போர்த்த, சிறகில் மறைந்திருந்த குஞ்சுகளாய், பிள்ளைகள் கதகதப்பாகத் தூங்கின.

காலையில் முழிக்கும் போது அவனும், அவளும் நடுவிலும் பிள்ளைகள் அவர்கள் மேலே கீழே கை காலைத் தூக்கிப் போட்டுக் கிடந்தன. ஆதியில் கைவளைவில் திவ்யா இருந்தாள். விழிப்புத் தட்டியதும் அவர்கள் நிலையில் சங்கடமாக உணர்ந்து விலகினர்.

ராஜி ஏழு மணிக்கு வந்து விட்டாள். பண்ணையின் மறு ஓரத்தில் இருக்கும் பெரிய பம்ப் செட்டில் குளிக்கப் போகலாம் என்றாள். பிள்ளைகள் குளிக்க முடியாதே என்றதுக்கும், வட்ட பலன்களைக் காட்டினாள். குட்டிசும் ஆர்வமாகக் கிளம்பினர்.ஆதித்யன், திவ்யாவைப் பார்க்க, "நீங்க முன்னாடிப் போங்க. நான் டிபன் எடுத்துட்டு வர்றேன். செல்வியம்மா மாப்பிள்ளைகளுக்கு ஸ்பெஷல் லன்ச் செய்யறேன்னு சொல்லியிருக்காங்க. ஸோ நான் ப்ரேக்ஃபாஸ்ட் எடுத்துட்டு வர்றேன். பசங்க ட்ரெஸ் எடுத்துத் தர்றேன் வாங்கிட்டுப் போங்க" என்றாள்.

ஆதித்யனும் சரியெனத் தலையை ஆட்டி விட்டு," நீயும் மாற்றுத் துணி எடுத்துட்டுவா திவி." எனத் தயங்கித் தயங்கிச் சொன்னான். அவள் மௌனப் பார்வையில், எடுத்து வைத்திருந்த துண்டுகள் மற்றும் துணிகளைத் தூக்கிச் சென்றான்.

பமப் செட் நான்கு அடி உயரத்திலிருந்தது. இரண்டு படி இறங்க வேண்டும். பண்ணையாளிடம் தண்ணீர் அவளை மூன்றடிக்குக் குறைக்கச் சொன்னார்கள். பிள்ளைகள் ஜட்டியோடு அவர்களுக்கு மிதக்கும் பலூன்களை மாட்டி விட்டனர். இந்தப் பம்ப் செட் இருந்தது உள் பகுதி, அதைத் தாண்டி நெடுந்தூரம் சவுக்குத் தோப்பு மட்டுமே. அதனால் வேற்று மனிதர்கள் யாரும் வர இயலாது.

இனியன், ட்ராக், ஸ்லீவ்லெஸ் பனியனோடு உள்ளே இறங்க, ராஜி சுடியோடு இறங்கினாள். ஆறுக்கு நான்கு அகலம் கொண்ட பெரிய தொட்டி. பிள்ளைகளை ஒவ்வொன்றாக மிதக்கும் பலூன்களை மாட்டி உள்ளே இறக்கினான் ஆதித்யன். அநி,ஆதி தினமும் குளித்துப் பழகியதால் பயமின்றிக் குளித்தனர். ஆனந்த்துக்குப் புது அனுபவம், இனியனைப் பிடித்துக் கொண்-

டான். பின் மெல்லப் பழகினான். ராஜி விளையாட பந்து கொண்டு வந்திருந்தாள். எனவே தூக்கிப் போட்டு விளையாடினர்.

திவ்யா தனது இரண்டு சக்கர வாகனத்தில் டிபன் எடுத்து வந்தாள். அதை ஓரிடத்தில் வைத்து விட்டு இவர்கள் இருந்த இடம் வந்தாள்.ஆதி தண்ணீரில் இறங்காததைப் பார்த்து, கண்களால் வினவினாள். அவன் வேண்டாம் எனப் பதில் சொன்னான். அவர்கள் நினைவு பின்னோக்கியது.

மதுரைக்கு ஞாயிறுகளில் படை எடுக்கும் ஆதி, ஒரு முறை மாறியமைந்த விடுமுறை திங்கள் கிழமையில் சீக்கிரமே வந்து அழைத்துச் சென்றான். தண்ணீரில் ஆடுவது மிகவும் பிடித்தம் என்று சொல்லி இருந்ததால்,

குட்லாம்பட்டிக்குக் கூட்டிச் சென்றான். இது மதுரைக்கு அருகே வாடிப்பட்டிக்கு அடுத்தச் சிறிய ஊரில் உள்ளது. நம்ம சிவமாளிகை குடும்பத்தினர் வசிக்கும் சிறுமலையின் மற்றொரு அடிவாரம். அதிலிருந்து வரும் நீர் வீழ்ச்சி. வார நாட்கள் ஆனதால் கூட்டம் இல்லை. இருந்தும் திவ்யா சேலை அணிந்து வந்ததால் தயங்கினாள். அதைப் பார்த்த ஆதித்யன் அவனது டிசர்ட்டைக் கழட்டி சேலைக்கு மேலே போட்டுக் கொள்ளக் கொடுத்தான்.

அவள் தயங்கவும். "வர்ஷி, இதெல்லாம் எப்பவாவது கிடைக்கும் சந்தர்ப்பம், அனுபவிக்கனும், ஆராயக் கூடாது" என்றான். வழுக்கும் பாறைகளை அவன் கைப்பிடியில் சமாளித்து, நீர்வீழ்ச்சியில் தலையைக் காட்டினாள். அவள் குழலைப் பின்னி சடையிட்டு இருந்தாள்.

"வர்ஷி, மேலிருந்து வரும் அருவியில் மூலிகைகள் கலந்து வரும். உச்சந்தலையில் படும் போது, உடல் சூடெல்லாம் குறையும்னு சொல்லுவாங்க. நாட்டு வழக்கில் சொல்றதை டாக்டரம்மா ஏத்துக்குவியா?" என்றான்.

"கொஞ்சம் அறிவியலாகவும் யோசிச்சு சரின்னா ஒத்துக்குவேன்" என்றாள். "இப்ப மேடம் ஒத்துக்கிறீங்களா?" எனக் கேட்டான். தனது பின்னலிலிருந்த ரப்பர்பேண்ட், கிளிப்பை உருவியவள்,அதை வைக்குமிடம் தேட , அதை வாங்கித் தனது பேண்ட் பாக்கெட்டில் பத்திரப்படுத்தினான். தனது தலையை அசைத்து குழலை விரித்துவிட, ஆண் மயிலின் தோகையெனத் தொடை வரை நீண்டது.

திவ்யவர்ஷினி, அருவியில் ஆனந்தமாக நின்றாள். அவளைக் கடந்த அத்தனை தண்ணீரும் அவளிடம் ஜதி சொல்லித் தத்தி ஓடியது. ஆதித்யனின் கையைப் பிடித்துக் கொண்டு, அந்த ரம்மியமான பொழுதை தன்னுள் நிறைத்துக் கொண்டாள்.

ஆதித்யன் அருவியை ரசித்து லயித்திருந்த மங்கையின் புன்னகையில் தன்னைத் தொலைத்திருந்தான். அருவியின் அடியில் தோகை மயிலென விரிந்த கூந்தலோடு அவள், தரை இறங்கி வந்த தேவதையாகத் தெரிந்தாள். அருவி நீர் சற்றே வேகமெடுத்துத் தொம்மெனத் தலையில் தாளம் போட, அதைத் தாளாதவள் அவன் மேல் சாய்ந்தாள். அவனும் அவளைப் பற்றி, அதே பாறைகளைப் பற்றி அமர்ந்து விட்டான். இருவருமாக, ஒருவர் மேல்

ஒருவர் தண்ணீர் தெளித்து நீர் விளையாட்டு விளையாடினர். இப் பூ உலகில் தங்களைத் தவிர யாரும், எதுவும் இல்லலையோ என்ற ஆதாம், ஏவாள் மனநிலைக்குச் சென்றனர்.

சிறிது நேரத்தில் நடுங்க ஆரம்பித்தது. அதை விடுத்து வெளியேறினர். வெயில் பட்ட பாறையில் காய்ந்தனர். வர்ஷி அவன் டிசர்ட்டைக் கழட்டி அலசித் தரப் போனாள். ஆதித்யன் மறுத்து விட்டு அப்படியே உலர்த்தி-னான்.தனது பனியனை பிழிந்து ஆதித்யன் கழட்டினான்.

அவளை ஒரு பாறை மறைவில் நிறுத்தி முந்தியை மரத்தில் கட்டி விட்-டான். அது இந்தக் காதலர்கள் இங்கிருக்கின்றனர் எனக் கொடிப் பிடித்துக் காட்டியது. பாறையில் சாய்ந்து நின்ற திவி மற்றவர் பார்வையில் தெரியாத-வாறு நின்றாள். ஆதித்யன் நிலை தான் மோசமானது.

திவி ஏதோ பூச்சி ஊறவும் கத்தினாள் ,அதைப் பிடித்துத் தூரப் போட போனவன், அவளை விலக இயலாமல் இழைந்து நின்றான். அவன் கைகள் சூடாக அணைத்திருக்க ,சுகமாகச் சாய்ந்திருந்த வர்ஷி, சற்றைக்கெல்லாம் வரம்பு மீறும் அவன் கைகளைக் கட்டுப் படுத்தியது. அப்படியும் இறுக்கி அணைத்த இதலொற்றலுக்குப் பின்னே அவளை விடுவித்தான். திவ்யா அதற்காக நிஜமான தண்டனையாகக் குச்சி எடுத்து வெளுத்தாள்.

"இனி தொடனும்கிற நினைப்பு வந்தால், இதுவும் நினைவில் வரட்டும்" என அடித்தாள். அதையும் காதல் பரிசாகக் கொண்டான் அவளின் நித்யன்.

"அம்மா ஷேம்பு போட்டு விடுங்க" என்ற ஆதுவின் வார்த்தையில் நிகழ்-காலத்திற்கு வந்தவளின் பார்வை, தனது நித்யன் என்றாவது கிடைப்பானா என ஏங்கியது. அதே நேரம் ஆதியின் பார்வையும் அவளை வருடிச் சென்-றது.

தொட்டி மேல் அமர்ந்திருந்த திவ்யா மூவருக்கும் ஷாம்பு தேய்த்து விட ராஜி குளிப்பாட்டினாள். ஷாம்பு கையோடு கீழிறங்க முயன்றவள் தவறி தண்ணீரில் விழுந்தாள்.

"வர்ஷி" என ஆதி பதறினான். "அண்ணி ஆர் யூ ஓகே " என இனி-யன் கை தூக்கி விட எழுந்து நிற்க முயன்றாள்."ஆதி , அவங்களுக்கு எழ முடியலை உள்ளே வா" என இனியன் சத்தமாகச் சொல்லவும், ஆதி உள்ளே இறங்கினான்.

திவி என இடையோடு அவளைத் தூக்கி நிறுத்தினான். "ஒண்ணும் இல்லை, திடீரென விழவும் , அப்படி ஆயிடுச்சு. ஐயம் ஓகே என மேலே ஏறப் போனாள். இனியன் அதற்குள் ராஜியிடம் கண்ணைக் காட்டி இருந்-தான்.

"திவ்யாக்கா, நீங்க இருங்க. நான் ட்ரெஸ் மாற்றும் வரை பிள்ளைகளைப் பார்த்துக்கங்க" என மேலே ஏறினாள். அவளைத் தொடர்ந்து இனியனும் சென்றான்.

"ஏய் அத்தான், நீ எதுக்குப் பின்னாடியே வர்ற, கொன்னுடுவேன்" என்றாள் ராஜி."உனக்குப் பாதுகாப்பு தாண்டி ராசுக்குட்டி , எவனாவது வந்துட்டா" என்றான் இனியன்.

"எங்கக் காடு, எங்கப் பண்ணை, எங்கப்பா பாதுகாப்பை மீறி ஒருத்தரும் வரமுடியாது. நீங்க இங்கேயே இருங்க இது தாண்டி வந்தா கொன்னுடுவேன்'' என ஒரு கோட்டை போட்டுச் சென்றாள்.

இனியன் அந்த இடத்தில் நின்று விட்டான்," அடியேய், இதென்ன இலட்சுமணன் கோடா, அது கூட இலட்சுமணன், அண்ணிக்குப் போட்டான். நீ என்னடி இலட்சுமணனுக்கே கோடு போடுற" எனக் கத்தினான் "ராசுக்குட்டி குளுருதுடி, ட்ரெஸ்சையாவது தூக்கிப் போடு" என்றான்.

ஐந்தே நிமிடத்தில் தலையில் கட்டிய துண்டோடு, பாவாடை தாவணியில் வந்து சேர்ந்தாள். அவளின் நளினத்தைக் கண்டு இனியன் சீட்டி அடித்தான். அவனுக்கு ஒரு துண்டைக் கொடுத்து விட்டு, குட்டிஸ் ட்ரெஸ்ஸை எடுத்துக் கொண்டு அவனைத் தாண்டினாள். அதற்குள் தடுக்கி அவன் கைகளிலேயே விழுந்தவளைத் தனது பெனால்டியை வசூலித்தே அனுப்பினான் இனியன்.

பிள்ளைகள் வழக்கமான அப்பா, அம்மாவுடன் சேர்ந்து விளையாடி இன்று தங்களது குளியலை முடித்தனர். ஆனந்த்தும் புது அனுபவத்தில் மிகவும் மகிழ்ந்து இருந்தான்.

ராஜி துண்டு போர்த்தி மூன்றையும் கடத்தியவள், நீர் நிறையும் மடையின் திறப்பு வேகத்தைக் குறைத்து "அக்கா மூன்று வருஷத்தில் நீங்க ,இந்தப் பக்கம் வந்தது கூட இல்லை. இன்னைக்கு என்ஜாய் பண்ணிட்டு வாங்க. நாங்க போய்ச் சாப்பிடுறோம். உங்களுக்கு ட்ரெஸ் வந்துடிச்சு" எனச் சென்றாள்.

ஆதியை எப்போதும் தவிர்த்தே வந்தாள் திவ்யா. எப்போதும் வீட்டுக்குள்ளேயே ஒரு கண்ணாமூச்சி ஆட்டம் நடக்கும். இன்று பம்ப் செட்டில் நேரெதிர் நின்றனர். தண்ணீர் அவள் இடையைத் தாண்டி மார்புக்கு வந்தது, அவனை இறுக்கப் பற்றி "பயம்மா இறுக்கு மூச்சு முட்டுகிற மாதிரி இருக்கு" என்றாள்."இது தான் திவி, லெவல் இதுக்கு மேல வராது. மடையைத் திறக்கவா" என்றான்.

அவனோடு ஒட்டிக் கொண்ட திவி,"இருக்கட்டும்" என்றாள். அவள் குட்டைத் தலைமுடியைப் பார்த்தவனுக்கு, அருவியில் நின்ற வர்ஷி கண் முன் வந்தாள். அவளை அணைத்துக் கொண்டவன், இன்னும் இயல்பாக இல்லாமல் அவள் தவிப்பதைப் பார்த்து அவளைத் தூக்கினான். தண்ணீர் அளவு குறைந்ததை ஆசுவாசமாகப் பார்த்தவள், அவன் கையில் இருப்பதை உணர்ந்தாள். அவளைத் தூக்கி தொட்டியின் மதிலில் உட்கார வைத்து மேலே ஏறி மடையின் அளவை கூட்டி தண்ணீரை வெளியேற்றினான். மீண்டும் அவளை இறங்கச் சொல்லி பம்ப் செட்டில் நின்றனர்.

"வர்ஷி, எந்தக் கோபமா இருந்தாலும் என்கிட்ட கொட்டிடுடி. என்னால் நீ அவஸ்தைப் படுறதைப் பார்க்க முடியலை. அங்கிளும், ஆண்டியும் நம்ம கல்யாணம் பண்ணிக்கனும்னு தானே ஆசைப் பட்டாங்க, கல்யாணம் பண்ணிக்குவோம். யாரையும் கூப்பிட வேண்டாம்.ரிஜிஸ்டர் மேரேஜ் பண்ணிக்குவோம்." என்றான்.

அவள் உதட்டைக் கடித்துக் கொட்டும் தண்ணீருக்கு அடியில் நின்றாள். கண்களில் வழிந்த கண்ணீர் , கொட்டிய நீரோடு போட்டிப் போட்டது. அதைக் காண இயலாது அவளை அணைத்துக் கொண்டான் ஆதித்யன்.

"என்னால் இந்த ஊர், சொந்தக்காரங்க யாரையும் ஃபேஸ் பண்ண முடியாது. எனக்கு உடம்பெல்லாம் கூசுது" என அழுதாள். "என் கூடச் சேர்ந்தது அவ்வளவு கேவலமா வர்ஷி" என்றான் ஆதி.

அவனை விலக்கி முறைத்தவள், "உங்களுக்கு என்னை, எப்பவுமே புரியாது. உங்களுக்குத் தான் அன்னைக்குச் சுயநினைவு இல்லை. எனக்கு இருந்தது" என்றாள். அவன் இதுவரை யோசித்தும் பிடிபடா விசயம், அவள் வாய் திறந்தாள். அவள் முகத்தை நிமிர்த்தி,"அப்போ என்னைத் தடுக்க வேண்டியது தானே. ஒரு பக்கெட் தண்ணியை எடுத்து என் தலையில் கவிழ்த்து இருக்கலாம்ல" என்றான். இவ்வளவு துன்பமும் இருந்திருக்காதே.

"அவ்ளோ ஆசையா வந்தீங்க. அவ்ளோ காதலா, சுய நினைவே இல்லாதபோது மனுசன் உண்மையாகத் தான் இருப்பான். அப்படி வரும் போது, நான் உங்களைக் காதலிச்சவ எப்படி மறுப்பேன்." என்றாள். அவனுக்கு நம்பத்தான் முடியவில்லை. இப்படியும் ஒருத்தியா. இது தான் காரணம் எனத் தான் நினைத்திருக்க, அது இல்லை என்றால் வேறு என்ன எனக் கேள்வி எழுந்தது.

"ஆனால், இப்போ பிள்ளைகள் வந்த பிறகு, அவங்களுக்குத் துரோகம் பண்றமோன்னு தோனுது. இங்க இருந்தா, யாராவது நம்ம ரிலேசன்சிப்பை சொல்லிடுவாங்க. நாளைக்கு ஆதுவையோ, அநியையோ எதுவும் சொல்ல கூட எனக்குத் தகுதி இல்லாமல் போயிடும்" என்றாள்.

"வர்ஷி அப்படியெல்லாம் நினைக்காத. நம்ம வளர்க்கிறதில் தான் இருக்கு. நம்மை அப்படிப் பேசிடக் கூடாதுன்னு தான் சொல்றேன். கல்யாணம் பண்ணிக்கலாம்." என அவளை வலியுறுத்தினான். அவள் யோசிக்கவும்,

"பர்த் சர்டிவிகேட்டில் என் பெயர் தான் கொடுத்திருக்க. நான் வந்து கேட்கும் போதும் நீ மறுக்கலை. அப்போ என்னைப் பிரிஞ்சதுக்கு என்ன காரணம். அங்கிள், ஆண்டி இல்லாத சூழல், பிள்ளைகளைத் தாங்கி இருக்கும் போது கூட , இழுத்துப் பிடிச்சு வச்சுக்கிற அளவு என்ன கோபம்" என அவளின் முகத்துக்கு நேராக நின்று கண்களை ஊடுருவி கேள்வியைக் கேட்டான்.

அவள் பதில் சொல்லும் முன் அடுத்தடுத்து தும்மல் வந்தது.நேரம் போனதை உணர்ந்து, மேலே ஏறினர். உடலோடு ஒட்டியிருந்த துணி அவளுக்கு அவஸ்தையாக இருந்தது. "திவி கூல் வேற யார் இருக்கா, நம்ம தான் வா, இனியன் பார்வை ராஜியை விட்டுத் திரும்பாது" என அழைத்து வந்தான்.

இன்னைக்கு ஆதித்யன் ஹேப்பி அண்ணாச்சி தான். அவன் வர்ஷியின் கோபத்துக்குக் காரணம், அவன் நினைத்தது இல்லை. ஆனால் பாவம் தஞ்சாவூர்காரனுக்குத் தெரியாது, வர்ஷி என்ன நினைச்சான்னு. தெரிஞ்சது அவன் மலை ஏறுவது உறுதி.

இனியன் இலை அறுக்கச் சென்றிருந்தான். இவர்கள் உடை மாற்றி வந்து எல்லாரும் தார்ப்பாய் விரித்து அமர்ந்தனர். இனியன் கொண்டு வந்த இலையில் பிள்ளைகளுக்கு ஒரே இலையில் வைத்து ஊட்டிவிட்டாள் திவ்யா. திவ்யாவின் சிகை நிமிடத்தில் காய்ந்தது, ராஜி தான் நீள முடியைக் காய-வைக்க விரித்துப் போட்டிருந்தாள்.

ஆதிரை," அம்மா ராஜிசித்திக்கு எவ்ளோ பெரிய ஹேர்" என அவளைப் பின்புறம் சென்று தொட்டுப் பார்த்தது. "அம்மாக்கும் சின்ன ஹேர், ஆதுக்கும் சின்ன ஹேர்" என வருந்தியது.

"ஆது தங்கம் நீங்க வளரும் போது ஹேரும் வளர்ந்திரும்டா. திவிம்-மாக்கு ராஜிசித்தியை விட நிறைய ஹேர் இருந்தது. இப்ப தான் உங்கம்மா ஸ்டைலா வெட்டிக்கிட்டாங்க" என்றான் ஆதித்யன்.

"திவிம்மா ஏன் ஹேரை வெட்டினீங்க" என ஆது வார்த்தையால் கேட்க, ஆதி கண்களால் கேட்டான்.

"நீங்க இரண்டு பேரும், அம்மா டம்மிக்குள்ள இருக்கும் போது, அடிக்கடி கோல்ட் பிடிக்கும், அப்புறம் உங்களுக்கும் கோல்ட் பிடிக்குமேன்னு ஹேரைக் கட் பண்ணிட்டேன்" என்றாள். அது தான் காரணமா என ஆதி கண்களால் கேட்க அவனுக்குப் பதில் பார்வையில் பதில் சொல்லாமல் பிள்ளைகள் தலையைத் தொட்டுப் பார்த்தாள்.

அநி, ஆனந்த் சாப்பிட்டு இனியனுடன் வலம் வந்தனர். இனியன் தூக்-கிப் பிடிக்கப் புளியம் பூக்களைப் பறித்தனர். "இதைச் சாப்பிடலாம்டா" என ராஜி சாப்பிட்டுக் காண்பித்தாள். அவர்களும் சாப்பிட்டுப் பார்த்து, தூ எனத் துப்பி,"ராஜி சித்தி இது புளிக்குது, நல்லாவே இல்லை" என்றனர்.

"ஏண்டி தஞ்சாவூர்ல இருந்து இதுக்காக இங்க வரனுமே" என யோசனையாக இனியன் தாடையைத் தடவினான். "எதுக்கு அத்தான். ஏன் எனக்குப் புரியலை" என்றாள் ராஜி.

"இல்லடி இப்பவே இப்படிச் சாப்பிடுறியே, மசக்கையா இருக்கும் போது, இதுதான் வேணும்னு அலைய விடுவியே" என அவன் சீரியசாகச் சொல்ல-வும். "உங்களை" என அடிக்கத் துரத்தினாள், "அநி, ஆனந்த் இனியாப்பா-வைப் பிடிங்க" எனக் கத்தவும், இது கேம் என அவர்களும் துரத்த, இனியன்

சிக்காமல் ஆட்டம் காட்டினான். ஒருவாறு ஆடிமுடித்து, இனியன் பிள்ளைகளையும், ராஜியையும் அழைத்துக் கொண்டு காரில் கிளம்பினான். "ஆதி, நீ அண்ணியோடு ஸ்கூட்டியில் வந்திடு." என்று விட்டுக் கிளம்பினான்.

அவளும் வண்டியை ஸ்டார்ட் பண்ணப் போக, ஆதி வண்டிச் சாவியை உருவினான்."இன்னைக்குப் பேசி முடிச்சிடுவோம் வர்ஷி" என்றான். அவள் அவனை ஏறிட்டுப் பார்க்கவும், "வா நடந்துக்கிட்டே பேசுவோம்" என மாந்தோப்பில் நடந்தனர்.

அவள் கையைப் பிடித்தபடி,"வர்ஷி, ரிஜிஸ்டர் மேரேஜ் பண்ணிக்கலாம். நீ நியூசிலாந்தில் செட்டில் ஆகலாம்னா நானும் வர்றேன். அங்க பிஸ்னஸ் செட் பண்ணிக்கலாம், இல்லை வேலைக் கூடத் தேடிக்கிறேன். உன்னையும் பிள்ளைகளையும் விட்டுட்டு இருக்க முடியாது" என்றான். தன் மீதுள்ள காதல், பிள்ளைகள் மேலுள்ள பாசத்தில் பேசுகிறான் என நினைத்தாள். அப்ப அந்தக் கயல்விழி என மனதில் தோன்றியது. அவள் வந்து என் புருஷனை வளைச்சுப் பிடிச்சியான்னு கேட்டாளென்றால். இது தானே அவளின் மிகப்பெரிய பயம்.

அதைக் கேட்கத் தயங்கி "உங்க குடும்பம் இதுக்குச் சம்மதிப்பாங்களா, அப்புறம் உங்கள் அண்ணன்கிட்ட சொல்லிட்டு இருந்தீங்களே, அந்தக் கயல்விழி " என்றாள்.

"லூசாடி நீ. எனக்குப் பிள்ளைகளும் நீயும் இருக்கீங்கன்னு தெரிஞ்சாலே ஒதுங்கிடுவா. ஆல்ரெடி க்லோஸ் ஆன சாப்டர். அவ எப்படி நம்ம விசயத்தில் தலையிடுவா" என்றவன், அவள் முகம் தெளிவடையாததைக் கண்டு, "அப்பா, அம்மாகிட்ட நான் பேசுறேன். புரிஞ்சுக்குவாங்க" என்றான்.

"நான் தாத்தாவிடம் சொல்லனும் , அவர் தான் ,அப்பா அம்மா போன பிறகு யாருக்கும் தெரியாமல் வச்சுப் பிரசவம் பார்த்தார்" என்றாள். "சரி வா நேராகவே போய்ப் பேசலாம்" என்றான்.

"ம்கூம் அவர் தான் கூப்பிடுவார். இந்த வாரத்தில் போய்ப் பார்க்கலாம்" என்றாள். "நான் கேட்டதுக்குப் பதிலே சொல்லலையே, நீ ஏன் என்னை விட்டுட்டுப் போன" என அதே இடத்தில் திரும்ப வந்து நின்றான்.

அவள் பதில் சொல்லும் முன் சவுக்குக் காட்டில் ஏதோ சத்தம் கேட்டது.

"இருங்க அங்கே ஏதோ சத்தம்" என்ற திவ்யா அந்த இடத்தை நோக்கி முன்னேறினாள் "ஏய் இருடி, பெரிய துப்பறியும் சிங்கம்." என அவளைப் பின் இழுத்து, அவன் மெல்லச் சென்று பார்த்தான். அவனை முதுகில் தட்டி, "நீங்க பெரிய துப்பறியும் புலியோ" என்றாள்.

"நீ சிங்கம்னா, நானும் சிங்கம் தாண்டி, அறிவாளி. க்ராஸ்ஸாவா புள்ளைப் பெத்துக்குங்க" "இல்லை தஞ்சாவூர்காரன்னு பெருமை பீத்துவீங்களே அது தான், புலின்னா சந்தோஷப் படாவீங்கன்னு பார்த்தேன்" என்றாள்.

"பெரிய இவ, என் சந்தோஷமாம், இத்தனை நாள் கடிச்சு குதறினது யாரு" என்றான். "இப்பவும் அதே மோட் தான், போனால் போகுதுன்னு

பேசிக்கிட்டு இருக்கேன்" என மீண்டும் முறைத்தாள். "இருடி, நாம பேசுறதிலேயே திருடனா இருந்தால் ஓடிடுவான் " என்றான்.

"யார் அங்கே" எனச் சத்தம் கொடுத்தான். ஒரு பெண் மறைவிலிருந்து வந்தாள். "ஏய் மல்லி தானே, இங்கே என்ன பண்ற" என்றாள் திவ்யா .அந்தப் பெண்ணின் முகம் அழுது துடைத்தது போலிருந்தது.

"இல்லம்மா, தண்ணீர் பாய்ச்ச வந்தேன். வயிற்றை வலிக்கவும் ஒதுங்குனேன்மா" என்றாள். பார்வை அடிக்கொரு முறை சவுக்குத் தோப்புக்குள் சென்று மீண்டது. "வேற ஏதாவது பிரச்சினைனா , கிளினிக்கில் வந்து பார்" என்றாள்.

"வாங்கப் போகலாம். " என இத்தனை நேரம் இருந்தது மாறி கடுகடுத்தபடி வந்தாள் திவ்யா. ஆதித்யன் புரியாமல் பின் தொடர்ந்தான்," வர்ஷி திடீர்னு ஏன் கோபமாகிட்ட . அந்தப் பொண்ணு முடியலைங்கிறா. டாக்டரா நீ கொஞ்சம் தன்மையா பேசியிருக்கலாம்ல" என்றான் .

"உங்களுக்கு என்ன பிரச்சினை, நான் எல்லார்கிட்டயும் இளிச்சுக் கிட்டுப் பேசனுமா. பேசாமல் வாங்க" என்றாள். அவன் மீண்டும், மீண்டும் துருவிக் கேட்கவும். "இதுங்க பிழைப்பே இப்படித்தான் எவனையாவது நம்பி வயிற்றில் வாங்கிகிட்டு, அப்புறம் கலைக்கிறதுக்கு ஏதாவது முரட்டுத் தனமா செஞ்சு, உயிருக்கு ஆபத்தா வந்து நிக்குங்க. உள்ளே எவனாவது இருப்பான்" என்றாள்.

ஆதித்யன் தங்கள் நிலையையும் எண்ணிப் பார்த்தான். "வர்ஷி " என ஆரம்பிக்கவும்.

"பேசாமல் வாங்க. அடுத்து என்ன ஆரம்பிப்பிங்கன்னுத் தெரியும். என் பிள்ளைகள் என் அப்பா, அம்மாவின் மறுபிறப்பு. அவங்க விதி முடியுதுன்னு தான் கடவுள், இதுங்களை அனுப்பியிருக்கனும்" என்று அவள் கண்கலங்க, அவளைத் தன் மார்பில் தாங்கிய ஆதி,"ஆமாம்மா. அதில் சந்தேகமே இல்லை. " என அவனும் கண்கலங்கினான்.

மதிய உணவு தமிழ்செல்வி தடபுடலாக ஏற்பாடு செய்திருந்தார். மருமகன்கள் இருவரும் இன்று சாப்பிடுவதில் ஏகப்பட்ட மகிழ்ச்சி. வழக்கமாக வேலைக்கு வரும் பெண்களை வைத்து, அம்மியில் மசாலா அரைத்தல் போன்ற வேலைகளைச் செய்தவர், கலாம்மாவிடம் தனது பக்குவத்தில் சமையலுக்கு ஒத்தாசை செய்யச் சொல்லி வேலையை முடித்தார். மதிய உணவும் பேச்சு, சிரிப்பு, கலாட்டா எனத் தொய்வில்லாமல் ஓடியது. தமிழ்செல்வி கார்த்திகை, விஜயனைப் பற்றியும், அந்தச் சம்பவம் குறித்தும் விவரித்தார்.

பிற்பகல் வேலையில் மற்றொரு கார் சத்தத்தில் யாரெனப் பார்க்க டாக்டர் தம்பதியினர் குடும்பத்தோடு வந்து சேர்ந்தனர். திவ்யாவின் மகிழ்ச்சி எல்லை கடந்தது, "அக்கா, டாக்டர் சார் வாங்க. திடீர் சர்ப்ரைஸ்" என வரவேற்றாள்.

அநி, ஆது அவர்களிடம் ஓடிவந்து ஒட்டிக் கொண்டன. "மாமா, இது எங்க நித்துப்பா" என ஆதிரை சேது மாதவனுக்கு அறிமுகம் செய்தது.

அதை அள்ளித் தூக்கியவர்,"ஹலோ சார் "-எனவும் அவர் முகத்தைத் திருப்பி "சார் இல்லை நித்துப்பா" என்றது.

"ஹலோ நித்துப்பா.எங்க ஆதுக்குட்டி அப்பாவைப் பார்த்ததில் ரொம்பச் சந்தோஷம்" என்றார் டாக்டர். "மாமா, அவுங்க அநியோத அப்பா" என்றான் அநி. "ஆமாம், ஆமாம் இரண்டு பேருக்கும் அப்பா, அது தான் நித்துப்-பாவா" என்றார்.

"கிருஷ் அண்ணா, சௌமி அக்கா இங்க வாங்க" எனத் தங்கள் சாம்-ராஜ்யத்திற்கு இழுத்துச் சென்றனர் .கனகரத்தினம், தமிழ்செல்வி வரவேற்று உபசரித்தனர். "மதியம் சாப்பாட்டுக்கே வந்திருக்கலாமே டாக்டர்" எனக் குறைபட்டார் கனகு.

தேவகி,ராஜி, திவ்யாவுடன் பேசிக் கொண்டிருந்தார். இனியனை அறிமு-கம் செய்தனர். "இவர் தான் ரீ யூனியன் மூலகர்தாவாக்கும்" என்றார் மாத-வன்.

"ரொம்பச் சந்தோஷம் மிஸ்டர். ஆதித்யன். திவ்யாவையும், பிள்ளை-களையும் இப்படிப் பார்க்கச் சந்தோஷமா இருக்கு" எனக் கரம் பற்றினார் டாக்டர் மாதவன். "நான் தான் டாக்டர் உங்களுக்கு நன்றி சொல்லனும், இவங்களை இவ்வளவு நல்லா பார்த்துக்கிட்டதுக்கு. ஆது உங்கக்கிட்ட பழகு-வதிலிருந்தே தெரியுது , உங்கள் குடும்பம் எவ்வளவு பழக்கம்னு. இல்லைனா தான் என் மகள், ஸ்டேஜர்னு சொல்லிடுமே" எனச் சிரித்தான்.

"வாரம் வாரம் திவ்யா எங்க வீட்டுக்கு கூட்டிட்டு வந்திடும். இரண்டு வாரமா வரலையா, அது தான் இந்தக் குட்டீஸை பார்க்க வந்துட்டோம்" என்றார் தேவகி. ஆனந்த் "ஆதிப்பா, நாங்க நம்ம வீட்டுக்குப் போகவா, டாய்ஸ் எல்லாம் அங்க தான் இருக்கு" எனக் கேட்டான்.

ராஜி,"அப்ப இது யார் வீடுடா? நம்ம வீடாம். எல்லாம் கோஷ்டி சேரு-கிறதைப் பார்" என்றாள். "இது ஆனந்த்துக்கு இல்லை, இனியனுக்கு. சரி-தானே ராஜி" என்றான் ஆதி.

"அது தான் ஒன்னு கூடிட்டிங்களே, குட்டீஸ் வாங்கடா நான் கூட்டிட்டுப் போறேன் வாங்க" என ஐந்து பிள்ளைகளையும் கூட்டிச் சென்றாள். 'இந்தப் பையன்" எனத் தேவகி கேட்கவும். "புவனா மகன் தான், இவங்க அண்ணன் மகன். இவன் பிறந்து ஒரு மாசம் கூட ஆகலை ,மருமகனுக்கு விபத்து நடந்தது." என்றார் செல்வி.

விவரம் கேட்டு மாதவன் யோசித்தார். பின்னர் ஞாபகம் வந்தவராகச் சொன்னார். "ஆமாம், ஆமாம் அதை எப்படி மறக்க முடியும். மிக மோச-மான விபத்து. ஒரே நேரம் ஒரு பெரிய ட்ரக் கட்டுப்பாடு இழந்து இரண்டு, மூன்று வண்டியில் மோதுச்சு. அதில் ஒன்னு திவ்யாவின் அப்பா, அம்மா வந்தது" எனக் குண்டைப் போட்டார் சேது மாதவன். அங்கிருந்த அனைவ-ரும் அதிர்ந்து பார்த்தனர். "என்ன டாக்டர் சொல்றீங்க" என ஆதி கேட்க-வும்.

"தஞ்சாவூர், புதுக்கோட்டை ரோட்டில் நாலு வருஷத்துக்கு முன்னே நடந்த கோரமான விபத்து . அப்போ ரோடு போடும் வேலையும் நடந்துகிட்டு இருந்தது. சில இடங்களில் டைவர்சன் இருக்கும். தஞ்சாவூர் நோக்கிப் போன ட்ரெக், கட்டுப்பாட்டை மீறி வந்திருக்கு.

இந்தப் பையனுடைய அப்பாவா, உங்கள் ப்ரதர் அவர் வண்டியை ஓவர் டேக் பண்ணி , ட்ரெக்குக்கு முன்னால் தன் வண்டியைக் கொடுத்து, அவரைக் காப்பாற்றித் தங்களைப் பலி கொடுத்தார்கள் திவ்யாவின் அப்பா, அம்மா" என அவர் சொல்லும் போது திவ்யாவின் கண்களில் கண்ணீர் பெருக்கெடுத்தது.

"விபத்து நடந்த இடத்துக்கு, நியர்பை ஹாஸ்பிடல் நாங்கள் தான், நியூஸ் தெரியவும் போனோம். அந்தப் பையன் மயங்கிக் கிடந்தார். காலில் பயங்கர அடி. தஞ்சாவூர் ரெஜிஸ்ட்ரேஷன் பார்த்து அங்க பெரிய ஹாஸ்பிடலுக்கு அனுப்பி வைத்தோம். இவங்க அப்பா, அம்மா ஸ்பாட் அவுட். புதுக்-கோட்டை வந்தது. அந்தக் கார் கொடைக்கானல் ரிஜிஸ்ட்ரேஷன், அதனால் போலீஸ் விவரம் தேடும் போது டாக்டர் ரவி நம்பர் கிடைச்சது. அவன் என் நண்பன். அலறி துடிச்சு அவனே ஓடி வந்தான். மற்ற ஃபார்மாலிட்டி முடிச்-சுட்டு. வண்டியை அனுப்பிட்டு, திவ்யாவைப் பிக்கப் பண்ணிட்டுப் போனான். ரவி , திவ்யாவை எப்படித் தேற்றப் போறோம்னு தெரியலைனு, அழுதுகிட்டே போனான்" என முடித்தார்.

இவர் சொல்லி முடிக்கும் போது ஆதித்யன் திவ்யாவை தன் தோளில் சாய்த்து வைத்திருந்தான். எல்லார் கண்களும் கலங்கி இறுக்கமான சூழல் இருந்தது.

இனியன்,"டாக்டர், அப்ப நீங்க சொல்றதைப் பார்த்தால்" என இழுக்கும் போதே, சட்டெனச் சுதாரித்த மாதவன்,"ஆமாம் சார், இரண்டும் ஒரே நேரம் நடந்தது. சாரி நீங்க நல்ல ஹேப்பி மூடில் இருந்தீங்க. நான் ஏதேதோ பேசி ஸ்பாயில் பண்ணிட்டேன்" என்றார். இந்தப் பேச்சில், இனியனுக்கு இந்தப் பேச்சைத் தொடராதே என்ற மெசேஜ் இருந்தது.

அதற்குள், ஆது பஞ்சாயத்தைக் கொண்டு வந்தது. திவ்யா வேகமாகத் தன்னைச் சமாளித்தாள். "வந்துட்டாளா, எங்கடா இன்னும் காணமேன்னு பார்த்தேன்" என்றார் தேவகி. "மாமா, இந்தக் கிருஷ் இல்லை..." எனக் குற்-றப் பத்திரிக்கை வாசித்தது ஆதிரை.

மாதவன் பஞ்சாயத்துத் தலைவராகி, ஒவ்வொருவராய் விசாரித்தார். இதைப் பார்த்திருந்த குடும்பத்தினர், சூழ்நிலையைச் சகஜமாக்க அவரவர் பங்குக்குப் பேசினர். ராஜியை தன் கட்சி சாட்சிக்கு அழைத்து, அவரவர் கருத்தை வலியுறுத்திக் கொண்டிருந்தன பிள்ளைகள்.

"அடேய், எல்லாரும் சேர்ந்து என்னைப் படுத்தாதீங்கடா. ஊரில் புள்-ளைக் குட்டி பெத்தவங்க எல்லாம் சந்தோஷமா இருக்காங்க. உங்களைப் பார்த்துக்க வந்திட்டு நான் படுற பாடு இருக்கே அப்பப்பா " எனச் சந்தானம்

பாணியில் டயலாக் அடித்து அனைவரையும் சிரிக்க வைத்தாள் ராஜி.

மாலையில் இனியன் ஆனந்த்துடன் கிளம்ப, ஆனந்தை விட்டுவிட்டுப் போகச் சொல்லிக் கேட்கவும், "அத்தை ஐயம் சாரி, எங்க அண்ணி முதல் கண்டிசனே அதுதான். அவங்க இங்கே வந்து தங்கும் போது லீவு போடனு-மாம். அதனால் இப்ப உத்தரவு கொடுங்க" எனக் கிளம்பினான்.

மனம் -17

நவராத்திரியின் ஒன்பது நாட்களிலும் ஆதிசக்தியை ஒன்பது ரூபத்தில் நவதுர்காவாக ,சைலபுத்திரி, ப்ரம்மச்சாரிணி, சந்திரகாந்த, குஷ்மாதா, ஸ்கந்-தமாதா, காத்யாயினி, காளராத்திரி, மகா கௌரி, சித்திதாத்ரி என

வணங்குவதும் ஓர் மரபு.

இதில் புல்லாங்குழல் இசைத்தபடி பர்வதராஜானின் குமாரியாக, பின்னர்த் தனது திட சங்கல்பத்தைக் கடக்க முயலும் ப்ரம்சாரிணியாகத் தன்னைத் திடப்படுத்தும் சக்தி, நீதி பரபாளனம் செய்யும் முக்கண் உடையவளாக , உலகை நடத்தும் அனைத்து சக்திகளிலும் உள்ளிருந்து செலுத்துபவளாக, பிள்ளைகளின் தாயாக, இருள் நீக்குபவளாக, எதிரிகளை மாய்ப்பவளாக, கல்வி, செல்வம் , சாந்தியைத் தரும் சித்தி தாத்திரியாகவும் இருப்பாள். ஒவ்-வொரு பெண்ணிலும் இந்த அம்சங்கள் நிறைந்தே இருக்கும், தேவைக்குத் தக்கபடி தன்னை வெளிப் படுத்த வல்லவளே பெண்.

ஜமீன் இல்லம், சௌந்தர ராகவ பூபதி தனது பேத்தியிடம் தன் தாயார் வைக்கும் கொலுவைப் பற்றிச் சொல்லவும், மங்கைக்கும் ஆசை வந்தது. தனது ஆத்தா சொர்ணத்திடம் கேட்கவும். "வேற வேலைக் கழுதை இல்லப் போ, இதை வேற இழுத்து போட்டுகிட்டு யார் பார்க்கிறது " எனச் சுடுசொல் சொல்லிச் சென்றார்.

மங்கை தனது அம்மா ஜெயந்தியிடம் போய்க் கேட்கவும், "ஆமாம், இந்த வீட்டுக்கு அது ஒன்னு தான் குறை. போடி கிறுக்கு பய மகளே" என்றவர்," ஐயோ, உங்க அப்பாரு கிட்ட இப்படிச் சொன்னேன் சொல்லீறாதடி, நான் என்ன கிறுக்குப் பயலான்னு சண்டைக்கு வருவாரு" என்றார்.

"ஆமாம்னு சொல்ல வேண்டியது தானே. ஊரில் இல்லாத புருஷனுக்குப் பயந்துகிட்டு இருக்க. ஆனால் நீ சொன்னதுக்கு எங்க தாத்தாக்கு தான் நீ, பயப்படனும்" என்றாள் மங்கை.

"அது எப்படிடி, சும்மாவே இந்த வீட்டில் வாக்கப்பட்ட நாளிலிருந்து அம்புட்டுப் பேருக்கும் பயந்துகிட்டே தான் இருக்கேன்" என ஜெயந்தி சுற்றும் முற்றும் பார்த்தவாறே உரைக்க,

"அதை விடுமா, கிறுக்குப் பய மகள். பிரிச்சுப் பார் சரியா, நீ தாத்தா-வைத் தான் திட்டின" என மங்கை வம்பிழுத்தாள். "அடியாத்தி, ஒரு வார்த்-தையில் இப்படிப் பிடிச்சுக்கிட்டியேடி. நான் உன்னைத் தான் சொன்னேன்,

அவங்களை எல்லாம் சொல்லலை" எனப் பதறினார்."அப்ப வா, தாத்தாகிட்டையே பஞ்சாயத்து வச்சுக்குவோம். அவர் கரெக்டா சொல்லுவார்" என்றாள்.

"அடியே, நில்லு, நில்லு இப்ப உனக்கு என்ன வேணும் சொல்லு" என்றார். "நான் நவராத்திரி சாமி கும்பிடனும்" என்றாள் மங்கை. "சரி, ஐயரூட்டு அம்மாகிட்ட கேட்டு ஏற்பாடு பண்றேன். ஆனால் சின்ன அளவில் கும்பிட்டுக்க. யாருக்கும் தெரியக் கூடாது" என்றார்.

இப்படி மங்கையின் ஆசைப்படி, அவளது பக்தி சிரத்தைக்கு ஐம்பது, அறுபது வருடங்கள் கடந்து அம்பிகை அந்த ஜமீன் இல்லத்தில் எழுந்தருளினாள். குடத்தில் அரிசி, தாம்பூலம், மாவிலை தேங்காய் வைத்து வஸ்திரம் சாற்றிக் கன்னிப் பெண் அன்னையை அழைத்தாள்.துர்க்கையானவள், எழுந்தருளும் இடத்தில் சகல ஐஸ்வர்யமும் பெருகும், அதே நேரம் துஷ்டர்களுக்குத் தண்டனையும் தருவாள். இவர்களது ஜமீன் இல்லம் சந்திக்க இருக்கும் சோதனைகள் எத்தகையது எனக் காலம் தான் பதில் சொல்லும்.

ஆதித்யன், தஞ்சாவூர் சென்றுவிட்டு, வழக்கப்படி பண்ணைக்குத் திரும்பி இருந்தான். கொஞ்சம் சோர்வாகத் தென்பட்டான், ஆனாலும் பிள்ளைகளுக்காக, உற்சாகமாகப் பேசி வாங்கி வந்த சாக்லேட் கேக்கைக் கொடுத்தான். இரட்டையர் அப்பா, என ஓடி வந்தன. ஆது கேக்கை வாங்கிக் கொண்டு கலாம்மாவிடம் கொடுக்கச் சென்றது.

ஆதித்யன் உடல் நெருப்பாகக் கொதித்தது. அவனை வந்து கட்டிக் கொண்ட அநிருத்யா தான் முதலில் நித்துப்பாவின் மேனி சுட்டதை உணர்ந்தான்.

"நித்துப்பா, உடம்பு சுடுது. பீவரா" என அநித் தொட்டுப் பார்த்தவன், ஆதிரைக்குக் குரல் கொடுத்தான்.

கலாம்மாவும் அநியின் குரல் கேட்டு வந்தார்," ஹார்லிக்ஸ் கலந்திட்டு வரவா தம்பி" என்றார். "தண்ணீர் மட்டும் சுடவச்சுக் கொடுங்கம்மா. திவி வரட்டும் அவசரம் இல்லை" என்றான்."ஆது அப்பாக்கு பீவர் , அம்மாக்கு சொல்லனும்" என்றான் அநிருத்தா.

அதற்குள் ஆது நெற்றியில் வைத்துப் பார்க்க டிஜிட்டல் தெர்மாமீட்டரை எடுத்து வந்தது. "நித்துப்பா காட்டுங்க" என்றது.

"என் ஆதுக்குட்டி , அம்மா மாதிரி டாக்டராகிட்டீங்களா" எனக் கொஞ்சினான். "நித்துப்பா பேசாமல் படுங்க" என ஷோபாவில் படுக்க வைத்து, அவன் நெற்றியில் ஒட்ட ஹை பீவர் இருப்பதைச் சத்தம் போட்டுக் காட்டியது. "அநி, அம்மாக்கு போன் போடு" என ஆதிரை உத்தரவிட்டது.

"டேய், அம்மா வரும் போது வரட்டும், போன் பண்ணாதே" என்றான் ஆதி. ஒரு குசனைத் தூக்கி வந்து தலைக்கு வைத்து, போர்வையைத் தூக்கி வந்து போர்த்தி விட்டது.

"ஆது குட்டி எதுக்கு இதெல்லாம், அப்பாக்கு ஒண்ணும் இல்லை" என்றான். வீட்டிலிருந்த லேண்ட் லைனிலிருந்து ஸ்பீட் டயல் ஒன்றை அழுத்தி, திவ்யாவை அழைத்துவிட்டான் அநி. "அம்மா, அப்பாக்கு பீவர். உதம்பு சுதுது நீங்க வாங்க" என்றான், அவள் அந்தப் பக்கம் சில கேள்விகளைக் கேட்டுச் சரி என அநி வைத்து விட்டான்.

ஐந்தாவது நிமிடம், திவ்யாவின் கார் வந்தது. தன் டாக்டர் கிட்டோடு உள்ளே வந்தாள். கலாம்மா சுடு தண்ணீர் ஆற்றி அவனுக்குக் கொடுத்துக் கொண்டிருந்தார். எழுந்து அமர்ந்து இருமிக் கொண்டிருந்தான். "என்ன ஆச்சு, இருமல் வேற இருக்கே" என்றபடி அவனருகில் ஷோபாவில் அமர்ந்தாள்.

அவள் உள்ளே நுழையவும், இரண்டும் மாற்றி, மாற்றிச் செய்தி வாசித்தன. "திவி, இதுங்க பில்டப் தான் பயங்கரம், எனக்கு ஒண்ணும் இல்லை." என்றான்.

"அதை நான் சொல்லனும்" என்றவள் நாடி பிடித்துப் பார்த்தாள். நெற்றியில் கை வைத்துப் பார்த்துவிட்டு, தெர்மா மீட்டரை அவன் நாக்குக்கு அடியில் வைத்தாள்.

"அம்மா, இதில ஒன் ஜீரோ டூ இருந்தது" என ஆதிரைச் சொன்னது.

"அடித் தங்கம் நீங்க வச்சுப் பார்த்தீங்களா" எனக் கொஞ்சினாள் "நான் தான் முதல்ல பார்த்துச் சொன்னேன்" என அநி அவன் கட்சியைச் சொல்ல. "என்புள்ளைங்க அறிவாளி இல்லை. அப்பாக்கு பீவருங்கவும் டாக்டர் வேலையெல்லாம் பார்கிறாங்க" என இருவரையும் மழலையாகப் பேசியே கொஞ்சினாள்.

நேரம் பார்த்து, தெர்மா மீட்டரை எடுக்க ஆது சொன்னதை விடப் பாயிண்ட் அதிகம் காட்டியது. ஸ்டெத் வைத்துப் பார்த்தாள்."கலாம்மா, அரிசியை வறுத்து உடைச்சு கஞ்சி போடுங்க. இட்லியும் ஊத்துங்க" என அவருக்குச் சொல்லிவிட்டு.

"நீங்க எந்திரிங்க, உள்ளே வந்து படுங்க. மூன்று நாள் காய்ச்சல் விட்டு விட்டுத் தான் வரும்" என அவனை எழுப்பினாள். "அநி, ஆது அப்பா ரூம் பக்கம் அடிக்கடி போகக் கூடாது. அப்புறம் உங்களுக்கும் ஊசி தான்" என்றாள். "அம்மா, அப்பாவை நாங்க பார்த்துக்கிறோம்" எனக் கோரஸ் பாடினர், ஆதிக்குத் தான் கண்ணைக் கரித்தத

"என் செல்லக் குட்டிங்களா, அப்பாக்கு ஃபீவர் விட்ட பிறகு நீங்க பார்த்துக்குங்க. அதுவரைக்கும் அம்மா பார்த்துக்குறேன் ஓகே, டீல்" என்றாள். அரை மனதாக "ஓகே மா" என்றனர்.

அவனைக் கைத் தாங்களாக உள்ளே அழைத்துச் சென்று கதவை ஒருக்களித்துச் சாத்தினாள். "இதோட எப்படி ட்ரைவ் பண்ணீங்க. அங்கேயே இருந்திருக்கலாம்ல, இல்லைனா ட்ரைவர் போட்டாவது வந்திருக்கனும்" எனக் கடிந்து கொண்டாள்.

தான் கட்டிலில் அமர்ந்ததும், அருகில் நின்றிருந்த அவளது வயிற்றைக் கட்டிக் கொண்டான். "இதுக்குத் தாண்டி வர்ஷிமா கஷ்டப்பட்டு வந்தேன்" என்றான். அவன் தலையைத் தடவியவாறே, "இன்னும் சின்னக் குழந்தை நீங்க. எந்திருச்சுப் பேண்டை மாத்துங்க. ஊசி போடனும்" என்றாள். ட்ரெஸ் எடுத்துக் கொடுத்து விட்டு அவள் திரும்பி நிற்க, பிடிமானத்துக்கு அவளைப் பிடித்துக் கொண்டே, மாற்றினான்.

"திரும்புடி, மாத்திட்டேன். வர்ஷி இந்த ஊசிக்கும் அன்கான்சியஸ் ஆகுமா" என விசமமாகக் கேட்டான்,கேட்கும் போதே சிரிப்பும் அதனோடே இருமலும் வந்தது. "இங்க நிக்கிறதுக்கே முடியலையாம், இதிலே பேச்சைப் பாரு", என அவனைத் திருப்பி நிறுத்தி இடுப்பில் ஊசியைப் போட்டுத் தேய்த்து விடவும்.

"வர்ஷிமா, மச்சானைத் தடவி பார்க்கனும்னா பார்த்துக்க. அதுக்காக ஊசிப் போட்டுட்டேன்னு பொய் சொல்லாதே" என்றான். அங்கேயே இரண்டு அடி போட்டாள்.

"ஒழுங்காத் திரும்பி படுங்க. ஹை டெம்பரேச்சரில் உளறனும்னு அவசியம் இல்லை " எனப் படுக்க வைத்துப் போர்த்தி விட்டாள். அவள் கையைப் பிடித்தபடி இருந்தவனின் தலை மாட்டில் அமர்ந்து, தலை முடியைக் கோதிவிட்டாள். அவன் கண்களிலிருந்து கண்ணீர் வழிந்தோடியது, "சும்மா கண்டதையும் நினைக்காமல் தூங்குங்க. நான் பசங்களைப் பார்த்திட்டு வர்றேன்" எனப் போர்வையைப் போர்த்தி விட்டுச் சென்றாள்.

கிளினிக்கில் வேறு முக்கியமான நோயாளிகள் இல்லாததால், இரட்டையருக்கு உணவு கொடுத்து, டீவி பார்க்க வைத்து விட்டு, கஞ்சியோடு ஆதித்யன் அறைக்குத் திரும்பினாள். காய்ச்சல் விட்டு வேர்த்திருந்தது. அவனை எழுப்பிக் கஞ்சியைக் குடிக்க வைத்தாள்.

"நல்லா தண்ணீல தினம் ஆடுறது, சாய்ந்திரம் ஜில்லுன்னு அடிக்கிற காற்றில் வர்றது இது தான் ஒத்துக்களை"என்றாள். "அதுக்காக என் உயிரைப் பார்க்க வராமல் இருக்க முடியுமா" என்றான். "சும்மாவே டயலாக்குக்குப் பஞ்சம் இருக்காது இப்ப ஜுரவேகத்தில் முழுத் தஞ்சாவூர்காரனா மாறீட்டிங்க" என்றாள்.

இரவு இரட்டையரைத் தூங்க வைத்த பின்னர் வந்து பார்க்கும் போது ஜுரம் குறைந்து, மாத்திரை மயக்கத்தில் இருந்தான். உளறலும் இருந்து. "வர்ஷி, என்னை விட்டுட்டு ஏண்டி போன, எவ்வளவு கஷ்டமா இருந்துச்சு. ஐ லவ் யூடி.ஐலவ் யூ. வர்ஷி எனக் கிட்ட வந்திரு. வாழவும், முடியலை, சாகவும் முடியலை" எனப் புலம்பினான். இதைக் கேட்ட திவ்யாவுக்கு, தான் எப்படி அவனைப் பாதித்திருக்கிறோம் என்பது புரிந்தது.

அவனருகே அமர்ந்து தலையைத் தடவிக் கொடுக்க, அவள் மடியில் தலை வைத்து, ஆசுவாசம் அடைந்து அமைதியாகத் தூங்கினான். திவ்யாவுக்குத் தாங்கள் கடைசியாகச் சந்தித்த, நினைவில் இனிப்பதும், கசப்பதுமான

அந்த இரவின் நினைவுகள் காட்சியாகத் தோன்றின.

நான்கு வருடத்திற்கு முன்பு அன்றோடு ஹவுஸ்சர்ஜன் பயிற்சியும் முடிந்தது. வேறு சில ஃபார்மாலிடிக்காக மட்டுமே இனி வரவேண்டும், பாதி பொருட்களை காலி செய்து அன்று ஆதித்யனுடன் கிளம்பினாள். வழி நெடுக, பேசிக் கொண்டே வந்தனர். ராஜன் கார்டன்ஸ் வரவும்.

"உள்ளே நிறையப் புதுக் கட்டிடம், மாற்றங்கள் இருக்கு பார்த்திட்டுப் போகலாம்" என்றான். அவளும் ஆர்வமாகவே வந்தாள். பவழமல்லி மரத்தைக் கடக்கையில், இருவருக்கும் ஓர் புன்னகை வந்தது, அதே இடத்தில் வைத்து, "வர்ஷி நான் தான் உன்னிடம் ப்ரபோஸ் பண்ணினேன், காதலைச் சொன்னேன். நீ சொன்ன ஆறுமாதம் முடிஞ்சிடுச்சு. இப்பவாவது சொல்லேன்" என்றான்.

"இதென்ன இன்ஸ்டென்ட் காபியா, இல்லை டூ மினிட்ஸ் நூடுல்ஸா, பொறுங்க. அதெல்லாம் ஃபீலாகி தன்னால வரனும். இப்ப என்ன உங்களுக்குக் குறையா போச்சாம்" என அவன் கேட்க நினைக்கும் மூன்று வார்த்தைகளைப் பேசக் காலம் தாழ்த்தினாள்.

"என்ன குறையா, முக்கியமான மூன்று வார்த்தையைச் சொல்லமாட்டேங்கிறியே" எனக் குறைபட்டான். மேனேஜர், இவன் வந்ததை அறிந்து வந்தவர், "வாங்க சார், வாங்க மேடம். கீழே போற வழியில் மரம் விழுந்து கிடக்கு, வேலை பார்த்துகிட்டு இருக்காங்க. சரியாக விடிய காலை ஆகிடும். டிபனுக்குச் சொல்லவா" எனக் கேட்டார்.

"சொல்லிடுங்க நடராஜன் சார். வர்ஷி,நைட் இங்கே ஸ்டே பண்ணிக்கலாம் " என்றான். அவள் யோசனையாகவே அவனைப் பின் தொடர்ந்தாள். "என்ன இவ்வளவு யோசனை, நான் குட் பாயாக்கும், அப்படியெல்லாம் பாயமாட்டேன்" என்றான் ஆதித்யன்.

"ச்சீ, அதுக்கா பயந்தேன், இப்படி அடிக்கடி ரோட் ப்ளாக் ஆகுதே, கீழே இருந்து ஒரு எமர்ஜென்சிக்கு கூடச் சட்டுனு மேல வரமுடியாமல் சில நேரம் சங்கடமாகிடும். நீங்க இல்லைனா, நான் பொன்னு மாமா வீட்டுக்குத் தான் போயிருப்பேன்" என்றாள்.

புதிதாகக் கட்டப்பட்ட அறை ஸ்டார் ஹோட்டல் அறை போல் இருந்தது. "அங்கிள் ரசனையே தனிதான். பாரு எப்படி ராயலா இருக்கு" எனச் சிலாகித்தான் ஆதித்யன்.

"அப்பாகிட்ட இயல்பாகவே அந்த ஒரு பந்தா இருக்கும். கேட்டால் ஜமீன் பரம்பரை, அப்படியே வளர்ந்திட்டேன்னு சொல்லுவாங்க. ஏன் ஒதுங்கி இருக்கீங்கன்னா, உங்க அம்மாவை ஏற்றுக்காதவங்களோடு நான் எப்படி இருக்க முடியும்னு சொல்லுவார்" எனத் திவ்யா தன் தந்தையைப் பற்றிப் பேசியவள், "நித்யன், அதே மாதிரி என்னை உங்க வீட்டில் ஏத்துக்கலைனா என்ன பண்ணுவீங்க" என்றாள்.

"என்னடா பொசுக்குனு இப்படிக் கேட்டுட்ட, உன்னை யாராவது மறுக்க முடியுமா. என்னால அங்கிள் மாதிரி உதறிட்டு வரமுடியாது. காத்திருந்து உன்னை ஏத்துக்க வைப்பேன்" என்றான். உணவும் வந்து சேர, சேர்ந்தே சாப்பிட்டார்கள். அந்த ஹாலில் இருந்து, இரண்டு பெட் ரூம் இருந்தது. குளிர் அதிகரிக்கவும், கதவை மூடி, திரைச்சீலைகளை இழுத்து விட்டனர். ஹாலில் ஒரு நெருப்புக் கனப்பு கூண்டு இருந்தது. அதில் ஆதித்யன் நெருப்பை மூட்டினான். கைகளை நீட்டிக் குளிர் காய்ந்தனர்.

"இன்னைக்கு என்ன சேலையில் வந்திட்ட வழக்கமா உன் லாங் டாப் சுடிதாரில் இருப்பியே" என்றான். "லாஸ்டே ஃபங்சன் இருந்தது, நீங்க வேற அவசரப்படுத்துனீங்க, அது தான் அப்படியே வந்துட்டேன், ஏன் நல்லா இல்லையா" என்றாள்.

"கண் இல்லாதவன் தான், நல்லா இல்லைனு சொல்லுவான். நெருப்பின் ஜ்வாலை உன் முகத்தில் பட்டு ஜொலிக்கிற." என மோடாவை அருகில் போட்டு அமர்ந்து கொண்டு, அவள் கைகளைப் பற்றினான், "வர்ஷி, உன்னைப் பார்த்த நொடியிலிருந்து உன்னைக் காதலிக்கிறேன். அனாயாசமா ஜீப்பை ஓட்டிட்டு ஒரு பார்வை, ராஜன் கார்டன்ஸ்நேம் போர்டைப் பார்த்து, அப்படித் திரும்பின பாரு, அப்பவே உன் அழகில் செத்துட்டேன்" என அவள் புறங்கையில் இதழொற்றினான்.

"வேண்டாம் நித்யன், அப்படிப் பார்க்காதீங்க,உங்க கண்ணில் வழியும் காதலில் நான் கரைஞ்சுடுவேன் போல. வயிற்றில் என்னமோ பண்ணுது. தொண்டை வறண்டு போனமாதிரி இருக்கு" என்றாள்.

அவள் கன்னச் சிவப்பை ரசித்தவன், லேசாக வருடி, அதே விரல்களை, தனது உதட்டில் பதித்து முத்தமிட்டான். இதோ வர்றேன்" என்றான். வந்தவன் கையில் ஒரு கூல்ட்ரிங் பாட்டிலும் ஒரு க்ளாஸ் டம்ளரும் இருந்தது. "என்ன ஒரு டம்ளர்" என்றவளை, " நீ இதைப் பருகு என் கண்மணி, நீ பருகும் அழகை நான் பருகுவேன் பொன்மணி" என ஊற்றி நீட்டினான்.

"ஆகா தஞ்சாவூர்காரர் வந்துட்டார்." என்றவள், அவனை முதலில் குடிக்கச் சொன்னாள், அவன் இரண்டு மடக்கு குடித்து அவளிடம் நீட்ட, இவள் பருகிய ஒரே மடக்கில் கேஸ் மூக்கில் ஏறியது.

" நித்யன் எனக்கு வேண்டாம், தண்ணி போதும்" என அருந்தினாள். அவனுக்குக் கூல்ட்ரிங் ருசியில், வித்தியாசம் தெரிந்தது, ஆனாலும் குடித்து முடித்தான்.

திவ்யா, இரண்டு பெட்ரூமையும் பார்த்துவிட்டு, தனக்காக ஓர் அறையில் நைட்டி ட்ரெஸ்ஸை எடுத்து வைத்து விட்டு வந்தாள். ஆதி அதற்குள் மற்றொரு , டம்ளரையும் முடித்திருந்தான். திவ்யா வரும் போது அவனது சிரிப்பில் வித்தியாசம் உணர்ந்து, அவனருகில் வந்தாள்.

"நித்யன், அது கூல்ட்ரிங் தானே, ஏன் இப்படி இருக்கீங்க" என்றாள். "வர்ஷிமா, ஐ லவ்யூடி" என அவளைக் கட்டிக் கொண்டான். அவனைத்

தூக்கி நிமிர்த்தும் முன் மிகவும் கஷ்டப்பட்டாள். "நித்யன் என்ன இது, நேரா நில்லுங்க எனக்குத் தூக்க முடியலை" என்றாள். அவள் சொல்லவும் நிமிர்ந்து நின்றான், அவளைத் தாங்கி நின்றவன் அவள் முகத்தை நிமிர்த்திக் கண்களில் காதல் வழியப் பார்த்திருந்தான், அவளும் அவன் கண்களிலிருந்து பார்வையை விலக்க இயலாமல் லயித்திருந்தாள்.

"வர்ஷி, என் கண்ணுக்குள்ளேயே உன்னை வச்சுக்கிறேன் , என்னோடு வந்திடு" என அவள் கண்களில் இதழொற்றினான். மோன நிலை மாறி அவளை அணைத்தபடியே ஷோபாவை நோக்கி நடந்தான்."நித்யன், இந்தப் பக்கம், இங்கே வாங்க பெட்ரூமில் படுத்துக்குவீங்க, வாங்கப்பா ப்ளீஸ்" என்றாள்.

"வர்ஷிமா நீ ப்ளீஸ் சொல்லாதே, ஆர்டர் போடு. நான் கேட்டுக்குவேன். என் இதயத்தில் இருக்குற ராணி நீ" என்றான். "ஆமாம், ஆமாம் ராணி தான் வாங்க, வந்து ரூமில் படுத்துக்குங்க" என அழைத்துச் சென்றாள்.

பெட்டில் படுக்க வைத்து சூவைக் கழட்டிவிட்டாள். தலையணையைச் சரி செய்து வைக்கப் போக, அவளது வயிற்றைக் கட்டிக் கொண்டான். "வர்ஷி ஐலவ்யூடி" எனும் மந்திரத்தைத் திரும்பச் சொன்னான். அவன் சிகையை வருடியவள்,"ஐ லவ்யூ நித்யன்" என அவன் தலைமேல் தன் முகத்தை வைத்தபடி முத்தம் தந்து, கொஞ்சி, கெஞ்சி விட்டுச் சென்றாள்.

தனக்கான அறைக்கு வந்து, சேலையைக் களைந்து நைட்டிக்குள் புகும் நேரம், இரவு விடிவிளக்கின் மெல்லிய ஒளியில், அவளைப் பின்னனிருந்து அணைத்தான் ஆதித்யன். அவன் தனது சுயநினைவில் இல்லை என்பது அறிந்து, திவ்யா அவனை விலக்க நினைத்தாள்.

திவ்யாவின் காதுகளில் கேட்ட" வர்ஷி ஐ லவ்யூ, இவ்வளவு நாளா எங்கிருந்த. எனக்காகவே பிறந்தியாடி" என்ற அவனது உணர்வில் ததும்பும் வார்த்தைகள் அவளின் உள்ளத்தை அசைத்தது. அவளின் இடையைத் தழுவிய அவனின் கைகளின் மென்மையான அணுகுமுறை, அவனின் வருடல் அவனின் கண்களிலிருந்த காதல் என அவனை நோக்கித் திரும்பிய அவளை மொத்தமாக அவனுள் தொலைத்தது. தன் நிலை மறந்து, செயல் மறந்து அவனின் வர்ஷி அவளின் நித்யனுடன் விழியில் கலந்து, உயிரில் நிறைந்து, தன்னில் அவனின் உயிரையும் நிறைத்துக் கொண்டாள்.

எல்லாம் முடிந்து அவனின் கைவளைவில் கிடந்தவள், முகத்தில் அசாத்திய மௌனமும் திருப்தியும் இருந்ததே தவிர, திருமணத்திற்கு முன் கூடிய பதட்டமோ, குற்ற உணர்வோ சிறிதும் இல்லை. அவனை அணைத்து சிகையைக் கோதி,"ஐலவ்யூ நித்யன்" எனும் எதிர் மந்திரத்தைத் திருப்பிப் படித்தாள். அதைச் சொல்லும் போதே, முகம் சிவந்து புதுமணப் பெண்ணின் புதுக்கலையைப் பெற்றிருந்தாள்.

களைந்திருந்த ஆடைகளைச் சீர் படுத்தி அதிகாலையின் இனிமையைத் தனது புது அனுபவத்தோடு ரசிக்கக் கண்ணாடி ஜன்னலருகே வந்து அமர்ந்து

விட்டாள். அவன் விழித்தவுடன் எப்படிப் பார்ப்பது என யோசனை, வெட்கம், மகிழ்ச்சி என அனைத்தும் போட்டியிட விடியலுக்காகக் காத்திருந்தாள் திவ்யவர்ஷினி.

அவள் மடியில் படுத்திருந்த நித்யன் அசைந்தான், அவள் சுயநினைவுப் பெற்று நடப்புக்கு வந்தாள். மீண்டும் உடல் சூடு ஏற ஆரம்பித்து இருந்தது. அவனை நகர்த்திக் கட்டிலில் படுக்க வைத்துவிட்டுப் பச்சைத் தண்ணீரில் நனைத்து நெற்றியில் துணியைப் போட்டாள். அவன் உறங்கவும் தானும் அப்படியே கவிழ்ந்து தூங்கினாள்.

அதிகாலையில் விழிப்புத் தட்ட ஆதித்யன் கண் விழிக்கையில், கவிழ்ந்து தூங்கிய திவ்யா கண்ணில் பட்டாள். ஆதித்யன் உணர்வு பொங்கியது. மெல்ல அவளை எழுப்பினான். அவள் வேகமாக எழுந்து, "என்ன வேணும், ஏதாவது செய்யுதா" என்றாள்.

"ஒண்ணுமில்லை, காய்ச்சல் விட்டுடிச்சு. நீ போய்ப் படு. நீயும் படுத்துகிட்டா என்ன பண்றது. பிள்ளைகளைப் பார்க்கனும்" என்றான்."சரி நீங்க தூங்குங்க" எனப் போர்த்தி விட்டு பிள்ளைகளோடு சென்று படுத்துக் கொண்டாள்.

தொடர்ந்து வந்த மூன்று நாட்களும், அவன் பிள்ளைகளும், தாயுமாக அவனுக்குப் பணிவிடை செய்து, வைத்தியம் பார்த்து அவனைத் தேற்றினர். லலிதா, திவ்யாவிடம் பேசினார், "அவங்களுக்கு வைரல் ஃபீவர் தான் பயப்படாத்ங்க. நான் பார்த்திக்கிறேன்" எனத் தைரியம் சொன்னாள்.

"தெரியும்மா, நீயே ஒரு டாக்டர், உனக்குப் பார்த்துக்கத் தெரியாதா, ஆனால் ரொம்பப் புலம்புவான்" என இழுத்தார்.

"ஆமாம்மா தெரியும், நீங்க கவலைபடாதீங்க. நான் பார்த்துக்கிறேன். ஆயுதபூஜைக்கு ஆரோக்கியமா உங்க முன்னால் இருப்பார்" என்றாள். "நீயே கவனிக்கும் போது நிச்சயம் சீக்கிரம் குணமாகிடுவான், பூஜைக்கு வரும் போது நீயும் பிள்ளைகளும் கூட வாங்கம்மா" என்றார் லலிதா.

திவ்யா எதுவும் பேசாமல் மௌனமாக இருக்கவும்,"எதுவும் தப்பா சொல்லிட்டேனாம்மா" என வினவினார். "இல்லைமா, உங்களுக்கும் பேரன் பேத்தியைப் பார்க்க ஆசை இருக்கும் எனக்குப் புரியுது. ஆனால் என்னால் வர முடியாது. பிள்ளைகளை அனுப்பி வைக்கிறேன்" என்றாள்.

" எங்களுக்குப் பேரன், பேத்தி வேணும் தான், இல்லைனு சொல்லலை. மருமகளோடு தான் வேணும். உங்கம்மாவே எங்க வீட்டுப் பொண்ணு தான், நீ அன்னியமாயிடுவியா திவ்யாம்மா. எப்போ இருந்தாலும் நீதான் ஆதிக்குப் பொண்டாட்டி." எனப் போனை வைத்தார்.

திவ்யா, உணர்ச்சி வயப்பட்டுப் போனாள். மனதில் ஆயிரம் எண்ணம் ஓடியது. 'அப்போ மாசமா இருந்தாளே, அந்தக் கயல்விழி என்ன ஆனால், குழந்தை என்ன ஆனது. சாப்டர் முடிந்ததுன்னு சொன்னாரே, அப்போ டைவர்ஸ் பண்ணிட்டாரா, ஏன். எனக்கும் இவருக்கும் பிள்ளைகள் இருப்ப-

தும் தெரியாதே. அன்னைக்கு ஏதோ சொன்னாரே, படாத இடத்தில் பட்டு என, அப்போ என்ன ஆனது. தாம்பத்தியத்துக்கு முடியாமல் போனாரோ'என ஆயிரம் சிந்தனை ஓடியது.

வல்லத்தில் ஈகைச் செல்வியின் வீடு. மரகதம் மருமகள்களைப் பம்பரமாகச் சுழற்றிக் கொண்டிருந்தார். நவராத்திரி கொலு வைத்திருத்தினர். ஊரில் இருப்பவர்களை அழைத்து, தாம்பூலம் கொடுத்து மரியாதை செய்து அனுப்பிக் கொண்டிருந்தார்.

"வளரு, சாமிக்கு அலங்காரம் எல்லாம் முடிஞ்சதா" என்றார் மரகதம்.

"ஆச்சு அத்தை, எல்லாத்துக்கும் பூ போட்டுட்டேன், மலரு சுண்டல், சுவியம், வடை, மற்றது செஞ்சிருச்சு" என்றாள். வெள்ளிக் கிண்ணங்களில் பிரசாதங்களை நிரப்பி வந்த மலர் அதனைப் பூஜையறையில் வைத்தாள்.

"சின்னவ செல்வி எங்க, அவள் பிறந்த வீட்டிலிருந்து வர்றாங்கன்னா கைகால் ஓடாதே" எனக் கேட்டார் மரகதம். 'அவளே வெடவெடத்து திரியிறா. அவங்க அம்மா அதுக்கும் மேல, இதெல்லாம் மரகதத்தம்மாவை எதிர்த்து யாரு பேசுவா' என மலர் மைணட் வாய்சில் பேச."நோ சான்ஸ்" என்றார் வளர்மதி, மலருக்கு மட்டும் கேட்கும் குரலில், அதுவும் மாமியார் பார்க்காத போது .ஆமாம் என்ற ஆமோதிப்புப் பார்வையை வளருக்கு தந்து விட்டு, மாமியாரை ஒன்றும் அறியாதது போல் பார்த்தாள்.

"என்னடி கேட்கிறேன், கல்லாட்டம் நிற்கிற, பிரகதீஸ்வரனுக்குத் தான் உன்னைக் கட்டியிருக்கு, பிரகதீஸ்வரர் கோவில் சிலை இல்லை நீ" என்றார் மரகதம். "செல்வி ரங்கோலி போடுது அத்தை" என்றாள் அவசரமாக. இல்லையென்றால் அத்தையம்மா கோவிலில் நிற்க வைத்து விடும் என்ற பயம்.

இன்று ஈகையின் பிறந்த வீட்டிலிருந்து நவராத்திரி பூஜைக்கு வருகிறார்கள். லலிதாவும், ராஜேந்திரனும் வருகின்றனர். புவனா எந்த விசேசத்திலும் அன்புவை பார்க்க வேண்டும் என ஒதுங்கிக் கொள்வாள். இன்று மாமியார் சம்பந்தி வாய்க்குப் பயந்து நடுங்கி இருந்ததை உணர்ந்து, சமையல்காரப் பெண்மணியிடம் சொல்லிவிட்டு, ஆனந்தையும் அழைத்துக் கொண்டு வந்தனர்.

பைப் பையாகப் பூக்கள், பழங்கள், இனிப்புகள் என அள்ளி வந்தனர். சூழ்நிலையைச் சமாளிக்கப் புவனா கூட வந்தாள். ஆனால் இவர்கள் கார் போய் நிற்கவும், ஈகை ஓடிவந்தாள். "அப்பா, அம்மா, அண்ணி வாங்க. ஆனந்த் குட்டி இப்ப தான் ரொம்ப நாள் கழிச்சு வர்றீங்க" எனக் கொஞ்சினாள்.

விஷ்வாவும், படியில் ஏறும் போதே வந்து விட்டான். டிரைவர் பைகளைக் கொண்டு வந்து தரவும், புவனாவும் , லலிதாவுமாக வாங்கிக் கொண்டு உள்ளே சென்றனர். ராஜேந்தரை சந்திரசேகர் வரவேற்றுப் பேசிக் கொண்டிருந்தார்.

விசாலமாக இருந்த பூஜையறையில், கொலு வைத்திருந்தனர். கையோடு கொண்டு வந்த தட்டில் பரப்பி உள்ளே பூஜையில் அமர்ந்திருந்த மரகதத்திடம் நீட்டினார் லலிதா."அண்ணி வணக்கம், இந்த வருஷமும் நல்லா அம்சமா இருக்கு கொலு" எனப் புகழ்ந்தார். "செல்வி,பரவாயில்லை உங்கம்மாவுக்கு எப்படி ஐஸ் வைக்கனும்னு தெரிஞ்சிருக்கு" என்றாள் மலர் ரகசியமாக.

"வாங்கண்ணி, நீங்க வந்ததில் ரொம்பச் சந்தோஷம்" என்றார் மரகதம். "பெரியம்மா வணக்கம், ஆசீர்வாதம் பண்ணுங்க" எனக் காலில் விழுந்தாள் புவனா. "புவனா ஒரு படி மேல போய்ட்டா, செல்வி நீ தப்பிச்ச" என வளர் காதை கடித்தார்.

"அக்கா மெயின் மேட்டரில் தான் பிரச்சனை வரும், ஐ யம் வெயிட்டிங். கிளிசரின் போடாமலே பிச்சு உதறுவேன் பாருங்க" என ஈகை அவள் பங்குக்குக் கமெண்ட் அடித்தாள்.

"நல்லா தீர்க்க சுமங்கலியா இரு, அடுத்தத் தடவை உன் புருஷனோடு வரனும். அதுக்குள்ள தம்பி நடத்திடும் கவலைப் படாதே" எனவும் கண்கலங்கி விட்டாள் புவனா.

"உங்க வாக்குப் பொன்னாகட்டும் பெரியம்மா. உங்க கொலுவுக்கு ஓடியாடும் பிள்ளைகள் செட்டு வாங்கி வைக்கிறேன்" என்றாள். வளரும், மலரும் வந்து லலிதாவுக்கு வணக்கம் சொன்னார்கள். பெரியவர்கள் வணங்கி ஹாலுக்குச் செல்ல மருமகள்கள் பூஜைக்கு வந்தனர்.புவனா அம்மன் மீது ஒரு பாட்டுப் பாடினாள்.

அமிர்தத்தம்மாள் இருக்குமிடம் வந்து லலிதா வணங்க. "நல்லா இரும்மா" என வாழ்த்தி அருகில் அமர்த்திக் கொண்டார். ஆண்களும் அங்கே இருக்க, ராஜேந்திரன் பேச்சை ஆரம்பித்தார்,"சம்மந்தி, எப்படிச் சொல்றதுன்னு தெரியலை. ஆதி கல்யாணத்தைத் தள்ளிப் போட்டதுக்கு, அவன் மனசில் ஒரு பொண்ணை நினைச்சிருந்ததுன்னு தெரியாமல் போச்சு. அதுவும் விஜயன் மகள்னு தெரிஞ்சிருந்தா நாலு வருஷம் முன்னாடியே முடிச்சிருப்போம்" எனச் சுற்றி வளைத்தார்.

"விடுங்க சம்மந்தி, விஷ்வா எல்லாம் சொல்லிட்டான். நீங்க சங்கடப் படாதீங்க. ஒரு வகையில் நாங்க இப்ப பொண்ணு வீட்டுக்காரங்க. விஜயன் இருந்து என்ன செய்வானோ, அதை நாங்க செய்யறோம்" எனச் சந்திரசேகர் ஒரே வார்த்தையில் முடித்தார்.

"அம்மா லலிதா, என் தங்கச்சி பேரையே மகளுக்கு வச்சிருந்திருப்பான் போல, படுபாவி போய்ட்டான். தாய், தகப்பன் இல்லாமல் நிற்கிற பிள்ளையை நீதான் தாயா அரவணைக்கனும்" எனக் கையைப் பிடித்துக் கொண்டு கண்ணீர் விட்டார் அமிர்தத்தம்மாள்.

"அம்மா நீங்க சொல்லனுமா, என் மருமகள் என்கிட்ட வந்திட்டாப் போதும், தங்கம், தங்கமா நான் தாங்குவேன். நான் கூடப் பூஜைக்குக் கூப்பிட்டேன், சங்கடப் படுது. எப்படா அதுகளைப் பார்ப்போம்னு மனசு அடிச்-

சுக்குது" எனக் கண் கலங்கினார்.

மரகதம்," என்ன படிச்சாலும், அது தான் பொம்பளை மனசு. யார் முகத்திலையும் முழிக்க மாட்டாமத் தானே அப்படிப் போய் உட்கார்ந்திருக்கு" என்றார். "ம்க்கும், இவங்க மாதிரி பொம்பளைங்க இருந்தால் , சின்னப் பொண்ணுங்க என்ன செய்யும்" என நொடித்தனர் மருமகள்கள். புவனா மூன்று மருமகள்கள் ரகசியப் பேச்சு வார்த்தையைக் கவனித்துக் கேட்டாள்.

"அண்ணி, வார்த்தைக்கு வார்த்தை, இவங்களைக் கமெண்ட் அடிச்சுச் சிரிக்காமல், அவங்களுக்குத் தெரியாமல் எப்படிப் பேசுறீங்க" "என வியந்தாள். "உனக்கு வாச்சது நல்ல மாமியார், ஓரகத்திகளும் இன்னும் வரலை, அதுனாலத் தெரியலை. எங்க மாமியாரெல்லாம் டெரர்" என்றாள் மலர்.

"தனியா சமாளிக்க நான் பட்ட பாடு, அப்பப்பா மலர் வந்தோன கூட்டணி போட்டுட்டேன். செல்வி பயத்திலேயே எங்களோடு ஐக்கியம் ஆகிட்டா" என்றாள் வளர்மதி. உட்கட்டில் அண்ணிகளுடன் பேசிக் கொண்டே வெளியே லலிதாவிற்கு ஆதரவு தரும் வகையில் பேசினாள் புவனா.

"இப்பவும் திவ்யா வர்ற மாதிரியே இல்லை,பெரியம்மா, வெளிநாட்டில் போய்ச் செட்டில் ஆகுறேன்னு சொல்லுது" என்றாள் புவனா."அதுக்குத் தான் பயம்மா இருக்கு. ஆதியும் மருகுறான்" என்றார் லலிதா.

"அப்படியெல்லாம் விட்டுட மாட்டோம், தங்கச்சி கவலைப் படாதீங்க. பேசிற இடத்தில் பேசி நல்லபடியா சேர்த்து வைப்போம்" என்றார் சந்திரசேகர்.

"உன் பேரன், பேத்தி போட்டோ வச்சிருக்கியா" என லலிதாவிடம் கேட்கவும், "இதோ காட்டுறேன் ஆத்தா" எனத் திவ்யா பிள்ளைகளோடு இருப்பதைக் காட்டினாள். போட்டோவைப் பார்த்து," என் தங்கச்சி சாயல் கொஞ்சம் தான் இருக்கு, அவுங்க அம்மா மாதிரி இருக்கோ" எனக் கேட்டார்.

"ஆமாம்மா, கார்த்திகை எனக்கு நாத்தி தானே, தூரத்துச் சொந்தம், எங்க மாமியார் வகை. அதுவும் நம்ம வீட்டில் தான் வளர்ந்தது.இது அவுங்க அம்மா மாதிரி தான்" என்றார் லலிதா. "மருமகன் வீட்டுக்கு வருவாரா, நிதம் புதுக்கோட்டை போறாராமே" என மரகதம் கேட்கவும்,

"பிள்ளைகளைப் பார்த்தா நமக்கே மனசு ஆறலை, அவன் எப்படி இருப்பான். இப்ப மூனுநாளா காய்ச்சல், மருமகள் தான் டாக்டராச்சே பார்த்துக்குது. அதைவிட மகனும், மகளும் மாத்திரை எடுத்துக் கொடுக்க, தண்ணீர் எடுத்துக் கொடுக்க, போர்த்திவிடன்னு ஒரே கவனிப்பாம். ஆதி வாய் ஓயலை. அவங்க அம்மா வருமுன்னே அந்தக் குட்டி, அதென்னமோ நெற்றியில் ஒட்டினா காய்ச்சல் எவ்வளவு னு தெரியுமாம் அதை வச்சுப் பார்த்துச் சொல்லுச்சாம்" எனப் பேரன், பேத்தி பெருமை பேசினார் லலிதா.

ஆனந்த், கௌரி, சித்து மற்றும் அவர்கள் பெரியப்பா பிள்ளைகளுடன் ஆடித் திரிந்தான். "அடுத்து என்ன செய்யறதா உத்தேசம்" என ராஜேந்திரனைப் பார்த்து சந்திர சேகர் கேட்கவும்.

"இந்தத் தீபாவளிக்கு எல்லாருமா கனகு வீட்டுக்குப் போறோம். மருமகளைச் சம்மதிக்க வச்சு, எப்படிப் பிரியப் படுதுங்களோ, அது மாதிரி கல்யாணம் பண்ணி வச்சிடுவோம்" என்றார் ராஜேந்திரன்.

"நல்லது சம்பந்தி, இது தான் சரியான முடிவு. ஆனால் நமக்குத் தெரிஞ்ச விசயம், அப்படியே பரவும். திவ்யாதானே பேரு, அது ஜமீன் வாரிசு. எவ்வளவு குடும்பப் பெயர் இருக்கோ, ஆபத்தும் அதே அளவு இருக்கு. நான் இங்கே நூல் விட்டுப் பார்க்கிறேன். நீங்களும் ஆக வேண்டியதப் பாருங்க" என்றார்.

புவனா, லலிதா முகத்தைப் பார்க்கவும், "அண்ணி, பெரியவன் தனியா இருப்பான், புவனா எங்கயும் வர்றது இல்லை, நான் தான் சுமங்கலி தாம்பூலம் வாங்கனும்னு கூட்டிட்டு வந்தேன்" என்றார்.

"அண்ணி கவலையே படாதீங்க. நிறைஞ்ச வீட்டில் வச்சு சொல்றேன், அடுத்த வருஷம் மூனு மகன், மருமகளோட எங்க வீட்டு நவராத்திரி பூஜைக்கு வந்து கலந்துக்குவீங்க" என்றார் மரகதம். "ரொம்பச் சந்தோஷம் அண்ணி, உங்க வாக்கு பலிக்கட்டும்" என்றார்.

மனம்-18

நவராத்திரியின் கடைசி மூன்று நாட்களை நாம், கல்விக் கண் திறக்கும் சரஸ்வதி தேவியை வணங்கும் பூஜையாகக் கொண்டாடுகிறோம்.நமது குலதெய்வ வழிபாட்டுத் தளங்களிலும் கூட ஆதி முதலே, பேச்சியம்மன் என்ற அம்மனை வழிபட்டிருப்போம், இதுவும் சரஸ்வதியை நாட்டார் வழக்கத்தில் வணங்கப்பட்ட தெய்வமே ஆகும்.

ஆயக்கலைகள் அத்தனைக்கும் அதிபதியாக, சரஸ்வதி தேவியை, ஆயுதபூசை சரஸ்வதி பூஜையாகத் தமிழகமெங்கும் வீடுகளில் மட்டும் அல்லாது கல்விக் கூடங்கள், தொழிற்சாலைகள், வர்த்தக நிறுவனங்கள் என எல்லா இடங்களிலும் பூஜை செய்கின்றோம்.

ஆதித்யன், மூன்று நாள் காய்ச்சலிலிருந்த போது, தாயும் மக்களுமாக அவனது குடும்பமே அவனைத் தாங்கியது. அவன் சொல்லியும் கேட்காமல், கனகரத்தினம், செல்வி திவ்யா மூவருமாகப் பண்ணை ஆள் சுப்புவை பழங்கள், காய்கறிகளைக் காரில் நிரப்பி அவனையே காரினை ஓட்டவைத்து ஆதித்தியனைத் தஞ்சை அனுப்பி வைத்தனர். இரண்டு நாள் தங்கி, தொழிற்சாலையில் பூஜையை முடித்த பின்னே தான் பண்ணைக்குத் திரும்ப வேண்டும் என்ற டாக்டரம்மாவின் உத்தரவு. மீறமுடியாமல் கிளம்பினான்.

தஞ்சை கிளம்பும் முன் திவ்யா அவனது மாத்திரைகளை ஒவ்வொன்றாக அவனிடம் காட்டி, எப்பொழுது சாப்பிட வேண்டும் எனச் சொல்லிக் கொண்டிருந்தாள், நிமிர்ந்தும் பார்க்காமல் மண்டையை ஆட்டிக் கொண்டிருந்த ஆதியை "இங்க நிமிர்ந்து பாருங்க. சும்மா தலை ஆட்டுகிறதிலிருந்தே தெரி-

யுது, இதை ஒழுங்கா சாப்பிட்டு மாட்டிங்கன்னு" எனக் கடிந்து கொண்டிருந்தாள்.

"அதுக்குத் தான் நீயும் பிள்ளைகளோடு வான்னு சொல்றேன், அம்மா கூடக் கூப்பிட்டாங்கல்ல, வாமா ப்ளீஸ்" என்றான்.

"உங்களுக்கு உங்களைத் தவிர வேற நினைப்பே கிடையாதா, அங்க எப்படி வருவேன் கொஞ்சமாவது நினைச்சுப் பார்த்தீங்களா. எனக்குச் சங்கடமா இருக்கும், நாலு பேர் முன்னாடி என்னை என்னன்னு சொல்லுவீங்க. உங்கள் பிள்ளைகளைக் கூட்டிட்டுப் போங்க. அதுங்களுக்குத் தான் புரியாத வயசு" என வெடுக்கெனச் சொன்னாள்.

"நான் முதல்லையே சொல்லிட்டேன், நீ இல்லாமல், அவங்களை மட்டும் கூட்டிட்டுப் போக மாட்டேன்னு." என்றவன், அவளுக்கு நேராக நின்று, அவன் அணிவித்த நித்யவர்ஷி எனப் பொறிக்கப்பட்ட சங்கிலியை எடுத்துக் காட்டி,

"இதை உன் கழுத்தில் போட்டப்பவே , நீ என் பொண்டாட்டி ஆகிட்ட. சும்மா தாலிகட்டலை, கட்டலைனு இதையே சொல்லாதே. இது எங்க வச்சுப் போட்டேன்னு ஞாபகம் இருக்குல்ல. அதுதான் உண்மை. அப்புறம் ஏண்டி மூணு நாளா இப்படிப் பார்த்துக் கிட்ட, மனுசனை புரிஞ்சுக்கறதே இல்லை. இப்ப என்ன இங்கிருந்து கிளம்பிப் போகணும் அவ்வளவு தான் போறேன் போ" என ஆற்றாமையில் கத்தினான் ஆதித்யன்.

அவனையே கைகளைக் கட்டிக் கொண்டு முறைத்துப் பார்த்தவள், "நீங்க யாரு" என்றாள்."ஓ அதுவும் மறந்துப் போச்சா" எனக் கடுப்பாகக் கேட்டான். "மறந்து போறது, சுயநினைவே இல்லாமல் கிடக்கிறது, இதெல்லாம் உங்களுக்குத் தான் பழக்கம். சரக்கு உள்ளே போனாத்தான் ஒண்ணும் தெரியாது. காய்ச்சலா கிடந்தாலுமா, மூணு நாளா இங்க கிடக்குறீங்க, உங்கம்மா பதறமாட்டாங்க. தனியா உங்க தம்பி பேக்டரியப் பார்க்கிறார், பூஜைக்காவது நீங்க போகவேண்டாம், சும்மா அநி மாதிரி அடம் பிடிக்காதீங்க" என்றாள்.

"நீ தான் பிள்ளைகளோடு பேசி பேசி, என்கிட்டயும் அதே மாதிரி பேசுற. எங்க அம்மா கூட இப்படி மிரட்டினது இல்லை." என்றான்.

"இனிமேல் பேசலை, ஊருக்குப் போனா போங்க, இல்லைனா இங்கேயே உட்கார்ந்துக்குங்க. மாதவி வீட்டுக்குப் போன கோவலன்னு எல்லாரும் உங்களைப் பேசட்டும்" என் ஷோபாவில் தொப்பென அமர்ந்தாள்.

"உனக்கு ஒரு உதாரணம் கூட ஒழுங்கா சொல்லத் தெரியலை. மாத்திரையைக் கொடு கிளம்புறேன். என் நிலைமை எவனுக்கும் வரக்கூடாது" என அவளிடமும், தனக்குத் தானேயும் புலம்பினான் ஆதித்யன்.

அவள் பேசாமல் உட்கார்ந்து இருக்கவும் அவளருகில் உட்கார்ந்து, முகத்தைக் கையிலேந்திக் கொண்டு, "முடியலைடி வர்ஷிமா, மூன்று நாள் மடியிலத் தாங்கின, சரியாகவும் விரட்டி விடுறப் பார். நான் என்ன செய்யறது. ஐப்பசி பிறந்தவுடனே நீ சொல்ற மாதிரி ரிஜஸ்டர் மேரேஜ் பண்ணிக்கு-

வோம். சரின்னு சொல்லு ஏற்பாடு பண்றேன்" என்றான்.

'ரிஜஸ்டர் மேரேஜ்னா, அப்ப அவளை டைவர்ஸ் பண்ணிட்டானா' என மனதில் குழம்பிய திவ்யாவைப் பார்த்தபடி நின்ற ஆதித்யன்," ஏன்மா இவ்வளவு சந்தேகம், என் மேல் நம்பிக்கை இல்லையா" என ஆற்றாமையுடன் கேட்டான். அவனை அப்படிப் பார்க்க சகியாத அவள், "தாத்தாட்ட பேசிட்டு சொல்றேன். எனக்குக் கார்டியன் அவர் தானே" என்றாள்.

"இனியன் பார்க்கலைனா, எனக்கு என் பிள்ளைகள் இருப்பதே தெரியாமல் மறைச்சிருப்ப. அப்படி என்ன நான் துரோகம் பண்ணேன்னு எனக்குத் தெரியலை. அந்த அளவு மன்னிக்க முடியாத குற்றமா" என மீண்டும் பிரிவின் காரணத்தைக் கேட்டு நின்றான். அவள் மௌனமாக நின்றாள்."ஆறுமாசம் கழிச்சு வந்திருந்தாலும் வெளியே நாடு போயிருப்பல்ல, காட்ஸ் க்ரேஸ் என் பிள்ளைகளைப் பார்த்திட்டேன். "எனக் கலங்கினான்.

அநியும், ஆதுவும் வந்து அவனைக் கட்டிக் கொண்டு, "அப்பா ஆனந்த் அண்ணா சொன்னாங்க, நீங்க அவங்க வீட்டுக்குத் தான் வருவீங்கன்னு. நாங்களும் வரட்டுமா" என அநிருத்யாக் கேட்டான்.

ஆதிக்கு மனதை அறுப்பது போல் இருந்தது, திவ்யாவைப் பார்த்தவன், "அப்பா கட்டாயம் கூட்டிடுப் போறேன், அது தான் தங்கம், நம்ம வீடு. இது கனகு தாத்தா வீடு. அம்மாக்குக் கிளின்கில் வேலை இருக்கு. உங்கள் ஸ்கூல் லீவு விடவும் கட்டாயம் கூட்டிட்டுப் போறேன்" என இருவரையும் கட்டிக் கொண்டான்.

திவ்யாவைத் திரும்பியும் பார்க்காமல், அவள் தந்த மாத்திரைகளை மட்டும் எடுத்துக் கொண்டு, பிள்ளைகளோடு வெளியேறி கனகரத்தினம், தமிழ் செல்வியிடம் சொல்லி விட்டு, பிள்ளைகளுக்கு முத்தம் கொடுத்துப் பெற்று, அலைப்பேசியைத் தேட, திவ்யா அவன் கையில் திணித்தாள். அதை வாங்கிக் கொண்டு பிள்ளைகளுக்குப் பை சொல்லிக் கிளம்பி விட்டான்.

'மங்கி, முகத்தைத் திருப்பிட்டுப் போறதைப் பார். என்கிட்ட ஒரு வார்த்தை சொல்லமாட்டானாம்மா, மங்கி. மூன்று நாளா கண்ணு முழிச்சு எப்படிப் பார்த்தேன், அதுக்கு இதுதான் பரிசாக்கும்.' என மனதில் விடாமல் அர்ச்சித்தாள் திவ்யா.

தனது சங்கிலியைப் பார்க்கவும், நினைவு பின்னோக்கியது. அவர்கள் கடைசிப் பிரிவுக்கு முதல் வாரம் அவளது பிறந்தநாள் வந்தது. அதைக் கொண்டாட வழக்கம் போல் வந்துவிட்டான் அவளின் நித்யன்.

தஞ்சையை அடுத்தத் திருபுவனத்தில் இருவிரல் அளவு ஜரிகை மட்டுமே வைத்து உயர்தரப் பட்டுநூலால் நெய்யப்பட்ட மெரூன் வண்ணப் புடவை ஏற்கெனவே கொரியரில் வந்திருந்தது, அதைக் கட்டித் தயாராக இருந்தாள் திவ்யா.

ஆதித்யன், அவளைக் கண்ட பொழுதில் அத்தனை ஆனந்தமாய், ரோஜாப்பூ பொக்கேயுடன் அவளுக்கு வாழ்த்துச் சொன்னான். அதோடு

வாழ்த்து அட்டையும் இருந்தது.

"எனக்காகவே பிறந்து
என் வாழ்வில் மகிழ்ச்சியை
வர்ஷிக்க வந்த என்
இனிய "நித்யவர்ஷி" க்கு
பிறந்தநாள் வாழ்த்துக்கள்
அன்புடன் நித்யன்"

என்ற அட்டையும் இருந்தது. அதைப் பார்க்கவும் அவளுக்கு மகிழ்ச்சியில் கண்கலங்கியது. அவளை அணைத்து நெற்றியில் முத்தமிட்டான் ஆதித்யன். அவளை அழைத்துக் கொண்டு கிளம்பிவிட்டான்.

முதலில் சென்ற இடம் திருப்பரங்குன்றம் முருகன் கோவில், காரை நிறுத்திவிட்டு இருவரும் கோவில் நோக்கி நடக்க, ஒரு பூக்காரம்மா, "ஐயா, உங்க சம்சாரத்துக்குப் பூ வாங்கிக் கொடுங்க" என்றது, இதைக் கேட்ட திவ்யாவுக்கு முகம் வெட்கத்தில் சிவந்து, ஏதோ சொல்லவந்தவளைத் தடுத்து, குண்டு மல்லிகை நெருக்கமாகக் கட்டப்பட்டதை ஒரு பந்து அவளுக்கு வாங்கித் தரவும்,

"இவ்வளவா, கொஞ்சம் குறைச்சு வாங்குங்க. நான் இவ்வளவு அதிகமா வச்சதே இல்லை" என்றாள்."நல்லாத்தான் போம்மா, மகாலட்சுமியாட்டம் இருக்கு, இரு நான் வச்சுவிடுறேன்" எனத் தனது வியாபாரத்தைச் சமர்த்தாக நிறைவேற்றிய பூக்காரம்மா, ஹேர்பின் கொண்டு அவள் நீண்ட ஜடையில் சரமாக மல்லிகையைத் தொங்க விட்டார்.

"நித்யன், ரொம்ப வித்தியாசமா இருக்கா" என வினவியவளை மையலாகத் தான் பார்த்துக் கொண்டிருந்தான் அவளின் நித்யன். அவன் பார்வையில் மேலும் அவஸ்தையாக உணர, கோவில் வாசலில் மற்ற பெண்களைக் கைகாட்ட, முக்கால் வாசிப் பேர் இதை விட அதிகமாகவே பூ வைத்திருந்தனர். அவளை ஒரு மொபைலில் போட்டோ எடுத்துக் காட்டினான். அவளுக்கே அவளைக் காண வித்தியாசமாக இருந்தது. அர்ச்சனைத் தட்டு பொரி என வாங்கிக் கொண்டான்.

பிள்ளையாரை வணங்கி வரிசையாகச் சென்று குளத்தில் மீனுக்குப் பொரி இட்டனர். பின்னர்ச் சன்னிதானம் சென்றனர். திருப்பரங்குன்றம் மூலஸ்தானம், மலையோடு ஒட்டி அமைந்திருக்கும். ஐந்து சன்னதிகள், நடுவில் துர்க்கையும் வலது புறத்தில் சுப்பிரமணியராக முருகன், தெய்வானையுடன் இருக்கப் பிள்ளையார் சிவன், பெருமாள் சன்னதிகளும் உண்டு.

சுவாமி கும்பிட்டு நகரப் போனபோது, "வர்ஷி" என அழைத்தவன், அவள் திரும்பிப் பார்க்கவும், அவளது கழுத்தில் 'நித்திய வர்ஷி ' என ஆங்கில எழுத்துக்களால் டிசைன் செய்யப் பட்ட அந்தச் சங்கிலியைப் போட்டு விட்டான்.

" இது நான் பரிசம் போடுறது. என் வாழ்க்கை முழுவதும் நீ எனக்குத் துணையாக இருக்கனும்" என அவள் கைப்பற்றினான் . கோவில் மணி அடித்தது. திவ்யா நெகிழ்ச்சியாகவே அதனை ஏற்றாள்.

அதனை அடுத்து ஒரு மூன்று நட்சத்திர ஹோட்டலுக்கு அழைத்துச் சென்றான். காலை உணவு, ஷாப்பிங் எனப் பொழுதைப் போக்கி, மத்திய உணவின் போது அவளுக்கென ஒரு டிசைனர் சேரியைக் கொடுத்து தயா-ராகி வரச் சொன்னான்,

அந்த அறையில் அவளுக்கு உதவவெனப் பார்லெர் பெண்களும் இருந்-தனர். அவள் தயாராகவும் , அவளை விழி விரித்துப் பார்த்து தன் கண்ணில் நிறைத்துக் கொண்டவன், ஒரு ஹாலுக்குள் அழைத்துச் செல்ல, அங்கிருந்த அனைவரும் அவள் உடன் பயிலும் டாக்டர்கள். இந்த ஆறு மாதத்தில் அவர்களையும் பழகி வைத்திருந்தான்.

அத்தனையிலும் முத்தாய்ப்பாக விஜயனும், கார்த்திகையும் வந்திருந்-தனர். எதிர் பாராத சந்தோஷத்தில் அவர்களைக் கட்டிக் கொண்டு மகிழ்ந்-தாள் திவ்யா. அவளின் மகிழ்ச்சியைப் பார்த்திருந்த ஆதித்யனிடம் கண்க-ளாலேயே நன்றி சொன்னாள். மூன்றடுக்குக் கேக்கை ஆர்டர் செய்திருந்-தான், நண்பர்கள் கூட்டம் பிறந்தநாள் வாழ்த்துப் பாட ஒரு புறம், தாய் தந்தையும் மறுபுறம் ஆதித்யன் எனச் சேர்ந்து கேக் வெட்டி, அப்பா, அம்மா-வுக்கு ஊட்டி விட்டு, ஆதித்யனுக்கும் ஊட்டினாள். அவளுக்கும் அவர்கள் மகிழ்வுடனே ஊட்டினார்கள்.

"திவிம்மா, மனம் நிறைந்த பிறந்தநாள் வாழ்த்துக்கள். இன்னைக்கி ரொம்ப ரொம்பச் சந்தோஷமா இருக்குடா,இதே சந்தோஷம் உனக்கு வாழ்க்கை முழுவதும் கிடைக்கனும்" எனக் கார்த்திகை மகளை வாழ்த்தினார்.

விஜயன்,"நூறு வருஷம்,எங்க ஆயுளும் சேர்த்து நீ நல்லா இருக்-கனும்டா. நீ பிறந்த இத்தனை வருஷத்தில் இவ்வளவு பேரோடு சேர்ந்து பிறந்தநாள் கொண்டாடுறது இது தான் முதல் முறை. ஆதி ரொம்பத் தாங்க்ஸ்பா. என் மகளைப் பிறந்த நாள் அதுவுமா இவ்வளவு நிறைவா பார்க்க வச்சிட்ட" எனத் திவ்யாவை அணைத்து நெற்றியில் முத்தமிட்டார்.

"அங்கிள், இவ்வளவு எமோசன் எல்லாம் உங்களுக்குச் செட்டே ஆகாது. வழக்கமான விஜயன் அங்கிளா இருங்க" என்றான் ஆதித்யன்.

"அதானே, எனக்கே நான் வேற ஆள் மாதிரி தெரிஞ்சேன்." என்றவர். திவ்யாவின் டாக்டர் நண்பர்களிடம், " ஹலோ மைடியர்ஸ், என்னைத் திவ்யாவுடைய அப்பான்னு நினைச்சு கூச்சப் படாதீங்க. ஒருவாரத்தில் அவரவர் ஊருக்கு கிளம்புறீங்க. அதுக்கப்புறம் சீரியஸ் டாக்டர் வேஷம் தான் போடனும். இன்னைக்கு ஒருநாள் டீன்ஏஜரா என்ஜாய் பண்ணுங்க. ஆடலாம், பாடலாம், லூட்டி அடிக்கலாம், கவிதை சொல்லலாம், காதலிக்க-லாம் எல்லாத்துக்கும் நான் கம்பெனி கொடுப்பேன்" எனவும் ஹே என டாக்-டர்கள் கத்தினர்.

"அங்கிள் இப்பவே இவ்வளவு ஸ்டைல், படிக்கிற வயசில் எப்படி" என ஒருவர் கேட்க. "அப்பவோ, இப்பவோ,எப்பவும் விஜயன் ஒரே மாதிரி தான். உங்களுக்கு மனசுக்கு பிடிச்ச வாழ்வை அமைச்சிருக்கிறது உங்கள் கையில் தான்." என்றார்.

"அப்போ லவ் மேரேஜ் பண்ணிக்கலாம்கிறீங்க" என ஒருத்தி கேட்டாள்.

" நிச்சயமா பண்ணிக்கலாம், ஆனால் இரண்டு பேர் கிட்டயும் அந்த உறுதி இருக்கனும்" என்றார். "உங்க பொண்ணு லவ் பண்ணா ஒத்துக்குவீங்களா" என ஒருவர் கேட்கவும். "எங்கள் காதலைப் பார்த்து வளர்ந்தவள் என் பொண்ணு. அப்புறம் அவள் காதலை நான் எப்படி மறுப்பேன்" எனத் திவ்யாவைப் பார்த்தார்.

"அப்பா, இப்படி எல்லாம் பப்ளிகில் டக்குன்னு சரின்னு சொல்லக் கூடாது. உங்களைப் பூச்சாண்டியா வச்சு சில பேரிடம் தப்பிச்சு இருப்பேன்" எனத் திவ்யா சொல்லவும், ஹே எனப் பாய்ஸ் கத்தினர். ஆதி அப்படியா எனக் கண்களால் கேட்டான். திவ்யா சிரித்துக் கொண்டாள். "திவி அநியாயமா எங்களை ஏமாத்திட்டியே" என்றனர். "நவ் திஸ் டூ லேட்" என்றாள் "சரி பிஜியில் பார்த்துக்குவோம்" என்றனர். "அங்கிள் உங்கள் லவ் ஸ்டோரியைச் சொல்லுங்க" எனப் பெண்கள் கேட்டனர்.

விஜயன் சிரித்துக் கொண்டே கார்த்திகையைப் பார்க்க, அவருக்கு வெட்கம் வந்தது. "என் நண்பனுடைய தங்கச்சி தான் காத்து. தங்கச்சின்னா ஒன்னு,விட்டு இரண்டு விட்டு இந்த மாதிரி. அவளுக்கு அப்பா, அம்மா இல்லை. எனக்கும் அம்மா இல்லை, அப்பா இருக்கிறார்,பெரிய ஜமீன்தார். இதிலையே எங்கள் கதை தெரிஞ்சிருக்குமே. கௌரவம், பணம் காசை விட மனசு சந்தோஷம் முக்கியம்னு, அம்மா இல்லாத நான் அதே அக்கறையோடு என் காத்துவைப் பார்த்தேன், என் சொத்து, சொந்தம் அவள் தானென்று கைநீட்ட , நீட்டிய கையைப் பிடிச்சுட்டே வந்துட்டா."என அவர் காதலாகி உருக,இளையவர்களுக்கு ரொமான்டிக் படம் பார்ப்பது போல் இருந்தது.

"அங்கிள் நான் மட்டும் கொஞ்சம் சீக்கிரம் பிறந்திருந்தால் நிச்சயம் உங்களை விரட்டி லவ் பண்ணியிருப்பேன்" என்றாள் ஒருத்தி."அடியேய் எங்கம்மாவுக்கே போட்டியா வராதே" என்றாள் திவி. "இப்ப கூட ஒண்ணும் கெட்டுப் போகலை, அங்கிள் நான் ரெடி " என்றாள் மற்றொருத்தி.

"கொஞ்சம் இல்லை, ரொம்பவே லேட்டுடா தங்கம், இதுக்கு மேல் ஓகே சொல்லவும் முடியாது. திரும்பி பார்த்தால் கூடக் கொடுக்கிற கஞ்சியில் உப்பையும் நிறுத்திடுவா என் காத்து" எனச் சோகமாக முகத்தை வைத்துக் கொண்டு சொல்ல, சிரிப்பலை அரங்கை நிறைத்தது.

"ஆண்டி நீங்க சொல்லுங்க" என்றனர். "அப்பா இந்த மனுசன் பண்ண அலம்பு இருக்கே, எங்கள் அண்ணன் கூடத் தான் வருவார். அவுங்க அந்தப் பக்கம் திரும்பும் போது ஒரு பார்வை. எனக்குப் பதறும், அதைப் பார்த்துட்டு

அசந்த நேரம், 'டோன்ட் ஒரிமா 'ன்னு பக்கத்தில் நிற்பார். ஓட்டமா ஓடு-வேன். போய்ட்டு வர்றேன்னு சத்தமா சொல்லிக் கிளம்புவார், நானும் நம்பி வெளியே தலைக் காட்டுனா. 'என்னைத் தேடுறியா காத்துன்னு' காதுக்குள்ள வந்து பேசுவார்." எனக் கார்த்திகை மகளிடமும் பகிராத ரகசியங்களைச் சொல்ல. திவி ஆச்சரியமாகப் பார்த்தாள்.

"நீங்க அவ்வளவு அழகா இருந்திருப்பீங்க, அதுதான் அங்கிள் கவுந்-தட்டார்" என்றாள் ஒருத்தி. "இது புற அழகில் மயங்கினது இல்லடா. அவளுடைய மனதின் அழகில் மயங்கினது. மனசுக்குக் கஷ்டமா இருக்கும் போதெல்லாம் அவங்க வீட்டுக்குப் போவேன். மாடியில் எங்கள் நண்பர்க-ளுக்காகவே தனி அறை. என் வண்டிச் சத்தத்தை வச்சு, நான் வந்ததையும் என் மூடையும் தெரிஞ்சுக்குவா. அதுதான் அந்தப் புரிதல் தான் காதலின் ஆதாரம். மரணம் கூட எங்களைப் பிரிக்காது. இது எங்களின் கர்வமான காதல் மேல் இருக்கும் நம்பிக்கை, அப்படித்தானம்மா" என மனைவியைப் பார்த்துக் கேட்க. அவரும் ஆம் எனத் தலை அசைத்தார். திவ்யா இருவ-ரையும் அணைத்துக் கொண்டாள்.

"உங்களை மாதிரி புரிதலோடோடு வாழ்க்கை நான் வாழ்வேனான்னுத் தெரியலை. ஆனால் இது மாதிரி வாழனும்னு ஆசையா இருக்கு" என ஆதியைப் பார்த்த வண்ணம் சொன்னாள் திவ்யா. அவன் கண்களால் கட்-டாயம் வாழ்வோம் எனப் பதில் சொன்னான்.

மதிய உணவுக்குப் பின் டாக்டர் கூட்டம், ஒருவர் மீது மற்றொருவர் ஐந்து வருடத்தில் காட்டாத உணர்வுகளைக் காட்டி சிலர் சேர்ந்தும், சிலர் வில-கியும், நட்பை உணர்ந்தும் உலாவினர். எல்லாம் விஜயன், கார்த்திகையின் அன்பில் ஏற்பட்ட தாக்கம். இருட்டினால் வண்டி ஓட்ட சிரமம் என விஜ-யன், கார்த்திகையை முதலில் கிளப்பி விட்டான் ஆதித்யன்.

ஆதித்யன் வந்திருந்த டாக்டர்கள் அனைவருக்கும் ஒரு கிப்ட் பாக்ஸ் கொடுத்தான். திவ்யாவுக்குப் பெரிய பாக்ஸ். "ப்ரோ திவிக்குத் தான் பிறந்-தநாள் எங்களுக்கு எல்லாம் எதுக்கு" என்றனர். "அதில் திறந்துப் பாருங்க. உங்களுக்கு உபயோகமாகும் பொருள் தான். உயிர்களைக் காக்கும் உன்-னதமான பணியைத் துவக்கும் உங்களுக்கு, என்னுடைய சின்ன உபகாரம்" என்றான். எல்லார் கைகளிலும் விலை உயர்ந்த ஸ்டதஸ்கோப் இருந்-தது.நெகிழ்ச்சியாக உணர்ந்தனர்.

"அப்போ திவியுடைய பாக்ஸில் என்ன இருக்கு, என க்யூரியாசிட்டியில் பிரித்தனர்". விதவிதமாக அனைத்து வண்ணங்களிலும் ஸ்டெதஸ்கோப் இருந்தது. "ஆதி சார், ட்ரெஸ்ஸுக்கு பொருத்தமா வளையல், வாட்ச் பார்த்-திருக்கோம், ஸ்டெத்துமா? இதெல்லாம் ரொம்ப ஓவர்." என ஓட்டினார்-கள். "என் வர்ஷி எல்லாத்திலும் தனியா தெரியனும்" என அவளைக் கண் சிமிட்டியபடிச் சொல்ல அதற்கும் கத்தினர்.

அவளை ஹால்டலில் விடுவதற்கு வந்தவனை, அனுப்ப மனமில்லாமல் பார்த்திருந்தாள் திவ்யா. காருக்குள் அமர்ந்திருந்தவள்,"நித்யன் என் வாழ்க்கையின் சந்தோஷமான நாளில் இது ரொம்ப ஸ்பெஸல். தாங்க்ஸ் ஃபார் எவ்ரிதிங்" என அவன் கைகளைப் பற்றினாள்.

"வர்ஷி இப்படியா தாங்க்ஸ் சொல்லுவாங்க. டூ பேட். நானே என் தாங்க்ஸை எடுத்துக்குறேன்" என்றவன் காரின் விளக்குகளை அணைத்து அவளையும் அணைத்து வன்மையான இதழொற்றலைத் தந்தான். அதில் இருவரும் விலகத் தோன்றாமல் லயித்திருந்தனர்.திவ்யாவின் போன் ஒலித்தது, விஜயன் வீட்டுக்குச் சென்று சேர்ந்ததைச் சொன்னார்.

"சரிப்பா, நானும் ஹாஸ்டல் வந்துட்டேன். நித்யன் கிளம்புறாங்க" என்றாள். "சரிம்மா. டே கேர். ஒன்ஸ் மோர் ஹேப்பிப் பர்த்டே டாத் தங்கம்" என வாழ்த்தி வைத்தார்.

அவர் பேசும் போதும் , அவளது ஒருகை அவன் கையில் சிக்கியே இருந்தது. "வர்ஷி, படிப்பு முடிஞ்சதே கல்யாணம் பண்ணிக்கலாமா" எனக் கேட்டான். "நான் மேல் படிப்பு படிக்க வேண்டாமா" என்றாள்.

"கல்யாணம் பண்ணிட்டு படி. நீ எங்க படிக்கனுமோ அங்க போய்ப் படிக்கலாம்" என்றான். "படிக்கலாம் னா, நீங்களும் வந்து படிப்பிங்களா" என்றாள். "வருவேன் படிக்கிறதுக்கு இல்லை நம்ம பிள்ளையைப் பார்த்துக்கிறதுக்கு" என்றான்.

"என்ன சொன்னீங்க" என்றவளின் கையைப் பிடித்து விரல்களில் விளையாடிக் கொண்டே, "ஏன் இவ்வளவு ஹைபர் ஆகிற. கல்யாணம் ஆனால் பிள்ளைகள் பிறக்காதா, நீ படிக்கப் போய்டா அதை யார் பார்ப்பாங்க, நீ விட்டுட்டுப் போவியா என்ன, அதனால் நான் கூட வந்து, புருஷ லட்சணமா வீட்டோடு இருந்துக்குறேன்" எனச் சிரிக்காமல் சொன்னவனைப் பார்த்துத் திவ்யா தான் சிரித்தாள்.

அந்த நாளின் இனிமையில் தன்னை மறந்து சிரித்தவளுக்கு,' அப்பவும் கல்யாணம் பண்ணிக்கலாம்னு தான் கேட்டான். அப்ப அந்தக் கயல்விழி மாசமா இருந்தாலே. என்ன ஆச்சு. இதை எப்படிக் கேட்கிறது. யாரிடம் கேட்கிறது. ஆனால் அவள் வரமாட்டாள்னா நிம்மதி தானே. எங்கையாவது பார்த்து அந்த வார்த்தையைக் கேட்டாள்னா. ஏ மங்கி, நீ பண்ண வேலைக்கு நான் கிடந்து மன உளைச்சல்லயே செத்துருவேன் போல' என மனதில் புலம்பினாள்

அதே நேரம் சுப்புவிடமிருந்து போன் வந்தது. "டாக்டரம்மா, சாரை அவங்க வீட்டில் இறக்கி விட்டுட்டேன். இனி பஸ் பிடிச்சு வரவேண்டியது தான்" என்றான். மணியைப் பார்த்தவள் "கலாம்மா பிள்ளைகளைப் பார்த்துக்குங்க" எனச் சொல்லிவிட்டு அவசரமாகக் கிளினிக்கிற்குக் கிளம்பினாள். அநி, ஆதுவுக்கு விடுமுறை எனவே பை சொல்லி வீட்டில் விளையாடினர்.

கிளினிக் வந்து சேரவும், அன்று பார்த்த மல்லியை ஆட்டோவில் அள்ளிப் போட்டுக் கொண்டு அவள் அம்மாவும், அக்கம் பக்கத்தினரும் ஓடி வந்தனர். திவ்யா அவளைப் பார்க்கவும் என்ன என்பதை யூகித்தாள். "பாவி மகள் அரளி விதையை அரைச்சுக் குடிச்சிட்டாம்மா" எனத் தலையிலடித்துக் கொண்டு அந்த அம்மாள் அழவும், அவளைச் சமாதானம் செய்து ட்ரீட்மெண்ட் ஆரம்பித்தாள். நர்ஸ் ஆயாம்மா இவளுமாகச் சேர்ந்து அவளுக்கு ஸ்டமக் வாஸ் செய்தனர். அதோடு கருவும் கலைந்து இருந்தது.

திவ்யா இந்த முறை கமுக்கமாக ஒரு வேலை செய்தாள். அதன் விளைவை அவள் குடும்பமே அனுபவிக்கும் என நினைத்தாள் இல்லை. மல்லியை நர்ஸிடம் ஒப்படைத்து விட்டு நேரம் பார்க்க ஒரு மணியாகியிருந்தது. ஆதித்யனுக்கு மெசேஜ் அனுப்பி வீட்டுக்குக் கிளம்பினாள்.

ஆதித்யன், தஞ்சையில் தன் வீட்டுக்கு ட்ரைவருடன் வந்ததை லலிதா, ராஜேந்திரன் அதிசயமாகப் பார்த்தனர். ஆதி தன் காரை யாரும் தொட அனுமதிக்க மாட்டான். "காய்ச்சல் விட்டுடுச்சா ஆதி" எனத் தொட்டுப் பார்த்தார். அன்பு, புவனாவும் ஹாலுக்கு வந்தனர். ஆளாளுக்கு நலம் விசாரிக்கப் பதில் சொன்னான். "காய்ச்சல் சரியாகலைனா, டாக்டரம்மா விட்டிருப்பாளா. என் வண்டியையே என்ன ஓட்டக் கூடாதுன்னு கட்டளை" எனக் குறை பட்டான் ஆதி.

"ஏய்யா, மருமகள் பக்குவமா பார்த்து அனுப்பி வச்சிருக்கு, நீ என்னடான்னா இவ்வளவு சலிச்சுக்கிற" என்றார் லலிதா. "ஆமாம் அவளை நீங்க தான் மெச்சிக்கனும். இராட்சசி" என என்ன சொல்கிறோம் என அறியாமல் கோபத்தில் சொல்லிவிட்டான். "ஆதி" என லலிதா அதட்டினார். புவனா ஆச்சரியமாகப் பார்த்தாள். அதே நேரம் வீட்டுக்கு வந்த இனியன், "டேய் அண்ணா, யாரை இப்படிப் புகழ்ந்துக்கிட்டு இருக்க" என்றான்.

"பின்ன என்னம்மா, அநிருத்யா நான் கிளம்பும் போது தானும் வர்றேன்னு சொன்னான். என் பிள்ளையைக் கூட உரிமையா கூட்டிட்டு வர முடியலை" எனப் பொருமினான். "திவ்யா வேண்டாம்னு சொல்லிடுச்சா" எனக் கேட்டாள் புவனா. "அவள் கூட்டிட்டுப் போன்னு தான் சொன்னா" என்றவனை எல்லாரும் ஆச்சரியமாகப் பார்த்தனர்.

"அவள் வரமாட்டாளாம், பிள்ளைகளை வேணும்னா கூட்டிட்டுப் போங்கன்னு சொல்றா" என முகத்தைக் கடுப்பாக வைத்துக் கொண்டு சொன்னான். "நீ தான் ஆதி புரியாமல் பேசுறே. டாக்டர் அவங்க நிலையில் சரியாத்தான் இருக்காங்க" என்றான் அன்பு.

"ஆமாம் நான் ஒருத்தன் பண்ணனுதான் தப்பு. மத்தவங்க எல்லாம் சரி. அவள் தானே எங்கயோ ஓடி ஒளிஞ்சா. நான் என்ன பண்ணேன். அதுக்கப்புறம் தான் விஜயன் அங்கிள்ட்டப் பொண்ணுக் கேட்டேன். அவர் ஆக்சிடெண்ட்ல போனதுக்கும் நான் தான் பொறுப்பா" எனக் குமுறினான் ஆதித்யன்.

"ஆதி ரிலாக்ஸ், எல்லாம் சரியாகிடும்" என இனியன் சமாதானம் சொல்லவும். "முடியலைடா, இன்னைக்கு அநி கூட வரேன்னு சொல்லும் போது மறுத்துட்டு வந்தது. எனக்கு மனசில் ஊசியாக் குத்துது" என்றான்.வீட்டினர் அவன் நிலையைக் கண்டு வேதனைக் கொண்டனர்.

அன்பு வீட்டின் மூத்தவனாக முடிவெடுத்தான். " இந்தப் பூஜை முடியவும், நானும் புவனாவும் மாமா வீட்டுக்குப் போறோம். சில விசயங்கள் நேரில் பார்த்துப் பேசிதான் முடிக்கனும். " எனத் தீர்க்கமாகச் சொன்னான்.

ராஜேந்திரன், "அப்ப நீ முதலில் போப்பா. நாங்க தீபாவளிக்கு முன்னாடி வர்றோம். தீபாவளி முடிஞ்சு. நம்ம வீட்டு மருமகளாக்கிட்டு தான் திரும்பனும்" என அவரும் முடிவெடுத்தார். பெரியவர்கள் சாப்பிடப் போக இளையவர்கள் ஹாலில் இருந்தனர்.

இவர்கள் பேசிக் கொண்டிருக்கும் போதே , திவ்யாவிடமிருந்து மெசேஜ் வந்தது. இனியன் ஸ்கிரீனைப் பார்த்துவிட்டு, "இந்தத் தடவையும் வந்து சேர்ந்திட்டன்னு போன் பண்ணலையா நீ போச்சு, செத்தடி" எனவும் மற்றவர்கள் இலகுவாகப் புன்னகைத்தனர்.

"நீ வேற, என்னை நம்பாம தானே அவள் எடுபிடியை ட்ரைவரா அனுப்பி வச்சா. அதெல்லாம் இறங்கின உடனே போன் அடிச்சிருப்பான்" என்றான் ஆதி. "எங்களுக்கு என்னப்பாத் தெரியும், உங்க பொண்டாட்டியைப் பற்றி உங்களுக்குத் தானே தெரியும்" என்றாள் புவனா. ஆதி அதற்கும் ஓர் முறைப்பு.

"இப்ப என்ன மெசேஜ் வந்திச்சு" என இனியன் கேட்கவும்."உன் அண்ணி என்ன, ஐலவ்யூ னா அனுப்பப் போறா, காதலிச்சக் காலத்திலேயே சொன்னது இல்லை. " எனப் பொங்கினான்.

மூவரும் வந்த சிரிப்பை அடக்கினர். " ஐலவ்யூ வே சொல்லாத ஆள்கூடச் சேர்ந்து பிள்ளை பெத்துருக்கப் பார் அதுவும் டிவின்ஸ்" என இனியன் வம்பிழுத்தான்.

"போடா வேலையத்தவனே, உனக்குத் தான் தலைக்கு மேல் வேலைக் கிடக்காம். நான் பொறுப்பில்லாமல் இருக்கேன்னு கிளப்பி விட்டுட்டா" எனக் குற்றப் பத்திரிகை வாசித்தான்.

"புவனா, தண்ணீர் மாத்திரை போடனும். சாப்பிடும் முன் போடனுமாம். அதுக்குத் தான் மெசேஜ் பண்ணியிருக்கா" என்றவன் மாத்திரைப் பாக்கெட்டை தலைகீழாக எடுக்க அது கீழே கொட்டியது. அதில் புலம்பிக் கொண்டே எடுத்தவன், மாத்திரையை மாற்றி விட்டான்.புவனா அத்தையிடம் திவ்யாவின் அக்கறையைப் புகழ்ந்து விட்டுச் சுடு தண்ணீர் கொண்டு வந்தாள்.

அதை வாங்கி அவசரமாகப் பிரித்துப் போட்டான் ஆதித்யன். அவனது செய்கையே மற்ற மூவருக்கும் பொழுது போக்கானது.சற்று நேரத்தில் எல்லாம், ஆதிக்கு வேர்த்துக் கபகபவெனப் பசித்து வெளவெளத்துப் போனது.

நடுங்கும் கையோடு ஸ்பீக்கரில் போட்டுப் பேசினான்.

"வர்ஷி, என்னைக் கொல்ல ப்ளான் பண்றியாடி. கை காலெல்லாம் வெளவெளன்னு ஓய்ஞ்சு வருது" என அசாத்தியமாகப் பேசினான்.

"என்ன உளறல் இது. சாப்பிடும் முன் போடுற மாத்திரைக்கு இப்படி வராது" என்றாள். " நீ வேணும்னே ஏதோ பண்ணிட்ட " எனச் சோர்ந்து போனான். அவனுக்கு அவளின் வயிற்றைக் கட்டிக் கொள்ளும் ஆவல் பிறந்தது. சட்டென யோசித்தவள், "மாத்திரையை மாற்றிப் போட்டிங்களா. சாப்பிடாமல் ஆண்டிபயாடிக் போட்டால் தான் இப்படி வரும்" என்றாள்.

"போடி, வியாக்கியானம் பேசிக்கிட்டு. இப்ப என்ன பண்ணச் சொல்லு" என்றான். "உங்க அம்மாவாது, புவனாவாவது இருந்தா கூப்பிடுங்க" என்றாள்.

புவனா போனை வாங்கி, "சொல்லுங்க திவ்யா" என்றாள். அவளிடம் "ஹார்லிக்ஸை கரைச்சு சங்க வச்சு உங்கள் கொழுந்தனுக்கு ஊத்துங்க. எத்தனை தரம் படிச்சு படிச்சு சொன்னேன் சரியா காதில் வாங்காமல் படுத்துது" என்றாள். அவள் சொன்ன பக்குவப் படி ஹார்லிக்ஸ், கஞ்சி சாதம் என இடைவெளி விட்டு அவன் வயிற்றை நிறைத்தனர். அதன் பிறகே அமைதியானான் ஆதித்யன்.

இவர்கள் பேசிக் கொள்வதைப் பார்த்த வீட்டினர். "ஜாடிக் கேத்த மூடி" எனச் சிலாகித்தனர். அநி, ஆதுவையும் பேச விட்டு அவனைச் சாந்தம் அடையச் செய்தாள் திவ்யா. அதில் கொஞ்சமே மலை இறங்கினான் ஆதித்யன்.

மனம்-19

மதியம் செய்த கலாட்டாவுக்குப் பின் ஆதித்யன் சாப்பிட்டு உறங்கிவிட்டான். மகன் கேட்டும் தான் மறுத்த ஆற்றாமை மட்டும் அவனைத் தொற்றிக் கொண்டே இருந்தது. மாலை ஆனந்த் வந்து "ஆதிப்பா வந்துட்டிங்களா" எனக் கட்டிக் கொண்டான். அநி, ஆதுவை விட்டு வந்த ஏக்கத்தை ஆனந்த்திடம் ஆற்றிக் கொண்டான்.

அந்த நேரம் திவ்யாவிடமிருந்து போன் வந்தது. கோபம் இருந்தாலும் எடுத்தான். "இப்ப உடம்பு எப்படி இருக்கு" என ஆதி, நித்யன் என்ற எந்த அழைப்பும் இன்றி அவள் கேட்கவும், அவனுக்கு இருந்த எரிச்சலில் வம்பிழுக்கும் மோடுக்கு மாறினான்.

"ம்ம் ,யாரோடு சண்டைக்குப் போகலாம்னு தோள்கள் தினவெடுத்து இருக்கு" என்றான். அவன் பதிலில் சிரிப்பு வந்த போதும், அதை மறைத்து, "இருக்கும், இருக்கும் ஏன் இருக்காது. மூனு நாளா ஜுரவேகம் ஜாஸ்தியா இருந்ததிலே அதுக்கு அப்படித் தான் இருக்கும்" என்றாள்.

“ஆமாம் அது குறைஞ்சுடுச்சுன்னு தானே விரட்டி விட்ட, இப்ப என்ன விசாரிப்பு வேண்டியது இருக்கு.” எனக் குரலில் கடுப்பைக் காட்டினான். “அது மதியம் என் பேஷண்ட் , பாவம் எழுத்துக் கூட்டிப் படிக்காத தெரியாத ஆளு, மாத்திரையை மாத்திப் போட்டு ஒரே கலாட்டா, நான் கொல்லப் போறேன்னு ஒரே ஆர்ப்பாட்டம்.அது தான் “ எனவும்

“உயிரோடு இருக்கிறேனா இல்லையான்னு பார்க்க போன் போட்டியா” என இடைமறித்தான். அவளுக்கும் கோபம் வந்தது. “ஆமாம் கேட்டுட்டேன் . நான் போனை வைக்கிறேன்” என்றாள். " நீ ஒண்ணும் விசாரிக்க வேண்டாம். பேசாதடி, என் மகன் கேட்டும், என்னால் கூட்டிட்டு வரமுடியலை. இதைவிட எனக்கு என்ன தண்டனை வேண்டும் " எனக் கோபமும் ஆற்றாமையும் போட்டிப் போட பேசினான்.

"நான் உங்களைக் கூட்டிட்டுப் போகத் தானே சொன்னேன், நீங்க வேண்டாம்னு போனால் நான் என்ன செய்யறது . என் கூடப் பேச இஷ்டமில்லைனு சொல்லியாச்சில்ல, இனிமே பேச மாட்டேன். ஒரு டாக்டரா சொல்ல வேண்டியதை சொல்றேன். நைட்டுக்கு சரியானபடி மாத்திரையைப் போடுங்க. எந்த மாத்திரை எப்பப் போடனும்னு வாட்ஸ்அப் பண்ணியிருக்கேன்" என்றாள். அவன் மௌனமாக இருக்கவும் "காதில் விழுகுதா இல்லையா" என்றாள்.

"இல்லை, நீ சொன்ன எதுவுமே எனக்குக் காதில் விழலை போதுமா. பிள்ளைகள் எங்க" என்றான். "அது தானே இவ்வளவு நேரம் எங்கடா கேட்கலையேன்னு பார்த்தேன். வர்ஷி வர்ஷின்னு பேசினதெல்லாம் ஒரு காலம். இப்போ வர்றதே அதுகளுக்காகத் தானே.என்கிட்டத்தான் பேசவே பிடிக்கலையே, லைன்லயே இருங்க .உங்க பிள்ளைகளைக் கூப்பிடுறேன்" எனச் சுள்ளெனச் சொல்லிப் போனாள்.

‘இவளைப் பார்க்க வர்றேன்னு சொல்லணுமோ,அதுக்கும் எந்த உரிமையில் வர்றன்னு காய்ச்சுவா.சரியான ராட்சஸி ’ என மனதில் நினைத்தவன் அநி சத்தம் கேட்கவும் சுயத்துக்கு வந்தான்.

"நித்துப்பா,ஆனந்த் அண்ணா ஊருக்குப் போய்த்தீங்களா" என்றவனிடம் மனதின் பாரத்தை ஆற்ற, கெஞ்சிப் பேசித் தீர்த்துக் கொண்டு, "அண்ணா பக்கத்தில் தான் இருக்கான், பேசுறியா" என ஆனந்திடம் கொடுக்கப் பிள்ளைகள் மாறி மாறிப் பேசினர். ஆனந்த் ஆதியிடம் கொடுத்துவிட்டு, அவன் அம்மாவிடம் செய்தி சொல்ல ஓடினான்.

ஆதிரை " நித்துப்பா, மாத்திரை எல்லாம் கரெக்டா போடுங்க, இல்லைனா திரும்பி பீவர் வந்திடும்" என்றது. "சரிடாத் தங்கம், நீங்க தான் அப்பாக்கு டாக்டர், நீங்க சொன்னா அப்பா கேட்டுக்குறேன்" என்றான்.

"அப்பா, அம்மா தான் டாக்டர், அவங்க தான் ஊசி எல்லாம் போடுவாங்க. எனக்கு ஊசி போடத்தெரியாதே. நான் பெரியவளா ஆகும்போது

ஊசி போடுவேன்" என்றது. "ஆனால் ஆதுக்குட்டி, டெம்பரேச்சர் எல்லாம் வச்சது , அப்ப அவுங்க குட்டி டாக்டர் தானே'' எனக் கொஞ்சினான்.

"நித்துப்பா, திவிம்மா தந்த மாத்திரை எல்லாம் குட்பாயா போட்டிங்-கன்னா, அம்மா சாக்கித் தருவாங்க" என்றது. "இது யாரு உங்க அம்மா சொல்லச் சொன்னாளா" என ஆதிக் கேட்கவும்,

"இல்லையே , திவிம்மா எனக்கெல்லாம் ஒரு சாக்கியும் கிஸ்ஸும் தரு-வாங்க" என்றது. "இருங்க அம்மாகிட்டையே கேளுங்க" எனக் கொடுத்துச் சென்றது. இவர்கள் பேசியதை அறியாத திவ்யா, "அம்மாகிட்ட என்ன கேக்-குறதாம்" என ஆதித்யனிடம் கேட்டாள்.

"நான் மாத்திரையைக் குட்பாயா சாப்பிட்டால், அவங்க அம்மா சாக்-கியும், கிஸ்ஸும் தருவாளாம், அப்படியா" எனக் கேட்டான். "என்கிட்ட பேசவே பிடிக்காதவருக்கு ,இது மட்டும் வேணுமாக்கும். போனை வைங்க. நான் கிளினிக் பேகனும்" என்றாள்.

"நான் ஏன் போனை வைக்கனும், நீதானே போன் பண்ண, நீயே வை" என்றவனை. "சரி போனை வைக்கிறேன், என்கிட்ட தான் பேச பிடிக்க-லைல, இனிமே பண்ண மாட்டேன். நீங்களும் பண்ணாதீங்க" எனக் கட்-செய்யப் போனாள்.

"அப்புறம் என் பிள்ளைகளிடம் பிறகு எப்படிப் பேசுறது" என மீண்டும் தொடர்ந்தான். "ஒண்ணு செய்யறேன்,கனகு அப்பா தஞ்சாவூர் தான் கிளம்-புறார். உங்கள் மகன், மகளை அனுப்பி விடுறேன், வச்சுக்குங்க. அப்புறம் பிடிக்காதவளோடு பேச வேண்டிய அவசியமே வராது" என்றாள்.

" வர்ஷி, லூசுத்தனமா ஏதாவது செய்யாதே. பிள்ளைகளை நீ இல்லா-மல் எங்கயும் தனியா அனுப்பக் கூடாது. " எனத் தணிந்து வந்தான்.

"சரி கிளம்புறேன், ஒரு சூஸைட் அட்டன்ட் கேஸ், ஸ்டமக் வாஸ் பண்-ணிட்டு வந்தேன்.ட்ரிப்ஸ் ஏறுது, நான் போகனும்'' , என்றவளிடம் "போலீஸ் கம்ப்ளைண்ட் குடுப்பீங்களா" எனக் கேட்டான். "அதெல்லாம் இந்த மக்-கள் ஒத்து வராதுங்க. அன்னைக்கு ஒரு பொண்ணைப் பம்ப்செட் பக்கத்தில் பார்த்தமே மல்லி, அவள் தான் இனிமே போய்த் தான் கவுன்சிலிங் கொடுக்-கனும்" என்றாள்.

"அதே விசயம் தானா வர்ஷி" என்றான் அமர்ந்த குரலில் கேட்டான். "ஆமாம், எவனாவது இளிச்சுப் பேசினாலே, காதல்னு அலைய வேண்டியது, வயிற்றை நிரப்பிக்கிட்டு, அவன் கல்யாணம் ஆனவன்னு தெரிந்த பிறகு அரளிவிதை அரைச்சுக் குடிக்கிறது. இதே பிழைப்பு. படிச்சவ, படிக்காதவள் எல்லாம் ஒரே ரகம் தான். இதுகளுக்கு நான் கவுன்சிலிங் கொடுக்குறேன். எவளாவது என்னைத் திருப்பிக் கேட்டாள்னா, எனக்குக் கவுன்சிலிங் கேட்டு தேவகி அக்காகிட்ட தான் போகனும், சரி வைக்கிறேன்" என அவள் பேச-வும் ஆதியிடம் பதிலே இல்லை. இது அவனிடம் சொல்கிறோம் என்ற நினைவு இல்லாமல் எப்போதுமான தன் எண்ணத்தைத் திவ்யா வெளிப்படுத்தி

விட்டாள்.

ஜமீன் இல்லம் ,மங்கை ஒரு வழியாகத் தனது எட்டாம் நாள் பூஜையைச் செய்து முடித்திருந்தாள். சௌந்தர ராகவனே அவள் பூஜை முடிக்கும் நேரம் வந்து கண் மூடி பிரார்த்தித்து நிற்பார். ஒரு போதும், யாருக்காகவும் வணங்காத அவர் இப்போதெல்லாம் மூத்த பேத்தியின் வாழ்வு சிறக்கக் கடவுள் முன் வணங்கி நின்றார். அவரே வந்து வணங்கவும் வீட்டின் மருமகள்கள் ஜெயந்தி, வனிதா இருவரும் வழிபட ஆரம்பித்தனர். சொர்ணமும் கெஸ்ட் அப்பியரன்ஸாக வந்து நிற்பார்.

பூஜை முடித்து ஹாலில் அமர்ந்திருந்தவரிடம், மங்கை சுண்டல் இனிப்புப் பிரசாதம் கொண்டு வந்து தந்தாள். அவளிடம் புன்னகைத்து வாங்கிச் சாப்பிட்டுக் கொண்டிருந்தார். தசரா விடுமுறையில் ஜெயராகவன், ஶ்ரீராகவனும் வீட்டிலிருந்தனர்.

நாகநாதன், பூமிநாதன் இருவரும் ஒரு முடிவோடு பெற்றவரிடம் வந்தனர். "அப்பா, அந்த மண்திட்டு பாசன நிலத்தை, அந்தச் சந்திரசேகருக்கு குத்தகைக்கு விடுறேன்னு சொன்னீங்களாம். அவர் மகன் வந்து பார்த்துட்டுப் போறான்" என்றார். ஜமீன் வாயே திறக்கவில்லை.

"உங்களைத் தான் கேட்கிறேன் பதில் சொல்லுங்க" எனச் சத்தமாகப் பேசினார். வீட்டில் அனைவரும் கூடி விட்டனர். நிதானமாகப் பார்த்த சௌந்தர ராகவன், "அந்த இடத்துக்கும் உனக்கும் என்ன சம்பந்தம்" என்றார்.

"அது நம்ம இடந்தானே" என்று அவர் எகிற "எப்படி உங்கம்மா பிறந்த வீட்டிலிருந்து கொண்டு வந்தாளா. எனக்கே அந்த இடத்து மேல உரிமை கிடையாது. அது விஜயன் சொத்து. அவன் அம்மா சொத்து. அதை அவன் பெரியம்மா மகன் பார்க்கிறான். உனக்கு என்ன வந்திச்சு. என்கிட்ட சொல்லிட்டு தான் விஜயன் இந்த ஏற்பாட்டைச் செய்தான்" என ஒரு குண்டைத் தூக்கிப் போட்டார்.

"எப்ப, நாலு வருஷம் முன்னாடி செத்தவர், இப்ப வந்து கொடுத்தாரோ" என இளக்காரமாய்க் கேட்கவும்.

"என்னடா சொன்ன, அவனுக்கு என்ன ,ராசாவாட்டம் இருக்கான். நாலு வருஷம் முன்னாடி பொண்ணுக்குக் கல்யாணம் பண்ணணும்னு வந்தான். அது மேல்படிப்பு படிக்கனும்னு சொல்லவும் குடும்பத்தோடு வெளிநாடு போயிட்டான். அடுத்த மாசம் இந்த வீட்டில் வச்சு தான் என் பேத்திக்குக் கல்யாணம். " என அவர் பேசவும்.

இவருக்குப் பைத்தியமா என்பது போல் இருவரும் பார்த்தனர். சின்னமகன், "அதெப்படி ட்ரெக் ஏறினதைப் பார்த்தவனே எங்ககிட்ட சொன்னான். நீங்க புதுக் கதை சொல்லாதீங்க" என்றான் பூமிநாதன்.

சொர்ணத்துக்குத் தான் படபடப்பாக வந்தது,'இந்த மனுசன் வில்லத் தனமா கேள்வி கேட்க, இவனுங்களே தன் வாயாலே மாட்டிக்குவானுங்க

போலயே' என மனதில் நினைத்துச் சைகை காட்டினார்.

"ட்ரெக்குகாரன் சொன்னானா, இல்லை ட்ரெக் ஏத்தினதே நீங்க தானா?" என அவர் கோபமாகக் கேட்கவும், அனைவருக்கும் விதிர் விதிர்த்தது. "அப்பா, நீங்களா கற்பனை பண்ணி பேசாதீங்க"என இரைந்தார் நாகநாதன்.

"சாதாரணமா கேட்ட கேள்வி, அதுக்கு ஏன் உன் உடம்பு பதறுது.ஏண்டா அவன் இறந்ததையாவது என் கிட்ட சொன்னீங்களா, எனக்கு மகனா பிறந்-தததுக்கு ,அவனுக்கு என்னடா செய்தேன் கொள்ளிப் போட்டுட்டாவது வந்து-ருப்பேனேடா" எனக் கதறினார் பெரியவர்.

"எங்களுக்கும் ஒரு வாரத்துக்கு அப்புறம் தான் தெரியும்" எனப் பூமிநா-தன் சொல்லவும். "துரோகத்துலையே பெரிய துரோகம் பங்காளித் துரோகம், அதைச் செஞ்ச கவுரவர்கள் தான் கூண்டோடு அழிஞ்சானுங்க,என் வம்சமே அழிஞ்சுடுமோன்னு எனக்குப் பயமா இருக்கு " எனக் கண்ணீர் விட்டார்.

"அடேய் பேராண்டிகளா, நீங்களாவது சொத்துக்காக ஒருத்தனை ஒருத்-தன் வெட்டிகிட்டுச் சாகாமல் இருங்கடா." என்றார். "தாத்தா அப்பா கோவப்-படுவாறே தவிர, இது மாதிரி எல்லாம் செய்ய மாட்டார் " என வீர ராகவன் வக்காலத்து வாங்கினான்.

"ஆமாம் தாத்தா, அந்தப் பெரியப்பா நம்மளும் வேண்டாம், நம்ம சொத்-தும் வேண்டாம்னு ஒதுங்கிட்டாங்க. அவங்களை எதுக்கு எங்க அப்பா எது-வும் செய்வாங்க" என ப்ரீராகவன் கேட்டான்.

"தாத்தா நம்ம குடும்பம் ஒத்துமையா ஜாயின்ட் ஃபேமலியா இருக்கோம். இப்படி எல்லாம் சொல்லாதீங்க" என மங்கை கலங்கினாள். "ஏண்டா சின்னப் பேராண்டி நீ ஏதாவது சொல்லு" என்றார் ஜமீன்.

"அப்படி எல்லாம் ஏதாவது நடக்கிற குடும்பமா இருந்தா, நானெல்லாம் இவங்க சங்காத்தமே வேண்டாம்னு அந்தப் பெரியப்பா மாதிரி கண்காணாமல் போயிடுவேன்" என்றான் ப்ரீராகவன்.

"எனக்கும் சந்தேகம் தாண்டா இருக்கு, அது மட்டும் ஊர்ஜிதம் ஆச்சு, அன்னைக்குத் தெரியும் இந்தச் சௌந்தர ராகவன் யாருன்னு. அநியாயமா என் மூத்த மகனைக் காவு கொடுத்துட்டேன். நவராத்திரி நாள்ல வச்சு சொல்றேன், அதுக்குக் காரணம் எவனோ அவன் சாவை விடக் கேவலமான நிலையைச் சந்திப்பான்" எனச் சாபமிட்டார்.

சொர்ணம் ஆடிப் போனார். எப்போதும் வாயைத் திறக்காத ஜெயந்தியே, "மாமா நல்ல நாளும் அதுவுமா உங்க வாயிலிருந்து இந்த வார்த்தை வரக் கூடாது" எனக் கை கூப்பினாள்.

"நீங்களும் எல்லாரும் புள்ளையைப் பெத்தவங்க தானே, என் மகன் சாவுக்கு நியாயம் வேண்டாம். என் பேத்தி ஆள் அட்ரஸே இல்லாமல் காணப் போச்சே. அதையும் இவனுங்க என்ன செய்தானுங்களோ. "எனச் சேர்த்துக் குண்டை வீசி வைத்தார். "இங்க பாருங்க, வாய்க்கு வந்ததை எல்-

லாம் பேசிகிட்டே போகாதீங்க. பெத்த பிள்ளைகளுக்கே சாபம் கொடுக்கிற நீங்க எப்படிப் பட்ட ஆளு" என்றார் சொர்ணம்.

"நான் எப்ப உன் பிள்ளைகளுக்குச் சாபம் கொடுத்தேன். என் மகன் சாவுக்குக் காரணமானவங்களைத் தான் சொன்னேன். நீ இப்படிப் பேசுறத பார்த்தால் நீயும் உன் பசங்களும் சேர்ந்து, விஜயனை என்னமோ பண்ணி-யிருக்கீங்க" என ஒரு பார்வைப் பார்த்தார்.சப்தநாடியும் அடங்கிச் சொர்ணம் ஷோபாவில் அமர்ந்தார்.

"மங்கையம்மா, உன்னை மாதிரி ஒரு பொண்ணு தாண்டா, உன் பெரி-யப்பா மகள் திவ்யா. அதுக்கிட்ட இருந்த ஒரே சொந்தம் பெத்தவங்க தான். அவுங்களும் இல்லாமல் எப்படி இருக்கும் யோசி" என்றார். இளகிய மனதான அவள் அழுதே விட்டாள். "தாத்தா அவங்க எங்க இருக்காங்-கன்னு தேடுங்க. நம்ம வீட்டில் கூட்டிட்டு வந்து வச்சுக்குவோம்" என்றாள்.

"ஆமாம் தாத்தா, ஏதாவது தகவல் சொல்லுங்க கண்டுபிடிச்சு கூட்டிட்டு வந்திடலாம்" என்றான் வீரராகவன். "தாத்தா அவங்க பெயர் தெரியும். டாக்-டர்க்குப் படிக்கிறதா சொன்னாங்க தானே அந்தப் பெரிப்பா அதை வச்சே தேடலாம்"என்றான் மற்றொருவன்.

நாகநாதனும், பூமிநாதனும் அதிர்ந்து இவர்கள் பேசுவதைக் கேட்டிருக்க, "தேடி கூட்டிட்டு வந்து உங்க ஆத்தா கையாள விசம் வச்சுக் கொல்லவா, அதுவாவது எங்கையாவது பிழைச்சு இருக்கட்டும்'' என ஒவ்வொரு வார்த்-தையும் ஜமீன் கோட்டையைத் துளைப்பது போல் கேட்டார் தாத்தா.

இளைய மருமகள் வனிதா, "மாமா அப்போ புடிச்சு கொலைகாரப் பட்-டமே கொடுக்குறீங்களே. அவ்வளவு சந்தேகம் இருக்கவுக போலீஸ் கம்-ளைன்ட் கொடுத்து கண்டுபிடிச்சு, கொலைகாரப் பாவிகளுக்குத் தண்டனை வாங்கிக் கொடுத்திருக்கலாம்ல" என வெள்ளந்தியாகக் கேட்டாள். அண்ணன் தம்பி இருவரும் அவளை முறைத்து இருந்தனர்.

"அம்மா மருமகளே, நூத்தில ஒரு வார்த்தைச் சொன்ன கம்ப்ளைண்ட் கொடுத்து கேஸை தூசி தட்டிடுவோம்." என்றார். அம்மா மகன்கள் துணுக்-குற்றனர்.

"அப்பா நாங்க குத்தகையைப் பற்றிப் பேச நீங்க பேச்சை சுற்றி வளைக்-காதீங்க" என மீண்டும் நாகநாதன் அதே இடத்தில் வந்து நின்றான். "அதுக்-கும் உனக்கும் சம்பந்தம் கிடையாது. என் லட்சுமியோட சொத்து, நகை எது-வுமே உங்களுக்கு உரிமை கிடையாது. அதுக்கும் மேல வம்பு பண்ணுனா. சின்ன மருமகள் சொன்னதைத் தான் செய்யனும்" என்றவர்.

"இன்னொரு விசயம், விஜயன் மகள் யாரு என்ன எங்க இருக்கான்னு துருவி அவளுக்கு ஒரு துரும்பு பட்டாலும் அதன் விளைவுக்கு நான் பொறுப்பு இல்லை. இன்னைக்கே என் மூச்சு நின்னாலும் நீங்க நடுத் தெரு-வில் தான் நிற்பீங்க. எல்லா ஏற்பாடும் செஞ்சிட்டேன். இத்தனை நாள் திறக்காத வாயை இன்னைக்குத் திறந்தாச்சு. நானும் என் பேத்தியும் நல்லா

இருக்கனும்னு அந்த அம்மனை வேண்டிக்குங்க அது தான் உங்களுக்கு நல்லது" எனத் தனது மகன்களைப் பார்த்துச் சொல்லிவிட்டு அறையை நோக்கி தளர்நடையோடே சென்றார் சௌந்தர ராகவன்.

பிள்ளைகள் நால்வரும், ஒருவர் முகத்தை ஒருவர் பார்த்துக் கொண்டனர். அவர்கள் அப்பாக்களின் பார்வையில் தெரிந்த கலவரம் அவர்களுக்குச் சந்தேகத்தைத் தந்தது. தன் மகன்களை நம்பாத ஜமீன்தார், பேரன்பேத்தியை தன் மூத்த பேத்திக்குக் கேடயமாக்க காயை நகர்த்தினார்.

ஈகைச் செல்வியின் வீடு, "அப்பா ஜமீன் வீட்டிலிருந்து, அண்ணன் தம்பி இரண்டு பேரும் வந்து மிரட்டிட்டுப் போறாங்க" என மகேஷ்வரன், விஷ்வா, சந்திரசேகரிடம் சொல்லிக் கொண்டிருந்தனர்.

"அவனுங்களால ஒண்ணும் செய்ய முடியாது, கவலைப் படாதீங்க. எல்லாம் சீக்கிரம் ஒரு முடிவுக்கு வந்திடும். அவனுங்க பேசினால் பதில் பேசாமல் வந்திருங்க" என அறிவுறுத்தினார் சந்திரசேகர்.

விஷ்வா,தந்தையுடன் பேசிவிட்டு தனது அறைக்கு வந்தவன், அறையில் "என்ன ஈகா, ரங்கோலி எல்லாம் முடிஞ்சதா" என எதையோ தேடி எடுத்துக் கொண்டிருந்த மனைவியைப் பார்த்துக் கேட்டான்.

"ஆமாம் போட்டுட்டேன்."எனச் சுரத்தே இல்லாமல் பதில் வரவும், "என்ன இன்னைக்கு டல்லடிக்குது, யார்கிட்ட வாங்கிக் கட்டின. மாமியார், உங்கள் அக்காக்களா" என்றாள். "அதெல்லாம் ஒண்ணும் இல்லை, ஆதி அண்ணன் பிள்ளைகளைப் பற்றிக் கேட்டதிலிருந்து பார்க்கனும்னு ஒரே ஆசை" என்றாள்.

"எனக்கும் தான் என் தங்கச்சியைப் பார்க்கனும்னு நினைப்பு. பூஜை முடியவும் போய்ட்டு வருவோம்" என்றான்."நிஜமாவா" என அவன் அருகில் வந்து அவன் சட்டை பட்டனை திருவியவாறு கேட்டாள். "உன் குண்டுக் கண்ணு மேல் சத்தியமா" என வழக்கம் போல் அவள் இமைகளில் மின்னல் வேக இதழொற்றளைத் தந்தான். ஈகையின் கன்னங்கள் சிவந்தன.

"அவுங்கவுங்க பொண்டாட்டி கன்னத்தில் கொடுப்பாங்க. வேற எங்கெல்லாமோ கொடுப்பாங்க. நீங்க தான் வித்தியாசமா கண்ணுல கொடுக்குறீங்க" என அவனோடு ஒட்டிக் குழைந்தாள்.

"ஈகையம்மா, பூஜை விரதம் இன்னும் ஒரு நாள் இருக்குடி. மச்சானை சூடேத்தி விட்டுடாதே " எனச் சொல்லும் போதும் மையலாகவே இழைந்தவள், "அப்புறம் மரகத்தம்மா மகன் மேல குத்தம் சொல்லக் கூடாது" என்றான்.

மாமியார் பெயர் கேட்கவும் அரையடி விலகி நின்றாள். "அது அந்தப் பயம் இருக்கட்டும்" என விஷ்வா சத்தமாகச் சிரிக்கவும், "உங்களுக்கு வேற எத்தனை போஸ்ட்டிங் இருக்கு, ஈகையுடைய புருஷன், கௌரி, சித்துவோட அப்பா, இன்னார் தம்பி, மருமகன், பேரன் ஏன் மாமாவுக்கு மகன்னு கூடச் சொல்ல வேண்டியது தானே, அதென்ன மரகதத்தம்மா மகன்" என அவன்

கைகளில் கிள்ளவும்.

"வலிக்குத்துடி, வா எங்கம்மாட்ட பஞ்சாயத்து வச்சுக்குவோம்" என்-றான்."ஏன் என்னைப் பிறந்த வீட்டுக்கு அனுப்பிட்டு நீங்க சாமியாராகப் போறீங்களா" என்றாள். அவளைப் பீரோ மறைவில் தள்ளிச் சென்றவன், "ஆமாம் ஈகையீஸ்வர சுவாமிகள் ஆகப் போறேன், எனத் தன் கைகளுக்-கும், இதழுக்கும் ஈகை மீது அத்துமீறும் உரிமையைக் கொடுத்தான். அவளும் இழைந்து கொடுத்தாள்.

செல்வி என்ற மாமியார் குரல் கேட்கவும், அவனை விலக்கித் தள்ளி விட்டுக் கவனமாக, சலவை சட்டையை எடுத்து, அவனிடம் திணித்து "இதை மாத்திட்டு வாங்க. குங்குமம் ஒட்டியிருக்கு. அப்படியே வந்தீங்க நான் க்ளோஸ்" என்றவள், "இதோ வர்றேன் அத்தை " எனக் குரல் கொடுத்தாள்.

விஷ்வா,கைக்கு எட்டியது, வாய்க்கு எட்டவில்லையே என லட்டைக் கோட்டை விட்டவனாக ஏக்கமாகப் பார்க்கவும், "இப்படிப் பார்க்காதீங்க. அத்தை வேற கூப்பிடுறாங்க" எனச் சிணுங்கியவள் அவன் அணைப்பில் கிறங்கி வேண்டியதைக் கொடுத்து, பெற்ற பின்னரே கண்ணாடியில் பார்த்து ஏற்கனவே தேடி வைத்திருந்த பார்சலைத் தூக்கிக் கொண்டு ஓடினாள்.

இரவு ஆதித்யன் ஹாலில் வந்து அமர்ந்தவன், இனியனிடம் திவ்யா அனுப்பி இருந்த வாட்சப் போட்டோவைக் காட்டினான். இனியனுக்குச் சிரிப்பை அடக்க முடியவில்லை. "டேய் அண்ணா, உன் மகனே உன்னை விடத் தேவலைனு நினைச்சிருப்பாங்க' எனக் கலாய்த்தான்.

ஒவ்வொரு டேப்லட்டையும் போட்டோ போட்டுச் சாப்பிடும் முன், பின் என வரைபட விளக்கம் தந்திருந்தாள். இவர்கள் சிரிப்பதைப் பார்த்த தாத்தா ரகுநாதராஜன் என்னவெனக் கேட்கவும், அதைக் காட்டினர்.

"எம் பேத்தி விவரமாத்தான் அனுப்பி இருக்கு. அது யார் மகள். கார்த்-திகை இப்படித்தான் பார்த்துப் பார்த்துச் செய்யும்" என்றார். "கார்த்தியத்தை நம்ம வீட்டில் வளர்ந்தாங்கன்னா, அவங்க அப்பா அம்மா" எனக் கேட்டான் ஆதித்யன்.

"உங்கள் ஆத்தாவுக்கு அவுக அம்மா தங்கச்சி முறை. அப்பா, அம்-மாவை இழந்திட்டுச் சின்னப் பிள்ளையா நின்னுச்சு. நாங்க தான் கூட்டிட்டு வந்தோம். மகள் மேல் வைக்கிற பாசம் என்னன்னு எங்களுக்குத் தெரிஞ்சதே கார்த்திகை மூலம் தான்" என்றார்.

"அப்ப ஏன் தாத்தா அவங்க கல்யாணத்தை நீங்க ஒத்துக்கலை" எனக்-கேட்டான் ஆதி. "அதுக்கும் காரணம் இருக்கு. விஜயன் நல்லா பார்த்துக்கு-வான்னு எங்களுக்குத் தெரியும். நம்ம ஆதரவிலிருந்தாலும் ஜமீன் குடும்பத்-திலிருந்து பிரச்சினை வந்துக்கிட்டே தான் இருக்கும். கார்த்திகையை என்ன தான் நம்ம பார்த்தாலும் அதுக்கும் ஒரு குறை இருக்கத்தான் செஞ்சது . அதுதான் கண் மறைவாகவாவது நல்லா இருக்கட்டும்னு கண்டுக்காமல் இருந்தோம். " என்றார் பெரியவர்.

அடுத்த மெசேஜ் வந்தது இனியன் சிரித்து,"அடுத்த அரசாணை வந்திடுச்சா" எனக் கேலி செய்தான். "ஆமாம், அவள்கிட்ட வீடியோகாலில் காட்டிட்டுத் தான் போடனுமாம்" எனச் சிரித்தான்.வீடியோ காலில் வேண்டுமென்றே, ஒவ்வொரு மாத்திரையாக மாற்றி, மாற்றிக் காட்டினான். அங்கே அவள் பேஷன்டைப் பார்த்துக் கொண்டே, இவனிடமும் பேசிக் கொண்டிருந்தாள். அதனால் சிரித்த முகமாகவே கோபத்தை அடக்கிக் கொண்டு பேசினாள்.

ஆதித்யன் பயங்கரக் குஷியாகவே அவளை வம்பிழுத்தான். வீடியோகாலில் இனியன் பின்னனியில் தெரியவும், வீடியோ காலை கட் செய்து இனியனை போனில் பிடித்தாள். "அண்ணி சௌக்கியமா" என்றான்.

"நான் சௌக்கியமாவே இருக்கிறது உங்கள் கையில் தான் இருக்கு. உங்க அண்ணன் என் பீபியை ஏத்திக்கிட்டு இருக்கார். ஏங்க ஏ பி சி டியைக் கூட எழுத்துக் கூட்டிப் படிக்கத் தெரியாத மனுசனை நம்பி கம்பெனி பொறுப்பை எப்படிக் கொடுத்தீங்க" எனக் கேட்டாள்.

"இது எங்கப்பாவைக் கேட்க வேண்டிய கேள்வி. நான் கேட்டுப் பதில் சொல்லவா" எனக் கேட்டான். "கேட்டு பதிலை உங்க ராசுக்குட்டிக்கிட்ட சொல்லுங்க. நான் அவகிட்டையே கேட்டுக்குறேன். உங்க அண்ணன் மாத்திரை போட்டுட்டாரான்னு மட்டும் பார்த்துச் சொல்லுங்க. "என்றாள். இனியன் சிரித்துவிட்டான்."அண்ணி கவலைபடாதீங்க, சரியா தான் போடுவான்" என்றான்.

"ஆமாம், மத்தியானம் பார்த்தேனே. என்னைக் கொல்லப் பார்க்கிறியான்னு கேக்குறார். நீங்க தான் ஆ, ஊன்னா கேஸ் போடுற ஆளுகளாச்சே. கஸ்டடி கேஸ் போட்டாலும் பிரச்சினை எனக்குத் தான், தப்பான மெடிசன் குடுத்தா கேஸ் போட்டாலும், பிரச்சினை எனக்குத்தான். ஒண்ணு என் பிள்ளைகள், அடுத்தது என் தொழில்" என நீளமாகப் பேசினாள்.

"அண்ணி அதை விடவே மாட்டிங்களா" என இனியன் பேசிக் கொண்டு இருக்கவும், அதைப் பிடுங்கிய ஆதித்யன், "எதுக்குடி அவனைத் தாளிச்சிக்கிட்டு இருக்க. எதா இருந்தாலும் நேராப் பேசு" என்றான்.

"அவ்வளவு தெம்பு வந்திடுச்சு. சரி மாத்திரையைக் கண்டு பிடிச்சீங்களா" எனவும் "நீதான் வீடியோ காலை கட் பண்ணின அப்புறம் எப்படி" என வம்பு பேசிக் கொண்டு இருக்கும் போதே மில் தொழிலாளி ஒருவனைக் கையில் ரத்தக் காயத்தோடு அழைத்து வந்தனர்.

"நீங்க மாத்திரையைப் பார்த்துப் போடுங்க. ஒரு எமர்ஜென்சி . நான் வைக்கிறேன்" என அவன் பதிலுக்குக் காத்திராமல் வைத்தாள்.

மிஷினில் கையைக் கொடுத்ததாக வந்தவன் கையைப் பஞ்சால் சுத்தம் செய்து தனி டப்பாவில் போட்டு விட்டு அளவு குறைத்து மயக்க ஊசி போட்டு விரலைச் சேர்த்துத் தைத்தாள். அவனுக்கு வலி உயிர் போனது.

மல்லியின் நிலைக்கும் அவளைப் போன்ற பல பெண்களைச் சீரழித்தவன் இந்தச் சின்னான். அவனுக்கு விரித்த வலை. சரியாகச் சிக்கினான். கனக-ரத்தினத்திடம் சொல்லி, அவர் உதவியோடே இது நடந்தேறியது. அந்த ஊர் பெண்களுக்கு நல்லது செய்ய முனையும் திவ்யாவுக்கு இதுவே ஆபத்தையும் விளைவிக்கும் எனக் கனகரத்தினமும் யோசித்தார் இல்லை.

அடுத்தநாள் ஆயுதபூஜை, அனைவரது வீட்டிலும் ,தொழிற்சாலை கிளி-னிக்எனஎல்லாஇடங்களிலும் அமர்க்களமாக நிறைவேறியது. அடுத்தடுத்து ஆதித்யனுக்கும், சர்க்கரை ஆலை சீசன் தொடங்கவும் வேலை அதிகரிக்கும் எனவே, பூஜையை முடித்துக் கிளம்பிவந்து விட்டான்.

"அம்மா கொடுத்து விட்டாங்க என ஒரு கவரை நீட்டினான்." அதை வாங்கிப் பார்த்தாள், பட்டுப் புடவை,ஆதிரைக்குப் பட்டுப் பாவாடைச் சட்டை, மஞ்சள் கயிறு, குங்குமம்,கண்ணாடி வளையல் எனச் சுமங்கலிக்குக் கொடுக்கும் தாம்பூலம் இருந்தது. அவள் யோசனையாகப் பார்க்கவும்.

"மறுக்காமா வாங்கிக்க வர்ஷி, ஆசையா கொடுத்து விட்டாங்க" எனச் சொல்லவும் எடுத்து வைத்துக் கொண்டாள். அவனுக்குத் திருப்தியாக இருந்-தது.

“இரண்டு நாளைக்கு ஊருக்கு போயிட்டு வர்றதுக்கு, என்ன ஆர்ப்பாட்-டம். எவ்வளவு பேச்சு உங்கள் வீட்டுக்குப் போய்ட்டா பேச்சு அதிகமாயி-டுமோ’’ எனப் பொரிந்தாள் திவ்யா. அவள் பேசிக் கொண்டே அவனது அறையின் தலையணை உறை,பெட்சீட்டை மாற்றிக் கொண்டிருந்தாள் ,

ஆதித்யன் அவள் பேச்சை மௌனமாகக் கேட்டுக் கொண்டவன், அவள் வாய் ஓயாது திட்டவும் கதவை ஒருக்களித்தவன்,அவளை இழுத்து வந்து மறைவில் வைத்துப் பேசிய வாய்க்குத் தண்டனை தந்தான், அவள் முதலில் திமிறி பின் அவன் தோள்களை அழுத்தி பிடித்தாள் .

ஆதிரை கொலுசு சத்தத்தில் அவளை விடுவித்தவன்,“ தேவகி அக்கா வீட்டில் வச்சுசொன்னது தான் இனிமே என்னைத் திட்டின,இந்தத் தண்டனை தான். இந்தச் சட்டம் மீண்டும் அமலுக்கு வருகிறது’’ எனக் கண் சிமிட்டி-னான்

“சரியான பிராடு பக்கிரி, ஏதாவது ஒரு காரணம்’’ எனப் பேச ஆரம்-பித்தவள் அவன் நெருங்கவும், கைகளால் வாய்மூடிக் கொண்டாள் .அவள் செயலில் சிரித்தவன், அந்தப் பயம் இருக்கட்டும்’’ என அவள் முகத்திலி-ருந்து,தனது முகத்தை ஒட்டி ஒட்டாமல் கீழிறங்கி மண்டியிட்டு அவள் வயிற்-றைக் கட்டிக் கொண்டான்,

அங்கே ஆதிரைப் போலவே முகத்தைத் தேய்த்தவன் “உன்னையும் பிள்-ளைகளையும் விட்டுட்டுப் போக முடியாமல் தான் கோவிக்கிறது. இல்லைனா என் வர்ஷியை கோவிச்சுக்குவேனா.கரும்பு சீசன் ஆரபிச்சுடுச்சு, பாக்டரியில் இன்னும் மூன்று மாசத்துக்குப் பீக்கில் வேலை இருக்கும், வாரம் இரண்டு

நாள் தான் வரமுடியும் “ எனக் குறை பட்டான்.

அவன் தலையைத் தடவி சிகையில் விரல்களால் கோதியவள் , “அதுக்கு இப்படியா வாய்க்கு வந்ததெல்லாம் பேசுறது, சரி எந்திரிங்க எனக்-குக் கூச்சமா இருக்கு" என நெளிந்தாள்.

"சரி இந்தச் சனி ஞாயிறு வேலையெல்லாம் மூட்டை கட்டி வச்சுட்டு, பிள்ளைகளைக் கூட்டிட்டு எங்கயாவது போயிட்டு வரலாம், எங்கப் போக-லாம் சொல்லு" என்றான்.

"நாளைக்குத் தாத்தா வரச்சொன்னார் திருச்சிக்கு வர்றாராம் பிள்ளை-களைக் கூட்டிட்டுப் போவோமா “ எனக்கேட்டாள். அவள் கேட்டதில் ஆதிக்கு அவ்வளவு சந்தோசம்'' கட்டாயம் போவோம்'' என்றான். தாத்தா-வுடனான பேத்தியின் சந்திப்பு, அவர்கள் வாழ்வில் மாற்றங்களைக் கொண்டு வருமா பொறுத்திருந்து பார்ப்போம்.

மனம்-20

தாய், தந்தையைத் தவிரச் சொந்தம் என யாருமில்லாமல் வளர்ந்த திவ்-யாவிற்கு, அவர்களை இழந்த பின்னே சொந்தம் கிடைத்தது. ஒரு கதவை மூடிய இறைவன் மறு கதவைத் திறப்பான் என்பது எத்தனை உண்மை.

காலையில் இரட்டையரை வெந்நீரில் குளிப்பாட்டி அழகான உடை எடுத்து வைத்திருந்தாள். ஆதிரை அழகான புசுபுசு ஃப்ராக்கில் குட்டி தேவ-தையாக இருந்தது. அதற்கு ஃபௌன்டன் போன்ற குடுமி, பொருத்தமான வளையல், பொட்டு, கிளிப், என மாட்டி விட்டாள். காது குத்தாமல் இருந்த-தால் தோடு போடவில்லை. இதைப் பார்த்த அநிருத்தாவுக்கு ஒரே வருத்தம், அப்பாவிடம் சென்று முறையிட்டான்.

"ஆதுக்கு மத்தும் எத்தனை க்ளிப் எல்லாம் போத்து விதுதாங்க அம்மா" என முகத்தைத் தூக்கி வைத்துக் கொண்டு சொல்லவும்.

"அது அப்படித் தாண்டா மகனே. கேர்ள்ஸ் அதெல்லாம் போட்டால் தான் அழகா இருப்பாங்க. நம்ம அப்படியா, எதுவுமே செய்யலைனாலும் ஹேண்ட்சம்மா இருப்போம். உனக்கு அப்பா மாதிரி ட்ரெஸ் பண்ணி விடு-றேன்" எனக் கட்டிலில் நிறுத்தி ஒரு பனியன் செட்டைப் போட்டு விட்டான். தலை சீவி அவனைத் தயார் செய்தான்.

"இப்ப பார் அப்பா மாதிரியே சூப்பரா இருக்கியா" எனக் கண்ணாடியில் காட்டவும், அநிருத்தாவுக்குப் பெருமை பிடிபடவில்லை. "அப்பா இறக்கி விதுங்க. பாத்தித்த காத்தித்து வர்றேன்" என அவன் இறங்கி வெளியே ஓடவும், பின்னாடியே வந்தவன் ஆதிரையின் அலங்காரத்தில், "அடேடே இது யாருடா ஒரு குட்டி தேவதை" எனத் தூக்கிக் கொண்டான்.

கன்னத்தில் முத்தமிடப் போகவும், "நித்துப்பா நோ பவுடர் கலைஞ்சுடும்" என்றது. ஆதித்யன் சிரித்துவிட்டான். "அப்போ நீ நித்துப்பாவுக்குக் கொடு" என்றான். "ம்ம், மாட்டேன் லிப்ஸ்டிக் போயிடும்" எனச் சிணுங்கியது.

"இப்ப என்னடா பண்றது, அப்பாக்கு முத்தம் வேணுமே" என அவனும் ஆதுவைப் போல் சொல்லவும்,ஆதிரை யோசித்தது. "அம்மா " எனத் திவ்யாவை அழைத்தது. "ஆது அப்பாகிட்ட இரு அம்மா குளிச்சிட்டு வர்றேன்" எனக் குரல் கொடுத்தாள். சிறிது நேரம் காத்திருந்தவர்கள், திவ்யா வரவில்லை எனவும் ஆதிரை ஆதியிடம், "அப்பா நம்ம ரூம்க்கு போவோம்" என ரகசியம் சொன்னது .

இருவரும் பூனை போல் செல்ல, அவள் குளித்து முடித்து வெளியே வரவும் சரியாக இருந்தது. பிள்ளைகள் மட்டும் இருப்பதால் கதவைத் தாழ் போட மாட்டாள். தானியங்கிக் கதவைத் திறந்து அப்பாவும் மகளும் செல்லவும், அவள் அரையாடையாக வரவும் சரியாக இருந்தது. ஆதிரைக்கு அதெல்லாம் தெரியவில்லை, "அம்மா அப்பாக்கு, ஆதிக்குப் பதிலா நீ கிஸ் குடு.நான் கொடுத்தால் லிப்ஸ்டிக் கலைஞ்சுடும்" என்றது.

ஆதித்யன் ஆதுவுடன் கதவு பக்கம் திரும்பிக் கொண்டான். திவ்யா இதை எதிர் பாராமல் அதிர்ந்து பின் சமாளித்துக் கொண்டு, ஆதிரை முன்னால் கூச்சலிடவும் விரும்பாமல்.

"ஏய் டேர்டி பீபுல் அம்மா சேலைக் கட்டிட்டு வர்றேன் இரண்டு பேரும் வெளியே இருங்க" என்றாள். "அம்மா அதெல்லாம் முடியாது, நீ ஆதுக்குப் பதிலா அப்பாக்குக் கிஸ் குடு" என்றது.

"நீங்க பார்க்கிற வேலையா இதெல்லாம், உங்கப்பா என்ன செஞ்சார்னு கிஸ் கொடுக்கனும்" என அப்பாவிடமும், மகளிடமும் பேசிக் கொண்டே வேகமாகச் சேலையைக் கட்டினாள்.

"இந்தப் பக்கம் திரும்புங்க" எனச் சொல்லவும் ஆதித்யன் மகளோடு திரும்பினான். அவசரமாகச் சேலையை அள்ளிப் போட்டிருந்தாள். அவளைச் சங்கடமாகவே நிமிர்ந்து பார்த்தான். ஆதிரை தான் எல்லாக் கதையும் சொல்லி, அவளை முத்தமிட வலியுறுத்தியது. "ஏன் நீயே கொடுக்க வேண்டியது தானே" எனவும். "அம்மா லிப்ஸ்டிக் கலைஞ்சு போயிடும்" என்றது.

"சரியான வாலு" என்ற படி மகளுக்குத் தலையில் முத்தம் கொடுத்து விட்டு, "இப்படிக் குடுங்க" என ஆதித்யனுக்கு வழி காட்டினாள். ஆதித்யன் ஏக்கம் அப்பட்டமாக அவன் கண்களில் தெரிய ஏக்கமாகத் திவியைப் பார்த்தான். அவள் தனது சிரிப்பை அடக்கி கண்களால் சிரிக்க அவனுக்கு உன்மத்தம் பிடித்தது. ஆதிரைக்கு அதே போல் தலையில் முத்தமிட்டு,"இதுக்குத் தான் அம்மா வேணும்கிறது. அம்மா மூளை ஐடியா மணியா எப்படி வேலை செய்கிறது பார்" எனச் சிலாகித்தான்.

"நித்துப்பா இறக்கி விடுங்க நான் பாட்டிட்ட ட்ரெஸ்ஸை காட்டனும்" என இறங்கி ஓடியது. ஆதித்யன் அங்கேயே நிற்கவும், "உங்களுக்கு என்ன வேணும், வெளியே போங்க நான் சேலையை சரியாக் கட்டனும்" என்றாள்.

குளித்து முடித்த தண்ணீர் துளிகள், அவனைப் பார்த்த பதட்டத்தில் வந்த வியர்வைத் துளிகள் என அவள் நெற்றியில் முத்து முத்தாய்ப் பூத்திருக்க, ஆதித்யன், அவளை நெருங்கினான். வயிற்றில் ஓர் பந்து எம்பி நெஞ்சில் ஏறி நிற்க அதைச் சமாளித்து, "என்ன பார்வை வெளியே போங்க" என்றாள். "திட்டக் கூடாதுன்னு சொல்லியிருக்கேன்ல" என அவன் சொல்லவும்.

"வெளியே போங்கன்னு சொல்றது ஒண்ணும் திட்டுற வார்த்தை இல்லை" என்றாள். "திட்ட மாட்டேல்ல, அப்புறம் ஏன் நான் போகனும்" என்றவாறே அவளை நெருங்கியவன், அவள் நெற்றி வியர்வைத் துளிகளை விரலில் ஏந்தி ஒவ்வொன்றாக எடுத்துச் சுண்டிவிட, புதிதாக வேறு துளி துளிர்த்தது.

"ஆதி போங்க ப்ளீஸ், கிளம்பனும் நேரமாகுது" என அவன் நெஞ்சில் கை வைத்து இடைவெளியை அதிகரித்தாள் ;கிறங்கி நின்ற ஆதித்யன், விரலால் நெற்றி வியர்வையை விரட்ட முடியாது என இதழ்களை அந்தப் பணிக்கு இறக்கி விட்டான். அவன் கைகள், அவள் துவலாமல் இடையைத் தாங்கி நின்றன. பேசும் மொழி மறந்து மயங்கி நின்ற பாவையவள், சிலையெனக் கண்மூடி அவன் கரம் போகாதெனச் சுவரில் சாய்ந்து நின்றாள். அவன் அவள் பெயர் கொண்ட மந்திரத்தை உச்சரிக்கத் தொடங்க, அவனைத் தழுவத் துடித்த கரங்களை இறுக்க மூடி விறைத்து நின்றாள்.

அவள் மாற்றம் உணர்ந்து, அவனும் சுதாரித்தான். "சாரிடா, சாரி" என வேகமாக வெளியேறி விட்டான். அந்தச் செய்கையில் அவள் மனம் நொந்தது. பிள்ளைகளின் பேச்சுக் குரலில் இயல்பு நிலைத் திரும்பி தயாரானாள்.

கனகரத்தினம், தமிழ்ச்செல்வியிடம் சொல்லிக் கொள்ள வந்தனர். செல்வியம்மா, திவ்யாவின் வெட்டப்பட்ட முடிக்கு ஏற்றவாறு சாதிப்பூவை நெருக்கமாகக் கட்டி வைத்திருந்தார். அவள் மறுத்தும் விடாமல் கிளிப்புக்கு மேல் வரிசையாக அழகாக வைத்து விட்டார். அழகாக அவள் குழலை நிறைத்தது. ஆதிரைக்கும் குடுமியைச் சுற்றி முல்லை சரத்தை வைத்துவிட்டார், அதையும் வைத்துப் பெருமையாக அலப்பிக் கொண்டு சென்றது.

பின் சீட்டில் பிள்ளைகளை அமரவைத்து தானும் அதில் ஏறப் போனாள், "வர்ஷி அதுங்க தனியா உட்காரப் பழகட்டும் நீ முன்னாடி ஏறு" என்றான் ஆதித்யன்.

"ஆமாம்மா, தேவி அத்தை வீட்டில் சௌமிக்கா, கிருஷ் அண்ணா இப்படித்தான் உட்கார்ந்து வந்தாங்க. நீங்களும் தேவி அத்தை மாதிரி முன்னாடிப் போய் ஏறிக்கோங்க" எனக் கட்டளை இட்டது ஆதிரை.

"பெரிய கிழவி தான், அம்மாக்கே ஆர்டர் போடுறா" என்றுவிட்டு ஆதித்யன் அருகே அமர்ந்தாள் திவ்யா. இவர்களைப் பார்த்திருந்த கனகரத்தினம் தம்பதிக்கும், கலாம்மாவுக்கும் திருப்தியாக இருந்தது.

புதுக்கோட்டையில் ஒரு ஹோட்டலில் சாப்பிட்டு விட்டுச் செல்லலாம் என முடிவெடுத்தனர். சாதாரணம் போல் இருந்தாலும் ஆதித்யன் முகம் கொஞ்சம் வாடியே இருந்தது. திவ்யா தான் அவனைத் திரும்பிப் பார்த்துக் கொண்டே வந்தாள்.

ஹோட்டலில் நிறுத்திச் சாப்பிடப் போகும் போது, ஆதிரை "லிப்ஸ்டிக் கலைஞ்சுடும் வேண்டாம்" என்றது. "அம்மா ஊட்டி விடுறேன். கலைஞ்சா திருப்பி அம்மா மேக்கப் பண்ணிவிடுறேன் வாடா செல்லம்" எனக் கொஞ்சி சாப்பிட வைத்தாள். அநிருத்தாவுக்கு ஆதித்யன் ஊட்டி விட்டான். இவர்கள் குடும்பம் சாப்பிட்டுக் கிளம்பும் முன் ஆதியின் சின்னத் தாத்தா மகள், அத்தை குடும்பம் கயல்விழியின் அன்னை தந்தை வந்தனர்.

ஆதியைப் பார்த்து அதிர்ந்து," ஆதி இது யாருப்பா சினேகிதர் பசங்களா" என்றார்."இல்லை அத்தை என் மனைவியும் பிள்ளைகளும். நீங்க எங்க இந்தப் பக்கம்" என்றான்.

"நீதான் கயல் வேண்டாம்னு வெட்டி விட்டுட்ட. இப்ப இல்லத் தெரியுது என்ன காரணும்னு. அவள் என்ன உன் நினைபிலேயா உட்கார்ந்து இருப்பா. அது தான் இங்க ஒரு பெரிய இடத்தில் சம்பந்தம் வந்தது. அதுக்காகத் தான் வந்தோம்." என நீட்டி முழங்கிச் சென்றார்.

திவ்யா, 'இவங்க மகள் தான் கயல்விழியா.அவள் வாழ்க்கையை நான் தட்டிப் பறிக்கிறேனா' எனக் குழப்பம் வந்தது. ஆனால் ஆதித்யன் உற்சாகமாக வந்தான், இன்று முதன் முதலாகத் தன் மனைவி குழந்தைகளை அதுவும் கயல்விழி அம்மாவிடமே அறிமுகம் செய்தாகி விட்டது என்ற சந்தோஷம், நிம்மதி, மனநிறைவு எல்லாம் இருந்தது. இவ்வளவு நேரமிருந்த சோக முகமும் இப்போது மலர்ந்து இருந்தது.

"அப்பா, நல்ல வேளை இவங்களே நேரா பார்த்துட்டாங்க. இனி விசயம் ஊருக்குள் பரவிடும். தாங் காட்" என்றான். "என்ன யாரைப் பார்த்தோம்னு இவ்வளவு சந்தோஷம்" என்றாள்.

"இப்ப பார்த்தமே, அவுங்க ஒன்று விட்ட அத்தை, இவங்க மகள் தான் கயல்விழி. உன்னையும், பிள்ளைகளையும் பார்த்து யார்னு கேட்டாங்க. மனைவி பிள்ளைகள்னு சொன்னேன். இவங்களுக்குத் தெரிந்தால் போதும், ஊருக்கே சொன்ன மாதிரி. இனி நம்மைப் பார்க்க எல்லாரும் ஆவலா இருபாங்க. நம்ம புதுசா போய் விளக்கம் தர வேண்டாம்" என்றான்.

திவ்யா தான் குழம்பிப் போனாள், இவன் நம்மை அறிமுகப்படுத்தத் தயங்குவான் என நினைத்தால் உற்சாகமாக இருக்கிறானே என நினைத்தாள். அதன் பிறகு ஆதித்யன் வண்டியும் அவன் மனம் போலவே பறந்தது. இருவரும் பிள்ளைகளின் கேள்விக்கு உற்சாகமாகப் பதில் அளித்தபடி வந்தனர். ஆதித்யன் குடும்பமே அந்தப் பயணத்தை ரசித்தது. திருச்சிக்குள் நுழையும் போதே திவ்யா தாத்தாவுக்குப் போன் போட்டாள்.

"தாத்தா எங்க இருக்கீங்க. வழக்கம் போல ஸ்ரீரங்கமா" எனக் கேட்டாள். "திவ்யாம்மா, இந்தத் தடவை உனக்கு ஒரு ஆச்சரியம் காத்திருக்கு, முக்கொம்பு வந்திருடா. தாத்தா கேட்டிலேயே நிற்கிறேன்" என்றார்."எங்கமா போக" என ஆதித்யன் கேட்கவும்.

"முக்கொம்பு வரச் சொல்றார் , ராஜியையும் கூட்டிட்டு போவோம்" என்றாள். கிளம்பும் போதே போன் செய்ததால் அவளும் தயாராகவே இருந்தாள். "ஹேய் ராஜி சித்தி" என இரட்டையர் சொல்லவும், "என் குட்டி சுட்டீஸ் சித்தியைப் பார்க்க வந்தீங்களா" எனக் காரில் ஏறியபடியே கொஞ்சினாள்

"இல்லை பாட்டையாவ பார்க்க வந்தோம்" என்றனர். "அடப் பக்கிகளா, வார்த்தைகாகவாவது ஆமாம் சித்தி உங்களைத் தான் பார்க்க வந்தோம்னு சொல்லுதா பார்" எனக் குறை பட்டாள் ராஜி.

"ஏம்மா, என் பிள்ளைகள் உண்மை பேசுறது உனக்கு ஆகலை." என வம்பிழுத்தான்."ஆத்தாடி அரிச்சந்திரன் வீட்டுக்குப் பக்கத்து வீடு, உண்மை பேசுறாங்களாம். " என அவளும் வாயாட."அப்ப நீ தான் அரிச்சந்திரன் பேத்தி, எங்கள் பக்கத்து வீடு செல்வியத்தை அப்பா வீடு தானே."என ஆதித்யன் காலை வாரினான். திவ்யா விவரம் கேட்கவும்.

"எங்கள் தாத்தா கூடப் பிறந்தது மூன்று பேர், அதனால் வரிசையா, அடுத்தடுத்த வீடுகள். செல்வி அத்தை அப்பா அடுத்து, அதற்கடுத்து இப்ப பார்த்தமே கயல்விழி அம்மாவின் பிறந்த வீடு. மற்ற சொந்தமெல்லாம் வந்து தெரிஞ்சுக்கோ. இல்லைனா கன்ப்யூஸ் ஆகிடும்" என்றான். "என் திடீரெனப் பிக்னிக் கிளம்பிட்டீங்க. உங்கள் தம்பியையும் கூட்டிட்டு வந்திருக்கலாம்ல" என்றாள் ராஜி.

"வீட்டுக்கு ஒரு ஆள் வெளியே சுற்றினா,ஒரு ஆள் கம்பெனி பார்த்துக்குவோம். இப்ப என் டேர்ன். வர்ஷியும் பிள்ளைகளும் வீட்டுக்கு வரட்டும், அப்புறம் இனியனைக் கூட்டிட்டு எங்க வேணுமோ போய்ட்டு வா" என்றான் ஆதித்யன். முக்கொம்பு வந்திருந்ததனர். காரை பார்க் செய்து விட்டு டிக்கெட் கவுண்டரை நோக்கி நடந்தனர். திவ்யா மொபைலில் தாத்தாவை அழைத்தபடி வந்தாள்.

"அக்கா, தாத்தா அங்க இருக்காங்க. வாங்க. வாங்க அத்தான் வணக்கம், நான் வீரராகவன்" எனக் கை குவித்தான். திவ்யா அதிர்ச்சியாகப் பார்த்தாள், ஆதித்யன் தான்,"ஹலோ உங்களைப் பார்த்ததில் சந்தோஷம் வாங்க." என அநியைத் தூக்கிக் கொள்ள, ஆதிரையை வீரா அழைத்தான்.

"ம்கூம், ஸ்டேஜர்ஸ் கிட்டப் போகக் கூடாது, என்னம்மா" எனத் திவ்யாவின் காலைக் கட்டிக் கொண்டது. ஆதுவை திவ்யா தூக்கிக் கொண்டு, "நீங்க, நீ" என்றாள். ராஜி தண்ணீர் பாட்டிலோடு வந்தாள்.

"வாங்கக்கா, உங்கள் தம்பி தான்" என அவள் கையைப் பற்றினான். திவ்யாவிற்கு அந்த உணர்வே புதுசு, அவள் உணர்ச்சி வயப்பட்டு ஸ்தம்பித்து நிற்க, ஆதித்யன் ஒரு கையால் அவளைத் தோளோடு அணைத்து, "வர்ஷி,

வா தாத்தாவைப் பார்த்திடலாம்" என அவளைச் சமன் படுத்தி அழைத்துச் சென்றான்.

"தப்பா எடுத்துக்காதீங்க மிஸ்டர் வீரராகவன். உங்க அக்கா கொஞ்சம் எமோசனல் ஆகிட்டா" என்றான் ஆதி. "ஐயோ,அத்தான் நான் அப்படியெல்லாம் நினைக்கலை. அப்புறம் இந்த மிஸ்டரெல்லாம் வேண்டாம், வீரான்னு கூப்பிடுங்க போதும்" என்றான்.

சௌந்தர ராகவ பூபதி இருந்த இடத்தை அடைந்தனர். "தாத்தா, நல்லா இருக்கீங்களா. என்ன இப்படி இளைச்சு போய்ட்டீங்க" என்றபடி திவ்யா அவரை நெருங்கவும், ஆதிரையை இறக்கி விட்டு , அவர் காலைத் தொட, ஆதியும் உடன் பணிந்தான். "நல்லா மகராசியா, மகராசனா இருங்க, எனும் போதே, "பாட்டையா, பாத்தையா" என ஆதிரை, அநியும் அவர் காலில் வணங்கினர்.

"அடே என் செல்லங்களா, பாட்டையா காலில் விழக்கூடாது, இப்படி ஏறி உட்கார்ந்துக்கனும். எனப் பக்கத்திலிருந்த ஸ்டோன் பெஞ்சில் அமர்ந்து, கொள்ளு பேரன் பேத்தியைக் கொஞ்சினர்.

"பிறந்தப்ப இரண்டு கோழிக்குஞ்சு மாதிரி இத்துனூண்டு இருந்ததுங்க. இப்ப பாருடா திவ்யாம்மா பாட்டையா காலில் விழுந்து ஆசீர்வாதம் வாங்குறாங்க. பெரிய மனுசர் ஆகிட்டாங்களோ" எனத் தூக்கி அவர் கொஞ்சி மகிழ்ந்ததில் அங்கிருந்த அவர் பேரன் பேத்திகளே ஆச்சரியமாகப் பார்த்தனர்.

கையில் சாக்லேட், கூல்ட்ரிங்ஸ், ஸ்நேக்ஸ் என அள்ளிக் கொண்டு மற்றும் மூவரும் வந்து இவர்களைப் பார்த்திருந்தனர். " திவ்யாம்மா, பிள்ளைகளை மாப்பிள்ளை போல பெத்து வச்சிருக்க, அது தான் சுலபமா கண்டுபிடிச்சு வந்துட்டார்.வாங்கப் பேராண்டி. உங்களைப் பார்த்ததில் ரொம்பச் சந்தோஷம்" என்றார் பெரியவர்.

"வணக்கம் ஐயா, நான் தான் உங்களுக்கு நன்றி சொல்லனும், வர்ஷியையும் என் பிள்ளைகளையும் காப்பாற்றிக் கொடுத்திருக்கீங்களே. நானோ விஜயன் அங்கிளோ இவளை பார்த்துக்கிட்டதை விட நீங்க கவனிச்ச காலம் தான் ரொம்ப முக்கியமானது. நான் உங்களுக்கு ரொம்பக் கடமை பட்டிருக்கேன்"என அவர் கைகளைப் பிடித்துக் கொண்டு கண் கலங்கினான். ஜமீன் ஆதியைப் பார்வையால் அளந்த வண்ணம், பேத்தியையும் ஒரு பார்வை பார்த்தார்.'இவன் கிட்ட என்ன குற்றத்தைக் கண்ட 'என்றது அந்தப் பார்வை.

ஆதியை அருகே அமர்த்திக் கொண்டு,தாத்தா அறிமுகப் படலத்தை ஆரம்பித்தார். "திவ்யா, இவன் உன் பெரிய சித்தப்பா மகன் வீரராகவன், அவன் தங்கச்சி மங்கையர்க்கரசி. இது இரண்டும் ஜெயராகவன், ஶ்ரீராகவன் சின்னச் சித்தப்பா பசங்க. பேரப்பிள்ளைகளா, இது உங்க பெரியப்பா மகள், திவ்யா இவர் மாப்பிள்ளை ஆதித்யராஜன் சரியா" என்றார்,

ஒருவரையொருவர் பார்த்துத் தலையசைத்து ஸ்நேகமாகப் பார்க்க, "நான் ஆதிரைச்செல்வி, இது அநிருத்தாராஜன், இது ராஜி சித்தி. தாத்தா நீங்க மூனு பேரையும் சொல்லவே இல்லை" என்றது.

அனைவரும் வாய்ப்பு கிடைக்கவும் சிரித்து மகிழ்ந்தனர். ஆதி தான், "ஐயா இது கனகரத்தினம் மாமா மகள், திருச்சியில் தான் காலேஜ் படிக்குது" எனச் சொல்லும் போதே, "உங்கள் தம்பி இனிய நாதனுக்குக் கட்டப் போறீங்க. உங்கள் கல்யாணம் தடைப் பட்டதால் அவங்க கல்யாணமும் நிற்கிறது" என முடித்தார் பெரியவர்.

"தாத்தா, என் வரைக்கும் தெரிஞ்சு வச்சிருக்கீங்க சூப்பர் தாத்தா" என்றாள் ராஜி. "ஆமாம்மா, என் பேத்தி இப்படி நிற்கும் போது விசாரிக்காமல் இருப்பேனா, உங்கப்பா மேல் இருந்த நல்ல அபிப்பிராயத்தில் தான் அங்க அனுப்பி வச்சேன்" என்றார். "அப்புறம் ஆதி, சும்மா ஐயா, ஐயான்னு கூப்பிடாத. உரிமையா தாத்தான்னு கூப்பிடு. என் பேத்தியைக் கட்டினவன் பேரன் தானே" என்றார்.

அதற்குள் தம்பி தங்கையுடன் திவ்யா பேசிக் கொண்டு இருந்தாள். வாங்க உள்ள போய் உட்கார்ந்து பேசுவோம்" என முக்கொம்பு அணையின் பூங்கா பகுதிக்குச் சென்றனர்.

மங்கை, திவ்யாவுடன் ஒட்டிக் கொண்டு, "அக்கா உங்களைப் பார்த்ததில் சோ ஹாப்பி . நேற்று தான் நாங்க நாலு பேரும் , தாத்தாகிட்ட பிடிவாதம் பிடிச்சு, உங்களைப் பார்க்க கூட்டிட்டு வந்தோம்" என்றாள்.

அநிருத்யா, ஆதிரையுடன் ஜெய்ராகவன்,ஃபீராகவன் ப்ரெண்ட் பிடிக்க முயன்றனர். "அக்கா, உங்கள் பிள்ளைகளிடம் பழக்கிவிடுங்க. ஆதிரை என்னமோ சொல்லுச்சே" என்றான் ஃபீரீ.

"மாப்பிள்ளைகளா, உங்கக்கா என்னையவே என் மகளுக்கு ஸ்ட்ரேன்ஜரா தான் வச்சிருந்தாள், ஏதோ உங்க அக்கா கருணையில் இப்பத் தான் அப்பாவாயிருக்கேன். அவளையே பழக்கி விடச் சொல்லுங்க" என்றான் ஆதித்யன்.

திவ்யா அவனுக்கு ஒரு முறைப்பைப் பதிலாகத் தந்துவிட்டு, "ஆதுமா, அநி இவங்க மூனு பேரும் உங்களுக்கு மாமா வேணும், இது சித்தி" என அறிமுகம் செய்து வைத்தாள். "உங்க பெயர் என்ன?" என அநி கேட்டான். "இது வீரா மாமா, இது ஜெய் மாமா, இது ஃபீரீ மாமா. நான் மங்கை சித்தி" என மங்கை அறிமுகம் செய்து கொண்டாள். "நீங்க ராஜி சித்தி மாதிரி மங்கை சித்தி" என ஆதிரை முறையைச் சொல்லிப் பார்த்தது.

அநி, இன்னும் மூனு பாய்ஸ் துணைக்குக் கிடைத்தார்கள் எனச் சந்தோஷமாக மாமாக்கள் தோளில் சவாரி செய்தான். ஓரிடத்தில் எல்லோருமாக வட்டமாக அமர்ந்திருந்தனர், தாத்தாவை ஸ்டோன் பெஞ்சில் அமரவைத்து இவர்கள் கீழே சுற்றி அமர்ந்தனர். ராஜி அனைவருடனும் கலகலப்பாகப் பேசினாள்.

திவ்யாவுக்குத் தனது மனநிலையைப் பற்றிப் புரியவே இல்லை. திடீரென உடன் பிறந்தவர்கள் என்ற சொந்தத்தை ஏற்க முடியாமல் தடுமாறினாள். ஆதித்யன் தான் அவளுக்கும் சேர்த்து அவள் தம்பிகளுடன் பேசிக் கொண்டிருந்தான். சற்று நேரத்தில் ஆதி அநியை வைத்து ராஜி, மங்கை, ஜெய்,ஸ்ரீ என நால்வரும் விளையாடிக் கொண்டிருக்கத் தாத்தாவுடன் வீரா, திவ்யா, ஆதி மட்டும் இருந்தனர்.

ஆதித்யன் தான் பேச்சை ஆரம்பித்தான், "தாத்தா, தீபாவளி கழித்து வரும் வளர்பிறையில் எங்கள் கல்யாணத்தை நடத்தி வைங்க. அப்பா, அம்மாவும் கேட்டுட்டே இருக்காங்க. நான் தான் வர்ஷியை கேட்டுட்டு சொல்றேன்னு சொல்லிட்டேன். அவள் உங்களைக் கேட்கனும்னு சொல்றா. நீங்க எங்கள் கல்யாணத்தை நடத்தி வைங்க" எனக் கோரிக்கை விடுத்தான். வீரராகவனைத் தண்ணீர் வாங்கி வருமாறு அனுப்பி விட்டே பேசினார்.

"அது சரிதான், திவ்யாவுக்கு உன் மேல் இருந்த கோபம் சரியாயிடுச்சா, அது என்னன்னு பேசி முடிச்சிட்டிங்களா" என்றார். திவ்யா மௌனமாக இருந்தாள்.

"நானும் கேட்டுப் பார்த்திட்டேன், பதிலே வரலை. சரி அவளா மனசாரச் சொல்லட்டும்னு காத்திருக்கேன். என் வாழ்க்கையில் அவளைத் தவிர வேற யாருக்கும் இடம் கிடையாது" என்றான் ஆதித்யன்.

"நீ என்னம்மா சொல்ற" என்றார். "தாத்தா, எனக்கு அன்ஈசியா இருக்கு. பிள்ளைகளை வச்சுகிட்டு, இனிமே நான் அலங்காரம் பண்ணி, மாலை போட்டுக் கல்யாணம் பண்ணி, என்னால் முடியாது" எனத் தலை குனிந்தாள்.

"என்னோடு கோவிச்சுகிட்டுப் போன உங்கப்பனே, உனக்கு ஊரறியக் கல்யாணம் பண்ணனும்னு தான், என்னைத் தேடி வந்தான். அவன் கல்யாணத்தை நடத்திப் பார்க்கத் தான் எனக்கு வக்கில்லாமல் போயிடுச்சு. விஜயன் என்கிட்ட கேட்டது இது ஒன்னு தான், அவனுடைய கடைசி ஆசை. நான் கண்ணை மூடும் முன்னே அதை நடத்திப் பார்க்கிற வரத்தைக் கொடு தாயி" என அவள் முன் கை ஏந்தினார் ஜமீன்தார், கண்களில் காவிரி பிரவாகம்.

அவர் கைகளைப் பிடித்துக் கொண்டு திவ்யாவும் அப்பாவின் நினைவில் அழுதாள். ஆதித்யனும் கலங்கித் தான் இருந்தான், தாத்தா பேத்தி இருவரையும் அவன் தான் தேற்றினான். தண்ணீர் கொடுத்து அமைதியடையச் செய்தான்.

"திவி, எதுவுமே நம்மப் பார்வையில் தான் இருக்கு. நீ சங்கடப்படுறேங்கிற ஒரே விசயத்தைத் தவிர , நம்ம கல்யாணத்தில் யாருக்கு என்ன பிரச்சினை. ஏன் இதுவே ஹையர் ஸ்டடீஸ்னு போயிருந்தா, கல்யாணம் நடக்கச் சரியான நேரம். வெளி ஆட்கள் வேண்டாம். க்ளோஸ் சர்கில் மட்டும் வச்சுக் கல்யாணம் பண்ணலாம்" என ஒரு தீர்வைத் தந்தான் ஆதித்யன்.

திவ்யா மௌனமாக இருக்கவும், "தாத்தா திவி முடிவெடுக்கும் நிலையில் இல்லை. நான் அப்பா, அம்மாவை வரச் சொல்றேன். எங்க வச்சுக்கலாம்னு முடிவெடுப்போம்" என்றான்.

"சரி ஆதி, நான் உன் தங்கச்சி மாமனார் சந்திரசேகரை வரச் சொல்றேன். இரண்டு பேருக்கும் பொதுவா அவரை வச்சு பேசுவோம்" எனவும் திவ்யா இது யார் மற்றொரு குடும்பம் எனப் பார்த்தாள்.

தாத்தா விளக்கினார். "உன் ஆத்தா, என் முதல் சம்சாரமும், இவர் தங்கச்சி வீட்டுக்காரர் ஆத்தாவும் அக்கா தங்கச்சி. சந்திரசேகர் உனக்குப் பெரியப்பா முறை தான். அவுங்க வீட்டிலையும் மூன்று அண்ணன்கள் இருக்காங்க. எல்லாத்தையும் தெரிஞ்சுக்கடா. உன் அப்பன் மேல் எல்லாரும் பாசமா தான் இருந்தாங்க. அவன் தான் எதிர்த்து நின்னு சம்மதிக்க வைக்காமல் ஒதுங்கிப் போனான். நான் வந்து அன்னைக்குப் பார்க்கலைனா, உன் நிலைமை என்ன. யாருமில்லா உன்னைத் தனியா நிற்க வச்சுட்டான். சொந்த பந்தத்தில் கூடக் குறைய வாக்குவாதம் சண்டை வரத்தான் செய்யும். இந்த இரத்த பந்தம் இருக்கிறதுனாலத் தான், உன் தம்பிகள், தங்கச்சி என்னைப் போட்டுப் பாடாப் படுத்தி வந்ததுங்க. நீயும் இதுக்கெல்லாம் பழகனும். அதுகளுக்கும் நல்லது கெட்டது பார்க்க, அக்கா அத்தான்னு வந்து நின்னா அது ஒரு சந்தோஷம் தானே" என்றார். இருவரும் மாறி, மாறிப் பேசி அவளைத் திருமணத்திற்குச் சம்மதிக்க வைத்தனர்.

பிள்ளைகள் விளையாடி ஓய்ந்து ஓடி வந்தனர். இருவரும், மாமா, சித்தி என அதற்குள் நன்றாகப் பழகி இருந்தனர். "ஜெய்மாமா, அடுத்து நம் தான் ஜெயிக்கனும்" என்றது ஆதிரை.

"ஶ்ரீமாமா நம்ம தானே வின்" என்றான். "நீங்க இரண்டு பேரும் கிடையாது, ராஜி சித்திதான் ஜெயிச்சேன்" என ராஜி வம்பிலுக்க.

"அதெல்லாம் இல்லை, நாங்கள் தான். சித்தி நீங்க சொல்லுங்க, யாரு "யார், ஜெயிச்சா என்ன விளையாட்டு" எனத் திவ்யா கேட்கவும்.ஆதிரை கதை சொல்ல ஆரம்பிக்க, அதை மறுத்து அநி ஒரு கதை சொன்னான், இவர்களுக்கும் போட்டியாக ராஜி ஒரு கதை சொன்னாள்.திவ்யா, "சரி எல்லாருமே ஜெயிச்சாச்சு ஓகேயா" எனப் பஞ்சாயத்துச் செய்து வைத்தாள்.

"அக்கா இதுகளை எப்படிச் சமாளிப்பீங்க" என மங்கை சாதாரணமாகக் கேட்கவும். "இரண்டும் ஆளுக்கு ஒரு பக்கம் பிச்சு எடுக்குங்க. நான் சோகமாகி, அழ ஆரம்பிச்சா, இரண்டும் ஓடிவந்து கட்டிக்குங்க." என்றாள் திவ்யா.

"ஆனால் இதுங்க பேபியா இருக்கும் போது ரொம்பச் சிரமப் பட்டாங்க. சளிக் காய்ச்சல், டிசன்ரி எது வந்தாலும் இரண்டுக்கும் சேர்ந்து வரும். இராத்திரி பகலா பிள்ளைகளை வச்சுகிட்டே அலைவாங்க. நம்ம கிட்ட வரவும் மாட்டாதுங்க. அக்கா கூடப் பசை போட்டு ஒட்டிக்கிட்டு இருக்குங்க. ஏன்கா ஒரு பேக் வச்சிருப்பீங்களே" என்றாள் ராஜி. கேட்டவர்களுக்கு அவள் தனியாகப் பட்டக் கஷ்டம் புரிந்தது. ஆதித்யனுக்குக் கண்ணைக்

கரித்தது. "அதென்ன பேக் " வீரராகவன் கேட்கவும்.

"கங்காரு பேக். இரண்டு பக்கமும் இரண்டையும் வச்சுப் பெல்ட் போட்-டுக்குவாங்க" என்றாள். என் மொபைலில் இருந்தது என ராஜி போட்டோக்க-ளைக் காட்டினாள். ஆதியே அன்று தான் பார்த்தான். தனது மொபைலுக்கு அவற்றை அனுப்பிக் கொண்டான்.மதிய உணவாகக் கிடைத்த பாக்கெட் உணவுகளைச் சாப்பிட்டனர். கிளம்பும் நேரம் வந்தது.

வீரா, "அக்கா பெரியவங்க எப்படி இருந்திருந்தாலும் பரவாயில்லை, நம்ம நல்ல உறவோடு இருப்போம்" என்றான். "ஆமாம்கா, நம்ம வீட்டுக்கே வந்திடுங்க" என மங்கை அழைத்தாள். "உங்கள் பாதுகாப்புக்கு நாங்களாச்சு" என ஜெய், சொல்லவும், "பிள்ளைகளை நாங்கள் பார்த்துக்குவோம்" என்-றான் ப்ரீ.

திவ்யா கண்கலங்கினாள் "உங்கள் எல்லாரையும் பார்த்ததில் மனசுக்கு மகிழ்வா இருக்கு .எங்கப்பா, அம்மா அனாதையா விட்டுட்டுப் போனாங்க-ளேன்னு நினைப்பேன். அது நிஜம் இல்லை, இவ்வளவு பேர் இருக்கீங்களே" என அவர்களை வாஞ்சையாகத் தடவினாள். அவர்கள்"அக்கா" எனக் கட்-டிக் கொண்டனர்.

தனியாக நின்ற ஆதியிடம்,"அத்தான் போறப் போக்கப் பார்த்தால், உங்க டீம் மைனாரிடியா ஆகிடும் போல" என்றாள் ராஜி."அதெப்படி, நானே வர்-ஷியோட டீம் தானே' என்றான். ஆதித்தன். "ஆஹா,குப்புற விழுந்தாலும் மீசையில் மண்ணு ஒட்டலைனு சொல்லுவீங்களே" என வம்பளந்தாள்.

"தாத்தா, அக்காவை நம்ம வீட்டில் இரண்டு மாசம் வச்சிருந்து அப்புறமா அத்தான் கூட அனுப்புவோம்" என மங்கை சொல்லவும். "ஏன் இந்தக் கொலைவெறி, நான் முதலில் என் பொண்டாட்டியோடு சேர்ந்துக்குறேன், அப்புறமா ஆளாளுக்கு உங்கள் அக்காவை உரிமை கொண்டாடுங்க" என்-றான் ஆதித்யன்.

"ஆமாம், ஆமாம் ரொம்ப உரிமை கொண்டாட விடுவாறு உங்க அத்-தான். இப்பவே விடுறதில்லை. மங்கை நம்பாதே . அவ்வளவு தான் சொல்-லுவேன்" என்றாள் ராஜி. "ஏம்மா உனக்கு, மங்கை அதெல்லாம் உங்கள் அக்காவை விடுவேன், என்ன இலவச இணைப்பா நானும் வீட்டோட மரு-மகனா வந்து உட்கார்ந்திருவேன்" என ஆதித்யன் சிரிக்காமல் சொல்லவும்.

அவர்கள் அனைவரும் சிரித்து, "வாங்கத்தான் உங்களுக்கு இல்லாத உரிமையா" என்றான் வீரா. "அங்கேன்னா இன்னும் வசதி, ஒரு மணிநேரம் ட்ராவல் மிச்சம். டேரா போட்டுருவாறு,வீரா பார்த்து வாக்கு கொடு" என்-றாள் ராஜி.

"எங்க அக்கா குடும்பத்துக்குப் போகத் தான் மற்றது எல்லாம்" என்றான் ஜெய் ."டேய், இத்தனை நாளா எங்கடா இருந்தீங்க. பாசக்காரப் பயல்களா" என ராஜி வராத கண்ணீரை வழித்து விட்டு,"இது தான் திவ்யாக்கா மைண்ட் வாய்ஸ்" என்றாள்.

"ராஜிக்கா, நீங்க வந்திடுங்க எங்க வீட்டுக்குச் செமயா பொழுது போயிடும்" என்றான் ஶ்ரீ. "ஐயையோ சொல்லிட்டானே, மாப்பிள்ளை தொலைஞ்சடி உங்கள் திவிக்கா வருவாளோ இல்லையோ, ராஜிக்கா ஆஜராகிடுவா" என்றான் ஆதி.

இரட்டையர், பாட்டையா தாத்தாவின் கையைப் பிடித்துப் பேசிக் கொண்டே வந்தன. "தாத்தா, போதும் விடுங்க. அதுகளுக்குக் கால் வலிக்கும். நாங்க தூக்கிக்குறோம்" என ஜெய்யும்,ஶ்ரீயும் தூக்கிக் கொண்டனர். வீரா தாத்தாவைக் கூட்டிக் கொண்டு நடக்க, மங்கை, ராஜி கதைத்து வரக் கடைசியாகத் திவ்யாவும், ஆதித்யனும் நடந்தனர். அவள் கையைக் கோர்த்துக் கொண்டு, "வர்ஷிமா இப்ப சந்தோஷமா. உனக்கான சொந்தமே ,உன்னைத் தனதா நினைக்கிறவங்களே நிறையப் பேர் இருக்காங்கடா" என்றான்.

அவன் தோளில் சாய்ந்தவள், "ஆமாம்பா,அப்பாவும், அம்மாவும் இப்படி இருந்திருந்தால் இன்னும் எவ்வளவு நல்லா இருந்திருக்கும்." என ஏக்கமாகப் பேசினாள்.

"சரிடா, உனக்காவது கிடைச்சிருக்கே அதை நினைச்சு சந்தோஷப்படு. இதை விட்டுட்டு நியுசிலாந் போறேன், ஆஸ்திரேலியா போறேன்கிற" என்றான். "நீங்க சொல்லவும் தான் ஞாபகம் வருது பிள்ளைகள் பாஸ்போர்ட் ரெடி. நான் சரின்னு சொன்னால் விசாவும் ரெடியாகிடும். ட்ராவல் ஏஜென்சி காரர் சொன்னார்" என்றாள்.

"பாஸ்போர்ட் எடுத்தா நல்லது தானே, ஒரு வேர்ல்ட் டூர் போய்ட்டு வந்துக்குவோம். இல்லை நம்ம வித்தியாசமா, பிள்ளைகளோடு ஹனிமூன் போவோம். அடுத்த டிவின்ஸை நானே வளர்க்கிறேன். நீ பெத்து மட்டும் கொடு போதும்" என்றான். திவ்யா அவன் மீது சாய்ந்திருந்தவள், அவன் பேச்சில் முகம் சூடாகி அவன் கையில் அடி போட்டாள்.

"ஏய் அடிகாதடி சீரியசா சொல்றேன். வா உங்க தாத்தாகிட்ட பஞ்சாயத்து வச்சுக்குவோம்" என்றான். "போயா மங்கி" எனத் திட்டி விட்டு வேகமாக நடந்து தாத்தாவுடன் சேர்ந்து கொண்டாள். ஆதி சிரித்தபடி வந்தவன், "தண்டனை உண்டு" அவள் காதில் கிசுகிசுத்து விட்டுப் பிள்ளைகள் இருந்த இடம் நோக்கி விரைந்து, "ஒரு ஆளைக் குடுங்க எவ்வளவு நேரம் தூக்குவீங்க" என ஆதிரையை வாங்கிக் கொண்டான்.

பேசியவாறு இருவரும் என்ன செய்கின்றனர் என விசாரித்தான். வீரா அநியை கை மாற்றிக் கொண்டான். அவர்களது பிஸ்னஸ் வேலை என மேலோட்டமாக அவர்களைப் பற்றி அறிந்து கொண்டான் ஆதித்யன்.

தாத்தாவும் பேத்தியுமாக நடந்தனர் "திவ்யாம்மா, நீ சந்தேகப் படுற மாதிரியோ, கோபப்படுற மாதிரியோ எதுவும் இல்லை. மாப்பிள்ளை தங்கமானவர். அவங்க அத்தை மகள் ஒரு பொண்ணோட கல்யாணம் பேச்சு அவங்க வீட்டில் தான் நடந்திருக்கு. இவர் ஏதோ சொல்லித் தட்டி விட்டுருக்கார். அதனால் நிம்மதியா வாழ்க்கையைத் தொடங்கு. உங்கள் அம்மா அவங்க

வீட்டில் வளர்ந்தப் பொண்ணு. அந்தப் பாசமும் அவங்களுக்கு இருக்கும். உன் மாமனார், மாமியாரும் நல்லவங்க தான். நம்ம வீடு மாதிரி பிக்கல் பிடுங்கல் இல்லை. பயப்படாமல் இரு. தாத்தா மற்றதை பார்த்துக்குறேன். உன் மனசுக்கும் சங்கடமில்லாமல் உங்க அப்பா ஆசையையும் நிறைவேற்றி வைக்கிறேன். சரிதானேடா" எனப் பச்சைப் புள்ளைக்குச் சொல்வது போல் சொல்லிப் புரியவைத்தார். ஏதோ தெளிந்தது போல் இருந்தது திவ்யாவுக்கு. சரி எனத் தலையாட்டினாள்.

கீழே பொங்கிவரும் புது வெள்ளமாகக் காவிரி பாய்ந்திருக்க, அதைப் பாலத்தில் கடந்த மாது அவள் மனதும், மகிழ்ச்சியால் பொங்கியது. உறவென்று சொல்லி தன்னையும் கொண்டாடும் தங்கை தம்பிகளைக் கண்டு மனதில் மகிழ்ந்து, தாத்தாவிடம் சம்மதம் சொல்லிவிட்டுத் தன்னவனுடன் கிளம்பினாள்.

"திவ்யாம்மா, எல்லாம் முறைப் படி செய்யனும், இப்போ இருக்கச் சூழலில் தாத்தா கடை கன்னிக்கு ஏற முடியாது. தீபாவளிக்குத் துணிமணி எடுத்துக்குங்க. நான் பிறகு முறையோடு வர்றேன். " என ஒரு கத்தைப் பணத்தைக் கையில் திணித்தார். "தாத்தா இதெல்லாம் எதுக்கு, உங்க அன்பு மட்டுமே போதும்" என்றாள்.

"விஜயன் கொடுத்தாலும் இதைத் தான் சொல்லுவியா. நான் வேற, அவன் வேறாகக் கிடையாது. உனக்கு அப்பா ஸ்தானமும் நான் தான், தாத்தா ஸ்தானமும் நான் தான்" என்றவர். "பேராண்டி முடிஞ்சா என் பேத்திக்குத் துணிமணி எடுத்துக் கொடுத்துக் கூட்டிட்டுப் போங்க" என்றார்.

"நானே வந்ததோடு தீபாவளி பர்சேஸ் முடிக்கலாம்னு தான் பார்த்தேன்" என்றான். "சரியா, இதுக்கு மேல் உடம்பு தாங்காது" எனக் கிளம்பினார். உடன் பிறப்புகளும் கட்டாயம் வீட்டுக்கு வரவேண்டும் என அழைப்பு விடுத்துக் கிளம்பினர்.

ஆதித்யன், திவ்யா பிள்ளைகளை ராஜியின் வீட்டில் விட்டு விட்டு, ஜவுளி எடுக்கச் சென்றனர். ராஜி பிள்ளைகள் இரவு உணவையும் பொறுப்பேற்றாள். திவ்யா பிள்ளைகளுக்குத் தேவையானதை முதலில் எடுத்தாள். ஆனந்துக்கும் சேர்த்து அநி, ஆதுவுக்கு எடுத்தது போல் எடுக்கவும் ஆதியின் மனம் நிறைந்தது. ஆதித்யன் தங்கை மக்களுக்கும் எடுத்தான். அதே போல் வீட்டில் அனைவருக்கும், அவர்கள் விருப்பம் எப்படி என அறிந்து திவ்யா வேகமாகத் தேர்ந்தெடுத்தாள். ஒருவர் மற்றவருக்காய் அவரவர் அறியாமல் ரகசியமான பர்சேசும் ஓடியது.

கார் டிக்கியை நிறைத்து விட்டு. இருவரும் சாப்பிட்டு வந்தனர். எல்லா இடங்களிலும் ஆதித்யன் கணவனாகக் கரிசனமாகவே நடந்து கொண்டான்.பிள்ளைகள் ஆடிய ஆட்டத்துக்குத் தூங்கி இருந்தன. பின் சீட்டில் அவர்கள் அலுங்காமல் சுற்றி குசனை வைத்துப் படுக்க வைத்தாள்.

"எல்லாம் செட்டப்பா இருக்கே" என ஆதித்யன் வியக்கவும். சில நேரம் தேவகி அக்கா வீட்டிலிருந்து வரும் போதே தூங்கிடுவாங்க. அதனால் காரில் எப்பவும் கிடக்கும். இன்னைக்கும் லேட்டாகும்னு தான் எடுத்து வச்சேன்" என்றாள். "என் பொண்டாட்டி ஐடியா மணி இல்லை" எனச் சிலாகித்தான்.

கார் அவுட்டர் வரவும், அவனை ஓரமாக நிறுத்த சொன்னாள், "என்னம்மா" எனப் பதட்டமாக நிறுத்தவும். அவனை இறுக்கி அணைத்துக் கன்னத்தில் முத்தமிட்டு,"தாங்க்ஸ்" என்றாள் திவ்யா. ஆதித்யன் அதிர்ச்சியாகப் பார்த்தவன், பின்னர் உல்லாசமாகச் சிரித்து, "வர்ஷி உன் பிறந்த நாள் அன்னைக்குச் சொன்னது தான், உனக்குத் தாங்க்ஸ் சொல்லவே தெரியலை" என இதழில், இதழால் முற்றுகையிட்டான், அவளும் இழைந்து கொடுக்க.

" நித்துப்பா பால் கேத்ச் புதிங்க" என்ற அநிருத்தாவின் குரலில் பதறி விலக. அவன் தூக்கத்தில் உளறினான். திவ்யா அடக்க மாட்டாமல் சிரித்து,"சேம் ப்ளட், சேம் புலம்பல்" என்றாள். ஆதித்யன்,"அதிலென்ன சந்தேகம், என் மகன்" என்றவாறே காரை எடுத்தான்.

இவர்கள் மகிழ்ச்சி இவ்வாறே தொடருமா பொறுத்திருந்து பார்ப்போம்.

மனம்-21

ஆதித்யன், திவ்யவர்ஷினி அவர்கள் இருவருக்குமே தாத்தா சௌந்தர ராகவனைச் சந்தித்து வந்ததிலிருந்து ஓர் மகிழ்ச்சி இழையோடிக் கொண்டிருந்தது. அவர்களுடைய ஆத்ம பந்தம், உயிர் பந்தத்திற்கான சமுதாய அங்கீகாரம் கிடைக்கும் நாளை எதிர்நோக்கிக் காத்திருக்கின்றனர். திருச்சியிலிருந்து வரும் வழி நெடுக தனது தம்பிகளைப் பற்றிப் பேசி, ஆதித்யன் கருத்தையும் கேட்டு வந்தாள்.

"வீரா, ஜெய்,ஃபிரீ, மங்கை இதுங்க என் மேல் இவ்வளவு பாசமா இருப்பாங்கன்னு நான் கனவுலையும் நினைச்சது இல்லை. " என உணர்ச்சி மிகுதியில் திவ்யா சொல்லவும். "நிஜமாகவே உன் மேல் பாசம் வச்சிருக்காங்கம்மா. நல்ல பசங்க" எனச் சிலாகித்தான்.

"இதே மாதிரி அவங்க அப்பாக்களும், அப்பா மேல் பாசமா இருந்திருந்தா, அப்பா இப்படித் தனியா இருந்திருக்க மாட்டாங்களே" என விஜயன் நினைவில் கண்கலங்கினாள். "நீ சொல்றது சரிதான், இப்படிப் பாசமான தம்பி பசங்களைப் பார்த்திருந்தா, அங்கிள் அதுங்களைத் தூக்கி வச்சு கொண்டாடி இருப்பாங்க. " என அவனும் ஆமோதிக்க.

"சின்ன வயசிலிருந்தே அப்பா, பாசத்துக்கு ஏங்கி இருக்காங்க. அம்மாட்ட அந்தப் பாசத்தைப் பார்க்கவும் , தன் குடும்பம் தன் மனைவியைக் காயப்படுத்த கூடாதுன்னு விலகிட்டாங்க. " எனப் பெருமூச்சு விட்டாள்.

"அவரவர் சூழ்நிலை, அந்த நேரம் இருக்கும் மனநிலை. பாசத்தைக் காட்டத் தெரியாத உங்க ஜமீன் தாத்தா. என் கனிப்பு சரின்னா, அங்கிள்

இழப்பு அவரை அடியோடு மாத்தி இருக்கும்" என்றான். அவன் தோளில் சாய்ந்து கொண்ட திவ்யா சில நிமிடங்களுக்குப் பிறகு,"உங்களுக்கு வண்டி ஓட்ட சிரமமா இருக்கும்" என நிமிர்ந்தாள்.

"வர்ஷி, இந்த நேரம் என் தோள் சாய்ந்தது தான் எனக்குத் திருப்தி. அதுக்குத் தான் புருஷன்." என இடது கையால் அவளது தலையைத் தனது தோளில் சாய்த்துக் கொண்டான்.

"அப்ப எவ்வளவு பேசுவோம். எல்லாமே ஸ்வீட் நத்திங்க்ஸ். என்ன பேசி-னோம்னு கேட்டால் பதிலே கிடையாது. ஆனால் சந்தோஷமா பேசிக்கிட்டு இருப்போம்" என ஆதித்யன் பழைய நினைவுகளில் மூழ்கினான்.

திவ்யாவின் இதழ்களிலும் ஒரு முறுவல் தோன்றியது. " எப்படா ஞாயிறு வரும்னு காத்திகிட்டு இருப்பேன். அந்த மதுரை மாநகரமே நம்ம காதலுக்குச் சாட்சி" என அவள் சொல்ல, "ம்க்கூம் எனக்கு மதுரைன்னா, மெடிக்கல் காலேஜ் ஹாஸ்டல் தான், என் காருக்கு கூட அந்தப் பாதை மனப்பாடம்" என்றான்.

அந்த நாட்களின் இனிமையைப் பேசி வந்ததில் ஆசை மிகுதியில், அவனோடு நன்றாக ஒட்டிக் கொள்ளவும். "வர்ஷிமா, மச்சான் பாவம், கார் வேற ஓட்டுறேன் . கன்ட்ரோல் யுவர் செல்ப்" என்றவனை, உதட்டில் புன்-னகை தவழ, அவனது கழுத்தில் காற்றை ஊதிவிட்டு, ஜன்னலோரம் சாய்ந்-துக் கொண்டாள்.

"இராட்சசி கொல்றடி. நடு ரோட்டில் கார் ஓட்டும் போதா தவிக்க விடுவ. எல்லாத்தையும் மைண்டில் ஸ்டோர் பண்ணியிருக்கேன். கட்டாயம் தண்-டனை உண்டு" என்றவனைக் கண்களால் சவால் விட்டு, வாயால் கோனமு-கம் காட்டினாள்."என்னடி, செய்ய மாட்டேங்கிறியா" எனச் சவால் விட்டான்.

"நீங்க என்ன செய்வீங்கன்னு எனக்குத் தெரியும். உங்களுக்குத் தான் எதுவுமே ஞாபகமும் இல்லை, பீலிங்கும் இல்லே" எனச் சொன்னதில், தனக்-குத் தானே சூனியம் வைத்துக் கொண்டதைப் போல் முகம் சிவந்து, உதடு துடிக்க. கைகளைக் கட்டிக் கொண்டு தன் மடியில் கவிழ்ந்தாள். அவள் மீது விழி பதித்துத் திருப்பியவன். "வர்ஷி" எனக் கரகரத்தக் குரலில் கூப்பிட்டும் அவளிடம் பதில் இல்லை.

ஆதிரை புரண்டு படுக்க, பாதையில் கவனம் பதித்து வேகத்தைக் கூட்டி வீட்டை அடைந்தான். இரவு அவனை, தங்களது அறைக்கு வர திவ்யா அனுமதி மறுத்தாள். அவன் ஏக்கப் பார்வையும் அவளை அசைக்கவில்லை.

"நோ ன்னா, நோ தான். போய்ப் படுங்க" என்ற சுடு சொல்லில் விரட்டி விட்டாள். அவனும் கோபித்துக் கொண்டு போய்விட்டான். அவன் சென்ற அழகில் இவளுக்குச் சிரிப்புப் பொங்கியதே. அதே மகிழ்வில் கண்ணை மூடி நித்திரையில் ஆழ்ந்தாள்.

திவ்யா சம்மதம் சொன்ன போதும் மகிழ்ச்சி இருந்த போதும், ஒரு நேரம் தயக்கம் இருக்கத்தான் செய்தது. அதன் வெளிப்பாடாக அவள் மனநிலையும்

இருந்தது. ஆதித்யனுடன் இருக்கும் நேரம் எல்லாம் சரியானதாகத் தோன்றும் அவள் தனிமையில் இருக்கும் போது மனம் மயங்கும்.

முதல் நாள் அலைந்து, ஆடியதில் வந்த அலுப்பில் இரட்டையர் அசந்து தூங்கிக் கொண்டிருந்தனர். திவ்யாவுக்கு வழக்கம் போல் விழிப்பு வந்தது, ஆதித்யனும் எழுந்து விட அவனுக்கும் சேர்த்து சூடான காபியுடன் பால்கனியில் வந்து அமர்ந்தனர். லேசான சாரல் அடித்துக் கொண்டிருந்தது. ஆதி பால்கனி ஓரத்தில் உட்காரப் போனவனை, உள்ளே உட்கார்ந்து தான் சாரல் படும் இடத்தில் அமர்ந்தாள்.

"வர்ஷி, முழுசா அம்மாவா மாறிட்ட. உன்னை மட்டும் மழை ஏதும் செய்யாதா . நான் உட்கார்ந்தால் என்ன ஆகிடும். என்னை அநி, ஆது மாதிரி ட்ரீட் பண்ற" எனக் குறைபட்டான். "ம் இப்ப தான் காய்ச்சல் விட்டிருக்கு, அப்பப்ப இருமல் வேற வருது. இந்த லட்சணத்தில் மழையில் உட்காரனும். இதை நான் வேண்டாம்னு சொன்னா, அதுக்கும் குறை சொல்லுங்க" என்றாள்.

"வர்ஷி குறையா சொல்லலடி, எனக்கும் அம்மாவாகவே இருக்க, ஆனால் எனக்குப் பொண்டாட்டி தான் வேணும்" என அவளையும் தனது பக்கத்தில் இழுத்து அமர்த்திக் கொண்டான்.

அவள் கையிலிருந்த காபி அலம்பியது. "ஆதி என்ன பண்றீங்க. கையில் சூடான காபி இருக்கு" என அதில் சிந்தி அவன் சுட்டுவிடுமோ எனக் கவனமாகத் தள்ளிப் பிடித்தாள். அவளை அணைத்திருந்தவன், தள்ளிப் பிடித்த காபி கப்பை, தனது புறமாக வளைத்து ஒரு சிப். குடித்தான்.

"ஆகா இந்தக் கப்பில் தான் திவ்யமிர்தம் இருக்கு" என வாசம் பிடித்து, சப்புக் கொட்டி சொல்லவும்.

"ஐயே போதுமே, வழியிது " என அவள் சொல்லவும், "அப்பத் துடைச்சு விடு" என அவள் நைட்டியின் கையில் வாயை உரசினான். அவளுக்குக் கூசியது.

"காபி ஆறிடும், சூடா குடிங்க. இந்த மழைக் சாரலில் காலையில் இங்க உட்கார எனக்கு ரொம்பப் பிடிக்கும். எவ்வளவு நல்லா இருக்கு இந்த இயற்கையை ரசிச்சுக்கிட்டே காபி குடிக்கிறது " என மிடறு மிடறாகக் காபியை அருந்தி, மழையை ரசிக்க அவன் மிடறாக விழுங்கி அவளை ரசித்திருந்தான். அவள் வித்தியாசம் உணர்ந்து அவனைப் பார்த்துக் கண்களால் என்னவென வினவினாள். "நீ சொன்னியே அதைத் தான் ரசிச்சுகிட்டு இருந்தேன். " என்றான் அவள் மீது பார்வையை அகற்றாமல்.

"எனக்கும் தெரியுது நீங்க எதை ரசிக்கிறீங்கன்னு. " என அவன் தோளில் லேசாக அடித்தாள். "வர்ஷி, திட்டுறதுக்கு முறைக்கிறதுக்குத் தண்டனை சொன்ன மாதிரி இப்படி அடிகிறதுக்கும் தண்டனை உண்டு" என அவள் காதுகளில் ரகசியம் சொன்னான். "ச்சீ உங்களை" என அடிக்க ஏதாவது கிடைக்குமாவெனத் தேடி, அநியின் ப்ளாஸ்டிக் பேட் கண்ணில் பட,

அதனால் பட்டும், படாமலும் அடித்தாள்.

"வர்ஷி, வேணாம்டி அப்புறம் தண்டனை அதிகமாகத் தான் ஆகும். தாலி கட்டும் வரை பொறுக்க மாட்டேன்" என உள்ளே ஓடினான். அவன் பின்னோடு அவளும் துரத்த, அப்போது தான் விழித்த பிள்ளைகள் முதலில் முழித்தன.

"அநி, ஆது அப்பாவை பிடிங்கடா" என்றாள். அதுகளும் உற்சாகமாக அப்பாவைத் துரத்தின. ஆதித்யன் இங்கும் அங்குமாக நழுவி ஓட அவர்கள் விளையாட்டும் சுவாரஸ்யமானது. ஓடிக் கொண்டிருந்தவன், பெட்டில் சரிய, பிள்ளைகள் திவ்யா என எல்லாரும் அவன் மீதே பாய்ந்தனர். ஆசையாகவே மூவரையும் அணைத்துக் கொண்டான். இப்போது அழுத்திப் பிடித்திருப்பது அவன் முறையானது.

விதைப்பண்ணையில் நிலக்கடலை சாகுபடியில் வந்த நெற்றுக் கடலை-களை உரிக்கும் வேலையில் சில பெண்கள் ஈடுபட்டிருந்தனர். ஞாயிற்றுக் கிழமை என்றாலும், பயிர்களின் நிலை கருதி அவசர வேலையாகச் சில-வற்றைச் செய்வார்கள். அது போல் அன்றும் ஆட்கள் வருவதும் போவது-மாக இருந்தனர். சாரல் அடித்துக் கொண்டிருந்ததால் குடோனுக்குள் வேலை நடந்தது. பெண்கள் மட்டும் வேலை செய்ய, பேச்சு எக்குத் தப்பாக அத்-தனை விசயமும் அரைபட்டது. திவ்யா, பின்புறம் தண்ணீர் தேங்கி நிற்கவும், அதில் மண்ணைப் போட்டு நிரப்பச் சொல்ல , வேலை செய்பவர்களில் ஒரு-வரை அழைக்கப் போனாள். அங்கே அவர்கள் பேசியதும் காதில் விழுந்தது.

"இந்த மல்லிப் புள்ள அரளிவிதையை அரைச்சுக் குடிச்சாளே, அதோடே உள்ள இருந்ததும் கரைஞ்சிடுச்சா என்ன" என்றாள் ஒருத்தி. "ஆமாம் இது நடக்கிறது புதிசா என்ன, நாலு மாசத்துக்கு ஒருத்தி இப்ப-டித்தான் திரியிறாளுங்க. அவனுங்களுக்கு ஒரு முடிவு கட்டுகிற வரைக்கும், இதுக்கு ஏது முடிவு " என்றாள் மற்றொருத்தி.

"நம்ம எல்லாத்தையும் மூடிக்கிட்டு சூதானமா இருந்தா என்ன ஆகப் போகுது. அரளிவிதைக்கும் தான் சோலி எங்கிருந்து வரும்" என்றாள் வயதில் மூத்தவர். "அக்கா, நீங்க சொல்றது சரிதான், ஆனால் மயங்காமல் எதிர்த்துத் திரிகிற பிள்ளைகளையும், மயக்க மருந்து வச்சு சீரழிக்கிறானுங்க-லாம்ல. " என்றாள் முதலில் பேசியவள்.

"அந்தப் பேப்பர் மில்லில் வேலை செய்யறவனும், அவன் கூட்டாளிகள் நாலு பேர் இருக்கானுங்க. எவன் கிட்டச் சிக்கினாலும் மொத்தமா முடிக்கி-றானுங்களாம்." என்றாள். "இதைத் தட்டிக் கேட்க ஆளே இல்லையா, நம்ம ஐயாட்ட சொல்லலாம்ல." "அவுகளும் என்ன பண்ணுவாக, பாதிக்கப்பட்ட சிறுக்கிகள் வர மாட்டாளுங்க இல்லை"

"ஏதோ டாக்டரம்மா இருக்கிறதினால் உயிர் பிழைக்குத்துங்க. இல்லைனா இந்த முந்திரி காட்டலையே சமாதி ஆக வேண்டியது தான்"

"அந்தமாவும் தான் கிளம்பிடுமே. அது தான் ஐயா அவுக மருமகன் சம்சாரமாம்ல, ஏதோ மனஸ்தாபம் பிரிஞ்சிட்டாங்க போல, பிள்ளைகள் இருக்கிறது தெரியவும், அய்யா மருமகன் இங்க தானே கிடையா கிடக்குறாரு. அதெல்லாம் திரும்பக் கூட்டிட்டு போய்டுவாக, இந்தச் சின்னச் சிறுக்கிகள் தான், திக்குத் தெரியாமல் வாழ்க்கையைச் சீரளிச்சுக்கப் போகுதுங்க" என மற்றொரு பெண்மணி பேசினார்.

இதைக் கேட்டிருந்த திவ்யாவுக்குத்தான் மனம் கனத்துப் போனது. வந்த சுவடு தெரியாமல் திரும்பிவிட்டாள். காலை உணவுக்குப் பின், வெளியே ஈரமாக இருக்கவும், இரட்டையருக்கு அனிமல்ஸ் பற்றிய படத்தைப் போட்டுவிட்டு ஆதித்யன் அமர்ந்திருந்தான்.

உள்ளே நுழைந்த திவ்யாவின் முகம் வாடியிருந்ததைக் கவனித்துப் பின்னோடு வந்தான். அறைக்குள் சென்றவள் மனபாரத்தை ஆற்றிக் கொள்ள, நேற்று வாங்கிய பொருட்களைப் பிரித்துத் தனித்தனியாக எடுத்து வைத்துக் கொண்டிருந்தாள். துணிகள் கட்டிலில் பரப்பி இருந்தது. அதித்யனும் வந்து அமர்ந்து,"வர்ஷி , ஆயிரம் வாட்ஸ் பல்பு, ஐநூறு வாட்ஸ் குறைஞ்ச மாதிரி இருக்கே" என்றான்.

அவள் புரியாமல், "என்ன, எதைச் சொல்றீங்க" எனவும், அவள் முகத்தைக் கைகளில் ஏந்தி, " இங்க தான், ஏதோ ஒளி கம்மியா இருக்கே" என்றான். "ம்ச்ப், அது ஒண்ணுமில்லை, பண்ணையில் வேலை செய்யறவங்க பேசினதைக் கேட்கவும், ஒரு மாதிரி ஆகிடுச்சு" என்றவளின் முகத்தில் சோகத்தைக் காணவும் ,

"உன்னை ஏதாவது தப்பா சொன்னாங்களா" எனக் கேட்டான். "இல்லை, இல்லை அது மாதிரி எல்லாம் இல்லை" என்றவள், அவர்கள் பேசியதைச் சொன்னாள்.

"ஓ சமுதாயப் பிரச்சனை. வேற டாக்டர் கிடைச்சாச்சா? தேவகி அக்காவிடம் சொல்லியிருக்கீங்க தானே" என்றான். "நான் இல்லைனா, விசிட்டிங் ஹவர்ஸ் டாக்டர் போடுவாங்க. அப்பாவும் காரை அனுப்பிக் கூப்பிட்டுக்குவாங்க. அது இல்லை பிரச்சினை, நான் இங்கேயே இருப்பதால் 24×7 பார்த்துக்குவேன். ஆனால் நான் இங்கிருந்து கிளம்பிட்டா எமெர்ஜென்சிக்குக் கஷ்டம் தான். "

"அதுக்கு மாமாட்ட பேசி ஏதாவது ஏற்பாடு பண்ணுவோம். மில்லுக்குன்னு ஆம்புலன்ஸ் வாங்கச் சொல்லுவோம். நீ இங்க இருக்கிறதுக்குள்ள இந்தக் கேர்ள்ஸ், லேடீஸ்க்கு விழிப்புணர்வு கொடுக்கிறது போல் பேசு. நம்ம ஊருக்குப் போனாலும் மாசம் ஒருமுறை கட்டாயம் இங்கே வந்திடுவோம். அப்பவும் அதைக் கண்ட்டிண்யூ செய்யலாம்." என யோசனைத் தந்த ஆதித்யனின் மற்றொரு பரிமாணத்தைப் பார்த்தாள்.

"எப்படி டக்குனு ஒரு சொல்யூசன் சொன்னீங்க" என வெளிப்படையாக வியக்கவும்.

"என்னடா, ஏபிசிடி கூட்டி படிச்சு மாத்திரையை ஒழுங்காப் போட தெரி-யாதவன், இதெல்லாம் எப்படிச் சொல்றான்னு பார்த்தியா. மாத்திரை தான் வாசிக்கத் தெரியாது. ஐடியாவெல்லாம் சொல்லுவேன். நான் யாரு ஐடியா-மணி பொண்டாட்டிக்கே புருஷன் இல்ல" என ரவுண்டு நெக் பணியனில் இல்லாத காலரைத் தூக்கிவிட்டுக் கொண்டான்.

"ஐயே போதுமே, பேர் வைக்கிறதைப் பார் ஐடியா மணியாம் ஐடியா மணி. இன்னோன்னு, அபிசியலா நீங்க என் புருஷனும், இல்லை நான் உங்க பொண்டாட்டியும் இல்லை. நீங்க வாயால் சொன்னாப் போதுமா சட்டம் ஒத்துக்காது" என்றாள்.

"அடியேய், மறுபடியும் முருங்கை மரம் ஏறாதே. அப்பா, அம்மாவை நாள் பார்க்கச் சொல்றேன். தீபாவளி முடிஞ்ச உடனே மூட்டை முடிச்செல்-லாம் பேக் பண்ணிட்டு அங்க வந்திடனும்." என ஆதித்யன் கட்டளையிட-வும்,

"அடேங்கப்பா, அதிகாரம் தூள் பறக்குது. கையைக் காலை பிடிச்சீங்-கனா கொஞ்சம் யோசிப்பேன். அதிகாரம் பண்ணிங்க, அப்புறம் அடங்க மறு தான். நான் யார் ஜமீன்தார் பேத்தியாக்கும்" என்றாள்.

அவனும் பயந்தது போல் கைகளைக் கைகளைக் கட்டி வாய்ப் பொத்தி, "ஜமீன்தாரம்மா, இந்த அறியா பிள்ளையை மன்னிச்சிடுங்க. உங்கள் செல்-வாக்கு எங்களுக்கு வருமா, மூன்று அண்ணன்கள், மூன்று தம்பிகள், அக்கா தங்கச்சின்னு படையோடு இருக்கீங்க போதாத குறைக்கு இரண்டு குட்டி போர்வாள் வேற, புடின்னா புடிக்கிதுங்க. அடின்னா அடிக்குதுங்க. போனால் போகுது, இந்த ஏழையை மன்னிச்சு வாழ்க்கைப் பிச்சைக் கொடுங்க" எனப் பணிவாக அவன் பேசவும்,

அவனையே பார்த்திருந்தவள், "தஞ்சாவூர் காரர் வசனம் பேசுவீங்கத் தெரியும், நடிக்கவும் செய்வீங்களா, என்னா நடிப்புடா சாமி" எனத் திவி சிரித்தபடி கப்போர்டில் புதுத் துணிகளைப் பெயர் போட்டு எழுதி அடுக்கி வைத்தாள்.

"ஆமாம், மூன்று தம்பிகள் தெரியும் நேற்று பார்த்தேன், அது யார் மூன்று அண்ணன்கள். "எனக் கேட்டாள்.

"நேற்று உங்கள் தாத்தா சொன்னாரே, சந்திரசேகர் மாமா, உனக்குப் பெரியப்பா, விஜயன் அங்கிள் பெரியம்மா மகன். அவர்களுக்குத் தான் மூன்று பசங்க. அதில் மூணாவது மகனுக்கு என் தங்கை ஈகைச் செல்வி-யைக் கொடுத்திருக்கிறோம்" என விளக்கினான்.

அவள் யோசனையாகவே பார்க்கவும், "நேரா பார்த்தால் புரிஞ்சுக்குவ. வா கனகு மாமாகிட்ட பேசிட்டு வந்திடுவோம். நினைக்கிறதை உடனே செய்-யனும்" என அவளையும் எழுப்பிக் கூட்டிச் செல்ல, பிள்ளைகள் டீவியில் மூழ்கி இருந்தன. கலாம்மாவிடம் சொல்லிவிட்டுச் சென்றனர்.

கனகரத்தினம், வெளியே மேற்பார்வை செய்து விட்டு, வீட்டுக்குள் நுழையவும், இவர்கள் போகவும் சரியாக இருந்தது. தமிழ்செல்வியும் வந்து வரவேற்றார். "நேற்று திருச்சி போய்ட்டு வர லேட்டாயிடுச்சோ" என்றார் கனகு.

"ஆமாம் மாமா, திவ்யா தாத்தா மற்ற பேரன் பேத்தியோடு வந்திருந்தார். அதுக்கப்புறம் துணிக்கடைக்கு வேறப் போனோம். அதனால் லேட்டாகிடுச்சு."

"எப்பவும் ஜமீன்தார் மட்டும் வருவார், இந்த முறை பேரன் பேத்தியோடு வந்தாரா" எனக் கனகரத்தினம் சாவகாசமாகக் கேட்கவும் ஆதித்யன், "அப்ப உங்களுக்குத் திவ்யா யாருன்னு முன்னாடியே தெரியுமா மாமா" என்றான்.

"ஜமீன்தாருக்கு வேண்டிய பொண்ணுனு யூகிச்சேன், ஆனால் விஜயன் கார்த்திகை மகள்னு நினைக்கலை . திவ்யா இங்க வரும் முன்னாடியே, அவர் பேரைச் சொல்லி பார்த்துக்கச் சொன்னதா சொன்னார்கள்" என்றார்.

"திவ்யா தாத்தாவும், கல்யாணத்துக்குச் சம்மதம் சொல்லிட்டார். இப்ப உங்க மகளுக்குத் தான் , இந்த ஊர் மக்களை இப்படியே விட்டுட்டுப் போறதான்னு ஒரே வருத்தம். அக்காகத் தான் பேச வந்தோம்" என நிறுத்தினான்.

"திவ்யாம்மா அதைப் பத்தி கவலையே படாதே. நீ எங்க அக்கா வீட்டுக்கு மருமகளாப் போற, இதை விட என்ன சந்தோஷம் வேணும். இங்கே வேற டாக்டர் போட்டுக்கலாம்டா." என்றார்.

"இல்லைபா, எமெர்ஜென்சின்னா புதுக்கோட்டை வரைக்கும் போகவேண்டியது இருக்கு. அங்கிருந்து ஆம்புலன்ஸ் வந்து போற நேரம், நோயாளிகள் உயிருக்கு ஆபத்து தான். கோல்டன் ஹவர்ஸ்ல குள்ள காப்பாத்தனும் பா" என்றாள்.

"அதுக்குத்தான் மாமா, ஒரு ஆம்புலன்ஸ் வாங்கலாம், நம்ம மில்லில் இருக்கட்டும். அதுக்கு நான் ஸ்பான்ஸர் பண்றேன்" என ஆதி சொல்லவும்,

" மாப்பிள்ளை, ஆம்புலன்ஸ் வாங்கிறது நல்ல விசயம் தான், இந்தப் பக்கத்து மக்களுக்குப் பயனுள்ளதாக இருக்கும். ஆனால் அதை நீங்க ஏன் ஸ்பான்ஸர் பண்ணனும். நானே வாங்கிடுறேன். திவ்யாம்மா, இதுக்கு நீ மாப்பிள்ளையிடம் சொல்லியிருக்கக் கூடாது. என்கிட்டயே உரிமையா கேட்டிருக்கலாம்" எனக் குறை பட்டார் கனகு.

"ஆமாம் திவ்யா, நீ சொல்லி உங்கப்பா மறுப்பு சொல்லிடுவாறா. அதுவும் இந்த ஊர் ஜனங்களுக்குச் செய்றது அவர் கடமை. நம்ம மில்லு பண்ணையில் தானே எல்லாரும் வேலை பார்க்கிறாங்க" எனத் தமிழ்செல்வி மருமகனுக்கு எதற்குச் செலவு என யோசித்தார்.

"அப்பா, அம்மா இந்த ஆம்புலன்ஸ் வாங்கிற ஐடியாவே உங்கள் மருமகனுது தான். நான் சொல்லலை" எனத் திவ்யா ஆதித்யனை சொல்லவும்.

" மாமா, நான் ஸ்பான்ஸர் பண்றேன்னு உங்ககிட்ட தான் முதல்ல சொல்றேன். திவ்யாவுக்கே தெரியாது. இது நானாக யோசித்தது. திவ்யாவையும் பிள்ளைகளையும் பார்த்துக்கிட்ட உங்களுக்கு நான் நன்றி எல்லாம்

சொல்லத் தேவையில்லை. அப்படிச் சொன்னால் நீங்க கோவிச்சுகுவீங்க. ஆனால் இந்த மக்களுக்கு ஏதாவது செய்யனும்னு தோனிச்சு அது தான். மறுக்காதீங்க" என மீண்டும் தனது கருத்தை வலியுறுத்த சரி என ஒத்துக் கொண்டார்.

"திவ்யா, பிள்ளைகள் சத்தத்தையே காணோம்"என்றார் தமிழ்ச்செல்வி.

"வெளியே ஈரமா இருக்கேன்னு, உள்ளேயே படத்தைப் போட்டு உட்கார வச்சோம். இந்நேரம் படமும் முடிந்திருக்கும்" என்றாள்.

அதே நேரம் வேலைக்காரப் பெண் கொண்டு வந்த இஞ்சிடீயை அருந்தினர். மேலும் சில விசயங்களைப் பேசிக் கொண்டிருந்தனர். ஆதிரை, அநிருத்யாவும் அங்கே வந்து சேர்ந்தனர். இரண்டும் மாற்றி, மாற்றித் திருச்சி சென்று வந்ததையும், ராஜி சித்தியைப் பார்த்தது, முக்கொம்பில் விளையாடியது என அனைத்தையும் கனகு தாத்தா, செல்வி பாட்டியிடம் பகிர்ந்து கொண்டிருந்தனர்.

"இந்தச் செல்லங்களைப் பிரிஞ்சு தான் எப்படி இருக்கப் போறோம்னு தெரியலை" எனத் தமிழ்ச்செல்வி கண் கலங்கினார். ஆதித்யன், திவ்யாவுக்குமே ஒரு மாதிரி ஆனது. கனகு தான் சூழ்நிலையைச் சகஜமாக்கி,"வாரவாரம் ஒன்னு நம்ம போவோம், இல்லைனா அவங்க வரட்டும்" என்றார்.

"கட்டாயம் கூட்டிட்டு வர்றேன் மாமா" என ஆதியும் அவர்கள் கையைப் பிடித்தான். திவ்யாவுக்கு இப்போதே, இந்த இடத்தை விட்டுப் போகவேண்டுமே என்ற மனபாரம் ஏறியது.

வாசலில் இரண்டு கார்களின் சத்தம் கேட்டது. ஆதித்யன் எழுந்து போய்ப் பார்க்கவும், அநி ஆதியும் ஓடின. திவ்யா தயங்கி நின்றாள். "ஆனந்த் அண்ணா" என இரட்டையர் குதூகலமாகக் கத்தினர். அதைக் கேட்டு மூத்த தலைமுறை இருவரும் முன்னேறினர். முதலில் வந்த வாகனத்திலிருந்து புவனா இறங்கி இருந்தாள்.

"அன்பு வா, அண்ணி வாங்க, இனியா வாடா" என்ற ஆதித்யன், டிக்கியிலிருந்து வீல் சேரை எடுத்து வந்தான். இனியன் வண்டியை நிறுத்திவிட்டு வருவதற்குள், ஈகைச் செல்வியின் பிள்ளைகள் வந்து "ஆதி மாமா" எனக் கட்டிக் கொண்டன.

"அடேய் வாங்கடா வாட் எச் சர்ப்ரைஸ்" எனக் கொஞ்சிக் கொண்டிருக்கும் போதே, ஈகையும், விஷ்வாவும் வந்து சேர்ந்தனர். "அத்தான் வாங்க, ஈகை வாடா" என உடன்பிறப்புகளைப் பார்த்த ஆதிக்குச் சந்தோஷம் தாங்கவில்லை.

கனகரத்தினம், செல்வியம்மாவும் வந்து வரவேற்றனர். சிறியவர்கள் வீட்டுக்குள் ஓடினர். ஆனந் திவிம்மா, என ஓடிவந்திருந்தான். அவளும் ஆனந்தை அணைத்து, கௌரி, சித்துவின் பெயர்களைக் கேட்டு அவர்களிடம் பேசிக் கொண்டிருந்தாள்.

கனகரத்தினம் வெகு நாட்கள் கழித்து வரும் மகள், மருமகனைக் கண்கலங்க வரவேற்றார். அன்பு , ஆதி விஷ்வா உதவியுடன் வீல் சேருக்கு மாறினான். புவனா உள்ளே போகாமல் அன்புக்காகக் காத்திருக்க, "அண்ணியாரே, நீங்க உள்ளே போகலாம். நாங்க எங்க அண்ணனை கூட்டிட்டு வருவோம்" என ஆதி கேலி பேசினான்.

"நீ என்ன சொன்னாலும் புவனா போகாது." என அன்பு அவளைப் படித்தவனாகச் சொல்ல, வேலைக்காரன் சுப்பு டிக்கியிலிருந்த பொருட்களை எடுக்க வந்தான். அவனுக்கு ஒவ்வொன்றாக எடுத்துக் கொடுத்துக் கொண்டிருந்தாள் புவனா.

ஈகையைத் தொடர்ந்து விஷ்வாவும் வந்து தன்னை அறிமுகப் படுத்திக் கொண்டு பேசிக் கொண்டிருந்தான். ஈகை ஆதிரையை அள்ளித் தூக்கிக் கொண்டு வந்து விஷ்வாவிடம் காட்டினாள். ஈகையின் கண்கள் போலவே ஆதிரையின் கண்களும் இருந்தது.

"ஈகா, இந்தப் பாப்பா உன்னை மாதிரியே குண்டுக் கண்ணு வச்சிருக்குடி" என அவன் கொஞ்சப் போக, மறுபடியும் ஸ்டேஜர் நோ சொன்னது ஆதிரை. திவ்யா, அதற்கு விஷ்வாவிடம் மன்னிப்புக் கேட்டு,"ஆதும்மா, அவங்க நம்ம மாமா" என அறிமுகப்படுத்தினாள். அதன் பிறகே மாமாவோடு சமாதானம் ஆனது.

"சின்னப் பிள்ளைகளுக்கு இப்படி, சொல்லிக் கொடுத்து வளர்கிறது நல்லது தானம்மா." என விஷ்வா திவ்யாவிடம் தங்கை உறவை நிலை நாட்டிக் கொண்டிருந்தான். தமிழ்ச்செல்வி எல்லோரையும் அமரவைத்துத் தண்ணீர் கொடுத்துக் கொண்டிருந்தார்.

ஆதியும், இனியனுமாக அன்புவின் நாற்காலியைத் தள்ளிக் கொண்டு வந்தனர். "திவி எனக்குப் பத்து நிமிஷம் முன்னே பிறந்த அண்ணன். அன்புராஜன்" என அறிமுகப் படுத்தினான்.

ஆதித்யன் போலவே இருந்து அவனின் இரட்டையைப் பார்த்து, திவ்யா அதிர்ந்து நின்றாள். அவளுக்கு அன்புவை அப்படிப் பார்த்ததில் ஏகப்பட்ட அதிர்ச்சி. அவள் சிலையாக நின்றாள். அதற்குப் பிறகு புவனாவையும் பார்க்கவும் கண்ணீரோடு பார்த்து நின்றாள் திவ்யா.

மனம்-22

ஆதித்யன் திவ்யாவிடம், அன்புவை தனது இரட்டை என அறிமுகப் படுத்தினான், பின்னோடு வந்து புவனாவையும் பார்த்து அவள் அதிர்ச்சியாகவும், கண் கலங்கி நின்றாள். சில மணித்துளிகள், சில ஆட்கள், சில சூழ்நிலைகள் நமது வாழ்வைப் புரட்டிப் போடும். ஏதோ ஒன்றை உண்மை என நாம் நினைத்திருக்க, அதே உண்மை வேறு விதமாக வெளிப்பட்டு நமது வாழ்வின் முடிவைத் தவறெனக் காட்டும். திவ்யா அது போன்ற சூழலில் தற்போது

பேரதிர்ச்சியாகி நிற்கிறாள்.

ஈகை தனது மருமகன், மருமகளை வாரி அணைத்துக் கொஞ்சி பேசி மகிழ்ந்திருக்க, விஷ்வாவும் அவர்கள் பேச்சை ரசித்திருந்தான். கனகரத்தி-னம், தமிழ்ச்செல்வி மருமகனை வரவேற்று உபசரிப்பில் மும்மரமாக இருந்-தனர்.

திவ்யா அதிர்ந்து நிற்பதைப் பார்த்து ஆதித்யன் அவளருகில் வந்தான். "வர்ஷி" என உலுக்கவும் சுயநினைவு பெற்றவளாக ,தன்னைச் சமாளித்து இருவரையும் பார்த்து , வாங்க எனத் தலையசைத்தாள் , சத்தம் தான் வெளிவரவில்லை, ஆதித்யன் சமாளித்தான்.

"அன்பு உன்னைப் பார்த்துத் தான் வர்ஷி வாயடைத்து நின்னுருக்கா. நம்ம இரண்டு பேர் உருவ ஒற்றுமையில் வந்த அதிர்ச்சியாய் இருக்கும், இல்லைனா டாக்டரம்மா சொல்வளத்தில் நம்ம காலி, என்னடா இனியா." எனச் சமாளித்தான்.

"அண்ணி எப்படின்னு உனக்குத் தான் முழு அனுபவம். என்னைப் பொருத்தவரை அவங்க சரியான ஸ்டேண்டில் தான் இருக்காங்க." என இனியன் திவ்யாவை ஆதரித்தான். "அடேய் நான் எப்ப வர்ஷி செஞ்சது தப்புன்னு சொன்னேன். நல்லா பேசுவான்னு சொன்னேன்" எனப் பின்வாங்-கினான்.

"ஆதி விடுவிடு, ஏதோ அவசரத்தில் உளறிட்ட தனியாப் போய்க் காலில் விழுந்துக்க. சரிதானேமா" என அன்பு திவ்யாவைப் பார்த்துக் கேட்டான். திவ்யா, தன்னைச் சமாளித்த புன்னகையையே பதிலாகத் தந்தாள்.

ஆதித்யன் அவளை யோசனையாகவே பார்த்தான். அவளுடைய முக-பாவத்தில் ஏதோ வேதனை தெரிந்தது. ஏன் எனக் குழம்பியவன் அதை முகத்தில் காட்டாமல் இயல்பாகவே அவளைக் கவனித்து வந்தான்.

அதற்குள் புவனா அன்புவிற்கு வசதி செய்து தந்துவிட்டு திவ்யா அரு-கில் வந்தாள். "நாங்க முன்னாடியே இங்க வந்திருந்தா உங்கள் சந்திப்பும் சீக்கிரமே நடந்திருக்கும். அம்மா உங்களைப் பற்றிச் சொல்லும்போது பார்க்-கனும்னு ஆசை வரும். இப்போ ஒரே குடும்பமாகப் போகிறோம் ரொம்பச் சந்தோஷம் திவ்யா" என அவள் கைகளைப் பற்றிக் கொண்டு பேசினாள்.

அதற்குள் தன்னைச் சமாளித்திருந்த திவ்யா, "நடக்கனும்னு இருக்கிறது நடந்து தானே தீரும். நீங்க என்னை வாங்கப் போங்கனு சொல்லாதீங்க, வா போ ன்னே சொல்லலாம். நான் இங்கே வந்த பிறகு உங்கள் மேல் காட்ட வேண்டிய பாசத்தைச் செல்வியம்மா என் மேல் தான் காட்டினாங்க. அந்-தவகையில் உங்களுக்குச் சிஸ்டர் தான்" எனத் திவ்யாவும் நா தழுதழுக்கப் பேசினாள்.

"திவ்யாம்மா, நானும் உங்கம்மா கார்த்திகையுமே அக்கா தங்கை தான். அது பிறந்த வீட்டில் தொடர்ந்தது. உங்கள் சொந்தம் புகுந்த வீட்டிலும் தொடருது. " என்றார் தமிழ்ச்செல்வி. எல்லாருமாக ஹாலில் உட்கார்ந்து

பேசிக் கொண்டிருந்தனர். ஈகையும் இவர்களோடு சேர்ந்து அளவளாவினாள்.

"திவ்யாண்ணி, உங்களைப் பார்க்கனும்னு எங்கள் வீட்டில் எல்லோரும் ரொம்ப ஆவலா இருக்காங்க. ஆத்தா உங்களைப் பற்றித் தெரிந்ததிலிருந்த, தினம் நாலுதடவையாவது உங்களில் பேச்சை ஆரம்பிச்சு, உங்கள் அப்பா, அவங்க அம்மான்னு பேசி தான் முடிப்பாங்க" என்றாள்.

"ஆமாம்மா, நான் வந்து முதலில் உன்னைப் பார்க்கிறேன்னு அண்ணன் இரண்டு பேரும் ஏகத்துக்கும் சண்டை போட்டாங்க. அப்பாக்கு ஒரே சந்தோ-ஷம், மகள் இல்லாத குறையை நீதான் போக்குவியாம்" என விஷ்வாவும் தங்களது வீட்டில் உள்ளவர்கள் மனநிலையை வெளிப்படுத்திப் பேசினான்.

"திவ்யா ஈகையண்ணி, ஓர்ப்படிகளை நீ பார்க்கனும் , இவங்க மூணு பேரும் அவ்வளவு ஒற்றுமை. இவங்களை மாதிரி நம்ம வீட்டிலும் மூணு மருமகள்கள் சீக்கிரம் சேர்ந்து இருக்கனும்னு எனக்கும் ஆசையா இருந்தது. இப்ப என்னையும் அத்தையையும் தவிர எல்லாம் ஆண்கள் ராஜாங்கம்" எனப் புவனா முடிக்கும் முன்

விஷ்வா,"ஏம்மா, புவனா நிஜம்மா சொல்லு உங்க அண்ணிங்க, இந்தப் பக்கம் எங்கம்மாக்கு ஆமாம் சாமி போட்டுகிட்டே அந்தப் பக்கம் கவுண்டர் கொடுக்கிறதைப் பார்த்துத் தானே ஆசைப்பட்ட, ஆனால் லலிதா அத்தைப் பாவம் எங்கம்மா அளவுக்கு டெரர் கிடையாது" எனச் சொல்லிச் சிரிக்கவும்.

"அண்ணா, நான் அப்படி எல்லாம் நினைக்கலை. மூணு பேரும் ஒற்று-மையா வேலை செய்ததைச் சொல்றேன்" எனப் புவனா அவசரமாக மறுத்-தாள்.

"ஆமாம்மா, பிரிட்டிஷ் காரன் இருந்தவரை நாம இந்தியர்கள் எல்லாம் ஒற்றுமையா எதிர்த்தோமா இல்லையா. அது மாதிரி, எங்கள் அம்மா பிரிட்-டிஷ் சர்க்கார்" என்றான். எல்லாரும் சிரிக்கவும்.

"அண்ணன்களா, நீங்க எல்லாரும் சாட்சி, இப்ப பேசினது எல்லாம் உங்-கள் அத்தான் தான், நான் இல்லை." என ஈகை சொல்லவும்.

"அதென்னடா ஈகா, எங்கள் அத்தானென்று சொல்ற, உனக்கு அத்தான் இல்லையா, இதென்ன சாட்சிக்கு எங்களைக் கூப்பிடுற" என அன்பு கேட்-கவும்.

"உங்களுக்குத் தெரியாதுண்ணா, சமயம் பார்த்து இதே வார்த்தையை நான் சொன்ன மாதிரி சொல்லிடுவாங்க. எங்க அத்தை ஒரு பார்வைக்கே நான் தாங்க மாட்டேன்" என அவள் பயந்த மாதிரி சொல்லவும்,

"ஆமாம், உங்கள் தங்கச்சிக் குண்டுக் கண்ணை உருட்டி முழிப்பா, அதைப் பார்க்கவே எனக்கு அவ்வளவு ஆனந்தம்" என விஷ்வா பதில் சொல்லவும். "அதுக்குன்னு, நான் சொல்லாததை எல்லாம் நான் சொன்ன-தாகச் சொல்லலாமா" என ஈகை வரிந்துகட்டி சண்டைக்கு வந்தாள்.

"எங்கிட்ட சொல்லலை, ஆனால் உங்கள் அக்காள்கள் கிட்டச் சொன்ன தானே, அதை வச்சு தான் சொன்னேன். எங்களைப் பொறுத்தவரை எங்-

கம்மா மதர் இண்டியா தான்" என்றான் விஷ்வா. "ஈகாம்மா, என்ன இருந்தாலும் அத்தையை அப்படி எல்லாம் சொல்லலாமா" என அன்பு கேட்கவும்.

"மாப்பிள்ளை, இதுக்கு எதற்கு நீங்க சீரியஸ் ஆகுறீங்க. உண்மையில் எங்கள் அம்மாவின் கெடுபிடிக்கு இவங்க மூன்று பேரும், இப்படிக் காமெடியா எடுத்துக்கிறதுனால தான், எங்கள் குடும்ப வண்டி ஓடுது" என்றான் விஷ்வா. "ஏன்ணா பெரியம்மா அவ்வளவு கண்டிப்பாக இருப்பாங்களா" என்றாள் திவ்யா. இவங்க வீட்டுக்கு வேற போகனுமே என்ற தவிப்பு.

"ஆமாம்மா, குடும்பம்னா இப்படித் தான் இருக்கனும்னு நிறையக் கண்டிசன். எல்லா விசயத்திலும் கவனமா இருப்பாங்க. நல்ல வேளை நாங்கள் மூன்று பேரும் பசங்களாகப் போய்விட்டோம். ஒரு பொண்ணு இருந்திருந்தா எங்க கிட்டையே பேச விட்டிருப்பாங்களோ என்னமோ" என விஷ்வா சாதாரணமாகச் சொல்லவும்

,"அதுவும் சரிதான் அண்ணா, கண்டிப்பான அம்மா இருப்பது ஒரு பாதுகாப்பு தான். எனக்கு எங்க அம்மாட்டையோ, அப்பாட்டையோ அது மாதிரி பயம் இருந்திருந்தா, நானும் கவனமா இருந்திருப்பேன். நான் எதைச் செய்தாலும் மறுப்பு சொல்லமாட்டாங்கங்கிற நினைப்பு தான், நான் இன்றைக்கு இப்படி நிற்கிறேன். பெரியவங்க கிட்ட மரியாதையோடு ஒரு பயம் இருக்கனும், எத்தனை பெண்ணியம் பேசினாலும் இது தான் உண்மை" என்றவளின் விழிகளில் நீர் கோர்த்து நின்றது. அங்கிருந்த அனைவரும் அதிர்ச்சியாக அவளைப் பார்க்கவும், ஆதித்யன் அவளைக் கூர்மையாக வேதனையுடன் பார்த்திருந்தான்.

கனகரத்தினம் திடீர் விருந்தினருக்கு அசைவம் சமைக்க ஏற்பாடு செய்து கொண்டிருந்தார். செல்வியம்மாவும் அவ்விடத்தில் இல்லை. பிள்ளைகள் ஐவரும் பெரியவர்கள் சீரியஸாகப் பேச ஆரம்பிக்கவும், அங்கிருந்து நகர்ந்தனர். செல்வி அவர்களை , திவ்யா வீட்டுக்கு அனுப்பி இருந்தார்.

"திவ்யாம்மா, சித்தப்பா சித்தி வளர்த்ததால் தான் நீ, டாக்டரா இருக்க. எந்த நிலைமையையும் தைரியமா சமாளிக்கிற மன உறுதி இருக்கு. ஆதி உன் வாழ்க்கையில் திரும்ப வரலைனாலும் நீ பிள்ளைகளை நல்லா வளர்த்திருப்ப. சில நேரங்களில் நாம் சூழ்நிலைக் கைதிகள், இப்படியெல்லாம் பேசக் கூடாது. பார் ஆதி மாப்பிள்ளை முகத்திலையும் எவ்வளவு வேதனை" எனத் தன்மையாக எடுத்துச் சொன்னான் விஷ்வா.

"நான் அவரைக் காயப்படுத்தனும்னு சொல்லலை அண்ணா. இவ்வளவு நாள் இந்த ஊர் மக்களிடமும் கல்யாணம் ஆன மாதிரியான பொய்யான தோற்றத்தில் வாழ்ந்திட்டேன். இங்க இவ்வளவு நாள் என்னைத் தெரிஞ்சவங்க யாருமே கிடையாது. திரும்பவும் தெரிஞ்சவுங்க, சொந்தம், பந்தம்னு வரும் போது , எனக்குச் சங்கடமா இருக்கு. என்னால் என் அப்பா அம்மாவின் வளர்ப்புக்கும் கெட்ட பெயர்தானே" எனத் தன்னைத்தானே நொந்துக் கொண்டாள்.

"அப்படிப் பார்த்தா, எங்க அப்பா, அம்மா வளர்ப்பும் தப்பு தான் அண்ணி. ஆதிக்கும் இதில் பங்கிருக்கே. ஓரளவு தான் கடந்த காலத்தை நினைக்கலாம். அதுவே வாழ்க்கை ஆகிடாது. நீங்க ஒண்ணு சேர்றதால எத்தனை பேர் சந்தோஷப்படுவாங்கன்னு யோசிங்க" என இனியன் அவளுக்காகவும் பேசினான்.

"ஆமாம்மா, இனியன் சொல்றது சரிதான். ஊர் ஆயிரம் பேசும். அதுக்கெல்லாம் சங்கடப்படக் கூடாது" என விஷ்வாவும், "அண்ணி, ஆதியண்ணன் தனியா நிற்குதே கல்யாணமும் பண்ணிக்க மாட்டேன்கிதுன்னு, அம்மா என்கிட்ட புலம்பாத நாள் இல்லை. நீங்களும் இரண்டு பேரப் பிள்ளைகளும் இருக்கிறது தெரிந்ததிலிருந்து, உங்களைப் பார்க்கத் துடிங்கிறாங்க" என ஈகை சொன்னாள்.

"நானும், அத்தானும் இங்க வறோம்னு அத்தை பேசாமல் இருக்காங்க, இல்லைனா தினம் மாமாவிடம் , உங்க மூணு பேரையும் கூட்டிட்டு வரச் சொல்லி சொல்லிக்கிட்டே இருப்பாங்க" எனப் புவனா எடுத்துச் சொன்னாள்'

"ஆதி முதல் தரம் உன்னைப் பார்க்க வரும் போதே அம்மாவும், அப்பாவும் கிளம்புனாங்க. நான் தான் உங்கள் மனஸ்தாபத்தை நீங்களே தீர்த்துக்கிட்டப் பிறகு போகலாம்னு நிறுத்தி வச்சேன்" என அன்பு சொல்லவும். ஆதித்யன் ஆரம்பித்தான், "இன்னைக்கு வரைக்கும் வர்ஷி என் மேல் ஏன் கோபமா இருந்தான்னு எனக்குத் தெரியாது. ஆனால் அதையும் மீறிய நேசம் எங்களுக்குள்ள இருக்கிறது நிச்சயம். எனக்கு அது போதும்" என்றான்.

அவன் பேசப் பேச திவ்யாவுக்குத் தன் மேல் தனக்கே கோபம் அதிகமானது. எங்கே அங்கிருந்தால் கதறி விடுவோமோ எனப் பயம் வந்தது. சுற்றிப் பார்த்து விட்டு, "பிள்ளைகளைக் காணோம், வீட்டுக்கு போயிருப்பாங்க, நான் பார்த்திட்டு வர்றேன். அண்ணா, அண்ணி வீட்டுக்கு வாங்க" என அவசரமாக அழைத்து விட்டு அங்கிருந்து வெளியேறினாள்.

புவனாவும், ஈகையும் அடுப்படியை எட்டிப் பார்க்கச் சென்றனர்.அவள் போவதையே பார்த்திருந்த ஆதியை மற்ற மூன்று ஆண்களும் தேற்றினர்.

"ஆதி, அண்ணிக்கு இன்னும் கொஞ்சம் ஸ்பேஸ் கொடுக்கனும்" என இனியன் சொல்லவும், அதை மறுத்த விஷ்வா, "இல்லை மாப்பிள்ளை இப்பவே லேட், இனி தாமதமாகும் ஒவ்வொரு நாளும் விரயம் தான். தீபாவளி முடிந்த அடுத்த முகூர்த்தத்தில் கல்யாணத்தை முடிக்கனும்" என்றான்.

"அத்தான் சொல்றது சரி தான் ஆதி, நான் அப்பாகிட்டப் பேசுறேன். அத்தான் நீங்களும் மாமாட்ட சொல்லி, திவ்யா தாத்தாட்டப் பேசச் சொல்லுங்க" என்றான் அன்பு.

திவ்யா தன்னைச் சமாளிக்கவே வீட்டிற்குச் சென்றாள். அங்கே பிள்ளைகள் ஐவரும் சமத்தாக விளையாடிக் கொண்டிருந்தன. ஐவரில் மூத்தவளாக ஈகை மகள் கௌரி அடுத்து ஆனந்த், அநி ஆது சித்தார்த் சமவயதாகவே இருந்தனர். அநிக்கு தனது வயதொத்து மற்றொருவனைப் பார்க்கவும் மிகுந்த

மகிழ்ச்சி. அநி சுலபத்தில் எல்லோருடனும் பழகி விடுவான். ஆதிரை அவ்வளவு எளிதில் பழகிவிடாது. பழகிய பிறகு அவர்களிடம் ஆசையாக ஒட்டிக் கொள்ளும். ஈகை வாங்கி வந்த விளையாட்டுச் சாமான்களை அநி, ஆதிக்கு இரண்டும் விளக்கிக் கொண்டிருந்தன.

திவ்யா மனச் சோர்வோடு வந்தவள், இந்த மழலையர்களைக் காணவும் மனது சமன் பட்டு அவர்கள் பேச்சைக் கவனிக்க ஆரம்பித்தாள். திவ்யா வரவும், கௌரி இயல்பாக அத்தை என உறவுமுறை சொல்லி அழைத்துப் பேசியது. சிறுவர்களுக்குத் தக்க பேசிக் கொண்டிருந்தாள்.

"திவிம்மா, நான் ஊருக்குப் போன பிறகு எத்தனை தரம் என்னை நினைச்சீங்க" எனக் கேட்டான் ஆனந்த். "ம்ம், நிறையத் தடவை ஆனந்த் குட் பாய், இது பிடிக்கும், அது பிடிக்கும்னு நினைச்சேன்" என்றாள்.

"நானும் உங்களை மறக்கவே இல்லை" என அவளுக்கு முத்தம் கொடுத்துச் சென்றான். "அப்போ அந்த நிறை மாதக் குழந்தை ஆனந் தான்" என உறைக்கவும் துவண்டு போனாள். கலாம்மா மதிய சமையலைப் பற்றிப் பேச வந்தார். அவளும் சிறுவர்களுக்குப் பிடித்த விதமாக உள்ள காய்கறிகள் வைத்து மெனு தயாரித்துக் கொண்டு இருந்தாள்.

செல்வி அவளை அழைத்து "திவ்யா சமையல் நான் பார்த்துக்கிறேன். உன் புண்ணியத்தில் இன்றைக்கு மகள், மருமகனெல்லாம் வந்திருக்குதுங்க. அப்பா அசைவத்துக்குச் சொல்லி விட்டுட்டாங்க. உன்னைப் பார்க்கத் தானே வந்திருக்குதுங்க. நீ பேசிகிட்டு இரு" எனச் சொல்லிச் சென்றார்.

திவ்யா பிள்ளைகளிடம் பேசிக் கொண்டிருக்கும் போது ஆதித்யன் வந்தான். அவனைப் பார்க்கவும் திவ்யாவிற்கு மீண்டும் அழுகை பொங்கியது. தான் கஷ்டம் அனுபவித்ததும் இல்லாமல் அவனையும் அனுபவிக்க விட்டேனே என்ற சுய பச்சாதாபம் மேலிட்டது. விளையாட்டுச் சாமான்களைப் பரப்பிக் கொண்டு அவர்கள் ஹாலில் அமர்ந்திருக்க அவள் ரூமிற்குள் சென்றாள். அவளையே பார்த்திருந்த ஆதித்யனும் பின் தொடர்ந்தான்.

திவ்யா திரும்பி நின்று கண்ணைத் துடைத்துக் கொண்டிருக்க ஆதி அவளை நெருங்கி,"என்னடா வர்ஷி , என்ன விசயம். அன்புவை பார்த்ததிலிருந்து ஷாக்காகி இருக்க என்ன விசயம்" எனக் கேட்டு அவளைத் தொட்டுத் திருப்பவும்,

"சாரி நித்யன். என்னால் தான், என்னால் தான் எல்லாமே ஆச்சு. சாரி" எனத் தன் முகத்தைக் கைகளில் மூடி குலுங்கி சத்தம் வெளியே வராமல் அழுதாள். அவளது நித்யன் என்ற அழைப்பில் மகிழ்ந்தவன், ஏதோ சரியில்லை எனவும் யூகித்தான். ஆனாலும் அவள் அழுகைத் தாங்காமல் அவளைத் தன் தோளில் சாய்த்துக் கொண்டு, "விடுமா, போனதை பற்றிப் பேசி என்ன ஆகப் போகுது. வீண் மனவருத்தம் தான் மிஞ்சும். இனி வரும் வாழ்க்கையைச் சந்தோஷமா வாழ்வோம்" என அவளைத் தேற்றினான்.

"அப்படி இல்லை நித்யன், உங்ககிட்ட நாம் பிரிந்ததுக்கான காரணத்தைச் சொல்லாமல் எப்படி வாழ்க்கையை ஆரம்பிக்கிறது" என அவள் பிடிவாதம் பிடித்தாள். "அத்தானும், ஈகையும் வருவாங்க. இப்போதைக்கு இந்தப் பேச்சைத் தள்ளிப் போடுவோம். எல்லாரும் உனக்காகத் தான் வந்திருக்காங்க. சகஜமா, சந்தோஷமா இருடா, எனக்காக ப்ளீஸ்" எனவும் உருகிப் போனாள் அவனின் வர்ஷி.

"நைட் கட்டாயம் பேசனும். எனக்கு இல்லைனா மனசே ஆறாது" என்றாள். "உன்னோடு பேசறதுக்கு நீ கண்டிசன் போடனுமா என்ன, பேசாம இருக்கிறதுக்குத் தான் கண்டிசன் போடனும். அது தான் என்னால் முடியாத காரியம்" என முடிக்கும் போது ஆதித்யனின் குரலிலும் குழைவு இருந்தது. அவள் சந்தேகம் என்பது அவனைப் பொருத்தவரை எவ்வளவு பெரிய காயத்தை ஏற்படுத்தும் என்பதை அறியாமல் அவன் சொல்லில் மகிழ்ந்திருந்தாள் திவ்யா.

ஆதிரை வந்து,"அம்மா அந்தப் புது மாமா வந்திருக்காங்க." என அழைத்தது. ஆதிரையைத் தூக்கிக் கொண்டு, ஹாலுக்குச் சென்ற ஆதித்யன், "வாங்கத்தான், வாடா ஈகை. வெல்கம் டு மை ஹவுஸ்" எனச் சிரித்தான்.

"ஆகா, ஈகா இப்படிச் சொல்லும் போது உங்கண்ணன் முகத்தில் ஒளி தெரியுது பாருடி. நமக்கெல்லாம் எங்க அந்தக் கொடுப்பினை" எனச் சலித்தான். திவ்யாவும் அதற்குள் வந்து வரவேற்று உட்காரச் சொல்லி உபசரித்து இருந்தாள்.

"உங்க வாயை கழுவுங்க. நம்ம வீடு என்னைக்குமே கூட்டுக் குடும்பமாத் தான் இருக்கும். நான் எங்க அக்கா இரண்டு பேரையும் விட்டுட்டு எங்கேயும் வர மாட்டேன்" எனக் கோபப்பட்டாள்.

"கேட்டுக்கம்மா திவ்யா, அவங்க அக்காங்க, இவங்க மூன்று பேர் சேர்ந்திட்டாங்க நம்மளை கழட்டி விட்டுடுவா. ஒவ்வொரு வீட்டில் பொண்டாட்டி தனிக் குடித்தனம் போகனும்னு அடம்பிடிப்பாங்கன்னு சொல்லுவாங்க. இங்கே தலைகீழ் " எனக் குறை போல் அவளை நிறையாகச் சொன்னான் விஷ்வா.

"நல்லது தானே அண்ணா, கூடப் பிறந்தவங்களோடு வாழும் பாக்கியம் எத்தனை பேருக்குக் கிடைக்கும். நான் பிறந்த போதே அம்மாவுக்கு ஏதோ பிரச்சினை வந்ததுன்னு, அப்பா போய் ஆபரேஷன் செய்துகிட்டு வந்திட்டாங்கன்னு, அம்மா குறையா சொல்லுவாங்க. நானும் எல்லார் வீட்டிலும் தம்பி தங்கை இருக்கு, நம்ம வீட்டில் இல்லைனு சண்டை எல்லாம் போட்டிருக்கேன். அவங்க எல்லாம் அண்ணன் தங்கையோடு போட்டோவெல்லாம் காட்டினாங்கன்னு அப்பாவிடம் அடம் பண்ணியிருக்கேன்." எனத் திவ்யா சொல்லவும்,

"அங்கிள் அதைக் கேட்டு சும்மாவா இருந்தாங்க, ஏதாவது செய்திருப்பார்களே" என்றான்.

"ஆமாம், என் சைசுக்குப் பாய்ஸ் போடும் ட்ரெஸ்ஸை போட்டு, முடியை மடக்கி கேப் வச்சு, ஸ்டுடியோல போய்ப் போட்டோ எடுத்து, பழைய படி பொண்ணு மாதிரி ப்ராக் போட்ட போட்டோ எடுத்து, எடிட் பண்ணிக் கொடுத்து. இவன் உன் இரட்டை ன்னு சொன்னாங்க. அவங்க வாய் முகூர்த்தம் எனக்கு இரட்டை பிறந்திருக்கு" எனத் தன் அப்பாவை நினைவில் கொணர்ந்தாள்.

"திவ்யாம்மா, இனி அந்தக் கவலையே வேண்டாம். நாங்க மூன்று அண்ணன் இருக்கிறோம். நாம் சேர்ந்து போட்டோ எடுப்போம்" என்றான் விஷ்வா.

"ஆகா, ஒண்ணு கூடிட்டாங்கய்யா, ஒண்ணு கூடிட்டாங்க. போறப் போக்கைப் பார்த்தா வர்ஷி உடன் பிறப்புகள் கூட்டம் அதிகமாகி, எனக்கு டேமேஜ் ஜாஸ்தி ஆகும் போலயே" என ஆதித்யன் புலம்பினான்.

"அண்ணன், நீங்க ஒண்ணும் கவலைப் படாதீங்க, இதே அளவு ஆளுங்களை நாமும் இறக்குவோம். " என ஈகை சவால் விட்டாள். இனியன் அதே நேரம் வந்தவன்,"ஈகி எங்க ஆளை இறக்கப் போற " என வினவ மீண்டும் கேலியும் கிண்டலுமாகப் பொழுது கழிந்தது. நடுவே வெஜிடபிள் சூப் செய்து பரிமாறினாள் திவ்யா. அவர்கள் யோசிக்கவும், "இது ஸ்டாட்டர் மாதிரி பசியைத் தூண்டும், அரை மணி நேரம் கழித்துச் சாப்பிடலாம்" என்றாள்.

கௌரி தலைமையில் பிள்ளைகள் பெற்றவர்களை மறந்து பயங்கரப் பிசியாக இருந்தனர். இனியன் திவ்யாவிடம், அன்புவின் ட்ரீட்மென்ட் குறித்துப் பேசினான். "அண்ணி, அன்பு ரிபோர்ட் பார்த்திங்களா" என்றான்.

"நான் படிச்சிட்டு, சீனியர்ஸ் கூட ஆலோசனை பண்ணினேன். ப்ரேக்சர் ஆன எலும்புகள் இப்ப சேர்ந்திடுச்சு, இரத்த ஓட்டம் சீராகவேண்டும். அதுக்கும் கேட்டிருக்கேன். நாளைக்கு ஒரு பிஸியோ வருவாங்க. பார்த்துக்கலாம்." என்றாள்.

"அன்பு ஒரு இடத்தில் நிற்காமல் ஓடிகிட்டே இருப்பாப்ல, விதி என்ன பண்றது. " என விஷ்வா ஆதங்கப் பட்டான். "ஒரே விபத்தில் தான், அன்புவின் கால் போனது, திவ்யா அப்பா, அம்மாவை இழந்தது. இரண்டும் ஏதோ கணக்ஷன் இருக்கு" என ஆதி சொன்னான். இந்தத் தகவல் விஷ்வாவுக்குப் புதிது.

"நிஜமாவா மாப்பிள்ளை, அன்புவை நீன்னு நினைத்திருப்பார்களோ" என விஷ்வா வார்த்தையை விடவும், "நீங்க என்னண்ணா சொல்றீங்க" எனத் திவ்யா வேகமாகக் கேட்டாள். இனியன் அந்தப் பேச்சை வளர விடாமல் வேறு பக்கம் திசை மாற்றினான்.

"அண்ணி, ஃபேக்டரி சீசன் ஆரம்பிச்சிடுச்சு, ஆதியும் அடிக்கடி வர முடியாது. நீங்க இங்க அன்புவுக்குத் தேவையானதை சமாளிச்சிருவீங்களா" எனக் கேட்டான்.

"அதெல்லாம் நான் பார்த்துக்கிறேன். புவனா இருப்பாங்க, அப்பா இருக்கிறார், நான் இருக்கேன்" என அவள் சொல்லும் போதே ஆதித்யன் குறுக்-

கிட்டு, "எங்க ஆது டாக்டர் இருக்காங்க" என்றான்.

அவ்விடம் வந்த ஆதிரை சிரித்து,"நித்துப்பா நான் டாக்டர் இல்லை, அம்மா தான் டாக்டர். எனக்கு ஊசி எல்லாம் போட தெரியாதே" என மழலை மொழிந்தது.

"அதுவும் சரிதான், அன்புப்பாக்கு ஊசின்னா பயமே. நீங்க டெய்லி டென் டைம்ஸ் அன்பு அப்பாவை கிஸ் பண்ணிடுங்க, ஆவங்களுக்குச் சரி-யாகிடும்" என்றான் ஆதி. "அம்மா, அன்புப்பா ஸ்டேஜர் இல்லலை" என்றது அனைவரும் சிரித்தனர்.

"அதுக்காக உங்க அம்மாவை முத்தம் கொடுன்னு சொல்லாதே, அம்மா நித்துப்பாக்கு மட்டும் தான் கொடுப்பா" எனவும் திவ்யா "உங்களுக்கு விவஸ்-தையே இல்லை" என அவனுக்கு மட்டும் கேட்குமாறு சொல்லி கையில் கிள்ளினாள். ஆதித்யன் அதற்கும் 'ஆ' வென அலறி அவளைத் தெறிக்க-விட்டான்.

"இதற்குப் பின்னாடியும் பெரிய கதை இருக்கா" என ஈகை ஆர்வமாகக் கேட்கவும். "ஆமாம் உங்க அண்ணன் லவ் ஸ்டோரி 2.0 " என விஷ்வா கேலி செய்தான். "ம் எங்க அண்ணனுக்கு என்ன குறைச்சல் " என ஈகை வரிந்துகட்டி வரவும்.

"அம்மா தாயி ஒண்ணும் சொல்லலை விடு" என்றான் விஷ்வா. "அது" என ஈகை கெத்துக் காட்டவும், "அத்தான் யூ டூ, உங்களை நான் வீரன்னு நினைச்சேன்" என இனியன் காலை வாரவும்.

"நாங்களும் தஞ்சாவூர் ஜில்லாவுலையே எங்களை மடக்க ஆள் இல்-லைனு திரிஞ்சவன் தான். உங்க தங்கச்சி வந்தாள், அவள் குண்டுக் கண்-ணுளையே நான் மடங்கினேன்" என அவன் முடிக்கும் முன் ஈகை சூதா-னமாகப் பிள்ளைகளைப் பார்வையிட அங்கிருந்து நகர்ந்தாள். ஆதித்யன், இனியன் இருவரும் அவர்கள் அத்தானைக் கேலி செய்து சிரிக்க, திவ்யாவும் நாசூக்காக ஈகையுடன் வீட்டைக் காண்பித்துக் கொண்டு, அந்த இடத்தைப் பற்றிய விளக்கங்களைச் சொல்லிக் கொண்டிருந்தாள்.

மதிய உணவுக்கு, கனகரத்தினம் வீட்டின் விருந்து தடபுடலாக நடக்க, ஈகையும், புவனாவும் இயல்பாகத் தங்கள் கணவனுக்குப் பார்த்துப் பார்த்துப் பரிமாறினர். திவ்யாவுக்கு அதிக அங்கத்தினர் கொண்ட குடும்பமே பழக்கம் இல்லை. அவள் அதிசயமாகப் பார்த்துக் கொண்டிருந்தாள்.

மாலைவரை பேசிக் கொண்டிருந்து விட்டு, ஈகைச் செல்வி குடும்பம் கிளம்பியது. அவர்கள் கிளம்புகையில், திவ்யாவுக்குத் தீபாவளிக்குப் பிறந்த வீட்டுச் சீர் என அவர்கள் நால்வருக்கும் விஷ்வா ஈகை ஜோடி பைகளை நீட்டவும், திவ்யா அதிர்ந்து போனாள்.

"வாங்கிக்கம்மா, இது உங்க பெரியாத்தா சொல்லி பெரியப்பா, பெரியம்மா கொடுத்து விட்ட சீர்" எனத் திவ்யா ஆதி கைகளில் தந்தனர். திவ்யா உணர்ச்சி வயப்பட்டுக் கண் கலங்கினாள். இனியனும் அவர்களோடே கிளம்ப

ஆதி நாளை அதிகாலையில் கிளம்புவான்.

அவர்கள் சென்ற பின்னே, கனகரத்தினம், செல்வி அன்பு புவனாவோடு திவ்யா, ஆதித்யன் அமர்ந்து பேசிக் கொண்டிருந்தனர்.

"அம்மா உங்களுக்கு இரண்டு பொண்ணுங்க. புவனாவை மூத்தவங்களுக்குக் கொடுத்திட்டீங்க. ராஜியை ஆதிக்குச் செய்யாமல் ஏன் இனியனுக்குப் பேசினீங்க" எனச் சந்தேகம் கேட்டாள்.

"விதி வலியது வர்ஷிமா, உன் கையில் தான் நான் அடி வாங்கனும்னு இருக்கும் போது ,எப்படி மிஸ் ஆகும். அதனால் இனியன் மாட்டிக்கிட்டான்" என ஆதித்யன் பதில் சொல்லவும் எல்லாரும் சிரித்து விட்டு, செல்வி கயல்விழி பற்றிச் சொன்னார். "ஓ "எனத் திவ்யா கேட்டுக் கொள்ளவும்.

"ஆதிக்கு அந்தப் பொண்ணு மேல இஷ்டமே இல்லை. உன்னை மறக்க முடியாமல் அம்மாகிட்ட, தனக்குக் குழந்தை பிறக்காதென்று ஒரு குறை இருப்பதாகப் ஒரு பொய் சொல்லியிருந்தான்." என அன்பு சொல்லவும், திவ்யா ஆதித்யனைப் பார்த்தாள்.

"நாம் ஒன்று நினைக்க தெய்வம் ஒன்று செய்யும். இத்தனையும் மீறி உங்களை மறுபடியும் கடவுள் சேர்த்து வைக்கிறதே ஒரு சாட்சி தானே" என்றார் கனகரத்தினம். "திவ்யாம்மா, உங்கப்பா இந்த டயலாக் எதற்கு அடிக்கிறார்னு கேளு" எனத் தூண்டினார்.

"ஏய் தமிழு சும்மா இரு" என்றார் கனகு. அவர் சொல்லவும் எல்லாரும் ஸ்வாரஸ்யமாகக் கதைக் கேட்கத் தயாரானார்கள். "ஏம்பா என்ன சீக்ரெட்" எனக் கேட்டாள் திவ்யா. "அம்மா, அவர் கட்டனும்னு நினைச்சது உங்க அம்மாவைத் தான். வீட்டில் பேச்செல்லாம் ஓடிக்கிட்டு இருந்தது. ஆனால் விஜயன் மாமா முந்திக்கிட்டார்" என அவர் சிறு ஊடலோடே சொன்னார்.

"அத்தை நீங்க அன்னைக்கு முறைத்ததுக்கு அது தான் காரணமா" என் கேட்டான் ஆதி. கனகு, செல்வி, கார்த்திகை, விஜயன், ராஜேந்திரன், லலிதா எனப் பேச்சு வளர்ந்தது.

இரவு நேரம் இரட்டையர் ஆடிய ஆட்டத்துக்குப் படுத்ததும் உறங்கி விட்டனர். ஆதித்யன் "காலையில் சீக்கிரம் எழுந்திரிக்கணும்" என அடுத்த அறைக்குப் படுக்கப் போனான். சற்று நேரத்தில் வந்த திவ்யா"நான் பேசனும்" என நிகழப் போகும் சம்பவத்தை அறியாமல் அவன் முன் சென்று நின்றாள் திவ்ய வர்ஷினி. ஆனால் அவன் அதற்குள் கண்ணை மூடியிருந்தான்.

மனம்23

திவ்யவர்ஷினி ஆதித்யனின் உறவு என்பதே ஆபத்தான விபத்து நடக்க இருந்த சமயத்தில் அவளைக் காப்பாற்றி, அவள் காயத்தைத் தனதாக்கிக் கொண்டதில் ஆரம்பித்தது தான். முதல் பார்வையிலேயே ஆதித்யன் அவள்

மேல் கொண்ட காதலானது வளர்ந்து பெருகிக் கொண்டே தான் இருந்தது. அதன் காரணமாகவே முதலில் காதலை அவளிடம் அவன் தான் வெளிப்படுத்தினான். திவ்யாவுக்குத் தன் மனது புரியாமல் இருந்தது. ஆனால்

ஆதித்யனின் அடுத்த அடுத்தக் காதல் படையெடுப்புகள் அவளை ஆக்கிரமித்தன. வாய் வார்த்தையாக எதையும் சொல்லாத போதும் அவனோடு இருக்கும் பொழுதுகள் அவளுக்கு இனித்தே கிடந்தன. அவனும் தன்னவள் என்ற உரிமையை அவளிடம் நிலை நாட்ட அவள் மறுத்தால் இல்லை. கடைசியாக அவனின் தன்னிலை மறந்த காதலையும் ஆசையையும் கூட அவனது அன்பில் நெகிழ்ந்து ஏற்றாள்.

ஆனால், அந்த ஒரு போன்கால், அதிலிருந்த ஜோடியான போட்டோ மற்ற நேரமாக இருந்திருந்தால் யோசித்து இருப்பாள். அப்பொழுது தான் அவனுடனானக் கூடலில் மகிழ்ந்திருந்த நேரம், அவன் சுயநினைவின்றி இவள் மீது பொழிந்த காதலில் தன்னையே தந்து அவன் முகத்தை எப்படிப் பார்ப்போம் என வெட்கி கன்னம் சிவந்திருந்த வேளை, அலைப்பேசி அழைப்பின் ஒலிக் கேட்டது, அங்கும் இங்கும் தேடி எடுப்பதற்குள் ஓய்ந்தது. திரும்பவும் ஒலித்தது. இம்முறை உத்தேசமாகக் கண்டுபிடித்துக் கையில் எடுக்கும் போது நின்றது. அவள் சலித்தபடி டீபாய்மேல் வைத்தாள். இந்த முறை முதல் ஒலிப்பில் எடுத்து விட்டாள்.

அலைப் பேசியின் திரையில், ஆதித்யனும் அந்தப் பெண்ணும் திருமணக் கோலத்திலிருந்தனர். மணமகன் மணமகளை ஆசையுடன் பார்த்திருக்க, அந்தப் பெண் முகம் வெட்கத்தில் சிவந்து பேரழகாக இருந்தது.

அதைப் பார்த்து அதிர்ந்த திவ்யாவின் கையிலிருந்து போன் நழுவி ஷோபாவில் விழுந்தது. தன்னால் ஆணாகி அந்த முனையில் ஓர் பெண் குரல் செல்லச் சிணுங்கலுடன் சண்டையிட ஆரம்பித்தது.

"அத்தான் நேற்த்திலிருந்து எத்தனை தரம் கூப்பிட்டுட்டேன். ஒரு தடவை கூடப் பதில் இல்லை. இரண்டு நாள்ல வளைகாப்பு, நிறைமாசமா பொண்டாட்டி வீட்டில் இருக்காளே, என்ன ஏதுன்னு உங்களுக்கு அக்கறை இருக்கா, நீங்க பாட்டுக்கு கிளம்பிட்டீங்க." எனக் கேட்டது அந்தக் குரல்.

திவ்யாவின் கண்களிலிருந்து தாரையாகக் கண்ணீர் வடிய போனை பாதியில் அணைத்து விட்டு, தனது உடைமைகளை எடுக்கப் போனாள். மீண்டும் போன் ஒலித்தது, அதிலிருந்து தப்பிப்பது போல் அறைக்கு ஓடினாள். அப்போதும் ஆதி தூக்க மயக்கத்தில் இருக்க, அந்த அறையில் அவனோடான கூடலுக்கு எந்தத் தடயமும் இருக்கக் கூடாது எனச் சீர் செய்தாள். தன்னை ஏமாற்றி அனுபவித்ததை அவன் அறியக் கூடாது என நினைத்தாள். அவன் விழிக்கும் முன் கிளம்பிவிட்டாள்.

அந்த எஸ்டேட்டிலிருந்து வெளியே வந்து, ஏதாவது வண்டி வருகிறதா எனப் பார்த்தாள். சரக்கு வாகனம் குட்டியானை வண்டி வந்தது. அதனை நிறுத்தி ஏறிவிட்டாள். அந்த ஓட்டுநருக்கும் அவளைத் தெரிந்திருந்தது.

வீடு வந்த திவ்யாவை கார்த்திகை, விஜயன் ஆச்சரியமாகப் பார்த்தனர். அவள் பதிலேதும் சொல்லவில்லை. சவரில் வெகுநேரம் நின்றாள். குளிர் உறைக்கவே ஹீட்டர் போட்டு மீண்டும் குளித்தாள். கண்ணீர் அந்த வெந்நீ-ரோடு கரைந்தது.

கார்த்திகை வந்து கதவைத் தட்டவும் வெளியே வந்தாள். உடை மாற்றி வந்தவள் முகம் சோர்வைக் காட்டியது. விஜயன் பக்கத்தில் அமர்த்தி, "என்-னடாம்மா " என்றார். "ஒண்ணும் இல்லைபா, இப்ப தான் வந்து இறங்கி-னேன் உடனே திரும்ப வரச் சொல்லி போன் வந்திடுச்சு" என்றாள்.

"ஏண்டா படிப்பு முடிந்தது தானே" எனக் கேட்டார் விஜயன்.

"முடிஞ்சதுப்பா அங்கேயே ஒரு பிரைவேட் ஹாஸ்பிடல்ல வேலைக்குக் கூப்பிடுறாங்க. இன்னைக்கு இன்டர்வ்யூ இருக்கு" என அவர் தோளில் சாய்ந்தபடி சொன்னாள்.

"திவிம்மா, உனக்குப் பிடிக்கலைனா, போகாதடா. கொஞ்ச நாள் அப்பா அம்மா கூட இரு. அப்புறம் மேல் படிப்புப் படிக்கலாம். " என்றார்.

"இருக்கட்டும் அப்பா, டாக்டர் படிப்பு படிச்சிட்டு வீட்டில் உட்கார்ந்து இருந்தா, அந்தப் படிப்புக்கு மகத்துவமே கிடையாது. நான் கிளம்புறேன். என்னை இறக்கி விடுங்க" என்றாள். கார்த்திகை, "ஏண்டா இரண்டு நாள் இருந்திட்டுப் போகக் கூடாதா" என்றார்.

"போய்ப் பார்த்திட்டுக் கட்டாயம் திரும்பி வர்றேன்மா. உங்க கூட ஆசை தீர இருந்திட்டுப் போறேன்" எனக் கொஞ்சி சென்றாள்.

அவள் ஊத்து பகுதிக்கு விஜயனோடு பயணித்த போது மேலிருந்து ஆதித்யன் தனது காரில் இறங்கிக் கொண்டிருந்தான். நடு வழியில் விஜயன் நிறுத்தி விவரம் சொன்னார். திவ்யா முகத்தைக் கல்லாக வைத்திருந்-தாள்.அன்று தான் கடைசியாக அவனைப் பார்த்தது.

அன்றிலிருந்து ஒரு மாதம் கழித்து அவள் தன் பெற்றோர்களை இழந்-தாள். மதுரையிலிருந்து ரவி தான் அழைத்து வந்தான். உயிரற்ற உடலாக இருவரையும் பார்த்துக் கதறினாள். ஆதித்யன் மேல் கோபமிருந்த போதும், பெற்றோர்களை இழந்து துடித்தபோது அவன் அருகாமையை வேண்டும் என மனதில் நினைத்தாள். அப்போது நாள் தள்ளியது தெரியாது, ஆனால் அவனிடமிருந்து சம்பிரதாயமான போன் கால் வரவும் ஒடிந்து போனாள். கோபம் வெறுப்பாக மாறியது.

அதே நேரம் ஆதித்யன் வருகைக்கு இரண்டு நாள் முன்பு, தாத்தா சௌந்தர ராகவன் வந்தார். அந்த நேரம் பொன்னுசாமி இல்லை ரவிதான் அழைத்து வந்தான். முதலில் அவரிடமும் பேச மறுத்தாள் திவ்யா. அவரும் பிடிவாதத்தில் சளைத்தவரில்லையே, தனது ரத்தம் ஒன்று உலகை நீத்திருக்க , அதன் ரத்தம் துடிப்பதைப் பார்த்துத் துடித்து மயங்கினார். இயல்பாகவே மருத்துவம் பயின்றவள் ஆதலால், அவரைப் பரிசோதிக்க ரவிக்குத் துணை புரிந்தாள்.

அவர் மயக்கம் தெளியவும். தாத்தாவும் பேத்தியும் அவர்களின் மகனும், அப்பாவுமான விஜயனை நினைத்துக் கதறினர். அந்தக் கதறலே அவர்களை ஒன்று சேர்த்தது. விஜயனின் விபத்து அவருக்குச் சந்தேகத்தை ஏற்படுத்தியது எனவே அவளைத் தஞ்சைக்கு அழைத்துச் செல்லாமல், தலைமறைவாக வைக்கத் திட்டம் தீட்டினார்.

ஆனால் திவ்யா முதலில் அவருக்கும் தெரியாமல் தலைமறைவாகவே எண்ணினாள். அவர் பிடிவாதமாக இருக்கவும் தலையைத் தொங்கப் போட்டுக் கொண்டு தான் கர்ப்பமாக இருப்பதைச் சொன்னாள். தாத்தா அடுத்தக் கேள்வியாகப் பையன் யாரென்று சொல்லு கட்டி வைக்கிறேன் என்றார்.

"இந்தக் கேள்வி நான் பதில் சொல்ல முடியாது. மீறிக் கேட்டிங்கன்னா, நான் என் வழியைத் தேடிக்குவேன். எங்கப்பா அந்த அளவு தைரியத்தோடு தான் என்னை வளர்த்திருக்கிறார் " என முகத் தாட்சன்யமின்றிப் பதில் சொன்னாள். ஜமீன்தார், "விதை ஒன்றைப் போட சுரை வேறா முளைக்கும், பிடிவாதத்தில் நீயும் என் பேத்தின்னு நிரூபிக்கிற. சரி கேட்கமாட்டேன். உனக்கா சொல்லனும்னு தோனும் போது சொல்லு" என்றவர், பேத்தியோடான அஞ்ஞாதவாசத்துக்குத் தயாரானார்.

அதன் படி வீட்டில் தனக்கு வைத்தியம் பார்க்கப் போவதாகச் சொல்லி விட்டு, கேரளக் கரையோரம், ஆயுர்வேத மருத்துவ மணைக்கு அருகில் வீடெடுத்துத் தங்கினார். அங்கே தனது கால் வலிக்கும் சிகிச்சை எடுத்துக்கொண்டு,பேத்தியையும் கவனித்துக் கொண்டார்.

திவ்யா தனது பொழுதை வெட்டியாகக் கழிக்க முடியாமல், தனது குமட்டல் நின்றவுடன் தாத்தாவுடன் ஆயுர்வேத சாலை சென்றவள், தலைமை மருத்துவரிடமிருந்து வர்மக் கலையைப் பயின்றாள். அங்கிருந்த சூழல் அவளை முழுவதும் இழப்புகளின் நினைவில் வீழாமல் பாதுகாத்தது.

ஆரோக்கியமான அவர்களின் உணவு முறைகளில் வயிற்றிலிருந்த குழந்தைகளும் நன்றாக வளர ஆரம்பித்தன. நாடி பிடித்துப் பார்த்து இரட்டை, அதிலும் ஒன்று, ஆண் மற்றொன்று பெண் எனத் தலைமை மருத்துவர் சொல்லவும், ஐந்தாம் மாதத்திலிருந்து தனது தாய், தந்தையர் தான் தனக்காகத் திரும்புகிறார்கள் என உறுதியாக நம்பினாள்.

பத்தாம் மாதம் திவ்யாவைச் சிரமத்துக்கு ஆளாக்காமல் சுகப்பிரசவத்தில் இரட்டையர் மண்ணுலகை எட்டிப் பார்த்தனர். பிறந்து தூக்கும் போதே அநி ஆதித்யனின் மினியேச்சராக அவள் கைகளிலிருந்தான். "ஏய் ஃப்ராடு பக்கிரி உன்னை மாதிரியே சாயலில் பிள்ளைகள் பிறந்திருக்குடா. பத்து மாசம் சுமந்தவள் நான். இதெல்லாம் கடவுள் செய்யும் மோசடி' எனப் பிள்ளைகளைக் கொஞ்சவும், அவை இரண்டும் பொக்கை வாய் காட்டி சிரித்தன. இரட்டையர் வந்த பூரிப்பில், அந்தக் குழந்தை முகத்தின் தெய்வீகத்தில் பாட்டையாவான மகிழ்விலிருந்தார் சௌந்தர ராகவன்.

இவர்கள் அஞ்ஞாத வாசத்துக்கும் சோதனை வந்தது. மகன்கள் பேத்தியைக் கண்டு கொள்ளக் கூடாது எனக் கணக்குப் போட்டார். விஜயன் சொன்ன ராஜன் குடும்பத்துச் சம்பந்தம், அவர்கள் சாயல் இந்தக் குழந்தைக்கும் இருந்ததைப் புகைப்படங்களை வைத்து ஒப்பிட்டுக் கொண்டவர், நேராகச் சொன்னால் பேத்தி மறுப்பாள் என நினைத்து, அடுத்த வழியை யோசிக்கும் போது கனகரத்தினம் பற்றித் தெரிய வந்தது. அவர் மில் ஹாஸ்பிடலுக்கு டாக்டர் வேண்டும் எனவும் திவ்யாவை கலாம்மாவுடன் ரவி உதவியுடன் அனுப்பினார். தேவகியும் இவளது சீனியராகப் போனதால் அவளும் பயமின்றிச் சென்றாள்.

கலாம்மா ஐம்பத்தைந்து வயது பெண்மணி, உறவுகள் ஆதரவற்று இருந்தவர், சௌந்தர ராகவனின் முதல் மனைவி வகைச் சொந்தம். தான் கேரளா செல்லும் போதே பேத்திக்குத் துணையாகக் கூட்டிச் சென்றார். ஜமீனை அப்பா முறைச் சொல்லி அழைப்பார். திவ்யாவைப் பற்றிய அனைத்து விசயமும் அவளிடம் கேட்காமலே கிரகித்து வைத்திருப்பார். எந்த விசயமும் சாதாரணமாக வெளியே போகாது, ஆனால் ஜமீனுக்கு மட்டும் எல்லாம் சென்றுவிடும்.

திவ்யா , பிள்ளைகள் தூங்கியவுடன் ஆதித்யனின் அறையில் எட்டிப் பார்க்க அவன் உறங்கியிருந்தான், அவனருகே கட்டிலில் அமர்ந்தவள், மனம் போன போக்கில் நிகழ்ந்தனவற்றை எல்லாம் யோசித்தபடி, அவனை எழுப்பவும் முடியாமல் அவனையே பார்த்திருந்தாள்.

விடிவிளக்கைப் போட்டு அவள் பக்கத்தில் அமர்ந்திருந்தது, வரிவடிவில் அவளின் யோசனை முகம், ஆதித்யனுக்குத் தெவிட்டாத அமுதாக இருந்தது. அவனிடத்தில் அவள் பேச வருவாள் என்றே தூங்கும் பாவனையிலிருந்தான். திவ்யா யோசனையில் லயித்திருக்க, இவன் அவளில் லயித்திருந்தான். பார்க்கப் பார்க்க ஆசைப் பெருகிக் கொண்டே போனது, இன்று நித்யன் என அழைத்துவிட்டாளே அவனது வர்ஷி.

எதேச்சையாகத் திரும்பிய திவ்யா, ஆதித்யன் தன்னையே பார்த்திருப்பதை உணர்ந்து, "நீங்க தூங்குற மாதிரி நடிச்சிங்களா. " என முறைக்க. "இல்லை டியர், தீவிரமான யோசனையில் என் வர்ஷி எவ்வளவு அழகா இருக்கான்னு ரசிச்சுக்கிட்டு இருந்தேன்" எனச் சொன்னான்.

"ஆகா தஞ்சாவூர் காரர் திரும்புகிறாராக்கும் " எனக் கேட்கவும், "ஆமாம்டி வர்ஷி" என அவள் இடுப்பை கைகளால் வளைத்துக் கொண்டு அவளை அருகே இழுத்துக் கொண்டான். "ம்ம், நினைவு இருந்தாலும் , இல்லாவிட்டாலும் இதை மட்டும் கரெக்டா செய்ங்க" என அன்றைய தினத்தை நினைவு கூர்ந்தாள்.

"வர்ஷி கேட்கனும்னே இருந்தேன், அன்னைக்கு என்னடி செஞ்சேன். நினைப்பே இல்லாமல் இரட்டைப் பிள்ளை பெத்துகிற அளவு, ஐயா அவ்வளவு பவர்புல்லா, இல்லை டாக்டரம்மா திறமைசாலியா" என அவன் இழுத்த

விதத்தில் குப்பெனச் சிவந்தது அவள் முகம்,

அவன் பக்கம் திரும்பி, "கொஞ்சம் கூட மேனர்ஸ் இல்லை, இப்படியா கேட்பாங்க" என அவன் புறம் திரும்பி அவன் தோள்களில் குத்தினாள்.

"ஐயோ கொல்றாளே , இதைக் கேட்க ஆளே இல்லையா" என அவன் ஒலியின் டெசிபல்லை உயர்த்த, அதை அவள் இதழால் மியூட் செய்தாள் வர்ஷி. ஆதித்யன் நம்ப முடியாத அதிர்ச்சியில் கண்களை விரித்து அவளை வளைத்திருந்தான்.

கொஞ்சம் சுதாரித்த திவ்யா, அவனை விலக்கி விட்டு ஜன்னல் அருகே நின்று, பார்வையை இருட்டில் அலையவிட்டு, அவனைத் தவிர்த்தாள். பின்னோடு எழுந்து வந்த ஆதித்யன் , அவளை அதே போல் அணைக்க, "ம்கூம் வேண்டாம். எனக்குப் பயம்மா இருக்கு, எவ்வளவுக்கு எவ்வளவு சந்தோஷமா இருக்கேனோ, அதை விட ஆயிரம் மடங்கு துன்பத்தை அனுபவிக்கிறேன். எனக்குச் சந்தோஷமா இருக்கவே பயமா இருக்கு" என அவள் பேசவும்.

"ஒரு டாக்டரா இருந்துகிட்டு இப்படி எல்லாம் பேசலாமா. இனி நம்ம வாழ்க்கையில் எந்த ஒழிவு மறைவும் இல்லை, நீ தைரியமா எதையும் சொல்லலாம். ஏதோ பேசனும்னியே வா" என அழைத்து வந்து சிறிய விளக்கைப் போட்டு, அவளைக் கட்டிலில் அமர்த்தினான்.

"நித்யன் நம்ம கடைசியா சந்திச்ச நாள் உங்களுக்கு எதுவரை ஞாபகம் இருக்கு" எனத் தீவிரமான முகப் பாவனையில் கேட்டாள். அதில் பிரச்சனையைப் பேசி முடிக்கும் தீவிரம் இருந்தது.

"கூல்ட்ரிங்க்ஸ் குடிச்சவரை ஞாபகம் இருக்கு" என்றான். "சரி அதுக்கு பிறகு நடந்ததை நான் சொல்றேன்" எனத் தான் அவனை ரூமிற்கு அழைத்துச் சென்று படுக்க வைத்தது, தான் மற்றொரு ரூமில் வந்து உடை மாற்றியது, அவன் அணைத்தது என எல்லாவற்றையும் ஒரு நிகழ்வாகச் சொன்னாள். காலையில் தான் சீக்கிரம் எழுந்ததைச் சொன்னாள். ஆதித்யன் இப்போது தீவிரமானான். காதுகள் அவள் சொல்வதைக் கிரகிக்கத் தயாராக இருந்தது.

"நித்யன், நான் இப்போ சொல்றதைக் கேட்டு நீங்க என்ன முடிவு எடுத்தாலும் எனக்குச் சம்மதம் தான். இது நம்ம வாழ்வைப் புரட்டிப் போட்ட நிகழ்வு. இதற்கான முழுப் பொறுப்பும் என்னது தான்" என வரிசையாக அவள் பேசவும் டென்ஷன் ஆன ஆதித்யன், "முதலில் நீ விசயத்துக்கு வா" என்றான் பொறுமை இழந்தவனாக.

"அதிகாலையிலேயே முழிப்பு வந்திரிச்சு, அந்த ஹால் ஷோபாவில் உட்கார்ந்திருந்தேன். உங்கள் முகத்தை எப்படிப் பார்க்கிறது, இதை எப்படிச் சொல்றதுன்னு ஒரே தயக்கம். அப்ப ஒரு போன் வந்தது. முதல் தடவை நான் தேடும் முன் கட் ஆச்சு, இரண்டாவது முறை நான் தேடி எடுத்தப்ப டிஸ்ப்ளேல ஒரு கப்பில்ஸ் போட்டோ,' மை பொண்டாட்டி' னு போட்டி-

ருந்தது. அதைப் பார்த்த அதிர்ச்சியில் என் கையிலிருந்த போன் நழுவி ஷோபாவில்விழுந்துடிச்சு. அந்தப் பொண்ணு பேசுச்சு" என அதற்கு மேல் சொல்ல மாட்டாமல் அவள் அழுதாள்.

போன் எனச் சொல்லவும் ஆதித்யன் மூளை விழித்துக் கொண்டது, அவள் மீதி வார்த்தையில் உடல் விறைத்தது .அவள் மேலும் சொல்லப் போனவளைக் கையைப் போதும் நிறுத்து எனச் சைகை காட்டி நிறுத்தினான். முகத்தில் அவ்வளவு கோபம் , கண்கள் சிவந்து, நரம்புகள் புடைத்திருந்தது.

அவள் "நித்யன்" எனத் தோள்களைத் தொடவும், ஷாக் அடித்தது போல் எழுந்து அதே ஜன்னலில் அவளுக்கு முதுகைக் காட்டி நின்றான். திவ்யா அதிர்ந்து தான் போனாள். அவன் நாலு வார்த்தை பேசி விட்டாளோ, அல்லது அறைந்தாலும் பரவாயில்லை என்ற நிலையிலிருந்தவள், அவன் கோபத்தை வெளிக் கொண்டு வரும் விஷப் பரீட்சையில் இறங்கினாள். ரூம் கதவைச் சத்தம் வெளியேறாமல் அடைத்தவள், அவனை நெருங்கினாள்.

அவன் தன்னைச் சமன்படுத்திக் கொள்ளப் போராடுவது தெரிந்தது. அந்தக் கோபமும் வெளியேறாவிட்டால் அவன் உடலுக்குக் கேடு என டாக்டராக அதிரடியில் இறங்கினாள். அவன் ரியாக்ஷன் என்னவாக இருக்கும் எனத் தெரிந்தே செய்தாள்.

ஆதித்யனை நெருங்கி பின்னோடு கட்டிக் கொண்டு, "ஐயம் சாரி நித்யன், என் நிலையையும் கொஞ்சம் புரிஞ்சுக்கோங்க" எனச் சொல்லவும் அவனுக்கு வெறி வந்தது. அவள் புறம் திரும்பி, அவளை உதறியவன்,

"நீ சந்தேகப்படுவடி, கட்டாயம் சந்தேகம் தான் பட்டிருப்ப, ஏன்னா நான் தான் உன்னைப் பார்த்த நொடியிலிருந்து உன்னைக் காதலிச்சேன். நீ எப்பவுமே என்னைக் காதலிக்கலை. இளிச்சவாயனா ஒருத்தன் சிக்கினான் போனாப் போகுதுன்னு சகிச்சு இருப்படி. காதல் வழிஞ்சதைப் பார்த்து ஏத்துக்கிட்டாலாம், ஆமாம் நான் வழிசலா தான் இருந்தேன். உனக்கும் குளிர் நேரம் ஹார்மோன் வேலை செஞ்சிருக்கும். அதுக்குச் சப்பக்கட்டுக் கட்டாதே" என அவன் பொரிந்த நேரம், அவளின் மனச்சுமை ஏறியது, ஆனாலும் அவன் கோபம் வெளியேறட்டும் எனக் கண்ணீரை அடக்கி நின்றாள்.

"சரி சந்தேகப்பட்டியே, அப்படியாவது என்னை எழுப்பி, நாலு அறை விட்டு, என் வாழ்க்கையைக் கெடுத்திட்டுயேடாப் பாவின்னு ஏன் கேட்கலை. அன்பு கேட்டான்னா நொந்துக்குவான். புவனாவைப் போய் என்னோடு , சை." எனச் சுவரில் குத்தவும். திவ்யா வேகமாக அந்தக் கையைப் பற்றினாள்.

"அடியேய், என்னைத் தொடாதே, இனி உனக்கு அந்த உரிமையெல்லாம் கிடையாது." என வெறுத்துப் பேசினான்.

"ஆறுமாசமா உருகி, உருகி காதலிச்சிங்களே, எப்பவாவது உங்களுக்கு ட்வின் ப்ரதர் இருப்பதைச் சொல்லி இருக்கீங்களா. பெரிசா நான் சந்தேகப் பட்டதை மட்டும் சொல்றீங்க" என அவனை அடக்கப்பட்ட அழுகுரலில்

கேட்டாள்.

"ஆறு மாசமா பழழகுனியே அதில் ஒருத்தன் உண்மையானவனா, இல்லையான்னு கூட உன்னால் ஜட்ஜ் பண்ண முடியாதா. ஒரு போன் காலும், போட்டோவும் போதுமா. நீயெல்லாம் பேஷண்டோட மனநிலையை எப்படிப் புரிஞ்சுக்குவ"என வினவவும்.

"நீங்க இப்பவும், என்னுடைய அந்த நிலைமையைப் புரிஞ்சுக்கலை. என்னையே கொடுத்திருந்த நிலை, சத்தியமா அது ஒரு அதிர்ச்சி. என்னால வேறு யோசிக்கவே முடியலை"

"நீ பேசாதடி, உனக்கு எப்படிடி அப்படி யோசிக்க முடிஞ்சது, உன்னை நினைச்ச மனசில் வேற யாருக்கும் இடமில்லைனு எனக்குக் குறை இருக்கிறதா என் குடும்பத்தையே நம்ப வச்சேன். ஆனால் நீ என்னை நேற்று வரைக்கும் ஏமாற்றினவன்னு தானே நினைச்ச. அந்தச் சந்தேகம் போனவுடனே தான் உனக்கு 'நித்யன்' பெயர் கூட ஞாபகம் வந்தது. உண்மையா காதலிச்சதுக்கு எனக்கு இதெல்லாம் வேணும்" என அவளையும் திட்டி தன்னையும் நொந்து கொண்டான்.

சிறிது நேர மௌனத்திற்குப் பிறகு,"நான் எவ்வளவு சந்தோஷமா இருந்தேன். அதைப் பார்த்தாவது, இந்த விசயத்தை மறைச்சிருக்கலாம்ல, பெரிய உண்மை விளம்பி வந்துட்டா. முழுச் சாப்பாட்டைச் சுவையா வச்சுட்டு அதில் துளி நஞ்சை கலந்த மாதிரி இருக்கு" எனப் புலம்பினான்.

"உன்னைப் பார்க்கும் போதெல்லாம்,என்னை நம்பாமல் போனவள் தானேன்னு ஒரு எண்ணம் வருமே , ஏண்டி நான் சந்தோஷமா இருந்தா உனக்குப் பொறுக்காதா, இராட்சசி" என ஆற்றாமையில் அரற்றினான். தொடர்ந்து

"அதான் சொல்ல வேண்டியது எல்லாம் சொல்லிட்டேல்ல, என் நிம்மதியையும் பறிச்சாச்சு. நீ போய் நிம்மதியா தூங்கு. இனி தூக்கம் வந்த மாதிரி தான், அதிகாலையில் கிளம்பிடுவேன்" எனப் பேச்சு முடிந்தது போல் கட்டிலில் சென்று படுத்து விட்டான்.

அவளுக்கு மனசு ஆறவில்லை, 'சொன்னதுக்குக் கோபப் படுகிறானே, சொல்லாமல் இருக்கவும் முடியாதே' என மனதில் நினைத்தவள் "சரி அடுத்து என்ன முடிவு, தண்டனை எல்லாம் சொல்லுங்க. நான் எல்லாத்துக்கும் ரெடி." என அங்கேயே நின்றாள். கண்ணைப் புறங்கையால் மறைத்துப் படுத்திருந்தவன், என்ன என்பது போல் அவளை உருத்துப் பார்க்கவும்,

"அப்பப் பிரிஞ்சதுக்கு நான் தான் காரணம், தவறான புரிதல், இப்பவும் நானே காரணமா இருந்துட்டுப் போறேன். நான் தான் உங்க மேல் நம்பிக்கை இல்லாதவள், உங்களைக் காதலிக்காதவள், ஹார்மோன் வேலை செய்ததால், பிள்ளைகள் வந்திடுச்சு. எல்லாமே சரி தான். அடுத்து என்ன செய்யனும்னு சொல்லுங்க. இரண்டு பேருக்கும் இடையில் நம்பிக்கை இல்லைனா வாழ்வது சிரமம். கஷ்டடிப் பேப்பர் கொண்டு வாங்க. கையெழுத்துப் போட்டுத் தந்-

திட்டு, நான் மேல் படிப்பு படிக்க வெளிநாட்டுக்குப் போறேன்" என அவள் சொல்லி முடிக்கும் போது,படுத்திருந்தவன் நொடியில் எழுந்து அவள் குரல்வளையைப் பிடித்துத் தள்ளிக் கொண்டு சென்று சுவரோடு நிற்க வைத்திருந்தான்.

"இனி ஒரு வார்த்தைப் பேசக் கூடாது. உனக்குத் தண்டனை கட்டாயம் உண்டு. உன்னை எங்கேயும் போக விடமாட்டேன். ஐப்பசியில் கல்யாணம் பண்ணி தஞ்சாவூருக்கு வா. இதே வெறுத்த முகத்தை தினம் பார்க்கனும் அது தான் உனக்குத் தண்டனை" என அவள் சங்கு கழுத்தை நெரித்த கையை எடுத்தான்.

கழுத்தை நீவிக் கொண்டவள், "ஆமாம் எனக்குத் தான் தண்டனை. இவருக்கு அப்படியே குளு குளு ன்னு இருக்கும். போயா மங்கி. ஒரு பெண்ணைக் காதலிச்சா, தன்னை மறந்து அவள் பின்னாடியே திரியலாம், ஆனால் தன் குடும்பத்தை மறந்தா திரிவாங்க. என்னைக்காவது உன் குடும்பத்தைப் பற்றிச் சொல்லியிருக்கியா. உனக்கு ஒரு டிவின் ப்ரதர் இருக்கும்னு நான் கனவா கண்டேன்" என அவள் குறைச் சொல்லவும்,

"வேணாம்டி போயிடு, வீணா வம்பிழுக்காத. சரி காண்டில இருக்கேன். நாலு வருஷம், என் பிள்ளைகள் வயிற்றில் வளர்ந்தது, அதன் அசைவைப் பார்க்காம, பிறந்த நொடியில் அதுங்க பக்கத்திலிருந்து கையில் ஏந்தாம, பூ போல இருந்த என் மக்கள் அழகை ரசிக்காமல், குப்புற விழுறது, தவக்கிறது, தத்தித் தத்தி நடக்கிறது. முதல் வார்த்தை பேசினது. எத்தனை சுகத்தை என்கிட்ட இருந்து பறிச்சிட்டியேடி" என உணர்ச்சி வயப்பட்டுக் கண்ணீர் விட்டான்.

"நித்யன் சாரி, இதைத் தவிர என்னால் உங்களுக்கு வேற எந்தச் சமாதானமும் சொல்ல முடியாது. " என்றவளை. "தயவு செய்து என்னைத் தனியா விடு, அதிகாலை கிளம்பிடுவேன். அன்புக்கோ, புவனாவுக்கோ எதுவுமே தெரியக் கூடாது ஜாக்கிரதை" எனச் சொல்லிவிட்டு விளக்கை அணைத்துப் படுத்து விட்டான்.

இரட்டையரின் நடுவில் படுத்துக் கொண்ட திவ்யாவை இரண்டும் கட்டிக் கொண்டன. அவன் சொன்ன வார்த்தைகள் அவள் காதுகளில் விடாமல் எதிரொலித்தன. அவள் கண்களின் ஓரம் கண்ணீர் கசியப் பிள்ளைகளைக் கட்டிக் கொண்டு கண் அயர்ந்தாள்.

ஆதித்யன் சொன்னது போலவே ஐந்து மணிக்கெல்லாம் காரை எடுத்துக் கொண்டு தஞ்சாவூர் கிளம்பி விட்டான். திவ்யா ஆறு மணிக்குத் தான் எழுந்தாள். அவன் அறையில் எட்டிப் பார்த்து, கார் இருக்குமிடம் பார்த்தாள் இரண்டும் வெற்றிடமாக இருந்தது. மொபைல் ஆப் இல் அவனுடைய இடத்தைப் பார்க்க, தஞ்சையை அடைந்திருந்தது.

அன்றைய நாளை திட்டமிட்டாள். புதுக் கோட்டை சென்று தேவகி, சேது மாதவனைச் சந்திக்க வேண்டியது இருந்தது. அவர்கள் கிளினிக் கிளம்-

பும் முன் பார்க்க வேண்டும் என மெஸேஜ் செய்தாள். தேவகி வரச் சொல்லி பதில் தந்தாள். அப்போது தான் எழுந்த பிள்ளைகளைக் கொஞ்சி குளிக்க வைத்து விட்டு, கலாம்மாவிடம் சொல்லி விட்டு தேவகியைப் பார்க்கக் கிளம்பினாள்.

புவனாவும், அன்பு ஆட்டோ மேடிக் நாற்காலியிலுமாக வெளியே காற்றாட இருந்தனர். அவர்களைப் பார்க்கவும் முந்தைய இரவின் ஆதித்தியனுடனான வாக்குவாதம் நினைவில் வந்தது, மனம் சங்கடப்பட்ட போதும் முகத்தில் அதைக் காட்டாமல் புன்னகை முகமாகவே அவர்களிடம் சென்றாள்.

" என்ன திவ்யா காலையிலேயே கிளம்பிட்டீங்க. ஒன்பது மணிக்கு மேல தான் கிளம்புவீங்கன்னு அம்மா சொன்னாங்களே" எனப் புவனா விசாரித்தாள். அவர்களுக்குப் புன்னகை முகமாகக் குட் மார்னிங் சொல்லி விட்டு, " டாக்டர் தேவகி சேது மாதவன், இரண்டு பேரையும் பார்க்கனும். புவனா இவங்க மெடிக்கல் ரிபோர்ட் தர்றீங்களா. என்கிட்ட சாப்ட் காபி தான் இருக்கு. ஹார்ட் காபின்னா சிரமம் இல்லாமல் போகும்" என அன்புவைக் காட்டிக் கேட்டாள்.

"இதோ எடுத்துட்டு வர்றேன். அது வரைக்கும் அத்தானுக்குக் கம்பெனி கொடுங்க" என்றவளிடம். "நான் அநி, ஆதுவையே கலாம்மாட்ட விட்டுட்டுப் போகிறேன். நீங்க உங்க வீட்டுக்காரரை இரண்டு நிமிஷம் தனியா விட இவ்வளவு யோசிக்கிறீங்களே" எனக் கேலி செய்தாள். "அப்படியே பழகிடுச்சு" என அவள் வீட்டுக்குள் சென்றாள்.

அன்புவைப் பார்த்துப் புன்னகைத்து, "புது இடம் நைட் நல்லாத் தூங்குனீங்களா" எனக் கேட்டாள். "புது இடம் இல்லை, நாங்க பழகின இடம். எங்கக் காதல் செழித்து வளர்ந்தது இங்க தான்" என முறுவலித்தான். தொடர்ந்து "ஆதி கிளம்பிட்டானோ" எனக் கேட்டான்.

"ஆமாம், ஃபேக்டரியில் வேலை இருக்காமே, நான் எழுந்திருக்கும் முன்னே கிளம்பியாச்சு. அநி, ஆது நச்சரிக்குதுங்க." எனும் போதே அவர்கள் அம்மா என ஓடி வந்தன. "அம்மா தேவி அத்தை வீட்டுக்கு நானும் வர்றேன்" என்றது ஆது. "நானும் வர்றேன்" என அநி அடம்பிடிக்கவும்.

"டேய் நான் கேஸ் விசயமாப் போறேன். இரண்டு பேரும் கலாம்மாகிட்ட சாப்பிட்டு இருங்க. சுப்பு அண்ணா ஸ்கூல்ல கொண்டு போய் விடுவாங்க. மதியம் அம்மா பிக்கப் பண்ணிக்குவேன்" என்றாள். ஆனந்தோடு புவனா பைல் எடுத்து வந்தாள். " நான் ஸ்கூலுக்குப் போகலை ஆனந்த் அண்ணாவோதே விளையாதுதோம்" என அநி சொன்னான். அம்மா மக்களின் பேச்சை அன்பு புன்முறுவலுடன் பார்த்திருந்தான்.

"பார்த்தியா ஆரம்பிச்டேல்ல, ஸ்கூலுக்குப் போய்ட்டு வந்து மதியானம் விளையாடுங்க" என்றாள் திவ்யா. "அதெல்லாம் முதியாது, ஆனந்த் அண்ணா மத்தும் ஸ்கூல் போகலை " என அநி அம்மாவோடு வாக்குவாதம் செய்து கொண்டிருந்தான்.

ஆதிரை அன்புவின் அருகில் வந்து "அன்புப்பா குனிங்க" என்றது. "எதுக்குடா" என்றபடி அன்பு குனியவும், அவன் கன்னத்தில் ஆதிரை முத்தமிட்டது. அன்பு உண்மையில் நெகிழ்ந்து போனான். அநி போட்டிக்கு மற்றொரு புறம் முத்தம் கொடுத்தான். .இரண்டையும் அணைத்துக் கொண்டு அன்புவும் இருவருக்கும் முத்தம் கொடுத்தான். ஆனந்த் பார்த்துக் கொண்டே இருந்தவன், "அப்பா நானும் " என வந்து முத்தம் கொடுத்தான்"இதென்னடா திடீர்ன்னு கிஸ் பண்றீங்க" என அன்புக் கேட்கவும்.

"அன்புப்பா, இது ஓன். கவுண்ட் பண்ணி ஞாபகமா வசச்சுக்குங்க. " என்றது ஆது. "என்னது" எனச் சிரித்தபடி கேட்கவும்.

"நித்துப்பா, தினம் உங்களுக்கு டென் கிஸ் பண்ணச் சொன்னாங்க. நான் குட்டி டாக்டராம் நான் கிஸ் பண்ணா உங்க கால் சீக்கிரம் சரியாகிடுமாம். அதான். டென் கிஸ் தரனும் கவுண்ட் பண்ணிக்குங்க" என்று விட்டு அநி, ஆனந்த்தோடு சேர்ந்து விளையாட ஒடியது.

புவனாவும், அன்புவும் கண்கள் பனிக்கப் பார்த்திருந்தனர். "புவனா இதற்குத் தான் ஒரு பெண் குழந்தை வேணும் போலடா" எனச் சொன்னான். "ஆதிரை நம்ம மகள் தானே அத்தான். " எனப் புவனா சொல்லவும். "நிச்சயமா அதிலென்ன சந்தேகம். பாசமான மகள்" என்றவன் திவ்யாவைப் பார்த்து "நீ கிளம்புமா டாக்டர்கள் வெயிட் பண்ணுவாங்க" எனச் சொன்னான்.

"திவ்யா பிள்ளைகள் இன்னைக்கு வீட்டில் இருக்கட்டும், நான் சாப்பிட வச்சுக்கிறேன். இனிமே, அவங்க என் பொறுப்பு நீ கவலைப் படாத" என்றாள் புவனா.

திவ்யாவும் உணர்ச்சிப் பிழம்பாகத்தான் இருந்தாள். "சரி உங்க இஷ்டம், நீங்களாச்சு உங்கள் பிள்ளைகளாச்சு. நானும் இந்த ஊரை விட்டுக் கிளம்பும் முன்னே செய்ய வேண்டிய வேலை நிறைய இருக்கு , நான் வர்றேன்" என விடை பெற்று காரை கிளப்பிச் சென்றாள்.

ஆதித்யன் ஆறரை மணிக்கெல்லாம் வீட்டில் தஞ்சையில் வீட்டில் வந்து நின்றான். அவன் நேராக ஃபேக்டரிக்குத் தான் வருவான் என இனியன், அவனைக் காணவும் ஆச்சரியம் அடைந்தான். லலிதாவும், "என்ன ஆதி நேரமே கிளம்பி வந்துட்டியா. பிள்ளைகள் விட்டுடுச்சா" எனக் கேட்டார்.

"ஆமாம் மா, இங்கே வேலை இருக்கு, அங்க தான் இப்ப அன்பு இருக்கானே, அதனால என்னைத் தேடாதுங்க." எனப் பதில் அளித்துவிட்டு மாடிக்கு ஏறினான். பின்னோடு வந்த இனியன், "ஆதி ஒன்னும் பிரச்சினை இல்லையே" என அவன் அறைக்குள் வந்து கேட்டான்.

"ஏண்டா இப்படிக் கேட்கிற, நம்ம வீட்டுக்கு நான் வரக்கூடாதா " என ஆதித்யன் எரிந்து விழுந்தான். "உன் முகமே சரியில்லை அதனால் கேட்டேன். அண்ணிக்கு போன் பண்ணிட்டியா" எனத் தெரியாத்தனமாக வார்த்தையை விட்டான்.

"ஏன் அவள்ட் பர்மிஷன் வாங்கிட்டுத் தான் நான், வரனும் போகனுமா. நாலு வருஷம் முன்னாடி காணாமல் போனாலே என் கிட்ட சொல்லிட்டாப் போனா. " எனப் படபடத்தான்.

"ஆதி என்னாச்சு எதுக்கு இவ்வளவு கோபம்" என்றான். அப்போது ஒரு மெஸேஜ் வந்தது, சாரி எனத் திவ்யாவிடமிருந்து வந்தது. இது அதற்குள் ஐந்தாவது மெஸேஜ். போனை பெட்டில் தூக்கிப் போட்டான். இனியன் அவன் பேசமாட்டான், எனத் திரும்பி வெளியேறப் போனான்.

"என்னடா, கேள்விக் கேட்ட பதில் வேண்டாமா" எனக் கேட்டான். "எதுக்குத் தேவையா எனக்கு, உங்க புருஷன் பொண்டாட்டி சண்டையில் நான் தலையிட மாட்டேன். எப்படியோ கரை சேருங்க" எனக் கிளம்பி விட்டான்.

அன்று முழுவதும் ஃபேக்டரியில் கரும்பு மிஷினில் அரைபட அதன் தொழிலாளர்கள் ஆதித்யனிடம் அரைபட்டனர். முன் எப்போதும் இல்லாத ஆதியாக வெறிக் கொண்டு இருந்தான். விடாமல் திவ்யாவிடமிருந்து விதவிதமாகச் சாரி கார்ட் மெஸேஜாக வந்து குவியும். அதைப் பார்க்கப் பார்க்க அவனது கோபம் கரையைக் கடந்து கொண்டிருந்தது.

மதிய நேரம் அன்புவின் போனிலிருந்து வீடியோ கால் அழைப்பு வந்தது. சாப்பிடவும் வீட்டுக்குப் போகாமல் ஆபீஸே கதியாகக் கிடந்தான். லலிதா புவனாவிடம் சொல்லிக் குறை பட அவள் அன்புவிடம் சொன்னாள். காலையில் திவ்யாவின் முகத்தைப் பார்த்திருந்த அன்பு ஏதோ நடந்திருக்கும் என யூகித்தான். ஆதி அதிகாலையில் கிளம்பிச் சென்றதும் அவனது சந்தேகத்தை வலுப்படுத்தியது.

ஆதித்யனுக்கு அன்பு, புவனா முகத்தைப் பார்க்கவே சங்கடமாக இருந்தது, தன்னைச் சமன்படுத்திக் கொண்டு போனை எடுத்தான். "நித்துப்பா சாப்பிட்டிங்களா" என்ற தன் மகளின் கேள்வியில் ஆதித்யன் நெகிழ்ந்தான். "நீங்க சாப்பிட்டிங்களாத் தங்கம்" என்றான்.

"சாப்பிட்டோமே, புவிம்மா ஊட்டிவிட்டாங்க" என்றது. "புவிமாகிட்டையே சாப்பிட்டிங்களா, திவிமாகிட்ட சாப்பிடலையா" எனக் கேட்டான்.

"திவிம்மா காலையில் காரில் தேவி அத்தையைப் பார்க்கப் போனாங்க இன்னும் வரலை" என்றது. அதற்கும் ஆதிக்கு அவள் மீது கோபம் வந்தது. ஆதிரை அன்புப்பாவுக்குப் பைவ் டைம் கிஸ் கொடுத்த கதை எல்லாம் சொல்லி போனைக் கொடுத்தது.

" ஆதி, என்னடா இன்னும் சாப்பிடப் போகலையா" என அன்பு கேட்கவும். "போகனும்டா, வேலை நிறைய இருக்கு, இனியன் வரவும் போகலாம்னு இருக்கேன்" என்றவனை, "இந்தக் கதையெல்லாம் வேற யார்கிட்டையாவது சொல்லு, அம்மா வயிற்றிலிருந்ததிலிருந்து உன் கூடத்தான் இருக்கேன். உன் குரலை வச்சே நீ என்ன மூடில் இருக்கன்னு கண்டுபிடிச்சிடுவேன். ஒழுங்கு மரியாதையா சாப்பிடப் போ. உன் டாக்டரம்மாவும் இன்னும் சாப்பிட வரலை.

என்ன நடக்குது. நேற்று நல்லாத் தானடா இருந்தீங்க. இன்னைக்கு என்ன" என

அவன் பேசிக் கொண்டிருக்கும் போதே திவ்யாவின் கார் வந்த சத்தம் கேட்டது. "உன் டாக்டரம்மா வந்தாச்சு நீயும் வீட்டுக்கு போ" எனக் கட்டளையோடு போனை கட் செய்தான். ஆதித்யன் இனியும் வீட்டுக்குப் போகாமலிருந்தால், பிரச்சினை பெரிதாகும் எனக் காரில் புறப்பட்டான்.

மனம்-24

திவ்யா காலையில் கிளம்பி நேராகத் தேவகியிடம் சென்றாள். அவரது பிள்ளைகள் பள்ளிக்குக் கிளம்பி இருந்தன. திவ்யாவின் முக வாட்டத்தைக் கவனித்த தேவகி என்ன என வினவினாள்.

"சொல்றேன் அக்கா, உங்ககிட்ட சொல்லாமல் யாரிடம் சொல்லப் போறேன், டாக்டர் சார்ட்ட பேசிட்டு வர்றேன்" எனச் சேது மாதவனிடம் சென்று அன்புவின் ஃபைலை நீட்டினாள். "உன் பெரிய மச்சினர் ரிபோர்ட்டா?" எனக் கேட்டார். "ம், என்னை அங்க பேக் பண்ணத் தானே இத்தனை சிரமப்படுறீங்க" எனச் சிரித்தாள். "ஆகா இது என்ன புதுக் குற்றச்சாட்டு." என வாங்கிக் கொண்டார்.

"சேது, நீங்க அதைப் படிச்சு வைங்க, இதோ வந்துடுவோம்" எனத் தேவகி, திவ்யாவை அழைத்துக் கொண்டு தனது அறைக்குச் சென்றார்."இப்போ சொல்லு என்ன நடந்தது" என்று அவள் முகத்தில் விழிப் பதித்திருந்தார். திவ்யா தயங்கித் தயங்கி, "அன்பு ஆதியுடைய ட்வின் ப்ரதர்."என நிறுத்தினாள். "அதுனால என்ன" எனத் தேவகி கேட்கவும்,

"அது தான் அக்கா பிரச்சினைக்கு மூல காரணம், எனக்கு அது தெரியாமல் போனது தான் எங்க பிரிவுக்குக் காரணம் " என நடந்ததைச் சொன்னாள். "அன்னைக்கே ஏதோ மிஸ் அன்டர்ஸ்டேன்டிங்னு மாதிரி இருக்குன்னு சொன்னேன். சரி ஆதி ரியாக்சன் என்ன" என்றார்.

"கொஞ்சவா செய்யும், கோவிச்சுக்கிட்டுச் சொல்லாமல் போயிடுச்சு மங்கி." என முகத்தைத் தொங்கப் போட்டுக் கொண்டு சொன்னாள். தேவகி யோசனையுடன் "அது நியாயம் தான். அடுத்து என்ன" எனக் கேட்டார்.

"மரியாதையா ஐப்பசியில் கல்யாணம் பண்ணிக்கிட்டு வரனுமாம். அவர் வெறுப்பா இருப்பாராம், அது தான் எனக்குத் தண்டனையாம்" என்றாள். "நல்ல தண்டனை தான் என்ஜாய்" என்றார் சிறு நகையுடன் தேவகி.

"ஆமாம் சரித்திரம் திரும்புது. நான் சமாளிச்சுக்கிறேன். அந்த டிஎன்ஏ ரிபோர்ட் ரெடியா" எனக் கேட்டாள். ஒரு உறையை எடுத்து வந்து நீட்டினார். "நீ சொன்னது தான், அந்தப் பொண்ணு கூடக் கம்ப்ளைன்ட் பண்ண வேண்டாம். இதுவே போதும். ஆனால் திவ்யா கேர்புல்" என்றார் தேவகி.

"பயப்படாதீங்க அக்கா, ஒண்ணும் ஆகாது. நீங்க சொன்ன என்ஜிஓ கிட்ட பேசிட்டேன். இன்னைக்குச் சாய்ந்திரம் வர்றாங்க. எல்லாம் வேலையும் முடிச்சுக்கிட்டு கிளம்ப வேண்டியது தான்" என்றாள் திவ்யா. "ம் பரவா-யில்லை நல்ல முன்னேற்றம் தான்" எனத் தேவகி கேலி செய்தார்.

"அப்படி இல்லை, நான் முதலில் யோசித்த மாதிரி என் புருஷனை பறிச்சிக்கிட்டியான்னு யாரும் வந்து சண்டை போட மாட்டாங்க. நித்யன் எனக்கு மட்டும் தானே . நானே எப்படி என் கூடச் சண்டை போடுவேன்" எனக் கண்சிமிட்டிச் சிரித்தாள்.

" குழந்தை இன்னிக்கு தான் சிரிக்குது. புருஷன் கோவிச்சதைப் பற்றிக் கவலைப் படலையா. சமாளிச்சிக்கலாம்கிற தெம்பு " எனக் கிண்டல் செய்ய-வும்,

"என்னக்கா அப்படிக் கேட்டுட்டிங்க, அதுக்குள்ள எத்தனை சாரி சொல்-லியிருக்கேன் பாருங்க" எனத் திவ்யா போனை காட்டவும். தேவகி சிரித்தார். காலையிலிருந்து திவ்யா அத்தனை சாரி மெஸேஜ் அனுப்பியிருந்தாள்.

"எப்படியோ சந்தோஷமா இருங்க" எனப் பேசியபடி டாக்டர் சாரிடம் வரவும், "என்ன விசயம்" என்றார். தேவகி அப்புறம் சொல்றேன் எனக் கண்-ணால் பேசினார். "டாக்டர் சார், பைல் பார்த்திங்களா" எனக் கேட்டாள்.

"பாத்தாச்சு, போன்ஸ் ஜாயின்ட் ஆயிடுச்சு திவ்யா, இனி தசைகள் ப்ளக்சுவேட் ஆகனும், அப்பத் தான் இரத்த ஓட்டம் சீராக இருக்கும். பிசியோ எடுத்துகிறார் தானே , நோ ப்ராப்ளம் சீக்கிரம் நடக்கலாம். நாலு வருஷமா, வீல் சேரிலேயே இருக்கிறதினால் தயக்கம் இருக்கும்" என்றார் மாதவன். "ஆயில் மசாஜ் ஆரம்பிக்கலாமா டாக்டர் சார்" எனக் கேட்டாள்.

" உண்மையைச் சொல்லனும்னா எனக்கு அதைப் பற்றி நோ ஐடியா. நம்ம தியரியும், அவங்க ப்ராக்டிகளும் டோட்டலி டிபரண்ட்" என்றார் சேது. "நீ ஆறுமாசம் கத்துக்கிட்டியே, வாட்டூ யூ ஃபீல்" எனத் தேவகி கேட்டார்.

"மிஸ்டர் அன்புவை , என்னால் ஹேண்டில் பண்ண முடியும்னு தோனுது. எக்ரே, ஸ்கேன் இதன் மூலமா அவருடைய கால் ஸ்டக்சர் எனக்கு மைண்-டில் ஏறிடுச்சு. வர்மம் படித்ததையும் கம்பைன் பண்ணி சொல்லிடுவேன். பட் அவர் என்னை டாக்டரா பார்த்தா ஓகே. தம்பி மனைவியா பார்த்தா சங்க-டம் தான்" என்றாள்.

"அப்ப ஒன்னுப் பண்ணு, நான் சொன்ன பிசியோ, நீ சொல்லும் ஆயுர் வேத மருத்துவர் இரண்டு பேரையும் கூட்டிட்டுப் போய், நீ இன்ஸ்ட்ரெக்ஸன் கொடு" எனத் தேவகி சொல்லவும், சேது மாதவனும் அதனை ஆதரித்தார்.

அங்கிருந்து கமிஷனர் அலுவலகம் சென்ற திவ்யா, கனகரத்தினத்திடம் பேசி, அவர் சொன்ன இன்ஸ்பெக்டரிடம் கம்ளைண்டையும் கொடுத்து வந்-தாள். பிசியோ மற்றும் ஆயுர்வேத மருத்துவரை தானே அழைத்துக் கொண்டு வீடு வந்து சேர்ந்தாள். அன்பு அந்த நேரம் தான் ஆதியிடம் பேசி விட்டுப் போனை வைத்தான்.

கனகரத்தினம் வீட்டுக்கு வந்த திவ்யா, பிள்ளைகளைக் கேட்க, அவர்கள் சாப்பிட்டு அங்கேயே உறங்கி இருந்தனர் ."புவனா உங்ககிட்டயே தூங்குறாங்-களா, பரவாயில்லை எனக்கு வசதி தான். இங்கிருந்து கிளம்பும் முன் செய்ய வேண்டியதை நிம்மதியா செய்வேன்" என நன்றியுரைத்தாள்.

அன்பு, புவனா கனகு தமிழ்ச் செல்வி என எல்லாரும் அங்கே இருக்க, அவள் அழைத்து வந்த இருவரையும் அறிமுகம் செய்து வைத்தாள். திவ்யா அவனது ரிப்போர்ட்டை வைத்து அங்குலம், அங்குலமாக அவனது காலின் எலும்புகள், தசை, நரம்பு என ரிசர்ச்சர் போல் அவர்களுக்கு அறிவுரைத் தந்தாள். மற்றவர்கள் வியப்புடனே பார்த்தனர்.

"புவனா ஒரே ஒரு கன்டிசன், அவங்க பயிற்சி செய்யும் போது நீங்க கூட இருக்கக் கூடாது" எனத் திவ்யா சொல்லவும் புவனா ஆட்சேபம் தெரி-வித்தாள்.

"நோ ன்னா நோ தான். நான் அந்த நேரம் உங்க ஹஸ்பண்டை பார்த்-துக்குறேன். அவர் சீக்கிரம் நடக்கனுமா வேண்டாமா" எனக் கண்டிப்பாகக் கேட்கவும் சரி எனத் தலை ஆட்டினாள். அன்பு அவளையே பார்த்திருந்த-வன்,"நீ சாப்பிட்டியாமா" எனக் கேட்டான். "வரும் போது தான் ஒரு பெரிய கோப்பை நிறைய ஜூஸ் குடிச்சேன்" என்றாள்.

" ஒரு கோப்பையிலே உன் குடியிருப்பா" என அன்பு கேட்கவும். "ஆமாம்" என "இதோ வந்திடுறேன்" என வீட்டுக்குச் செல்ல இருந்தவளை, புவனா இழுத்துக் கொண்டு போய்ச் சாப்பிட வைத்தாள்.

அன்புவின் ட்ரீட்மென்ட்க்கு என ஓர் அறையைத் தயார் செய்து வைத்-திருந்தனர். திவ்யா அங்கே அன்புவை அழைத்துச் சென்றாள். அவன் சங்-கடமாகப் பார்க்கவும். " லுக் மிஸ்டர், அன்பு நான் உங்கள் டாக்டர் அதை மட்டும் ஞாபகம் வச்சுக்குங்க" என்றாள்.

பிசியோ சில பயிற்சிகளைச் செய்ய இவள் பார்வையில் சில திருத்தங்க-ளைச் சொன்னாள். பிறகு ஆயில் மசாஜ். மிகவும் மேலோட்டமாக வருடி சில பாயிண்ட்களை அழுத்த சொன்னாள். காலையில் ஆயில் மசாஜ், மாலையில் பிசியோ. இதற்கு முன்பே வந்து சில வர்மப் புள்ளிகளை அவளே எடுத்து விடுவது எனத் திட்டம் ரெடி.

புவனா சரியாக ஆறரை மணிக்கு வந்து விட்டாள்,அன்புவிடம் பேச்சுக் கொடுத்துக் கொண்டே தனது வேலையை முடித்தாள், பேச்சில் முக்கால் வாசி ஆதித்யனே இருப்பான். "இந்த வர்மக் கலையை எங்கம்மா கத்து கிட்ட" என அவன் கேட்கவும்.

"அஞ்ஞாதவாசத்தில்" என்ற பதிலில் அவன் முழிக்கவும். "ஆமாம் இரட்டையர் வயிற்றில் இருக்கும் போது நானும் தாத்தாவுமா கேரளாவிலி-ருந்தோம்" என்றாள். "ஆதி கண்ணிலிருந்து மறைஞ்சிருந்த நேரமோ, அதி-லும் அர்ஜூனன் மாதிரி இதைக் கத்துக்கிட்டு வந்திருக்க" என அவளைச் சிலாகித்தான்.

"ஆதி பேசினானா" எனக் கேட்கும் போதே கால் வந்தது, அன்பு அருகில் இருக்கவும் எடுத்து ஸ்பீக்கரில் போட்டு அவள் முன் நீட்டினான். அவள் கைகளில் ஆயிலிருந்தது. எனவே அன்பு பிடித்திருந்தான்.

"ஹலோ" எனத் திவ்யா குரல் கேட்கவும். ஆதி "உன்னை யாருடி போனை எடுக்கச் சொன்னது, என் பிள்ளைகளிடம் பேசத் தான் போன் போட்டேன், அதுங்கக்கிட்ட கொடு" என எரிச்சலோடு பேசினான்.

அன்பு யோசனையோடு பார்க்கவும்."ஆதி உங்க விளையாட்டு எல்லாம் அப்புறம் வச்சுக்குங்க. நான் உங்க அண்ணனுக்கு வர்மம் எடுத்து விட்டுட்டு இருக்கேன். கை எல்லாம் ஆயிலா இருக்கு. உங்கண்ணன் தான் போனையே பிடிச்சுகிட்டு இருக்காங்க. அரை மணி நேரம் கழிச்சு போன் பண்றேன்" என அவனுக்கு முன்னால் எதுவும் பேசி விடாதே என்ற சங்கேதமாகச் செய்தி சொன்னாள்.

ஆதித்யனும் சுதாரித்து, "ஏய் திவி, நீ அன்புக்கு வேலைப் பார்க்கப் போனியா, இல்லை அவன் உனக்குப் பார்க்கிறானா. என் அண்ணன் என்ன மொபைல் பிடிக்கிற ஸ்டேண்டா" எனக் கேட்டான்.

"ஆதி ரொம்பப் பேசாதே. என்னடா பழைய ஆதி திரும்புறானா. ஃபேக்டரியில் ருத்ர தாண்டவம் ஆடுறியாம். திவ்யாகிட்டயும் அதே மாதிரி பேசுற. என்ன கோபம் உனக்கு" என எகிறினான் அன்பு. "சாரிடா, பிள்ளைகளை விட்டுட்டு வந்த டென்ஷன் " எனச் சமாளித்த ஆதி, "அது சரி ஏதோ வர்மக் கலைங்கிறா, அவள் எம்பிபிஎஸ் தானே, இதெல்லாம் எப்படித் தெரியும். அப்படியே தெரிஞ்சாலும் ப்ராக்டீஸ் இருக்காதே . நீ என்கிட்ட கேட்காமல் எப்படி ஒத்துகிட்ட" எனவும் ,

அதைக் கேட்ட திவ்யாவுக்குத் தான் சங்கடமாகப் போனது. அவள் முகம் போன போக்கைப் பார்த்த அன்பு, "எனக்கு டாக்டர். திவ்யவர்ஷினி மேல் முழு நம்பிக்கை இருக்கு. நீ ஒண்ணும் கவலைப் பட வேண்டாம்" எனப் பதிலடிக் கொடுத்தான்.

அதற்குள் கையைச் சுத்தப்படுத்தி வந்தவள், "உங்களுக்கு, என் மேல் நம்பிக்கை இருக்காது தான், நான் ட்ரீட்மெண்ட் பற்றிய ஃபுல் ரிபோர்ட் ரெடி பண்ணி அனுப்புறேன். நீங்க உங்கள் ஃபேமலி டாக்டரிடம் கன்சல்ட் பண்ணுங்க. ஆனால் மிஸ்டர் அன்பு சீக்கிரம் நடக்கனும்னு தான் நானும் நினைக்கிறேன். இதுக்கு மேல் உங்க இஷ்டம்" எனப் போனை கட் செய்தாள்.

"ஆதி ஏன் அப்படிப் பேசறான், உங்களுக்குள்ள என்ன பிரச்சனை" என வினவினான். "ஒரு பிரச்சனையும் இல்லை, ஏற்கனவே அப்பாவோடு சேர்ந்து உங்க ஆக்ஸிடெண்ட் நடந்திருக்கு, நான் வேற கத்துக் குட்டித் தனமா ஏதாவது செய்திடுவேன்னு பயப்படுவாரா இருக்கும்" எனப் பேசியவாறு, "சேருக்கு மாறுங்க" என அன்புவை அழைத்தாள். "இல்லை புவனாவை வரச் சொல்லு. " என அவன் சொல்லவும்.

"உங்களுக்கும் உங்க தம்பி மாதிரி என் மேல் நம்பிக்கை இல்லை அப்படித்தானே, அதே ஆக்சிடெண்டில் எங்கப்பா இப்படி இருந்தாங்கன்னா நான் விட்டுடுவேனா?" என அவள் உணர்ச்சி வயப் படவும், அவனும் அவள் துணை கொண்டே இறங்கினான். அவளுக்குச் சிரமம் தரக் கூடாது எனக் காலை ஊன்றி இறங்கியவனுக்கு, நான்கு வருடங்களில் முதன் முறையாகத் தாம் நடப்போம் என்ற நம்பிக்கை வந்தது.

அநி, ஆது, ஆனந்த் மூவரும் ஒன்றாக விளையாடத் தொடங்கி இருந்தனர். ஒரு மாதத்தில் இவர்களும் தஞ்சாவூர் செல்வதாக ஏற்பாடுகள் நடந்ததால், பிள்ளைகள் ப்ளே ஸ்கூல் போவது நின்று, வீட்டையே விளையாட்டுத் தளமாக மாற்றியிருந்தனர்.

தஞ்சை ஜமீன் மாளிகையில் இளையவர்கள் நால்வரும் இப்போதெல்லாம் தாத்தாவுடன் நன்றாகக் கதை பேச ஆரம்பித்திருந்தனர். மங்கை மட்டுமே அவருடன் உறவாடியது போக, இப்போது ஜூனியர் ராகவன்கள், சீனியர் ராகவனுடன் கேலி கிண்டலாகப் பேச ஆரம்பித்து இருந்தனர். இது எல்லாம் திருச்சிக்குச் சென்று திவ்யாவைச் சந்தித்து வந்ததிலிருந்து தான். பேரன்கள் பேத்தி மீது அவருக்கும் நம்பிக்கை வந்திருந்தது. வீட்டில் உள்ள மற்றவர்கள் ஆச்சரியமாகவே பார்த்தனர்.

அன்றும் தாத்தாவோடு ஹாலில் அமர்ந்து வார்த்தையாகக் கொண்டிருந்தனர். அந்த நேரம் டென்ஷனாக உள்ளே வந்த பூமிநாதன், தனது அறைக்குச் சென்ற வேகத்தில் வெளியேறினார். வீட்டின் பின் புறத்தில் யாரோ ஒருவன் செடி மறைவிலிருந்து வந்து கத்தையாகப் பணத்தை வாங்கிச் சென்றான். பூமிநாதன் அவனிடம் கோபமாக எச்சரித்துக் கொண்டிருந்தார், இதனை மாடியிலிருந்து ஜெய் பார்த்து விட்டான். அவனது மனதில் சந்தேக விதையும், அலசி ஆராயும் எண்ணமும் வலுப் பெற்றது. அந்த மர்ம மனிதனின் பைக் நம்பரைக் குறித்துக் கொண்டான்.

ஹாலுக்கு வந்தவன் ரகசியமாகத் தந்தையைக் கவனித்துக் கொண்டே இருந்தான். "ஏன் தாத்தா அப்ப அந்தக் காலத்திலேயே நீங்க பெரிய ரோமியோவா இருந்தீங்கன்னு சொல்லுங்க" என ஃப்ரீ கிண்டல் செய்து கொண்டிருந்தான்.

"ரோமியோ என்னடா ரோமியோ, உன் தாத்தன் பேரைத் தான் அவனுக்கு வச்சிருக்கனும்" என்றார். "யாருக்கு ரோமியோவை சௌந்தரராகவ், அப்படின்னு கூப்பிட்டு இருக்கனும். போங்க தாத்தா, உங்களுக்கு இருக்கிற ரசனைக்கு , அவன் பேரை உங்களுக்குச் சொல்றதே பெரிசு" என வம்பிலுத்தான் ஃப்ரீ.

"டேய் தாத்தா ரசனைக்கு என்னடா, அந்தப் போட்டோவில் இருக்க ஆத்தாவைப் பார் பேரழகா இருக்காங்க" என வீரா தாத்தாவுக்குச் சப்போர்ட் செய்தான்.

"அதுக்கப்புறம் நம்ம ஆத்தாவை இல்லை, கல்யாணம் கட்டியிருக்காரு, அதைத்தான் சொன்னேன்" என ஶ்ரீ கேலி செய்யவும். சௌந்தர ராகவன் ஹாஹாவெனப் பெருங் குரலெடுத்துச் சிரித்து விட்டார்.

சொர்ணம் அதைக் கேட்டு, "அடேய் பேராண்டி இரண்டாம் தாரமா உன் தாத்தனுக்கு வாக்கப்பட என் அழகு காணாதாக்கும்" என நொடித்தார். ஹாலில் சம்பாஷணை நடந்தாலும் மருமகள்களும் நமட்டுச்சிரிப்புடன் அதைக் கேட்டுக் கொண்டு தான் இருந்தார்கள்.

சொர்ணத்துக்குப் பேரன் பேச்சை விட ஜமீனின் ரியாக்சனான சிரிப்பில் பற்றிக் கொண்டு வந்தது. மங்கை தான் சமாதானமாக, "நம்ம ஆத்தாவுக்கு என்னடா நல்ல களையான முகம்" எனச் சப்பைக் கட்டினாள்.

" ம், காக்கைக்கும் தன் குஞ்சு, பொன்குஞ்சுன்னு சொல்லுவாங்களே அது மாதிரி, ஆத்தாவை அழகுன்னு சொன்னா தானே நீயும் அழகுன்னு சொல்லிக்கலாம் அதனால் சொல்ற" என ஜெய்யும் சேர்ந்து கொண்டான்.

"டேய் உங்க ஆத்தாவை வேணும்னா சொல்லிக்கோ, எம் பேத்தி அழகுக்கு என்னடா குறைச்சல் " எனப் பேத்திக்குக் கொடி பிடித்தார் சௌந்தர ராகவன்.

அந்த நேரம், மங்கைக்கு மூத்தவள் அங்கயற்கண்ணி கணவனோடு வந்தாள். தாத்தாவும் பேரன்களுமாக இருப்பதைப் பார்த்து அதிசயித்து வந்தவள், "வணக்கம் தாத்தா" என்றாள் . "வாம்மா நல்லா இருக்கியா" என அருகில் அமர்த்திக் கொண்டார், இது ஏதடா அதிசயம் என வியந்தபடி வந்தான் சோமு என்ற சோமசுந்தரம். அவனையும் வரவேற்றுப் பக்கத்தில் அமர்த்திக் கொண்டார், திவ்யாவைவிடச் சில மாதங்களே இளையவனாக இருப்பான்.

"தாத்தா இதென்ன அதிசயம், சூரியன் மேற்கே உதிச்சதா என்ன, பேரன் பேத்தியெல்லாம் உங்க கண்ணுக்குத் தெரியுது, ஜமீன்தார் இல்லைனா ரூமுக்கு அந்தாண்ட வரமாட்டிங்களே" என மகள் வயிற்றுப் பேரனான சோமு அதிசயப் படவும்.

"எல்லாம் மூத்தார் பேத்தியை பார்த்திட்டு வந்ததிலிருந்து தான் இந்த மாற்றம்" எனச் சொர்ணம் அலுத்துக் கொண்டு சொல்லவும். "மூத்த பேத்தியா, டாக்டருக்கு படிச்சதே அந்த அக்காவா. நீங்க எல்லாரும் அந்த அக்காவைப் பார்த்தீங்களா" என அங்கை ஆர்வமாகக் கேட்டாள்.

"அங்கை , நீ மட்டும் திவ்யாக்காவையும் அவங்க இரட்டைப் பிள்ளைகளையும் பார்த்தேனா விடவே மாட்டே. உனக்குத் தான் பிள்ளைகள்னா ரொம்பப் பிடிக்குமே அதுங்க செம க்யூட்" என்றாள் மங்கை.

"ஏன் தாத்தா என்னையும் கூட்டிட்டு போயிருக்கலாம்ல" எனச் சிணுங்கினாள் அங்கை. "இரத்த பாசம் உனக்கும் பொங்குதாக்கும்" எனச் சொர்ணம் குறை பேசவும். ஜமீன் ஒரு ஹூங்காரம் செய்தார்.

"ஆத்தா, நாங்க எங்க அக்காவைப் பார்த்து உரிமை கொண்டாடுறோம், ஏதோ செய்கிறோம். முன்னே பின்னே பார்க்காத அவங்க மேல் உங்களுக்கு

என்ன கோபம்" என வீரா கேள்வி எழுப்பினான்."நான் என்னத்த சொல்லி-புட்டேன்னு என் மேலப் பாயிற" எனச் சொர்ணம் எகிறினார்.

"நாங்க இன்னும் சின்னப் பிள்ளைகள் இல்ல ஆத்தா, எங்களுக்கும் எல்லாம் புரியும். இந்த வீடு, வசதி சொத்து எல்லாத்துக்கும் உரிமை பட்ட-வங்க.இப்ப யாரும் இல்லாத மாதிரி நிக்கிறாங்க. இதே அங்கையோ, மங்-கையோ இப்படி நின்னா விட்டுடுவீங்களா." என்றான் வீரா.

"என் பேத்திகளுக்கு ஏண்டா அந்த நிலைமை" எனச் சொர்ணம் துடுக்-காகப் பேசவும், சௌந்தர ராகவனுக்குக் கோபம் வந்தது, ஆனால் அவர் பேசும் முன் பேரன் பேத்திகள் பேசினர். "அந்த அக்காவும் தாத்தாவுக்குப் பேத்தி தானே, மூத்த பேத்தி. ஏன் ஆத்தா இப்படிப் பேசுறீங்க" என்றாள் மங்கை.

"நீங்க மட்டும் அந்தப் பெரியப்பாவை அனுசரணையா வச்சிருந்தீங்-கன்னா, இன்னும் நம்ம குடும்பம் பலமானதா இருந்திருக்கும்" என்றான் ஜெய். "அவன் தான் ஒட்டாமல் போனான், ஏதோ அவங்க அம்மா இடத்தை நான் பிடிங்கிக் கிட்டதா நினைப்பு" எனச் சொர்ணம் பேசவும்.

"அந்த இடத்துக்குத் தானே நீங்க வந்தீங்க, அப்ப அவங்களையும் நீங்க தானே வளர்த்திருக்கனும். நீங்களும் ஏன் தாத்தா விட்டீங்க" என வீரா தாத்-தாவையும் சேர்த்துக் கேள்வி கேட்டான்.

"அதுதான் நான் பண்ணப் பெரிய பாவம் பெத்தப் பிள்ளையை உயிரோடு தொலைச்சேன். அதுக்குத் தான் கடவுள் அவன் முகத்தைக் கடைசியா காட்டிட்டு எடுத்துக்கிட்டான். கடைசியா மகளுக்குக் கல்யாணம் பண்ணி வைங்கன்னு சொன்னான். அதைக் கூட நிறைவேற்ற முடியாத பாவியா தான் நிற்கிறேன்" எனக் குமுறினார்.

"அது தான் பிள்ளைகள் இருக்குன்னு சொல்றீங்களே தாத்தா , அப்பக் கல்யாணம் முடிந்திருக்குமே" எனச் சோமு கேட்டான்.

"உன் மாமன் மகள், தாலி கட்டாமலே பிள்ளைகளைப் பெத்துக் கிட்-டாலாம். அவளைத் தான் இந்தத் தாங்கு தாங்குறாக. என்ன வளமையா வளர்த்து வச்சிருக்கான் மகளை" எனச் சொர்ணம் இகழ்ச்சியாகப் பேசவும், அவ்வளவு நேரம் இருந்த பொறுமை ஜமீன்தாரை விட்டுப் பறந்தது.

"உன்னையும், என்னையும் மாதிரி கொலைகாரப் பிள்ளைகளைப் பெத்து வளர்கலைடி. உயிரைக் காப்பாற்றும் டாக்டரா வளர்த்து வச்சிருக்கான் என் மகன். அவன் கால் தூசிக்கு நாமப் பெற மாட்டோம்." எனச் சினங் கொண்ட வேங்கையாகக் கர்ஜித்தார் சௌந்தர ராகவன். அப்போது தான் உள்ளே நுழைந்த நாகநாதன், ஏதோ பெரிய சத்தமாகக் கேட்கவும் ஹாலுக்கு வந்த பூமிநாதனும் அதிர்ச்சியாகப் பார்க்கவும்.

"சும்மா வாய்க்கு வந்ததைத் தான் அன்னைக்கே புடிச்சு உளறுறீங்க" எனச் சொர்ணம் சொல்லவும் , "எல்லாரும் இங்கேயே இருங்க வர்றேன்" எனச் சென்றவர் சில ஆதாரங்களோடு வந்தார். அதில் ஒரு செல் போன்

இருந்தது. அதிலிருந்த வாய்ஸ் ரெகார்டை ஒலிக்க விட்டார்.

"பூமி செத்துட்டானான்னு பாருடா" என நாகநாதன் குரல் கேட்டது. "இல்லைண்ணேன், ஆம்புலன்ஸ் வந்து ஆஸ்பத்திரிக்குத் தூக்கிட்டுப் போனா பிழைச்சிடுவான். " என்ற பூமியின் குரல் கேட்டது.

"அந்த ட்ரெக்காரனை திருப்பி ஏத்தச் சொல்லுடா" என முன்னவன் குரல் கேட்டது. லேசான முனகல் சத்தத்தில் காத்து என்ற குரலும், திவிம்மா உனக்குக் கல்யாணம் பண்ணாமலே அப்பா போயிடுவேன் போலடா" எனவும் சிறிது இடைவெளியில் "தம்பிகளா, எங்களைக் காப்பாத்துங்கடா, என் மகள் அனாதையா ஆயிடுவா" என்ற உயிர் மன்றாடலும் விஜயனது .

"எதுக்குப் போனவன் அப்படியே போக வேண்டியது தானே, திரும்பி எங்க சொத்துக்கு உரிமை கொண்டாட வந்தியா" என நாகநாதன் கேட்பதும் பதிவாகி இருந்தது.

அந்த ஒலி அடங்கியதும், வீட்டில் சகலரின் ஒலியும் அடங்கிக் கிடந்தது. சௌந்தர ராகவன் கண்களிலிருந்து ரத்தக் கண்ணீர் வடிந்தது. அவரின் பேரன் பேத்திகள் கண்ணீர் வடிய விக்கித்து நின்றனர். அவர்களின் அம்மாக்களும் அதிர்ந்து நின்றனர்.

"இப்ப சொல்லு, உன் மகனுங்க கொலைகாரன்களா இல்லையா. இது விஜயன் போன். இது எனக்குக் கிடைச்சு நாலு வருஷம் ஆச்சு. என் மகனைக் கொன்ற பாவிகள், என் பேத்தியையும் கொல்ல மாட்டிங்கன்னு என்னடா நிச்சயம். அதனால் தலைமறைவா வச்சிருந்தேன். இல்லையினா என் பேத்தி புருஷனை அன்றைக்கே தேடிக் கட்டி வச்சிருப்பேன்.

அவங்களுக்குள்ள இருந்த மனஸ்தாபத்தால் விட்டுட்டேன். இப்ப இந்த ஆதாரத்தை ஏன் காட்டுறேன்னு கேளுங்கடா. என்னைக்கு இருந்தாலும் என் முதல் மனைவி சொத்துக்கள் அதுகளைத் தான் போய்ச் சேரும். என் பரம்பரை சொத்தில் அநேகப் பகுதியை உங்க அப்பனுங்க கரைச்சுட்டானுங்க. என் பேத்திக்கு என் பேரப் பிள்ளைகளையே கேடயமாக்கத்தான் இப்ப இதைச் சொன்னேன்.

என் பேத்தியும்,கொள்ளு பேரப் பிள்ளைகளும் இந்த ஊரில் தான் வந்து வாழனும். உங்க அப்பனுங்களால அதுகளுக்கு எந்த ஆபத்தும் வரக் கூடாது. எனக்கு என் பேத்தி உயிரைப் பிச்சை போடுங்கடா" எனக் கதறி பேரன் பேத்திகளை நோக்கி கை ஏந்தவும். பேரப் பிள்ளைகள் அறுவரும் அவரைக் கட்டிக் கொண்டு அழுதன.

சொர்ணம் பேச்சு மறந்து சிலையாய்ச் சமைந்திருக்க, மனைவி பார்த்த பார்வையில் பூமிநாதன் தலை குனிந்தார். ஆனால் நாகநாதன் அதற்கெல்லாம் அஞ்சும் ஆளாகத் தெரியவில்லை.

"இப்படி எல்லாம் கதை கட்டி, போலி ரிக்கார்டை உருவாக்கி என் பிள்ளைகளையும் எனக்கு எதிராத் திருப்பாதீங்க" என வேகமாகப் பேசினார். "இது உண்மையா இருந்தா போலீஸ்க்குப் போகாமல் ஏன் மறைச்சு வைக்-

கனும்" என எகிறவும்.

"அதுவும் உன் பிள்ளைகளுக்காகத் தாண்ட அறிவு கெட்டவனே. உன்னைக் கம்பி எண்ண வைக்கிறது சுலபமான வேலை. அதுக்கப்புறம் என் பேத்திகள் நிலைமை. நான் பண்ணப் பாவம் ஒரு மகனைத் தொலைச்சிட்டு பேத்தி கஷ்டப்படுறதையும் மனசு நோகப் பார்த்திட்டேன். இந்தத் தங்கங்களும் அப்படி நிற்கிறதை என்னால் பார்க்க முடியாது. உன் உடம்பில் கொஞ்சமாவது என் ரத்தம் ஓடிச்சுனா உன் மனசாட்சியே உன்னைக் கேட்கும்" என்றவர் தொடர்ந்து அழுதபடி நின்ற மருமகள்களைப் பார்த்து,

"அம்மா மருமகளுங்களே, இப்ப சொல்லுங்க போலீஸ்கிட்ட போகவா. வீண் பலி போடுறேன்னு சொன்னீங்களே. இந்த ஆடியோ ஆதாரம் பொய்ன்னு சொன்னா, இவனுங்க கார் விஜயனை ஃபாலோ பண்ணின ஆதாரத்தைத் தர்றேன், அதுவும் பத்தாதுன்னா. உங்கள் புருஷன்களை மிரட்டி பணம் வாங்க மாசமாசம் வருவானே அவனைக் கேளுங்க" என்றார்.

"அப்பா வேணும்னே பொய் சொல்றீங்க" என நாகநாதன் அதே பிடியில் நிற்க. "தாத்தா பொய் சொல்லலை நீங்க இரண்டு பேரும் தான் பொய் சொல்றீங்க" என ஜெய் சீறினான்.

"டேய் "என நாகநாதன் அவனை அடிக்கக் கையை ஓங்கினார். வீரா பதறி வரும் போதே, ஜெய் பூமிநாதன் ஒருவனுக்குப் பணம் தரும் வீடியோவை ஓடவிட்டான். "அப்ப இது என்ன" எனக் கேட்டான். இருவரும அதிர்ந்து நிற்கவும்.

"தாத்தா, நம்ம வேற வீட்டுக்கு போயிடுவோம். இந்தச் சொத்தை இவங்களே கட்டி ஆளட்டும். நம்ம வேற வீட்டுக்குப் போவோம். " என ஸ்ரீ அவரைக் கட்டிக் கொண்டு அழுதான்.

"ஆமாம் தாத்தா, சின்ன வீடுன்னாலும் போதும். நான் சமைச்சுப் போடுறேன். நம்மப் போயிடுவோம்" என்றாள் மங்கை. "இவங்க சங்காத்தமே வேண்டாம். நான் வேலைப் பார்த்து உங்களைக் காப்பாற்றுவேன் வாங்கத் தாத்தா" என்றான் வீரா.

"அத்தான் வாங்க நம்ம வீட்டுக்குப் போவோம். இது கொலைகாரக் குடும்பமா இருக்கு" என்றாள் அங்கை. இவர்கள் பேசப் பேசப் பூமி நாதன் உடைந்தார், "அப்பா நாங்கத் தொடர்ந்து போனது உண்மை தான் ஆனால் நாங்க கொல்லலை. " என்றார். "அப்புறம் ஏன் அந்த ஆள் உங்ககிட்ட பணம் வாங்கிட்டுப் போனான்."என ஜெய் கேட்கவும்.

"நாங்க எட்டிப் பார்த்துப் பேசினதை ரெக்கார்ட் பண்ணிட்டு , எங்களை மிரட்டி பணம் பிடுங்குறான்." எனச் சொல்லவும்."பெரியப்பா அவ்வளவு கேட்டும் நீங்க ஏன் காப்பாற்றலை" என மங்கை கேள்வி எழுப்பினாள். "எங்ககிட்ட பேசினது தான் கடைசி வார்த்தை, நிஜமாகவே நாங்க எதுவும் செய்யலை" எனப் பூமிநாதன் அழுதார். நாகநாதன் இறுகி நின்றார்.

ராஜேந்திரன், லலிதா இருவரும் ஈகைக்குத் தீபாவளி சீர் தருவதற்காக அவர்கள் வீட்டுக்கு வந்து மகள் மருமகனுக்குச் சீர் தந்தனர். சந்திரசேகரிடம், ராஜேந்திரன் பேசிக் கொண்டிருந்தார்.

" சம்பந்தி, நீங்க கேட்டு சொல்லுங்க, உங்க சித்தப்பா சரின்னு சொன்னா, முறைப்படி இப்பவே பொண்ணு கேட்டுட்டு வந்திடுவோம். நான் எல்லாத்துக்கும் தயாராகத் தான் வந்திருக்கேன். நாளைக்குப் புதுக்கோட்டை போறோம், அதுக்குள்ள பேசிட்டா பரவாயில்லை" என்றார் .

"சரி இருங்க போன் போட்டுப் பார்க்கிறேன்" எனச் சௌந்தர ராகவனை அழைத்தார். சிறிது நேரம் பேசிவிட்டு, "இப்பவே வரச் சொல்றார் சம்பந்தி" என்றார்.

லலிதா மரகதத்திடம் "அண்ணி நீங்களும் வாங்க. நீங்க இருந்தால் எனக்குப் பக்கபலமா இருக்கும்" என நிஜமாகவே துணைக்கு அழைக்கவும், மகிழ்ந்த மரகதம், சொர்ணத்தை ஒரு கை பார்க்கவெனக் கிளம்பினார். "செல்வி, நீயும் விஷ்வாவும் கிளம்புங்க. உங்கள் அண்ணனுக்குச் சம்பந்தம் பேசனும். "என மரகதம் அவர்களையும் கிளப்பிக் கொண்டு ஜமீன் மாளிகை வந்து சேர்ந்தனர். ஆதித்யனும் வந்து சேர்ந்தான்.

முதல் நாள் ஜமீன் தந்த அதிர்ச்சி வைத்தியத்தில் அனைவரும் முறையாக ஆதித்யன் குடும்பத்தை வரவேற்றனர். இளைய தலைமுறை ஆதித்யனை அன்பாக வரவேற்றது.மற்றவர் இவர்கள் ஸ்நேகத்தைச் சற்று வியந்தே பார்த்தனர். நாகநாதன், பூமிநாதன் சம்பிரதாயமாக வரவேற்க, அவர்கள் மனைவிகள் ஜெயந்தி, வனிதா வந்தவர்களுக்கு முகமன் கூறி, காபி பலகாரம் எனக் கவனித்தனர். மங்கை பார்த்துப் பார்த்துப் பரிமாறினாள்.

சந்திர சேகர் தான் பேச்சை ஆரம்பித்தார். " சித்தப்பா, உங்கள் பேத்தியை முறையா அவங்க வீட்டுக்கு அழைச்சுக்கத்தான் சம்மதம் கேட்டு வந்திருக்காங்க" என்றார்.

"இந்தச் சம்பந்தம் போன தலைமுறையிலேயே நல்ல படியாநடந்திருந்தா, என் மகன் என் கூட இருந்திருப்பான். அவன் கடைசியா என் கிட்டக் கேட்டதும் இதைத்தான்" எனக் கண் கலங்கினார்.

அவர் பேசியதில், ராஜேந்திரனும் கலங்கினார், "நாங்களும் அந்தத் தப்பைச் சரி செய்யத் தான் விரும்புகிறோம். விஜயன் கார்த்திகைக்குக் கிடைக்காத பாசம் , அவங்க மகளுக்காவது கிடைக்கனும்." எனத் தழுதழுத்தார் .

"உங்கள் பேத்தியைத் தங்கமா நான் பார்த்துக்குறேன், நீங்க சந்தோஷமா கொடுங்கப்பா. சொத்து பத்து சீர் செனத்தியெல்லாம் வேண்டாம். என் மருமகளும் பேரன் பேத்தியும் வீடு வந்து சேர்ந்தா போதும். நான் கண்ணுக்குள்ளேயே வச்சுக்கிறேன்" என்றார் லலிதா.

"நீங்க இப்படிக் கேட்கும் போது வேற என்னமா வேணும். பெத்தவங்களைப் பறிகொடுத்துட்டு நிக்கிது என் பேத்தி. நீங்க தாய் தகப்பனா இருந்து பார்த்துக்குங்க. நானும் நிம்மதியா கண்ணை மூடுவேன்" என உணர்ச்சி பூர்-

வமாகத் தன் சம்மதத்தைத் தெரிவித்தார்.

மரகதம், சொர்ணத்தை வம்பிழுப்பதற்காகவே,"அண்ணி அதென்ன அப்படிச் சொல்லீட்டிங்க. நாங்கள் என்ன வகைத் தெரியாதவங்களா, வசதி குறைஞ்சவங்களா, இல்லை எடுத்துச் செய்யத் தான் ஆள் இல்லையா. எங்க சின்னத்தை ஒருத்தரே போதும். எட்டு ஊரு வந்தாலும் சமாளிப்பாங்க" எனச் சொர்ணத்தைப் பார்த்தவாறே சொன்னார்.

"மக்கும் பிறந்த மகளைச் சும்மா எப்படி அனுப்புவோம். அதெல்லாம் இங்க கொண்டு வந்து வச்சு முறையாகவே வழி அனுப்புவோம்" என்றார் சொர்ணம்.

ஆதித்யன் குறுக்கிட்டான், "அப்பா, பிள்ளைகளை எங்கயும் அனுப்ப முடியாது. திவ்யாவும் வேற எங்கயும் வந்து இருக்க மாட்டா. புதுக்கோட்டையில் ஏதாவது ஒரு கோவிலில் சிம்பிலாக் கல்யாணத்தை வைங்க, நேரா நம்ம வீட்டுக்கு கூட்டிட்டு போவோம். ஜமீன் சொத்தோ, அவங்க ஆத்தா வழி சொத்தோ எதுவும் திவ்யாவுக்கோ, என் பிள்ளைகளுக்கோ வேண்டாம். விஜயன் அங்கிள் வச்சிட்டுப் போனதே போதும். அவங்க நினைவா அதைப் பாதுகாத்து வச்சுக்குவோம்" என்றான் ஆதித்யன்.

ஜமீன்தார், தங்களது வீட்டிலிருந்து பேத்தியை அனுப்ப வேண்டும் எனக் கேட்டார். "மன்னிச்சுக்குங்கத் தாத்தா. முதலில் முறைப்படி திவ்யாவை என்னவளா ஆக்கிக்குறேன். இங்கு வருவதோ, தங்குவதோ அவள் விருப்பம். உங்க பேத்தி வெளி நாடு போக ரெடி பண்ணிக்கொண்டு இருந்தது. வேற ஏதாவது அவள் விருப்பம் இல்லாமல் நடந்தால், திரும்பவும் அதே முடிவை எடுப்பாள். நான் எந்த ரிஸ்க்கும் எடுக்க விரும்பலை" என்றான்.

ஒரு வழியாகத் தீபாவளி முடிந்து ஏழாம் நாள் சப்தமியில் திருமணம் செய்யலாம் என முடிவானது. ஜமீன் பேத்தியை போனில் அழைத்தார், ஆதிரை தான் போனை எடுத்தது "ஹலோ" என்றது ஜமீன் பேசவும்,

"பாட்டையா தாத்தாவா, ஹெவ் ஆர் யூ" எனக் கேட்டது. "நல்லா இருக்கேன்டா பேத்தியா,அம்மா எங்க" எனப் பேசினார். திவ்யா வருவதற்குள் அன்பு அப்பா, புவிமா என நீண்ட கதை பேசியது. ஸ்பீக்கரில் இருந்ததால் மழலையை அனைவரும் ரசித்தனர்.

திவ்யா வந்து,"வணக்கம் தாத்தா, நல்லா இருக்கீங்களா, மாத்திரை எல்லாம் சரியா போடுறீங்களா" என விசாரித்தாள். ஆதித்யன் ,'இதுக்கு ஒண்ணும் குறைச்சல் இல்லை' என மனதில் திட்டினான்.

"திவ்யாம்மாஉன் கல்யாணத்தைப் பற்றிப் பேச ஆதித்யன் வீட்டிலிருந்து எல்லாரும் வந்திருக்காங்க, தீபாவளிக்கு அடுத்து ஏழாவது நாள் உனக்குச் சரி படுமா" என்றார். அவள் தேதியை யோசித்து "சரிங்க தாத்தா. நீங்க பார்த்து முடிவு பண்ணுங்க. ஆனால் சிம்பிலா இங்கேயே கோவில்ல வச்சுக்கலாம். ப்ளீஸ்" என்றாள்.

"சரிமா, இரு மாப்பிள்ளை கிட்டயும் ஒரு வார்த்தை பேசிடு" என ஆதி-யிடம் நீட்டினார். அவன் வேறு வழியில்லாமல் வாங்கிக் கொண்டு ஸ்பீக்கரை ஆப் செய்து, வாசல் பக்கம் ஒதுங்கினான்.

"திவ்யாம்மா , நீ சொல்லும் முன்னையே நானே எல்லாத்தையும் சொல்-லிட்டேன்மா" எனச் சத்தமாகப் பேசிச் சென்றவன், தனிமையில் வரவும் "தண்டனை அனுபவிக்க ரெடியா இருந்துக்கடி" என்றான்.

" சும்மா வாய்ப் பேச்சு தான், அவ்வளவு செல்ஃப் கான்பிடென்ஸ் இருக்-கிற ஆளு நேரா வர வேண்டியது தானே.என்னை பார்த்தா கவுந்துருவோம்னு தானே நாலு நாளா அங்கிருந்தே பயம் காட்டுறீங்க" எனத் திவ்யா வம்பி-ழுத்தாள்.

"வேண்டாம்டி வந்தா தாங்க மாட்ட" எனச் சீறினான்."அங்கிருந்தே சவால் விட்டா எப்படிடா மச்சான். இங்க வந்து காட்டு, வெறுப்பான முகம்-னாலும் பரவாயில்லை. வாடா மங்கி" என்றாள். "அப்புறம் ஏதோ தண்டனை எல்லாம் சொல்லுவியே எல்லாத்துக்கும் ரெடி" எனச் சீண்டினாள்.

" நைட் வந்து வச்சுக்கிறேன். இத்தனை நாள் பார்க்காத ஆதித்யனை பார்ப்படி. தயாரா இருந்துக்க" என எரிச்சலாகவே போனை வைத்தான். இவர்கள் திருமணம் ஒரு பக்கம் நிச்சயமாக, ஆதித்யனின் கோபம் மறுபக்கம் திவ்யா இரண்டையும் எப்படிச் சமாளிப்பாள் எனப் பார்ப்போம்.

மனம் -25

திவ்யவர்ஷினிக்கும், ஆதித்யனுக்கும் எளிமையாகத் தீபாவளி முடிந்த ஏழாம் நாள் திருமணம் செய்யலாம் என இரு குடும்பத்தினரும் முடிவெடுத்தனர். சொர்ணம் பட்டுக் கொள்ளாமல் தான் இருந்தார். மரகதம் வம்பு பேசியும் ஒன்றும் அசைக்க முடியவில்லை.

கடைசியில் மரகதம் ஒரு குத்து குத்திவிட்டே வந்தார்."அண்ணி ஆதி தம்பி வேண்டாம்னு சொன்னாலும் பரவாயில்லை, தன் தங்கச்சி பேத்தி தன் பேத்தி மாதிரி, அவளுக்குப் பிறந்த வீடா நின்று நம்ம செய்வோம்னு, எங்க அத்தை சொல்லிட்டாங்க. அதனால் உங்கள் மருமகளுக்கு ஒரு குறையும் இல்லாமல் நிறைவா நாங்க செய்வோம். தாய் தகப்பன் ஸ்தானத்துக்கு நாங்க இருக்கோம். ஒரு சம்பந்தத்தோடு இது இரண்டாவது சம்பந்தமா இருந்துட்டுப் போகுது. என் மகனுங்க அண்ணன் முறைக்கு என்னைக்கும் உங்க மருமக-ளுக்குத் துணை இருப்பாங்க. கவலையே படாதீங்க. ஏதோ தாத்தா முறைக்-குச் சின்ன மாமா வந்திட்டுப் போனாங்கன்னா போதும்" என அவர்களை ஒதுக்கி திவ்யாவை தங்கள் மகளாகப் பேசினார் மரகதம்.

ஜமீன்தார், " மருமகளே நீ சொல்றதும் சரிதானம்மா. வீட்டு பொம்ப-ளைங்க தான் செய்யனுமுன்னு நினைப்பாங்க. என் பேத்திக்கு ஆத்தாவும் இல்லை, அம்மாவும் இல்லை. அப்பனும் இல்லாதவளுக்கு நான் தானே நிக்-

கனும். இந்தக் கிழவனால் முடிஞ்சதை கட்டாயம் செய்வேன்" என மனவருத்தமாகவே பேசினார்.

"ஏன் தாத்தா அப்படிப் பேசுறீங்க. நீங்க திவ்யாவுடைய வாழ்க்கையின் முக்கியமான கட்டத்தில், விஜயன் அங்கிள் இழப்புக்கும், எங்கள் மனஸ்தாபமும் அவளைப் பாதிக்காமல் பாதுகாத்து இருக்கீங்களே. அந்தப் பாசத்துக்கு ஈடு இணையே கிடையாது" என ஆதித்யன் பேசினான்.

அந்த நேரம் முன்னே வந்த, ஜெயந்தியும், வனிதாவும் , "எங்களுக்கு இந்த வீட்டில் முன்னே என்ன நடந்ததுன்னு தெரியாது. எங்க மூத்தார் பெண் இப்படி நிற்கிறதே இப்பத் தான் தெரியும். நானும் மகள்களைப் பெற்றவள் தான், ஒரு அம்மாவா, என் மகளுக்குச் செய்யறதை, மூத்தார் பெண்ணுக்கும் செய்வோம்" என்றார் .

"பெரியவுகளே இப்பத் தான் பேத்தி கதையைப் பேசுறாங்க, எங்களுக்கு என்ன தெரியும். அந்தப் பெண்ணுக்குரிய ஸ்தானம் இந்த வீட்டில் கட்டாயம் கிடைக்கும்" என்றாள் வனிதா. பிள்ளைகள் அம்மாக்களைப் பெருமையாகப் பார்த்தன. சொர்ணத்தம்மாவும், மகன்களும் மட்டும் கோந்து போட்டு ஒட்டியது போல் வாயைத் திறந்தார்கள் இல்லை.

ஆதித்யன் தான் மீண்டும் பேசினான், "நீங்க எல்லாரும் திவ்யாவுக்கு உங்கள் அன்பை மட்டும் கொடுங்க போதும். அவள் எப்பவும் காசு பணத்துக்கு ஏங்கினதே இல்லை. சுயமரியாதை , ரோசமும் ரொம்ப ஜாஸ்தி, அது தான் இந்த ஜமீன் சொத்தா அவகிட்ட வந்திருக்கும்னு நினைக்கிறேன். அதன் விளைவு தான் எங்கள் பிரிவு. உங்களுடைய ஒரு தவறான வார்த்தையும் அவளை மிகவும் காயப் படுத்தும். சம்பிரதாயமாக யாரும் வர வேண்டாம். நிஜமாகவே என் திவ்யா மேல அக்கறை இருக்கவுங்க வந்தால் போதும். திரும்பவும் சொல்றேன் எங்களுக்குச் சொத்து வேண்டாம். உங்கள் ஆசீர்வாதம் போதும்" என வலியுறுத்தினான். இந்தச் சொத்தால் எங்கே மனைவி மக்களுக்கு ஆபத்து வருமோ என்று அவனுக்குப் பயம் .

ராஜேந்திரனும் அதை ஆமோதித்தார். "எங்களுக்கு உங்கள் வீட்டில் பிறந்த மகளை மட்டும் வந்து ஆசீர்வாதம் பண்ணிக் கொடுங்க போதும்" என்றார். சந்திர சேகரும் " சரி சித்தப்பா, எல்லாம் நல்லதா நடக்கட்டும். சம்பந்தி புதுக் கோட்டை போயிட்டு எங்க வச்சுக்கலாம்னு சொல்லட்டும்" என்றார்.

ஜமீன்தார் ராஜேந்திரன்,ஆதி கைகளைப் பிடித்துக் கொண்டு, " விஜயன் இல்லாத குறையை யாருமே போக்க முடியாது. இனி என் பேத்தி உங்கள் பொறுப்பு" என்றார். இருவரும் அவரைத் தேற்றிவிட்டுச் சென்றனர்.

அவர்கள் சென்ற பின் சொர்ணம் மருமகள்களை வந்து கடிந்தார், ", எனக்குப் பேசத் தெரியாது, ஏதோ உங்களுக்குத் தான் எல்லாம் தெரிஞ்ச மாதிரி பேசுறீங்க. அந்த மரகதம் தான் செய்யறேன்னு சொல்லிட்டால்ல, அப்புறம் எதற்கு நீங்க மூக்க நுழைக்கிறீங்க. " என மருமகள்களைச் சாடி-

னார்.

" ஏன் ஆத்தா நீங்க தான் வாயைத் திறந்தால், முத்து உதிர்ந்திருமோ, சொத்து பறி போயிடுமோன்னு இருந்தீங்க. எங்கம்மாவும், சித்தியும் வாழ்க்-கையிலேயே உங்களுக்குப் பயப்படாமல் இன்றைக்குத் தான் உருப்படியா ஒரு வார்த்தை பேசி இருக்காங்க, அது பொறுக்கலையா" என வீரராகவன் அவருக்குக் கொட்டு வைத்தான்.

"ஏண்டா நேத்தி பிறந்தவனுங்க எல்லாம் என்னைப் பேசுறீங்க. உங்களுக்-காகத் தான் சொத்தை காப்பாத்திட்டு வர்றேன்" எனச் சொல்லவும். "நீங்க சேர்த்து வைக்கிற சொத்தும் வேண்டாம், பாவமும் வேண்டாம். " என்று முகத்தில் அறைந்தார் போல் சொல்லிச் சென்றான் வீரா.

"அத்தை, அது தான் மாப்பிள்ளை தம்பி சொத்து பத்து வேண்டாம், பாசமா வந்தா போதும்னு சொல்லிடுச்சுல்ல. எங்க கிட்ட அள்ளிக் கொடுக்கக் காசு இல்லைனாலும், கொட்டிக் கொடுக்க அன்பும் , பாசமும் இருக்கு. நாங்களும் எங்கள் பிள்ளைகளும் அதைக் கொடுத்திட்டுப் போகிறோம். நீங்-களும் உங்க மகன்களும், பூதங் கணக்கா இந்த வீட்டை காத்து கிட்டு கிடங்க" என இளையவள் வனிதா வகையாய் வார்த்தைகளைக் கொட்டிச் சென்றார்.

தூரத்திலிருந்து பூமி நாதனும் கேட்கத்தான் செய்தார். இப்போதெல்லாம் மனைவியோ, பிள்ளைகளோ அவரிடம் முகங்கொடுத்துப் பேசுவது இல்லை. வனிதா சாப்பாடும் பரிமாற மாட்டார்.

நாகநாதனுக்கும் அதே நிலை தான், ஜெயந்தி ஆடியோ வெளியான அன்று இரவில் பிடித்துக் கொண்டார், சாதாரண மாக எதிர்த்துப் பேசாத அவர், " உங்க உடம்பில் ஓடுற ரத்தம் தானே அவர் உடம்பிலையும் ஓடி இருக்கும். தான் ஆடாவிட்டாலும் சதை ஆடும்பாங்க. அவர் உயிருக்குப் போராடும் போதுமா பகையைக் காட்டுவீங்க. என்ன ஜென்மம். உன் கூட எல்லாம் படுத்து பிள்ளையைப் பெத்துருக்கேன்னு நினைக்கவே அசிங்கமா இருக்கு" என்றார்.

"என்னடி பேச்சு விளையிது, ஒரு அடி விட்டேன்னா செத்துடுவ" என எகிறினார். "அதுக்கும் துணிந்த ஆள் தான் தெரியும் எனக்கு. எப்ப தான் புத்தி வருமோ தெரியலை. காசு காசுன்னு அலைகிற ஜென்மங்கள்" என அந்த அறையில் இல்லாமல் மகளோடு தங்க ஆரம்பித்தார்.

அவர் கோபித்து முறுக்கிக் கொண்ட பின்னர்த் தான், மனைவி தனக்காக இத்தனை வேலைகளைச் செய்ததை உணர்ந்தார். ஆனாலும் ஈகோ தடுத்-தது.

புதுக்கோட்டைக்குக் கிளம்ப லலிதா எல்லா ஏற்பாட்டையும் செய்தார். பலகாரம் பட்சணங்களை ஆள் வைத்து தயார் செய்தார். மருமகள் புண்-ணியத்தில் வெகு வருடம் கழித்துப் பிறந்த வீட்டில் தீபாவளி கொண்டாடப் போகிறார். இந்த முறை இரட்டை மகிழ்ச்சியாக இரண்டு பேரன் பேத்தி,

தினமும் போனில் அளவளாவும் அவர்களைக் கொஞ்ச ஆர்வமாக இருந்-தார்.

ஆதித்யன் இன்று போவதாக இருந்த தனது பயணத்தை மறுநாள் ஒத்-திப் போட்டான். அநி, ஆதுவை விடத் திவ்யா தான் ஏமாற்றம் அடைந்-தாள். அவன் வருவான் என எதிர்பார்த்து இரவு கிளினிக்கில் இருந்தும் சீக்கிரம் வந்து விட்டாள். பிள்ளைகள் புவனாவிடம் இருக்க, அங்கே சென்-றாள்.

அன்புவின் முகத்தில் ஓர் தெளிவு இருந்தது. அவ்வப்போது எதையாவது பிடித்து நின்றான். காலையில் திவ்யாவின் வர்ம கலையோடு சேர்ந்த அவளது பேச்சு நன்றாக வேலை செய்தது. அதன் பின்னர் வரும் ஆயில் மசாஜ் மெல்ல மெல்ல வருடி இரத்த ஓட்டத்தைச் சீராக்கியது. மாலை ஐந்து மணிக்கு வரும் பிசியோ தசைகளுக்குப் பயிற்சி அளித்தார். இரவு கிளி-னிக்கில் இருந்து வந்து இருவரிடமுமாகத் திவ்யா பேசிக் கொண்டிருப்பாள். அப்போது பிபி செக்கப் முடிந்து, பிடிமானத்தோடு கால்களை மெல்ல ஊன்றி அன்பு நிற்பான்.

புவனா மட்டும் இருந்தால் ஏய்த்து விடுபவன், திவ்யா வந்தால் தைரிய-மாக நிற்பான். புவனாவே அதைப் பற்றிக் கேட்டாள். "திவி நீ கூட இருந்-தால் அத்தான் நல்லா நிற்கிறாங்க, நான் மட்டும் இருக்கும் போது தயங்கு-றாங்களே" எனக் கேட்டாள்.

"ஏன்னா நீங்க அவர் மனைவி, சலுகையா சொல்லலாம். நான் டாக்டர், சலுகை எல்லாம் செல்லுபடி ஆகாது. வலி வந்தாலும் ஏதாவது மருந்து கொடுத்துடுவேன்னு நம்புவாங்க" என அவனைப் பார்த்துச் சிரித்தாள்.

"ஏம்மா அப்ப மருந்து கொடுக்க மாட்டியா" என அன்பு அப்பாவியாகக் கேட்கவும், "கட்டாயம் கொடுப்பேனே. தேவைப் பட்டால் கட்டாயம் கொடுப்-பேன்" என்றாள். அவள் இங்கே பேசினாலும் பார்வை அடிக்கடி வெளியே ஆதித்யன் கார் வருகிறதா எனப் பார்த்தது.

"இன்னைக்கு யாரும் வருவாங்களா திவி" எனப் புவனா கேட்டாள். "உங்கள் கொழுந்தனார் வர்றேன்னு சொன்னார், அது தான் பார்த்தேன்" என்றாள் திவ்யா.

"நாளைக்கு அப்பா, அம்மா தாத்தாவோடு வருவான்னு நினைக்கிறேன். அம்மா ஆதியோடு வர்றேன்னு சொன்னாங்களே" என அன்பு சொல்லவும் , திவ்யாவுக்கு முகம் வாடிப் போனது."ஏன் திவி உன்கிட்ட சொல்லலையா" எனப் புவனா கேட்கவும், அன்பு திவ்யா அறியாமல் அதைக் கேட்காதே என ஜாடை செய்தான்.

"நான் சாய்ந்திரம் மகளிர் குழுக்களோடு மீட்டிங், பேஷன்ட்ஸ்னு பிசியா இருந்தேன். போனே பார்கலை. சரி வரும் போது வரட்டும். நீங்க இருக்-கிறதால பசங்களும் நித்யனைத் தேடலை. அதனால் இருந்திருப்பார்" எனப் பிள்ளைகளை அழைத்தாள்.

"திவிம்மா, இவங்க இரண்டு பேரும் இங்கேயே படுக்கட்டுமே ப்ளீஸ்" என ஆனந்த் வந்து கேட்டான்.

"அப்புறம் திவிம்மாவுக்குப் பயமா இருக்குமே. அநி, ஆது தான் அம்மாவுக்குப் பாடி கார்ட்" என அவனைப் போலவே சொன்னாள். "ஆமாம் அண்ணா, நான் அம்மா கூடத் தான் படுப்பேன். " என ஆதிரை ஆனந்த்துக்குப் பதில் சொன்னது.

அநியும் திவ்யாவைக் கட்டிக் கொண்டு, "நானும் அம்மா கூடத் தான் படுப்பேன்" என்றான். "ஆனந்த் குட்டி, நீங்களும் அங்கேயே வாங்க" எனக் கூப்பிட்டாள் திவ்யா. ஆனந்த் புவனாவைப் பார்க்கவும் , "புவனா விடுங்களேன், நாள் பூரா உங்களோடு தானே இருக்குதுங்க. நைட் டைம் என் கூட இருக்கட்டும். நாங்கள் பெட் டைம் ஸ்டோரி எல்லாம் படிப்போம்" எனத் திவ்யா மூவரையும் அழைத்துச் சென்றாள்.

கலாம்மா தயாராக டிபன் எடுத்து வைத்திருந்தார்." என்னம்மா அநியாயமா இருக்கு, புவனாம்மா வந்ததிலிருந்து இந்தக் குட்டிங்க நம்ம வீட்டில் சாப்பாடே சாப்பிட மாட்டேங்குதுங்க" என்றார்.

" விடுங்க வயிறு நிறைஞ்சா சரிதான். சாப்பிட்டீங்களா. வாங்க உட்காருங்க" என்றாள். அவரும் உட்காரவும், "அம்மா, அவருக்கும் எனக்கும் பத்து நாள் கழிச்சு கல்யாணத்துக்கு ஏற்பாடு பண்றாங்க" எனச் சங்கடமாகச் சொன்னாள்.

"நல்லது தானேம்மா கட்டிக்க. இப்ப என்ன தான் தம்பி, உங்க கூட இருந்தாலும், மஞ்சள் கயிறு ஏறினா அந்த உரிமை தனித் தான்" என்றார்.

"எனக்குத் தான் சங்கடமா இருக்குமா. புது இடம், புதுசு, புதுசா ஆளுங்க பயமா இருக்கு." என்றாள். "கல்யாணம் பண்ணினா, அவங்களும் உன் ஆளுங்க ஆயிடுவாங்கம்மா கவலைப் படாதே" எனச் சமாதானம் சொன்னார்.

"நான் எங்க இருக்கனோ, அங்க நீங்களும் வந்திடனும், இதுக்கு எல்லாம் வேற யோசிக்காதீங்க. நீங்க இருந்தா அநி, ஆது பத்தின கவலை இல்லாமல் இருப்பேன்" என்றாள்.

"ஏம்மா நான் என்ன இலவச இணைப்பா" எனக் கண் கலங்கியபடி கேலி செய்தார். "ஆமாம், நீங்க தான் எனக்குத் தாய் வீட்டுச் சீதனம்" எனச் சிரித்தாள்.

"நாளைக்கு உங்கள் மாமனார், மாமியார் வர்றாங்களாமே. செல்வியம்மா சொல்லுச்சு. ராஜியும் வருது" என உபரித் தகவலும் தந்தார். "தீபாவளி களை கட்டுது. நாம ஏதாவது செய்யனுமா அம்மா. " எனக் கேட்டாள்.

"ஆமாம் உன் மாமியாரும், செல்வியம்மாவும் போட்டிப் போட்டு ஆள் வச்சுப் பலகாரம் செய்யறாங்க. நம்மளைத் தான் காணோம்கிறாங்க. அது நம்ம வேலை இல்லை. இப்ப இந்த ஊர் பொம்பளைகளுக்கு, நீ செய்யறது பெரிய வேலைக் கண்ணு. பண்ணைக்கு வர்ற அத்தனை பொம்பளைகளும்

உன்னைப் புகழ்ந்து பேசுதுங்க" என்றார் கலாம்மா.

ஆதிரை போனோடு வந்தது, "அம்மா நித்துப்பாக்கு போன் போடுங்க. குட் நைட் சொல்லனும்" என்றது. "நீயே போடு, நீ குட் நைட் சொல்லலைனா உங்க அப்பா தூங்க மாட்டாரோ, முழுச்சுகிட்டே இருப்பாராக்கும்" எனக் கேட்டாள்.

அதற்குள் ஆதித்யனே வீடியோ கால் செய்தான், "நீயே பேசு" எனக் கொடுத்து விட்டுச் சென்று பெட்டை தட்டிப் படுக்கையை விரித்தாள். மூன்று பிள்ளைகளும் மாறி மாறி பேசி விட்டுக் கட்டிலில் வந்து படுத்தன.

"அப்பா பை, குத் நைத்" எனப் போனை கட் பண்ணப் போனான் அநி.

"அநி, உங்க அம்மா எனக்குக் குட் நைட்டே சொல்லலடா" என்றான்.

"அம்மா, நித்துப்பாக்குக் குட்நைட் சொல்லுங்க" என அவள் மேல் போனை வைத்து விட்டு ஓட, வீடியோ காலில் அவளது வெற்றிடைத் தெரிந்து ஆதித்யனுக்குச் சோதனையைத் தந்தது."டேய்" என அதட்டி விட்டுப் போனை எடுத்தவள், தான் தெரியாமல், டிவி ஸ்கிரீன் தெரிவது போல் திருப்பிப் பிடித்தாள்,"யாரைடி டேய்னு சொன்ன" என்றான்.

"யாரையா இருந்தா என்ன போனை வைங்க. அது தான் பிள்ளைகள்ட்ட பேசியாச்சு இல்லை போனை வைங்க" என எரிச்சலாகப் பதில் சொன்னாள்.

"ஒழுங்கா முகத்தைக் காட்டுடி, எங்க வீட்டில் டிவி இல்லாமல் தான் உன் வீட்டு டிவி ஸ்கிரீனை பார்க்க போன் போட்டேனோ" எனக் கேட்டான்.

"அதெல்லாம் முடியாது, நீங்க தான் என்னைப் பார்க்கப் பிடிக்கலைனு சொல்லிட்டீங்கல்ல, ஒண்ணும் பார்க்க வேண்டாம்" என வீம்பாக இருந்தாள்.

"ஆனால் என் முகத்தைப் பார்க்கனும்னு நீ துடிச்சியாம் "என்றவனின் குரலில் உல்லாசம் இருந்தது. ."இது என்ன புதுக் கதை" எனத் திவ்யா பதிலுக்குக் கேட்கவும். "நிமிஷத்துக்கு நிமிஷம் திரும்பிப் பார்த்தியாம், என் உடன் பிறப்பு சொல்லுச்சு" என்றான்.

"ஆமாம், மச்சானைப் பார்த்திங்களான்னு பாட்டுப் பாடிக்கிட்டு இருந்தேன். போயா மங்கி. எனக்குத் தூக்கம் வருது போனை வை மேன். காலையிலிருந்து ஒரே அலைச்சல்" என்றாள்.

" ஏண்டி கல்யாணப் பொண்ணா வீட்டில் அடங்கி இருக்க மாட்டியா" என்றான். அவன் கேட்டதில் திவ்யாவுக்குச் சிரிப்பு வந்தது, அவள் சிரிக்கவும் அதைப் பார்க்கும் ஆர்வம் அவனுக்கு மேலிட்டது.

"ஏய் போனைத் திருப்பிப் பிடி ,ஆமாம் எதுக்குச் சிரிச்ச" எனக் கேட்டான். போனால் போகுது எனப் போனைத் திருப்பி இரண்டு அடி தூரத்தில் வைத்தாள். வயர்லெஸ் ஸ்பீக்கர் காதிலிருந்தது. இவ்வளவு நேரம் போனைத் திருப்பிப் பிடித்திருந்த போதும் மற்றொரு கண்ணாடியில் அவனைப் பார்த்துக் கொண்டு தான் இருந்தாள்.

"நீங்க தாலி கட்டப் போறது, இரட்டை பிள்ளைகளுடைய அம்மாவுக்கு, கன்னிப் பெண் இல்லை" என்றாள். "முந்தி மாதிரி ட்ரெஸ் செய்தேன்னா, இன்னும் யங்கா தான் இருப்ப,பிள்ளை பெத்தவள்னு யாரும் சொல்லமாட்-டாங்க" என அவளைப் புகழ்கிறோம் என்பதே இல்லாமல், அவளுக்காக அவளிடமே வக்காலத்து வாங்கினான்.

" ம், பிள்ளைகளைப் பார்க்க வர்றேன், பிள்ளைகளைப் பார்க்க வர்-றேன்னு , என்னைச் சைட் அடிக்கிற வேலையைத் தான் பார்த்திங்களோ, அதுவும் வெறுத்த பார்வையில்" என இடக்காகவே கேள்விகளை அடுக்கி-னாள். அவளின் உதட்டோர புன்முறுவலும், அவனுக்காகச் சிறிதே மெனக்-கெட்டுச் செய்து கொண்ட அலங்காரத்திலும் அன்று பார்த்த அழகியாகவே இருந்தாள். இப்போதும் அவள் முகம் தெரியவில்லை. ஆதி தான் தவித்துப் போனான். இராட்சசி கொல்றா. என மனதில் திட்டினான்.

அவளுக்குப் புரை ஏறி, இருமியபடி தண்ணீர் எடுக்க ஓடினாள், ஸ்பீக்கர் அவள் காதிலிருந்ததால், அவளது இருமல், செருமல் எல்லாம் அவன் காதில் விழுந்தது. "வர்ஷி, வர்ஷி" எனத் தவித்தான். அவள் போனை கட் செய்தாள் .

பத்து நிமிட இடை வெளியில் மீண்டும் அழைத்தான். தன்னைச் சமன்படுத்திக் கொண்டவள், பிள்ளைகளுக்குப் போர்த்தி விட்டு, நைட்டியை எடுத்-துக் கொண்டு அடுத்த அறைக்கு வந்தாள். வீடியோ காலை கட் செய்து வாய்ஸ் காலில் பேசினாள்.

"ஒரு சேலை மாற்ற விடுறீங்களா. உங்க அராஜகம் , பெரிய அராஜகமா இருக்கு" என்றாள். அவன் அமைதியானான். "என்ன பேச்சையே காணோம்" என்றாள். "நீ சேலையை மாத்து" என்றான்.

"ஆமாம் உங்க கிட்ட சொல்லிட்டு ரொம்ப மாற்றுவேன், நைட் வேர்த்-தாலும் பரவாயில்லை இப்படியே தான் படுப்பேன்" என்றாள். "ஏய் வாய்ஸ் கால் தானடி, வீடியோ காலா பண்ணினேன்" என்றான்.

"நீங்கதான் வெறுத்த முகத்தைக் காட்டுற ஆளாச்சே, அப்புறம், இதெல்-லாம் என்ன தேவைக்கு. கல்யாணத்துக்கு இன்னும் பத்து நாள் இருக்கு. இங்க வந்தாலும் உங்கள் மாமா வீட்டிலேயே தங்கிக்கங்க" என்றாள்.

"நீ போடுற கன்டிசன் எல்லாம் கேட்க முடியாது, என் இஷ்டத்துக்குத் தான் இருப்பேன். சரி வை. உன் கனவில் என் வெறுத்த முகம் வரட்டும்" என வாழ்த்துச் சொன்னான். "சரி வாங்க, கனவில் ஐ, டேஷ் டேஷ் சொல்-லிக்கிறேன்" எனச் சிரித்தபடி போனை அணைத்தாள்.

ஒரு மனுசன், தன் கோபத்தைக் கூட இழுத்து பிடிச்சு வச்சுக்க முடி-யாமல் இம்சை பண்றடி. இராட்சசி. என மொபைலில் அவள் மாலையில் அலங்கரித்துக் கொண்டு கிளம்பும் போதே , ஒரு செல்பி எடுத்து அவனுக்கு அம்பு விட்டு சாரி கேட்டே அனுப்பி விட்டே சென்றிருந்தாள். அதை வைத்-துக் கொண்டு தான் அவனுக்கு அத்தனை தவிப்பு.

அடுத்த நாள் மாலை திவ்யா கிளினிக் கிளம்பும் நேரத்துக்கு முன்பே ஆதித்யன், பெரியவர்கள் மூவரையும் அழைத்து வந்துவிட்டான். கனகரத்தினம், தமிழ் செல்வி முறைப்படி வரவேற்று உபசரித்தனர். ராஜியும் மதியமே வந்திருந்தாள். பிள்ளைகள் மூன்றும் ஹாலில் விளையாடிக் கொண்டிருந்தன.

ஆதித்யன் கார் சத்தமில்லாமல் தான் வந்து நிறுத்தினான். எனவே உள்ளே வந்த பிறகே பிள்ளைகள் பார்த்தன. அவர்கள் பக்கத்தில் வந்து , "பே எனக் கத்தவும். முதலில் பயந்து "நித்துப்பா" என இரண்டும் அவனைக் கட்டிக் கொண்டன.

ஆதிரை , அவனைத் தோளில் அடித்து, "போங்க பை டேஸா வரலை உங்க கட்சி டூ" என விலகித் திரும்பிக் கொண்டது. அநி "நித்துப்பா நான் டூ வெல்லாம் கிடையாது" எனக் கொஞ்சினான். ஆனந்த்தும் வந்து கட்டிக் கொண்டான். அவர்களைக் கொஞ்சி தாத்தா, ஆத்தா கிட்டப் போங்க என அனுப்பி வைத்தான்.

புவனாவும் ராஜியும், மாமா அத்தை, தாத்தா எனப் பேசிக் கொண்டே, அநிருத்தனை அறிமுகம் செய்து வைத்தனர். கோபித்துக் கொண்ட மகளிடம் வந்தான் ஆதித்யன் . ஆதிரை கையைக் கட்டிக் கொண்டு, ஷோபாவில் போய்த் தோரணையாக உட்கார்ந்து கொண்டிருந்தது, அவனுக்குத் திவ்யாவை மினியேச்சரில் பார்த்தது போல் சிரிப்பு வந்தது. அன்புவும் அதே நேரம் தனியாக அமர்ந்திருந்த மகளிடம் வந்தான்.

"ஆதி வாடா, என்னடா தங்கக் கட்டி தனியா உட்கார்ந்து இருக்கீங்க. இன்னைக்கு அப்பாக்கு செவன்த் கிஸ் தரனும்" என்றான் அன்பு. இறங்கி வந்து அன்புவிற்கு மட்டும் கிஸ் தந்துவிட்டு மீண்டும் அதே இடத்தில் அமர்ந்தது. அதற்குள் இவர்கள் நாடகத்தைப் பெரியவர்களும் கவனித்து இருந்தனர்.

"ஆதும்மா, இங்க பாருங்க போன்ல பார்ப்பமே, ஆத்தா, தாத்தா, பெரிய தாத்தா" என ஆதித்யன் அறிமுகம் செய்து வைத்தான்.

"நித்துப்பா உங்க மேல் கோபம், நீங்க ஒண்ணும் பேச வேண்டாம். " என முறைத்தபடி உட்கார்ந்து இருந்தது. லலிதா பேத்தியின் அருகில் வந்தவர், "ஆதிரை கண்ணு ,என் ராசாத்தி, ஆத்தா கிட்ட வாங்கடா" எனக் கை நீட்டி அழைக்கவும் , அவர் முகத்தில் எதைக் கண்டதோ, அவரின் கைக்குள் சென்றது. "என் தங்கம், என் வைரம், என் ராசாத்தி" என மாற்றி, மாற்றி முத்தம் தந்து உச்சி முகர்ந்து, "நீங்க பிறந்தது கூடத் தெரியாமல் மூன்று வருஷமா ஆத்தான்னு ஒருத்தி குத்துக் கல்லாட்டம் இருந்திருக்கிறேன் பாரு" எனக் கண் கலங்கினார்.

திவ்யா காரின் கதவு திறக்கும் சத்தம் கேட்கவும், ஆதித்யன் வெளியே விரைந்தான். அதற்குள் அவள் மெடிக்கல் கிட்டை முன் சீட்டில் வைத்து விட்டுத் திரும்பினாள். நேற்றைப் போலவே இன்றும் மிதமான ஒப்பனை இருந்தது. ஆதியைப் பார்க்கவும் புருவம் உயர்ந்தது, அதே கதவில் கையைக்

கட்டி சாய்ந்து நின்றாள்.

"ஹலோ, மிஸ்டர் வெறுத்த பார்வை வந்தாச்சா. கோபம் ஸ்டாக் அவுட்டா." என அவள் கேட்கவும் அவனுக்குப் பத்திக் கொண்டு வந்தது. "உனக்குக் கிண்டலா இருக்கும்டி. அப்பா, அம்மா வந்திருக்காங்க.வா" என்றான். இவ்வளவு நேரம் இலகுவாக நின்றவள், பதற்றமான முகப் பாவத்தில், தயங்கியே நின்றாள். அவள் முகத்தைப் படித்தவன்,

"உனக்காகத் தான் இவ்வளவு தூரம் வந்திருக்காங்க. எப்பயா இருந்தாலும் சந்திச்சு தானே ஆகனும் உள்ளே வா" என அவள் கையைப் பிடித்தான். அவள் கை சில்லிட்டு இருந்தது. அவளைத் தோளோடு அணைத்தவன், "உன்னளவு எங்கம்மா டெரர் கிடையாது வா" எனக் கைப்பிடியில் அவளை அழைத்து வந்தான். "என்னைப் பற்றி என்ன சொல்லி வச்சிருக்கீங்க" எனச் சங்கடமாகவே கேட்டாள்.

அவளைத் திரும்பிப் பார்த்தவன் குறும்பு மேலிட, "நிறைய, என்னை என்னவெல்லாம் பாடு படுத்தினன்னு எல்லாம் எங்க அம்மாவுக்குத் தெரியும் வாடி வா" எனச் சொல்லவும். அவள் அவன் கைபிடியிலிருந்து தன்னை உருவி கொண்டு, " நான் நைட் வந்து பார்த்துக்குறேன். " எனத் திரும்பினாள். முதல் நாள் பள்ளி செல்ல மறுக்கும் குழந்தை போல் இருந்தாள் ,அந்த டாக்டரம்மா.

"ஏய் அடி பிச்சுடுவேன் வாடி, பேச்செல்லாம் என்கிட்ட மட்டும் தான்விளையும்" என அவளோடு வீட்டை நெருங்கி இருந்தான். இவர்களை ஜன்னல் வழியே பார்த்திருந்த ராஜி, திவ்யாவுக்குச் சங்கடமில்லாமல் இருக்கும் பொருட்டு ராஜி வந்து கட்டிக் கொண்டாள். "அக்கா வாழ்த்துக்கள், எப்படியோ என் ரூட்டை கிளியர் பண்றீங்க" என ஆதி பிடியிலிருந்து திவ்யாவைக் கைப்பற்றி, தாத்தாவிடம் அழைத்துச் சென்றாள்.

"திவ்யாக்கா பெரிய தாத்தா, இவங்க " என ராஜி முடிக்கும் முன். "என் மகள் வீட்டுப் பேத்தி, கார்த்திகை மகள்" என்றார். அந்த அறிமுகத்தை எதிர் பாராத திவ்யா அவர் காலைத் தொட்டு வணங்கினாள்.

"நூறு வருஷம், தொங்கத் தொங்கத் தாலி கட்டி நல்லா மகராசியா இருடா" என்றார். அடுத்து ராஜேந்திரனுடன் கனகரத்தினமும் அமர்ந்திருக்க, "அத்தான் எங்க மகள், டாக்டர் திவ்யவர்ஷினி, ஊருக்குள்ள வந்து கேட்டுப் பாருங்க, உயிரைக் காப்பாற்றும் தேவதைனு கொண்டாடுவாங்க. அவ்வளவு விலை மதிக்க முடியாத செல்வத்தைத் தான் கடத்திட்டுப் போகப் போறீங்க" எனத் திவ்யாவைச் சிலாகித்துப் பேசினார்.

" வணக்கம் அங்கிள்" என அவள் கை குவித்து அவர் காலைத் தொட, "நல்லா இரும்மா. கனகு , விஜயன் இருந்திருந்தால் முன்னாடியே, எங்கள் மருமகளைத் தாரை வார்த்துக் கொடுத்திருப்பான். எனக்குத் தான் அந்தக் கொடுப்பினை இல்லாமல் போச்சு" என வருத்தமாகப் பேசவும் திவ்யாவின் கண்கள் கலங்கின.

"முதல் முதலில் மருமகளைப் பார்க்கும் போதே அழ வைப்பிங்களா நீங்க" எனக் கடிந்து கொண்ட லலிதா, திவ்யாவை அணைத்து உச்சி முகந்தார். "என்னால் தான் ஆதியும் நாலு வருஷம் கஷ்டப் பட்டார் மன்னிச்சுக்குங்க" என அவள் இமை தழைக்கவும், அவள் உளறிவிடுவாளோ என அவசரமாக வந்த ஆதி,

"அம்மா குறையா கூட உங்கள் மகனை எதுவும் சொல்லக் கூடாதாம், அவளே பழியை ஏத்துக்கிறா பாருங்க" என வந்தான். அவனை நிமிர்ந்து பார்க்கவும், கண்களால் பேசாமலிரு எனச் செய்தி சொன்னான்.

" நாங்கதாம்மா, உன்னைத் தவிக்க விட்டதுக்கு வருந்தி நிற்கனும். ஆதி தனி மரமா நிற்கிறானே, எப்ப மனுஷ மக்களோடு சேர்ந்து சாதாரண வாழ்க்கை வாழுவான்னு கவலைப் படுவேன். இப்ப பாரு குடும்பஸ்தனா இரட்டை பிள்ளைகளோட இருக்கான். மணி மணியா பெத்து வச்சிருக்க." என மகிழ்ச்சியை வெளிப்படுத்தினார். அவளைத் தன் கணவர் மற்றும் மாமனார் இருக்குமிடத்தில் அழைத்து வந்து அமர்த்திப் பேசிக் கொண்டிருந்தார்.

ஆதி மீண்டும் மகளிடம் சமாதானம் பேச வந்தான். ஆத்தா கொஞ்சியதில் மகிழ்ந்திருந்த ஆதிரையை, "ஆதுமா நித்துப்பா மேல் என்டா கோபம்" எனக் கேட்டான். "நீங்க ஏன் இத்தனை நாளா எங்களைப் பார்க்க வரலை அது தான் கோபம்" என்றது.

"அப்பாக்கு வேலை இருந்ததுடா, ஃபேக்டரி ஓட ஆரம்பிச்சுடுச்சா அதுனால தான் வர முடியலை" என ஆதுவை மடியில் தூக்கி வைத்துக் கொண்டு கொஞ்சினான்.

"ஃபேட்ரி எங்கப்பா ஓடிச்சு, நீங்க அதைப் பிடிக்கப் போனீங்களா" என ஆதிரைக் கேட்கவும் அன்பு, ஆதித்யன் இருவருமே பலமாகச் சிரித்தனர்,

"என் மகளுக்கு இருக்க அறிவைப் பார், தங்கக் கட்டி அப்பாக்கு இன்னோரு கிஸ் கொடுங்க" என அன்பு கேட்டு வாங்கிக் கொண்டான். "அன்புப்பா அடுத்தக் கிஸ் , பிசியோ முடிச்சோன தான்" என அடுத்ததுக்குக் கன்டிசனும் போட்டது.

"அப்படியே, அம்மா போலவே வந்திருக்கு" என ஆதுவைக் கொஞ்சினான் ஆதி. "பிரதர், இப்பக் கொஞ்சினது, அம்மாவையா, மகளையா" என அன்பு சீண்டவும்.

"உனக்கு எந்தப் பதில் சந்தோஷம் தருமோ , அதையே வச்சுக்க" எனப் பதில் தந்தான் ஆதி. அவர்கள் சிரித்ததில் மற்றவர் விவரம் கேட்கவும், அவர்களிடமும் ஆதிரை கேட்டதைச் சொல்லிச் சிரித்து விட்டு, அதற்கான சரியான விளக்கமும் சொன்னான். சிறிது நேரம் பேசிக் கொண்டிருந்து திவ்யா கிளினிக் கிளம்பினாள்.

கனகரத்தினம், திவ்யா இந்தச் சுற்றுவட்டார மக்களுக்காகச் செய்யும் வேலைகளைப் பற்றி எடுத்துச் சொன்னார். மருமகள் மேல் அவர்களுக்கும்

நல்ல மதிப்பு வந்தது. "ஆதி, நீ திவ்யாவை விட்டுட்டு வரலாம்ல" என லலிதா மகனை வினவினார்.

"நீங்க, உங்களை மாதிரியே உங்கள் மருமகளுக்குத் துணை வேணும்னு நினைச்சிங்களா. அவள் நடு ராத்திரியிலும் தனியா போயிட்டு வருவா" என மனைவியின் பெருமை பேசினான்.

"ஏன் கனகு , வயசு பெண்ணை இப்படியா போக விடுவ" என லலிதா தம்பியிடம் குறையாகக் கேட்டார். "அக்கா, இங்க இருக்கக் கிளினிக் போறதா இருந்தால் சொல்லாமல் போயிடும். நம்ம இடத்து செக்யூரிட்டி தாண்டி யாரும் வர முடியாது. நம்ம காம்பவுண்ட் தாண்டி வெளியே போனால், எனக்குப் போன் அடிக்கும். சுப்பு , ராமு கூடப் போவாங்க" என்றார்.

"என்னமோப்பா எனக்குப் பயந்து வருது. நம்மவுங்க இப்படி எல்லாம் பழகலையே" என லலிதா கவலைப் படவும், ராஜேந்திரன் ," ஏம்மா, உங்கவுகள்ல யார் டாக்டரா இருந்தாங்க. மருத்துவம்னு வந்திட்டாளே நேரம் காலம் பார்க்காமல் சேவை செய்கிறது தான். மனித உயிர் எவ்வளவு முக்கியம். "என மருமகளுக்கு ஆதரவாகப் பேசினார்.

"அதுவும் சரிதான் டாக்டருங்க ஒரு வார்த்தை சொல்றதில் தான் நமக்கு எவ்வளவு நம்பிக்கை வந்திடுது" என லலிதா தாவே சமாதானம் அடைந்தார்.

அன்பு பிசியோ செய்யப் போனான். புவனா இவர்களோடே உட்கார்ந்து இருந்தாள். "என்னம்மா நீ போகலையா" எனத் தாத்தா கேட்டார்.

"அதுக்கும் டாக்டரம்மா தடை விதிச்சிட்டாங்க. நான் இருந்தால் எந்த எக்ஸர்ஸைசும் சரியா செய்ய மாட்டேங்கிறாங்கலாம். அது தான் " என அவள் காரணம் சொல்லவும், "புவனா இதை நீ குறையா எடுத்துக்காத. நீ நிற்க சொன்னா, தம்பி ஏதாவது காரணம் சொல்லுதே, திவ்யா சொன்னால் பேசாமல் செய்யுது பார்" எனத் தமிழ்ச்செல்வி காபி பலகாரம் பரிமாறியபடி ஆறுதல் சொன்னார்.

"நான் ஒண்ணும் குறையா சொல்லமா, அத்தை கேட்டதுக்குச் சொன்னேன். ஆனால் அத்தை, இப்பல்லாம் அத்தானே ஊன்றி எந்திரிக்கிறாங்க. என் மேல் வெயிட் இறங்காம எந்திரிக்கிறாங்க" எனச் சிலாகித்தாள்.

"அன்புவும் அவள் பேச்சுக்குத் தலையாட்ட ஆரம்பிச்சுட்டானா. ஏற்கனவே இனியன் அவளுக்குத் தான் ஜால்ரா அடிப்பான். என்னையும் அதே மாதிரி எதிர் பார்ப்பாள்" என ஆதி குறை படவும் ராஜி பேச்சில் புகுந்து, "அத்தான் மீசையில் மண்ணு ஒட்டிக் கிடக்குது. இதில் டயலாக்கு இனிமே விழுந்திடுவேன்னு. உங்கள் வரலாறு எல்லாருக்கும் தெரியும். ரொம்பச் சீன் போடாதீங்க" எனக் காலை வாரினாள்.

"அத்தை மகளே, அதெல்லாம் நாங்க டெரர் தான், உங்கக்கா ஐந்து நாளில் ஆயிரம் சாரி மெஸேஜ் அனுப்பி இருக்கா பார்" எனக் காண்பித்தான். "நம்ப முடியலையே. சரி அக்கா வரவும் பஞ்சாயத்து வச்சுக்குவோம்"

என்றாள் ராஜி.

"வாயைமூடுடி. அவங்களோட போய்ச் சரிக்குச் சரி பேசுற" எனப் புவனா ராஜியின் வாயை அடக்கினாள். இயற்கை காற்றின் சுகத்தில் ஆளுக்கு ஒரு கட்டில் சேர் எனப் போட்டு வெளியே உட்கார்ந்தனர். திவ்யாவும் திரும்பி இருந்தாள். அன்புவின் ரொட்டின் செக்கப் முடித்துக் கிளம்பினாள்.

"ராஜி, எங்க உங்க ராசாவைக் காணோம்" என அவளுக்கு மட்டும் கேட்கும் விதமாகத் திவ்யா கேட்கவும், "பெரிசுங்க எல்லாம் இங்க இருக்குதே, அதுதான், சிறிசு ஃபேக்டரியை பார்த்துக்கும். நாளைக்கு நைட் வருவார் . அதை விடுங்க, எனக்கு விவரம் தெரிஞ்சு இத்தனை வருஷத்தில், லலிதா அத்தை இந்த முறை தான் பிறந்த வீட்டில் தீபாவளி கொண்டாட வந்திருக்காங்க. எல்லாம் உங்களுக்காகத் தான்" என்றாள் ராஜி.

திவ்யா யோசனையாக நிற்கவும், ஆதி கண்ணைக் காட்டினான். திவ்யா, "தாத்தா, அங்கிள், ஆண்டி வீட்டுக்கு வாங்க.பக்கத்து போர்ஷன் தான்" என்றாள். " பேத்தியா யார் வீட்டுக்கு கூப்பிடுற" என ரகுநாத ராஜன் வினயமாகக் கேட்கவும்.

" நம்ம வீட்டுக்குத் தான் தாத்தா, உங்க பேத்தி கூப்பிடுறா" என ஆதித்யன் எடுத்துக் கொடுக்கவும். "சாரி தாத்தா, எனக்கு ஜாயின்ட் ஃபேமலியில் இருந்தே பழக்கம் இல்லை. இனிமே கத்துக்குறேன். பக்கத்தில் இருக்க நம்ம வீட்டுக்கு வாங்க" என்று அழைத்தாள்.

"வந்துட்டாப் போச்சு. நீ டயர்டா வந்திருப்ப. போய்ச் சாப்பிடுமா. நான் காலையில் வர்றேன்" என்றார் ரகுநாத ராஜன்.

லலிதாவும், ஆதியும் திவ்யாவோடு அவளது வீட்டுக்கு வந்தார். "சாப்பிட வாங்க ஆண்டி " எனக் கூப்பிட்டாள். " நான் சாப்பிட்டேன்மா, நீயும் ஆதியும் சாப்பிடுங்க" என்றார். குளித்து ஒரு சுடிதாரில் வந்தாள். "இன்னைக்கு ஒரு பிரசவ கேஸ்" என லலிதாவிடம் எதைப் பேச என யோசித்துப் பொதுவாகப் பேசினாள். "அதெல்லாம் பார்த்துடுவியா" என வியந்து கேட்டார்.

"இங்க வந்து தான் பழகினேன். நார்மல் டெலிவரின்னா பார்த்துடுவேன். சிசேரியன் பண்றதா இருந்தால் புதுக் கோட்டை அனுப்பிடுவேன்" எனப் பேசியபடி கலாம்மாவை அறிமுகம் செய்து வைத்தாள்.

"இவங்கதான் ஆண்டி, எனக்கு அம்மாவுக்கு அம்மாவா எனக்கு எல்லாமுமா என்னையும் பிள்ளைகளையும் பார்த்துக்குவாங்க. பிள்ளைகள் வயித்தில் இருந்ததிலிருந்து என் கூடவே இருக்காங்க" என்றாள்.

"ரொம்ப நன்றிமா, நானும் கார்த்திகையும் செய்ய வேண்டியதை நீங்க செஞ்சிருக்கீங்க" என நன்றி உரைத்தார். பிறகு ஹாலில் வந்தமர்ந்து சொந்த பந்தம் என யார் யாரையோ பேசி முறையைக் கண்டுபிடித்துக் கொண்டிருந்தனர்.

டைனிங்கில் ஆதியும், திவ்யாவுமாக அமர்ந்திருந்தனர். அவன் கையைக் கட்டிக் கொண்டு பேசாமல் மௌனமாக இருந்தான். "என்ன சாப்பிட மாட்-

டிங்களா, ஊட்டி விடனுமா" எனக் கேட்டாள்.

" இங்க என்னடி பண்ணிகிட்டு இருக்க" எனக் கோப முகமாகவும் குரலை அடக்கியும் கேட்டான். "சாப்பிட எடுத்து வைக்கிறேன், நீங்க இன்னும் சாப்பிடலைல" எனக் கேள்வியாகக் கேட்டாள்.

"அதைக் கேட்கலை, போலீஸ் கம்ளைன்ட் எல்லாம் கொடுத்து ஏதோ அலையிறியாம் மாமா சொல்றார். ஊரை விட்டு கிளம்புகிற நேரம் இதெல்லாம் தேவையா" என்றான்.

"ஹாலில் உங்க அம்மா உட்கார்ந்து இருக்காங்க. எனக்குச் சண்டை போடுற மூடும் இல்லை பசிக்குது சாப்பிடுவோமா, வேண்டாமா. நைட் உங்கள் கேள்விக்கு எல்லாம் பதில் சொல்றேன் ப்ளீஸ்" என்றாள்.

"சரி சாப்பிடு" என அவன் தலையில் கைவைத்து அமர்ந்திருக்க. அவளும் சாப்பிடாமல் மூடி வைத்து எழுந்தாள். "இப்ப எதுக்குச் சாப்பிடாமல் எந்திரிக்கிற" என அதற்கும் கோபப் பட்டான்.

"ஆமாம், இப்படி முகத்தை வச்சி கிட்டு உட்கார்ந்து இருந்தால் எப்படிச் சாப்பிடுறது" என அவள் குறைபடவும். "இது தான் வெறுத்த முகம், இனிமே இப்படித்தான் இருக்கும்" என்றான்.

"அப்ப உங்கள் வீட்டுக்கு வந்தா நான் பட்டினியா தான் கிடக்கனும் அப்படித்தானே" எனக் கேட்டாள். "இந்தப் பேச்சுக்கு ஒண்ணும் குறைச்சல் இல்லை. எனக்கும் எடுத்து வை. உன் கூடப் போராடவாவது எனக்குத் தெம்பு வேணும்" என இருவருமாகச் சாப்பிட்டு வந்தனர்.

திவ்யா, லலிதாவிடம் அவர்களுக்காகத் திருச்சியிலிருந்து வாங்கி வந்த துணிகளைக் கொண்டு வந்து காட்டினாள். லலிதாவும் பார்த்து விட்டு, இங்கேயே இருக்கட்டும்மா, தீபாவளி அன்னைக்கு இங்கே வச்சு சாமி கும்பிடுவோம். நம்ம வீட்டை பூட்டிட்டு வந்தமேன்னு இருந்துச்சு. இதுவும் நம்ம வீடு தானே, இங்க கும்பிடுவோம்" என்றார்.

"சரிங்க ஆண்டி" என்றாள். "திவ்யா அது என்னடா, வெளி நாட்டுகாரவுக மாதிரி மாமியாரைப் போய் ஆண்டிங்கிற, அத்தைனு கூப்பிடு. " என உரிமையாகச் சொல்லவும். "சரிங்க அத்தை" என ஆதித்யனை பார்த்தவாறே சொன்னாள்.

மனம்26

தீபாவளிக்கு முதல் நாள், பண்ணையில் வேலை செய்பவர்கள், மில் தொழிலாளர்கள் என அனைவருக்கும் சென்ற வாரமே போனஸ் தொகைப் பட்டுவாடச் செய்யப் பட்டிருக்க, ஒரு கிலோ இனிப்பு மற்றும் காரம் பாக்கெட்களை அன்று விநியோகம் செய்தனர். கனகரத்தினம், ஆனந்த், அநி, ஆதிரை கைகளால் இனிப்புகளை விநியோகித்துக் கொண்டிருந்தார். ராஜியும், புவனாவும் அவருக்கு உதவிக் கொண்டிருந்தனர். தாத்தா ரகுநாத

ராஜன் நாற்காலியில் அமர்ந்து பார்த்துக் கொண்டிருக்க, ராஜேந்திரன் போனில் பிசியாக இருந்தார். அன்பு ஓய்வு எடுத்துக் கொண்டிருந்தான். செல்வியம்மாவும், லலிதாம்மாவும் அடுப்படியில் வேலையாக இருந்தனர்.

ஆதித்யன் வழக்கம் போல் திவ்யாவை முறைத்துக் கொண்டு உட்கார்ந்திருந்தான். அவள் கட்டில் மீது சில காகிதங்களைப் பரப்பி எதையோ குறித்துக் கொண்டும், எழுதிக் கொண்டும் இருந்தாள். இங்கிருந்து கிளம்பும் முன் அடுத்து வரும் மருத்துவருக்கு வசதியாக மருந்து மாத்திரைகள் முதற்கொண்டு எல்லா ஏற்பாடுகளும் செய்து வைத்துக் கொண்டு இருந்தாள். ஆதித்யன் முழுதாக அவளை வம்பிழுக்கும் மூடில் இருந்தான்.

"ஏண்டி, உலகத்திலேயே நீ மட்டும் தான் பிசியா இருக்க மாதிரி, என்ன ஒரு பில்டப், நாங்க எல்லாம் வேலை வெட்டி இல்லாமல் தான் இங்க வந்து உட்கார்ந்து இருக்கோமா" என்றான். அவனை நிமிர்ந்து பார்த்த திவ்யா,

"வேண்டாத பொண்டாட்டி, இல்லை இல்லை, இன்னும் தாலி கட்டலை அதனால் பொண்டாட்டி இல்லை, வேண்டாத காதலி,ச்சி இல்லை, இப்ப நீங்க இருக்கிற மூடுக்கு அதுவும் சரியில்லை, நித்யன் உங்களுக்கு என்னை என்னன்னு சொல்றது" என்றவள் அவனது முறைப்பில் "சரி ஏதோ ஒன்னு வேண்டாத நானு , கைப் பட்டாலும் குத்தம், கால் பட்டாலும் குத்தம்னு, எதுக்கெடுத்தாலும் கோவிச்சுக்கிட்டா நான் என்ன பண்றது" என அவள் பேசியதில் மேலும் எரிச்சல் ஆனவன், "வேணாம்னு தான், உன்னைத் தேடி வந்து உன் முன்னாடி உட்கார்ந்து இருக்கேனா. "என்றான்.

"சரி பிரச்சினை என்னன்னு சொல்லுங்க. என்னால் தான், நான் தப்பா புரிஞ்சுக்கிட்டதால தான், நாம நாலு வருஷம் பிரிஞ்சு இருந்தோம். எனக்கும் அந்த ஆற்றாமை, குற்ற உணர்ச்சி எல்லாமே இருக்கு. நான் என்ன செஞ்சா உங்க கோபம் போகும். என் மேல் கோபத்தைக் காண்பிக்கனும்னு, இப்படி இழுத்து பிடிச்சு உட்கார்ந்து இருந்தால், அது உங்க இயல்புக்கு மாறானது. இதிலையும் நீங்க தான் ஹார்ட் ஆகுறீங்க." எனப் பொறுமையாகக் கேட்டாள்.

" பிள்ளைகள் பிறக்கலைனா, என்னைத் தப்பா நினைச்சதுக்கு, என்னைப் பாசிங் க்ளௌடா மறந்துட்டுப் போயிருப்பேல்ல" எனக் குமைந்தான். அவள் பேசாமல் இருந்தாள்.

"சொல்லுடி மறந்து வேற வாழ்க்கை தேடிகிட்டு இருந்திருப்பேல்ல, அன்னைக்குக் கூட ஏதோ நியூசிலாந்தில் டாக்டர் பேர் சொன்னியே, அவனை மாதிரி யார் கூடவாவது செட்டில் ஆகியிருப்ப. " என அமிலமாக அவன் வார்த்தைகளைக் கொட்டவும் திவ்யா இறுகிய முகமாகத் தன் வேலையில் கவனமாக இருந்தாள்.

அவனே தொடர்ந்து "நான் தான் ஓடி, ஓடி வந்து என் காதலைச் சொன்னேன். இப்பவும் பிள்ளைகள் இருக்கிற கட்டாயத்துக்காகத் தான் என்னைக் கல்யாணம் செஞ்சுக்கச் சரின்னு சொல்லியிருக்க." என ஒரு வாரமா-

கத் தன் மனதில் மருகிய வார்த்தைகளை அவளிடமே கொட்டினான்.

வெண்ணெய் திரண்டு வரும் நேரம் தாழியை உடைப்பது போல் இருந்தது அவன் பேச்சு. ஆனாலும் அவனது மனவேதனை, மற்றவர் முன்பு அவளைத் தாங்குபவன், தனிமையில் அவளைச் சொல்லம்பால் வீழ்த்தினான்.

திவ்யா வார்த்தையை வளர்க்க விரும்பாமல் ,காகிதங்களை அடுக்கி அதனிடத்தில் வைத்து அந்த அறையை விட்டு வெளியேறப் போனாள், அதை யூகித்து அவளை முரட்டுத்தனமாகப் பற்றியவன், சுவற்றோரம் சிறைப் படுத்தி அவள் முகவாயை அழுந்தப் பற்றினான். நேராக அவள் முகத்தைப் பார்க்கும் போது அவள் மனதின் வலி கண்களின் வழியாகக் கண்ணீராக வந்தது.

அதைப் பார்த்திருந்த ஆதித்யன் தான், துடித்துப் போனான். அவளைக் காயப்படுத்தியதும் தான் தான், என்பதை மறந்து அவள் கண்களைத் துடைத்தவன், "வர்ஷி அழாதடி" என அவன் அவளை அணைத்தான். அவன் ஆறுதல் சொன்னதில் அவன் தான் தன்னைக் காயப்படுத்தியவன் என்பதை அவளும் மறந்து அவனிடமே அழுது தீர்த்தாள்.

பின்னர் அவன் பேசியது நினைவு வந்தவளாக, "விடுங்க, அதான் மனசில் இருக்கிறதை எல்லாம் கொட்டிட்டிங்க இல்ல, ஒரு வாரமா இதைத் தான் யோசிச்சீங்களாக்கும். ஆமாம் நான் கர்பமாகாமல் இருந்திருந்தா, இந்த நாட்டை விட்டு எப்பவோ போயிருப்பேன். எனக்குன்னு யார் இருந்தா. அது தான் அனாதையாக்கிட்டுப் போயிட்டாங்களே. அவங்களை மறக்கிறதுக்கும், உங்கள் துரோகமா நான் நினைத்ததை மறக்கிறதுக்கும் , என்னவாகியி-ருப்பேனோ தெரியாது. ஒரு வேளை குடிகாரியாவோ, போதை மருந்துக்கு அடிமையா எவன் கூடையாவது சுத்திக் கிட்டு இருந்திருப்பேன். போதுமா இதைக் கேட்கத் தானே ஆசைப்பட்டீங்க" என ஆத்திரமாகப் பேசி அவனை உதறி அறையை விட்டு வெளியேற முயன்றாள்.

அவள் பேசியதில் வெறி வந்தவனாக அவள் தோள்களைப் பற்ற ப்ளவுஸ் கிழிந்தது. அவளைத் திருப்பி மூர்க்கத்தனமாக அணைத்தவன், "அப்பவும் உன்னைத் தான் நினைச்சிட்டு இருந்திருப்பேன்னு ஒரு வார்த்தைக்காகவா-வது சொல்றியா." என இழுத்து வலிமையாக அணைத்திருந்தான். அவளை நோகடிப்பதையும் மறந்த அவனது தேடல், அவள் அவனிடம் முழுமையாகச் சரணடைய வேண்டும் என்ற எதிர்பார்ப்பு, அவள் தனக்கே தனகானவளே என்ற உரிமையை நிலைநாட்ட அவன் கையாண்ட விதம், இது நான்கு நாட்களின் தவிப்பு இல்லை, நான்கு வருடத்தின் தவிப்பு. அணைப்பு இறுக-வும்

"ப்ளீஸ் விடுங்க, என் உடம்பு வலிக்குது. " என அவள் துவண்டாள். "ம்ப்ச்" என அப்போது தான் அவளை இறுக்கி இருந்தது புரிந்து விலகினான். யார் முகத்தையும் பார்க்கப் பிடிக்காதது போல் காரை எடுத்துக் கொண்டு விரைந்தான். இரண்டாவது வளைவில் மில் பகுதியிலிருந்து ஒரு

கார் வந்தது. ஆதித்யன் சற்றே நிதானித்தான்.

பக்கத்தில் வந்து நின்றது, கார் கண்ணாடியை இறக்கி வீரா, "வணக்கம் அத்தான்" என்றான். தன்னைச் சமாளித்தவன், அவர்களை வரவேற்கும் புன்னகையுடன்

"வீரா, வணக்கம் வாங்க, வாட் எ ஸர்ப்ரைஸ், தாத்தாவும் வந்திருக்-காங்களா" என்றான். பிறகு ஓரிரு வார்த்தைப் பேசி தனது வண்டியையும் திருப்பினான். வீடு நெருங்கவும் தான் திவ்யாவின் நிலை நினைவில் வந்-தது. தாத்தா வரும் செய்தியை அவளுக்குத் தெரிவிக்கப் போன் செய்தான், ஆனால் அவள் எடுக்கவில்லை.

ஆதித்யன் அவசரமாக இறங்கி வந்து ஜமீன்தாரை வரவேற்றான். பின் இருக்கையிலிருந்து, ஜெய், ஸ்ரீ, மங்கையோடு வனிதாவும் வந்திருந்தார். ஆதி அவர்களையும் வரவேற்றான்.

கனகரத்தினம், இனிப்புகளை விநியோகம் செய்து முடித்திருந்தவர்,வேக-மாக அவரிடம் விரைந்து, "வாங்க ஐயா" என இருகரம் கூப்பி வரவேற்றார். அவரும் தலையசைத்து,"வர்றோம்" என்றார். அநி,ஆது "பாட்டையா" என அவரது கால்களைக் கட்டிக் கொண்டன. "என் வைரக் கட்டிங்க இங்க தான் இருக்காங்களா" என அவர் வியப்பாகக் கேட்கவும்.

"உங்களுக்கு அது கூடத் தெரியாதா" எனக் கிலுக்கிய ஆதிரையை ஸ்ரீ-யும், "பாத்தையா தாத்தாவே இப்பத்தான் இங்கே வர்றாங்க" என்ற அநியை ஜெய்யும் தூக்கிக் கொண்டனர். மாமாக்களிடம் பேசிக் கொண்டே வந்தன. ராஜி, புவனாவிடம் அவர்கள் யாரெனச் சொல்லவும் அவளும் வனிதாவை வாங்கவென வரவேற்றாள் . வீட்டை நோக்கி அனைவருமாக நடந்தனர். ராஜேந்திரன், போர்டிக்கோவில் வந்து வாங்க என வரவேற்றார். இவ்வளவு நேரம் அங்கிருந்த ரகுநாத ராஜன், அப்போது தான் உள்ளே சென்றிருந்தார்.

கனகரத்தினம் வீட்டுக்குள் அழைக்க, "திவ்யா" எனக் கேட்டார். "அடுத்-தப் போர்ஷன் தாத்தா, வாங்க" என ஆதி வரவேற்றான்."பேத்தியை பார்த்-திட்டு வந்திடுறேன், உட்கார்ந்து பேசுவோம்" எனக் கனகரத்தினம், ராஜேந்-திரன் இருவரையும் பார்த்துச் சொல்லி விட்டு ஆதியுடன் நடந்தார். புவனா வந்தவர்களுக்குக் குடிக்க ஏற்பாடு செய்ய வீட்டுக்குள் சென்றாள். ராஜி, மங்கை வனிதாவை அழைத்துக் கொண்டு திவ்யா வீட்டிற்குச் சென்றாள்.

திவ்யா எந்த நிலையில் இருப்பாளோ என ஆதித்யன் கவலையாக வந்-தான், "வர்ஷி" எனக் குரல் கொடுத்தபடியே வந்தான். அவள் வேறு ஒரு சேலையில், அழுததை மறைத்த ஒப்பனையோடு இருந்தாள். ஆதி கிளம்பிய போதே, கேட்டில் நின்று வீரா போன் அடித்தான், அவள் போனை செக்யூ-ரிட்டியிடம் கொடுக்கச் சொல்லி, இவள் பேசிய பின்னரே உள்ளே அனும-தித்தனர்.

"வாங்கத் தாத்தா, வீரா, ஜெய், ஸ்ரீ, மங்கை வெல்கம், வாங்க" என வனிதாவையும் பார்த்துப் புன்னகைத்தாள் திவ்யா. "திவ்யாம்மா, மற்றவங்க-

ளைத் தெரியும். இது உன் இரண்டாவது சித்தி வனிதா. " என அறிமுகம் செய்து வைத்தார்.

ஆதித்யனும், தாத்தாவும் ஷோபாவில் அமர, இவள் டையனிங்கிலிருந்து சேர்களை எடுக்க முயல, வீரா, "அக்கா கீழேயே உட்கார்ந்துக்குவோம்" எனக் கீழே அமர்ந்தனர்.

கலாம்மா தண்ணீரோடு வந்தவர்" வாங்கப்பா, நல்லா இருக்கீங்களா" என விசாரித்தார். "நான் நல்லா இருக்கேன். நீ நல்லா இருக்கியா" என விசாரித்தார்.

"திவ்யாம்மா, உங்க சித்தி உன்னைப் பர்க்கனும் உன்கூடப் பேசனும்னு வந்திருக்கு. வனிதா, நான் இதோ என் பெரிய பேத்தியை அறிமுகப்படுத்தி வச்சிட்டேன். நீ பேசிக்கம்மா" என்றார் தாத்தா. "ஏன் தாத்தா, ஏதோ கடமையை முடிச்ச மாதிரி பேசுறீங்க" எனக் கேட்டாள் திவ்யா.

"இத்தனை வருஷம் கழிச்சு இப்பத்தான் உன்னைப் பத்தின விசயத்தைச் சொன்னேன்னு, உன் சித்திகளுக்கு என் மேல் கோபம்" என்றார்

."தாத்தா மேல் ஒரு தப்பும் இல்லை. நான் தான், என்னைப் பற்றி யாருக்கும் தெரியக் கூடாதுன்னு சத்தியம் வாங்கியிருந்தேன். அப்பா, அம்மா இழப்புக்கு அப்புறம் , அறிஞ்சவங்க, தெரிஞ்சவங்களைப் பார்க்கச் சங்கடமாக இருந்தது. " என்றவள் தயங்கியபடி,

"நான் இருந்த நிலையும் , யாருக்கும் தவறான முன்னுதாரணமா ஆகக் கூடாதுன்னு நினைச்சேன்" என அவள் சொல்லும் போது, ஆதித்யன் மனம் வருந்தியது. 'அவள் பிரிந்த காரணத்துக்காக அவள் மேல் கோபம்கொண்டேனே, அவள் சங்கடத்தை நான் உணரவே இல்லையோ' என மனதில் தன்னையே நொந்து கொண்டான்.

" இல்லைமா, நீ உன்னை அப்படி நினைக்காதே, நாங்களும் உன்னை அப்படி நினைக்கலை. உங்கள் அப்பா, அம்மா இருந்திருந்தா, இப்படி நீ நிற்க வேண்டிய அவசியமே வந்திருக்காது. தனி மரம் தோப்பாகுமா. எங்க அத்தை கொஞ்சம் கடுமையா பேசுவாங்க, ஆனால் பழகினால் அவங்களைப் புரிஞ்சுகலாம். உங்க எல்லாருக்கும் இருக்கும், பரம்பரை ஜமீன் பிடிவாதம் அதனால் உங்கப்பா ஒதுங்கிட்டாங்க. கடைசியில் நீ தானே பாதிக்கப்பட்ட.

இதை உங்கப்பா அம்மாவும், உன் கல்யாணம் வரும் போது தான் யோசிச்சு இருப்பாங்க. நடந்தது நடந்திருச்சு. இனியும் ஒதுங்கி நிற்காதே. உனக்கு உங்க தாத்தாகிட்ட உரிமை இல்லையா, சொத்துச் சுகத்தில் உரிமை இல்லையா, இல்ல சொந்தபந்தத்து மேல் தான் உரிமை இல்லையா. நம்ம உரிமையை நாம தான் நிலை நாட்டனும். " எனப் பேசியவர்.

அவள் கைகளைப் பிடித்துக் கொண்டு, "வாய் நிறையச் சொந்தத்தைச் சொல்லிக் கூப்பிடுமா. ஒரு நேரம் இல்லை ஒரு நேரம், உங்க சித்தப்பாக்களுக்கு உன் மேல் பாசம் இல்லாமலா போய்விடும். " என ஒரு தாயாகச் சொல்லிக் கொடுத்தார். இவர்கள் பேசிக் கொண்டிருக்கும் போதே லலிதா

வந்து விட்டார்.

"வாங்கப்பா, வாங்க சம்பந்தி. எங்க நீங்க மட்டும் வந்திருக்கீங்க, பெரிய சம்பந்தி எங்க" என உரிமை பாராட்டினார் லலிதா. திவ்யா ஆச்சரியமாகப் பார்த்தாள். இவர்களுக்குள், ஏற்கனவே அறிமுகம் இருக்குமோ என யோசித்தாள். அவளுக்குத் தெரியாது, அவளை வைத்தே அவர்கள் உரிமை பாராட்டிக் கொள்கின்றனர் என்பதை அறிந்தாள் இல்லை.

" மங்கைக்கு மூத்தவள் அங்கை, நாத்தனார் மகனுக்குக் கொடுத்திருக்கிறோம் . அவளுக்கும் தீபாவளி சீர் செய்யனும் அதனால் அக்கா, அத்தை இவங்க அப்பா இரண்டு பேரும் அங்க போயிருக்காங்க, நாங்க திவ்யாவுக்குச் செய்ய இங்க வந்தோம். நீங்க எப்ப அண்ணி வந்தீங்க" என்றார்."நேத்து தான் வந்தோம். தம்பி வீட்டுக்கு வாங்க, மாமாவும், பெரியவனும் அங்க இருக்கான். அவன் இருக்க இடத்தில் மற்றதை பேசினா அவனுக்கும் சந்தோஷம்" என லலிதா அழைத்தார்.

"கட்டாயம் வர்றோமா. வனிதா நீ செய்யற முறை செய்" என்றார். ஶ்ரீ, ஜெய், மங்கை தட்டுகளில் பலகாரம், துணி தேங்காய் பழம் எனப் பரப்பினர்.

"தாத்தா இதெல்லாம் எதற்கு. நான் என்ன முறையா செய்துகிட்டேன்னு, இந்த முறையைச் செய்ய வந்தீங்க. வேண்டாம் தாத்தா. என் பிறந்த வீடுன்னா உங்களுக்கும் என்னால் சிறுமை தான் மிஞ்சும். முறை கெட்ட பேத்திக்கு ஜமீன்தார் முறை செய்யப் போனாரான்னு பேசுவாங்க. ப்ளீஸ் வேண்டாம்" எனத் திவ்யா தன்னையே தாழ்த்திக் கொண்டாள். ஆதித்யன் இறுகி அவளை முறைக்க, தாத்தா ஆட்சேபமாக அவளது பேச்சைக் கேட்டார்.

அங்கிருந்த யாருக்கும் அவளது பேச்சைப் பொறுக்க முடியவில்லை, மற்றவர் பேசும் முன் அப்போது தான் உள்ளே நுழைந்த ராஜேந்திரன், "அம்மாடி, நீயே உன்னைத் தாழ்த்திக்காத. விஜயன் இருந்திருந்தா அவன் கிட்டயும் இப்படித் தான் சொல்லுவியா, நீ சொன்னா தான் அவன் விட்டுடுவானா. நீ கொலையே செஞ்சிருந்தாலும் உன் பக்கம் தானே நின்றிருப்பான். அதே மாதிரி தான் நாங்களும்.

இந்தப் பிள்ளைகளை உன் அம்மாவும், அப்பாவும் தன் மகளைத் தனியா விட்டுட்டுப் போறமேன்னு நினைச்சுக் கடவுளிடம் உனக்காக வரமா வாங்கியிருப்பாங்க. அந்த வரம் உனக்குக் கிடைத்தற்கான நிகழ்வு அது. அதையே வாழ்க்கை முழுதும் நினைச்சு இருப்பியா. கனகு வார்த்தைக்கு வார்த்தை உன் மருத்துவச் சேவையைப் புகழ்றான். ஒரு வாரத்தில் அன்பு கிட்ட ஒரு டாக்டரா உன்னால் நடந்த மாற்றத்தை , நாங்கள் கண்கூடப் பார்க்கிறோம். இனிமே இப்படிப் பேசாதே" என்றார்.

தனது அப்பாவை நினைவுபடுத்தி அவர் பேசவும் அவள் விழிகளில் அருவி வழிந்தது. ஆதித்யனுக்கு அவளை அணைக்கக் கை பரபரத்தது. லலிதா அவளை அணைத்துச் சமாதானம் செய்தார்.

"தங்கச்சி நீங்க எடுத்து கொடுங்கம்மா, ஆதி மருமகளோடு சேர்ந்து நில்லு, அநி ஆது எங்கடா இருக்கீங்க " என ராஜேந்திரன் அழைக்கவும் ராஜியோடு வந்தனர்.வனிதாவும் அவர்கள் மகன்கள் மூவருமாக ஆளுக்கு ஒன்றைத் தூக்கித் தர திவ்யாவும் ஆதியுமாக வாங்கிக் கொண்டனர். ஃப்ரீ செல்பி எடுத்தான்.

தாத்தா சௌந்தர ராகவன் கை பையிலிருந்து ஒரு நகைப் பெட்டியை எடுத்து ஆதித்யன் கையில் கொடுத்தார். "பேராண்டி, என் பேத்தி கழுத்தில் இதைப் போட்டு விடுங்க. இது என் லட்சுமியோடது. நான் இதைத் தான் அவளுக்கு முதன் முதலில் வாங்கிக் கொடுத்தேன்" என மலரும் நினைவுக்குச் சென்றார்.

"தாத்தா, அப்படிப் பார்த்தால், நான் இல்லை என் பொண்டாட்டிக்கு வாங்கிக் கொடுக்கனும். நீங்க கொடுக்கிறதைப் போட்டா எப்படிக் கணக்கில் சேரும்" என ஆதித்யன் அவரிடம் கேள்வி எழுப்பிக் கொண்டே நகைப் பெட்டியைத் திறந்தான்.

"அது தான் நீ போட்ட நித்யவர்ஷி சங்கிலி தானே தாலி கணக்கில் என் பேத்தி கழுத்தோடு கிடக்குது அதை முதல் கணக்கா வச்சுக்கோ" என அவர் மென்னகையோடு சொல்லவும், " தாத்தா அதெல்லாம் கவனிச்சிங்களா" என ஆதித்யன் ஆச்சரியமாகக் கேட்டான்.

"பிரசவ அறைக்குப் போகும் போதும், அதைக் கழட்டமாட்டேனா சந்தேகம் வரும்ல. நானும் பேத்தியாகூட நித்யன்னு யாராவது படிச்சாங்களான்னு துப்பு துலக்கி எல்லாம் பார்த்தேன். ஒண்ணும் முடியலை" எனச் சிரித்தார்.

"இது வேறயா " என ராஜேந்திரனும் சிரித்தார். நகைப் பெட்டிக்குள் இருந்து வைர நெக்லஸ் ஜொலித்தது. ஒரிஜினல் பெல்ஜியம் கட் டாலடித்தது. "தாத்தா, ஒரு நாளாவது இதை எங்கள் கண்ணில் காட்டியிருக்கிறீர்களா" என மங்கை சலித்தாள்."உனக்கு வேற வச்சிருக்கேன்டா. இது திவ்யாவுக்கு" என்றார்.

நகைப் பெட்டியை லலிதாவிடம் கொடுத்து விட்டு, ஆதித்யன் நெக்லஸோடு திவ்யாவை அணுகவும், எல்லார் முன்னும் அவன் அணிவிக்க வருவதில், அவள் வெட்கத்தில் தலை குனிந்திருந்தாள், ஆதிக்கு அவள் வெட்கம் ஜிவ்வென்று பறக்க வைத்தது. முன்னின்று அவளுக்கு நெக்லஸை மாட்டியவன், கொக்கி மாட்ட முடியாமல் தவித்தான்.

"அத்தான், அக்காவை மூன்று தடவை சுத்தி வந்து பின்னாடி நின்னு மாட்டுங்க" என ராஜி கிண்டலடிக்கவும், அனைவரும் கொல் எனச் சிரித்தனர். திவ்யா நெக்லெஸை ஒரு கையால் பிடித்துக் கொள்ள, அவள் பின் நின்று, முடியை விலக்கி கவனமாகக் கொக்கியை மாட்டிவிட்டான். அந்த நேரம் மகிழ்ந்திருந்தவன் முகம் ஒரு நிமிடம் அவள் தோள் பட்டையின் நகக் கீறலைப் பார்த்து மனம் சங்கடப்பட நின்றான்.

அதற்குள் இளையவர்கள், ஹே எனக் கைத்தட்டி ஆரவாரம் செய்ய நிகழ்வுக்கு வந்தான்.

"பாட்டையா அம்மாக்கு மட்டும் குடுத்தீங்க எனக்கு" என ஆதிரை கேட்கவும், அனைவரும் அதிர்ந்தனர். இப்ப என்ன செய்வீங்க என்பது போல் ராஜேந்திரன் பார்க்கவும், உங்களுக்கு இல்லாமலாடா என்று சொல்லிக் கொண்டே மூன்று நகைப் பெட்டிகளை எடுத்து, வீரா, ஜெய், ஶ்ரீயிடம் நீட்டினார்.

வீரா ஆதிக்கும், மற்றவர் அநி, ஆதுவுக்கும் போட்டு விட்டனர். ஆதிரை மகிழ்ந்து அங்கிருந்த அத்தனை பேரிடமும் காட்டியது. அநியும் போட்டிக்குக் காட்டினான்.ராஜேந்திரன் பெரியவரை அழைத்துக் கொண்டு முன்னே செல்ல, லலிதா வனிதாவோடும் இளையவர்கள் பின்னோடும் வந்தனர். ரகுநாத ராஜன், சௌந்தர ராகவனை வாசலில் வந்து வரவேற்றார்.

"ஜமீன்தார்வாள் வரவேண்டும், பெரியவர்களைப் பார்க்கிறதே விசேசம் தானே" என்றார் ரகு நாதன். "ஆமாங்கானும், வரவேண்டிய சூழ்நிலை ஆயிடுச்சில்ல. பெண்ணைப் பெற்றவன், பேத்தியா என் அசல் இரத்தம் வந்து தானே ஆகனும். " என வார்த்தை ஆயுதத்தைத் தொடுத்தார். அதில் இருபத்தைந்து வருடத்திற்கு முன் நீ அப்படி உன் வளர்ப்பு பெண்ணுக்காக வரவில்லை என்ற எள்ளல் இருந்தது. ரகுநாதன் பதில் சொல்ல முடியாமல் நின்றார்.

கனகரத்தினம், தமிழ்ச்செல்வி இருவரும் வந்து ஜமீன்தாருக்கு வணக்கம் சொல்ல, "உங்கள் இரண்டு பேருக்கும் நான் கடமை பட்டிருக்கேன். என் பேத்தியைப் பத்திரமா பார்த்துக்கிட்டீங்களே. என் நன்றியைச் சொல்ல வாய் வார்த்தை போறாது" என்றார்.

"என்னங்கய்யா, பெரிய வார்த்தையெல்லாம் சொல்றீங்க. திவ்யாவும் பிள்ளைகளும் இங்க இருந்தது, விட்ட குறை தொட்ட குறை தான். என் மூத்த மகளையும் பேரனையும் பக்கத்தில் வச்சுப் பார்க்க முடியாத குறையைத் திவ்யாவும் பிள்ளைகளும் தான் போக்கினாங்க" எனத் தமிழ்ச்செல்வி நெகிழ்ச்சியாகச் சொன்னார்.

கனகரத்தினம், புவனா, அன்பு வையும் அறிமுகம் செய்து வைத்தார். அன்புவைப் பார்த்ததும் சௌந்தர ராகவனுக்கு வேதனையாக இருந்தது. புவனா அனைவருக்கும் தேநீரைக் கப்புகளில் ஊற்றிக் கொடுத்தாள்.

அதைப் பருகி முடித்த ஜமீன்தார் ஆதியைப் பார்த்து,"விஜயனோடு கடைசியா பிரயாணம் பண்ணியது நீ தானா தம்பி" எனக் கேட்டார். யாரும் திவ்யா இருக்கும் போது இந்த டாப்பிக்கை எடுக்க மாட்டார்கள். அன்புவுமே மறக்க நினைக்கும் விபத்து. ஆனால் வயதான தந்தை மகனுக்காக ஏக்கமாகக் கேட்கையில் அவனாலும் பதில் சொல்லாமல் இருக்க முடியவில்லை. சரியாக அந்த நேரம் இனியனும் வந்து சேர்ந்தான். அவனையும் அறிமுகம் செய்து வைத்தனர்.

"ஆமாம் ஐயா, உங்க வீட்டிலிருந்து எங்க வீட்டுக்கு விஜயன் அங்கிள் போன் பண்ணாங்க. அப்ப ஆதி டில்லி போயிருந்தான். என் மகன் பிறந்து பத்து நாள். புவனா இங்க இருந்தது, அப்பா அம்மாவும் இங்க தான் இருந்-தாங்க, அங்கிள் அப்பாவைப் பார்க்கனும்னு சொல்லவும் நான் தான் கூட்-டிட்டு வந்தேன். ஆளுக்கு ஒரு காரை ஓட்டிட்டு வந்தோம்" என அதோடு அன்பு முடித்துக் கொண்டான். திவ்யா மீதி விசயத்தைக் கேட்கத் தயாராகக் காதைத் தீட்டி இருந்தாள். ஆனால் அவள் தாத்தா பேச்சை மாற்றினார்.

"அன்னைக்குத் தான், விஜயன் இருபத்தைந்து வருஷம் கழித்துத் திரும்பி வந்தான்." எனச் சொல்லும் போதே அவர் நா தழுதழுத்தது. திவ்-யாவை அழைத்து அருகில் அமர்த்திக் கொண்டார்.

"இப்படி ஒரேடியாப் போவான்னு தெரிந்திருந்தா அவனை ஊருக்கே அனுப்பி இருக்க மாட்டேன். அவன் அன்னைக்கு என்கிட்ட கேட்டது, உங்-கள் குடும்பத்தோடு சம்பந்தம் பேச நான் வரனும்னு கேட்டான். எங்கள் வீட்டுப் பெண்ணா , தன் மகளைப் புகுந்த வீட்டுக்கு வழி அனுப்பனும்னு கேட்டான். அவன் சொன்னதை நிறைவேற்ற எனக்கு நாலு வருஷம் ஆகி-யிருக்கு. " எனக் கண் கலங்கினார்.

திவ்யாவின் நிலையைக் கேட்க வேண்டியதில்லை. கண் பார்வையை நீர் மறைக்க அமர்ந்திருந்தாள். ஆதித்யன், ராஜேந்திரன் இருவரும் அதற்கடுத்து உணர்ச்சிவசப்பட்டு இருந்தனர்.

"திவ்யாம்மா, கல்யாணத்தை நம்ம ஊரில் இருக்க ஃப்ரீகௌரி அம்மன் கோவில்ல வச்சுக்குவோம். சஷ்டி அன்னைக்கு வந்து நான் உன்னை நம்ம வீட்டுக்கு கூட்டிட்டுப் போகிறேன். தசமி அன்னைக்குக் கல்யாணத்தை வச்-சுக்குவோம்" எனக் கேட்டார்.

ஆதிக்கு அவர் கேட்பது ஞாயமாகப் பட்டது. ஆனால் ராஜேந்திரன், அன்பு, இனியன் மூவரும் யோசித்தனர். இனியன் தான் சட்டெனப் பேசி-னான்.

"ஐயா நடுவில் பேசறதுக்கு மன்னிக்கனும், ஆனால் அண்ணி குழந்தை-கள் பாதுகாப்பு எங்களுக்கு முக்கியம். இங்கே மாமா பார்வையில் இருக்-கனும் இல்லைனா எங்கள் வீட்டில் இருக்கனும்" எனப் பட்டெனப் போட்டு உடைத்தான் இனியன்.

"இனியா, அவர் திவ்யாவுடைய தாத்தா, அவளைக் கவனிச்சுகிட்டதே அவர் தான். தன் பேத்தி மேல் அவருக்கு இல்லாத அக்கறையா" எனக் கேட்டான் ஆதி.

"ஆதி , விஜயன் அங்கிள் கூடத் தான் அவருக்கு மகன். ஆனால் இவங்களைப் பார்த்திட்டு வரும் போது தானே ஆக்சிடெண்ட் ஆச்சு" என இனியன் இத்தனை நாள் மறைத்ததைப் போட்டு உடைத்தான்.

"இனியன் நீங்க என் தாத்தாவைக் குற்றம் சுமத்துறீங்க. நீங்க சொல்ற-துக்கு என்ன அர்த்தம்" எனத் திவ்யாவிடமிருந்து சீற்றமாகக் கேள்வி வந்-

தது. வனிதா மற்றும் அவர்கள் குடும்பத்தினர் அதிர்ந்தனர். இதே சந்தேகம் அவர்களுக்கும் தீர்ந்த பாடு இல்லையே.

"அண்ணி இன்னைக்கு ஓப்பனாவே பேசிடுவோம். விஜயன் அங்கிள், அன்புவின் ஆக்சிடெண்ட்க்குப் பின்னால் உங்கள் சித்தப்பாக்கள் கை இருக்குமோன்னு எங்களுக்குச் சந்தேகம். ஆதின்னு நினைச்சு அன்புவையும் சேர்த்து அட்டாக் பண்ணாங்களான்னு சந்தேகம். அப்படி இல்லைனா ஜமீன்தார் ஐயா, உங்களை ஏன் தலைமறைவா வச்சுப் பிரசவம் பார்க்கனும். பாதுகாக்கனும்" என நேரடியாகக் கேட்டான்.

திவ்யாவிற்கு வயிற்றைப் பிசைந்தது, ஆதிக்குப் பயங்கரமான கோபம் வந்தது. இருவரும் சௌந்தர ராகவன் என்ன சொல்வாரோ எனத் தவிப்பாக அவர் முகத்தைப் பார்த்திருந்தனர். அவர் பேசும் முன் வனிதா பேசினார்.

"இல்லை தம்பி, மூத்தவர் விபத்துக்கும், என் மச்சினன், புருஷனுக்கும் சம்மந்தம் இருக்கு. ஆனால் நீங்க நினைக்கிற மாதிரி இல்லை. அவங்க கொல்றதுக்குத் திட்டம் எல்லாம் போடலை. அது ஒரு விபத்து தான்" என நடந்ததைக் கூறினார் வனிதா.

"மாமாவுக்கும் இதே சந்தேகம் இருந்தது. என் வீட்டுக்காரர் மறுத்துச் சொல்லியும் எங்களுக்கு அவங்க மேள நம்பிக்கை இல்லை" என அவர் நிறுத்த, வீராவும் ஜெய்யும் தொடர்ந்தனர்."போனவராம் , எங்கப்பா ஒரு ஆளுக்குப் பணம் கொடுத்ததை நான், என் கண்ணால் பார்த்தேன். அதன் உண்மையைத் தெரிஞ்சிக்க அந்த ஆள், அவன் பைக் நம்பரெல்லாம் போட்டோ, வீடியோ எடுத்து வைத்தேன்" என்றான் ஜெய்.

"தாத்தாவும் அதே நாள், சில உண்மைகளைச் சொல்ல, அப்பாக்கள் அதை மறுக்க எனக் குழப்பமான சூழல். அந்த நேரம் சோமு அத்தானும் இருந்தார். மூன்று பேருமா ஒரு போலீஸ் நண்பனை வச்சு அந்த ஆளைப் பிடிச்சோம். " என மீதியை வீரா சொன்னான்.

உண்மையில் ட்ரெக்காரனின் தவறுதான். சரியான பராமரிப்பு இல்லாததால் அது கட்டுப்பாட்டை இழந்து தாறுமாறாக ஓடிக் கொண்டிருந்தது. சாலைப் போட்டுக் கொண்டிருந்த நேரம் அதனால் எதிரே வந்த வாகனத்தின் மீது கட்டுப்பாடு இல்லாமல் மோத வந்தது. எதிரே இரண்டு கார்கள், முன்னும் பின்னுமாக வந்தது. திடீரென எதிரே வந்த ட்ரெக்கின் போக்கைக் கண்டு, பின்னால் வந்த கார், முதல் வாகனத்தைத் தாண்டி தன்னுடைய வாகனத்தைப் பலி கொடுத்தது.

இரண்டாவது வாகனம் மரத்தில் மோதிக் கிடந்தது. அதன் பின்னர் ஐந்து நிமிட இடைவெளியில் வந்த மற்றொரு காரிலிருந்தவர்கள், இந்தக் கார் அருகில் வந்து பேசினர். அதிலிருந்து அந்த வண்டிக்குள் இருந்தவருக்கும் இவர்களுக்கும் உள்ளப் பேச்சை ரெக்கார்ட் செய்தான். இந்த ட்ரெக் கேஸ் முடிந்து வரத் தாமதமாகும் என்பதால், வருமானத்திற்காக அந்த ஆடியோவை பயன்படுத்திக் கொண்டான்.

என நடந்த உண்மைகளை வீரா விவரித்தான். "அவர்கள் செய்த தவறு, தன் அண்ணன் என அங்கு நிற்காததும், தாத்தாவிடம் உண்மையை மறைத்-ததும் தான்" என்றான் வீரா. திவ்யா தாத்தாவின் மீதே சாய்ந்து விம்மி அழுதாள். அவரும் பேத்தியை அணைத்துக் கொண்டு அழுது தீர்த்தார். ஆதித்யனுக்கும் தாங்க முடியவில்லை, தண்ணீர் கொடுத்து இருவரையும் தேற்றினான்.

"திவ்யாம்மா, ஒரு மகனைப் பலிகொடுத்து, மற்ற இரண்டு மகன்களும், அண்ணனைக் கொன்ற பாவிகளா இருப்பாங்களோ, என் வம்சமே இப்படிப் போச்சேன்னு நான் துடிக்காத நேரமில்லடா. வீராவும் ஜெய்யும் சொன்ன பிறகு தான். உன்னை நம்ம வீட்டுக்கு கூட்டிட்டுப் போய் வச்சிருந்து கல்யா-ணம் பண்ணிக் கொடுக்கனும்னு நினைப்பு வந்துச்சு.

என் மகனைத் தான் காப்பாற்ற முடியலை. அவனுக்குத் தந்த வாக்கை-யாவது காப்பற்றனும்னு துடிக்குதுடா. இந்தக் கிழவனை நம்பி என் வீட்டுப் படி ஏறுவாயா. உங்கம்மாவை வான்னு வரவேற்று வச்சுக்கலை. உன் அப்பா கோபமா போனப்பவும் வீம்பா இருந்துட்டேன். என் கண்ணை மூடும் முன்னே , நம்ம வீட்டுக்கு வாடாத் தங்கம்" என அவளது கையைப் பிடித்து இறைஞ்-சினார்.

"அக்கா, நம்ம வீட்டுக்கு வாங்கக்கா" எனத் தங்கை தம்பிகளும். "எங்-களுக்கும் உன் மேல் பாசத்தைக் காட்ட ஒரு வாய்ப்பு கொடும்மா" என வனிதாவும் அவளைத் தயவாகக் கேட்டனர்.

"தாத்தா" என அவர் மார்பில் சாய்ந்தவள், "கட்டாயம் வர்றேன் தாத்தா. உங்களுக்காக, அப்பாவின் கடைசி ஆசைக்காக, என் தம்பிகள், தங்கைக்-காகக் கட்டாயம் வர்றேன். ஏற்பாடு செய்ங்க. உங்கள் விருப்பப்படி கல்யா-ணம் நடக்கட்டும். இதனால் எங்கப்பா, அம்மா ஆத்மா சாந்தியடையும்னா எனக்குப் பூரணச் சம்மதம்" என அவரைக் கட்டிக் கொண்டு அழ, ஆதித்-யன் அவளை வந்து தாங்கினான்.

"வர்ஷி, கல்யாணத்துக்குச் சம்மதம் சொல்ற, அழுதுகிட்டே சொல்லாத, சிரிச்ச முகமா சொல்லு. அப்புறம் அத்தான் சரியில்லையோ, கொடுமை காரனோன்னு, என் மச்சினன்கள் யோசிக்க ஆரம்பிச்சுடுவாங்க" என ஆதித்யன் சூழ்நிலையைச் சகஜமாக்கப் பேசினான்.

"ஆமாம் அண்ணி, உங்களுக்காகத் துர்வாச முனிவர் மாதிரி நாலு வரு-ஷமா கடும் தவம் இருந்த மாப்பிள்ளை எங்கயும் கிடைக்காது" என்றான் இனியன்.

"இனியா, இது என்னடா புதுவிதமா சிபாரிசு பண்ற" என அன்பு கேட்-கவும், "இதுவும் ஃபேக்டரி வொர்க்கர்ஸ் பேசிக்கிட்டது தான், காலகாலத்தில் இந்தச் சாருக்கு ஒரு கல்யாணத்தைப் பண்ணி வைக்கச் சொல்லி பெரிய ஐயாட்ட சொல்லனும்னு பேசிக்கிட்டாங்க" என இனியன் கேலி செய்தான்.

"அப்பா, அம்மாவுக்காகக் கல்யாணம் பண்ணுவாங்க" என ராஜி சொல்ல,"காதலித்ததுக்காகக் கல்யாணம் பண்ணுவாங்க" ப்ரீ சொன்னான். "சாப்பாட்டுக்கு கஷ்டப்படுறான்னு கல்யாணம் பண்ணுவாங்க." மங்கை. "பிள்ளைகளுக்காகக் கூடக் கல்யாணம் பண்ணுவாங்க" வீரா.

"இதென்ன வொர்க்கர்ஸ்காகக் கல்யாணம் பண்ற புது வெரைட்டியா இருக்கு" என இளைய தலைமுறை ஆளுக்கு ஒரு டயலாக் அடித்தனர்.

ரகுநாத ராஜன், "இனியா, உன் சந்தேகம் எல்லாம் தீர்ந்ததா. ஜமீன்தார் பேத்தியைக் கூட்டிட்டுப் போகலாம்ல" எனக் கேட்டார். "தாராளமாக, இப்பவே கூடக் கூட்டிட்டுப் போகலாம்" என இனியன் சொல்லவும் ஆதித்யன் முறைத்தான்.

"ஏண்டா, அப்பா அம்மா, தாத்தான்னு குடும்பமே வர்ஷி பிள்ளைகளோடு தீபாவளிக் கொண்டாட இங்கே வந்திருக்காங்க. நீ என்னடா, என் பொண்டாட்டி பிள்ளைகளைப் பேக் பண்ற" எனத் தம்பியை ஆதித்யன் முறைத்தான்.

அதைத் தொடர்ந்து அப்படியே பேச்சு ஓட, கனகரத்தினம் அனைவரையும் சாப்பிட அழைத்தார். மதிய விருந்து முடித்து ஷஸ்டி அன்று பேத்தியை அழைத்துக் கொள்வதாக அனைவரிடமும் விடைபெற்றது ஜமீன் குடும்பம். நாளை இதே போல் அலறி அடித்துக் கொண்டு வருவோம் என்பதை அறியாமல், நீண்ட நாளைய பகை, பழி அகன்ற திருப்தியில் தஞ்சையை நோக்கிப் பயணித்தனர்.

மனம்-27

தீபாவளிக்கு முதல் நாள் மாலை தாத்தா சௌந்தர ராகவன் மற்றும் அவர் குடும்பத்தினரின் வருகை பல விதமான உணர்வுகளைத் தந்து , சந்தேகங்களை நிவர்த்திச் செய்து திருப்தி அளிப்பதாக இருந்தது. பிற்பகலில் உணவுக்குப் பின் இன்னும் ஐந்து தினங்களில் வந்து பேத்தியைக் கூட்டிச் செல்வதாக அறிவித்துச் சென்றார்.

"திவ்யாம்மா, நீ நம்ம வீட்டுக்கு வருறேனென்று சொன்னது தான் எனக்குத் தீபாவளி பரிசு. உன்னைத் தாரைவார்த்துக் கொடுத்திட்டாப் போதும், என் வாழ்க்கையில் என் மகனுக்குத் தந்த வாக்கை நிறைவேற்றின திருப்தியோடு, மீதி வாழ்க்கையைக் கடத்திடுவேன்" என நா தழுதழுத்தார். திவ்யாவும் அதே உணர்வுப் பிணைப்போடு அவரை வழியனுப்பி வைத்தாள். மீண்டும் அவர் குடும்பத்தினர், தங்கள் குடும்பத்தின் மூத்த வாரிசான திவ்யாவை ஆவலாக எதிர்பார்ப்பதாகச் சொல்லிச் சென்றனர்.

அவர்களை வழியனுப்பிய திவ்யா நேராக இனியனிடம் வந்தாள்.பெரியவர்கள் இளைப்பாறச் சென்றிருக்க இளையவர்கள் மட்டுமே கனகரத்தினம் வீட்டு ஹாலில் கூடியிருந்தனர். பிள்ளைகள் மூன்றும் புவனாவின் அறையில்

விளையாடிக் கொண்டிருந்தன. ராஜி அவர்களைப் பார்ப்பதும், இவர்கள் பேச்சில் கலந்து கொள்வதுமாக இருந்தாள்.

"இனியன், நீங்க ஏன் தாத்தாகிட்ட அப்படிக் கேட்டிங்க, அந்தச் சித்தப்பாக்கள் அவ்வளவு மோசமா, அன்னைக்கு விஷ்வா அண்ணா கூட ,ஆதின்னு நினைச்சு அன்புவை தாக்கினாங்களான்னு கேட்டாங்களே" என மீண்டும் விளக்கம் கேட்டு நின்றாள்

இனியன் டாக்டர் ரவி சொன்னதிலிருந்து, ஜமீன் தாத்தாவின் சந்தேகமான பார்வை, நடத்தை ,சேது மாதவன் ஆக்சிடெண்ட் பற்றிக் கூறியது. அன்பு அன்றிருந்த நிலை ஆகிய அனைத்தையும் அவளிடம் விளக்கமாகச் சொன்னான். ராஜேந்திரன் சொன்ன சொத்து விவரத்தையும் சொல்லவும் ஆதித்யன், திவ்யா இருவருமே அமைதியாகக் கேட்டுக் கொண்டனர்.

அன்புவிடம் அடுத்த விசாரணையை ஆரம்பித்தாள் திவ்யா." நீங்க சொல்லுங்க , அப்பாவோடு கடைசியா இருந்தது நீங்க தானே " என அவரது கடைசித் தருணத்தை அறிந்து கொள்ளும் துடிப்பில் கேட்டாள். இன்னும் அன்புவை எப்படி அழைப்பது என்ற குழப்பம் இருந்தது.

" நான் எப்பவுமே நினைக்க விரும்பாத விபத்து அது. ஆனந்த் பிறந்த சமயம், அப்பாவும் அம்மாவும் இங்க வந்திருந்தாங்க. நான் அடுத்த நாள் இங்க வர்றதுக்கு கிளம்பிட்டு இருந்தேன், லேண்ட் லையனில் போன் வந்துச்சு.

தான் விஜய ராகவன் பேசுறதாகவும், அப்பாவின் நண்பர்னும் , அவரைச் சந்தித்து ஆதியின் கல்யாண விசயம் பேசனும்னு சொன்னார். அப்பா, அம்மா புதுக்கோட்டையில் மாமா வீட்டில் இருக்கிறாங்க. நான் புதுக்கோட்டைக்குக் கிளம்பிக்கிட்டு இருக்கேன் , நீங்க அவசியம் சந்திக்கனும்னா வாங்கன்னு சொன்னேன் " என அந்த நாளின் நிகழ்வுகளை விவரிக்க ஆரம்பித்தான் அன்பு ராஜன்.

தஞ்சையில் பேருந்து நிலையத்துக்கு அருகிலிருந்த ஹோட்டலில் சந்திக்கலாம் என இருவரும் முடிவெடுத்தனர். விஜயனும், கார்த்திகையும் அன்புவுக்கு முன்னமே அங்குக் காத்திருந்தனர். போனில் தொடர்பு கொண்டு ஒருவரோடு ஒருவர் பேசிக் கொண்டே வந்தனர். ஓரிடத்தில் அன்புவை எதிர் கொண்டு அழைத்தார் விஜயன். பார்த்தவுடன் " நீங்க ட்வின்சா, ஆதி மாப்பிள்ளை சொல்லவே இல்லையே " என்றவர் " வாங்க, நான் தான் விஜயன், உங்களோடு போனில் பேசினதும் நானே தான், வாங்க" என அந்த ஏசி அறைக்கு அழைத்துச் சென்றார்.

கார்த்திகை இவர்கள் வருவதையே பார்த்திருந்தவர், பரபரப்பாகக் காணப்பட்டார். விஜயன் அறிமுகப்படுத்தி வைக்கவும், "வாங்கத் தம்பி, நம்ம இங்கிருந்து கிளம்பும் போது லலிதா அண்ணி மூன்று மாசமா இருந்தார்கள். ரகசியமா முதலில் அந்த விசயம் என் கிட்டத்தான் சொன்னாங்க" என

நினைவு கூர்ந்தார் கார்த்திகை. அன்பு அதிசயமாகப் பார்க்கவும்.

"உங்க அத்தை மாப்பிள்ளை, உங்க தாத்தாவின் வளர்ப்பு மகள். என் வாழ்க்கைத் துணையா வரனும்னு இவகிட்ட கை நீட்டவும் , சரின்னு வந்துட்டா.அதனால் இரண்டு பக்கமும் எதிர்ப்பு. இருபத்தி ஐந்து வருசம் ஆச்சு. தாண்டிக்குடி மலையில் இருக்கிறேன்" என்றவர் ஆதியைப் பற்றியும், திவ்யாவைப் பற்றியும் பேசினார்." உங்களுக்கு எங்கேத் தம்பி பொண்ணு கட்டியிருக்கு" எனக் கேட்டார் கார்த்திகை.

" அம்மாவுடைய தம்பி கனகரத்தினம் மாமா, தமிழ்செல்வி அத்தை முத்த மகள் புவனா" என அன்பு சொல்லவும். கார்த்திகைக்குச் சந்தோஷம் தாங்கவில்லை , "ஏங்க தமிழுடைய மகளாம், நாமலும் போய்ப் பார்த்துட்டு போவோம்" எனக் கார்த்திகை சொல்லவும்.

"கட்டாயம் போவோம் காத்து, பேரப்பிள்ளையைப் பார்க்கப் போகும் போது சும்மா எப்படிப் போறது, கடைக்குப் போய்ட்டுப் போவோம். நீங்களும் வாங்க மாப்பிள்ளை" என விஜயன் அழைத்தார். "அங்கிள், பார்மாலிட்டி எதுவும் வேண்டாம் சும்மா வாங்க" என்றான்.

" இரண்டு நல்ல விசயத்துக்காகப் போகிறோம். சும்மா போகக் கூடாது". என ஸ்வீட் பழங்களை வாங்கியவர், நகைக் கடை சென்று ஒரு பேபி செயினும் வாங்கி வந்தார். அதனை அப்போதே அன்புவின் கைகளில் தந்தவர், இதைப் பத்திரமாகக் கார் டேஷ் போர்டில் வைங்க. நான் அங்க வந்து வாங்கிக்கிறேன் " என அருகிலிருந்த அன்புவின் காரில் வாங்கிய பொருட்களை வைத்தார்.

"காத்து நீ இங்கியே நில்லு நான், காரை பார்க்கிங்கில் இருந்து எடுத்துட்டு வந்திடுறேன்" எனச் சென்றார்.

அன்புடன் தனித்திருந்த கார்த்திகை, "எனக்குத் தான் ஒரே பதட்டமா இருக்குத் தம்பி. பெரியப்பா சொல்லை மீறி இவங்களைக் கட்டிக்கிட்டேன். அதை மனசில் வச்சுகிட்டு திவ்யாவை மறுக்காமல் இருக்கனும்" எனக் கவலைப் பட்டார். "ஆண்டி கவலைபடாதீங்க. ஆதியும் உங்க மகளை விரும்புறான்னா கட்டாயம் அப்பா, அம்மா சம்மதம் சொல்லுவாங்க" எனத் தைரியம் சொன்னான்.

விஜயன் காரோடு வந்தார், "சரி தம்பி நீங்க உங்கள் வண்டியில் வாங்க. நான் என் வீட்டுக்காரரோடு வர்றேன். ஆதி, திவ்யா கல்யாணம் தடையில்லாமல் நடக்கனும் நீங்களும் எடுத்துச் சொல்லுங்க தம்பி. பெண்ணைப் பிறந்த வீட்டிலேயே கல்யாணம் பண்ணிக் கொடுக்கிறது ஒரு வரம் தான். எனக்கு அந்த வரம் கிடைக்குமான்னு பார்ப்போம்" எனக் கார்த்திகை பயந்து பேசினார்.

விஜயன், "காத்து இவ்வளவு டென்ஷனாக ஒண்ணும் இல்லை, எனக்கு ராஜேந்திரனைத் தெரியும். கட்டாயம் இந்தக் கல்யாணத்துக்குச் சம்மதிப்பான். நீங்க காரை எடுங்க நான் ஃபாலோ பண்றேன்" என்றார் விஜயன்.

முக்கால் வாசிப் பயணம் முடித்துப் புதுக்கோட்டைக்கு அருகில் இவர்க-ளுக்கு எதிர்த்தார் போல், ஒரு ட்ரெக் தடம் மாறி வேகமாக வந்து கொண்-டிருந்தது. இவர்கள் சுதாரிக்கும் முன் எதிரே வந்து விட்டது. அதே நேரம் பின்னால் வந்த விஜயன் ஹரனைப் பலமாக அடித்துக் கொண்டே அன்பு-வின் காரைத் தாண்டிக் கொண்டு சென்றார்.

அவர் வண்டி முந்தும் நேரம் ட்ரெக் நேருக்கு நேர் மோதி விஜயன் வண்டி நிலைகுலைந்து உருண்டது. அவர் வண்டியை இடித்த ட்ரெக் அன்-புவின் காரை பக்கவாட்டில் தட்டியது. இடது புறம் காரை ஓடித்திருந்தான். ட்ரெக் தட்டவும் கீழிறங்கி மரத்தில் மோதி நின்றது . கால் இசகுபிசகாக மாட்டி , ஸ்டெயரிங்கில் தலை அடித்ததில் அதே நேரம் மயங்கி இருந்தான். அன்புவுக்கு நினைவு வருவதற்கு இரண்டு நாட்கள் ஆனது. அவன் இயல்-புக்கு வர பதினைந்து நாட்கள் ஆனது.

இதை அன்பு சொல்லி முடிக்கும் போது, அனைவரது கண்களும் கலங்கி இருந்தது. திவ்யாவை ஆதித்யன் பக்கத்தில் உட்கார்ந்து தோளோடு அணைத்து அவள் கைகளைப் பிடித்திருந்தான்.

"என் மேல் மோத வேண்டிய ட்ரெக், எனக்கு வரவேண்டிய முடிவு, உங்-கப்பா அம்மா ஏத்துக்கிட்டாங்க" என அன்பு உணர்ச்சி வயப்பட்டுப் பேசி-னான். புவனா அவனைச் சமாதானம் செய்தாள்.

இனியன், "இந்த விபத்து எல்லாருடைய வாழ்க்கையையும் தலைகீழா மாத்திடுச்சு. அன்பு அன்னைக்கு இருந்த நிலைமையை இப்ப நினைச்சாலும் உதறல் எடுக்கும். அந்த நேரம் ஆதியும் டெல்லியிலிருந்தான்" என இனியன் சொல்லவும்.

"அத்தான் வருவாரென்று பார்த்துக்கிட்டு இருக்கும் போது, விபத்து செய்தி வந்தது. அப்பா அந்த நிலைமை எதிரிக்கும் வரக் கூடாது" எனப் புவனா அன்றிருந்த நிலையைச் சொன்னாள்.

"உனக்கு எப்பத் தெரியும் வர்ஷி, யார் சொன்னாங்க. அங்கிள் தஞ்சாவூர் வந்தது உனக்குத் தெரியுமா" என ஆதி திவ்யாவைக் கேட்கவும்,

"எனக்கு நைட்டு தான் தெரியும், திடீரென ரவி அண்ணன் வந்து நின்-னாங்க. அவங்களைப் பார்க்கவுமே பயமா இருந்தது. யாருக்கு என்னன்னு பயந்திட்டே வந்தேன். பயந்த மாதிரியே என் தலையில் இடி விழுந்தது" என அவள் கண்களில் கண்ணீர் வெள்ளம் கரை புரண்டு ஓடியது. ஆதி அவளைத் தோள்களில் தாங்கிக் கொண்டான்.

"ரவி அண்ணன் ஆக்சிடெண்ட் எனச் சொல்லவும், ஏதோ கை கால் முறிவு இருந்தாலும் பார்த்துக்கலாம்னு நினைச்சேன். ஆனால் மொத்தமா விட்டுட்டுப் போவாங்கன்னுத் தெரியலை. அவங்க தஞ்சாவூர் கிளம்பினதே எனக்குத் தெரியாது. உனக்கு ஒரு சர்ப்ரைஸ் இருக்கு அப்பா வந்து சொல்-றேன்னு சொன்னாங்க. அதிர்ச்சியான செய்தி தான் வந்தது" என அவள் திக்கித் திணறிச் சொல்லவும். புவனாவும் அவளை வந்து அணைத்துக்

கொண்டாள்.

சிறிது நேரம் மௌனமாகக் கழிந்தது."அப்பா, அம்மாவைத் தவிரச்சொந்தம்னு யாரையும் தெரியாது. அது மாதிரியான உறவும் எனக்குப் பழக்கம் இல்லை. ஒரே பெண்ணாக வளர்ந்ததால அப்பா, அம்மா தான் எனக்குச் சகலமும். ரவி அண்ணாவின் கைப்பிடியில் தான் நான் அவர்கள் இரண்டு பேர் முகத்தையும் பார்த்தேன். " என அவள் அழவும் ஆதியின் கண்களிலிருந்தும் கண்ணீர் வடிந்து கொண்டிருந்தது.

"நித்யன் மேல் கோபமிருந்த போதும், அதையும் மீறி இவரைத் தான் என் மனசு தேடிச்சு. இரண்டு நாள் கழிச்சு ஒரு போன் கால் வரவும், எனக்குப் பேச முடியலை. அது தன்னை மறந்த நிலை. அந்த நேரம் தான் சாப்பாடே இல்லாமல் மயங்கிக் கிடந்த நேரம். ரவிஅண்ணா அம்மா கட்டாயப்படுத்தி ஏதோகொடுக்க வாந்தி வந்தது. முதலில் சாப்பிடாதது தான் காரணம் என நினைத்தேன். அதன் பிறகு தான் சந்தேகம் வந்தது." என அவள் பேச்சை நிறுத்தினாள். அவள் சொல்லாமல் விட்டதிலேயே மற்றவருக்கு விசயம் விளங்கி விட்டது.

ஆதித்யன் தஞ்சையிலிருந்த நிலையை விளக்கினான். "அந்தப் பத்து நாளும் அன்புவின் நிலைமை மிகவும் மோசமாக இருந்தது. ஆக்சிடெண்ட் ஆன இரண்டாவது நாள் தான் எனக்குத் தகவல் தெரியும். நான் வந்து பார்க்கும் போது, அன்பு சுயநினைவு இல்லாமல் உயிருக்குப் போராடிக்கிட்டு இருந்தான். அதற்கு அடுத்த நாள் தான் என் போனும் சரியானது. எஸ்டேட் மேனேஜர் தான் அங்கிள் ஆண்டி இறந்த விசயத்தைச் சொன்னார். எனக்கு இடி மேல் இடிவிழுந்த மாதிரி இருந்தது. வீட்டில் யார் மன நிலையும் சரியில்லை, வர்ஷி என்ன பண்றாளோன்னு தவிப்பா இருந்தது. அந்த நாட்கள் நரகத்துக்குச் சமம்" என ஆதித்யன் வேதனைப் பட்டான். தொடர்ந்து,

"பத்து நாள் போராட்டத்துக்குப் பிறகு, அன்புக்கு சுய நினைவு வரவும், நான் தாண்டிக்குடிக்கு வந்தேன். ஆனால் அங்கே பொன்னுசாமி சார் , நீ கிளம்பிட்டதாகச் சொன்னார். அன்றிலிருந்து இனியன் வந்து சொல்லும் வரை நான் உன்னைத் தேடாத நாள் இல்லை" என வருந்தினான்.

" உங்கள் விசயத்தில் தலையிடக் கூடாது, ஆனாலும் கேட்கிறேன். அங்கிள், ஆண்டியும் உங்கள் கல்யாணம் பேசத் தான் வந்தாங்க. அப்ப அவங்களுக்குச் சம்மதம் தான்,அப்புறம் என்ன உங்களுக்குள்ள பிரச்சினை." என அன்பு கேட்கவும்.

"அது ஒரு சின்ன மிஸ் அண்டர் ஸ்டேன்டிங், அந்தக் கடைசிச் சந்திப்புக்குப் பிறகு, வர்ஷி என்னைப் பார்க்காமல் தவிர்த்தாள், ஏதோ கோபமென்று தெரிஞ்சது .விஜயன் அங்கிள் கிட்ட நேராப் போய்க் கல்யாணம் பண்ணி வைக்கக் கேட்டேன். அப்பா அம்மாவோடு வர்றேன்னு சொல்லவும், நாங்களே வருகிறோம் மாப்பிள்ளை, உங்கள் அப்பா எங்கள் சம்மந்தத்தை மறுக்க மாட்டாரென்று சொன்னார். ஆனால் இது எதுவுமே வர்-

ஷிக்குத் தெரியாது அதனால் வந்த மிஸ் அன்டர்ஸ்டேன்டிங் ,அதை விடு அன்பு" என்றான் ஆதி.

அன்பு ஆதி, திவ்யா இருவரையும் பார்த்து "அந்த மிஸ் அன்டர்ஸ்டேன்டிங் இப்போது சரியாப் போச்சா, மறுபடியும் இது மாதிரி செய்ய மாட்டிங்கன்னு என்ன கேரண்டி. இரண்டு பேருக்கும் பிடிவாதமும் ஜாஸ்தி. பிள்ளைகள் வேற இருக்குது. பிள்ளைகள் இருந்தும் திவ்யா உன்னைத் தேடி வரவில்லை. ஆதி நீயும் கஸ்டடி கேஸ் போடுவேனென்று மிரட்டி திவ்யாவைச் சம்மதிக்க வச்ச. இப்போ எல்லாம் சரியாகிடுச்சா. கல்யாணத்துக்கு முழு மனதோடு தானே சம்மதிச்சிங்க" என வீட்டுக்கு மூத்தவனாக இருவரிடமும் கண்டிப்பாகக் கேட்டான்.

"அது என்னால் தான். இப்ப சொல்றதைக் கேட்டு நீங்க இரண்டு பேரும் என்னை மன்னிக்கணும் " எனத் திவ்யா, அன்பு புவனாவைப் பார்த்துச் சொல்லவும், அவசரமாக ஆதி இடை மறித்தான்.

"வர்ஷி தேவையில்லாத எதையும் சொல்லாத. வீண் மன கஷ்டம் தான் மிஞ்சும். அன்பு எங்களுக்கிடையில இப்போ எந்தக் கருத்து வேறுபாடும் இல்லை. இனி பிரியும் உத்தேசமும் இல்லை" என்றான்.

"இல்லை நித்யன் எல்லா விசயத்தையும் மனசு திறந்து பேசிடுவோம். நாளை பின்னக் கூட்டுக் குடும்பமா வாழனும்னா நமக்குள்ள ஒளிவு மறைவு இருக்கக் கூடாது" எனத் திவ்யா பேசவும்.

"ஆதி அண்ணி பேசட்டும் விடு" என இனியன் வலியுறுத்தவும். அன்பு "எதுவாக இருந்தாலும் சொல்லுமா" என்றான்.

" நாங்க இரண்டு பேரும் கடைசியாகச் சந்திச்சிக்கிட்ட அன்று, இரவு வழியில் மரம் விழுந்ததால உங்கள் எஸ்டேட்டில் தான் நானும் தங்கினேன்" என அவள் அடங்கிய சத்தத்தோடு தலை கவிழவும்.

"இந்த இடத்தில் நான் தான் மன்னிப்பு கேட்கனும், கூல்ட்ரிங்க்ஸ்ல, ஹாட்ட்ரிங்க்ஸ் கலந்தது எனது நண்பன்" என அன்பு தன்னிலை விளக்கம் தந்தான்.

"இருக்கலாம், அன்னைக்கு உங்கள் போனை அங்க தவற விட்டுவிட்டு போய்ட்டீங்க"என்றாள் திவ்யா. "ஆமாம், அதுக்கப்புறம் ஆதி கொண்டு வந்து ஊத்துப் பகுதியில் தந்தான்" என்று சொல்லவும் ஏதோ புரிந்தது போல் புவனா படபடப்பாகக் கேட்டாள்.

"அன்னைக்குக் காலையில் அத்தானுக்கு நான் போன் போட்டேன், அந்தப் போனை நீதான் எடுத்தியா திவ்யா" என அவள் கேட்கவும், அவள் கண்ணீரோடு ஆம் எனத் தலையாட்டினாள். ஆதி இறுகி அமர்ந்திருந்தான். "டிஸ்ப்ளேவில் எங்கள் படத்தைப் பார்த்தியா" எனக் கேட்டான் அன்பு. அவள் ஆம் எனத் தலை அசைக்கவும்.

"உங்களுக்கு அன்புவும், ஆதியும் ட்வின் ப்ரதர்ஸ்னுத் தெரியாதா" எனக் கேட்டான் இனியன். திவ்யா தெரியாது எனத் தலை ஆட்டியவள், புவனா-

வின் கையைப் பற்றிக் கொண்டு, "சாரி புவனா, உங்களை நித்யனுடைய மனைவின்னு நினைச்சுக்கிட்டேன். இவர் என்னை ஏமாத்திட்டார்னு நினைச்சதை விட, நீங்க என்னைக் கேள்வி கேட்டா கழிவிரக்கத்திலேயே செத்திடுவேன்னு தோணிச்சு. அதனால தான் எல்லார் கண்லிருந்தும் மறைஞ்சு வாழ்ந்தேன்" எனத் திவ்யா மௌனமாகக் கண்ணீர் உதிர்த்தாள்.

புவனா கோபப்படுவாள், என நினைத்ததற்கு மாறாக, "திவ்யா உன்னை மாதிரி ஓர் பெண்ணை ஓரகத்தியாய் கிடைக்கக் கொடுத்து வச்சிருக்கனும். ஆதியத்தான் கல்யாணம் ஆனவரா இருப்பார்ங்கிற நினைப்பில் இப்படியா ஒதுங்குவ. வேறு ஒரு பெண்ணைப் பற்றி இவ்வளவு யோசித்தவள், உன் வாழ்க்கையைப் பற்றி முதலில் யோசித்திருக்க மாட்டச் சரி, கன்சீவா இருக்கும் போதுமா யோசிக்கலை. பிள்ளைகளைப் பெற்று வளர்க்கவும் யோசிக்கவே இல்லையே. எப்படி இவ்வளவு தைரியமா பெத்துக்கிட்ட" என வினவினாள்.

" அது அப்பா, அம்மா இல்லாத உலகத்தில் இறைவன் கொடுத்த வரம் என் பிள்ளைகள். நான் கன்சீவ்னு தெரிந்த நொடியிலிருந்து , யாருமில்லாத அநாதையான இந்த உலகத்தில் என் பிள்ளை தான் எனக்கு உறவென்று நினைச்சேன். இரட்டையரென்று தெரிந்த போது, அப்பா, அம்மா திரும்பி வர்றாங்கன்னு சந்தோசப்பட்டேன். தாத்தா வந்தார். அவர் மேலையும் கட்டுக்கடங்காத கோபம் வந்தது. ஆனால் எங்கள் அப்பா மேல் ரெண்டுபேரும் வச்ச பாசம் எங்களைச் சேர்த்து வைச்சது" எனக் கண் கலங்கினாள்.

இப்போது, ஆதியைப் போல் அன்புவும் இறுக்கமாக அமர்ந்திருந்தான். அவனிடம் திவ்யா மன்னிப்பு கேட்கவும், "நான் தான்மா, உன்னிடம் மன்னிப்பு கேட்கனும். உன் வாழ்க்கை சீரழிந்த இரண்டு கட்டத்திலும் நான் தான் காரணகர்த்தாவா இருந்திருக்கேன்" என்றான்.

"அப்படிச் சொல்லாதீங்க, கொஞ்சம் யோசிச்சுப் பார்த்திருந்தா கூட நித்யனைப் பற்றிப் புரிஞ்சிருக்கும், அந்த உணர்வு சூழல் என்னால் யோசிக்க முடியாமல் குழம்பிட்டேன். பிறகு அதை உண்மைனு அவரைப் பார்க்க கூடாதுன்னு பிடிவாதமா இருந்தேன். அப்பா, அம்மா இறந்தது தெரிந்தும் சம்பிரதாயமான போன் கால் தானான்னு இன்னும் கோபம் அதிகமானது. " என நிறுத்தியவள் ,

" சாரி புவனா,இன்னைக்கு இந்தப் பேச்சை எடுத்திருக்கக் கூடாது. ஒரு நல்ல பண்டிகை மூடை கெடுக்குறோம்னு தெரியுது. ஆனால் உங்க எல்லாரோடையும் ஒரே வீட்டில் குடும்பமா வாழனும்னு வரும் போது நமக்கிடையில் ஒழிவு மறைவு இருக்கக் கூடாது. அதனால தான் சொன்னேன்" என அவள் தனது தரப்பு விளக்கத்தைச் சொல்லவும்,

"திவ்யா, நாம் சேர்ந்து இருக்கிறதே சந்தோஷம் தான். மனசில் இருக்கும் கவலைகளைப் பகிர்ந்துக்கிட்டா அது பாதியா குறையுமே. எல்லாருக்கும் தேவையான ஒன்று தான். அதனால் இப்படி எல்லாம் ஃபீல் பண்ணாதே"

என்றாள் புவனா.

"அண்ணி போதும் இந்தப் பேச்சை விட்டுடுவோம். இதில் யாரைச் சொல்லியும் குற்றமில்லை. எல்லாம் விதிப்படி தான் நடக்கும். இனிமேல் எல்லாம் நல்லபடி நடக்கட்டும்" என இனியன் இந்தப் பேச்சுக்கே முற்றுப்புள்ளி வைக்க முயன்றான்.

ஆதித்யன், "இருடா எல்லா விசயமும் வந்திடுச்சு பேசிடுவோம். வர்ஷி என்னைத் தப்பா நினைச்சதுக்கு நானும் தான் காரணம். என்னைப் பற்றி முழுசா அவளுக்குத் தெரியவே இல்லையே. அதைவிடப் பெரிய குற்றம்,என்னை நம்பி வந்தவளுக்கு நானே பாதுகாப்பு இல்லாமல் போயிட்டேன். இப்ப வரை அதுக்காக அவள் என்னைக் குறை சொன்னதே இல்லை. ஏற்கனவே கல்யாணம் ஆனவன், அவளைப் பார்க்கவும் காதலிக்க ஆரம்பிச்சுட்டேன்னு நினைச்சிருக்கா" என அவன் நிறுத்தவும்.

"புவனாவை ,கயல்விழின்னு நினைச்சேன். நீங்க ஒரு நாள் உங்கள் அண்ணன் கூடப் பேசிட்டு இருக்கும் போது அவள் பெயரைச் சொன்னீங்க" என அடுத்த விளக்கம் சொன்னாள்.

"ஓ அதுனால தான் கயல்விழி நிலைமை என்ன ஆகும்னு கேட்டியா. புவனா கூட என்னைச் சேர்த்து வைத்து யோசிச்சான்னு அவ்வளவு கோபம் வந்தது. இவளுக்கு அன்புவையும், புவனாவையுமே போன வாரம் தானே தெரியும். இங்கே மாமா வீட்டில் புவனா போட்டோ இல்லையா" எனக் கேட்டான் ஆதித்யன்.

"ஹாலில் இருக்காது, ரூமில் தான் மாட்டியிருப்பாங்க. ஹாலில் மாட்டியிருந்த போது, வேலையாட்கள் பார்த்துக் கண் திருஷ்டி பட்டதால் தான் அத்தானுக்கு ஆக்சிடெண்ட் ஆனதாக அம்மாவுக்கு ஒரு நம்பிக்கை. அதனால் யாரிடமும் காட்டமாட்டாங்க" எனப் புவனா விளக்கம் தந்தாள்.

"புவனா போட்டோவை முதலில் பார்த்திருந்தாலும், அன்புவை நானென்று தான் நினைத்திருப்பா, இங்க இருந்தும் கிளம்பி இருப்பா. நல்ல வேளை பார்க்கல" என ஆதித்யன் ஆறுதல் அடைந்தாள்.

"இனியன் வந்து உன்னைப் பார்த்ததைச் சொல்லவும் தான் எனக்கு நிம்மதியா இருந்தது. அங்கிள் கடைசியா பேச வந்ததே உங்கள் கல்யாணம் பற்றித் தானே. ஆதி உன்னைத் தேடுறதும் எனக்குத் தெரியும்மா. நீ கிடைச்ச சந்தோஷம். ஆனால் பிள்ளைகளோடு இருந்தது அதிர்ச்சி தான்" என அன்பு சொல்லவும்.

"ஆதிகிட்ட நீங்களும் பிள்ளைகளும் இருக்கிற வீடியோவைக் காட்டப் போன நேரம் உங்களை நினைச்சுத் தான் புலம்பிக்கிட்டு இருந்தான். வீடியோவை காட்டும் போதும் உங்களைப் பார்த்து ஒரே பரபரப்பு. பிள்ளைகளைக் காட்டி ஜாடையைச் சொல்லிக் கேட்டப் பிறகு ரொம்பவே தவிச்சுப் போயிட்டான். அவனுக்குப் பிள்ளைகள் இருக்குமென்று ஐடியா கூட இல்லை. ஆனால் உங்களோடு பார்த்தப் பிறகு, தன் பிள்ளைகளுக்கு மட்டும்

தான் நீங்க தாயாக இருக்க முடியுமென்று உறுதியாகச் சொன்னான். " என இனியன் ஆதி , தன் பிள்ளைகளை அறிந்த தருணத்தை விவரித்தான்.

திவ்யா, ஆதித்யன் தான் தாயாவது தன் பிள்ளைகளுக்கு மட்டும் தான் என அசைக்க முடியாத அளவுக்கு இவ்வளவு நம்பிக்கை வைத்திருக்க. தான் அவனைச் சந்தேகப் பட்டேனே என நொந்துக் கொண்டாள்.

இவர்கள் பேசுவதை எல்லாம் தன் வழக்கத்துக்கு மாறான அமைதியாகக் கேட்டுக் கொண்டிருந்த ராஜி, "அத்தான்ஸ், அக்காஸ் போதும் விடுங்க. இப்படியே மாற்றி மாற்றி நான் தான் காரணம், நான் தான் காரணம்னு சொல்றதை விட்டுட்டு, எல்லாரும் ஒன்னு கூடிட்டோம்னு சந்தோஷப் படுங்க. உங்கள் ஃபீலிங்க்ஸ் கேட்டுக் கேட்டு என் கண்ணு இரண்டும் அதுக்குச் சப்-போர்ட் பண்ணுது. நானே பார்லர் போய், கஷ்டபட்டு மெருகேற்றின மினு-மினுப்பு எல்லாம் மங்கிடும் போல இருக்கு" எனப் பேச்சை மாற்றினாள்.

"அப்ப ராசு...ராசி அப்ப இதெல்லாம் பார்லர் சாயமா, இது தெரியாமல் நான் சிக்கிட்டேனே" என இனியன் வம்பு பேச.

அவன் ராசுக்குட்டி எனச் சொல்ல வந்ததை மாற்றி ராசி என அழைத்-ததைக் கண்டு கொண்ட ஆதி, திவ்யா மென்னகைப் புரிய, அந்தக் கோபத்-தையும் இனியனிடமே காட்டினாள் அவன் ராசுக்குட்டி.

"அக்கா, உன் கொழுந்தன் இருக்கிற கலருக்கு நான் பத்த மாட்டேனாக்-கும், இப்படியே பேசிட்டு இருந்தார்னு வையி, நான் எம்பில், பிஹெச்டின்னு படிக்கப் போய்விடுவேன், ஆமாம்" எனப் புவனாவிடம் முறையிட்டாள்.

"டேய், இனியா பேசாமல் இருடா,வரலாறு பாவம். ஏதோ சோழநாட்டுக்-காரங்க அதையாவது காப்பாத்துவோம்" என்றான் ஆதி. வாய்ப்புக் கிடைத்-ததாக அனைவரும் சிரித்தனர்.

"ஆமாம், இவ படிக்கிறேன்கிற பேர்ல மாமா சொத்தை கரைக்கிறா. அது மட்டும் இல்லை, கூடப் படிக்கிற பிள்ளைகள் எல்லாம் தயவு செய்து இவளைக் கல்யாணம் பண்ணிக் கொடுத்து எங்களைக் காப்பாற்றுங்கன்னு புவனாக்கு போன் போட்டு கதறுதுங்க" என அன்புவும் சேர்ந்து காலை வாரி-னான்.

"அத்தான்ஸ், இது ரொம்ப ஓவர் ஒருத்தருக்குக் காதலிக்க உதவிப் பண்-ணேன், இன்னொரு ஆளுக்குப் பொண்டாட்டி கூடப் பேட்ச் அப்பே என்-னால் தான் ஆச்சு. அதை எல்லாம் மறந்திட்டு என்னையவே காலை வாரு-றீங்க. உங்கள் கட்சி டூ கா" என முகத்தைத் தூக்கி வைத்துக் கொண்டாள் ராஜி.

"அம்மா ராஜேஸ்வரி பேச்சு மாறக் கூடாது. டூ காயை கன்டின்யூ பண்ணு" என்றான் ஆதி. "நித்யன் , என் தங்கச்சியிடம் இப்படி எல்லாம் பேசக் கூடாது. அவளை யாரென்று நினைச்சிங்க." என ராஜிக்கு சப்போர்ட்-டாகப் பேசவும்.

"வர்ஷிமா நீ சொன்னால் சரிதான். ராஜி எவ்வளவு நல்ல பொண்ணு. பிஹெச்டி வரைக்கும் செய்கிற அளவு அறிவு அவளுக்கு இருக்கு. ஆனா-லும் பார் நமக்காக இனியனைக் கல்யாணம் பண்ணிக்க முன் வந்திருக்கிறது எவ்வளவு பெரிய விசயம்" எனச் சிரிக்காமல் சீரியசாகச் சொல்லவும். ராஜியே சிரித்து விட்டாள்.

"ஆதியத்தான், நேற்று யாரோ நாங்க எல்லாம் பெரிய டெரர் , உங்க அக்காளுக்கு எல்லாம் பயப்பட மாட்டேன்னு சொன்ன தைரியசாலியைப் பார்த்தீங்க" என வம்பிலுக்கவும்.

"அவன் கிடைக்கமாட்டான். ஏன்னா இப்ப உங்க அக்கா கூட இருக்-காங்க" என இனியனும் சேர்ந்து ஆதியைக் கேலி செய்தான். "அடேய், படு-பாவி உனக்குச் சப்போர்ட்டுக்கு வந்தேன் பாரு" என இனியனை ஆதித்யன் சலித்துக் கொண்டான்.

"அன்பு, நீ கொஞ்ச நேரம் ரெஸ்ட் எடு. சாய்ந்திரம் தீபாவளி செலிபி-ரேட் பண்ணுவோம்" என ஆதி திவ்யாவுடன் தங்கள் போர்ஷனுக்குக் கிளம்-பத் தயாரானான் "ஆதி பக்கத்து இலைக்குப் பாயாசம் கேட்காதே. உனக்கு வேணும்னா நேராகவே கேட்டு வாங்கிக்கோ" என்றான் அன்பு.

' வாலண்டைரா வாங்கிக்கத் தானே அவளைக் கூட்டிட்டுப் போறதே' என மனதில் யோசித்து முழிக்கவும், அன்பு ரகசியமாக அவன் காதில் மட்-டும் கேட்கும்படி, "தம்பி ஏற்கெனவே டெரரா நடந்துக்கிட்டிங்களோ, முழியே சரியில்லையே" என்றான்.

"அவ்வளவு அப்பட்டமா தெரியுதா. வர்ஷி வச்சு செய்வாளே" எனத் தனது இரட்டையிடம் புலம்பினான். அன்பு "ஆல் த பெஸ்ட்" எனச் சிரித்து அனுப்பினான்.

இனியன் ராஜியிடம் கண்களால் பேச்சு வார்த்தை நடத்தி மாடிக்கு அழைத்துக் கொண்டிருந்தான். 'ராசுக்குட்டி வாடி சாக்கி தர்றேன்' எனக் கண்களால் அழைப்பு விடுக்க. 'நீங்களே வச்சுக்குங்க உங்க சாக்கியை, வீட்-டில் நிறைய ஸ்வீட் இருக்கு' என அவள் நயன பாஷை பேசினாள்.

திவ்யா புவனாவின் அறைக்குச் சென்று, பேசிக் கொண்டிருந்தாள். இன்-றும் நாளையும் பிள்ளைகளுக்கு அணிவிக்கும் துணியைப் பற்றியும், தாங்கள் அணிவது பற்றியும் பேசிக் கொண்டிருந்து கிளம்பினாள்.

திவ்யா அறைக்குள் வந்து தன் முதுகு எரிச்சலைக் கண்ணாடியில் பார்க்கப் போராடிக் கொண்டிருந்தாள். மெடிக்கல் கிட்டிலிருந்து, ஆயின்-மெண்ட் எடுத்து அதில் போட முயன்றாள். ஆதித்யன் அவள் கையிலிருந்து ஆயின்மெண்ட்டை வாங்கினான். அவள் திரும்பி நேராக நின்று, "இப்ப என்ன வேணும் உங்களுக்கு. திரும்ப வெறுத்த முகம் காட்ட வந்துட்டிங்களா. எனக்கு அதுக்கெல்லாம் நேரமில்லை" என அவள் பேசி அவனை அங்கி-ருந்து வெளியேற்ற முயன்றாள்.

"அன்பு முன்னாடி மட்டும், எல்லாம் சரியாயிடுச்சுன்னு டயலாக் அடிச்ச. திருப்பி என்னடி முறுக்குற" என அவளை நெருங்கினான். "இங்க பாருங்க" என அவள் பேச முயலவும், "அதைத் தாண்டி செய்யறேன், உன்னைப் பார்க்கிற வேலை" என முகத்தில் விழுந்த அவள் முடியை ஒதுக்கி அவன் முன்னேற, அவள் பின்னோக்கி நகர முடியாமல் சுவற்றில் மாட்டப் பட்டி-ருந்த கண்ணாடி முட்டியது.

கைகளை நடுவே வைத்து அவனை மேலும் நெருங்க விடாமல் தடுத்த-வள், "ஒண்ணும் வேண்டாம் , எனக்கு நீங்க பாஸிங் க்ளவுட் தானே, பிள்-ளைகள் மட்டும் தான் நமக்குள்ள இருக்கச் சம்பந்தம். அந்த ரிலேசன்சிப் மட்டும் மெயின்டைன் பண்ணிக்குவோம்" என்றாள்.

அவன் மூச்சுக் காற்று அவள் மேல் பட்டுக் கொண்டிருந்தது. பார்வை-யால் அவளை விழுங்கிக் கொண்டிருந்தான். திவ்யாவுக்கும் அவஸ்தையாக இருந்தது. அவன் முன்பு சொன்ன ஹார்மோன் சுரப்பிகள் இருவருக்குமே வேலை செய்யத் தொடங்கி இருந்தன. ஆனாலும் அவளுக்கு அருகில் வந்து பதிலளிக்கும் விதமாக

"ரிலேசன்சிப் வேணும்னா மெயின்டைன் பண்ணிக்கலாம்டி பொண்டாட்டி. ஆனால் லிமிட்டெல்லாம் நீ சொல்லாத. " என அவளின் கடைசி வாக்கி-யத்தை மட்டும் பிடித்துக் கொண்டவனின் கைகளும் அவளது வெற்று இடை-யில் விளையாட ஆரம்பித்து இருந்தது. அவள் மேனி சிலிர்த்துத் திரும்பிக் கொண்டாள். அவனுக்கும் அது தான் தேவை, ஏற்கனவே ஆயின்மெண்-டைக் கைப்பற்றி இருந்தவன், அவள் திரும்பியதும், அவனால் ஏற்பட்ட காயத்தை ஆராய்ந்து , ஒரு விரலால் எடுத்து மெல்லப் போட்டு விட்டான். " சாரிடி ரொம்ப எரிகிறதா" எனக் குரலில் வருத்தத்தோடு வினவவும் , அவளும் உருகித் தான் போனாள். ஆனால் அதைச் சொல்லத் தான் வாய் வரவில்லை. வீம்பு தலை தூக்க

"ஏன் எரிச்சல் இல்லைனா இன்னும் கொஞ்சம் பிறாண்டி விடலாம்னா" என இடக்காகக் கேட்டாள்."போடிக் கிறுக்கி" என்றவன் அவள் முடியை அதில் படாமல் ஒதுக்கி விட்டான். மீண்டும் வந்து விழுந்த குழலைத் தூக்கி மேலே கொண்டை போல் போட்டுக் கிளிப்பைக் குத்தி விட்டான்.

" ஏய் வெறுத்த முகம், இதெல்லாம் உனக்கு எப்படியாத் தெரியும். கயல்விழி இல்லைன்னாலும், தேன்மொழி, மான்விழின்னு எவகிட்டையாவது பழகுனியா. பக்காவா கொண்டை எல்லாம் போட்டு விடுற" எனக் கண்ணா-டியில் தன் சிகையை இப்படியும், அப்படியும் திரும்பிப் பார்த்துக் கொண்டே வம்புப் பேசினாள்.

அவளது இடது தோளில் முகம் புதைத்தவன், காது மடல், கன்னக்கதுப்பு என மீசையால் குறுகுறுக்கச் செய்து கொண்டே, இரண்டு கைகளையும் அவள் இடையைச் சுற்றி வளைத்துக் கொண்டு, மது குடித்த வண்டாக இழைந்து கொண்டே, "ஆமாம்டி இராட்சசி, இதே மாதிரி நிறைய ப்ராக்டீஸ்

எடுத்திருக்கேன், ஒவ்வொன்றா டெமோ காட்டவா" எனக் காதலில் பிதற்றிக் கொண்டிருந்தான். அவன் உணர்வுகள் எல்லை மீறுவதை உணர்ந்தவள்,

" ஐயே போதுமே உங்கள் வெறுத்த முகம் எங்கப் போச்சு, இவ்வளவு தான் உங்க வீராப்பா" எனச் சீண்டவும். அவளைத் திருப்பி "இடக்கு மடக்கா கேள்வி கேட்டாளும் இனிமே தண்டனை தான்" என அவள் இதழை நோக்கிக் குனிந்தான்.

அவசரமாக அறைக் கதவை எட்டிப் பார்த்தாள் திவ்யா. அவன் ஓர் உல்லாசமான சிரிப்புடன்" பூட்டிட்டுத் தாண்டி வந்தேன்" என நகைப்போடு சொல்லி அதி தீவிரமாகச் செயலில் இறங்கினான். அவளது கன்னங்கள் செர்ரியிடமிருந்து வண்ணத்தைக் கடன் வாங்கியிருந்தது. அவன் ஆசையாக அவளை ஆக்கிரமிக்க, அதே எதிர்வினையை அவனுக்கும் தந்தாள்.

இக்கணத்தில் அநி, ஆதுவின் அப்பா அம்மாவாக இல்லாமல், மதுரையைச் சுற்றித் திரிந்த காதலர்களாக. தாண்டிக்குடியில் பார்த்த இளம் ஜோடிகளாய் மாறினர். இன்னும் இருபத்து நான்கு மணி நேரச் சொர்க்கத்தை நித்யவர்ஷி இணை அனுபவிக்கட்டும். நாம் சற்று நேரம் பொறுத்து இணைவோம்

மனம்-28

அந்தி சாய்ந்த பொழுது, பறவைகள் பட்சிகள் தங்களது கூட்டுக்கள் அடைந்திருந்தன. வடகாடு விதைப்பண்ணை வழக்கத்துக்கு மாறாக ஆரவாரமாக இருந்தது. மில் தொழிலாளர்கள், பண்ணை ஊழியர்கள் என அனைவருக்கும் போனஸ் அள்ளித் தந்திருந்தார் கனகரத்தினம். மகளும் மருமகனும் தலைத் தீபாவளிக்குப் பிறகு இந்தத் தீபாவளியைத் தான் இங்குக் கொண்டாடுகிறார்கள். அக்காள், அத்தான், வருங்கால மருமகன், மகளைப் போலப் பாதுகாத்த டாக்டர் மகள் பேரன், பேத்தி என நிறைவான தீபாவளி.

பசுமை நிறைந்த இடமாதலால் எப்போதும் வெடிச் சத்தம் கேட்காது. ஆனால் இந்த முறை வேட்டுச் சத்தம் விண்ணைப் பிளக்க வேண்டும் என மில் தொழிலாளர் பிள்ளைகளை வைத்து வெடித் திருவிழாவை ஆரம்பித்து விட்டார். இரவு நேரத்தை ஒளிமயமாக்க அதிகப்படியான விளக்குகளைப் போட்டு விட்டிருந்தார். அது மட்டுமல்ல வானவேடிக்கைகளுக்கும் ஏற்பாடு செய்திருந்தார். இரண்டு நாட்களுக்கும் வான வேடிக்கை நிகழ்த்த வேண்டிய வானங்களைக் கனகரத்தினம், இனியன் இருவரும் வாங்கிக் குவித்து இருந்தனர்.

ஆதிரைச் செல்வி குட்டி தேவதையாக, தனது நித்துப்பா வாங்கித் தந்த புஷூபுஷூ கவுனில் வலம் வந்தது. ராஜி சித்தி பொருத்தமான லிப்ஸ்டிக் பொட்டு வளையல் என அலங்கரித்து விடப் பெருமை பிடி படவில்லை.

முதலில் தனது அலங்காரத்தை வழக்கம் போல் கனகு தாத்தாவிடம் காட்டியது. அவர் வியந்து பாராட்டி அன்பு மழை பொழிந்தார்.

தமிழ்செல்வி ராஜேந்திரனிடம் , இந்த வழக்கத்தைப் பற்றிச் சொன்னார். "அண்ணா, ஆதுக்குட்டி ட்ரெஸ் பண்ணினா இப்படி வந்து நிற்கும். அவங்களும் சின்னப் பிள்ளையாய் மாறி அதுக்கு இணையாகப் பேசுவாங்க" எனச் சொல்லவும், ராஜேந்திரன் தானாகப் பேத்தியிடம் வந்தவர் பேத்தியை வைத்த கண் வாங்காமல் பார்த்துக் கண்கலங்கி, "லலிதா, இங்க வாயேன். ஒரு குட்டி தேவதை வந்திருக்கு. நம்ம ஆதுவை தேடி வந்திருக்கா" என வியந்தார்.

லலிதாவும் புன்னகையோடு வந்து விட, அவரைத் தொட்டு அழைத்த ஆதிரை, "ராஜ் தாத்தா, நான் தான் ஆது. " என்றது.

"அடடே நீங்க ஆதிரை தானா, நான் கூடத் தேவதை வந்திருக்குன்னு நினைத்தேனே" என அதிசயப் பட்டார். "போங்க, என் இராசாத்தியைக் கண்ணு வைக்காதீங்க" எனப் பேத்தி பவுடர் கலையாதவாறு லலிதா திருஷ்டி கழித்தார். அதே நேரம் ஹாலுக்கு அன்பு வந்தான், "அன்புப்பா, நல்லா இருக்கா" என இப்படியும் அப்படியுமாகச் சுற்றிக் காண்பித்தது.

"ஆகா யாருடா இந்தப் பர்பி டால். அன்புப்பாவுக்கு முத்தம் கொடுக்கும் ஆது எங்க" என்றான். "அன்புப்பா இந்தா இருக்கேன் ஆது, ஆனால் கிஸ் குடுக்க முடியாதே, லிஸ்பிக் போயிடுமே" என வருத்தமாகச் சொன்னது. புவனா அதே நேரம் அநி, ஆனந்துக்கு ஒரே போல் ட்ரெஸ் செய்து கூட்டி வந்தாள். அவர்கள் இனியனை வீட்டுக்கு வெளியே பட்டாசுகளை எடுத்து வைப்பதைக் காணவும் அங்கு ஓடினர்.ஆதி, திவ்யாவும் வந்து சேர்ந்தனர்.

"புவிம்மா, அன்புப்பாக்கு நான் கிஸ் கொடுக்கனும், ஆனா லிஸிபிக் போயிடும், நீங்க வேணா அன்புப்பாக்குக் கிஸ் கொடுங்க, நான் அப்புறமா உங்களுக்குத் தர்றேன்" என்றது. புவனா முகம் சிவக்கச் செய்வதறியாது நின்றாள்.

"ஆமாம் என் மகள் சொன்ன மாதிரி செய்மா" என அன்புவும் வம்பிழுக்க. "நீங்க சும்மா இருங்க, அத்தை மாமால்லாம் அங்க தான் உட்கார்ந்து இருங்காங்க. " என அவனுக்கு மட்டும் கேட்குமாறு சொல்லவும்.

"இல்லைனா கொடுத்துடுவ. போடி என் மகள்கிட்டயே அப்புறமா வாங்கிக்கிறேன்" எனச் செல்லமாகக் கோபித்தான் அன்பு. "அத்தான், நாங்கக் குடுக்காமத்தான் , நீங்க பிள்ளைக் குடுத்தீங்களோ." என ரகசியமாகச் சண்டையிட்டாள்."அதெல்லாம் அப்போ" என்றவனை, கன்னத்தில் ஏதோ ஒட்டியிருப்பதைத் துடைப்பதைப் போல், "அது தான் ஆதுவைச் சொல்லியே தினம் டபுள் பங்கு வாங்கிக்கிறீங்கல்ல அப்புறம் என்னவாம்" என லேசாக நிமிண்டினாள்.

அன்பும் பேசாமல் இல்லாமல் "ஆ" வெனக் கத்தினான். புவனா அதிர்ந்து பார்க்க, ஆதி, திவ்யா என்ட்ரி அப்போது தான் நடந்தது. அவர்கள் பார்த்து விட்டனர். நமட்டுச்சிரிப்போடு அருகில் வந்தனர்.

"என்னப்பா, என்ன ஆச்சு" என ஆதிரைக் கேட்டது. புவனாவின் திண-றலை ரசித்தவன், "ஒண்ணுமில்லைடா ஆதுக்குட்டி, எங்கள் ஆதுக்குட்டி அப்பாக்கு முத்தம் கொடுக்கக் காணமேன்னு , அப்பாவுடைய கன்னம் கிள்-ளுது" என்றான்.

"புவிம்மா, ப்ளீஸ் நீங்க கிஸ் கொடுத்துடுங்க. அன்புப்பாக் கன்னம் வலிக்குது" என ஆதிரை மீண்டும் சிபாரிசு செய்யவும்."ஆதும்மா, புவிம்-மாவும் லிப்ஸ்டிக் போட்டிருக்கேன்டா" எனப் பெரும் பேச்சை சமாளித்தாள் புவனா.

இந்த உரையாடலைக் கேட்டுக் கொண்டே வந்த திவ்யா, "ஆரம்பிச்-சுட்டாளா, எல்லாம் இவங்க அப்பா சொல்லிக் கொடுக்கிறது" என்றாள். "திவிம்மா இப்ப என்ன பண்றது" எனத் திவ்யாவை யோசனைக் கேட்டது ஆதிரை.

அதற்குள் ஆதித்யன், "ஓ மை ஸ்வீட் ஹார்ட், இன்னைக்குச் சூப்பரா இருக்கீங்கடா" எனத் தூக்கி ஓர் சுற்று, சுற்றினான். ஆதிரை அதில் குதூ-கலமானது. அப்பா இன்னொரு தடவை என வந்தது. இன்னொரு முறை சுற்றி இறக்கி விட்டவன், "நீதான்டா குட் கேர்ள், உங்கம்மா சரியான பயந்-தாங்கோலி" எனத் தன்னை மறந்து டயலாக் அடிக்கவும், தயாராகி வந்த ராஜி அதிர்ந்து நின்றாள்.

"ஆதியத்தான் இப்ப என்ன சொன்னீங்க" எனக் கேட்டாள். ஆதி முழிக்கவும், அன்புவும், புவனாவும் நமட்டுச் சிரிப்பைச் சிரிக்க, திவ்யாவுக்கு வெக்கம் பிடுங்கியது.

"ஆமாம் உங்கத்தான் சுரைக்காய்க்கு உப்பில்லைனு சொல்றார். அவருக்-குத் தான் விவஸ்தை இல்லைனா, உனக்கும் இல்லை போ" என முதுகில் ஓர் அடி போட்டாள் திவ்யா. மூவரும் ஒரே மாதிரியான சுடி செட் வண்ணம் மட்டும் மாறி இருந்தது. அதைக் கவனித்த அண்ணன் தம்பி இருவரும் கேட்கவும். "அன்னைக்கே எடுத்தோம்ல நித்யன், ராஜி ஆல்டர் செய்து வாங்கி வந்தா" என்றாள் திவ்யா.

இனியன், அநி, ஆனந்த்தோடு உள்ளே வந்தவன், "எல்லாம் இங்கேயே உட்கார்ந்து கதை அடிக்கிற ஐடியாவா. வெளியே வாங்க , வான வேடிக்கை ரெடி" என்றான்.

ஆதி, அன்புவை அழைத்து வந்தான். சகோதரிகள் மூவரும் ஒன்று போல் சென்றனர். தமிழ்செல்வியும், லலிதாவும் மிகவும் மகிழ்ந்து இருந்தனர். தாத்தா ரகுநாத ராஜன் சேரில் அமர்ந்திருந்தார். அன்புவை அவரருகில் கூட்டி வந்து நிறுத்தினான் ஆதி.

அநி, ஆனந்தை ஆளுக்கு ஒருவராகப் பிடித்துக் கொண்டு, ஆதியும், இனியனும் சங்குச் சக்கரம் புஸ்வானம் வைத்தனர். ஆதிரைக்குப் பயமாக இருந்தது, அன்பு நாற்காலியில் அமர்ந்தபடி , புவனாவை அழைத்தான். "புவனா ஆதுவை என் மடியில் உட்கார வை. நீ ஹெல்ப் பண்ணு நாங்க

கம்பி மத்தாப்புப் பிடிக்கிறோம். " என்றான்.

புவனாவுக்குச் சந்தோஷம் பிடிபடவில்லை. ஆனந்த்துடன் கூட அவன் இப்படிக் கொண்டாடியது இல்லை. ஆதுவுடன் அவனது நெருக்கம் அவளுக்கும் நெகிழ்ச்சியாக இருந்தது. அன்பு, ஆதிரை, புவனா தனிக் குழுவாகக் கம்பி மத்தாப்புப் பிடித்துக் கொண்டிருந்தனர். ஆதிரையும் அன்புவின் மடியில் பாதுகாப்பாகப் பயமின்றி இருந்தது. இவர்களைக் கண்ட வீட்டின் மூத்த தலைமுறை மகிழ்ந்து நெகிழ்ந்தனர்.

இது முடிந்து செவன் ஸ்டாட்டர் போன்ற வானத்தில் ஒளிக் கோலம் காட்டும் வெடிகளை வைக்க ஆரம்பித்தனர். ஆதியும், இனியனும் மாற்றி மாற்றி வைக்க, பார்த்துக் கொண்டிருந்த திவ்யாவை அழைத்தான்" வர்ஷி நீயும் வை வா" என்றான் . "அக்கா பயப்படாமல் வைப்பாங்களா" எனக் கேட்டாள் ராஜி.

"உங்க அக்கா, எதுக்காவது பயந்ததா, சரித்திரம், பூகோளம் இருக்கான்னு கேளு. இப்ப அம்மா ஆன பிறகு கொஞ்சம் பயந்திருப்பா " என ஆதித்யன் வம்புக்குச் சொல்லவும், கண்களில் சவாலோடு, இனியனிடமிருந்து ஊதுபத்தியை வாங்கினாள். அவனும் ராஜியோடு ஒதுங்கி வேடிக்கை பார்க்கத் தயாரானான்.

ஆதி ஒரு புறமிருந்து வந்து வெடியை வைக்க இவள் மறுபுறம் வைத்தாள். திவ்யாவின் வெடி வெடிக்கும் முன் ஆதியின் வெடி வெடித்துச் சத்தம் எழுப்ப, தன்னையறியாமல் அவள் பின்னோக்கி நகர, அவன் கேலி பேசினான்.

"திவ்யாம்மா விடாதடா" எனக் கனகரத்தினம் உற்சாகமூட்ட, அவன் வைக்கும் முன் இவள் வேட்டுக்கள் விண்ணை அலங்கரித்தன. அநி, ஆது, ஆனந்த் மூவரும் மாற்றி, மாற்றி அம்மா அப்பாவுக்கு ஆதரவு செய்து மகிழ்ச்சியில் ஆர்ப்பரித்தனர். "ராஜி, நீயும் வா" எனத் திவ்யா அழைக்க, "எனக்குப் பயமா இருக்கும்கா" என்றாள்.

"இனியன், ராஜி கூடச் சேர்ந்து வைங்க. அவளும் தீபாவளி கொண்டாட்டும். வெடி இல்லாமல் நாலு வருஷம் ஓடிடுச்சு. இந்த வருஷத்திலிருந்து தூள் கிளப்புவோம்" என்றாள் திவ்யா.

ராஜியைக் கைப்பிடியில் அழைத்து வந்த இனியன் சேர்ந்து வெடி வைத்தான். முதல் இரண்டு வெடிக்குப் பயந்தவள் பின் பழகி தைரியமாக வைத்தாள்.

திவ்யா, மாமியார், மாமனார் இருந்த பக்கம் வந்து நிற்கவும், ராஜேந்திரன், "நீ பேசறது விஜயனைப் பார்த்த மாதிரி இருக்குமா" என்றார். அவர் தந்தையைப் பற்றிப் பேசவும், "அப்பா தீபாவளி வந்துட்டா நிறைய வெடி வாங்கிட்டு வந்துடுவாங்க. மலை பிரதேசமாகிறதால கட்டுப்பாடு இருக்கும், ஆனால் நம்ம இடம் உள்ளடங்கி இருப்பதனால பிரச்சினை இல்லை. அம்மா பயப்புடுவாங்க. நானும் அப்பாவும் மாறி மாறி வைப்போம்" எனச் சிறுமியாக

மாமனாருடன் தனது அப்பாவுடனான நினைவுகளைப் பகிர்ந்தாள்.

"விஜயன் வெடியைக் கையில் பிடிச்சுத் தூக்கிப் போடுவான். ஒவ்வொரு தீபாவளியும் பேருக்கு ஜமீனுக்குப் போய்ட்டு நம்ம வீட்டுக்கு வந்துடுவான். வயசானப் பிறகும் அதே வேலை தான் செய்தானா" என்றார் ராஜேந்திரன்.

"ஆமாம் மாமா, அணுகுண்டைக் கூடக் கையில் பிடித்ச்சுப் போடுவாங்க. தீபாவளி வந்தா,அப்பாவுக்கு கொண்டாட்டம் , அம்மாவுக்கு டென்ஷன்" என்றாள்.

"உங்கம்மா, வெடிச் சத்தம் கேட்டா கூடக் காதைப் பொத்திக்கிட்டு உள்ளே உட்கார்ந்துக்குவா" என லலிதா, தமிழ்ச்செல்வி, ராஜேந்திரன் மூவ-ரும் அவள் தாய் தந்தையைப் பற்றிப் பேசவும், மனதால் அவர்களோடு நெருங்கினாள்.

ஒரு வழியாக இனியனும், ராஜியும் ரொமான்டிக் வெடி வெடித்து முடித்-தனர். அதென்ன ரொம்ன்டிக் என்றால் ஒரு வெடி வைத்து, வானத்தில் ஒளி கோலம் போடும் முன், வேறு புறம் ஒதுங்கும் இவர்கள், அணைத்தல், தழுவல், இதழொற்றல் எனப் பிறர் அறியா வண்ணம் ரொமான்ஸ் செய்தும் முடித்தனர்.

இரவு சாப்பிடும் நேரம் வரவும், எல்லாரையும் கைகளைக் கழுவி ஆராய்ந்தே திவ்யா உள்ளே அனுமதித்தாள்.

இரவு உணவு ஒன்றாக அமர்ந்துக் கொண்டனர். சாதம் மிஞ்சி இருந்-ததை லலிதா ஒரு பெரிய தட்டில் போட்டுப் பிசைந்து வந்தார். கனகரத்தினம் முதற் கொண்டு, இளையவர்கள் அவர் கைகளில் உருண்டை வாங்கிச் சாப்-பிட்டனர். திவ்யா அதிசயமாகப் பார்க்கவும். "எங்கள் அக்கா கை ருசி அப்-படி" எனக் கனகரத்தினம் சிலாகித்தார்.

நிறைந்த வயிறு, குறைந்த வயிறு தெரியாமல் சாப்பாடு அவர்கள் வயிற்றை நிறைத்தது. அதிலும் ஆதி திவ்யாவிடம் வம்பிலுக்கத் தயங்க வில்லை. அவள் வைத்திருக்கும் வெஞ்சனத் தட்டிலிருந்து காய், மிச்சர் என எடுப்பான். சில நேரம், லலிதா திவ்யாவிற்கு உருண்டை வைக்க, அவள் கையை வளைத்துத் தான் உண்பான். "அத்தை உங்கள் மகனைப் பாருங்க. என்னைச் சாப்பிட விடமாட்டேங்கிறாங்க" என யசோதையிடம் குறைபடும் ராதையாகக் குறைபட, "ஆதி , திவ்யாவை ஏன் வம்பிலுக்குற" என லலிதா அதட்டுவார்.

"ஆதிப்பா, திவிம்மா கிட்ட வம்பிழுக்காதீங்க. திவிம்மா இந்தாங்க , இதைச் சாப்பிடுங்க" என ஆனந்த் அவளுக்கு ஊட்டவும். அவள் அவனைச் சேர்த்து அணைத்துக் கொண்டு, "சோ க்யூட் என் தங்க மகனே நீ இருக்கும் போது அம்மாவுக்கு என்னடா குறை" எனக் கொஞ்சினாள். ஆதி பொறா-மையாகப் பார்த்தான். ஆனந்தைத் தொடர்ந்து, அநி, ஆதுவும் அம்மாவுக்கு ஊட்ட திவ்யாவின் கண்கள் பாசத்தில் கலங்கியது. அதே நேரம் அவளுக்குப் புரை ஏறியது. வேகமாக முதுகைத் தடவி, தலையைத் தடவிய ஆதித்யன்,

"வர்ஷி, மெதுவா சாப்பிடு. இனிமேல் பிடுங்கிச் சாப்பிட மாட்டேன். எனக்கு வயிறு புல்" என்றான்.

"உங்கள் தாத்தா நினைப்பாரா இருக்கும்" என ரகுநாத ராஜன் சொன்னார். அவள் சிரித்துக் கொள்ள, திவ்யாவின் போன் ஒலித்தது. ஆதித்யன் தான் எடுத்தான்.

"ம் சரி, சரி இதோ வர்றோம்" என்றான். அவன் பேசியதில் எமர்ஜென்சி எனப் புரிய "அத்தை எனக்குப் போதும்" எனக் கை கழுவச் சென்றாள் திவ்யா. "யாருங்க. என்ன ஆச்சாம்" எனக் கேட்டாள்.

"வெடி வச்சதில் சின்னப் பையன் கையில் வெடிச்சிருச்சாம். கிளினிக் வந்திருக்காங்க. நர்ஸ் கூப்பிட்டாங்க" என்றான். "நீங்க பிள்ளைகளைப் பார்த்துக்கிறீங்களா, நான் பேஷன்ட் அட்டன்ட் பண்ணிட்டு வர்றேன்" எனக் கிளம்பினாள். "நானும் வர்றேன்மா. பிள்ளைகள் இங்க இருக்கட்டும்" என ஆதி சொல்லவும்.

"ரொம்ப நேரம் ஆடியிருக்குங்க தூக்கம் வந்திடும்" எனத் திவ்யா சொல்லவும். புவனா, "நான் தூங்க வச்சிக்கிறேன் திவி. நீ பார்த்துட்டு வா" என்றாள்.

ஆதித்யன் காரை ஓட்ட, திவ்யா அவனோடு கிளினிக் வந்தாள். வரிசையாக நான்கு ஐந்து கேஸ் பார்ப்பது போல் ஆகிவிட்டது. ஆதித்யன் பொறுமையாகக் காத்திருந்தான். வேவு பார்க்க எனவும் சிலர் நோயாளிப் போர்வையில் வந்திருந்தனர். எல்லாம் பார்த்து முடித்த திவ்யா, ஆதித்யனோடு கிளம்பினாள். இது தான் அவள் அந்தக் கிளினிக்கில் கடைசியாகப் பார்க்கும் கேஸ் என்பதை அவள் அறியவில்லை.

அடுத்த நாள் தீபாவளி, சீக்கிரம் எழ வேண்டும் எனச் சீக்கிரம் படுத்துவிட்டனர். பிள்ளைகள் புவனாவோடு தூங்கி விட்டன. அவர்களை எழுப்ப மனமில்லாமல், "நைட் அழுதாங்கன்னா கூப்பிடுங்க புவனா. அதுங்க இல்லாமல் எனக்குத் தூக்கமே வராது" எனத் தயங்கித் தயங்கி நின்றாள். அவளிடம் மெல்லமாக, "இன்றைக்கு அதுங்க அப்பாவைத் துணைக்கு வச்சிக்கோ. ஆனால் ஒன்னு லிமிட்டை கிராஸ் பண்ணக் கூடாது" என்றாள் புவனா.

"சீ போ புவனா. பிள்ளைகள் தூங்கியிருக்கும் நீயும் உன் அக்கவுண்டை செட்டில் பண்ணிக்கோ. ஆதுவோடதையும் நீதான் ஈடு கட்டனும்" எனப் பதிலுக்கு வாரினாள். "ச்சீப் போ. " என வெட்கப் படுவது புவனாவின் முறையானது.

சற்றே தூரத்திலிருந்து பார்த்த சீனியர் இரட்டையர், "என்னடா மாற்றி, மாற்றி, ம் என்ஜாய். ஆதி இன்னைக்குக் காப் சிரப் கூடக் குடிக்கலை. உன் லிமிட்டை க்ராஸ் பண்ணாதே" என்றான் அன்பு. இனியன் தனது துணியோடு திவ்யா வீட்டுக்குக் கிளம்பினான். "நீ எங்கடாப் போறே" என அன்பு கேட்கவும்.

"எங்க அண்ணன் வீட்டுக்கு. இங்கே எனக்குச் சேஃப் கிடையாது. உன் கொழுந்தியாகிட்ட இருந்து என்னைக் காப்பாற்றிக்கத் தான். ஆதி மாதிரி தான் அவன் தம்பின்னு யாரும் சொல்லக் கூடாது இல்ல" என்றான் . அவனை முதுகில் அடி போட்ட ஆதி.

"அப்படியே ஏதாவது ஆனால், அடுத்த நாளே உன் ராசுக்குட்டி மூட்டை முடிச்சோடு நம்ம வீட்டுக்கு வந்திடும் டோண்ட் வொர்ரி" என்றான் ஆதி.

"அது யாருடா ராசுக்குட்டி, ராஜிக்குத் தெரிந்தது ஆடிடுவா" என அன்பு சொல்லவும். "அவளே அவள்" எனப் புதிர் போட்டுக் கிளம்பினர் சகோதரர்கள்.

"இனியா, தம்பி உடையான் படைக்கு அஞ்சான். நீ வரலைனா, ரூம்க்கு என்ட்ரி பாஸ் கிடைக்காது" என்றான் ஆதி. "ஆனால் லிமிட்டை கிராஸ் பண்ணாதே" என இனியனும் அட்வைஸ் பண்ணவும், "போடா பேச்சுலரா, லட்சணமா தூங்கு, எங்க லிமிட் எங்களுக்குத் தெரியும்" என்றான். இனியன் சிரிக்க மட்டுமே செய்யவும், அர்த்தம் புரிந்து அவனை அடிக்கத் துரத்தினான் ஆதி.

இவர்கள் விளையாட்டாக வீட்டுக்குச் சென்று, இனியனுக்குப் பக்குவமாகப் படுக்கை விரித்துத் தந்தான் ஆதித்யன். திவ்யா வந்து பார்த்துக் கடுப்பானாள். இனியனுக்கு இரவு வணக்கம் சொல்லி வெளியே வந்தனர். "நீங்க ரூமுக்குள் படுத்துக்குங்க, நான் ஹாலில் படுத்துக்குறேன்" என்றாள் திவ்யா.

"ஆமாம்டி, குளிருது. ஹாலில் படுத்தால் எனக்குத் தூக்கம் வராது. நீ ஹாலில் படுத்துக்கோ" என அவன் அறைக்குள் நுழைந்து, "இந்த க்வில்ட்டையும், தலையணையையும் எடுத்துக்க". என அவளுக்குத் தேர்வு செய்து கொடுத்தான்.

ஹீட்டரை ஆன் செய்து வந்தவன், "கசகசன்னு இருக்கு. இன்னைக்கு அன்புவை ஆது கூட மத்தாப்பு எல்லாம் பிடிக்கிறதைப் பார்த்து சந்தோஷமா இருந்தது. " என்றான். அப்படியே அதைப்பற்றிய பேச்சு ஓடியது.

ஒரு டவளை எடுத்துக் கொண்டு குளியலறைச் சென்றவன் , குளித்து டவளோடு வந்தான். வெற்று மேனியில் அவன் வர அவளுக்கு மூச்சடைத்தது. அதிலிருந்து தப்பிப்பது போல் துணி எடுக்காமல் குளியலறைப் புகுந்தாள். ஆதித்யன் அவளுக்கு, தண்ணீர் விளாவி வைத்திருப்பதைச் சொன்னான். அதை அவள் காதிலேயே வாங்கவில்லை. குளித்து முடித்தவள், டவளைத் தேட எடுத்து வர மறந்தது தெரிந்தது. பாத்ரூம் கதவு தட்டப்பட்டது. "என்ன " என்றாள்.

"கதவைத் திறந்து ட்ரெஸ்ஸை வாங்கிக்கோ" என்றான். அதைத் தயக்கமாகவே வாங்கி அணிந்து வந்தாள். ஆனால் அது தான் டேஞ்சர், அவள் வளைவுகளை அவன் கண்ணுக்கு விருந்தாக்கியது.அவன் அவளைக் கவனியாதது போல் சட்டமாகப் பெட்டில் ஏறிப் படுத்துக் கொண்டு கண்ணை மூடி இருந்தான். கதவு அடைக்கப்பட்டு இருந்தது. அவள் முறைத்துக் கொண்டே

நின்றாள்.

"வர்ஷி, இராத்திரி பூரா இப்படியே நிற்பியா. காலையில் சீக்கிரம் எந்திரிக்கனும். வந்து படு நான் ஒண்ணும் செய்ய மாட்டேன்" எனக் கண்ணை மூடியபடியே சொன்னான்.

ஒரு தலையணையை எடுத்து அவனை அடி வெளுத்தாள்." உங்களுக்குக் கொஞ்சமாவது மேனர்ஸ் இருக்கா, என் மானத்தை வாங்குறீங்க. இதில் அண்ணன் தம்பி எல்லாம் உங்களுக்குச் சப்போர்ட்" என அடித்தாள்.

தலையணையைப் பிடுங்கியவன், அவளையும் ஒரே இழுப்பில் தன் அருகில் இழுத்துக் கொண்டான். அவள் திமிறவும், கைகளை இறுக்கி அணைத்துப் பிடித்தான். "நான் தான் ஒண்ணும் செய்யமாட்டேன்னு சொன்னேன்லடி. நீயா வம்பு பண்ணாத" என மெல்ல அவளை விடுவித்தான்.

"ப்ராடு, ப்ராடு பக்கிரி. ஃப்ளான் பண்ணி என் பிள்ளைகளை அங்க அனுப்பீட்டீங்க, அதுங்க என்னைக் கட்டிக்கிட்டு தான் தூங்குங்க. எனக்கும் அதே பழக்கம் ஆகிடுச்சு. இப்ப நான் என்ன பண்றது" என்றாள்.

"நான் உனக்குச் சேவை செய்யக் காத்திருக்கேன் கண்மணி . நீ என்னைக் கட்டிக்கோ, நான் ஆட்சேபனையே சொல்ல மாட்டேன்" என அவளைத் தன் கைவளைவில் கொண்டு வந்தான். அவனோடு சமாதானம் ஆனவள், அவன் முகம் பார்த்தே படுத்தாள். அவனை அவ்வளவு நெருக்கமாகப் பார்த்து, அவன் கண்களின் ஏக்கத்தையும் பார்த்தவள், "நித்யன், ரொம்பக் கஷ்டப் பட்டீங்களா" என அவன் முகத்தை வருடினாள்.

"ஆமாம், தினமும் காலையிலிருந்து, வேலை வேலைன்னு ஓடினாலும், தனியா இருக்கும் போது, நீதான் என் நினைவில் இருப்ப. எப்படி இருக்கியோன்னு பதறும். நாலு வருஷத் தூக்கத்தை நீ கொண்டு போய்ட்ட" என்றவனின் மார்பில் தலை சாய்த்து அவனைக் கட்டிக் கொண்டாள் திவ்யவர்ஷினி.

"ஐயம் சாரிப்பா. எனக்கும் அப்படித்தான். உங்களை இப்படிக் கட்டிக்கனும்னு மனசும், உடம்பும் தேடும். மசக்கையா இருக்கும் போது ஒரு நேரம் கோபம் இருந்தாலும். ஒரு நேரம் ரொம்பத் தேடுவேன். அந்த நேரம் ஏதாவது ஒரு போனிலிருந்து உங்களுக்குப் போன் பண்ணுவேன். நீங்க நிறைய நேரம், ஃபேக்டரியில் இருப்பீங்க. போன் ஆன் பண்ணிட்டு அங்க பேசிக்கிட்டு இருப்பீங்க, அந்தக் குரலைக் கேட்டுக்குவேன்" என்றாள்.

"அடிப் பாவி, எனக்கு ஒரு தடவைக் கூடச் சந்தேகமே வரலையே. ஒரு வார்த்தை சொல்லியிருந்தா ஓடி வந்திருப்பேனே. டெலிவரியில் ரொம்பக் கஷ்டப் பட்டியா? எனக் கேட்டான். அவள் தனது ஸ்டெரெச் மார்க்குகளை அவனை உணரச் செய்து, அந்த நேரச் சங்கடத்தைப் பகிர்ந்து கொண்டாள்.

அந்த நான்கு வருடப் பிரிவின் முக்கியத் தருணங்களை அவள் விவரிக்கவும் அவன் அதை உள் வாங்கிக் கொண்டான். மெல்ல ஒருவரில் ஒருவர் லயித்து, சிறு தழுவல், தடவல், இதழொற்றல் எனத் தங்கள் பிரிவாற்றலைப்

பகிர்ந்து கொண்டனர். இருவருக்கும் இத்தனை நாள் கண்ணுக்குத் தெரியாமல் இருந்த திரை விலகியதைப் போல் ஓர் உணர்வு ஏற்பட்டது."வர்ஷி ஐ லவ் யூடி" என்ற மந்திரத்தை ஓத ஆரம்பித்தான். "ம்ம்" என ம் கொட்டியவள், அவன் தோள்களில் முகம் புதைத்து இறுக்கி அணைத்தபடி ஆழ்ந்த உறக்கத்திலிருந்தாள்.

அவனோடு அறையைப் பகிர யோசித்தவள், அன்பைத் தேடிய சேயாக, அவனிடம் அடங்கிக் கிடந்தாள். அவர்களின் முதல் இரவுக்குப் பிறகான நிறைவான உறக்கத்தை இருவரும் இன்று உறங்கினர்.

தீபாவளித் திருநாள், கூட்டுப் பறவைகளுக்கு முன்னால் வீட்டுப் பறவைகள் எழுந்து. பின் கட்டில் வரிசையாகக் கூடி இருந்தனர். லலிதா சாமி கும்பிட்டுச் சாஸ்திரத்திற்கு எண்ணெய் தொட்டு வைத்தார். வரிசையாகக் குளித்து முடித்து வந்தனர்.

திவ்யா இருந்த வீட்டில், பலகாரப் பட்சணம், துணிகள் பரப்பி நான்கு தலைமுறை நின்று சாமி கும்பிட்டனர். அன்புவையும் அழைத்து வந்தனர். சகோதரர்கள் இருவரும் தோள் கொடுக்க, லேசாக ஊன்றி நடந்தே வந்தான் அன்பு. வீட்டினர் மகிழ்ச்சிக் கடலில் தத்தளித்தனர். தாத்தா பூஜை செய்ய, பெரியவர்களிடம் ஆசீர்வாதம் பெற்று, புதுத் துணிகளை வாங்கிக் கொண்டனர். இங்கு முடிந்து கனகரத்தினம் வீட்டிலும் சாமி கும்பிட, கனகரத்தினம், தமிழ்ச் செல்வி அனைவருக்கும் துணி எடுத்துக் கொடுத்தனர்.

ஆதிரைக்கு லலிதா எடுத்து வந்த பட்டுப் பாவாடையைப் போட்டு விட்டாள். அநி, ஆனந்த் செர்வானி அணிந்தார்கள். ஆதியும் பிள்ளைகளை அழைத்துக் கொண்டு கனகரத்தினம் வீட்டுக்குச் சென்று விட்டான். கலாம்மா மூன்று நாட்களாகத் தமிழ்ச் செல்விக்குத் தான் உதவி கொண்டிருந்தார்.

திவ்யா சேலைக் கட்டப் போனவள், பேக் ஹூக்கை அணிய முயன்றாள். முடியாமல் போகவே ஆதிக்கு போன் போட்டாள். அடுத்த நிமிடம்,"என்னடி வர்ஷி" எனக் கேட்டுக் கொண்டே, ரூமிற்குள் நுழைந்தவன் அக்மார்க் அதிர்ச்சி அடைந்தான். அவள் அரையாடையாகவே நின்றாள்.

"நித்யன் ரொம்ப நேரமா ட்ரைப் பண்றேன் போட முடியலை. சீக்கிரம் மாட்டி விடுங்க" என நின்றாள். "வர்ஷி, நேத்து ரூம்குள்ள வந்ததுக்கே அப்படிச் சண்டை போட்ட, இப்ப என்னடி இப்படி நிற்கிற. மச்சான் பாவம்டி,மனசளவில் இன்னும் கன்னிப் பையன் தாண்டி" எனப் புலம்பினான். திரும்பி அவன் வாயில் லட்டை அடைத்தவள்,"சீக்கிரம், இன்னும் நிறைய வேலை இருக்கு" என்றாள்.

'கண்ணா லட்டுத் திங்க ஆசையா' என்ற டயலாக் ஞாபகம் வந்தது. அவன் ஒருத்தன் தன்னைப் பார்க்கும் சங்கோஜம், லஜ்ஜை இதெல்லாம் இல்லாமல் சேலையை வேகமாகக் கட்டியவள், இதைப் பிடிங்க, அதைப் பிடிங்க. என அடிமை வேலையை ஏவினாள். முடிந்து அவன் முன் தேவதையாக நின்றாள். பூவை வைத்து விடச் சொல்லி ஹேர்பின்னை நீட்ட,

அரை மயக்கத்தில் மந்திரித்து விட்ட நிலையிலேயே அவள் ஏவியதைச் செய்தான்.

"வர்ஷி, எப்படிடி ஒரே ராத்திரியில், நான் எதுவும் செய்யவே இல்லை. எப்படி மாறின" என வியந்தான். அவன் மீது கைகளை மாலையாகப் போட்-டாள், "ஏன்னா எனக்கு உங்க கிட்ட உரிமை இருக்கு. எனக்கே எனக்-கான உரிமை. இதில் யாருக்கும் பங்கு கிடையாது. நேற்று தான் எனக்கு அது புரிஞ்சது. நேற்று நமக்குள்ள பச்சையா சொன்னா செக்ஸ் ரிலேசன்சிப் இல்லை. ஆனால் கணவன், மனைவிக்கான புரிதல் இருந்தது. "ஐலவ் யூடா புருஷா" என முதல் முறையாக வாய் மொழிந்தவளின் கண்களில் காதல் கசிந்துருக, அவனை அணைத்து ஷர்ட் காலரை இழுத்து அவன் கழுத்தில் இதழ் பதித்தாள். ஆதித்யன் அதிர்ச்சி மொத்தமும் குத்தகைக்கு எடுத்தது போல் நின்றான்

." வாங்கப் போகலாம்," என அவன் கையைப்பிடித்து அவள் இழுக்க-வும், உணர்வு வந்தவனாக, அவளது செய்கைக்கு எதிர்வினை ஆற்றி பின் விடுவித்து அழைத்துச் சென்றான்.

அன்று முழுவதும் இவர்களது காதல் பரிவர்த்தனை இனிமையாக ஓடி-யது. குடும்பம் மொத்தமும் அந்தத் தீபாவளியை நல்ல மகிழ்ச்சியாகக் கொண்டாடினர். அந்தப் பண்ணையில் வேலை செய்யும் பெண்கள், ஏதாவது பலகாரத்தைக் கொண்டு வந்து கொடுத்து, தங்கள் அன்பைவெளிப்படுத்திச் சென்றனர்.

வல்லத்திலிருந்து ஈகைச் செல்விக் குடும்பம் வீடியோ காலில் வாழ்த்-துக்களைப் பரிமாறினர். திவ்யாவுடனும் அவர்கள் வீட்டினர் பேசி மகிழ்ந்-தனர்.தாத்தா சௌந்தர ராகவன் பேத்திக்கு வாழ்த்துச் சொன்னார். வரிசை-யாக, தம்பி தங்கைகள் வாழ்த்துத் தெரிவித்தனர். பேத்தி பூரணமாக மலர்ந்து விகசித்து இருந்ததைக் கண்டு மனம் மகிழ்ந்தார்.

காலையில் சீக்கிரம் எழுந்ததில் தீபாவளி கொண்டாடிய மகிழ்ச்சியில் வீட்டில் உள்ள அனைவரும் படுத்து உறங்கி இருந்தனர். திவ்யாவின் போனுக்கு ஓர் எமர்ஜென்சி கால் வந்தது. அவளது உயிருக்கும் அதுவே காலனாக வந்தது.

நான்கு மணி தான் ஆகியிருந்தது. எனவே தூங்கிக் கொண்டிருந்த ஆதித்யனை எழுப்பாமல், கலாம்மாவிடம் சொல்லி விட்டு மெடிக்கல் கிட்-டோடு ஸ்கூட்டியில் கிளம்பினாள் திவ்யா. திவ்யாவுக்கு எங்கிருந்து ஆபத்து வருகிறது. நிஜமாகவே சித்தப்பாக்கள் மாறி விட்டனரா. பெண்களுக்கு ஆதரவாகக் குரல் கொடுத்ததின் விளைவா. ஆதித்யன் திவ்யாவை காப்-பாற்றுவானா பொறுத்திருந்து பார்ப்போம்.

மனம்-29

மருத்துவப் பணி என்பது, சுயநலம் பாராமல் கடவுள் உயிர்களைக் காக்க அனுப்பிய பாதுகாப்பு சேவகராகத் தன்னைப் பாவித்துச் சேவை மனப்பான்மையுடன் செய்யும் உன்னதப் பணி. திவ்யாவும் தான் பெற்ற மருத்துவ அறிவை, அவ்வாறே சேவையாகச் செய்தாள். எந்த நேரமானாலும் அவசர சிகிச்சை என வரும் போது, தனது கைக் குழந்தைகளைக் கூட விட்டுவிட்டுப் போவாள். ஏனெனில் உயிரின் மதிப்பு அவளுக்கு நன்றாகத் தெரியும்.

தீபாவளி அன்று முன் மாலைப் பொழுதில் ஒரு தகப்பனிடமிருந்து பதற்றமான போன் கால் வந்தது. தனது மகன் வெடியைக் குனிந்து வைக்கும் போது, வெடித்து முகத்தில் பட்டு விட்டதாகவும், ஒரு குடியிருப்பு பகுதியைச் சொல்லி, அங்கு வரமுடியுமா என வினவினான். மணி நாலரை தான் ஆகியிருந்தது, எனவே போய்விட்டு இருட்டுவதற்குள் வந்து விடலாம், எனக் கலாம்மாவை அழைத்து, தான் போகுமிடத்தின் விவரத்தையும் சொல்லி விட்டுக் கிளம்பினாள்.

அருகில் இருக்கும் குடியிருப்பு எனவே, சுப்புவையோ, ராமுவையோ கூட அழைக்கவில்லை. அவர்களும் தீபாவளிக் கொண்டாடும் என விட்டுவிட்டாள். அந்தக் குடியிருப்பு பகுதி, இவர்கள் மில்லை தாண்டி வெளியே இரண்டு கிலோ மீட்டர் தொலைவில் தான் உள்ளது. குவாட்டர்சில் தங்க இடம் கிடைக்காத மில் தொழிலாளர்களில் சில குடும்பங்கள் அங்கே வசிக்கின்றனர். அந்தப் பகுதியைச் சொல்லவும் சரி எனக் கிளம்பினாள் திவ்யா.

அவள் கிளம்பிய பத்து நிமிடத்தில் ஆதி எழுந்து அவளைத் தேடினான், கலாம்மாவிடம் கேட்கவும், அவர் விவரம் சொன்னார். உடனே போன் அடித்து விட்டான். அப்போது தான் குடியிருப்பை நெருங்கி இருந்தாள். போன் அடிக்கவும் ஓரமாக நிறுத்தி அதனை எடுத்தாள். "வர்ஷி எங்க இருக்க, என்னை எழுப்பி இருக்கலாம்ல எதுக்குத் தனியாகப் போன?" என வேகமாகக் கேட்டான் ஆதித்யன்.

"நித்யன் ரிலாக்ஸ், உங்களை விட்டுட்டு எங்கேயோ பறந்து போற மாதிரி பேசுறீங்க. அநி, ஆது கூட என்னை இப்படித் தேடாதுங்க. நீங்க தான் விட்டா என் முந்தியை பிடிச்சிட்டே அலைவிங்க போல" எனக் கேலிப் பேசினாள். "ஆமாம்டி சரி அங்கயே இரு நான் வர்றேன்" என்றான்.

"நான் ஸ்கூட்டியில் வந்திருக்கேன்பா, நீங்க வந்தாலும் திரும்பி வரும் போது தனித் தனியா தான் வரனும். அரை மணி நேரம் பொறுத்துக்குங்க வந்துடுவேன். ஹாங் நித்யன், பிள்ளைகளுக்கு இன்னோரு புது ட்ரெஸ் எடுத்து வச்சிருக்கேன், புவனா, ராஜி யார்கிட்டையாவது கொடுங்க. போட்டு விட்டுடுவாங்க" என்றாள்.

"வர்ஷி, நீ மாத்திட்டியா, திரும்பி வரவும் காலையில் மாதிரி உதவி பண்ணனுமா" என விஷமமாக அவன் கேட்கவும்."காலையில் பட்டுச் சேலை, ப்ளவுஸ் வேற பேக் ஹீக். இப்ப ஒரு பிரச்சனையும் இல்லை. ஆனாலும் நீங்க உதவ முன் வந்ததுக்குத் தாங்க்ஸ். ஐ லவ் யூ டா புருஷா" என்றாள்.

"வர்ஷி ரொம்பச் சோதிக்கிறடி. இன்னைக்கும் பிள்ளைகள் அன்பு கூடவே படுக்கட்டும். எனக்கு என் பொண்டாட்டி வேணும்" எனக் கிரக்கமாகக் கேட்கவும் , சலங்கையைச் சிதற விட்ட சிரிப்பைச் சிரித்தவள், "ஆசை, தோசை அப்பள வடை. தாலி கட்டின பிறகு தான். சரிங்க இந்தக் காலனிக்கு வந்துட்டேன். இதோ பார்த்திட்டு வந்துடுறேன். மிஸ் யூ'' என முத்தம் தந்தாள். அவள் புன்னகையோடு போனை வைக்கவும், மீண்டும் பழைய போன் வந்தது.

"இதோ அந்த இடத்துக்கு வந்துட்டேன். எந்த வீடு" எனக் கேட்டாள். "டாக்டரம்மா , அந்தக் குடியிருப்பைத் தாண்டின உடனே இருக்க ஒத்தை வீடு" என்றான்."அதை முதலில் சொல்றதுக்கு என்ன" என்றவள் தனது லொகேசனை ஆதிக்கு ஷேர் செய்து வரும்படி மெஸேஜில் அழைத்தாள். அப்போது தான் போனை வைத்து விட்டு, பிள்ளைகளுக்கு ட்ரெஸ்ஸை கொடுக்கப் போயிருந்தான் ஆதித்யன்.

திவ்யா குடியிருப்பு பகுதியைத் தாண்டி வண்டியில் செல்வதைச் சிலர் பார்த்தனர். "மகராசி பண்டிகை அன்னைக்குக் கூட அவசரத்துக்கு வருது பார்" என்று பேசிக் கொண்டனர்.

அடுத்த ஒற்றை வீடு வரவே இல்லை, சிறிது தூரம் சென்ற பின் சுதாரித்தவள், திரும்ப முயன்றாள். குடியிருப்புக்குச் சென்று விசாரித்துக் கொள்ளலாம் எனத் திரும்பும் நேரம், அவளை இடை மறித்த ஒருவன், குறுகிய பாதையைக் காட்டி அழைக்கவும், சந்தேகம் வந்து"இல்லை நீங்க கிளினிக் கூட்டிட்டு வாங்க" என்றாள்.

ஆள் நடமாட்டம் இல்லாத நேரம், மேலும் இருவர் வந்து, "வாங்க டாக்டரம்மா, நீங்கதான் பொதுநலச் சேவை செய்யறவங்களாச்சே. எங்களுக்கும் செஞ்சிட்டு போங்க" என வண்டி சாவியைப் பறித்தான். "இடம் தெரியாமல் விளையாடாதே. நான் ஒரு குரல் கொடுத்தால் போதும், ஊரே திரண்டு வரும்" என மிரட்டினாள்.

"எல்லாம் தெரியும் டாக்டரம்மா. சின்னான் தான் கம்பி என்றானே, அந்தக் கணக்கை நேர் செய்ய வேணாம்.நீ பாட்டுக்கு இந்த ஊருபொம்பளைகளுக்குக் கொம்பு சீவி விட்டுட்டுப் போயிட்டேனா, அப்புறம் எங்களுக்கு எவ முந்தி விரிப்பா. இன்னைக்கு உன் முந்திதான் எங்க டார்கெட். அப்புறம் பார் எங்க ராஜாங்கம் தான்" என ஏளனமாகப் பேசியபடி அவளை மற்றவர் பார்வையிலிருந்து ஓரம் கட்டினர்.

திவ்யா அப்போத ஆதிக்கு போன் அடித்து விட்டாள். காதில் ப்ளூ டூத் ஸ்பீக்கர் இருந்தது. பேகிலிருந்த போனில் ஸ்பீட் டயல் அடித்து விட்டாள். அவள் துரதிர்ஷ்டம் ஆதி போனை வைத்து விட்டு, கனகரத்தினம் வீட்டுக்குச் சென்றிருந்தான்.

அவர்களோடு பேசிக் கொண்டே பின் வாங்கியவள் கழுத்தில் மாட்டியிருந்த மெடிக்கல் கிட்டிலிருந்து, கையைப் பின்னால் கட்டி தெனாவெட்டாகப்

பார்ப்பது போல், ஊசியில் மயக்க மருந்தை ஏற்றி தயார் செய்தாள்.

ஆதி போனை எடுக்காததால் இனியனுக்கு அடித்தாள். அவன் தூக்கம் முழித்துப் போனை எடுத்து அண்ணி எதுக்குப் பண்றாங்க என யோசித்து "ஹலோ அண்ணி என்றான்".

"டேய் என்னை மறிச்சு கடத்தி ரேப் பண்ணலாம்னு முயற்சி பண்ணா-தீங்க. என் புருஷனுக்குத் தெரிஞ்சது , உங்கள் உயிருக்கு உத்திரவாதம் இல்லை" என மிரட்டினாள். அதற்குள் பின்னால் இருந்து வந்த ஒருவன், "டேய் அவள் மயக்க ஊசி எடுக்குறாடா " எனக் கத்தவும் கையில் வைத்-திருந்த பேகை, நெருங்க வந்தவன் முகத்தில் அடித்து விட்டு ஓடினாள். "இனியன் சீக்கிரம் நித்யனோடு வாங்க" எனச் சொல்லும் போதே போன் கட்டானது.

"ஹலோ, அண்ணி, அண்ணி எங்க இருங்கீங்க" எனப் பதறியவன் ஆதித்யனைத் தேட அவள் வீட்டு ஹாலில் ஆதித்யன் போனைப் பார்த்-தான். நேராகக் காரை எடுக்க ஓடியவன், ஆதியைப் பெருங்குரலெடுத்துக் கூப்பிட்டான். அவன் சத்தம் கேட்டு வெளியே வரவும், இவன் காரோடு கனகரத்தினம் வீட்டு வாசலுக்கு வரவும் சரியாக இருந்தது.

"ஆதி வண்டியில் ஏறு. அண்ணி எங்க" என அவன் போனை அவன் கைகளில் திணித்தான். அவன் அவசரமாக அழைத்ததில் பதட்டமாக ஏறிய-வன், அவன் கேள்வியில் பதட்டமாகி "எதுக்குடா கேக்குற" என்றான்.

"அவங்க லொகேஷனை ட்ராக் பண்ணு ஏதோ ஆபத்தில் இருக்காங்க" என வண்டியை விரட்டினான். "மில்லுக்கு வெளியே ஏதோ குடியிருப்பு பகு-திக்கு போறேன்னா, இப்ப தாண்டா பேசினேன், ஏன் என்ன ஆச்சு" என அவள் இருப்பிடத்தை அறிய முயல அந்தத் திசையைக் காட்டியது.

அந்தத் திசையை நோக்கி காரை செலுத்தினான் இனியன். அதே நேரம் திவ்யா போன் செய்ததையும் சொல்லவும், ஆதித் தனது மொபைலையும் பார்த்தான்,"ஆமாம்டா அரை மணி நேரம் முன்னே கூப்பிட்டு இருக்கா. என்ன ஆச்சோ தெரியலையே" எனப் பதட்டமாக அவள் ஸ்கூட்டியை கண்-களால் தேடியபடி இருந்தான்.

குடியிருப்புப் பகுதியில் இறங்கி விசாரித்தார்கள், நான்கு ஐந்து பேர் தெரியலையே எனும் போதே, வீட்டுக்குள் இருந்து வந்த பெண்மணி, "டாக்-டரம்மா, இந்தப் பக்கம் தான் வண்டியில் போனாங்க" எனத் திசையைக் காட்டினாள்.

இனியன் காரை அந்தப் பாதையில் வேகமாகக் காரை செலுத்தினான். இரு புறமும் முந்திரிக் காடு தான் இருந்தது. ஆள் நடமாட்டமே இல்லை. கொஞ்ச தூரத்திலேயே ஆதி, "இனியா வண்டியைத் திருப்பு , இவ்வளவு தூரம் வர மாட்டா" என வந்த பாதையில் திரும்பினர். பாதையைக் கவன-மாக ஆராய்ந்து கொண்டே வந்தனர். மீண்டும் குடியிருப்பு பகுதிவரை வந்-தும் எதுவும் தெரியவில்லை. மாலை வெளிச்சம் மங்க ஆரம்பித்து இருந்தது.

"அண்ணி, மொபைல் லொகேஷனை மறுபடி ரிப்ரெஷ் பண்ணு. கடைசியா எங்க காட்டுதுன்னு பாரு" என இனியன் மீண்டும் அதே பாதைக்குத் திருப்ப இவர் நின்ற இடத்திலிருந்து இரு நூறு மீட்டர் தொலைவைக் காட்டியது.

ஆதி திவ்யாவின் போனுக்குத் தொடர்ந்து தொடர்பு கொண்டான், "வர்ஷி எங்கடி இருக்க" என அடிவயிறு பிசையப் பயந்து நடுக்கமான குரலில் புலம்பினான்.

மொபைல் கடைசியில் காட்டிய லொகேஷனில் வண்டியை நிறுத்திய இனியன், "கீழே இறங்கித் தேடுவோம். மாமாக்கு போன் போடுறேன்" எனும் போதே அன்பு ஆதிக்கு போன் செய்தான்.

"அன்பு வர்ஷி, ஏதோ எமர்ஜென்சின்னு வந்தா, இப்ப காணோம்டா. எனக்குப் பயமா இருக்கு" எனக் கதறினான். "ஆதி நிதனமா தேடு, நான் மாமாவை அனுப்புறேன். திவ்யாவுக்கு ஒண்ணும் ஆகாது பயப்படாதே" எனத் தைரியம் சொன்னான்.

ஹாலுக்கு விரைந்தவன் பிள்ளைகளை அழைத்துச் செல்லுமாறு ராஜியிடம் கண் காட்ட ,அவள் சென்றவுடன்."மாமா திவ்யாவை காணோமாம். ஆதியும், இனியனும் போயிருக்காங்க."என ஆதி சென்றதைப் படபடப்பாகச் சொல்லவும், "அதெப்படி மாப்பிள்ளை, எவனுக்கு அவ்வளவு தைரியம் நான் பார்க்கிறேன்" எனக் கோபமாகக் கார் சாவியை எடுத்துக் கொண்டு வெளியேறினார்.

"அன்பு என்ன சொல்ற " என்றபடி, ரகுநாதன், ராஜேந்திரன், லலிதா, தமிழ்ச்செல்வி, புவனா,கலாம்மா எல்லாரும் கூடி விட்டனர். கலாம்மா விவரம் சொல்லிக் கொண்டிருந்தார். அன்புவுக்கு இன்று தான் தன் கால் ஊனமாக இருப்பதன் இயலாமையை முழுதாக உணர்ந்தான். ஆதியும், இனியனும் அந்த இடத்தை ஆராய்ந்த பொழுது, சில கால் தடங்களும், ஸ்கூட்டி தடமும் தெரிந்தது. பரபரப்பாகத் தேடியவர்கள்.

"இனி இங்க தாண்டா இருக்கனும். எனக் கண்கள் கூர்மையாகத் தேடியது. "வர்ஷி" என்ற அறைகூவல் விடுத்தான். "அண்ணி" என இனியனும் மாற்றி மாற்றி அழைத்தனர்.இனியன் சற்று நிதானமாகக் கால் தடங்களை ஆராய்ந்து பாதையைக் கண்டுபிடித்தான். அந்த ரோட்டின் இடது புறத்தில் ஒரு பாதை பிரிந்து சென்றது. அதில் கால் தடமும் இருக்க, அதில் முன்னேறினான். அந்த வழியில், ஒரு சேலை பின்னைக் கண்டெடுத்தான் ஆதி.

"இனியா, சேரி பின். காலையில் வர்ஷிக்கு நான் தாண்டா குத்திவிட்டேன்" என நடுங்கும் கைகளில் அதை எடுத்தான் ஆதி. "ஆதி , அண்ணிக்கு ஒண்ணும் இல்லை. பயப்படாத" என அவனுக்கும், தனக்குமாகத் தைரியம் சொல்லிக் கொண்ட இனியன் அதே பாதையில் முன்னேறினான். இவர்கள் இருந்த மெயின் பாதைக்கு வந்து சேர்ந்த கனகரத்தினம், இனியன் காரின் அருகில் தன்னுடையதையும் நிறுத்தினார்.அவருக்கு, அடுத்த-

டுத்து மில் ஆட்கள் வந்து இறங்கிக் கொண்டே இருந்தனர்.

"திவ்யா, ஆதி, இனியா" என அழைத்தபடியே கனகரத்தினம் பின்னோடு வந்தார். ஆதியும், இனியனும் ஒற்றை அறைக் கட்டிடம் ஒன்றின் அருகில் நெருங்கினர்.

ஆதித்யன்" வர்ஷி எங்கடி இருக்க, வர்ஷி ஒரு குரல் கொடு. உன் நித்யன் வந்துட்டேன்டி" எனக் கத்திக் கொண்டே வந்தான். இனியன் "அண்ணி, அண்ணி" என அழைத்துக் கொண்டே வந்தான்.

சற்று முன்னர், திவ்யா நெருங்க வந்தவனைப் பேகால் தாக்கிவிட்டு ஓட முயன்றாள். ஆனால் அவர்கள் நான்கு பேர் இருந்தனர். ஒருவன் அடி வாங்கி விழவும் மற்றவன் அவளைத் துரத்தினான். பக்கத்தில் வந்தவனின் கழுத்தில் ஓர் ஊசியை இறக்கினாள், அவன் சுதாரிக்கும் முன் குடியிருப்பை நோக்கி ஓடினாள் ஆனால் இரண்டு பேர் அந்தப் பக்கமாக வந்து அவளை வளைத்துப் பிடித்தனர். திவ்யா துள்ளினாள்.

இடது புறம் இருந்த ஒற்றையடிப் பாதையில் அவளைக் கொண்டு செல்ல, வண்டி சாவியைக் கைப்பற்றிப் பேகால் அடி வாங்கியவன், அவளது ஸ்கூட்டியை ஸ்டார்ட் செய்து முந்திரிக் காட்டுக்குள் மறைத்து வைத்தான்.

ஊசியில் குத்து வாங்கியவன் நிலை தடுமாறிக் கொண்டிருக்க, இவளை இழுத்துச் சென்றனர். அதில் சேலையின் முந்தி இழுபட, ப்ரோச் கீழே விழுந்தது. "ஏய், அவள் புருஷனுக்குப் போன் பண்ணிட்டா. அவன் கொஞ்ச நேரத்தில் வந்துடுவான். மில்லுக்காரனும் வந்துடுவான். அதுக்குள்ள இவளை முடிக்கனும். " என இழுத்துச் சென்றபடி சொன்னான்

ஒருவன். "டேய், டாக்டரம்மா இரட்டைப் பிள்ளை பெற்ற மாதிரியா இருக்கா, எனக்கு இவள் வேணும்டா. நம்ம இடத்துக்குத் தூக்கிட்டுப் போய் இரண்டு நாள் அனுபவிப்போம்" என்றான்.

மற்றொருவன். "நீ ஆழம் தெரியாமல் காலை விடாதே, இது பெரிய இடம். இவளுக்கு ஒரு கீறல் போட்டாளே, மத்தப் பொட்டச்சிகள் பயந்துடு-வாளுங்க. இவளை நம்ம அனுபவிக்க வேண்டாம், இவளை வச்சி நிறையப் பொட்டச்சிகளை அனுபவிக்கனும். நம்மளுக்கு இவள் குடுக்குற தைரியத்தில் தான் மறுப்பு சொல்றாளுங்க"என அவர்கள் பேசிக் கொண்டிருந்த சமயத்தில்,

தான் பயின்ற தற்காப்புக் கலையைப் பயன்படுத்தித் தாக்கி விட்டு அதே வழியில் ஓடினாள். 'என்ன ஆனாலும், என் நித்யன் தொட்ட உடம்பு எவனையும் நெருங்க விடக் கூடாது" என உயிரையும், மானத்தையும் தற்-காத்துக் கொள்ளும் மானாக ஓடினாள்.

அந்தக் காம வெறி பிடித்த ஓநாய்களும் துரத்தின. தூரத்தில் ஒற்றை அறையாக இருந்த மோட்டார் ரூம் தென்பட அதை நோக்கி ஓடினாள். அவளை அனுபவிக்காவிடினும், சிதைக்க வேண்டும் என்ற எண்ணத்தில் ஒரு உருட்டுக் கட்டையை அவளை நோக்கி விட்டெறிய, சரியாகத் திவ்யா-வின் தலையைப் பதம் பார்த்து.

அவள் தள்ளாடி முன்னேறினாள். அருகே வந்தவர்களின் முகத்தில் மண்ணை வாரித் தூற்றினாள் திவ்யா. ஒருவன் மட்டும் சமாளித்து அவள் மேலிருந்த ஒட்டு மொத்தக் கோபத்தையும் பிரயோகித்து அவளின் அடி வயிற்றில் கத்தியை இரண்டு முறை இறக்கினான். "நித்யன்" எனக் கதறியவள், 'அநி, ஆது' என முணுமுணுத்து மீண்டும் அவர்கள் கையில் அகப்படாமல் அந்த அறையை அடைந்து உள் பக்கம் பூட்டிக் கொண்டு மயங்கினாள்.

அந்த நேரம் மெயின் ரோட்டில் ஆதி, இனியன் வந்து இறங்கவும் அந்த நான்கு நாதாரிகளும் அவ்விடம் விட்டு மறைய வழியைத் தேடினர். ஒற்றை அறைக் கட்டிடத்தின் வெளியே இரத்தக் கறைகளைக் கண்ட இனியனும், ஆதியும் பதறினர். "வர்ஷி, வர்ஷி " எனப் பரிதவித்த ஆதியின் காதில், "நித்யன்" என்ற ஈனமான ஸ்வரம் வந்து காதில் விழவும், அந்தக் கட்டிடத்தின் கதவில் காதை வைத்துக் கேட்டவன் "வர்ஷி" எனக் கதவை மோதினான்.

"இனியா,வர்ஷி இங்க இருக்காடா" எனும் போது, அவளால் கதவைத் திறக்கவும் முடியாமல் குருதி பெருகிக் கிடந்தது. இருவருமாகக் கதைவை மோதி திறக்க, உள்ளே உதிர்ந்த மலராகக் குறுகிக் கிடந்தாள் திவ்யவர்ஷினி. "வர்ஷி" என அருகில் சென்று அள்ளிக் கொண்டான் ஆதித்யன்.

தன் மேல் சாய்த்துக் கொண்டு," வர்ஷி, வர்ஷி இங்க பாருடி, நான் வந்துட்டேன்டி, உன் நித்யன் வந்துட்டேன் கண்ணைத் திறந்துப் பார். பாருடி" எனக் கண்களில் இரத்த ஆறு பெருகக் கதறினான். இனியனின் கண்களிலும் கண்ணீர் பெருகியது, "அண்ணி, கண்ணைத் திறந்து பாருங்கள்" என அங்குத் தேடி சிறிது நீரை எடுத்து அவள் முகத்தில் அடித்தான்.

அவள் கண் திறந்தாள்" நித்யன் அநி, ஆதுவைப் பார்த்துக்குங்க. அப்டமன்ல குத்திட்டான். நான் பிழைக்க மாட்டேன்.ஐ லவ் யூ டா புருஷா " எனத் திக்கித் திணறியவளை , "உனக்கு ஒண்ணும் ஆகாதுடி. உனக்கு ஒண்ணும் ஆக விடமாட்டேன்" எனக் கட்டிக் கொண்டு கதறினான் ஆதித்யன்.

"ஆதி எந்திரி, அண்ணியை ஹாஸ்பிடலுக்குக் கூட்டிட்டுப் போவோம்" என இன்று இனியன் துரிதமாக முடிவெடுக்க, ஆதி அவளை அள்ளிக் கொண்டான். "இனியா, முன்னாடி ஓடிப் போய் வண்டியை எடு" என அவளைக் காப்பாற்றும் ஆவேசத்தில் அவளைத் தூக்கிக் கொண்டு ஓடினான்.

எதிரே கனகரத்தினம் பார்த்து பதட்டமானார். ஆதியை நிற்கச் சொன்னவள், "அப்பா, அந்தச் சின்னான் கூடச் சேர்ந்தவனுங்க நாலு பேர் விட்டுறாதீங்க. இங்க தான் பதுங்கி இருப்பாங்க" என வலியையும் மீறிச் சொன்னாள்.

"அவனுங்களை உயிரோடு புதைப்போம்டா. நீ உயிர் பிழைச்சு வா அது தான் முக்கியம்" என ஆதியோடு சேர்ந்து ரோட்டுக்கு விரைந்தார். இனியன்

வண்டியை ஸ்டார்ட் செய்து தயாராகக் கதவைத் திறந்து வைத்து நின்றான்.

கனகரத்தினம், தனது ஆட்களிடம். அந்த நாதாரிகளைப் பிடிச்சு வைங்க. என் கையில் தான் சமாதி" என ஆணையிட்டு விட்டு, ஆதி பின் சீட்டில் திவ்யாவோடு இருக்க, இனியனோடு முன்னால் ஏறிக் கொண்டார்."மாப்பிள்ளை சைரனை ஆன் பண்ணிட்டு ஓட்டுங்க" என்றவர் . சேது மாதவனுக்குப் போன் போட்டார்.

தேவகியும், மாதவனும் தாங்கள் தயாராக இருப்பதாகவும் சீக்கிரம் அழைத்துவரச் சொன்னார்கள். "வர்ஷி, என்னைப் பாருடி. வர்ஷிமா, கண்ணைத் திற எனக்குப் பயமா இருக்கு. அநியும், ஆதுவும் நீ இல்லாமல் தூங்காதுங்க. நீ கண்ணு முழிச்சு பாருடி. என் உயிரே உன்கிட்டதான் இருக்கு, பாரும்மா. " என அவளை இறுக்க அணைத்து முகத்தோடு முகம் புதைத்து வந்தான்.

அவள் இடுப்பில் பெருகிய குருதியைத் தடுக்க, காலையில் தான் கட்டிவிட்டு சேலையைக் கிழித்து இறுக்கமாக இடுப்பில் கட்டி விட்டிருந்தான். "ஆதி, திவ்யாவுக்கு ஒண்ணும் ஆகாது. என் மகளை மாதிரி தைரியமான பொண்ணு யார் இருக்கா. அநியையும், ஆதியையும் கங்காரு குட்டிகளைச் சுமக்கிற மாதிரி சுமப்பியேடாம்மா. அதுகளுக்காகப் போராடனும்டா திவி" எனப் பின்னால் திரும்பி அவள் முடியைக் கோதி விட்டார். "சரிப்பா" என ஈனஸ்வரத்தில் பதில் வந்தது.

அதே நேரம் வீட்டிலிருந்து ஆதியின் போனுக்குக் கால் செய்த, ஆதிரை" நித்துப்பா, திவிம்மா எங்க" எனக் கேட்டது. அழுகையைச் சமாளித்த ஆதித்யன், "என் கூடத் தாண்டா இருக்கா." என்றவனிடமிருந்து போனை காதில் வைக்கச் சொன்ன திவ்யா, வலியைப் பொறுத்துக் கொண்டு, "ஆதும்மா அம்மா எமெர்ஜென்ஸி கேஸ் விசயமா போறேன். நீயும் அநியும் சமத்தா புவிம்மாட்ட இருந்துக்கனும்" என இழுத்துப் பிடித்துப் பேசினாள்.

"சரிமா, நீங்க சீக்கிரம் வந்துடனும்" என அநியிடம் நீட்ட" திவிம்மா சீக்கிரம் வாங்க" என்றான். ஆதி போனை வாங்கி, "நீங்க சாப்பிட்டு தூங்குங்கடா நாங்க வர்றோம்" எனப் போனை அணைத்து விசும்பினான். கனகரத்தினத்திடம் பேசவும் முடியாமல் இருந்தவள் மகள், மகன் குரலில் மீண்டு இருந்தாள்.

இனியன் சரியாகப் பதினைந்தாவது நிமிடம் ஹாஸ்பிடல் வாசலில் நிறுத்தியிருக்க, தேவகி, சேது மாதவன் வாசலில் ஸ்ட்ரெக்சரோடு காத்திருந்தனர். ஆதியிடமிருந்து அவளைப் பிரிக்க அவனை அதட்டி வழிக்குக் கொண்டு வந்தனர்.

இருவரையும் பார்த்த திவி "அக்கா நான் பிழைச்சிடுவேனா" என்றாள். "சீ பைத்தியம், டாக்டர் சார் மேல் நம்பிக்கை இல்லையா, அதெல்லாம் உன்னைக் காப்பாற்றிடுவார். நீ மட்டும் ஆதிக்காகவும், உன் பிள்ளைகளை நினைச்சு போராடு" என ஸ்ட்ரெக்சரோடு நடந்து கொண்டே பேசினார். ஐசி-

யுவில் வைத்து சிகிச்சையை ஆரம்பித்தனர்.

ஆதித்யன் உடை முழுவதும் திவ்யாவின் இரத்தத்தால் நனைந்து இருந்தது. ராஜி, கலாம்மா, தமிழ்செல்வியைப் பிள்ளைகளுக்குத் துணைக்கு வைத்து விட்டு, ரகுநாதன், ராஜேந்திரன், லலிதா, புவனா அன்பு ஐவரும் வந்து விட்டனர்.

ஆதி அடியற்ற மரம்போல் சேரில் அமர்ந்து, கைகளில் முகம் புதைத்து அழுது கொண்டிருந்தான். "கடவுளே, என் வர்ஷி சந்தோஷமா இருந்தாளே உனக்குப் பொறுக்காதா" எனப் புலம்பிக் கொண்டிருந்தான்.

அப்பா, அம்மா அவனருகில் வரவும், தன் அம்மாவின் வயிற்றைக் கட்டிக் கொண்டு கதறினான். "அம்மா வர்ஷியைப் பாருமா. குற்றுயிரா இருக்காம்மா. நான் என்னம்மா பாவம் பண்ணேன். அவள் என்னம்மா செஞ்சா, எத்தனை மணி ஆனாலும் ஒரு உயிரைக் காப்பாத்தனும்னு ஓடுவாளே. அதுவே அவளுக்கு எமனா வநதுடிச்சே" எனக் கதறினான்.

"ஆதி, திவ்யா சரியாகி வந்துடுவா. உனக்காகவும், உன் பிள்ளைகளுக்காகவும் வந்துடுவா" என அழுதபடி ஆறுதல் சொன்னார்கள்.

அன்பு நாற்காலியில் வரவும், ஆதி கீழே அமர்ந்து அவன் மடியில் விழுந்து கதறினான். "அன்பு , வர்ஷி என்னை விட்டுவிட்டுப் போக மாட்டா தானே, எனக்குப் பயமா இருக்குடா. என் பிள்ளைகளுக்கு என்னடா பதில் சொல்லுவேன்" என அரற்றிக் கொண்டே இருந்தான். "ஒண்ணும் ஆகாதுடா, உன் டாக்டரம்மா தைரியசாலி கட்டாயம் பிழைச்சு வந்திடுவா" எனத் தேற்றினான்.

பத்து நிமிடத்தில் வெளியே வந்த மாதவன்."இரத்தப் போக்கை நிறுத்தி இருக்கிறோம். ப்ளட் நிறையத் தேவைப்படும். ஏபி நெகட்டிவ், எல்லாம் பக்கமும் சொல்லுவோம் ஒன் அவரில் வேணும். ப்ளட் ரிலேட்டிவ்ஸ் இருந்தா வரச் சொல்லுங்கள்" என்றார்."ராஜேந்திரா, ஜமீன்தாருக்கு போன் போடு, இரத்தம் தேவைப்படுகிறதையும் சொல்லு, அவர் பேரன்களுக்கு இதே க்ரூப் இருக்கலாம்" என யோசனை சொன்னார்.

ராஜேந்திரன் சௌந்தர ராகவனுக்குப் போன் போடவும், நாகநாதன் தான் எடுத்தார். " அரை மணி நேரம் முன்னால் கலாம்மா போன் போட்டுச் சொன்னாங்க. அப்பா மயங்கிட்டாரு. இப்ப பரவாயில்லை, பாதித் தூரம் வந்துட்டோம்" எனப் பதில் சொன்னார்.

"சம்பந்தி, திவ்யாவுக்குத் தான் நிறைய இரத்தம் போயிருக்கு, ஏபி நெகட்டிவ். உங்கள் பசங்களையும் வரச் சொல்லுங்க. வேற யாருக்கும் இதே ப்ளட் க்ரூப் இருக்கா" என விசாரித்தார் ராஜேந்திரன்.

"எங்க எல்லாருக்கும், அதே க்ரூப் தான் குடும்பத்தோடு வருகிறோம். இன்னும் அரை மணியில் வந்திடுவோம்" என்றார். பூமிநாதன் காரை ஓட்ட முன்னால் ஏறப் போனவர், தம்பி மனைவியை முன்னால் ஏறச் சொல்லி, தான் தந்தையுடன் அமர்ந்து கொண்டார். மறுபுறம் சொர்ணம் அமர்ந்திருந்-

தார்.

"அப்பா, உங்க பேத்திக்கு ஒண்ணும் ஆகாது பயப்படாதீங்க. இரத்தம் சேதம் தான் அதிகமா இருக்காம். நம்ம குடும்ப இரத்தம் தான், கொடுத்துக் காப்பாற்றிடலாம், தைரியமா வாங்க" எனக் கையைப் பிடித்துக் கொண்டார். மேலும் இரண்டு கார்களில் ஜமீன் மகள் வழி முதற்கொண்டு குடும்பமே வந்து கொண்டிருந்தது.

அரை மணி நேரம் முன்பு, கலாம்மா, ஜமீன்தாருக்குப் போனில் அழைத்-தார். ஹாலில் நின்று பேசியவர்"என்னம்மா சொல்ற திவ்யாம்மா" எனப் படப-டத்த நெஞ்சோடு கீழே சாய்ந்தார், அருகே இருந்த பூமிநாதன் தான் தாங்-கினார்.

"அப்பா, அப்பா" எனக் கத்தியவர் தன் தாயை அழைக்க, முகத்தில் தண்ணீர் அடித்து எழுப்பினர். ஜமீன் கண்ணீர் மல்க, திவ்யாவை யாரோ குத்திட்டாங்கலாம், ஏண்டா நீங்க எதுவும் பண்ணிடலையே" என ஆற்றா-மையுடன் கேட்கவும், நாகநாதன் பொங்கிவிட்டார். "அப்பா உங்களுக்கு, எப்-பவுமே எங்கள் மேல் நம்பிக்கை வராது. இந்த வீட்டில் பிறந்த மகளைக் கொல்ற அளவு நாங்க இராட்சசன்க இல்லை" என்றவர்.

"வீரா, காரை ரெடி பண்ணுடா, எல்லாரும் கிளம்புவோம்" என்றார். கணவர் விழுந்தவுடன் சொர்ணத்துக்குமே பயம் வந்து விட்டது. "இங்க பாருங்க. உயிரைக் காப்பாத்திற டாக்டர் உங்கள் பேத்தி, அதுக்கு ஒண்ணும் ஆகாது, தைரியமா வாங்க" எனக் கணவரை அழைத்துச் சென்றார். சொர்-ணத்தின் வார்த்தை அவருக்கு யானை பலம் தந்தது.

தேவகி வெளியே வரவும், அவர் கைகளைப் பற்றிய ஆதி,"அக்கா வர்ஷி எப்படி இருக்கா" எனக் கேட்டான்.

"ஆதி ப்ரேவா இருங்க. அடிவயிற்றில் இரண்டு குத்துப் பட்டிருக்கு, ஒரு சர்ஜரி செய்யனும். தலையில் கொஞ்சம் அடிப் பட்டிருக்கு. இரத்தம் கிடைத்-தவுடனே ஆப்பரேசன் பண்ணிடலாம்" என்றார்.

அதே நேரம் ஜமீன் குடும்பம் உள்ளே வந்தது. ஒரே நாளில் சௌந்தர ராகவன் தளர்ந்து போயிருந்தார். ஆதியை இரத்தக் கறையோடு பார்க்கவும், "பேராண்டி, என் பேத்தி எப்படி இருக்கா" என அவனை நோக்கி வந்தார். இருவருக்கும் ஒரே போல் தவிப்பு இருந்தது. அவரைக் கட்டிக் கொண்டான் ஆதித்யன், "எனக்குப் பயமா இருக்குத் தாத்தா. திரும்ப அவளைத் தொலைச்சிருவேனோன்னு பயமா இருக்கு" என அவரிடம் தன் சோகத்தைப் பகிர்ந்து கொண்டான்.

"ஒண்ணும் ஆகாது பயப்படாதே பேராண்டி. அவள் அவ அப்பனை மாதிரி கிடையாது. இந்தத் தாத்தனை மாதிரி தைரியம். என் பேத்தியா வந்-திடுவாப் பார். இரட்டைப் பிள்ளைகளையே அசராமல் பெற்றுப் போட்டவ. அதெல்லாம் வந்திடுவா" என அவனுக்கு ஆறுதல் சொல்வதைப் போல் தனக்கும் சேர்த்துச் சொல்லிக் கொண்டார்.

இனியனும், ராஜேந்திரனும், நாதன் பிரதர்ஸ் மற்றும் ஜுனியர் ராகவன் ஆகியோரை, டெஸ்ட்டுக்காகக் கூட்டிச் சென்றனர். பூமிநாதனுக்கு மட்டும் ப்ரஷர் லெவல் சரியில்லை என மறுத்தவர்கள், நாகநாதன், வீரா, ஜெய், ஃப்ரீ ராகவனிடண்களிடமிருந்து இரத்தத்தைச் சேகரிக்க ஆரம்பித்தனர்.

ஜமீன் வீட்டுப் பெண்கள், லலிதா புவனாவிடம் விசயத்தை அறிந்து கொண்டிருந்தனர். ஐசியூ கண்ணாடி வழியாக ஒவ்வொருவராகப் பார்த்தனர். திவ்யாவின் பல்ஸ் இறங்கவும், மாதவன் ஆதியையும், சௌந்தர ராகவனை-யும் மட்டும் உள்ளே அழைத்துப் பேச்சுக் கொடுக்கச் சொன்னார். ஆதி ஒரேயடியாகத் துவண்டு போக, சௌந்தர ராகவன் கிழட்டுச் சிங்கமாகப் பேத்-தியை மீட்கப் போராடினார்.

"திவ்யாம்மா, உன் பிள்ளைகள் பிறந்தது ஞாபகம் இருக்கா, எவ்வளவு தைரியமா இரட்டைப் பிள்ளைகளைப் பெத்து, இந்தத் தாத்தா கையில் கொடுத்த, இதெல்லாம் என்னடா பெரிய விசயம். உன் பையனைப் பார்த்துச் சொன்னியே ஞாபகம் இருக்கா, பத்து மாசம் சுமந்து நான் பெத்தாலும், உன்னை மாதிரியே பிறந்திருக்கிறான் உன் பிள்ளையென்னு உன் நித்யன் கிட்டச் சொன்னியே. " எனவும் லேசாக உதடு வளைத்து முறுவல் செய்தாள்.

மாதவன் பேசச் சொன்னார். " உங்கப்பன், செஞ்ச தப்பை நீயும் செய்யக் கூடாது, உன் பிள்ளைகளுக்காகத் திரும்பி வா. இங்க பார் ஆதி மாப்-பிள்ளை, குழந்தையாட்டம் அழறாரு. அவருக்குத் தெரியாது என் பேத்தி எவ்வளவு தைரியமானவன்னு. உன் சித்தப்பனுங்க, தம்பிகள் எல்லாம், உனக்கு இரத்தம் கொடுத்துக்கிட்டு இருக்காங்க. அதனால் எதக்கும் பயப்ப-டாதே. நீ தனி மனுஷி இல்லை. பிறந்த வீடு, மாமியார் வீடென்னு பெரிய குடும்பி. ஆதி நீயும் சொல்லுயா" என்றார்.

"ஆமாம்டி வர்ஷி, டெரரான உங்க தாத்தாவுடைய சம்சாரம், உன் சின்ன ஆத்தா கூட வந்திருக்காங்க. கண்ணை முழிச்சுப் பார். ஆதிரை திருப்பிப் போன் போட்டது. அவங்க அம்மா வேணுமாம். சர்ஜரி முடிச்சு வீட்டுக்குப் போயிடுவோமா" எனக் கேட்டான்.

எல்லாவற்றிற்கும் திவ்யா கண்ணை மூடியபடி முகப் பாவங்களில் ரியாக்-ஷன் தந்தாள். ஒரு வழியாக , டாக்டர் தம்பதி அவளை ஆபரேஷன் தியேட்டருக்கு அழைத்துச் சென்றனர். சித்தப்பா, தம்பிகள் தந்த இரத்தம் ஒரு புறம் ஏற்றப்பட்டுக் கொண்டிருக்கச் சர்ஜரியை ஆரம்பித்தனர்.

திவ்யாவின் சர்ஜரி வெற்றிகரமாக நடக்க, அங்கிருந்த பிள்ளையார் முன் தவமிருந்தனர் லலிதாவும், புவனாவும், அங்கை, மங்கை அவள் அம்மாக்-கள் என அத்தனை பேரும் அவளுக்காகப் பிரார்த்தனை செய்தனர். நாமும் திவ்யா நலம் பெறப் பிரார்த்தனை செய்வோம்.

Pray for divya.#

மனம்-30

திவ்யவர்ஷினி, கே.ஆர் பேப்பர் மில்ஸ் மற்றும் விதைப்பண்ணையின் மருத்துவர், அந்தப் பகுதியில் வாழும் பெண்களின் வன்கொடுமைக்கு எதிராக ஆதாரத்துடன் புகார் அளித்தவரை, அதே கும்பலைச் சேர்ந்தவர்கள் தாக்கினர். கத்திக் குத்துப் பட்ட அவர் உயிருக்காப் போராடுகிறார் எனும் செய்தி ஊடகங்களிலும் வெளியானது. பண்ணையில் வேலை செய்யும் பெண்கள், சுற்றுவட்டாரப் பகுதி பெண்கள் அனைவரும் அந்த என்ஜிஓ வின் கீழ் இணைந்து திவ்யாவுக்காகப் போராடத் தயாரானார்கள்.

கனகரத்தினத்தின் ஆட்கள், திவ்யாவை மருத்துவமனைக்கு அழைத்து வந்த அடுத்த ஒரு மணி நேரத்தில் குற்றவாளிகளை சுற்றி வளைத்துக் கைப்பற்றி, மில்லின் குடோனுக்குக் கொண்டு சென்றனர். அங்குத் தொழிலாளர்கள் அவர்களை நல்ல முறையில் கவனித்தே வைத்திருந்தனர்.

திவ்யாவுக்கு அறுவைசிகிச்சை செய்வதற்காக, சேது மாதவன், தேவகி ஒரு அனஸ்தீசியா மருத்துவர் மற்றும் இரண்டு ட்ரைனிகள் நர்ஸ்கள் என எட்டு ஒன்பது பேர் இரண்டு மணிநேரம் அறுவைசிகிச்சை செய்தனர். அதே நேரம் வெளியே ஆதித்யன் நிலை குலைந்து தவித்துப் போனான்.

அறுவைசிகிச்சை அறை எப்போது திறக்கும் எனக் கண் எடுக்காமல் பார்த்த வண்ணம் இருந்தான். தகவல் அறிந்து அப்போது தான், ஈகை, விஷ்வா, சந்திரசேகர் மட்டும் வந்து சேர்ந்தனர். ஈகை "அண்ணா" என அவனை ரத்தக்கறை படிந்த சட்டையில் பார்க்கவும் கதறி விட்டாள். "ஈகை, வர்ஷியைப் பாருடி. எனக்குப் பயமா இருக்கு." எனக் கத்தினான். இதே வார்த்தையை அங்கிருந்த அத்தனை பேரிடமும் புலம்பியிருப்பான். அத்தனை பேரும் அவனுக்கு விதவிதமாக ஆறுதல் சொன்னார்கள். அந்த நேரம் அமைதியாவான், மீண்டும் ஆரம்பித்து விடுவான்.

அன்புவும், இனியனும் மாற்றி, மாற்றி அவனிடம் பேச்சுக் கொடுத்துக் கொண்டே இருந்தனர். திவ்யாவை அறுவைசிகிச்சை தியேட்டருக்குள் அழைத்துச் செல்லும் போதே,அவள் மருத்துவமனை உடையில் மயங்கிக் கிடக்க, ஆதித்யன் அவள் முகத்தைப் பற்றிக் கொண்டு, "வர்ஷி கண்ணைத் திறந்துப் பாரும்மா வர்ஷி" என இறைஞ்சி அழுது நிற்க, தேவகி அதட்டியே விட்டார்.

"ஆதித்யன், இயல்புக்கு வாங்க, அவளுக்கு அனஸ்தீசியா கொடுத்திருக்கு. ஆபரேஷன் முடிஞ்சு தான் முழிப்பாள். அதுவரைக்கும் கடவுள் நம்பிக்கை இருந்தா, அவளுக்கு சக்தியைக் கொடுக்கச் சொல்லி வேண்டிக்குங்க" எனக் கொஞ்சம் கடுமை காட்டினார்.தேவகிக்கே மனதில் பாரம் ஏறித் தான் இருந்தது. செய்திக் கேட்டவுன்,

"இவளுக்கு மட்டும் ஏன் தான் இப்படி எல்லாம் வருதோ" எனப் புலம்பிக் கண்ணீர் விட்டவரைச் சேது மாதவன், சத்தம் போட்டு, அவர்களது முக்கி-

யத்துவம், கடமை , உணர்ச்சி வயப் படாமல் இருத்தல் என வகுப்பு எடுத்தே ஹாஸ்பிடலுக்கு வேகமாக அழைத்து வந்தார்.

ஆனால் முதல் முறையாகத் திவ்யாவை இப்படி, குற்றுயிராக அரை ஜீவனோடு பார்த்த சொர்ணமும் அவரது மக்களுக்குமே கொஞ்சம் சதையாடத் தான் செய்தது. அவளின் சொத்து அவர்களின் உடம்பிலும் உள்ளதே.

நாகநாதனுக்கே, அங்கை, மங்கை போன்றதொரு மகள் தானே எனத் தோன்றியது. சௌந்தர ராகவன், ரிசப்சனில் ஓரமாகச் சென்று அமர்ந்து, "இன்னும் என்னவெல்லாம் பார்க்கனும்னு என் தலையில் எழுதி இருக்கோ. இதெல்லாம் பார்க்கக் கூடாதுன்னு தான் நீ போய்ட்டியாடா விஜயா" எனப் புலம்பி கண்ணீர் விட்டுக் கொண்டிருந்தார்.

"சம்பந்தி, நீங்களே அழுதா, சின்னச் சிறிசுகளுக்கு யார் ஆறுதல் சொல்கிறது" என ரகுநாத ராஜன் அவர் அருகில் உட்கார்ந்தார். ஈகையின் மாமனார், சந்திரசேகர், "சித்தப்பா, ஒண்ணும் ஆகாது பயப்படாதீங்க. ஊருக்கு நல்லது செய்யப் போய்த் தானே இந்தக் கஷ்டம். அதே மாதிரி அந்த ஊரின் ஆசிர்வாதமும் உங்க பேத்திக்கு இருக்கும் பயப்படாதீங்க" என்றார்.

"அவள் தைரியமானவள் தான், ஆனால் வரிசையா என் லட்சுமி, என் மகன் விஜயன், மருமகள் எல்லாம் போகக் கூடாத வயசில் போன விதியை நினைச்சு தான் பயமா இருக்கு" என்றார்.

"என் மருமகள் சீக்கிரம் குணமாகி வந்து, இன்னும் நிறையப் பேருக்கு, வைத்தியம் பார்க்கும். கவலைபடாதீங்க" என்றார் ராஜேந்திரன்.

கனகரத்தினம் திவ்யாவின் பிறந்த வீட்டினரிடம் , அவள் பண்ணையைச் சுற்றி உள்ளப் பெண்களுக்காகச் செய்த காரியங்களைப் பற்றி எடுத்துச் சொல்லிக் கொண்டிருந்தார். அவளுக்காகப் பண்ணையில் பெண்கள் வேண்டிக் கொண்டிருப்பதையும் சொன்னார். தமிழ்ச்செல்வி அரை மணிக்கு ஒரு முறை போன் அடித்துக் கொண்டே இருந்தார்.

ஆதித்யன் புவனாவிடம், "புவனா பிள்ளைகள் தூங்கிடுச்சான்னு ராஜிகிட்டக் கேள்" என்றான். "தூங்கிடுச்சுங்கலாம் அத்தான். ஆதிரை தான், அநிகிட்ட அம்மா எமர்ஜன்ஸி கேஸ் விசயமா போயிருக்காங்க, நம்மளைத் தூங்கச் சொன்னாங்கன்னு சொல்லி அநியையும் தூங்க சொல்லுச்சாம்" எனப் புவனா விழி நீரைத் துடைத்தபடிச் சொல்லவும்.

"அதெல்லாம் விவரமாத்தான் சொல்லி வைத்திருப்பா. நைட் வர்ஷி கேஸ்க்காகப் போகும் போது, பசங்க கலாம்மாட்ட இருந்துக்குங்க. அதுகளுக்காகவாவது அவள் எழுந்து வரனும்" எனக் கைகளைக் கோர்த்துப் பிரார்த்தனை செய்தான்.

"ஆதி தைரியமா இருடா. திவ்யா இப்ப ஆபத்திலிருந்து மீண்டுடும். நாளைக்கு அநி, ஆது அவங்க அம்மாவைக் கேட்டா, கட்டோடு படுத்திருக்கத் திவ்யாவை காட்டுவியா. பிஞ்சுங்க மனசில் பயம் வராமல் இருக்கனும்.

இது மாதிரி அடுத்து என்னனு பாசிட்டிவா திங்க் பண்ணு" என அன்பு திவ்யா ஆபத்தைத் தாண்டிய அடுத்தக் கட்டத்தை யோசிக்கத் தூண்டினான்.

"அநி, ஆதுவைப் பார்க்கிற தைரியம் எனக்கு இல்லைடா. நான் உடைஞ்சு கதறிடுவேன்.அதிலையே பயந்திடுங்க. என் பிள்ளைகள் அவங்க அம்மாவை இப்படிக் கட்டோடு படுத்துக் கிடப்பதை எப்படிப் பார்க்குங்க. " என வேதனையோடு அடுத்தக் கவலைக்குத் தாவினான்.

வீராவும், ஜெய்யும் தேடி அலைந்து ஒரு கடையைத் திறக்க வைத்து, ஆதித்தியனுக்குப் புதிய சட்டையை எடுத்து வந்தனர். "அத்தான், இரத்தக் கறையா இருக்கிற சட்டையை மாத்துங்க" என நீட்டினர். "வேண்டாம்பா, அவள் ஆபரேஷன் முடிஞ்சு வரட்டும்" என்றான்

"அத்தான்,அக்கா உங்களை இப்படிப் பார்த்தால், அவங்க மனசு கஷ்டப்படாதா. வாங்க ரூமில் மாத்திட்டு வாங்க" என அழைத்தனர். அவன் பேசாமல் இருக்கவும், "ஆதி போய் மாத்திட்டு வா, நீ இப்படி இருக்கிறது எனக்கே பதறுகிறது" என்றார் லலிதா. அம்மாவும் சொல்லவும் போய் மாற்றி வந்தான்.

ராஜி, இனியனுக்குப் போன் போட்டாள், " அண்ணி ஆபரேஷன் தியேட்டருக்குள்ள இருக்காங்கடி. ஆதியைப் பார்க்கவே முடியலை. ஆளே நிலை குலைந்து கிடக்கான். அன்புவுக்காக ஹாஸ்பிடலில் நின்னோமே அது மாதிரி இருக்கோம். பசங்களுக்கு ஒண்ணும் தெரியாதில்லை" எனக் கேட்டான்.

"இல்லை தூங்கிடுச்சுங்க. இன்னும் எவ்வளவு நேரம் சர்ஜரி நடக்கும். ஒண்ணும் ஆபத்து இல்லைல" எனக் கவலையோடு கேட்டாள். "டாக்டர்ஸ் வெளியே வந்தாங்கன்னா தான் தெரியும். அண்ணி வீட்டு ஜமீன் ஆட்களும் வந்திருக்காங்க. அவங்க சித்தப்பாவைச் சந்தேகப் பட்டமே , அவர் தான் முதல் ஆளா இரத்தம் கொடுத்தார். பசங்க மூன்று பேரும் சேர்த்து நாலு பேர் அண்ணிக்கு இரத்தம் கொடுத்திருக்காங்க" என விவரம் சொன்னான் இனியன்.

ஜமீன் மருமகள்கள் , அவரது மகள் ராஜாத்தியிடம் இவர்கள் வந்து சம்பந்தம் பேசிப் போனதைப் பற்றி எல்லாம் சொல்லிக் கொண்டிருந்தனர்.

"விஜயன் அண்ணன், நான் சின்னப் பிள்ளையா இருந்தபோ என்னைத் தூக்கிக் கொஞ்சுவாங்க. மிட்டாய் எல்லாம் வாங்கித் தருவாங்க. அவங்க தாத்தா வீட்டிலிருந்து தான் படிச்சாங்க நான் பெரியபிள்ளை ஆன பிறகு , ஒரு முறை பேசிட்டு இருக்கும் போது, அம்மா ஏதோ சொல்லிட்டாங்கன்னு, அப்படியே ஒதுங்குனவங்க தான். ஒரு சொல் பொறுக்க மாட்டாங்க. இந்தப் பெண்ணும் அவுங்களை மாதிரியே வளர்ந்து இருக்கும் போல" என ஜமீன் மகள் ராஜாத்தியும் வேதனைப் பட்டார்.

ஒரு வழியாக இரண்டு மணி நேரம் சென்று மருத்துவர்கள் வெளியே வந்தனர். ஆதி பரபரப்பாகச் சேது மாதவனைப் பார்க்கவும். "சர்ஜரி முடிந்-

தது. இன்னும் பன்னிரண்டு மணி நேரம் இன்டென்சிவ் கேரில் தான் வச்சிருப்போம். ஆபத்தான நிலையை ஐம்பது சதவீதம் திவ்யா கடந்தாச்சு. பார்ப்போம், அவள் தைரியத்துக்கும், மெடிக்கல் சர்வீசுக்கும் கடவுள் கண்ணைத் திறக்கட்டும்" எனச் சொல்லிச் சென்றார்.

கனகரத்தினம், ராஜேந்திரன், இனியன் டாக்டர் கேபினுக்குச் சென்று விவரம் கேட்டனர். "திவ்யாவுக்கு அடிவயிற்றில் சேதம் அதிகம். இரத்தம் நிறைய வெளியேறி இருக்கு. இப்ப ப்ளட் ஏறிக்கிட்டு இருக்கு. நினைவு திரும்பப் பன்னிரண்டு மணி நேரம் ஆகும். மற்ற காயங்கள், தலையில் கட்டையால் அடித்ததில் கொஞ்சம் காயம் பட்டிருக்கு, அது சீரியஸ் இல்லை. மற்றபடி அவள் நினைவுக்கு வந்த பிறகு தான், அடுத்தக் கட்ட சிகிச்சையை ஆரம்பிக்கனும்.

இங்க யாரும் தங்குவதில் பிரயோஜனம் இல்லை, வயதில் மூத்தவங்களும் இருக்காங்க.முக்கியமானவர்களைத் தவிர மற்றவர்களை அனுப்பிடுங்க" என்றார் சேது மாதவன்.

ஆதி இடத்தை விட்டு நகர மாட்டான், எனவே லலிதாவும், ராஜேந்திரனும் தங்குவதாக முடிவானது. இனியனை ஓய்வு எடுத்துவர அனுப்பினர். சௌந்தர ராகவன், பேத்தி கண் முழிக்காமல் அசைவதாக இல்லை. எனவே விராவை அவருக்குத் துணைக்கு வைத்துவிட்டு மற்றவர் கிளம்பினர்.

சொர்ணம், தனது கணவரிடம் வந்தவர், "கவலைபடாதீங்க, அவளுக்கு ஒண்ணும் ஆகாது" என்றார், மனைவியின் வார்த்தைகள் அவருக்குச் சற்றே ஆறுதல் தந்தது. " நீ இன்னைக்கு ஒரு பொழுது என் கூட இருவேன். பேத்தியா கண் முழிக்கவுட்டி போகலாம்" என அவரது கையைப் பிடிக்க,

நான்கு வருடமாக முகம் கொடுத்தும் பேசாத கணவர், கேட்ட வார்த்தையில் கண் கலங்கி முந்தியால் துடைத்துக் கண்டவர். "நான் இருக்கிறது உங்களுக்குச் சிரமம் இல்லைனா, இங்கேயே இருக்கேன்" என உட்கார்ந்து இருந்த கணவரின் தோளில் கை வைத்தார். அவரும் அந்தக் கையைப் பிடித்துக் கொள்ள, அவர்களின் அத்தனை வருடத் தாம்பத்திய அனுபவம் அதில் தெரிந்தது. மகன்களிடம் கிளம்பச் சொன்னார்.

கனகரத்தினம் இரவுணவுக்கு வெளியே ஏற்பாடு செய்திருந்தார். தீபாவளி அன்று எங்கும் உணவு கிடைக்காது, என்பதால் அனைவரையும் கட்டாயப் படுத்தி அழைத்துச் சென்றார்.தேவகியிடம் வந்த ஆதித்யன், " நான் ஒரு தடவை என் வர்ஷியைப் பார்த்துக்கிறேனே" எனக் கண்களில் விவரிக்க இயலாத வேதனையுடன் கேட்டான்.

"இப்ப அவளுக்குச் சுய நினைவே இல்லை ஆதி. நீங்க போனாலும் தெரிஞ்சிக்க மாட்டா" என்றார். "பரவாயில்லை ப்ளீஸ்" எனவும் மாதவனிடம் அனுமதிப் பெற்று, உள்ளே அனுப்பி வைத்தார்.

ஏசி அறையில் அந்த எந்திரங்களின் சத்தம் மட்டுமே கேட்க, மருத்துவ உபகரணங்கள் உதவியில் திவ்ய வர்ஷினிக்கு இரத்தம், சிலைன் எல்லாம்

ஏறிக் கொண்டிருந்தது. தலையில் கட்டு, கைகளில் ஊசி, ஆக்சிஜன் மாஸ்க், என உருவிப் போட்ட கொடி போல வாடி வதங்கிக் கிடந்தாள். அவளைப் பார்க்கவும் வந்த கண்ணீரைக் கட்டுப் படுத்த முடியவில்லை. ஆனாலும் விசும்பல் கேட்காதவாறு அவளருகில் சென்றான்.

நெற்றிக்கு மேலே போடப்பட்டிருந்த கட்டையும் தாண்டி அவளது நெற்றி வகிட்டில் முத்தமிட்டான். "வர்ஷி, வர்ஷிமா, என் தங்கம்ல, வைரம்ல காலையில் தூங்கி எழுந்திருக்கிற மாதிரி கண்ணு முழுச்சுடுடி. உன் புரு-ஷனுக்குத் தாங்க முடியலை. காலையில் அநி ஆதுவுக்கு நான் பதில் சொல்லனும். என்ன சொல்றதுன்னே எனக்குத் தெரியலை. நீ தான் , என் ஐடியா மணியாச்சே. நம்ம பிள்ளைங்ககிட்ட என்ன சொல்றதுன்னு ஒரு ஐடி-யாக் கொடு. " என்றவன். மெல்ல அவள் முகத்தைத் தடவி கண்களால் மேனி முழுவதையும் ஆராய்ந்தான்.

நேற்று இதே நேரம், தங்கள் அறையில் ஒன்றாய்ப் படுத்திருந்தது அவனுக்கு ஞாபகம் வந்தது. நேற்று பிள்ளைகள் குடி கொண்டிருந்த அடி வயிற்றை அவனை உணரச் செய்திருந்தாள். இன்றுஅதே இடத்தில் தான் தையல் போட்டிருந்தனர்.

ஆதித்யன், அவள் கை கால்களை வருடிப் பார்த்து விட்டு, நெற்றியில் மீண்டும் முத்தமிட. "ம்ம்" என மெலிதாக முனகினாள். மண்டியிட்டு அவள் உள்ளங்கையில் தன் கையை வைத்துக் கொண்டவன், "வர்ஷி, நீ காலையில் கண் முழிச்சிடனும். என் கூடப் பேசனும். ஆது, அநிக்கு போன் போட்டுத் தருவேன். நீ தான் பேசனும். நீ சொன்னா தான் உன் பிள்ளைகள் கேட்கும். நான் சொல்றது எல்லாம் காதில் விழுகுதுல்லை. " என அவளிடம் பேசிக் கொண்டிருந்தவனை, தேவகி வந்து எழுப்பி விட்டார்.

கண்களால் இறைஞ்சவும், மெல்லிய குரலில், "டாக்டர் சார் என்னைக் கோவிச்சுக்கிறாங்க. எழுந்திரு ஆதி. திவி காலையில் கண் முழுச்சிடுவா. உன்னை வெறுத்த போது கூட அவள் உனக்காக நல்லதை தான் நினைச்சா . இப்பக் கேட்கவே வேண்டாம், அவள் கண்ணில் உனக்காக உருகுகிறது தெரியுது. வந்துடுவா வா. அவளை ரெஸ்ட் எடுக்க விடு" என எழுப்பி விட-வும்,

அவன் பிடித்திருந்த உள்ளங்கை விரல்களால் பற்றினாள். மயக்கத்தி-லேயே, "நித்யன், ஆது, அநியைப் பார்த்துக்குங்க , லவ் யூ" என முனக-வும் தேவகியும் சேர்ந்தே விழி விரியப் பார்த்தார். மீண்டும் அவள் கையைப் பற்றியவன், "வர்ஷி, அநி, ஆதுவை நீ வரும்வரை பார்த்துக்குறேன். ஐலவ்-யூடி. சீக்கிரம் கண்ணைத் திற" என நெற்றியில் இதழ் பதித்துத் தேவகியுடன் வெளியேறினான்.

ஒரு நர்ஸ் மட்டும் உள்ளேயே உட்கார்ந்திருந்தார். அந்த மருத்துவமனை ஊழியர்கள் அனைவரும் அவளுக்கு நல்ல பழக்கம். அவளிடம் நர்ஸாக இருக்கும் ரோஸியும், கம்போண்டர் ராமுவும் கூட விசயம் தெரிந்து வந்ததி-

லிருந்து அங்கேயே தான் இருக்கின்றனர்.

"ஆதி, பார்த்துட்டேயில்லை, மயக்கத்திலும் உன் மேல் காதலோடு தான் இருக்கா, திவி வந்திடுவா, போய்ச் சாப்பிடு, அவளைப் பார்க்கிறதுக்காக-வாவது தெம்பு வேண்டாமா" என்றார் .அவனையும் அழைத்துக் கொண்டே மாதவன் கேபினுக்குள் நுழைந்தார்.

"ஆதித்யன், அதெல்லாம் உங்கள் வர்ஷி வந்திடுவா பயப்படாதீங்க. அவளுக்குச் சேவை செய்ய ஒரு சான்ஸ் கிடைச்சிருக்கு, நல்லா பார்த்துக்-குங்க. காலம் பூரா டாக்டரம்மாவின் காதல் சேவையில் நீங்க இருக்கலாம்" எனச் சிரித்தார். ஆதி , இவர் சீரியஸாக ஏதோ சொல்லுவார் என்று பார்த்-திருக்க, மாதவனின் பேச்சு அவனுக்கு ஆச்சரியம் தந்தது.

"டாக்டர் வர்ஷி, உடல் நிலை எப்படி இருக்கு" என்றான் கவலையோடு. "எங்கள் ஜுனியர், டாக்டர் திவ்யவர்ஷினி யை அப்படி விட்டுடுவோமா, அவள் ஹெல்த் பற்றி நீங்க கவலை படாதீங்க. நாங்கப் பார்த்துக்குறோம். நீங்க உங்கள் மனைவியைப் பார்த்துக்கத் தெம்பா இருங்க, பிள்ளைகளைப் பார்த்துக்குங்க அது போதும். திவ்யா கொடுத்து வச்சவதான் என்னம்மா , இவரை விட்டுட்டு நான்கு வருஷம் தனியா இருந்தாளே. முட்டாள் பொண்ணு" என்றார் மாதவன்

."டாக்டர் சார், நான் செய்தது தான் பெரிய குற்றம், நியாயப்படி அடிக்-குத் தான் அவள் கோபப் பட்டிருக்கனும். ஆனால் அதுக்காக என்னை வெறுக்கல. சொசைட்டியில், அவள் கேரக்டரையே தப்பா பேசுவாங்கன்னு தெரிஞ்சும், அவளே ஒரு டாக்டர், அந்தக் கருவைக் கலைக்கிறதும் அவளுக்குச் சுலபம். ஆனால் பெத்துக்கிட்டாப் பாருங்க. எத்தனை கஷ்டப்-பட்டு வளர்த்திருப்பா. என் வர்ஷி ஒண்ணும் முட்டாள் இல்லை. நான் தான் என்னைப் பற்றிய உண்மையே தெரியாத முட்டாள்" எனப் பொங்கினான்.

தேவகியும், மாதவனும் கையைக் கட்டிக் கொண்டு அவனையே பார்த்-தனர். "இரண்டு பேரும் ஒருத்தர் மேல் ஒருத்தர் இவ்வளவு அன்பு வச்-சிருக்கீங்க. உங்கள் காதலுக்காகவாவது , நல்லபடியா வந்திடுவா. டோன்ட் வொரி" என்றார்.

"தாங்க்ஸ் டாக்டர், உங்கள் வார்த்தை தான் என் ஒரே நம்பிக்கை. அன்-னைக்கு வர்ஷியையும், பிள்ளைகளையும் தேடி வந்த போதும் என்னை நம்-புனீங்க, இன்னைக்கே வர்ஷி உயிரைக் காப்பாத்தியது, என் உயிரைக் காப்-பாத்துன மாதிரி தான். நான் உங்களுக்கு என்ன கைமாறு செய்யப் போறேன்" என உணர்ச்சி வயப்பட்டு நின்றான்.

"ஆதி ரிலாக்ஸ். திவ்யா எங்க தங்கை மாதிரி. நீங்க இவ்வளவு செண்-டிமெண்ட் ஆகி எமோசனல் ஆகாதீங்க. அப்புறம் உங்களுக்கு ட்ரீட்மெண்ட் எடுக்க வேண்டியதாகிடும். " எனத் திவ்யாவைப் பரிசோதிக்கக் கிளம்பினார்.

டாக்டர்களுக்கு ஓய்வெடுக்க எனக் கட்டப் பட்டிருந்த அறையில், சௌந்தர ராகவன், சொர்ணம் தங்கினர். அடிக்கு ஒரு முறை பேத்தியின்

முகம் கண்டு வருவார். திவ்யாவுக்காக ஒதுக்கப்பட்ட அறையில், லலிதாவும், ராஜேந்திரன் தங்கினர். ஆதி கிரிடிகல் கேர் வாசலிலேயே கிடந்தான். வீரா-வும் அவனுக்குத் துணைக்கு அருகிலிருந்தான்.

வீராவிடம், திவ்யாவை முதன் முதலில் சந்தித்தது, ஜீ ப்ரேக் பிடிக்காமல் சென்றது, இவன் காப்பாற்றியது எனத் தங்கள் கதையை நினைவுக் கூர்ந்து கொண்டிருந்தான். விஜயன், கார்த்திகையைப் பற்றியும் நிறையப் பேசினான். அந்தப் பேச்சில், மாமன் மச்சினன் உறவும், தோழமையும் அவர்களிடம் உரு-வாகி இருந்தது. வீராவும், தனது பெரியப்பாவைப் பற்றி நிறையத் தெரிந்து கொண்டான். அந்த இரவை அவள் நினைவுகளுடன் கழித்தான் ஆதித்யன்.

கனகரத்தினம் வீட்டில், அன்பு தூங்கிக் கொண்டிருந்த பிள்ளைகளைப் பார்த்தான். "இதுங்களுக்கு மட்டும் ஏன் இத்தனை சோதனை வருது. பிறந்-ததிலிருந்து அப்பாவைப் பார்க்காமல் அம்மாவே உலகம்னு வளர்ந்த பிள்-ளைகள், என்ன தான் ஆதி வந்துட்டாலும் , அவங்க அம்மாகிட்ட தானே முழுப் பாதுகாப்பை உணருங்க. எந்திரிச்சு அம்மா எங்கேன்னு கேட்டா என்-னம்மா பதில் சொல்றது" எனப் புவனாவிடம் கவலைப் பட்டான் அன்பு.

"நாளை காலை நல்லவிதமாகவே விடியட்டும் அத்தான். நம்ம அந்த வேண்டுதலை மட்டும் தான் வைக்க முடியும்" என அவனுக்கு ஆறுதல் சொல்லும் போதே, ஆது உசும்பியது, அருகே திவ்யாவைத் தேடியது. புவனா வேகமாகச் சென்று ஆதுவின் அருகில் படுத்துக் கொண்டாள். ஆது அவள் வயிற்றைக் கட்டிக் கொண்டு படுத்தது. அநி அவள் மேல் காலைப் போட்-டான். நேற்றும் இப்படித்தான் கிடந்தன.

"திவ்யா இயல்புக்கு வர ஒரு மாசமாவது ஆகுமே இதுங்களை எப்படிச் சமாளிக்கிறது" என்றான் அன்பு. "கடவுள் வழி விடுவார். நீங்களும் கொஞ்ச நேரம் கண்ணை மூடுங்க. இவ்வளவு அலைச்சல், மன உளைச்சலும் ஆகாது" என்றாள்."புவனா, நீயும் ஆதி மாதிரி தானே தவிச்சிருப்ப" எனக் கேட்டான்.

"அத்தான் அதை ஞாபகப் படுத்தாதீங்க. அந்த நிலை ஆதி அத்-தானுக்கு வர வேண்டாம். திவ்யா நாளைக்கே கண் முழிக்கட்டும்" எனப் பிரார்த்தனை செய்தாள் புவனா.

காலையில் ஏழு மணிக்கெல்லாம் இனியன் தயாராகி வந்தான், கலாம்மா தானும் திவ்யாவைப் பார்க்க வருவதாகச் சொன்னார். "அம்மா, நீங்க அண்-ணியைப் பார்க்க வருவதை விட, இங்கே பிள்ளைகளைப் பார்த்துக் கிட்-டிங்கனா, எங்களுக்கும் நிம்மதி. நீங்க இங்க இருந்தால் வழக்கம் போலச் சமாளிப்பீங்க. நீங்களும் இல்லைனா அதுகங்களுக்குப் பயம் வந்திடும்" என விளக்கினான்.

சரி தம்பி நான் இங்கே இருந்துக்குறேன். அதுக்கு நினைவு வந்தவுடனே ஒரு தரம் வந்து பார்த்திட்டு வந்திடுறேன். பிள்ளைக் குட்டி இல்லாத இந்த மலடிக்கு அது தான் மகள். அது பிரசவத்திலிருந்து பார்க்கிறேன். ஒரு கல்-

யாணத்தைப் பண்ணி, மனசு நிறைஞ்சு வாழறது பார்க்க ஆசைப்பட்ட நேரத்திலையா இப்படி வரனும்" எனப் புலம்பினார்.

ராஜி, இனியனிடம் வந்தவள்,"அத்தான் நானும் வர்றேன். நான் அக்காவைப் பார்த்திட்டு வந்த பிறகு அம்மாவும், கலாம்மாவும் போகட்டும். எல்லாரும் அவங்க கூடவே இருந்தவங்க. அழுதுகிட்டும், புலம்பிக்கிட்டும் இருக்காங்க" என்றாள்.

"சரி வா, வீட்டில் சொல்லிட்டு வா. " என்றான். ஈகையும், விஷ்வாவும் காலை உணவோடு வீட்டுக்குள் இருந்து வந்தனர். அவன் என்னவெனப் பார்க்கவும், "ஜமீன் தாத்தா, பாட்டிக்கு. நாங்க அங்க இருந்துக்குறோம், அம்மாவும் அப்பாவும் வீட்டுக்கு வரட்டும்" என யோசனை சொன்னாள். அவள் மாமனார் மட்டும் நேற்றே நாகநாதன் குடும்பத்தோடு கிளம்பி இருந்தார்.

அப்போது தான் இனியன் கையைப் பார்த்த ராஜி, "என்ன உங்க கை வீங்கி இருக்கு" எனக் கேட்டாள். நேற்று நைட் அவனுங்களைத் துவம்சம் பண்ணிட்டு வந்தேன்" என நடந்ததைச் சொன்னான்.

இரவு வரும் போதே, இனியனும், கனகரத்தினமும் அவர்களுக்கு இருந்த கோபத்திற்கு , திவ்யாவைத் தாக்கியவர்களை ஒரு கைப் பார்த்து விட்டே வந்திருந்தனர். குடோனில் ஏற்கனவே அடி வாங்கி இருந்தவர்களைச் சொல்லிச் சொல்லி அடித்தார் கனகரத்தினம்.

" என் மகள் மாதிரி வளர்ந்த பெண்ணைக் குற்றுயிராக்கிட்டீங்களேடா. எத்தனை பேர் உயிரைக் காப்பாற்றிய தேவதையை உசிருக்குப் போராட வச்சிட்டீங்களேடா. இத்தனை நாள் பாதுகாத்து, என் மாப்பிள்ளை கிட்ட ஒப்படைக்கும் போது இப்படிப் பண்ணிட்டீங்களேடா"

"என் அக்கா குடும்பம் ரொம்ப நாள் கழிச்சு இங்க வந்து சந்தோஷமா இருந்தாங்க அது பொறுக்கலையா. ஏண்டா உன் பொம்பளை சுகத்துக்கு இந்த ஊர் பொண்ணுங்க தான் கிடைச்சதா. உங்களை உருத் தெரியாமால் ஆக்குறேன்" எனக் கனகு நையப் புடைக்க, அவர் ஓயும் போது இனியன் வெளுத்தான்.

"எங்க வீட்டுப் பொண்ணு மேல் கை வைக்கிற அளவு உங்களுக்குத் தைரியமா. நான்கு வருஷ தவிப்புக்கு மருந்தா வந்து என் அண்ணியையே குத்துவியா. துடிக்கத் துடிக்கச் சுருண்டு கிடந்தாங்கடா. டேய் என் கையால் தான் சாவு. இதெல்லாம் சாம்பில் தான். எங்க அண்ணன் வருவான் பாரு. அது வரைக்கும் செத்துக்கிட்டே கிடங்கடா" எனச் சகல விதத்திலும் புரட்டி எடுத்த பின்னரே, சிறிது தணிந்தான்.

"மாப்பிள்ளை, கை காயமா இருக்குப் பாரு, நம்ம காரில் போகலாம்" என அழைத்துச் சென்றான் விஷ்வா. இவர்கள் கிளம்பிச் செல்ல, அநி, ஆது, ஆனந்த் முழித்து விட்டன. புவனா கொஞ்சிக் கெஞ்சி பல் துலக்க வைத்தாள். நேற்றும் இங்கே படுத்திருந்த நினைவில் புவனா சொன்னதைக் கேட்டுக் கொண்டன. பால் அருந்திய பின்னர், "புவிம்மா, திவிம்மாவுக்குக்

குட்மார்னிங் சொல்லிட்டு வர்றோம்" எனக் கிளம்பின.

"ஆதும்மா அம்மா இன்னும் வரலைடா. " என்றாள் புவனா. "ஏன் புவிம்மா எமர்ஜென்சி யா" எனக் கேட்டது. இதுகளுக்கு எமர்ஜென்சி என்றாள் என்னவெனத் தெரியுமா என விக்கித்து நின்றாள்.

ஆனால் வீட்டுக்கு வேகமாக வந்த பிள்ளைகள் கலாம்மாவிடம், அம்மா எங்கே என வினவின. பொங்கி வந்து கண்ணீரை அடக்கிய கலாம்மா, "தேவகி அத்தை ஆஸ்பத்திரிக்குக் கேஸ் விசயமாப் போயிருக்குமா. உங்களைச் சாப்பிட்டு சமத்தா விளையாடச் சொல்லி தான் திவிம்மா சொல்லுச்சு" என்றார். "சரி ஓகே." என்ற பிள்ளைகள் ஆதித்யனுக்குப் போன் போட்டன.

முதல் நாள் இரவில் திவ்யாவுக்கு அறுவை சிகிச்சை செய்யப்பட்டது. டாக்டர் மாதவன் கொடுத்த பனிரெண்டு மணி நேரக் கெடுவும் தாண்டி திவ்யா கண் முழிக்காமல் இருக்கவே, ஆதித்யன் கலவரமானான். தேவகி வீட்டுக்குச் சென்று வந்திருந்தார். அவரிடம் தனது கலக்கத்தைச் சொல்லிக் கேட்கவும், இன்டென்சிவ் கேர் அறைக்கு உள்ளே அழைத்துச் சென்றார்.

"ரிலாக்ஸ் ஆதி, மருந்தின் வீரியம் இருக்கும். மற்றபடி பிபி, பல்ஸ் ரேட் எல்லாமே நார்மல் தான்" என அதனைக் காட்டி விளக்கம் தந்தார்.

நேற்று இருந்ததை விட இன்று திவ்யாவின் முகத்தில் கொஞ்சமே தெளிவு இருந்தது. ஆனாலும் அவளைப் பார்க்கப் பார்க்க, ஆதிக்குத் தான் மனசே ஆறவில்லை. அவள் கண் திறக்காததை எண்ணி வேதனைப் பட்ட நேரம் பிள்ளைகளிடமிருந்து போன் வந்தது. ஆதி நம்பரைப் பார்த்து அதிர்ச்சி அடைந்தான். எப்படிப் பேசுவது என அவன் குழம்பித் தவற விடப் போன் ஸ்பீக்கரில் ஆன் ஆனது. "ஹலோ நித்துப்பா, நான் ஆது பேசுறேன் திவிம்மா எங்கே" என்றது.

அநி, "நித்துப்பா அம்மா பக்கத்தில் இருந்தால் பேசச் சொல்லுங்க" என்றான். இவ்வளவு நேரம், மயக்கத்திலிருந்த திவ்யாவின் உணர்வுகளைப் பிள்ளைகளின் குரல் எட்டி எழுப்பியது. அவளிடம் மெல்ல அசைவுத் தெரியவும், தேவகி பிள்ளைகளிடம் நைச்சியமாகப் பேசினார்.

"ஹாய் அநி, ஆது குட்மார்னிங், நான் தேவகி அத்தை பேசுறேன், அம்மா இங்க தான் இருக்காங்க. ஆனால் பேச முடியாது. " என்றார்

"ஏன் " என இரண்டும் வினவவும், "க்ருஷ் அண்ணா க்ராப்ட் செய்ய வச்சிருந்த கம்மை அம்மா கையில் தெரியாமல் தொட்டு மௌத்ல வச்சுட்டாங்க. லிப்ஸ் ஒட்டிக்கிச்சு. ஆனால் நீங்க பேசுறது அம்மாக்கு கேட்கும் பேசுறீங்களா" எனச் சொல்லவும். இரண்டும் சரி என்றன.

"அம்மா, திவிம்மா குட் மார்னிங் . ஏன்மா கம்மைப் போய் யாராவது மௌத்தில் வைப்பாங்களா" என ஆதிரை கிலுக்கிச் சிரித்து. அநி உடனே அம்மாவுக்குச் சப்போர்ட் செய்தான், "அம்மா தெரியாமல் வச்சிருப்பாங்க, இல்லை திவிம்மா" என்றான்.

தேவகி கேள்விகளைச் சாமர்த்தியமாக அடுக்க, அநியும், ஆதுவும் திவ்யாவிடம் பேசினர். மொபைலை திவ்யாவின் காதுக்கு அருகில் வைத்தார் தேவகி. ஆதி அத்தனையையும் பெருகும் கண்ணீரோடு, வாய் பொத்தி அழுதபடி கேட்டு நின்றான். திவ்யாவின் மனம் பிள்ளைகள் பேச்சுக்கு எதிர்வினை கொடுக்க விரும்பியது. அவள் உடல்நிலை அதுக்கு ஒத்துழைக்க மறுத்தது.

பிள்ளைகள் குரல் திவ்யாவின் நிலையை மாற்றுமா. கண் திறப்பாளா திவ்யா பொறுத்திருந்து பார்ப்போம்.

மனம்-31

தாய் பறவை எத்தனை தூரம் பறந்தாலும் குஞ்சுகளின் நினைவில் சீக்கிரம் கூடு திரும்பவே நினைக்கும். தன் குஞ்சுகள் சிறகை விரித்துப் பறக்கும் தருணம் வரை போற்றிப் பாதுகாக்கும். இங்குள்ள தாய்மார்களும் அப்படித்தான், தான் இருக்கும் நேரம் பிள்ளைகளைப் பற்றிய கவனம் இந்திரனைப் போல் அவயங்கள் அத்தனையிலும் கண் பெற்றதைப் போல் காத்து நிற்பர். தாய் அறியாத சூழ் உண்டோ என்பார்கள். பிள்ளைகளின் ஒவ்வொரு அசைவும் அவர்களுக்கு அத்துப்படி.

அடிக் ஒருமுறை அம்மாவென வரும் குழந்தை அமைதியாக அரைமணி அமர்ந்திருந்தாலே அங்கே ஏதோ விஷேசமான சேட்டை அரங்கேற்றம் ஆகியிருக்கும் அம்மா கண்டு கொள்வாள். வெளி வேலையாகக் கிளம்பும் தாயும் தன்னைப் போலவே பாதுகாக்க அங்கொரு தாய்மை இருந்தால் மட்டுமே விட்டுச் செல்வாள்.

திவ்யவர்ஷினி, மருத்துவப் பணிக்காக வெளியேறும் போது, அவள் பிள்ளைகளைக் காக்க கலாம்மா இருந்தார். இந்த ஒரு வாரமாகப் புவனாவிடம் பிள்ளைகள் ஒட்டிக் கொண்டன. இனி ஒரே வீட்டில் வாழப் போகிறோம் என்பதில், ஆதித்யனைப் போன்றே உருவம் கொண்ட அன்பு, இயற்கையாகவே தாய்மை தவழும் புவனாவிடமும் விட்டு விட்டுத் தான் செய்ய வேண்டிய பணிகளை மேற்கொண்டாள் திவ்யா. அதன் விளைவே இன்றைய அவள் நிலை.

குத்துப்பட்டு, அறுவை சிகிச்சை செய்யப்பட்டு மயக்க நிலையிலிருந்து மீளாமல் இருக்கும் திவ்யவர்ஷினியின் செவிகளில் தனது இரட்டைப் பிள்ளைகளின் குரல் எட்டியது. ஆதித்யன் தன் கதறலை மௌனமாக்கி, கண்ணீர் வெள்ளம் பெருக்கி, தாயை அழைக்கும் குழந்தைகளின் பேச்சைக் கேட்டுக் கொண்டிருந்தான். டாக்டர் தேவகி அத்தை பிள்ளைகளோடு பேச்சுக் கொடுத்து திவ்யாவைக் கேட்கச் செய்தார்.

ஆதிரை "திவிம்மா உங்க எமர்ஜென்சி கேஸ் இன்னும் முடியலையா, சீக்கிரம் வாங்க" என்றது. அநி, "ஆது அம்மாக்கு வேலை இருக்கும், அதை

முதிச்சித்துச் சீக்கிரம் வந்துதுங்க திவிம்மா" எனத் தனது இரட்டையிடமும், அம்மாடமுமாகப் பேசினான் அநி.

தேவகி, "டேய் குட்டீஸ், தேவி அத்தைக்கு அம்மாவுடைய ஹெல்ப் வேணும், ஒரு டூ டேஸ், திவிம்மாவை என்கூட வச்சுக்கட்டுமா" எனக் கேட்-டார்.

"தூ தேஸா, அத்தை எங்க அம்மாவைப் பார்க்கனுமே. ம்கூம் முதியாது" என்றான் அநி. "அத்தை, எங்களுக்கும் எங்கம்மா வேணுமே. அப்புறம் யாரு குளிக்க வச்சு ட்ரெஸ் பண்ணி விடுறது" எனக் கேட்டது ஆது.

"அதுக்குத் தான் உங்க புவிம்மா இருக்காங்களே, எனக்கு ஹெல்ப் பண்ண டாக்டர்ஸே இல்லை, அதுக்குத் தான் அத்தைக் கேட்டேன்" எனச் சோகமாகச் சொல்லவும். "அநி, அம்மா இருந்திட்டு வரட்டும், அத்தை பாவம்ல. நம்ம புவிம்மாட்ட இருந்துக்குவோம்." என ஆதிரை சொன்னது. "திவிம்மாவுக்குக் கேட்கும், நீ கூப்பிடு" எனத் தேவகி சொல்லவும்.

"திவிம்மா, டூ டேஸ்ஸில் வந்திடுங்க. திவிம்மா, திவிம்மா கேட்குதா" என அநி, ஆது மாற்றி மாற்றி அழைக்கவும், திவ்யா சிரமப்பட்டுக் கண் விழித்-தாள். "அநி, ஆது அம்மா வர்றேன்" என நீண்ட பிரயாசைக்குப் பிறகு அரைகுறையாகச் சொன்னாள். ஆதி அருகில் வந்து அவள் கையைப் பற்-றிக் கொண்டான். அவன் ஸ்பரிசத்தையும் உணர்ந்து கொண்டாள்.

தேவகி போனை அணைத்து , ஆதித்யனிடம் நீட்டினார். திவ்யா மெல்-லக் கண்களைத் திறந்தாள், தனது கண்களைத் திறக்கவே சிரமப்பட வேண்-டியது இருந்தது. கண் கலங்கி நின்ற ஆதியைப் பார்த்து முறுவலித்தாள்.

தேவகி, "திவ்யா, இங்கே பாரு திவி, நான் பேசுறது கேட்குதா" எனப் போஸ்ட் ஆபரேசன் செயல் முறைகளாக அவளைப் பரிசோதித்தார். பரிசோ-தித்ததில் திருப்தி உற்றவராகச் சலைனில் மற்றொரு இன்சக்ஸனைப் போட்-டார்.

அவள் தண்ணீர் கேட்கவும், ஆதி ஒரு டம்ளரில் எடுத்துக் கொஞ்சமாகப் புகட்டினான். "நித்யன் அநி ஆதுவைப் போய்ப் பார்த்துக்குங்க. ஐயம் ஓகே" எனப் பாதி வார்த்தைகளாகக் கம்மியக் குரலில் சொன்னாள் திவ்யா.

"வர்ஷி, நான் பார்த்துக்கிறேன், நீ பிள்ளைகளைப் பத்திக் கவலைப் படாத, நீ சீக்கிரம் சரியாகி வரனும். அது தான் முக்கியம். வலிக்கிதாடா" என அவள் கையை ஒரு கையால் பிடித்துக் கொண்டு மற்றொரு கையால் தலையைத் தடவினான். அவள் லேசாக முறுவலித்தாள்.

தேவகி, "ஆதி, திவிக்குச் சிலீப்பிங் இன்ஜக்ஸன் போட்டிருக்கிறேன். கொஞ்ச நேரத்தில் தூங்கிடுவா. அது வரைக்கும் இருந்திட்டு வெளியே வந்-திடனும்" எனக் கட் அண்ட் ரைட்டாகச் சொல்லவும், அவன் மண்டையை ஆட்டினான்.

தேவகி, திவ்யாவிடம்,"உன் ஹஸ்பண்ட் கிட்டச் சொல்லி அனுப்பு, ட்ரீட்-மெண்ட் செய்யக் கூட விடமாட்டேன்கிறார்" எனச் சிரித்து விட்டுப் போனார்.

அவர் போகவும், பெட்டில் பக்கத்தில் அமர்ந்தவன், அவள் நெற்றியில் முத்தமிட்டு. "வர்ஷி, என் உயிர் என்கிட்டயே இல்லைடி, பயமுறுத்திட்ட " என அழுகையோடு செல்லமாகக் குறைபட்டான். வென்ப்ளான்ட் போட்ட கையை உயர்த்தி அவன் விழி நீரைத் துடைத்தாள். அதை அப்படியே தன் கன்னத்தில் பதித்து முத்தமிட்டான்.

"நார்மல் வார்டுக்குச் சீக்கிரம் வந்துடுவியா. இங்கே என்னை உள்ளேயே விட மாட்டேன்கிறாங்க" எனக் கேட்டான். அதற்கும் அவள் சிரித்தாள். "மொத்தக் குடும்பமே வெளியே காத்திருக்கு, ஜமீன் தாத்தா ஆத்தா வந்திருக்காங்க. உன் சித்தப்பா, தம்பிகள் தான் இரத்தம் கொடுத்தாங்க" என்றான், ஆச்சரியமாகப் பார்த்தாள். அதற்கடுத்து அவன் பேசியவை அவளுக்குப் பதியவே இல்லை. அவள் கண்கள் சொருகி உறங்கிப் போனாள். அவளின் சீரான சுவாசத்தில் திருப்தியற்றவனாக வெளியே வந்தான்.

ராஜேந்திரன், சௌந்தர ராகவன் டாக்டர் கேபினில் இருந்தார்கள். தேவகி அவர்களிடம் திவ்யாவின் உடல் நிலை முன்னேற்றம் பற்றிச் சொல்லிக் கொண்டிருந்தார். "திவ்யாவுக்கு நினைவு வந்திடுச்சு. அவளுக்கு ரெஸ்ட் வேணும்னு ஸ்லீபிங் இன்ஜெக்சன் போட்டு விட்டிருக்கிறேன். நீங்களும் கொஞ்சம் ரிலாக்ஸ் ஆகிட்டு வாங்க" என்றார்.

இருவரும் பேசி முடித்து வெளியே வந்தனர். ராஜேந்திரன்," என் மகளும், மருமகனும் வந்து இங்கே இருப்பாங்க. நீங்க இரண்டு பேரும் பெரியவங்க, திவ்யா நார்மல் வார்டுக்கு வரவும் வந்து பார்க்கலாம், இப்ப கனகு வீட்டுப் பண்ணைக்குப் போகலாம் வாங்க" என அழைத்தார். சொர்ணமும், லலிதாவும் அறையிலிருந்தனர். லலிதா இயல்பாக, சொர்ணத்திடம் அம்மா என உரிமையோடு பழகிக் கொண்டிருந்தார். சொர்ணத்துக்கும் லலிதாவிடம் பேசுவதில் தயக்கம் இல்லாமல் இருந்தது.

ராஜேந்திரன் சொன்னதை ஜமீன் தாத்தா, சொர்ணத்திடம் சொல்லவும், "இருக்கட்டும் ஐயா, நான் யோசனையா அவுகளுக்கும் எனக்குமா இரண்டு செட்டுத் துணியோடு தான் வந்தேன். இப்ப இருக்கிற அறையே வசதியா தான் இருக்கு. பேத்தி கண் முழிச்சுப் பேசட்டும். நார்மல் வார்டுக்கு மாறின பிறகு வர்றோம். நீங்க உங்க பேரன் பேத்தியை பாருங்க, நாங்க எங்கப் பேத்தியை பார்த்துக்கிறோம். " என முடித்தார்.

மனைவியின் பேச்சு சௌந்தர ராகவனுக்குத் திருப்தியாகவே இருந்தது. தான் ஓரடி இறங்கி வந்தால் சொர்ணம் நான்கடி இறங்கி வருவார் என அவருக்கும் தெரியும். இளைய மகன்களுக்கு மூத்த மகனின் விபத்தில் பங்கில்லை எனத் தெரிந்தவுடன், விஜயனைத் தனியாக விட்டது போல் திவ்யாவை விடக் கூடாது என முடிவு செய்தார்.

அதன் காரணமாகவே நேற்று முன் தினம் சீரோடு வந்தார். சொர்ணம் இறங்கி வந்தால் தான் மகன்களும் வருவார்கள்,எனவே சொர்ணத்தோடு சமாதானம் ஆனார். ஆனால் அவரே எதிர் பாராதது நாகநாதன் இரத்தம்

கொடுத்தது. பேரன்களும், மகனும் திவ்யாவிற்கு இரத்த தானம் செய்ததில் மனம் நிறைந்து இருந்தார்.

மனைவி சொல்மிக்க மந்திரம் இல்லை என்பது போல், "ராஜேந்திரன் நீ, மகளைக் கூட்டிட்டு போய் இரட்டைகளைக் கவனி. நான் இங்கே பார்த்துக்குறேன். ஏற்கனவே என் பேத்திக்குப் பிரசவம் பார்த்த அனுபவம் எனக்கு இருக்கு. என் பேத்தியாளை நான் சமாளிச்சுக்குவேன்" என்றார்.

"ஆமாம், இவரே பொம்பளைகள் பார்க்கிற வேலையும் சேர்த்து பார்ப்பாரு. அன்னைக்கே ஒரு வார்த்தை சொல்லியிருந்தா, இந்தப் பொண்ணு இப்படிக் கஷ்டப் பட வேண்டியது இருந்திருக்குமா. எம்புட்டு சாதி சனம் இருந்தும் அதை அனாதையா திரிய விட்டுட்டிங்க. உச்க மகனுக்கு மட்டுமில்லை உங்களுக்கு, உங்க பேத்தி, வம்சத்துக்கே அதே பிடிவாத குணம் தான்" எனச் சொர்ணம் நொடித்தார்.

"சரி விடுங்கம்மா, போனதைப் பேசி என்ன பண்ண, எனக்கும் ஒவ்வொரு நேரம் , இதுகளை நினைக்கும் போது ஈரக்குலையெல்லாம் நடுங்கும். இப்பவாவது தெரிஞ்சதே. அப்பாவாவது பார்த்துக் கிட்டாங்க. அவுங்களும் அன்னைக்குப் போகலைனா, நினைக்கவே பயமாக இருக்கு" என லலிதாவும் கடந்ததை எண்ணி வருந்தினார்.

அந்தநேரம் ஈகை , விஷ்வா இனியன், ராஜி வந்து சேர்ந்தனர். ஐசியு வாசலில் நின்று திவ்யாவைப் பார்த்து வந்தனர். ஆதியும் அப்போது தான் அறையிலிருந்து வந்தவன், அவள் கண் விழித்த விவரத்தைச் சொன்னான்.

எல்லாருமாக அந்த அறைக்கு வந்தனர், ஆதி பிள்ளைகள் பேசியதையும், திவ்யா கண் திறந்ததையும் சொல்லிக் கொண்டிருந்தான். "டாக்டர் சொன்ன நேரம் தாண்டியும் கண் முழிக்கலையேன்னு பயந்தேன். பசங்க குரலை, போனில் கேட்டதுக்கு அசைஞ்சுட்டா. இனி பயமில்லை " எனத் தெளிந்தான் ஆதித்யன்.

"ராஜி அநி ஆது என்ன பண்றாங்க" என ஆதித்யன் விசாரித்தான். "நாங்க வரும் போது எந்திரிக்கலை. நேற்று எல்லாரும், இங்கயும், அங்கயும் அலைந்ததை வச்சு ஏதோ சந்தேகம். ஆனால் நான் சமாதானம் செய்துட்டேன்." என்றாள் ராஜி. இப்போது தேவகியிடம் பேசியதைச் சொல்லி அதையே மெயின்டைன் செய்து அவர்களைச் சமாளிக்கச் சொன்னான்.

"நீயும் வீட்டுக்கு வந்துட்டு வா ஆதி" என ராஜேந்திரன் அழைக்கவும், "இல்லைப்பா, வர்ஷி, நார்மல் வார்டுக்கு வந்த பிறகு வர்றேன். அநி,ஆதுவை பார்த்தா என்னால் கண்ட்ரோல் பண்ண முடியாது" என்றான். இனியன் அவனுக்கான உடைகளை எடுத்து வந்திருந்தான்.

ஈகை தாத்தா, பாட்டி ஆதியைச் சாப்பிட அழைத்தாள். ராஜேந்திரன், லலிதா கிளம்பத் தயாரானார்கள். வீரா வெளியே சென்றவன் இரண்டு பார்சல்களோடு வந்தான். ராஜி அவனிடம் "நாங்க இருக்கும் போது, வெளியேயிருந்து சாப்பாடு வாங்கிட்டு வரலாமா. மதியானம் அம்மாவும், அப்பாவும்

சாப்பாடு எடுத்துட்டு வருவாங்க. நீங்க கடையில் வாங்கக் கூடாது" எனக் கட்டளையிட்டாள்.

"சரிங்க சிஸ்டர்" எனத் தலை ஆட்டினான் வீரா.அன்று மதியம் திவ்யாவிற்கு விழிப்பு வந்தது. கிரிடிகல் கேரிலிருந்து, ஐசியூ விற்கு மாற்றினர்.

டாக்டர் சேது மாதவனுடன், கொடைக்கானலிலிருந்து டாக்டர் ரவியும் வந்து சேர்ந்தார். மாதவன் தான் தகவல் சொல்லியிருந்தார். ஐசியூவில் சென்று பார்த்த ரவி, "திவ்யாம்மா" என அழைக்கவும் கண் திறந்து பார்த்தாள். "என்னடா, நல்ல செய்தி வரப்போகுதுன்னு பார்த்திட்டு இருந்தா, இப்படி வந்து படுத்திருக்க" எனக் கேட்டுக் கண் கலங்கவும். அவருக்கும் மென்னகையே பதிலாகத் தந்தாள்.

"திவிம்மா உனக்காக ஒரு கிப்ட், அங்கிள் ஆண்டி போட்டிருந்த நகைகள், இதோ போன வாரம் கோர்ட்டிலிருந்து வந்தது. ஆதித்யனிடம் கொடுக்கிறேன்" என்றார். சரி எனத் தலை அசைத்தாள். அதில் அப்பாவின் மோதிரத்தையும், வாட்ச், அம்மாவின் திருமாங்கல்யம் கோர்த்த செயின் பார்க்கவும் எமோசனல் ஆனாள். டாக்டர் இருவருமாக அவளைச் சமாதானம் செய்தனர்.

தேவகி, மாதவன், ரவி மூவருமாக மாதவன் அறையில் திவ்யாவின் ஸ்கேன் ரிபோர்ட் வைத்துப் பார்த்துக் கொண்டிருந்தனர். அவர்கள் முகத்தில் கவலை இருந்தது. ரவி," திவ்யாவிடம் ரிபோர்ட் காட்டிறாதீங்க. மறுபடியும் ஆதிக்கு நல்லது செய்யறேன்னு கிளம்பிடுவா" என்றார். "ஆமாம் நானும் அதைத் தான் நினைச்சேன். ஆனால் ஆதித்யனுக்கு விசயம் சொல்லிடனும்" என்றார் மாதவன்.

மாலையில் தாத்தா சௌந்தர ராகவன், சொர்ணத்துடன் பேத்தியைப் பார்க்க ஐசியூக்குச் சென்றார். இப்போது இன்னும் கொஞ்சம் தெளிந்து இருந்தாள். தாத்தா அவளருகில் சென்று, "திவ்யாம்மா" எனவும் அவளுக்கும் கண்ணீர் வந்தது. அவள் அழுத கண்ணைத் துடைத்தவர், "அழக்கூடாதுடா, என் பேத்தியா தைரியசாலி " எனப் பக்கத்திலிருந்த ஸ்டூலில் அமர்ந்தார். அருகிலிருந்த சொர்ணத்திடம் அவள் பார்வைப் போனது. "இது சொர்ணம், என் மனைவி, உனக்கு ஆத்தா "என்றார். திவ்யா வலியை மீறி அவரிடம் புன்னகைத்தாள்.

" என்னம்மா, முகத்தைச் சுழிக்கிற வலி அதிகமா இருக்கா" என ஆதரவாகக் கேட்டார் சொர்ணம். ஆமாம் எனத் தலை ஆட்டினாள் திவ்யா. அங்கே இருந்த டூட்டி நர்ஸிடம்,"ஏன்மா நர்ஸ், எங்கப் பேத்தி வலிக்குதுன்னு துடிக்குதே, ஏதாவது ஊசிப் போடலாம்ல" என்றார் .

"மேம் பெயின் கில்லர் இன்ஜக்ஸன் போடவா. நான் டாக்டரிடம் கேட்டுட்டு வர்றேன், எனக் கேட்டு வந்து ஊசி போட்டாள். அதில் முகம் சற்றே தெளிந்தது. "திவ்யாம்மா எதுக்கும் கவலைப்படாத, சீக்கிரம் எழுந்திருச்சு உட்கார்ந்துடுவ. பிள்ளைகளை எல்லாரும் பார்த்துக்குவாங்க, மதியம் கலா

வந்துட்டுப் போச்சு, உன் பிள்ளைகள் சமத்தா விளையாடிக்கிட்டு இருக்காம். ‘நான் பிள்ளைகளிடம் இருந்தா, நிம்மதியாக இருப்பேன்னு திவ்யா சொல்லும், நான் பார்த்துக்கிறேன், திவ்யாவைக் கவலைப் படாமல் இருக்கச் சொல்லுங்கள்’னு கலா சொல்லிட்டுப் போச்சு." எனக் கலாம்மாவின் செய்தியையும் சொன்னார் தாத்தா.

திவ்யா கண் விழித்து ஆபத்தான கட்டத்தைத் தாண்டவும், ஈகை விஷ்வா, வீராவை ஊருக்கு அனுப்பினான் ஆதி. அவர்களும் அவளைப் பார்த்துவிட்டே கிளம்பினர்.

டாக்டர்கள், சொன்னது போலவே, ஆதி, இனியன் இரண்டு கம்போண்டர்கள் துணையுடன் திவ்யாவைத் தாக்கிய பொம்பளைப் பொறுக்கிகளை இனி உணர்வே தூண்டாத அளவு ஆபரேஷன் செய்தனர். அந்த நாய்கள் கதறின. ஆதித்யன் தன் கோபத்திற்கு வடிகாலாய் அவர்களை மாற்றினான். இவர்கள் நிலையைக் கண்ட பிறகு, அந்த வட்டாரத்தில் யாரும் பெண் பிள்ளைகளைத் திரும்பிப் பார்க்கவும் அஞ்சும் நிலைக்கு ஆக்கி வைத்தனர்.

பெண்கள் அமைப்பினரிடம், கனகரத்தினம் பேசினார். உங்கள் போராட்டத்தால் ஊடகங்கள் கவனம் திரும்பும், பிறகு நம்மால் தண்டனை குடுக்க முடியாது. அரசாங்க சட்டம் தண்டனை விதிச்சாலும், இவனுங்க ஈஸியா தப்பிச்சுடுவாங்க . அதனால் நாம் குடுக்குற தண்டனை மத்தவங்களுக்கு படிப்பினையாக இருக்கணும் " என வலியுறுத்தினார். அவர்களுக்கும் அதுவே சரி எனப் பட்டது.

அவர்களும் எத்தனை கேஸ்களில் இப்படி மனு கொடுப்பது, போராட்டம் நடத்துவது, இத்தனைக்கும் பிறகு கொஞ்சம் பரபரப்பு இருக்கும், சமூக ஊடகங்களில் # போட்டு சில நாட்களுக்குக் கதறுவார்கள், பிறகு அது அடங்கிய பின் அந்தக் கயவர்கள் ஜாமீனில் வெளி வந்து சுதந்திரமாகவே நடமாடிக் கொண்டிருப்பர். இதையெல்லாம் யோசித்த என்ஜிஓ வினரும், மகளிர் அமைப்பும், கனகரத்தினம் செய்த ஏற்பாட்டிற்கு ஒத்துழைப்புத் தந்தனர்.

தாத்தாவும், ஆத்தாவும் அதே அறையில் பெரும்பாலும் பொழுதைக் கழித்தனர். சொர்ணம் திவ்யாவுக்கு உணவு ஊட்டும் பொறுப்பைத் தனதாக்கிக் கொண்டார். திவ்யாவிற்குக் கண்கள் கரித்தது.

ஆதித்யன் ஜூஸ் பிழிவது, மாத்திரை தருவது, அவளை நிமிர்த்தி அமர வைப்பது என அத்தனை வேலைகளையும் செய்தான். சில நேரங்களில் பெட் பேனைத் தூக்கி வர திவ்யா மறுத்தாள். பிறகு செவிலியர் வந்து அவர்கள் பஞ்சாயத்தைத் தீர்த்து வைத்தனர்.

தாத்தா, ஆத்தாவை அறைக்கு அனுப்பி விட்டு அவள் சிகையைத் தடவியவாறு அமர்ந்திருப்பான். "நித்யன் பசங்க என்ன பண்ணுதுன்னு கேளுங்க. நான் பார்க்கனும்" என்றாள்.

"ஏம்மா, உன்னை இப்படிப் பார்த்தால் பயந்துடுங்க" என்றான். அவள் தலைக் கட்டு இன்னும் பிரித்த பாடு இல்லை.

"அதுங்க பார்க்க வேண்டாம். நான் மட்டும் பார்க்கிறேன்" என்றாள். அவள் ஏக்கத்தைப் பார்த்து அன்புவுக்குப் போன் போட்டான். பிள்ளைகள் விளையாடுவதைப் பின் கேமரா வழியாகப் பார்த்தாள். அன்புவிடம் பேசினாள். "இதுதான் சாக்குன்னு உங்க, ஆயில் மசாஜ், பிசியோவெல்லாம் விட்டுடாதீங்க. நீங்க நடந்தா தான் நானும் நடப்பேன்" என டீல் போட்டாள் திவ்யா.

"இது நல்லா இருக்கு, டாக்டரம்மா பேஷன்டைப் பார்த்துக்குவாங்கனு, பேசன்டா வந்தா, டாக்டரம்மாவே பேசன்ட் ஆனா, நீண்ட நாள் பேசன்ட் என்ன பண்றது" என வினவினான். திவ்யா சிரித்தவள், " பேசன்டா வந்தவர், சாதாரண மனுசனா மாறனும்னு அர்த்தம். புவனா கிட்டக் கொடுங்க. நான் சொல்றேன்." என்றாள்.

"டாக்டரம்மா பேக் டூ ஃபார்ம்" என்றான். புவனாவிடம் ஓரிரு வார்த்தை பேசியவளுக்குத் தையல் வலித்தது. அவள் வேதனையைப் பார்த்து ஆதித்யன் அவளைக் கடிந்து கொண்டான். "இனிமே யார் கிட்டயும் போனில் பேச வேண்டாம். பேசிட்டு யார் அவஸ்தை படுறது" என்று கண்டிக்கவும். திவ்யா முகத்தைத் தூக்கி வைத்துக் கொண்டாள்.

"இதுக்கு ஒண்ணும் குறைச்சல் இல்லைடி. என்னத்தைப் பட்டாலும் திருந்த மாட்ட. அன்னைக்கு என்னைக் கூட்டிட்டுப் போயிருந்தா , இத்தனை கஷ்டமே இல்லை. எல்லாத்துலையும் பிடிவாதம்" என அவன் பாடம் எடுத்துக் கொண்டிருந்த நேரம் சொர்ணம் வந்தார்.

"அது பரம்பரையா வர்றது மாறாது. " எனத் தாத்தாவையும், பேத்தியையும் சேர்த்து திட்டினார் .பெருமையாக உள்ளே வந்த, சௌந்தர ராகவன், பேத்தி தலையை வாஞ்சையாகத் தடவி, " எங்க வம்சமே அப்படித்தான்னு சொல்லுடா திவ்யாம்மா. " எனப் பேத்தியோடு சேர்ந்து சொர்ணத்தோடு மல்லுக்கட்டினார்.

பெரியவர்கள் சண்டையைப் பார்த்துச் சிறியவர்கள் அமைதியானார்கள். வீட்டினர் மாற்றி, மாற்றி ஹாஸ்பிடலுக்கு வந்து சென்றனர். ஜமீன் குடும்பத்திலிருந்து, நாகநாதன், பூமிநாதன் குடும்பம் தனித் தனியாக வந்து சென்றனர். பத்து நாள் ஆதித்யன் இடத்தை விட்டு அசைய வில்லை. தாத்தா, ஆத்தாவும் உடனிருந்து பணிவிடை செய்தனர். சொர்ணம் ஊட்டிவிடுவதோடு, டாக்டரிடம் கேட்டுக் கொண்டு திவ்யாவின் தலை முடியையும் வலிக்காமல் சீராக்கி விட்டார்.

பிள்ளைகளை மருத்துவமனைக்கு வரவழைக்காமல் நான்காம் நாளிலிருந்து திவ்யாவே அவர்களிடம் நேரே பேச ஆரம்பித்தாள். மற்றவரிடம் சரி என உடனே சமாதானம் ஆகும் பிள்ளைகள், திவ்யாவின் குரலைக் கேட்கவும், பார்க்க வேண்டும் என அடம் பிடித்தன. ஆதித்யனும், திவ்யாவுமாகப்

பல கதைகளைச் சொல்லி, அநி, ஆதுவை சமாளித்தனர்.

திவ்யாவை, விதைப் பண்ணையில் விட்டுச் செல்ல, தாத்தாவுக்கும், ஆதிக்குமே மனசு வரவில்லை. தஞ்சையில் ஃபேக்டரி ஓடுவதால், இனியனும், ராஜேந்திரனுமாக வேலையைப் பகிர்ந்து பார்த்துக் கொண்டிருந்தனர். ஆதித்யனின் தேவையும் சில நேரங்களில் கட்டாயமாகத் தேவைப் பட்டது. அன்பு, புவனா , லலிதா முதற்கொண்டு அனைவரும் தஞ்சை பயணிக்க வேண்டிய கட்டாயம் இருந்தது.

திவ்யாவை வல்லத்துக்கு அழைத்துச் செல்வதாகச் சௌந்தர ராஜன் அறிவித்தார். தங்கள் வீட்டுக்கு அழைத்துச் செல்லலாம் என ஆதித்யன் பிடிவாதம் பிடித்தான். "இன்னும் என்ன ஃபார்மாலிட்டீஸ் செய்ய வேண்டியது இருக்கு. வீட்டில் வச்சே தாலியைக் கட்டுறேன். நீங்க எல்லாரும் ஆசீர்வாதம் பண்ணுங்க, அது போதும்" என்றான்.

தாத்தாவிற்கு அது சரி எனப் பட்டாலும், விஜயன் கேட்டதும் அவருக்கு உறுத்திக் கொண்டே இருந்தது. அதை அவர் சொல்லவும், திவ்யா தான் தீர்வும் சொன்னாள். "அடுத்தச் செக்கப் வரை இங்கே இருந்துட்டு தாத்தா வீட்டுக்கு வந்துடுறேன். நீங்க அங்க வந்து பார்த்துக்குங்க. அப்பாக்கு கொடுத்த வாக்கை நிறைவேத்துனது மாதிரியம் இருக்கும், என் காயம் ஆறின பிறகு. தாத்தா வீட்டில் வைத்தே கல்யாணம் பண்ணிக்கலாம். என்னைப் பண்ணை வீட்டில் விட்டுட்டு நீங்க மூன்று பேருமே கிளம்புங்க. என்னைக் கலாம்மா , செல்வியம்மா பார்த்துக்குவாங்க. " என்றாள். ஒரு வழியாக ஆதித்யன் இந்த ஏற்பாட்டிற்கு ஒத்து வந்தான்.

சொந்த பந்தத்தின் அன்பிலும் அனுசரணையிலும் திவ்யா பத்து நாளில் வீடு திரும்பினாள். அவள் வரவை பிள்ளைகள் ஆவலாகப் பார்த்துக் கொண்டிருந்தன. தங்களுக்காகக் குத்துப் பட்டு, உயிர் பிழைத்து வரும் டாக்டரம்மாவைப் பார்க்க, பண்ணையில் வேலை செய்யும் பெண்களும் காத்திருந்தனர்.ஆதித்யன் வண்டியை ஓட்ட, திவ்யா முன்னிருக்கையில் அமர்ந்திருந்தாள். பின் சீட்டில் ஜமீன் தம்பதி அமர்ந்திருந்தனர்.

கனகரத்தினமும் லலிதாவும் மற்றொரு காரில் மருத்துவமனையிலிருந்து பொருட்களைக் காலி செய்து வந்தனர். திவ்யாவைப் பார்க்க ஊரே திரண்டு நின்றது.

மனம்-32

திவ்யவர்ஷினி, அந்த விதைப்பண்ணை மகளிரைப் பொருத்தவரை, தன்னைப் பலி கொடுத்து, தன் இனம் காக்க வந்த சக்தி. மருத்துவராக அந்தப் பகுதி பெண்களின் குறை தீர்த்தவள், இன்று பல பெண்களின் கண்ணீர் துடைத்து, அவர்கள் அமைதியாக வாழ ,வேண்டாத நச்சுப் பயிர்களைக் களை எடுத்தும் தந்துள்ளாள். அவள் கத்திக் குத்துப் பட்டு, சிகிச்சை பெற்று

இதோ வீடு வந்து சேர்ந்துவிட்டாள்.

ஆதித்யன் காரை தங்கள் வீட்டின் முன் நிறுத்தி விட்டு, அவள் புறம் சென்று அவளுக்கு இறங்குவதற்கு ஒத்தாசை செய்தான். நீண்ட அங்கி போன்ற கவுனில் தான் இருந்தாள். பிள்ளைகளைப் புவனா வைத்திருந்தாள், பக்கத்தில் அன்பு வீல் சேரில் இருந்தான். திவ்யாவை கைத் தாங்களாக இறக்கியவன், தூக்கப் போனான்.

"நித்யன் நான் மெதுவா நடந்து வர்றேன்." என்றாள். கைப்பிடியில் அவளை நடத்தி வீட்டுக்கு அழைத்துச் செல்ல, எதிர்த்தார் போல் அநி, ஆது அம்மாவைக் கட்டிக் கொள்ள வந்தன. அவளை வேகமாக நெருங்க வந்தவர்களை மனம் கோணாமல் கையாள வேண்டும், அதே சமயம் தையலிட்ட அடி வயிறும் பாதுகாப்பாக இருக்க வேண்டுமே என ஆதித்யன் தவிப்பாகப் பார்த்திருந்தான். பின் சீட்டிலிருந்து இறங்கிய ஜமீன் தாத்தா, "அடேய் பேரப்பிள்ளைகளா, பாட்டையாவைப் பார்க்கலையா" என இருவரையும் தன்னோடு அணைத்துக் கொண்டார்.

"வெல்கம் ஹோம் டாக்டரம்மா" என்றான் அன்பு. அவனுக்கு ஒரு புன்னகையோடு தலையசைத்தவள், பிள்ளைகளைத் தேடினாள். அதற்குள் திவ்யா கைதாங்கலாக மெல்ல நடப்பதைப் பார்க்கவும், "அம்மாவுக்கு என்ன ஆச்சு, திவிம்மா" என அழைத்தது ஆது.

"பாத்தையா விதுங்க, நான் அம்மாகித்த போகனும்" என்றான் அநி.

"தங்கப் பிள்ளைகளா, அம்மா உள்ளப் போய் உட்காரட்டும், அப்புறம் போய்ப் பாருங்க" என்றார்.

திவ்யா இத்தனை நாட்களுக்குப் பின் பிள்ளைகளைப் பார்ப்பதில் உணர்ச்சி வயப்பட்டு அவர்களை அணைத்துக் கொள்ளப் பரபரத்தாள். ஆதித்யன் அவள் கைகளை அழுத்தி, உள்ளே அழைத்துச் சென்றான். அவள் அமர வசதியாக ஒற்றை ஷோபா ஒன்றை வாங்கிப் போட்டிருந்தான். கால்களை நீட்டி வைத்துக் கொள்வதற்கு வசதியும் இருந்தது. அதில் அமர வைத்தான்.

"திவிம்மா" என இரண்டும் வந்தன. ஆதித்யன் பக்கவாட்டில் அவர்களை நிறுத்தி திவிம்மாவுக்கு முத்தம் கொடுக்கச் சொன்னான். இரண்டும் அம்மாவுக்கு மாற்றி, மாற்றி முத்தமிட , அவள் அணைத்துக் கொண்டாள். கண்கள் கலங்கி கண்ணீரைத் துளிர்க்க விட்டிருந்தன.

"திவிம்மா, தேவகி அத்தை கூட டூ. உங்களை இத்தனை நாள் வச்சுக்கிட்டாங்க. ஆது கண் அம்மாவைத் தேடிச்சு" என முத்தமிட்டது.

"அம்மா கண்ணும் அநி ஆதுவை தேடிச்சுடா" என இரண்டு பேரையும் அணைத்து உச்சி முகர்ந்தாள்.

அநி, திவிம்மா ஐ மிஸ்யூ" என்றான். அதே நேரம் உள்ளே ஓடி வந்த ஆனந்த்,"திவிம்மா வந்துட்டிங்களா. நீங்க இல்லாமல் வீடே நல்லா இல்லை" என்றான். "ஏண்டா, புவிம்மாவும், ராஜி சித்தியும் இருந்தாங்களே. அப்புறம்

என்ன" என அவனையும் முத்தமிட்டாள்.

"ஆனாலும் திவிம்மா இல்லையே. அநி கூடத் திவிம்மா வரலைனு அழுதான். நானும், ஆதுவும் அழக்கூடாது ன்னு சொன்னோம்" எனவும் அங்கிருந்த அத்தனை பேருக்கும் மனம் உருகிவிட்டது. "திவிம்மா, இனிமே இப்பதி வித்துத்துப் போகாதீங்க. எனக்கு அழுகையா வருது" என்றான் அநி.

"இல்லைடாத் தங்கம் , அம்மா இனி உங்களை விட்டுட்டு எங்கயும் போகமாட்டேன்" என அழுதாள். அவள் ஏங்கி அழும் போது, அடிவயிற்றில் வலி வருமே என ஆதித்யன் பதறினான்.

"அநி குட்டி அப்பா மாதிரி ப்ரேவ் தானே,அழக்கூடாது. பாரு திவிம்-மாவும் அழறா. அப்புறம் அம்மா வயிறு வலிக்கும். ஆது, அநி கொஞ்ச நாளைக்கு, அம்மா மேல் ஏறக் கூடாது. " வயிற்றை லேசாகச் சுட்டிக் காட்டி, இங்க முட்டக் கூடாது. அம்மாக்கு அங்க ஊசி போட்டது வலிக்கும்" என எடுத்துச் சொன்னான்."அப்படியாம்மா, ஆது அம்மா மடியில் படுக்கக் கூடாதா" எனக் கேட்கவும், திவ்யா வந்த அழுகையைக் கட்டுப்படுத்தி ஆம் எனத் தலை ஆட்டவும்,

"அப்ப புவிம்மா கூதவே தான் பதுக்கனுமா" என அநி சோகமாகக் கேட்டான். "அப்பா கூடப் படுத்துக்கலாம்டா. இரண்டு பேரும் அப்பாக்கு, இந்தப் பக்கம் ஒருத்தர், அந்தப் பக்கம் ஒருத்தர் படுத்துக்கலாம். திவிம்மா, இன்னைகிலிருந்து, அநி ஆது நித்துப்பாவோட டியர்ஸ். நீ தனிக் கட்டில்ல படுத்துக்கோ" எனப் பிள்ளைகளிடம் ஆரம்பித்து, திவிம்மா விடம் முடித்-தான். அவர்கள் யோசனையாகப் பார்க்கவும்,

ஜமீன்தார் தாத்தா பிள்ளைகளை அழைத்தார். சொர்ணத்தைக் காட்டி ,"ஆதிரையம்மா, இங்க பார் ஒரு பாட்டி வந்திருக்காங்க. அநிருத்தா தங்கம் இங்கே வாங்கடா" என்றார். புதிதாக வந்த பாட்டியை இரண்டும் கவனித்துப் பார்த்தன.

"பாத்தையா, இந்தப் பாத்தி யார்" எனக் கேட்டான் அநி. "இங்க வா சொல்கிறேன் எனத் தன் மடியில் கொள்ளுப்பேரனை அமர்த்திக் கொண்டார் சௌந்தர ராகவன்.

"இந்தப் பொம்முக் குட்டி அம்மா, பாட்டிக்கிட்ட வரமாட்டாங்களா. இங்க வாங்க" எனத் தனது இயல்பான கெத்திலிருந்து, கொள்ளுப்பேத்தியான ஆதிரையைப் பார்த்து மனமிறங்கி வந்தார் சொர்ணம். அவரைப் போலவே கெத்தாக அருகில் வந்த ஆதிரை, "இவ்வளவு பெரிய செயின் போட்டுருக்-கீங்க, உங்களுக்குக் கழுத்து வலிக்கவில்லையா" எனக் கேட்டது. அதைக் கேட்டு இருவரும் சிரித்தனர். அப்படியே சிநேகமாகி இருவரும் ஆளுக்கொரு பிள்ளையை வைத்துப் பேசிக் கொண்டிருந்தனர்.

கனகரத்தினம் செல்வி, லலிதாவும் திவ்யாவைப் பார்க்க வந்தனர். "ஏம்மா நம்ம வீட்டில் வந்து தங்கிக்கலாம்ல." என்றார் கனகரத்தினம். "இல்-லைபா, நான் இங்கே இருந்துக்குறேன். எனக்கு இது தான் வசதியாக இருக்-

கும்" என்றாள் திவ்யா.

கலாம்மா பெரியவர்களுக்குக் காபி பலகாரம் கொண்டு வந்தார். புவனா, திவ்யாவுக்குப் பால் ஆற்றிக் கொண்டு வந்தாள். வெளியே பண்ணை ஆட்கள், அவளைப் பார்க்கவெனக் கூட்டமாக நின்றனர்.

"திவிம்மா, உன்னைப் பார்க்கத்தாண்டா எல்லாரும் நிற்கிறாங்க" என்றார் தமிழ்ச்செல்வி. "வர சொல்லுங்கம்மா" என்றாள் திவ்யா.

கனகரத்தினம் வெளியே சென்றவர். எல்லாரும் வாசலில் நின்று ஒரு நிமிசம் நின்று பார்த்திட்டு வந்திருங்க. டாக்டரம்மா ஓய்வெடுக்கட்டும். நாளை பின்ன ஒவ்வொருத்தராப் பார்ப்பீங்க" என்றார்.

அதே போல் அனைவரும் வந்து நின்று, திவ்யாவிடம் தங்கள் கவலையை, அவளுக்கு நன்றியையும், பிழைத்து வந்ததற்காகக் கடவுளுக்கு நன்றி என விதவிதமாகப் பேசி தங்கள் ஆற்றாமையை வெளிப்படுத்திச் சென்றனர்.

திவ்யாவை ரூமிற்குள் அழைத்துச் சென்று படுக்க வைத்தான் ஆதித்யன். இவ்வளவு நேரம் அமர்ந்திருந்ததே அவளுக்கு ஆயாசமாக இருந்தது.

அங்கும் ஓர் ஒற்றைக் கட்டிலைக் கொண்டு வந்து போட்டிருந்தான் ஆதித்யன். அதில் மெத்தை விரித்து அவளைப் படுக்க வைத்தான். அவளிடம் புது மொபைலைத் தந்தான். அவளது தொலைப் பேசி எண் தான். அவள் ஆதியைப் பார்க்கவும், "உன் மொபைல் உடஞ்சிருச்சுமா. அதிலிருந்த சிம்மை மாற்றி இதில் போட்டிருக்கேன். மில் ஆட்கள் கண்டுபிடிச்சுத் தந்தாங்க" என்றான்.

சற்று நேரத்தில் வீரா வந்து சேர்ந்தான், அக்காவைப் பார்த்து நலம் விசாரித்தான். "அக்கா இப்ப எப்படியிருக்கீங்க" எனக் கேட்டான்.

"என் தம்பிங்க இரத்தம் எல்லாம் உள்ளே ஓடுதே , நல்லா இருக்கேன். தாங்க்ஸ் " எனத் தழுதழுத்தாள். அவள் கையைப் பிடித்த வீரா, "இத்தென்னகா, மூன்றாம் மனுசருக்கு சொல்ற மாதிரி சொல்றீங்க. இதுவும் உங்க சொந்த இரத்தம் தான். ஏபி நெகட்டிவ்" எனச் சிரித்தான்.

சொர்ணம், திவ்யாவின் அறைக்குள் வந்தவர், "இங்க பார் கண்ணு, இத்தனை நாள் எப்படியோ. அடுத்தச் செக்கப் முடிச்சு ரெடியா இரு. உன் சித்தப்பனுங்க உன்னை நம்ம வீட்டுக்கு அழைச்சிட்டுப் போக வருவாங்க. அதுக்குள்ள உனக்கான ரூமை நான் தயார் பண்ணி வைக்கிறேன்" என அவளைத் தலையைத் தடவியவாறு சொன்னார்.

"சரிங்க ஆத்தா" என அவள் கண்கலங்கவும், "என்ன பச்சபுள்ளைக் கணக்கா கண் கலங்கிக்கிட்டு, உங்க அப்பா தான் என் கிட்ட ஒட்டலை. நீயாவது எங்களோடு வந்து இரு. வயசான காலத்தில் உங்கள் தாத்தாவுக்கு அது தான் நிம்மதி தரும்" என அவரும் தனது சேலைத் தலைப்பால், தனது கண்ணைத் துடைத்துக் கொண்டார்.

"திவ்யாம்மா" என்ற படி ஆதித்யனுடன் உள்ளே வந்த தாத்தா. "மாப்பிள்ளை கிட்டயும் சொல்லியாச்சு. நீ பிரயாணம் பண்ணலாம்னு டாக்டர் சொல்லவும், நம்ம வீட்டுக்குப் போயிடலாம். கனகரத்தினமும் சரின்னு சொல்லிட்டாப்ல" என்றார் சௌந்தர ராகவன்.

"சரிங்கத் தாத்தா உங்கள் விருப்பம்" என்றாள் திவ்யா. தாத்தா, ஆத்தா, தம்பி என மூவரும் பிரியா விடைப் பெற்றுக் கிளம்பினர். போகும் முன் சொர்ணம், கலாம்மாவிடம் , திவ்யா உடல்நிலை தேருவதற்காகச் சில பக்குவங்களைச் சொல்லிச் சென்றார்.

புவனா பிள்ளைகளை அழைத்துச் சென்றுவிட, ஆதி" வர்ஷி, ஏதாவது வேணுமா, இந்த ட்ரெஸ் கசகசன்னு இருந்தா, வேற மாத்தி விடுறேன்" எனக் கேட்டான்.

அவள் கண்களில் காதல் மின்ன, இதழ் மொட்டவிழ்ந்தது போல், "ம், மச்சான் இப்பல்லாம் ஃபுல் சர்வீஸ் மூட் தானாக்கும். எதையாவது சொல்லி என் வயிற்றைத் தடவிப் பார்க்கனும்" என வம்பிழுத்தாள்.

"அடியே, விளக்கமாச் சொல்லு, அடிவயிற்றில் இருக்கும் காயத்தைப் பார்கனும்னு, யாராவது மொட்டையாக் கேட்டா, படுபாவி, இந்த நேரமும் விட மாட்டான் போல, காமாந்தகன்னு திட்டுவாங்க" என்றான். அவனை அருகில் அழைத்தவள்,

அவன் தோளில் சாய்ந்து கொண்டு, "என் புருசனை யார் என்ன சொல்லுவாங்கலாம், எல்லாரும் தான் பார்த்தாங்களே, நீங்க எவ்வளவு எமோசனலா என்னைப் பார்த்துக் கிட்டீங்கன்னு. டாக்டர் சாரும், தேவகி அக்காவும் பார்க்கும் போதெல்லாம் ஒரே கிண்டல் தான்" எனச் சிரித்தாள்.

"அவங்களுக்கு என்ன கேலி பண்ணுவாங்க. உன்கிட்டயிருந்து போன் வந்த நொடியிலிருந்து தவிச்சது எனக்குத் தான் தெரியும். அந்த மோட்டார் ரூம்குள்ள கிடந்தியே. அப்பா, என் நினைவு இருக்கும் வரை மறக்காதுடி" என அவளைத் தோளோடு அணைத்துக் கொண்டான்.

"என்னை என்ன பண்றதுன்னு அந்த ரோக்ஸ், பஞ்சாயத்துப் பண்ணிகிட்டு இருந்தானுங்க. என்ன ஆனாலும் அவனுங்க கையில் பிடிபடக் கூடாது. வன்முறை நடந்தாலும் , என்னை யாரும் தொடக் கூடாதுன்னு நினைத்தேன் நித்யன். என்னால் உங்களுக்கு இத்தனை நாள் மனவேதனை தான் தர முடிந்தது. அடுத்தவன் தொட்டால், நான் எப்படி உங்கள் கூடச் சேருவேன்" என அவள் அந்த நினைப்பில் உடல் சிலிர்த்தாள்.

"வர்ஷி, தேங் காட், அது மாதிரி இல்லை. ஆனால் மனசில் இருக்கிறது தான் கற்பு நெறி. இது போல் விபரீதம் நடந்தாலும், அதிலிருந்து வெளியே வந்திடனும். எது எப்படி இருந்தாலும், என் கிட்டச் சொல்லாமல் எங்கேயும் போகக் கூடாது. ப்ராமிஸ் பண்ணு" எனக் கையை நீட்டினான்."நித்யன், இது என்ன சின்னப் பிள்ளையாட்டம் அநி கேட்கிற மாதிரி இருக்கு" எனக் கொஞ்சி அவன் கன்னத்தில் முத்தமிட்டாள்.

"பேச்சு, பேச்சா தான் இருக்கனும் ப்ராமிஸ் பண்ணு, எனக்குத் தெரியாமல் எங்கேயும் போகக் கூடாது. போனால் நான் செத்ததுக்குச் சமம்" என்றான்.

"என்ன பேச்சு பேசுறீங்க" என அவன் வாயைப் பொத்தியவள்,அதில் இரண்டு அடியும் போட்டாள். அவன் தோளிலிருந்து, மார்பில் சாய்ந்தவள், "அவன் அப்டமனில் குத்தவும், பிழைக்க மாட்டேனோன்னு பயந்திட்டேன். முதலில் பிள்ளைகள் நினைப்பு, அடுத்து உங்களோடு வாழாமலே சாகுறோமேன்னு இருந்தது" எனக் கண்ணீர் வடித்தாள்.

அவளை நிமிர்த்தி, கண்களைத் துடைத்து, அதில் முத்தமிட்டவன், "இனிமே எதுக்கும் கவலைப் படக் கூடாது. இதோடு இந்தப் பேச்சை விடு. சீக்கிரம் நம்ம ராஜன் இல்லத்துக்கு உரிமைப் பட்டவளா வந்து சேருடி. நான் உன்னைக் கண்ணுக்குள்ளேயே வச்சுக்கனும்" என அவள் உச்சந் தலையில் முத்தமிட்டான்.

இரவு உணவோடு கலாம்மா வந்து விட்டார். அவளுக்கு இடியாப்பத்தை ஊட்டி விட்டான். பிள்ளைகளும் அதே நேரம் வந்து, "நித்துப்பா ஆ" வென, அம்மாவுக்கு போல் தங்களுக்கும் ஊட்டச் சொல்லிக் கேட்டன. ஆதித்யன் நெகிழ்ந்து மூவருக்கும் ஊட்டி விட்டான்.

திவ்யா, "அநி, ஆதும்மா அப்பாவுக்கும் ஊட்டி விடுங்கடா" என்றாள். அவர்கள் தங்கள் பிஞ்சுக் கரங்களால் அப்பா, அம்மா இருவருக்கும் ஊட்டிவிட்டனர். திவ்யாவுக்குக் கொடுக்க வேண்டிய மாத்திரைகளை எடுத்துக் கொண்டிருந்தான் ஆதித்யன்.

"இது யாருக்குப்பா" என ஆதிரை அருகில் அமர்ந்து கேட்டது. "அம்மாக்குடா, அம்மா வேலை செய்யும் போது, பெரிய ஊசி வயிற்றில் குத்திடுச்சா, அதுக்குத்தான் தேவகி அத்தை இவ்வளவு மாத்திரை தந்திருக்காங்க. அம்மா ஒவ்வொரு நேரமும் சாப்பிட்ட உடனே இந்தப் பாக்ஸ் எடுத்துட்டு வந்து கொடுக்கனும், தண்ணீர் எடுத்துட்டு வந்து கொடுக்கனும். அம்மா மாத்திரை போட்டால் தான் சீக்கிரம் சரியாகும்" என ஆதித்யன் விளக்கமாகச் சொல்லவும் ஆதிரை சரி எனக் கேட்டுக் கொண்டது.

"திவிம்மா, இந்த மாத்திரை சாப்பிடுங்க" என ஆதித்யனிடமிருந்து கொண்டு வந்து அவளிடம் நீட்டியது." என் தங்கக் கட்டி, அம்மாக்கு மாத்திரை எல்லாம் எடுத்துத் தர்றாங்களா" என ஆதுவைக் கொஞ்சிக் கொண்டே மாத்திரைகளை வாங்கிப் போட்டாள்

பிள்ளைகள் இரண்டையும், திவ்யா செய்வது போல் இரவு படுக்கைக்குத் தயார் செய்து, தனக்கும் அங்கேயே விரித்துக் கொண்டான். "அநி, ஆது இங்க படுங்கடா. அம்மாவுக்குப் பெட்டைத் தட்டிப் போட்டுட்டு வர்றேன்" என அவர்களைப் படுக்க வைத்தான்.

லலிதா இரவு உணவை முடித்துக் கொண்டு வந்தார். "ஆதி , திவ்யா என்ன செய்யுது" என்ற படி வந்தார்.

"வாங்கத்தை, சாப்பிட்டு மாத்திரை போட்டாச்சு. நீங்க சாப்பிட்டீங்களா" எனக் கேட்டாள் திவ்யா. "ஆச்சும்மா, எல்லாரும் சாப்பிட்டாச்சு. ஆதி நாளைக்கு நானும், தாத்தாவும் ஊருக்கு கிளம்புறோம். உங்கப்பாக்கு, நான் பார்த்து சமைத்துப் பரிமாறினா தான் ஒழுங்கா சாப்பிடுவாங்க" என்றர். "சரிம்மா, அன்புவும், புவனாவும் இங்க தானே இருக்காங்க" எனக் கேட்டான்.

"ஆமாம், திவ்யா தஞ்சாவூர் வரும் போது வர்றேனுட்டான். அவன் இங்கிருந்தா, நமக்கும் திவ்யாவைப் பிள்ளைகளைப் பார்த்துக்கிற மாதிரி திருப்தி இருக்கும்" என்றார் லலிதா.

"நித்யன் நீங்களும், நாளைக்குக் கிளம்புங்க. என்னைக் கலாம்மா பார்த்துக்குவாங்க" எனத் திவ்யா சொல்லவும் ஆதித்யன் முறைத்தான்.

"இங்க பாருங்கத்தை, உங்க மகன் முறைக்கிறதை. நான் என்ன தப்பா சொல்லிட்டேன். ஃபேக்டரியும் பார்க்கனும்ல. இனியனும் மாமாவும் தான் பார்த்துக்கிறாங்க, நீங்க போய்ப் பார்க்க வேண்டாமா" என, அம்மா மகன் இருவரிடமுமாகப் பேசினாள்.

"எங்களுக்குப் பார்த்துக்கத் தெரியும். நீ பேசாமல் இரு. நீ துரத்தினாலும் நான் போற மாதிரி இல்லை. தஞ்சாவூரில் உங்க தாத்தா வீட்டில் விட்டுட்டு , நான் வீட்டுக்குப் போறேன்" என்றவன் அம்மாவிடம், "அம்மா அடுத்த முகூர்த்தம் எப்பனு பாருங்க. ஜமீன் தாத்தா வீட்டுக் கூடத்தில் வச்சே கல்யாணத்தை முடித்திடலாம்" என்றான் ஆதித்யன்.

"ஆதி, மருமகள் சேலைக் கட்டியாவது உட்கார வேணாமா. ஆபரேஷன் பண்ண உடம்பு, கொஞ்சம் தேறிக்கட்டும்" என மகனுக்கு எடுத்துச் சொன்னார்."நான் தாத்தா வீட்டிலிருந்தா, இப்படிக் கூடவே இருக்க முடியாதுன்னு , கல்யாணத்தைச் சீக்கிரம் வைக்கச் சொல்றார்" என்றாள் திவ்யா.

"ஹலோ டாக்டரம்மா, அதெல்லாம் உன் தாத்தாட்ட டீல் போட்டுட்டேன். தாலிக் கட்டுறது ஒரு சம்பிரதாயம் அவ்வளவு தான். மற்றபடி உன்னை விட்டு ஒரு நாளும் இருக்கிறது இல்லைனு சபதம் எடுத்திருக்கேன்" என்றான் ஆதித்யன்.

"ஆகா, இது என்ன புதுசா ஆதித்யன் சபதமா. எப்படியோ ராஜி சொன்னதை நிரூபிக்கிறீங்க" என அவள் கிண்டல் செய்தாள். "ஆதி, நீ சொல்றதுக்குச் சொர்ணத்தம்மாவும் சரின்னுட்டாங்களா" என ஆச்சரியமாகக் கேட்டார் லலிதா.

"அம்மா, நாங்க என்ன டீன் ஏஜர்ஸா, இரட்டைப் பிள்ளைகளை வச்சிருக்கோம். வர்ஷி இப்படி இருக்கும் போது எப்படி மறுப்பாங்க. அப்புறம் அவளை அங்கேயே விடமாட்டேன்னு தெரியும்" என அவன் சாவகாசமாகப் பதில் சொல்லவும்,

"சரி உன் பொண்டாட்டி பிள்ளைகளோடு சீக்கிரம் வீடு வந்து சேர். நீ சொல்றதும் சரி தான். இந்த மகராசி நல்லது செய்யறேன்னு போயி, எங்க

எதை இழுத்துட்டு வருதுன்னு தெரியலை. இதை உங்கப்பா சொல்ல கூட விடமாட்டாங்க. இப்பவே மாமியார் வேலையைத் திவ்யா கிட்ட காட்டுறே-னாம்" எனத் தனது ஆற்றாமை, அவர்கள் மேல் உள்ள கரிசனையையும் வெளிப்படுத்தினார்.

இதைக் கேட்ட திவ்யா, "அத்தை நீங்க எப்படி வேணும்னாலும் என்-னைக் கோவிக்கலாம், கண்டிக்கலாம். எங்க அம்மா இருந்தா இதைத் தான் சொல்லுவாங்க. அதுவும் என் மேல் உள்ள அக்கறையில் சொல்றீங்க. நான் தப்பா எடுத்துக்க மாட்டேன்" என மாமியாரிடம் சரணாகதி ஆனாள்.

"அம்மா, இது தான் சான்ஸ், விட்டு விளாசுங்க உங்க மருமகளை. இப்-படித் தான் யாரையும் கூப்பிடாமல் வைத்தியம் பண்றேன்னு போய்க் கத்-திக் குத்து வாங்கிட்டு வருவியா. உன்னை நம்பி உன் புருஷன், பிள்ளை-கள் இருக்கிறது ஞாபகம் இருக்கா. உனக்கு ஏதாவது ஆகியிருந்தா அவங்க நிலைமை என்ன. பொறுப்பான டாக்டரா இரு. அதே சமயம் உன் பாதுகாப்-பும் முக்கியம். இப்படி எல்லாம் கேளுங்கம்மா" என எடுத்துக் கொடுத்தான் ஆதித்யன்.

"நான் அத்தைகிட்ட தான் சொன்னேன். உங்கக்கிட்ட ஒண்ணும் சொல்-லலை. " எனத் திவ்யா ஆதியை முறைக்கவும்.

லலிதா, "அவன் எல்லார் மனசிலயும் இருக்கிறதை தானேமா சொல்-றான். இந்தப் பத்து நாள் உன் பிள்ளைகள் முகத்தைப் பார்க்க சகிக்-கவில்லை. என்ன தான் நாங்கள் பார்த்துக்கிட்டாலும், வாயைத் திறந்து சொல்லத் தெரியாத கவலை அதுங்க முகத்திலிருந்தது. இன்னைக்குப் பார் , அதுங்க முகத்திலும் எவ்வளவு தெளிவு" என்றார் லலிதா.

"ஆமாம் அத்தை எனக்கும் புரியிது. இனிமே அதிகக் கவனத்தோடு இருப்பேன்" என்றாள் திவ்யா.

அவர் கனக ரத்தினம் வீட்டுக்குக் கிளம்பிச் செல்லவும், திவ்யாவுக்கு இரவு உடையை மாற்றி விட்டான். ஆதி கர்ம சிரத்தையோடு செய்தானே ஒழிய அவன் பார்வையில் மாற்றம் இல்லை. திவ்யா கேட்டே விட்டாள், "நித்யன், என்னைத் தொட்டு எல்லாம் செய்றீங்களே உங்களுக்கு, வேற மாதிரி ஃபீலே வரலையா" என அவனிடம் குழைந்தே கேட்டாள்.

"அடச் சீ வாயை மூடுடி. இவ உடம்பு உண்மையிலேயே ரணகளமா இருக்கு. இதில் கிலுகிலுப்பு வேறக் கேட்குதோ. நீ சரியாகி வா. அப்புறம் பார்க்கலாம்" என்றபடி அவளைப் படுக்க வைத்து, போர்வையைப் போர்த்தி விட்டான்.

"வர்ஷி, நைட் பாத்ரூம் போகனும்னா கூப்பிடு. நீயா நடந்து போகாதே" எனப் பிள்ளைகளின் நடுவில் படுத்துக் கொண்டான். திவ்யவர்ஷினி, மெல்-லிய வெளிச்சத்தில் தாயுமாகிக் காக்கும் ஆதித்யனின் முகத்தைப் பார்த்த-வாறே படுத்திருந்தாள்.

அடுத்த நாள், லலிதாவும், ரகுநாத ராஜனும் கிளம்பி விட்டார்கள். சுப்புவை ட்ரைவராகப் போட்டுக் காரில் அனுப்பி வைத்தனர். காலையில் எழுவதிலிருந்து, திவ்யாவிற்கு முழு நேர அட்டண்டராக மாறிப் போனான் ஆதித்யன்.

பிள்ளைகளையும் கவனித்துக் கொண்டு, அவளையும் மடி தாங்கினான். முற்பகல் வேலையில், அன்புவை திவ்யாவைப் பார்க்கவென அழைத்து வந்து விட்டான். பிள்ளைகள் புவனாவிடம் விளையாடிக் கொண்டிருக்க, இவர்கள் மூவருமாக அமர்ந்து பேசிக் கொண்டிருந்தனர்.

அன்றைய தீபாவளி நாளை அவரவர் பாணியில் விவரித்தனர். "நித்யன், அவனுங்களைப் பிடிச்சாச்சா, போலீசில் கம்ப்ளைன்ட் பண்ணியிருக்கா" எனக் கேட்டாள் திவ்யா.

"உன்கிட்ட அந்த விசயத்தை இவன் சொல்லலையா" எனச் சிரித்தான் அன்பு."நித்யன், என்ன செஞ்சீங்க. அவனுங்க உயிரோடு தானே இருக்-காங்க" எனக் கேட்டாள் திவ்யா.

"ஏய், நான் அடிச்சு, மிதிக்க மட்டும் தான் செய்தேன். எனக்கு முன்னா-டியே, கனகு மாமாவும், இனியனும் வெளுத்தாங்க. மில் தொழிலாளர்களே கொஞ்சம் கவனிச்சு தான் வச்சிருந்தாங்க. இதற்கெல்லாம் சிகரம் வச்ச தண்-டனையைத் தரமா தந்தது, உன் டாக்டர் ப்ரதர்ஸ் தான், என்ன இருந்தா-லும், டாக்டர்ஸ், டாக்டர்ஸ் தான். எந்த நோயை எப்படிச் சரி பண்றதுன்னு அவங்களுக்குத் தான் தெரியும். நரம்பை ஆபரேட் பண்ணிட்டிங்க" எனக் கையால் வெட்டுவதைப் போல் சைகை செய்தான்.

"ஐயோ" என வாயைப் பொத்திய திவ்யா. "இதனால அவங்களுக்கு எதுவும் பிரச்சினை வராதே" எனக் கேட்டாள்.

"நோ ப்ராப்ளம். எல்லார்ட்டையும் பேசியாச்சு. சர்ப்ரைஸிங்கா, யாருமே இதை எதிர்க்கவில்லை. அது தான் சரியான தண்டனைனு சந்தோஷப் பட்-டாங்க" என ஆதித்யன் சொல்லவும், அன்பு,"ஆமாம் எவ்வளவு பெண்கள் வாழ்க்கையைக் காப்பாற்றி இருக்காங்க. ஆனால் டாக்டரம்மாவுக்குத் தான் எல்லா க்ரடிட்டும்" என்றான்.

"உண்மையில் இன்னும் சில வருடங்களுக்காவது இந்தப் பக்கத்தில் பெண்கள் நிம்மதியா இருக்கலாம். " எனத் திவ்யா எதார்த்தத்தைப் பேசி-னாள். "திரும்பவும், எவனாவது இதே மாதிரி வருவான்னு சொல்றியா" என ஆதித்யன் கேட்கவும்.

"கட்டாயமா வருவான் நித்யன். இப்போ இருக்கிற மொபைல், இன்டர்-நெட் வளர்ச்சி, பச்சைப் பிள்ளைகள் கையிலும், பாழாப் போன விசயங்க-ளைக் கொண்டு போய்ச் சேர்க்கிறது. எத்தனை பாலியல் வன்முறை நடக்-குது. எல்லாம் கையடக்கத்தில் மலிவு விலையில் சகலமும் கிடைக்கிறது தான். வீடியோவைப் பார்க்கிறவன், தனியா பெண்கள் சிக்கினால் அதைப் பரிசோதனை செய்றான். அதுவும் ஒரு போதை தானே. இப்ப எல்லாம்

மொபைல் வாங்கித் தந்து அதிலேயே ஆசையைத் தூண்டி அனுபவிக்கிறா-னுங்க" எனத் திவ்யா வேதனையாகப் பேசினாள்.

"இந்தக் காட்டுக்குள்ளயும் அதெல்லாம் வந்துடுச்சா" என வியந்தான் அன்பு."இங்க தான் தப்பு செய்யும் வாய்ப்பு அதிகம். முந்திரி காடு ஒண்ணே போதும்" என இங்கு நடப்பதை விளக்கினாள். புவனா வந்து சேர்ந்தாள். "புவனா, உங்கத்தான், பிசியோ ஆயில் ட்ரீட்மெண்ட் எல்லாம் ஒழுங்கா எடுத்துகிறாரா" என அன்புவைப் பார்த்த வண்ணம் கேட்டாள்.

"ம், அதெல்லாம் கரெக்டா செய்யறாங்க. அவங்க டாக்டரம்மா பயங்கர ஸ்ட்ரிக்டாம், தான் காயம்பட்டுப் படுத்திருக்கும் போதும், அவங்க பேஷன்டை பற்றிக் கவலைப் பட்டாங்கலாம். அதனால் சரியா செய்யறாங்க" என்றாள் புவனா.

"எப்படியோ டாக்டரின் வார்த்தைகளுக்கு மதிப்பு இருந்தால் சரிதான்" எனத் திவ்யா சொல்லவும், "என்னமா இப்படிச் சொல்லிட்ட, டாக்டர் மேலும் நம்பிக்கை இருக்கு" என்றான் அன்பு.

"இரண்டு பேருக்கும், மதிப்பு மரியாதை எல்லாம் இருக்கட்டும், ஹெல்தை கவனிச்சு, வழக்கத்துக்கு வாங்க. பழைய அன்புவைப் பார்க்-கனும்னு ஆசையா இருக்கு" என ஆதித்யன் கண் கலங்கினான்.

"ஆதி, சீக்கிரம் நடந்துடுவேன். எனக்கே திவ்யாவைப் பார்க்கவும் நம்-பிக்கை வந்திடுச்சு" என்றான் அன்பு. "நம்ம வீட்டில் ஒன்னா, கூட்டுக் குடும்பமா இருக்கும் நாளுக்காக மனசு ஏங்குது" என்றாள் புவனா. ஆதியும், அன்புவும் அதை ஆமோதித்தனர்.

அடுத்தப் பத்து நாட்கள் றெக்க கட்டிப் பறந்தது. விதைப் பண்ணையில் வேலை செய்யும் பெண்கள், மகளிர் அமைப்பினர், மில் தொழிலாளர்கள் மனைவியுடன் எனத் திவ்யாவை வந்து பார்த்துச் சென்ற வண்ணம் இருந்-தனர். தாங்களாக அவளது உடம்பு தேறும் எனக் கணித்த பண்டங்களைக் கொடுத்துச் சென்றனர். கண்ணனுக்குக் குசேலர் தந்த அவல் போல, அவர்-கள் தந்த பண்டங்களையும், சொன்ன மருத்துவக் குறிப்புகளையும் கேட்டுக் கொண்டாள்.

"மகராசி நல்லா இருக்கனும்" எனப் பலதரப்பட்ட பெண்களும் வாழ்த்-தினர். அதைப் பார்த்திருந்த, ஆதித்யன் ' இந்த வாழ்த்துக்கள் ஏன் என் வர்ஷியை வந்து அடையவில்லை. உயிரைக் காப்பாற்றியது தான். ஆனால் அவள் உடல் நிலை பற்றித் தெரிந்தால் உடைந்து போவாளே' என மனதில் குமுறினான்.

நாட்கள் கடந்திருந்த நிலையில் அடுத்தச் செக்கப்பிற்கு, ஆதித்யன், திவ்யாவைத் தேவகி மருத்துவமனைக்கு அழைத்துச் சென்றான். காயம் ஆறி இருப்பதாக டாக்டர் சார் சர்டிவிகேட் தந்தார். தேவகியும் திவ்யாவின் உடல்-நிலை முன்னேற்றத்தில் திருப்தி அடைந்தார்.

"ட்ராவல் பண்ணலாமா. தஞ்சாவூர் கூட்டிட்டுப் போகலாமா" என ஆதித்யன் கேட்கவும். "தாராளமாக அழைச்சிட்டுப் போங்க. நல்லதொரு வாழ்க்கையை ஆரம்பிங்க. ஆல் தி பெஸ்ட்" என்றனர் டாக்டர் தம்பதி.

"கிளம்பும் போது, வீட்டுக்கு வர்றேன் அக்கா" என விடை பெற்றாள். அவளைக் காரில் அமர வைத்தவன். மருந்து வாங்கச் சென்றான். இவன் மருத்துவ மனையில் விட்டு வந்த திவ்யாவின் ரிபோர்ட் பைலை, ஒரு நர்ஸ் கொண்டு வந்து திவ்யாவிடம் நீட்டினார்.

மனிதர்களுக்கே உள்ள இயல்பு, அவள் டாக்டர் வேறு, தனது ரிப்-போர்ட்டை பார்க்கும் ஆவலில் பைலைத் திறந்தவள், அதிர்ந்து போனாள். இந்தக் காயம் ஆறியவுடன், திருமணம் முடித்து ஆதித்யனுடன் இனிய இல்-லறம் புக நினைத்திருந்தவள், நினைப்பில் கத்தியால் குத்தியிருந்தனர் கயவர்-கள்.

ஆம், அவளது அடி வயிற்றில் குத்திய கத்தி, சில நரம்புகளைப் பதம் பார்த்திருக்க, தாம்பத்தியத்தைத் தாங்கும் சக்தி அவளது உடலுக்கு இல்லை என்பதைத் தெரிவித்தது. இதில் டாக்டர் சேது மாதவனின் கையொப்பம் இருந்தது. கண்ணீர் அருவி வழிய அமர்ந்திருந்தாள் திவ்யா.

ஆதித்யனுக்கு, என்றுமே தான் சுகத்தைத் தரப் போவதில்லை, எனும் உண்மை மனதை அறுத்தது. அவனைச் சந்தேகப் பட்டதுக்கு, அவளுக்கு இந்தத் தண்டனை தேவை தான். ஆனால் சுயநினைவு இன்றிக் கூடிய-வனுக்குத் தாம்பத்யம் கனவாகிப் போனதை அவளால் தாங்க முடியவில்லை.

அவன் வாங்கிய சத்தியம், அவளிடம் நடந்து கொண்ட முறை யாவும், ஆதித்யனுக்கு விசயம் தெரியும் என்பதை வலியுறுத்தின. பக்கவாட்டுக் கண்-ணாடியில் மாத்திரை மருந்தோடு அவன் வருவது தெரியவும், ரிப்போர்ட்டை பின் சீட்டில் மறைத்தாள். கண்ணைத் துடைத்துக் கொண்டு, சீட்டில் சாய்ந்து கண்ணை மூடியிருந்தாள்.

ஆதித்யனுக்கு அவளின் கோலம் பார்க்கவும் கருக் என்றது. ஆனாலும் தானாக எதையும் கேட்காமல், வண்டியை எடுத்தான். திரும்பி அவளைப் பார்த்தவன், ஒரு கையால் அவளைத் தொட்டு," என்னடா வர்ஷி, முகம் சோர்ந்து இருக்கே, ஜூஸ் குடிக்கிறியா" எனக் கேட்டான்.

இல்லை வேண்டாம், உங்க தோளில் சாஞ்சுக்கவா, வண்டி ஓட்ட ஒண்-ணும் சிரமம் இல்லையே" எனக் கேட்டாள். "ஹேய், என் பொண்டாட்டி என் மேல் சாஞ்சிக்கிறது சந்தோஷம் தானே, ‘கண்ணா லட்டு திங்க ஆசையா’ சாஞ்சுக்கடி" என அவளுக்கு வசதியாக அமர்ந்தான்.

அவன் மீது சாய்ந்தவள், "என்னைப் போய், ஏன் நித்யன் காதலிச்சிங்க. அன்னைக்கு ஜீப்பிலிருந்து விழும் போதே, பேசாமல் வேடிக்கை பார்த்திருக்க வேண்டியது தானே" என்றாள். அவள் பேச்சில் அதிர்ந்து, நிழலில் காரை ஓரம் கட்டினான் ஆதித்யன்.

மனம்-33

திவ்யவர்ஷினியின் உடல்நிலையில் முன்னேற்றம் அடைந்திருப்பதாக டாக்டர்கள் திருப்தி அடைந்ததில், ஆதித்யனும் திருப்தி அடைந்தான். தங்கள் வாழ்வின் அடுத்தக் கட்டப் பயணமாக, தஞ்சைக்கு அழைத்துச் செல்லும் மகிழ்வில் அவன் வந்தான். திவ்யா, தனது தோளில் சாய்வதிலும் மகிழ்ந்து தோள் கொடுத்திருந்தவன், அவள் கேட்ட கேள்வியில் காரை ஓரம் கட்டினான்.

"என்னடி, வர்ஷி திடீர்னு இப்படிக் கேட்டுட்ட. உன்னை முதன் முதலில் பார்த்த நொடியிலிருந்து நீ இங்க இருக்கடி. அதெப்படி நான் வேடிக்கை பார்ப்பேனாம். கிறுக்கி மாதிரி பேசாதே. என் வர்ஷி எனக்காகவே பிறந்தவ, அதனால் தான், நாலு வருஷம் கழித்தும் என்கிட்ட வந்துட்டா. இப்ப என்ன திடீரென" என ஆதித்யன் அவளைச் சந்தேகமாகப் பார்க்கவும்,

"ம்ப்ச், நீங்க உங்கள் வேலையை விட்டுட்டு நானே கதின்னு இருக்கீங்களே. நான் உங்களுக்கு என்ன சுகத்தைத் தந்தேன். பார்த்த நிமிடத்திலிருந்து கஷ்டமும், துக்கமும் தான் தந்திருக்கேன்" என்றாள்.

"ஹோய், என்னடி பேசுற, அநி, ஆது எந்தக் கணக்கு. உனக்கு மட்டுமில்லை, எனக்கும், அதுங்க வரம் தாண்டி. அதை யார் கொடுத்தா" என அவள் முகத்தைக் கையில் ஏந்தியவன்,"சும்மா தத்து, பித்துன்னு ஏதாவது பேசாத. அவனவன் பிள்ளை வரம் தேடி, கோயில் குளம்னு சுத்துறாங்க. நமக்குப் பார் ஒரே தடவையில் ஜாக்பாட்" எனக் கண் அடித்தவன், அவள் நெற்றியில் முத்தமிட்டு, "சும்மா மனசைப் போட்டு குழப்பிக்காதே. தஞ்சாவூருக்கு எப்பப் போகலாம் சொல்லு. ஜமீன் தாத்தாவும் கேட்டுக்கிட்டே இருக்கார்" எனக் கேட்டான்.

"போகலாம், அதுக்கு முன்னாடி இங்க நம்மிடம் வேலைப் பார்க்கிறவர்களுக்கு , நர்ஸ் ரோசி, ராமு, சுப்பு எல்லாருக்கும் ட்ரெஸ் எடுத்திட்டு வாங்க. என்னைப் பார்த்திக்கிட்டாங்களே எல்லாருக்கும் கொடுக்கனும்" என்றாள்.

"செஞ்சிருவோம்டி. ஹாங் ஆம்புலன்ஸ் நாளைக்கு டெலிவர் ஆகிடும். மாமாகிட்ட கொடுத்திடலாம். மாமாவும், அத்தையும் தான் உன்னையும், பிள்ளைகளையும் ரொம்ப மிஸ் பண்ணுவாங்க" எனக் கொஞ்சம் சங்கடப் பட்டான்.

வண்டி அலுங்காமல், குலுங்காமல் விதைப்பண்ணைக்கு வந்து சேர்ந்தது. ஆதித்யன் காரோட்டும் திறன் அபாரமானது. அவன் மனதைப் படித்தது போல் அவன் கையில் அந்தக் கார், அவன் மனதில் நினைத்தபடி செல்லும்.

திவ்யா அதனை வியந்து கேட்டே விட்டாள். "என் பொண்டாட்டியைத் தவிர வேற யாரும் என் பேச்சைத் தட்டமாட்டாங்க. நம்ம ஜாதக அமைப்பு அப்படி" என நக்கலாகப் பதில் சொன்னான்.

"ஐயே , போதுமே, எதுடா சான்ஸ், என் காலை வாரலாமுன்னு பார்ப்பிங்க" என்றாள்.

"வர்ஷி, இந்தக் காலை வாரும் டயலாக்கை மாற்றிக்கோ. சத்தியமா, இந்த நிலைமையில் அப்படி நினைக்க மாட்டேன். வேணும்னா, வம்பிழுத்தல், சீண்டுகிறது, இது மாதிரி ஏதாவது சொல்லு" என்றான்.

"அப்பா, முடியலை, முடியலை. காரிலிருந்து தப்பிச்சு ஓடவும் முடியாது" என்றாள். "பாரு இப்ப கூடத் தப்பிச்சு ஓடுறதை பேசுற. உனக்குப் புருஷன்கிட்ட எப்படிப் பேசனும்னு கற்றுக் கொடுக்க டியூசன் வைக்கனும்" என யோசனை செய்தான்.

"டியூசன் டீச்சரா யாரைப் போடுவீங்க" என்று அவள் கேட்கவும், புவனா வெளியே வரவும் சரியாக இருந்தது. "அந்தா வந்திருச்சுப் பார் டியூசன் டீச்சர். அன்புகிட்ட, அத்தான், அத்தான்னு உருகும், அதில் கவுந்தவன் தான். இன்னைக்கு வரைக்கும் அதிலையே நீச்சல் அடிக்கிறான்" என ஆதித்யன் சொல்லவும்,

"அடுத்தவங்களைப் பார்த்துப் பொறாமைப் படாதீங்க. உங்கள் தலையின் நான் தான்னு எழுதியிருக்கு. வாலன்டைரா கஷ்டத்தைத் தூக்கிட்டு அலைகிறவரை என்னன்னு சொல்றது" என்றாள்.

"இன்னொரு தடவை என் பொண்டாட்டியை ஏதாவது சொன்னேனாப் பாரு. என் காதலுக்காகப் பிள்ளைகளைப் பெற்றவள். ஐ லவ்யூ டி வர்ஷி" எனக் கார் கண்ணாடியை உயர்த்தி அவள் புறம் சரிந்து, அவள் இதழைத் தனது இதழால் சிறை பிடித்தான். அவள் சுகித்து அமர்ந்திருக்க, அவளை விடுவித்தவன்

,"ஐ லவ்யூடி வர்ஷி. நீ தோல் சுருங்கி கிழவி ஆனாலும், கிழவனாகவும் உன்னைக் காதலிப்பேன்" என்றான். திவ்யாவின் முகம் காதலில் விகசித்து, பின்னர் வேதனையில் வாடியது.

புவனா வந்து, கார் ஜன்னல் கதவைத் தட்டவும், "வர்ஷி, மாமா வீட்டில் கொஞ்ச நேரம் உட்கார்ந்திட்டு , அன்பு கூடப் பேசிட்டுப் போகலாம்" என்றான். திவ்யா இறங்க புவனா உதவி செய்தாள்.

இப்போது திவ்யாவுக்கு நடக்க முடிந்தது. அவளும் சரி என உள்ளே வந்தாள். இவள் உள்ளே வரவும் அன்புவும், தமிழ்ச்செல்வியும் வந்தனர்.

"டாக்டர் என்னடா சொன்னாங்க. " என அன்பு கேட்டான்.

"வர்ஷி ஆல் ஃபிட்டாம். ஊருக்கு கூட்டிட்டுப் போகலாம்னு சொல்லிட்டாங்க" என ஆதித்யன் சந்தோஷமாகச் சொன்னான். "ரொம்பச் சந்தோஷம். சரி நம்மளும் மூட்டையைக் கட்டுவோம்" எனப் புவனாவைப் பார்த்துச் சொன்னான் அன்பு.

தமிழ்ச்செல்வி கேட்டிக் கொண்டிருந்தவர், "திவிம்மா நீ , உன் குடும்பத்தோடு சேரப் போறேன்னு எனக்குச் சந்தோஷம் தான். இந்த விபத்து மட்டும் நடக்காமலிருந்திருந்தா இன்னும் சந்தோஷமா இருந்திருக்கும். உங்கப்பா

வாய் ஓயமாட்டேன்கிறாங்க. புள்ளையை இப்படிக் குத்திப் போட்டுட்டானுங்களேன்னு புலம்பிக் கிட்ட இருக்காங்கடா" என்றார் .

"செல்வியம்மா, கவலைப் படாதீங்க. எனக்கு ஒன்னும் இல்லை. இந்த விபத்தால இந்த ஊர் பெண்கள் பாதுகாப்பா இருப்பாங்கன்னா, எனக்குச் சந்தோஷம் தான்" என்றாள்.

"அதுக்காக இப்படியா, எனக்குக் குலையே நடுங்குது. உனக்குன்னு குடும்பம், புருஷன்,பிள்ளைகள் இருக்கு. எப்பவும் அதை ஞாபகம் வச்சுக்கோ" எனக் கரிசனையோடு அறிவுரைச் சொன்னார் தமிழ்ச்செல்வி.

"நித்துப்பா, ராஜி சித்தி பரிட்சை முடிச்சு வராங்கலாம். நாம ஒரு ரவுண்டு போய்ட்டு, ஐஸ்கிரீம் சாப்பிட்டு,(இதைச் சொல்லும் போது, அப்பா காதில் கை வைத்து ரகசியமாகக் கேட்டது) அவங்களையும் கூட்டிட்டு வரலாமா" எனக் கேட்டது ஆது.

"டேய் அங்க என்ன ரகசியம்" என்றாள் திவ்யா. "ஒண்ணும்மில்லையே. நித்துப்பா ஒண்ணூமில்லைல" எனக் கேட்டது ஆது அநி, ஆனந்த்தும் வந்தனர்.

"ஆமாம் வர்ஷி ஒண்ணுமில்லை.ஆனாலும் நீ இதெல்லாம் கண்டுக்காத, அப்பா மகளுக்குள்ள ஆயிரம் இருக்கும்" என்றான் ஆதித்யன்.

"இருக்கும், இருக்கும் ஐஸ்கிரீம் சாப்பிடத்தானே இந்தப் பிட்டு. புவனா நீங்களும் போய்டு வாங்க. மூன்று பேரையும் நித்யனால் சமாளிக்க முடியாது" என்றாள் திவ்யா."நானா" எனப் புவனா வினவவும்.

"போய்ட்டு வாம்மா. பிள்ளைகள் ஆசை படுது. உன் தங்கச்சி வெற்றிகரமா, இந்தச் செமஸ்டரை முடிச்சிட்டு வருதே. போய்ட்டு வா" என அன்பு சொல்லவும். புவனா கிளம்பினாள்.

"புவனா, உங்கள் வீட்டுக்காரருக்கு நான் கம்பெனி கொடுக்கிறேன். நீங்க வந்த பிறகு தான் , என் போர்ஷனுக்குப் போவேன். இப்ப ஹேப்பியா" எனத் திவ்யா கேட்கவும்.

"இப்ப சரி, இல்லைனா அத்தான் மட்டும் தனியா உட்கார்ந்து இருப்பாங்க. அது தான் யோசனை. நீ பேசிட்டு இரு, அத்தான் போர் அடிக்காமல் இன்ட்ரஸ்டா பேசுவாங்க" என்றாள் புவனா.

"ஆஹாங். " எனத் திவ்யா கேலி பேசினாள். "புவி, நீ பாட்டுக்கு இப்படிப் பாராட்டிட்டுப் போற, நான் பேசறது உனக்குப் பிடிக்கும். டாக்டரம்மாக்கு ஆதி பேசினால் தானே பிடிக்கும்" என்றான்.

"ஆமாம் சந்தேகமில்லாமல், உங்கள் தம்பி தஞ்சாவூர் காரராகி டயலாக் பிச்சு உதறுவாறு" என்றாள் திவ்யா.

"ஆமாம் அதைக் கேட்டுத் தான் அம்மணி நாலு வருஷம் தலை மறவானாங்க, இப்ப கூடக் காரிலிருந்து ஓட முடியலைனு ஃபீல் பண்ணா. போடி. புவனா நீ பிள்ளைகளைக் கூட்டிட்டு வா போகலாம்" என்ற அவனுக்கு அவள் பழிப்புக் காட்ட, "ஐயோ சகிக்கலை" என்று விட்டுச் சென்றான்.

"ஆதி இவ்வளவு தைரியமா" என்ற அன்புவிடம் ஆதி , திவ்யாவிடம் பேசச் சொல்லி கண்ணைக் காட்டி விட்டுச் சென்றான். ஏற்கனவே சத்தமில்லாமல் அன்புவுக்கு மெஸேஜ் அனுப்பி இருந்தான். தமிழ்ச்செல்வி, திவ்யாவுக்குக் குடிக்கச் சாத்துக்குடி ஜூஸ் கொண்டு வந்து தந்து விட்டுச் சமையலைப் பார்க்கச் சென்றார்.

"உங்களுக்குக் குடிக்க, எதாவது கொண்டு வரவா" என்றாள். அன்பு,"புவனா இதே ஜூஸை கொடுத்திட்டு தான் போறா. நீ குடிமா" என்றான்.

ஜூஸையுமே மெல்லத் தான் குடித்தாள். "இன்னும் வலி அதிகமா இருக்கா" எனக் கேட்டான் அன்பு.

"பெரிய வலி இல்லை. கவனமா இருக்கேன். நான் மத்தவங்களுக்கு அட்வைஸ் பண்றேன், நானே கடைபிடிக்கலைனா எப்படி. " எனச் சிரித்தாள்.

"ஆமாம் நமக்காக இல்லைனாலும், நம்ம கூட இருக்கிறவங்களுக்காகக் கவனமாகத் தான் இருக்கனும்" என்ற அன்பு தற்போது அனுபவஸ்தனாகத் திவ்யாவிடம் பேச்சுக் கொடுத்தான்,

"ஆதி ரொம்பப் பயந்துட்டான். உனக்கு ஆபரேஷன் நடந்து இரண்டு மணி நேரமும். பயமா இருக்கு, பயமா இருக்குன்னு ஒரே கதறல் தான்" என்றான். அவன் சென்ற திசையைப் பார்த்திருந்தவள், "தெரியும், என் மேல் உயிரையே வச்சிருப்பாங்க. நான் தான் புரிஞ்சிக்காமல் முட்டாள் தனம் பண்ணிட்டேன். நித்யனுக்கு நான் கொடுத்ததெல்லாம் வலிகள் மட்டும் தான். " எனப் பெருமூச்சு விட்டாள்.

அவளில் கண் பதித்திருந்த அன்பு, "புவனாவும் என்னை இப்படித்தான் பார்த்துப்பா. ஆனந்த் பிறந்ததைத் தவிர நானும் அவளுக்கு ஒரு சுகத்தையும் தரலை. இந்த ஃபீல் வரும் போது கோபம் அதிகமாகி அவளையே கதற விடுவேன். எல்லாத்தையும் பொறுமையா தாங்கிக்கிட்டா" என அன்பு தன் மனம் திறந்தான்.

"நானும் யோசித்தேன். அந்த நிலையில், அடி பட்டவர்களுக்கு அப்படித் தானே தோணும். நாம இல்லைனா, இவங்க இன்னும் சந்தோஷமா இருப்பாங்கன்னு தோணும்" என்றாள்.

"ஆமாம், நானும் அந்த நிலையைத்தாண்டி தான் வந்தேன். தாம்பத்தியம் என்பது படுக்கையைப் பகிர்ந்துக்கிறது மட்டும் இல்லைனு புவனா எனக்குப் புரி வச்சா" என்றான் .

திவ்யாவின் கண்களில் கண்ணீர் துளிர்த்தது. "ஆனாலும் தாம்பத்தியம் வேணும் தானே. உங்கள் கால் சரியாகும்கிற நம்பிக்கையாவது உண்டு. ஆனால் எங்கள் வாழ்க்கையில்" என ஆரம்பித்தவள் கப்பென வாயை மூடிக் கொண்டாள்.

" உன் ரிபோர்டை படிச்சிட்டாயா. ஆனால் அது ஆதிக்கே பிரச்சினை இல்லை எனும் போது, நீயும் அதை மறக்கலாம் தானே" என்றான்.

"அப்ப இந்த விசயம் உங்களுக்கும் தெரியும். இது தெரியும்னா, எங்கள் ரிலேசன்சிப்பும் பற்றியும் தெரிந்திருக்கும். என் பிள்ளைகள் வந்தது, நித்யன் சுயநினைவு இல்லாத போது நடந்த ஆக்சிடெண்டல் விசயம். அது மட்டும் போதுமா ஒரு மனதின் வாழ்வு முழுமைக்கும். என் மனசாட்சி என்னைக் குத்துது" எனக் கண்ணீர் விட்டாள் திவ்யா.

"ஏற்கனவே உனக்குத் தெரிஞ்சது தான். நீ திரும்பி வந்து இப்போ உன்னைப் பார்க்கலைனா, அவன் கல்யாணம் பண்ணாமத்தான் இருந்திருப்பான். அதுக்கு நான் கண் கூடான சாட்சி. அம்மாவிடம் தனக்குப் படாத இடத்தில் அடி பட்டதா பொய் சொன்னான். அம்மாவிடம் பொய் சொன்னது தான் அவன் வாழ்க்கையில் நிஜமாக்கிடுச்சு போல. இப்ப, நீயும் பிள்ளைகளும் சேர்ந்து அவனுக்கு முழுமையைக் கொடுத்திருக்கீங்க.

உன் ரிபோர்டை மறுபடியும் கவனமாப் படி. இந்த நிலை மாறுவதற்கு வேற ஏதாவது சர்ஜரி, தீர்வு இருக்கான்னு தேடு. உன் டாக்டர் நண்பர்கள் இருப்பாங்களே, யாராவது ஒரு தீர்வு சொல்லுவாங்க. உன் குறையை நிறையாக்குவோம். மெடிக்கல் உலகத்தில் மிராக்கிள் எனும் வார்த்தையும் உண்டு தானே. மறுபடியும் அவனைப் பிரியும் முடிவு மட்டும் எடுத்துறாதே. அவன் முழுப் பைத்தியமா ஆயிடுவான். அவனுடைய அன்பின் ஆழம், எனக்குத் தான் முழுசாத் தெரியும். அம்மா வயிற்றிலிருந்து அவன் கூட இருக்கேன். நீ தான் அவனுடைய மொத்த சந்தோஷம். உனக்காகக் காலம் முழுதும் சேவை செய்துகிட்டே கூட இருந்துடுவான். நீ இல்லாத வாழ்வு அவனுக்குச் சூனியம். தயவு செய்து தப்பான முடிவு எடுத்துடாதேமா." என அன்பு திவ்யாவின் மனதில் அவள் குறையை, நிறையாக்குவதைப் பற்றி யோசிக்கத் தூண்டினான். அவள் கவனமாகச் செவி கொடுத்துக் கேட்டுக் கொண்டாள்.

அன்பு ஆக்சிடெண்ட்க்குப் பின்னானத் தன் வாழ்க்கையைப் பற்றி நிறையப் பேசினான். திவ்யாவுக்கும் ஒரு தெளிவு வந்தது.

"தாங்க்ஸ். தாங்க்யூ ஃப்ரண்ட். எனக்கு ஒரு தெளிவு வந்திருக்கு. என்னை முழுமையாக்கிக்கக் கட்டாயம் முயற்சி செய்வேன். தாங்க்ஸ் எ லாட்" என நன்றி நவின்றவள் ,

"உங்களை எப்படிக் கூப்பிடுறதுன்னு தெரியலை. எனக்குப் புவனா, ராஜி மாதிரி கூப்பிட வராது. உங்களை ஃப்ரெண்டுன்னு கூப்பிட்டுக்கவா" எனக் கேட்டாள் திவ்யா.

அன்பு கையை நீட்டி,"ஓகே ஃப்ரண்ட்" என்றான். மதிய உணவு எடுத்து வைப்பதாகச் செல்வியம்மா சொல்லவும், இருவருமாக டையனிங் சென்றனர். "செல்வியம்மா, கலாம்மா ஏதாவது செய்து வச்சிருப்பாங்க" என்றாள்.

"அதெல்லாம் எதுவும் செய்யக் கூடாதுன்னு தடை உத்தரவு போட்டுட்டேன்" எனத் திவ்யாவுக்கும் சேர்த்துப் பரிமாறினார் தமிழ்ச்செல்வி.

கனகரத்தினம் சாப்பிட வந்தார். "திவ்யாம்மா இப்படித் தான் இங்க வந்து தங்கச் சொல்றேன்" என்றவர். டாக்டர்கள் சொன்னதைக் கேட்டுக் கொண்டார்.

"அப்பா, அம்மா உங்கள் இரண்டு பேரையும் விட்டுட்டுப் போகனும்னு நினைக்கும் போது தான் மனசுக்குக் கஷ்டமா இருக்கு" என்றாள்.

கனகரத்தினத்துக்குக் கண் கலங்கியது, இருந்தாலும் சமாளித்து,"புவனாவைக் கட்டிக் கொடுத்து அனுப்பலையா. அடுத்து உன்னை அனுப்புறேன். அடுத்த ஆறுமாசத்தில் ராஜியை அனுப்புவேன். பெண் பிள்ளைகளைப் பெத்துக்கும் போதே, எல்லா அப்பா, அம்மாவும் பிரியறதுக்கும் தயாராகிடுவோம்மா. இதில் இன்னொரு சந்தோஷம். மூன்று பேரையும், என் அக்காவுக்கு மருமகள்களா, ஒரே வீட்டுக்கு அனுப்புறேன். அதை விட என்ன சந்தோஷம் வேணும் " என மனம் நெகிழ்ந்தார்.

"ஆமாம்,எங்க மாமா பெண்களைப் பெற்றெடுத்ததே எங்களுக்காகத் தானே" என்றான் அன்பு.

"ஆமாம் மருமகனுங்க பிறந்து கையில் தூக்கினதே நான் தான். சேனைத் தொட்டு வச்சது நான் தான். பொண்ணும் நான் தானே பெற்றுத் தரனும்" எனக் கனகரத்தினம் பெருமை பேசிக் கொண்டிருக்கும் போதே ஆதித்யன் அண்ட் கோ ராஜியுடன் வந்தனர்."என்ன மாமா, ஏதோ நான் தான், நான் தான்னு சொன்னீங்க" என வந்தான் ஆதித்யன். பேசிக் கொண்டிருந்ததை விளக்கினார்.

"திவ்யாக்கா, இப்ப உடம்புத் தேவலையா" என வந்தாள் ராஜி. பிள்ளைகள் ஐஸ்கிரீம் சாப்பிட்டதைச் சொல்லிக் கொண்டிருந்தன. புவனாவின் பார்வை அன்புவின் தட்டிலிருந்தது. எல்லாக் களேபரமும் நடந்து கொண்டிருக்கும் போதே, கனகரத்தினம்

,"திவ்யாம்மா, நம்ம தொழிலாளர்கள், விதைப் பண்ணை ஆட்கள் சேர்ந்து, உனக்குப் பிரிவு உபச்சார விழா நடத்துறாங்களாம். நாளைக்குச் சாய்ந்திரம் ஒரு அரை மணி நேரம் எல்லாரும் வந்துட்டு வாங்க" என்றார்.

" வர்ஷி கலக்குறடி" என்றான் ஆதி. "வாழ்த்துக்கள் அக்கா" என்றாள் ராஜி. புவனா, அன்பு என வாழ்த்துக்கள் சொல்ல, என்ன வென்று தெரியாமல் பிள்ளைகளும் திவ்யாவுக்கு வாழ்த்துக்கள் சொன்னது.

மதிய உணவுக்குப் பின் தங்களது பகுதிக்குச் சென்ற திவ்யா, கலம்மாவிடம், "வேணும்கிற துணி மணி மட்டும் எடுத்து வைங்க. மற்றதை கழிச்சு கட்டிடுங்க. தேவையானவங்களுக்குக் கொடுத்திடலாம்" என்றாள்.

"சரிமா, உன்னது, பிள்ளைகள் துணி பேக் பண்றதுக்கு என்னைக் கூப்பிடு. நான் வந்து செய்கிறேன். " என்றார். பிள்ளைகள் அங்கே விளையாட, ஆதித்யன் இவளோடு வந்தான். அவள் பீரோவையும் கபோர்டையும் நின்றபடி திறந்து பார்த்தாள்.

"வர்ஷி, நீ உட்கார்ந்திட்டே கை காட்டு, நான் எடுத்து வைக்கிறேன். அப்புறம் பேக் பண்ணலாம். இந்த வீடு நம்ம யூஸ்க்கு தான். மாமா வேற யாருக்கும் விடுவதாக இல்லை. அதனால் கொஞ்சம் மட்டும் எடுத்துக்கோ, அப்புறம் வரப் போக எடுத்துக்குவோம்" என்றான்.

"ம் ," என்றவள் அவன் பின்னோடு வந்து கட்டிக் கொண்டு தலையை அவன் தோளில் சாய்த்து நின்றாள்.

"ஏய், என்னடிப் பண்ற, தையல் போட்ட இடம் அழுத்தும்." எனத் தான் திரும்பி அவள் முகத்தைக் கைகளில் ஏந்தினான். "என்னடா" என்றான். அவன் கேட்டதில் அழுகை வந்தது. அழுகையை நிறுத்த முயன்றதில் அது அதிகமானது. அவன் மார்பில் சாய்ந்து கொண்டாள், அவன் முகம் பார்த்தும் பேச இயலாது எனத் தோன்றியது. அவனும் அவள் உச்சந் தலையில் தனது தாடையைப் பதித்திருந்தவன், " டாக்டரம்மா ரிபோர்டை வாசிச்சிட்டாளாக்கும், போடி கிறுக்கி இதுக்குப் போய் அழுவாங்களா" என்றான். அவள் அழுகைத் தொடரவே.

"மச்சானைப் பக்கத்தில் வச்சிக்கிட்டு உனக்குக் கொஞ்சம் கஷ்டம் தான், ஹார்மோன் வேலை செய்யும், புரியுது. ஆனால் நான் ரொம்ப ஸ்டடி. நீ மயக்கினாலும் நான் மயங்க மாட்டேன்" என்றான் அவன்.

" போயா, பெரிய இவரு, இவரு ஸ்டடியைப் பற்றி எனக்குத் தெரியாது. ஆனால் நித்யன் உங்களுக்கு நினைக்கவே கஷ்டமா இல்லையா. " என்றாள்.

"கஷ்டம் தான், காதல் மனைவி, அழறதைப் பார்த்தால் கஷ்டமாத் தான் இருக்கு. அதனால் அழாதே. அடுத்து இந்த நிலை தற்காலிகமானதா நினைச்சுக்குவோம்டி. மெடிக்கல் ஃபீல்ட், எவ்வளவு முன்னேறி இருக்கு, இது எனக்குத் தெரியாமல் இருக்கலாம், ஒரு டாக்டரா உனக்குத் தெரியுமே. உன் ட்ரீட்மெண்ட் காக எங்க வேணும்னாலும் போகலாம். எவ்வளவு வேணும்னாலும் செலவு செய்யலாம். இதை ஒரு பெரிய பிரச்சனையாப் பார்க்காதே. ஊருக்குக் கிளம்புகிற வழியைப் பார்ப்போம்" என அவளைத் தேற்றினான்.

"சரி , ஆனால் கொஞ்ச நேரம் இப்படியே சாஞ்சுக்கிறேன். அதுக்காவது விடுங்க" என அவள் சிடுசிடுக்கவும், ஆதித்யன் சிரித்துவிட்டான். "சரி வா" எனக் கட்டிலில் அமர்த்தி, அவளைத் தன் மீது சாய்த்துக் கொண்டவன், பழைய நினைவுகளாய் பேசிக் கொண்டிருந்தான். அதே நேரம் ஆதிரை ஓடி வந்து,"திவிம்மா மாத்திரை போட்டிங்களா" எனக் கேட்டது.

"இதற்குத் தான் குட்டி டாக்டரம்மா வேணும்கிறது. அப்பாவே மறந்திட்டேன், ஆனால் ஆதுக்குட்டி ஞாபகம் வச்சிருக்காங்களே. நீ மாத்திரை டப்பா எடு, அப்பா தண்ணீர் கொண்டு வர்றேன். " எனச் சென்றான்.

"அம்மா, இது, இது, இது மூன்று டேப்லெட் தானே" என மதியம் போடும் மாத்திரைகளைச் சரியாக எடுத்து நீட்டியது.

"ஆதுக்குட்டி, இதெல்லாம் கவனிக்கிறாயா. சரியா எடுத்துக் கொடுக்கு-நீயே" எனக் கொஞ்சினாள். அதில் ஆதிரைச் செல்விக்குப் பெருமை பிடி-படவில்லை.

"ஆதும்மா, அம்மா, அநி, ஆது மூன்று பேரும் பாட்டையா தாத்தா வீட்டுக்குப் போகலாமா. அங்க மங்கைச் சித்தி, வீரா மாமா, ஜெய் மாமா, ஸ்ரீ மாமா எல்லாரும் இருப்பாங்க" எனக் கேட்டாள் திவ்யா.

"போகலாமே, அப்புறம் நித்துப்பா. நித்துப்பாவும் சேர்ந்து போகலாம்" என்றது ஆதிரை.

"குட்டிப் பொண்ணுக்குக் கூடத் தெரியுது. பெரிய அம்மாவுக்குத்தான் ஒன்றும் தெரியமாட்டேங்குது. ஆதும்மா, நித்துப்பா தான் பாட்டையா தாத்தா வீட்டுக்கு கூட்டிட்டுப் போவேன். அப்பா உங்களை விட்டுட்டு எங்கையும் போக மாட்டேன்" எனத் திவ்யாவைப் பார்த்து முறைத்துக் கொண்டே சொன்-னான்

.ஆதிரை அநியிடம் இதைச் சொல்ல ஓடியது. " இப்ப எதுக்கு முறைச்-சிங்க" என்றாள் திவ்யா.

அவள் ஒருக்களித்துப் படுக்க உதவி செய்து கொண்டே, "வக்கனையா சொல்ற பாரு. எல்லாரும் போறோம்னு சொல்ல வேண்டியது தானே. அதென்ன அம்மா, அநி, ஆது மூன்று பேரை மட்டும் சொல்ற" எனக் கோபித்தான்.

"சாரி , ஒரு ஃப்ளோல வந்திருச்சு" எனச் சிரித்தாள். "வரும், வரும் எப்பப் பாரு என்னைத் தள்ளியே நிறுத்துறது. காயம் ஆறட்டும். அப்புறம் வச்சிக்கிறேன்" என்றான்.

"ஐயோ, எனக்குப் பயமா இருக்கே. மறுபடியும் வெறுத்த முகமா" என்-றாள்.

"ஆமாம், அதைக் காட்டவும் தான் எனக்குத் துப்பில்லை. அப்பத் தான் வந்து வந்து இழையிறவ." எனக் குறைப்பட்டான்.

"இங்க பாருடா, தஞ்சாவூர் காரர் குறைபடுறதை. சரி இனிமே கோபமா இருந்தீங்கனா, வந்து இழைய மாட்டேன். நீங்க உங்கள் கோபத்தையே மெயின்டைன் பண்ணுங்க. டீல் ஓகே" என்றாள்.

"போடி இராட்சசி" என அவளைத் திட்டிவிட்டு, ஒவ்வொன்றாக் கேட்டு எடுத்து வைத்தான்.

அடுத்த நாள் மாலை, மில் வளாகத்தில், அமைந்திருந்த ஹாலில் டாக்-டர் திவ்ய வர்ஷினிக்கு , தொழிலாளர்கள் நன்றி தெரிவித்து, பிரிவு உபச்சார விழா நடத்தினர். கனகரத்தினம் தலைமையில் நடந்தது.

ஆதித்யனையும் அருகில் அமர்த்தி, அவன் கையாள் திவ்யாவிற்கு முதல் மாலையைப் போட வைத்தனர். ஒவ்வொருவராகப் பாராட்டி சால்வைத் தந்தனர். பண்ணைத் தொழிலாளர்கள் பெண்கள் கலந்து கொண்டு, தங்க-ளுக்காகத் திவ்யா செய்த பணிகளையும், பட்ட காயங்களையும் எடுத்துச்

சொன்னார்கள்.

கனகரத்தினம், கே ஆர் மில்ஸ் சார்பில் பத்து லட்சத்துக்கான காசோ-லையைத் தந்தார். இதெல்லாம் எதுக்குபா , எனத் திவ்யா மறுக்கவும், உனக்கு எவ்வளவு செய்தாலும் தகும். இது மில் சார்பில் கொடுப்பது என்-றார்.

ஆதித்யன், திவ்யாவின் விருப்பப்படி கே. ஆர் .மில்ஸ் மற்றும் இந்தப் பகுதியினருக்காக அவசர சிகிச்சைக்குச் செல்ல வசதியாக ஒரு ஆம்புலன்ஸ் தருகிறோம். என அறிவித்துச் சாவியைக் கனகரத்தினத்திடம் கொடுத்தான்.

ஏற்புரையாகத் திவ்யா, அந்தப் பகுதி மக்கள் அவள் மேல் கொண்ட அன்பிற்கு நன்றி தெரிவித்தாள். அவளுக்கு நடந்த சம்பவத்தை அனைவரும் குறிப்பிட்டுப் பேசியிருந்ததால், அதனைக் குறிப்பிட்டு. இது பெண்களுக்கு மன தைரியத்தைத் தரவேண்டும். ஓரிருவர் எதிர்த்து நின்றால் போதும், மற்-றவரும் பின்பற்றுவர். உன் அனுமதி இல்லாமல் யாரையும் தொட விடாதே. எனப் பெண்களுக்கு அறிவுரை வழங்கினாள். திவ்யாவால் அதிக நேரம் உட்கார முடியாது எனக் கூட்டத்தைச் சீக்கிரம் முடித்தனர். அன்பு, புவனா, ராஜி மூவருக்கும் திவ்யா செய்த பணியின் தீவிரம் புரிந்தது.

தனது கிளினிக்கிற்கு வந்த திவ்யா, மலரும் நினைவுகளாய் ஒவ்வொன்-றையும் பார்த்துக் கொண்டாள். பார்ட் டைமாகக் காலையில் ஒரு டாக்டர் தேவகி மருத்துவமனையிலிருந்து வந்து செல்கிறார்.

நர்ஸ் ரோசி மற்றும் கம்போண்டர் ராமு கண்கலங்கி நின்றனர். அவர்க-ளிடம் அந்தக் கிளினிக்கை நல்ல முறையில் நடத்த கேட்டுக் கொண்டாள். ஆதித்யன் வாங்கி வைத்திருந்த துணிகளோடு சேர்த்து, ஐயாயிரம் ரூபாய் பணமும் வைத்துக் கொடுத்தாள். இதே போல் தனக்குத் துணி துவைக்க, வீட்டு வேலை செய்பவர்கள், சுப்பு எல்லாருக்கும் வைத்துக் கொடுத்தாள்.

இரவு உணவை கனகரத்தினம் வீட்டில் முடித்து விட்டு, திவ்யா வந்த நாளிலிருந்து, அவளையும், பிள்ளைகளைப் பற்றிய நினைவுகளைக் கனக-ரத்தினம், தமிழ்ச் செல்வி பகிர்ந்து கொண்டனர். நெகிழ்ச்சியான தருணமாக இருந்தது.

அடுத்த நாள் காலை நாக நாதனும், பூமி நாதனுமாக வீராவுடன், வீட்-டுக்குக் கூட்டிச் செல்ல வந்தனர்.

காலை உணவை முடித்துக் கொண்டு, ஆதித்யன் காரில் அவன் குடும்-பமும் கலாம்மாவும் ஏறிக் கொண்டனர். வீராவின் கார் செல்ல, திவ்யா கனகரத்தினம், செல்வியம்மாவிடம் கண்ணீர் மல்கப் பிரியாவிடைப் பெற்றாள். பிறந்த பொழுதிலிருந்து, தன் மூலம் அறியாத திவ்யவர்ஷினி, பிள்ளைகள், புருஷனோடு தனது பூர்வீக ஜமீன் இல்லத்துக்குக் கிளம்பினாள்.

அவர்களுக்கு அடுத்து, கனகரத்தினம் காரில் அன்பு புவனா ஆனந்த் ஏறிக் கொண்டனர். திவ்யாவின் காரை சுப்பு செலுத்த, ராஜியும் செல்வியும் சில பொருட்களை ஏற்றிக் கொண்டு தஞ்சையில் ராஜேந்திரம் நோக்கிச்

சென்றனர்.

விதைப் பண்ணையிலிருந்து கிளம்பிய ஆதித்யன், வீராவுக்குத் தகவல் கொடுத்து விட்டு, திவ்யாவின் விருப்பப்படி, தேவகி பவனம் வந்தார்கள். தேவகி, சேதுமாதவன், சௌமி, கிருஷ் இவர்களை வந்து வரவேற்றனர்.

"டாக்டர் சார், அக்கா உங்களுக்கு நாங்கள் ரொம்பக் கடமை பட்டிருக்கிறோம்" என்றாள் திவ்யா.

"திவி , என்ன பெரிய பேச்செல்லாம் பேசிகிட்டு. நீ குடும்பமா இருக்கிறது தான் எங்களுக்குச் சந்தோஷம். அநி, ஆதுவை தலை கூட நிற்காமல் தூக்கிட்டு வந்த. இப்போ பாரு என்ன பேச்சு பேசுதுங்க" என்றார் தேவகி .

"திவ்யா, உடல்நிலை தேறியதும், அங்கயும் ப்ராக்டீஸ் ஆரம்பிச்சுடு. என் நண்பன் ஒருத்தன் மல்டி ஸ்பெஷாலிட்டி ஹாஸ்பிடல் வச்சிருக்கான். பொறுப்பான டாக்டர் வேணுமாம். நான் உன்னைத் தான் சொல்லியிருக்கேன். இல்லை பீஜி செய்யனும்னாலும் ஏற்பாடு பண்ணலாம்" என்றார் சேது மாதவன்.

"சரிங்க டாக்டர் சார், உங்கள் கைடன்ஸ் இருக்கும் போது எனக்கு என்ன குறை. தாங்க்ஸ் சொன்னால் அடிக்க வருவீங்க. நான் சொல்ல மாட்டேன்" என்றாள் திவ்யா.

"ஆதித்யன், எங்கள் கண்ணையே உங்ககிட்ட ஒப்படைக்கிறோம். பார்த்துக்குங்க. எங்களை அடியோடு மறந்திடாதீங்க. அப்பப்ப வந்திட்டுப் போங்க" என ஆதியின் கைகளைப் பற்றிக் கூறினார் மாதவன்.

"அவசியம் டாக்டர், நீங்க சொல்லனுமா என்ன. நீங்களும் வர்ஷி ஃபர்தர் ட்ரீட்மெண்ட் பத்தி சொல்லுங்க. எனக்கு ஒண்ணும் பிரச்சனை இல்லை. உங்கள் சிஸ்டர் தான் ஓவர் ஃபீலிங். இவளைக் கண் கொத்திப் பாம்பா பாதுகாக்க வேண்டியிருக்கு" என முறையிட்டான்.

"திவி இனிமே, அசட்டுத் தனமான முடிவெல்லாம் எடுக்க மாட்டாள். நான் கேரண்டி. திவி டே கேர் ஆப் யுவர் செல்ப் அண்ட யுவர் ஃபேமலி" எனத் தேவகி அவளை லேசாக அணைத்து விடுவித்தார்.

சௌமி, கிருஷ் அநி, ஆதுவுக்குப் பொம்மைகள் பரிசளித்தனர். பிள்ளைகள், கலாம்மா பின்னிருக்கையில் ஏறிக் கொள்ள, திவ்யாவைத் தேவகி முன் சீட்டில் ஏற்றி விட்டார். ஆதித்யன் கவனமாக லாக் போட்டு டாக்டர் தம்பதியிடம் சொல்லிக் கொண்டு குடும்பமாக விடை பெற்றான்.

வீராவை மெல்லக் காரை ஓட்டச் சொல்லியிருந்தான் ஆதித்யன். அதன் படி அவன் என்பதில் சென்று கொண்டிருக்க, ஆதித்யன் நூற்றி இருபதில் பிரயாணித்து அவனைப் பாதி வழியில் பிடித்து விட்டான். பிறகு இரு வண்டிகளும், ஒன்றன்பின் ஒன்றாக வல்லத்தை நோக்கி பயணம் செய்தது.

ஜமீன்தார் சௌந்தர ராகவன், நிமிடத்திற்கு நிமிடம் பேத்தியின் வருகையை ஆவலாகப் பார்த்திருந்தார். கார் சத்தம் கேட்கிறதா, என மந்தமான தனது காதைத் தீட்டி வைத்துக் கவனமாக ஒலிகளைக் கிரகித்துக் கொண்டி-

ருந்தார். அவரின் பரபரப்பை வீட்டினர் ரசித்துக் கேலி செய்து கொண்டிருந்தனர்.

"மங்கையம்மா, ஆராத்தி ரெடியா இருக்கா, உங்க அக்கா வந்தவுடனே நீ தான் எடுக்கனும்" என்றார்.

"தாத்தா இதோடு ஐம்பது தடவை கேட்டுட்டீங்க. கொஞ்சம் அமைதியா இருங்கத் தாத்தா" என்றாள். "தாத்தா, நான் வீரா வர்றதைப் பார்த்து சொல்றேன்னு சொன்னாலும் டெக்னாலஜியை நம்ப மாட்டீங்க" என்றான் ஜெய்.

"ஏண்டா ஜெய், அண்ணன் வண்டியை உருட்டிட்டு வர்றாரு. அக்காவைக் கூட்டிட்டு வருகிறதனால் இருக்குமோ" என்றான் ஃப்ரீ.

"இருக்கும், ஆனால் ஆதி அத்தான் , அக்காவை இந்த வண்டியில் ஏற விட மாட்டாரே" என யோசனையாகச் சொன்னான் ஜெய்

இவர்கள் பொறுமையைச் சோதித்து ஒரு வழியாக, திவ்யவர்ஷினி, தன் பூர்வீக ஜமீன் இல்லம் வந்து சேர்ந்தாள்.

காரிலிருந்து இறங்கி வந்த, நாகநாதன், பூமி நாதன் அண்ணன் மகள், மருமகனை வரவேற்றனர். "தாத்தா அக்கா வந்துட்டாங்க. நீங்க படி இறங்காதீங்க. இங்கேயே நில்லுங்கள்" என்றான் ஜெய்.

ஆதி காரை நிறுத்தியதும். ஜெய்யும்,ஃப்ரீ யும் பிள்ளைகளை இறக்கி விட்டனர். கலாம்மா தானும் இறங்கினார். ஆதி வண்டியை நிறுத்தி விட்டுத் திவ்யா பக்கம் வருவதற்குள், நாகநாதன் கதவைத் திறக்க, பூமிநாதன் மகளின் கையைப் பிடித்து இறக்கி விட்டார்.

"திவ்யா அப்படியே நில்லு" என்றார் சொர்ணம். இது ஏதடா வம்பு என மற்றவர் பார்க்க, மாப்பிள்ளையும், பிள்ளைகளும் சேர்ந்து நில்லுங்க, ஆராத்தி எடுக்கனும்" என்றார். மற்றவர் பெருமூச்சு விட்டு ஆசுவாசமடைந்தனர். மங்கை, ஜெயந்தி, வனிதா மூவருமாக நான்கு பேரையும் நிறுத்தி ஆரத்தி எடுத்தனர்.

"அத்தான் ஆரத்திக்குக் காசு போடுங்க, அப்பத் தான் உங்களுக்கு உள்ளே என்ட்ரி" என்றாள் மங்கை.

திவ்யா சிரித்து விட்டு," இதைச் சொல்லிட்டேயில்லை, உங்க அத்தான் பர்சையே போடுவார்" எனக் கேலி பேசினாள் திவ்யா.

பர்சிலிருந்து இரண்டாயிரம் ரூபாய் நோட்டை எடுத்தவன், " ஆமாம் ஜமீன் வீட்டுக்குள்ள வரனும்னா சும்மாவா, கேட் பாஸ் எடுக்கனும், சுங்க வரிக் கட்டணும். அது மட்டுமா, மலையிலிருந்து குதிக்கனும் " என்றான் ஆதித்யன்.

"இதென்ன புதுசா இருக்கு" என்றாள் மங்கை.

"அடியே, அத்தானை உள்ளே வரவிடு, அப்புறம் விசாரணையை வச்சுக்குவ" என்றார் சொர்ணம். ஜெய் ,ஃப்ரீ ஆளுக்கு ஒரு பிள்ளையைத் தூக்கிக் கொண்டு வீட்டுக்குள் சென்றனர்.

ஏழு படி இருந்தது. "வர்ஷி ஏறிடுவியா, இல்லைனா தூக்கிக்கிறேன்" என்றான். "நான் ஏறிடுவேன்" என முதல் படியில் தடுமாறினாள். "பார்த்து" என அனைவரும் ஒரு சேரக் கத்தினர்.

"ஒண்ணும் இல்லை, இவ்வளவு தூரம் வந்தது தலை சுத்துது. " என ஆதித்யன் கையைப் பிடிக்கவும். அவளை இரண்டு கைகளிலும் அள்ளித் தூக்கிக் கொண்டான். திவ்யாவோடு படி ஏறியவன், வராண்டா தாண்டி, ஹாலில் சோபாவில் கொண்டு போய் அமர வைத்தான்.

"பேராண்டி பார்த்து" என்றார் தாத்தா. " அவர் பார்த்துக்குவார், நீங்க பேசாமல் இருங்க" என்றார் சொர்ணம்.ஆதித்யன் தனது ஒரே செய்கையில், திவ்யா தனக்கு எவ்வளவு முக்கியம் என்பதை உணர்த்தி விட்டான். நாகநா-தன், பூமிநாதன் தம்பதியினர் வாய் பிளந்து தான் பார்த்து நின்றனர்.

மனம்-34

தஞ்சாவூர் வல்லம் பகுதியில் இருக்கும் ஜமீன் இல்லம் அன்று உணர்வு மயமாகக் காணப்பட்டது. வீட்டின் மூத்த வாரிசான திவ்யவர்ஷினி, தான் பிறந்ததிலிருந்து அறியாத பூர்வீக வீட்டையும், சொந்தங்களையும் இத்தனை வருடங்களுக்குப் பிறகு வந்து சந்திக்கிறாள். தாத்தாவோடு மட்டுமே இருந்த சொந்தம், அவர்களின் இரத்தம் இவளுள்ளும் ஓட, இப்போது நிஜமான இரத்தபந்தமாகிப் போனாள் இவள்.

ஆதித்யன், தன் வர்ஷி படி ஏறத் தடுமாறியதில், அவளைக் கைகளில் ஏந்தி, ஹாலில் கொண்டு வந்து அமரவைத்தான்.

தாத்தா சௌந்தர ராகவன், அவளருகில் அமர்ந்து, பேத்தியின் தலையை வாஞ்சையாகத் தடவியர், "காயம் ஆறிடுச்சா, வலி குறைஞ்சிருக்கா" எனக் கேட்டார்.

"வலி குறைஞ்சிருக்குத் தாத்தா.நீங்கச் சொன்ன மாதிரியே இதோ நம்ம வீட்டுக்கு வந்துட்டேன்" என முறுவலித்தாள்.

"ஆமாம்டா திவ்யாம்மா, நீ வந்தது என் வாழ்க்கையிலிருந்த குறையெல்-லாம் போன மாதிரி தான். இனி நிம்மதியா கண்ணை மூடுவேன்" என்றார்.

"கண்ணை மூடுகிறது, நிம்மதியா தூங்குறதுக்கு மட்டும் தான், ஆமாம் சொல்லிட்டேன். விஜயன் கொடுக்காமல் பாக்கி வச்சிட்டுப் போன அன்பை எல்லாம் நீங்க தான் சரி கட்டனும். அவர் ஆயுசும் உங்கள் கணக்கில் தான் வரும்" என்றாள் திவ்யா.

"அவன் பாக்கி வச்சிட்டுத் தான் போனான், மணியா இரட்டை பேரன் பேத்தி, இந்நேரம் உயிரோடு இருந்திருந்தானா, இதுகளை வச்சுக் கிட்டு கொண்டாடி இருப்பான். இதுகளுக்குக் கொடுத்து வைக்கலையா, இல்லை அவனுக்குக் கொடுத்து வைக்கலையான்னு தெரியலை" எனப் புலம்பினார்.

"நிச்சயமா எங்களுக்குத் தான் தாத்தா கொடுத்து வைக்கலை. கார்த்திகை ஆண்டி, விஜயன் அங்கிளை மாமான்னு கூப்பிடச் சொன்னாங்க. மாமான்னு சொன்னால் மரியாதைக் கொடுத்து ஒரு டிஸ்டன்ஸ் மெயின்டைன் பண்ணனும், நான் அங்கிள்னே கூப்பிடுறனேன்னு சொல்லிட்டேன். அப்புறம் வர்ஷியை பொண்ணு கேட்கும் போது, சரி மாப்பிள்ளை என்றவர், பொண்ணைக் கட்டிக் கொடுத்தாலும் , நீங்க என்னை அங்கிள்னே சொல்லலாம். நமக்கிடையில் எப்போதும் இடைவெளி தேவையில்லைன்னு சொன்னார்" என விஜயனைப் பற்றி நினைவு கூர்ந்தான் ஆதித்யன்.

நாகநாதன், விஜயனுக்கும் இவனுக்குமான பிணைப்பைப் பார்த்து, தனக்கும், தன் மருமகன் சோமுவுக்குமான உறவு எப்படி இருக்கிறது என யோசித்துப் பார்த்தார்.

"ஆனால் மாமனார் உறவுக்கும் ஆள் வேணுமே, நாங்கள் உங்கள் மாமனாராகவே இருக்கிறோம் மாப்பிள்ளை" எனப் பூமிநாதன் பேசி வைத்தார்.

"நிச்சயமா மாமா, வர்ஷிக்கு நீங்க எல்லாருமே வேண்டும். அவள் தனி ஆள் இல்லைங்கிறதை, அவள் மனசில் பதிய வைக்கத் தான் இங்கே அழைச்சிட்டு வந்தேன்" என உறவுகளுக்கு மரியாதை தந்தான் ஆதித்யன்.

'இவன் எப்படியும் எனக்கு க்ளாஸ் எடுக்காமல் விடமாட்டான். யாருக்கும் தெரியாமல் நியூசிலாந்து போகனும்னு நினைச்சியே திவி, உன் ஆள் உறவுச் சங்கிலியில் உன்னை எப்படிக் கட்டுறான் பார்" என அவனையே பார்த்தபடி மனதில் நினைத்திருந்தாள்.

ஃப்ரீ, ஜெய் இரட்டையரான அநி, ஆதுவுடன் வீட்டை வலம் வந்தனர். ஒவ்வொரு இடமாகச் சுற்றிக் காண்பிக்க, அநியை விட ஆதிரை நிறையக் கேள்வி கேட்டது.

மங்கை ட்ரேயில் டீ, ஜூஸ் என வகைவகையாகக் கொண்டு வந்தாள். "இத்தென்ன ஹோட்டல் வச்சு நடத்துறியா, சைட் பிஸ்னஸா" என ஆதித்யன் கேலி செய்தான்.

"ஆமாம் அத்தான், சரியான இன்வெஸ்டர் கிடைச்சா, கடையைப் பெரிசாக்கிடுவேன்" என அவனுக்குச் சரியாக வம்பு பேசினாள் மங்கை.

"அத்தான் விட்டா , அவள் உங்களையே ஸ்பான்சர் பண்ணச் சொல்லுவா. பார்த்து இருந்துக்குங்க. பர்ஸ் பத்திரம்" என்றான் வீரா."அக்கா சிபாரிசு பண்ணினா, அத்தான் மாட்டேன்னு சொல்லிடுவாறா என்ன?" என மங்கை மடக்கவும்.

"இருமா முதலில், ஜூஸா, காபியா, டீயான்னு நான்ஸ கண்டுபிடிச்சுக்குறேன். அப்புறம் பேசுவோம். நான் பக்கா பிஸ்னஸ்மேனாக்கும். " என்றவன்

"வர்ஷி, ஹாட் ஆர் கூல் உனக்கு எதை எடுக்க" என அவளிடம் கேட்கும் போதே வனிதா வந்துவிட்டார்.

" தம்பி, திவ்யாவுக்கு நான் கொண்டு வந்துட்டேன். தலை சுத்துதுன்னு சொல்லுச்சே, சர்க்கரை தூக்கலாப் போட்டு, ஹார்லிக்ஸ் கலந்திட்டேன்" என அவளிடம் நீட்டினார்.

"தாங்க்ஸ் " என நிறுத்திய திவ்யாவை "தாங்க்ஸ் சித்தி" எனத் திருத்தி-னான் ஆதித்யன். "நீங்க தப்பா நினைச்சுக்காதீங்க அத்தை, உங்கள் மகள் காட்டில் வளர்ந்தது. அப்பா, அம்மா முறையைத் தவிர மற்றெதெல்லாம் சொல்லிப் பழக்கம் இல்லை" என அவளை வம்பிழுத்தான்.

"தாங்க்ஸ் சித்தி, போதுமா, எனக்குத் தெரியலைனாலும் உங்க மருமகன் கூடவே இருந்து திருத்திடுவார், நான் பழகிக்கிறேன் சித்தி. " எனத் திவ்யா இருவரிடமும் பேசியவள், ஆதித்யனை கண்களால் மிரட்டினாள்.

நாகநாதன் மகளுக்குச் சப்போர்டாக, " பெரிய அண்ணன் வீட்டோடு சேர்ந்து இல்லாமல் போனது எங்கத் தப்பு, பெரியவர்கள் தப்புக்கு திவ்யா என்ன பண்ணும். ஒத்தப் பிள்ளையாகவே வளர்த்திட்டுப் போயிட்டார் அண்-ணன். இனி போகப் போகப் பழகிக்கும்" என்றார். தாத்தா மகனை, இவனுக்கு இப்படியெல்லாம் பேசத் தெரியுமாவென அதிசயமாகப் பார்த்தார்.

"மாமா, உங்க பெரிய மகளைச் சாதாரணமா நினைச்சிடாதீங்க , அவ்வ-ளவு சீக்கிரம் வாயிலிருந்து முறை சொல்ல வந்திடாது" என்றான் ஆதித்யன்.

"அது தான் இங்க கொண்டு வந்து சேர்த்து வச்சிட்டீங்களே தம்பி, இனிமே பிள்ளைகளோடு சேர்ந்து அதுவும் பழகிக்கும்" என்றார் ஜெயந்தி.

ஹார்லிக்ஸை குடித்து முடித்தும் திவ்யாவின் கண்களில் அயர்ச்சியைப் பார்த்த சொர்ணம், "ஆத்தா மங்கை, உங்கள் அக்காவுக்கு ரூமைக் காட்டு, ஆபரேஷன் பண்ணின உடம்பு, இம்புட்டுத் தூரம் பிரயாணத்தைத் தாங்க-லைப் போல, ஆயாசமா பார்க்குது. திவ்யா நீ போய் ரெஸ்ட் எடுத்துட்டு வாம்மா" என்றார்.

அவளுக்கும் படுக்க வேண்டும் போல் தான் இருந்தது. இந்த ஆத்தா , எப்படிக் கண்டு பிடித்தார் என வியந்தபடி, மங்கையோடு சென்றாள்.

தாத்தாவின் அறைக்குப் பக்கத்திலிருந்த அறையைத் திவ்யாவுக்கெனத் தயார் செய்து வைத்திருந்தனர். பெரிய மரக்கட்டில், சிறிய ஒற்றைக் கட்டில், ஷோபா, டீவி, கப்போர்ட் என எல்லாமே புதிதாக இருந்தது. திவ்யா, கேள்-வியாகப் பார்க்கவும், "இந்த ரூம் பூட்டியே இருக்கும் அக்கா, பெரியப்பா இருந்ததா என்னன்னு தெரியலை, நீங்க வர்றீங்கன்னு எல்லா ஏற்பாடும் செய்தாங்க. " என அறையின் பெரிய கட்டிலில் படுக்கச் சொன்னாள்.

"இல்லை மங்கை, நான் சிங்கிள் காட்டில் படுத்துக்குவேன். பிள்-ளைகளோடு, நித்யன் அதில் இருந்துக்கட்டும். பசங்க கையைக் காலைப் போடுங்க" என்றாள்.

"நீங்க படுங்கக்கா, அநி,ஆதுவை நாங்கள் பார்த்துக்குறோம். இனிஅ-வங்களைப் பற்றிக் கவலையே பட வேண்டாம். கலாம்மாகிட்ட பசங்க என்ன சாப்பிடும்னு கேட்டு நேரம் நேரம் அவங்களைச் சாப்பிட வைக்க வேண்டியது

என் பொறுப்பு" என அறிவித்து விட்டு மங்கை அறைக் கதவைச் சாத்தி விட்டுப் போனாள்.

அவள் வெளியேறிய அடுத்த நிமிடம், ஆதித்யன் உள்ளே வந்து, ரூமைப் பார்வையிட்டான். அவனுக்கும் திருப்தியாகவே இருந்தது. கண்ணை மூடிப் படுத்திருந்த திவ்யாவிடம் வந்தவன், அவள் நெற்றியில் கை வைத்துப் பார்த்தான், உடல் சூடு இல்லை. ஆனால் அவள் கண் விழித்தாள்.

"என்னப்பா" என்றாள். "வர்ஷி என்ன பண்ணுது. கஷ்டமா இருக்கா, மயக்கம் வருதா" எனக் கேட்டான். சைகையில் அவனைப் பெட்டில் பக்கத்தில் அமர்த்திக் கொண்டவள், " நீங்களும் இங்கே தானே இருப்பீங்க. எங்களை விட்டுட்டுப் போயிறாதீங்க" என்றாள்.

"உங்களை விட்டுட்டு எங்கப் போகப் போறேன், சும்மா மனசைப் போட்டுக் குழப்பிக்காதடி. இதுவும் உன் வீடுதான். இந்த ரூமில் தான், விஜயன் அங்கிள் தங்குவாங்களாம். அவங்க கிளம்பிய பிறகு பூட்டியே தான் இருந்ததாம். உனக்காகச் சில மாற்றங்களைச் செய்திருக்காங்க. " எனப் பேசிய படியே, அவள் நெற்றி முடிச்சுகளை நீவி விட்டு, நெற்றியை அழுத்தி மசாஜ் செய்து விட்டான். அந்தச் சுகத்தில் மெல்லக் கண் அயர்ந்தாள்.

திரைச் சீலைகளை இழுத்து விட்டு வெளிச்சத்தை மட்டுப்படுத்தியவன், அறையிலிருந்து வெளியே வந்தான். பிள்ளைகள் மாமாக்களுடன் ஓடியாடி விளையாடிக் கொண்டிருந்தன.ஆதித்யன் அலைப் பேசி அழைப்பு விடுத்தது, இனியன் தான் பேசினான். "ஆதி, வல்லத்துக்கு வந்திட்டியா. அண்ணி நல்லா இருக்காங்களா, அநி, ஆது என்ன செய்யறாங்க" என வரிசையாகக் கேள்வியை அடுக்கினான்.

"இனியா, ஒன்னுன்னாக் கேளுடா, வல்லத்துக்கு வந்துட்டோம். வர்ஷி அசதியில் படுத்திருக்கா, பிள்ளைகள் விளையாடிக்கிட்டு இருக்காங்க" என்றான்.

"ஆதி, அண்ணிக்கு ட்ராவல் ஒத்துக்கலையா, நீ இன்னும் ஒரு வாரம் பொறுத்துக் கூட்டிட்டு வந்திருக்கலாம், அதுக்குள்ள, அவங்களை ஏன் அலையவச்ச" எனக் குற்றம் சுமத்தினான்.

"டேய் ரிலாக்ஸ், அவள் சும்மா தான் படுத்திருக்கா. நான் பார்த்திட்டு தான் வர்றேன். அன்பு வீட்டுக்கு வந்துட்டான். நீ வீட்டில் இருக்கியா,ஃபேக்டரியிலா" எனக் கேட்டான்.

"ஃபேக்டரியில் தான், ஒரு மெசின் ஃபால்ட் ஆகிடுச்சு. மெக்கானிக் பார்த்திட்டு இருக்கார்" என்றான் இனியன், விவரத்தைக் கேட்டவன், "சரி நான் வர்றேன்" எனக் கிளம்பினான் ஆதித்யன்.திவ்யாவின் ரூமை எட்டிப் பார்க்க, அவள் தூங்கிக் கொண்டிருந்தாள். தாத்தாவிடமும், வீராவிடமும் சொல்லிக் கொண்டவன், கலாம்மாவை அழைத்து, "வர்ஷி தூங்குறாம்மா, பிள்ளைகளையும் பார்த்துக்குங்க, நான் ஃபேக்டரி வரை போய்ட்டு வந்துடுறேன்" எனத் தகவல் சொன்னான்.

மங்கை அதைக் கேட்டுக் கொண்டிருந்தவள், "அத்தான் நீங்க போய்ட்டு வாங்க. அக்கா பிள்ளைகள் என் பொறுப்பு" என்றாள். "தாங்க்ஸ் வர்ஷி எந்திரிச்சா சொல்லிடுமா" எனக் கிளம்பினான்.

"மாப்பிள்ளை மதியம் சாப்பாட்டுக்கு வந்துடுங்க" என்றார் பூமிநாதன். "ஆமாம் மாமா, இங்க தான் வருவேன். ஃபேக்டரி வரை போய்ட்டு வந்துடுறேன்" எனக் கிளம்பினான்.

தஞ்சாவூர் ராஜேந்திரத்தில் ராஜன் இல்லம், அன்புராஜன், புவனா ஆனந்துடன் கிட்டத்தட்ட ஒரு மாதத்திற்குப் பிறகு தங்கள் வீட்டுக்கு வருகின்றனர். கனகரத்தினம் மருமகனுக்கு உதவி செய்து வீட்டுக்குள் கூட்டி வந்தார்.

"கனகு வாப்பா, செல்வி வாம்மா, சின்ன மருமகளும் வந்தாச்சா சந்தோஷம் தான். புவனா நீ இல்லாமல் உங்கள் அத்தைக்குக் கை உடைஞ்ச மாதிரி ஆயிடுச்சு" என ராஜேந்திரன் ஒவ்வொருவரிடமும் பேச்சுக் கொடுக்க, "தாத்தா ஆனந்த்தும் வந்துட்டேன்" என்றான் ஆனந்த்.

"அடேடே, ஆனந்த் பையன் யார் கூட வந்தார், நான் பார்க்கவே இல்லையே" எனப் பார்க்காதது போல் வியந்தார் ராஜேந்திரன். தாத்தாவும் பேரனுமாகப் பேசி விளையாடிக் கொண்டிருந்தனர்.

அன்பு தனது தாத்தாவைப் பார்க்கப் போனான். "தாத்தா நல்ல இருக்கீங்களா. என்ன செய்றீங்க" என விசாரித்தான். "வணக்கம் மாமா" எனக் கனகரத்தினம் வந்தார்.

" வாங்கப்பா, வாங்க. லலிதா இன்னைக்கு வருவீங்கன்னு சொல்லுச்சு, இன்னும் காணோமேன்னு பார்த்துக்கிட்டு இருந்தேன்"என ரகுநாத ராஜன் வரவேற்றார்."ஆதி வந்துட்டானா" எனக் கேட்டார்.

"ஜமீன் தாத்தா வீட்டுக்கு போயிருக்கான். திவ்யாவும், பிள்ளைகளையும் கூட்டிட்டுப் போயிருக்கான். கல்யாணம் வரை அங்க இருக்கட்டும் அவங்க தாத்தா கேட்டுக்கிட்டார்" என அன்பு விளக்கம் சொன்னான்.

புவனாவும், ராஜியும் திவ்யாவுக்கு நடந்த பிரிவு உபச்சார விழாவைப் பற்றிப் பெரியவர்களிடம் விவரித்தனர். " திவ்யா செய்த நன்மைக்கு, இந்த அளவாவது அவர்களும் மரியாதை செய்யனும் தானே. கனகு உன் ஏற்பாடா" என லலிதா கேட்டார்.

"நான் ஒன்னும் செய்யலைக்கா, எல்லாமே உங்க மருமகள் சேர்த்து வச்ச அன்பு. அந்த மக்கள் அவ்வளவு பாசமா வந்து செஞ்சாங்க. எனக்கே ஆச்சரியமா இருந்தது. முதலாளியா இருக்கிற நம்மை விட, உயிர் காக்கிற டாக்டரம்மாக்கு இருக்கிற மரியாதை அது. இது ஏதோ, நம்ம வீட்டு பொண்ணுங்கிறதுக்காகச் செய்தது இல்லை. திவ்யா இந்த மூன்று வருடத்தில், அவங்களுக்குச் செய்த மருத்துவச் சேவைக்கான நன்றி கடன்" என எடுத்துரைத்தார் கனகரத்தினம்.

"ஆமாம் அண்ணி, தினமும் யாராவது பொம்பளைங்க, திவ்யா உடம்புக்கு நல்லதுன்னு சாப்பிட ஏதாவது கொண்டு வருங்க. எவ்வளவு முடியலைனாலும் அதுங்கக்கிட்ட பேசி தான் அனுப்பும்" எனத் தமிழ்ச்செல்வியும் தன் பங்குக்குச் சொன்னார்.

"அப்பா, இனி எனக்கு வீல் சேர் வேண்டாம். பிடித்து நடக்கிற மாதிரி ஸ்டேண்ட் ஆர்டர் பண்ணுங்க. எனக்கே நம்பிக்கை வந்திருக்கு. திவ்யா நம்ம வீட்டுக்கு வரும் போது நான் நடக்கனும்" என்றான் அன்பு. புவனா அவன் சொன்னதில் கண் கலங்கி, " அத்தானே கேட்கிறாங்களே, அதை ஆர்டர் பண்ணுங்க மாமா" என்றாள். "அதோடு, ஆதி அத்தானுக்கும், திவ்யாவுக்கும் சீக்கிரம் கல்யாணத் தேதி வைங்க. " என்றாள் புவனா.

"சீக்கிரம் வைப்போம்மா, முதலில் அது உடம்பு தேறட்டும். கனகு அடுத்த ஆறு மாசத்தில் இனியனுக்கும், ராஜிக்கும் முகூர்த்தம் வச்சிடுவோமா" எனக் கேட்டார் ராஜேந்திரன்."வச்சிடலாம் அத்தான், நீங்க எப்ப சொன்னாலும் நான் ரெடி தான்" என்றார் கனகு.

"என்னம்மா, நீ என்ன சொல்ற" என ராஜியிடம் கேட்கவும். "அதென்ன மாமா, ஆறு மாசக் கணக்கு, ஆதி அத்தான் கல்யாணம் முடிந்த அடுத்த முகூர்த்தத்தில் வைங்க. ஏன் உங்கள் மருமகள் எம்ஏ படிக்கலைனா ஒத்துக்க மாட்டீங்களா" எனக் கேட்டாள் ராஜி.

பலமாகச் சிரித்த ராஜேந்திரன், "அம்மா மருமகளே, நீ சீக்கிரம் வந்து சேரு. அப்பத்தான் வீடு கலகலன்னு இருக்கும்" என்றார் ராஜேந்திரன்.

"அப்பா, ராஜி படிப்பை முடிக்கட்டும். அது வரைக்கும் இனியன் சுதந்திர காற்றைச் சுவாசிச்சிட்டுப் போறான்" என அன்பு ராஜி படிப்பை முடிக்கட்டும் என உறுதியாகச் சொல்லி விட்டான்.

"அத்தை, எங்க உங்கள் மகனைக் காணோம்," என்றாள் ராஜி. "ஃபேக்டரி போயிருக்கான், ஆதியும் இல்லையா, அவனுக்கு வேலை அதிகம்" என்றார் லலிதா.

சிறு குழந்தைகளுக்குக் கொண்டாட ஆள் இருந்தால் போதும், எங்கும் அனுசரித்துப் போவார்கள். எளிதில் ஒட்டிக் கொள்வார்கள். இங்கும் அநிருத்தா, ஆதிரை தங்களைக் கொண்டாடும் மாமாக்களிடமும், சித்தியிடமும் சுலபமாகப் பொருந்திப் போனார்கள் . திவ்யாவுக்கு மட்டுமே வீடு வந்த உணர்வு இல்லாமல், எங்கோ வந்து மாட்டிக் கொண்டது போல் தவித்தாள்.

ஒரு மணிநேரம் உறங்கிய பின் விழித்தவள், முகம் கழுவி ஹாலுக்கு வந்தாள். ஹாலில் நாகநாதன் மட்டுமே இருந்தார். பிள்ளைகளைக் காணாது தேடியவள், யாரிடம் கேட்பது எனச் சுற்றிப் பார்த்துக் கொண்டிருக்கும் போதே, அவரே " பிள்ளைகள், மாடியில் விளையாடிட்டு இருக்காங்கம்மா. நீ வந்து உட்கார்" என அழைத்தார். அவருக்காகத் தலையை அசைத்தவள், மெல்ல அந்த ஹாலை கண்களால் அளந்தாள்.

சுவர்கள் அந்தக் கால ஒன்றரை அடி அகலம், வழுவழுவெனப் பளபளத்தது. தேக்கு மரத்தால் வீட்டை இழைத்துக் கட்டியிருந்தனர். ஜன்னல் கதவுகளே வேலைப்பாடோடு இருக்க, வீட்டுக் கதவு இன்னும் மிரட்டியது. இதைப் பார்த்த பின்னரே தனது தந்தை, தங்களது வீட்டில், மர வேலைப்பாடுகளுக்கு எவ்வளவு முக்கியத்துவம் கொடுத்தார் என்பது புரிந்தது. தாண்டிக்குடி செல்ல வேண்டும் என்ற ஆவல் முதன் முதலாகத் தோன்றியது. ஹாலை சுற்றி வலம் வந்த அவள் விழிகளில் அந்தப் படம் தென்பட்டது.

ஆளுயர பெயிண்ட்ங் தாத்தா சௌந்தர ராகவனும், அவளது பாட்டி திவ்யலட்சுமியும் இருந்த சித்திரம் இருந்தது. பாட்டி ஒரு ராயாலான ஒற்றை ஷோபாவில் பழைய காலப் பட்டுச் சேலை, கல் நகை போட்டு அமர்ந்திருக்கத் தாத்தா ஷெர்வானி போன்ற உடையில் தலைப் பாகையோடு நின்று கொண்டிருந்தார்.

அதன் அருகில் சென்று பார்த்தாள். "உங்கள் ஆத்தா தான். உன் பேர் கொண்டவங்க" எனச் சொர்ணத்தின் குரல் கேட்டது. அவர் குரலிலிருந்தது பொறாமையா, ஆற்றாமையா என ஒரு திவ்யா ஒரு நிமிடம் ஆராய்ந்தாள். ஆனாலும் அவளால் கண்டு கொள்ள முடியவில்லை. அங்கிருந்து நகர்ந்து வந்து, ஷோபாவில் அமர்ந்தாள். சொர்ணமும் வந்து பக்கத்தில் அமர்ந்தார்.

"உங்கப்பாகிட்ட இந்தப்படம் இல்லையா, எனக் கேட்டார் சொர்ணம். "சின்னதா வச்சிருந்தாங்க. இவ்வளவு பெரிய பெயிண்ட்ங்கா இருக்கவும் அதைப் பார்த்தேன்" என்றாள் திவ்யா. சுற்றும் முற்றும் மீண்டும் தேடவும், "யாரைத் தேடுற. உன் மகனும், மகளும் மாடியில் இருக்குதுங்க" என்றார் சொர்ணம்.

"ம் , சொன்னாங்க. நான் அவங்க அப்பாவைக் காணோமேன்னு பார்த்தேன்" என்றாள். "மாப்பிள்ளை ஃபேக்டரி வரைக்கும் போயிருக்காருமா" என்றார் நாகநாதன். "ஓ" என்றவள், "தாத்தா படுத்திருக்காங்களா" எனக் கேட்டாள்.

"ஆமாம், வயசாகுதுல்ல, அப்பப்ப போய்ச் சாஞ்சிடுவார். நாலு வருஷமா வாயையே திறக்கலை. பேத்தியை இங்க கூட்டிட்டு வரனும்னு, இப்ப தான் ஒரு மாசமா பேசுறார்" என்றார் சொர்ணம். அவர் பேசிய தொனி திவ்யாவுக்கு விகற்பமாகப் பட்டது.

"நான் வரனும்னு சொல்லலை, தாத்தா தான் அப்பாவுடைய கடைசி ஆசைன்னு சொல்லவும் வந்தேன். இந்த விபத்து நடக்கலைனா, இந்நேரம் நித்யன் கூட்டிட்டுப் போயிருப்பார்" என விளக்கம் தந்தாள். சொர்ணமும், நாகநாதனும் ஒருவரை ஒருவர் பார்த்துக் கொண்டனர்.

அதைக் கேட்டபடி வந்த ஜெயந்தி, "திவ்யா, நீ அத்தை சொன்னதை , தப்பா எடுத்துக்காதே. அத்தை பேசறவிதமே அப்படித் தான் இருக்கும், இவ்வளவு நாளா,மாமா பேரப் பிள்ளைகளிடம் மட்டும் ஓரிரண்டு வார்த்தை பேசினாங்க. எங்கக் கிட்ட எல்லாம் பேசறதே இல்லை. அது அத்தை

மனசை ரொம்பப் பாதித்ததனால அப்படிச் சொல்றாங்க. மற்றபடி எதா இருந்-தாலும் நேருக்கு நேரா சொல்லிடுவாங்களே ஒழிய மனசில் எதுவும் இருக்-காது. " என மருமகள், மாமியார் குணாதிசயத்தைச் சொன்னார்.

"எனக்குமே திடீரென ஒரு வீட்டோடு வந்து உரிமை கொண்டாடுகிறது சங்கடமான விசயம் தான். நான் உங்களை நோகடிக்கனும்னு சொல்லலை. அவர் சொன்ன மாதிரி, அப்பா, அம்மா மட்டுமே என் உலகம், அப்புறம் என் பிள்ளைகள். நித்யன் என்னைத் தேடி வரலைனா, நான் இந்நேரம் வெளிநாடு போயிருப்பேன். தாத்தாவையும் அதுக்குச் சம்மதிக்க வச்சிருந்-தேன்" எனத் தனக்கும் அங்கு வந்து இருப்பதிலிருக்கும் சங்கடத்தைச் சொன்னாள்.

"ஏம்மா அப்படி நினைக்கிற, இதுவும் உன் வீடுதான். இதே மாதிரி உன் தம்பி தங்கைகள், உங்க அப்பாவைத் தேடி வந்திருந்தாலும், அவங்களை இப்படித் தான் நினைப்பியா" என வனிதா கேள்வியெனும் குண்டை வீசிய-படி அங்கே வந்து நின்றார்.

சட்டென நிமிர்ந்த திவ்யா, "என்னை மாதிரி நிலைமை யாருக்குமே வர வேண்டாம். என் எதிரிக்குக் கூட வரவேண்டாம்னு கடவுளை வேண்டு-வேன். அப்பா, அம்மா தான் உலகம்னு நினைத்து வாழும் போது, இரண்டு பேரையும் ஒன்று சேர்ந்து பலி கொடுக்கிறது கொடுமை. யாருக்குமே வேண்-டாம். விளையாட்டுக்கோ, உதாரணமாகக் கூட என் நிலைமையைக் கம்பேர் பண்ணி, இந்தப் பசங்களைப் பேசாதீங்க ப்ளீஸ்" என்றவள் கண்களிலிருந்து வந்த கண்ணீர் தாரையை அடக்கும் முன் பெரும் பாடு பட்டாள். உள்ளி-ருந்து வந்த கேவல் அதை அடக்க அவள் செய்த முயற்சி, தையல் போட்ட இடத்தைப் பிடித்தது. அடி வயிற்றைப் பிடித்தபடி "அம்மா" வெனச் சுருண்-டாள்.

அவளைத் தாங்கிக் கொண்ட சொர்ணம், "ஏய் ஜெயந்தி தண்ணீர் கொண்டு வா. ஒண்ணும்மில்லைடாமா, ஒண்ணுமில்லை. " என அவளைத் தன் மடியில் கிடத்தி முதுகில் வருடிக் கொடுத்தார்.

"திவ்யாம்மா, என்ன பண்ணுது. டாக்டரை வரச் சொல்லவா" என வனிதா பதறினார். அப்போது அங்கே வந்த பூமி நாதனும் , என்ன வெனப் பதற, திவ்யாவின் கேவலில் நாகநாதன் ஸ்தம்பித்து இருந்தார்.

விஜயனின் கடைசி நேரத்தில் தாங்கள் கூட இருந்ததோ, அந்த ஆடியோ ஆதாரத்தைக் கேட்டால் எனில் திவ்யா, ஒரு நொடியும் இந்த வீட்டில் தங்க மாட்டாள், என உறுதியாக நம்பினார். அவள், என் அப்பாவை ஏன் அப்படி விட்டு வந்தாய் எனக் கேட்டால் என்ன பதில் சொல்வேன் என்ற நினைப்பில் ஸ்தம்பித்து அமர்ந்திருந்தார்.

ஜெயந்தி வேகமாகத் தண்ணீர் கொண்டு வர, மெல்ல அதனை அவளுக்குப் புகட்டினார் சொர்ணம். "எந்த நேரம், எதைப் பேசறதுன்னு தெரியாது. போய்ச் சாப்பாடு எடுத்து வைங்க. என் பேத்தியை நான் கூட்டி-

யாறேன்" என அதே மிடுக்கில் மருமகள்களை விரட்டினார்.

திவ்யா சிறிது ஆசுவாசம் அடைந்தாள். " ஏத்தா, நீயே ஒரு டாக்டர், இப்படி உணர்ச்சி வசப்படலாமா. அதனால் யாருக்கு நோவு, பார் கண்ணெல்லாம் சிவந்து கிடக்கு. நெருப்புன்னா, வாய் வெந்திடுமா என்ன. உன் சின்னம்மா, நீ, இந்த வீட்டு பிள்ளைனு சொல்றதை, அவ்வளவு வக்கணையா சொல்லியிருக்கு. நல்ல பிள்ளைப் போ" எனச் சமாதானப் படுத்தினார்.

அவளும் சற்றே தெளிந்து அமர்ந்திருந்த போது, அநியும், ஆதிரையும் ஓடி வந்தனர். ஓடி வந்தவர்கள் திவ்யா மேல் விழுந்து விடுவார்களோ, என மங்கை பதறியபடி பின்னால் வர, ப்ரேக் போட்டது போல் இரண்டும் அவளது பக்கத்தில் நின்றன.

"திவிம்மா, நாங்க அங்க மாது கோழி எல்லாம் பார்த்தமே. நம்ம வீது மாதிரியே இங்கேயும் வொயித் கலர் கௌ இருக்கு" என்றான் நிருத்தா.

"அப்படியா, அநி அதெல்லாம் பார்த்தியா, அம்மா தான் பார்க்கவே இல்லை" என அவனை அருகில் அணைத்தவாறு வைத்து முத்தம் கொடுத்துக் கொண்டே கேட்டாள். அவனுக்கு முத்தம் கொடுக்கவும், ஆதிரை திவ்யாவின் முகத்தைத் திருப்பி, "அம்மா, ஆதுக்கு முத்தம் கொடுக்கலை" என்றது.

"கொடுத்துட்டாப் போச்சு. என் செல்லக் குட்டிகளுக்குக் கொடுக்காமல் அம்மா யாருக்குக் கொடுக்கப் போகிறேன்" என மாற்றி, மாற்றி அவர்களைக் கொஞ்சினாள். வீட்டினர், தாய்ப் பறவை குஞ்சுகளைக் கொஞ்சுவதை வேடிக்கை பார்த்திருந்தனர்.

கலாம்மா, இரட்டையருக்கு உணவைத் தட்டில் போட்டுக் கொண்டு வர, மங்கை அதை வாங்கி அநி, ஆதுவுக்கு ஊட்டுவதற்காக, பின் பக்கம் கூட்டிச் சென்றாள். ஆடு, மாடு,குருவி, காக்கா எனச் சொல்லி வேடிக்கை காட்டியே, சாப்பாட்டை ஊட்டி முடித்தாள்.

திவ்யா வாசலைப் பார்த்த வண்ணம் இருக்க, "உன் மாப்பிள்ளை வரும் போது வரட்டும், நீ வந்து சாப்பிடு. " என அழைத்தார் சொர்ணம். தாத்தாவும் மதிய சாப்பாட்டுக்கு வந்து சேர்ந்தார்.

"அப்பா, நீங்க திவ்யாவோடு உட்கார்ந்து சாப்பிடுங்க. நாங்கள் மாப்பிள்ளை வந்த பிறகு சாப்பிடுகிறோம்" என்றார் நாகநாதன்.

"இல்லைப்பா, நீங்களும் சித்தப்பாவும் சாப்பிட டுங்க. நாங்கள் மூன்று பேரும் அத்தானோடு சாப்பிடுகிறோம்" என்றான் வீரா.

"எல்லாரும் சேர்ந்தே சாப்பிடலாம், மாப்பிள்ளை வந்துட்டேன்" என்றபடி வந்தான் ஆதித்யன்."வாங்க மாப்பிள்ளை" எனச் சாப்பிட அழைத்தனர் மாமனார்கள்.

தாத்தா,"போன காரியம் முடிஞ்சுதா பேராண்டி" என்றார்.

"ஆச்சு தாத்தா, அது நான் இறக்குமதி செய்த மிஷின். எனக்குத்தான் அதன் பிரச்சினையை, எப்படிச் சரி பண்றதுன்னு தெரியும். போனேன் வேலை முடிந்தது" என அவருக்குப் பதில் சொல்லி விட்டு, "வர்ஷி, ஆர் யூ ஓகே" எனக் கேள்வியாக நோக்கினான்.

"ம், வாங்க சாப்பிடலாம் பசிக்குது" என்றாள். "பசங்க எங்கே" என்றான்.

"பின்னாடி மங்கை ஊட்டுது" எனப் பதில் சொன்னாள்.

மருமகனுக்காக ஸ்பெஷல் நான்வெஜ் அயிட்டங்கள் இருந்தது. திவ்யா எளிமையாக உணவை முடித்து, ஷோபாவில் வந்து அமர்ந்தாள்.

"அத்தை சூப்பரா செஞ்சிருக்கீங்க. எங்கள் அம்மாவும் இதே மாதிரி தான் வைப்பாங்க" என ஒவ்வொரு பதார்த்தமாகச் சிலாகித்துப் பேசிக் கொண்டிருந்தான். சித்திகள் முகத்தில் ஆனந்தம் தாண்டவம் ஆடியது.

'எங்கப் போனாலும், ஆளுங்களைக் கவர் பண்ணிடுவான். இனி ஐயா-வைப் பிடிக்க முடியாது, ஃபேக்டரி, வீடுன்னு போகக் கொஞ்ச நேரம் தான் என் கூட இருப்பான்' எனக் குறையோடு, அவள் மனம் அவனை நாடி-யது. சாப்பிட்டு முடித்து அனைவரும் பேசிக் கொண்டிருக்க, ஒரு நிமிஷம் என்று விட்டுச் சென்ற, ஆதித்யன் திவ்யாவுக்கு மாத்திரை எடுத்து வந்-தான். அதைப் பார்த்த ஜெய் தண்ணீர் கொண்டு வந்து கொடுத்தான். அவள் மாத்திரை போட்டு அமர்ந்திருக்க. சாப்பிட்டு வாய் கழுவி வந்த ஆதிரை," அம்மா மாத்திரை போட்டிங்களா" எனக் கேட்டது.

"இப்ப தாண்டா, அப்பா தந்தாங்க" எனப் பதில் தந்தாள். சற்றுநேரத்தில் கண்கள் அசத்த அறைக்கு ஓய்வெடுக்கச் சென்றாள்.

"அநி, ஆது சித்தி, மாமா எல்லாம் ரெஸ்ட் எடுக்கட்டும் வந்து படுங்க" எனத் திவ்யா அழைத்தாள். "மாமா, சாய்ந்திரம் விளையாடுவோம்" என டீல் போட்டுச் சென்றன.

அறைக்கு வந்து பார்த்துவிட்டு," ஐ சூப்பரா இருக்கு. அம்மா, இது நம்-மக் கட்டிலை விடப் பெரிசு" என ஆதிரை கட்டிலுக்குச் சான்றிதழ் தந்தது.

ஆதித்யனும் வந்து சேர மூன்று பேருமாக, டிஸ்யூம், டிஸ்யூம் விளையாடி கும்மாளம் அடித்தனர். திவ்யா பொறாமையாகப் பார்த்திருந்தாள். "அநி, ஆது அம்மா பொறாமையாப் பார்க்கிறாப் பாருங்க. ஏண்டி என் பிள்ளைக-ளோடு, நீ மட்டும் இத்தனை வருசம் என்ஜாய் பண்ணின" என்றான்.

"நீங்க தான் ஃபாரின்ல இருந்தீங்க. அம்மாவை எதுக்குச் சொல்றீங்க" என அநி அம்மாவுக்குச் சப்போர்ட்டுக்கு வந்தது. ஆதி திவ்யாவை முறைத்-தான்.

"பாவம், ஒத்தையா புள்ளைங்களை வளர்திச்சு மகராசி' என்னம்மா" என ஆதிரை, பண்ணைக்காரப் பெண்களின் பாணியில் பேசியது . அதைக் கேட்டு இருவரும் சிரித்தனர். "இது யாருடாச் சொன்னது" எனத் திவ்யா சிரித்தாள். இவ்வாறு பேச்சும் சிரிப்புமாகப் பிள்ளைகளைத் தூங்க வைத்த-வன், திவ்யாவிடம் வந்தான்.

"நான் வந்த போது, உன் முகமே சரியில்லையே. யாராவது ஏதாவது சொன்னாங்களா" எனக் கட்டிலில் அமர்ந்து, அவள் தலை கோதியபடிக் கேட்டான்.

ஒருக்களித்துப் படுத்திருந்தவள், நகர்ந்து தன் தலையை ஆதித்யன் மடிக்கு மாற்றிக் கொண்டாள். "யாரும், ஒண்ணும் சொல்லலை. எனக்குத் தான் அட்ஜஸ்ட் ஆக முடியலை. நீங்க போகும் போது சொல்லிட்டுப் போங்க. நீங்க இல்லைனா எனக்கு லோன்லியா இருக்கு" என முகத்தை, அவன் மடியில் தேய்த்துக் கொண்டாள்.

"யாரோ, நான் இங்க தங்குனதுக்குக் கிண்டல் பண்ணாங்க" என்றான். "அது யாரென்று எனக்குத் தெரியாதுப்பா" என்றவள். "அத்தைத் தேடுவாங்களா, நீங்க வீட்டுக்கு போகனுமா" எனக் கேட்டாள்.

"ஆமாம் போகனும், இப்பப் போனால் உடனே ஓடி வரனும். சாய்ந்திரம் ஈகை வீட்டிலிருந்து உன்னைப் பார்க்க வர்றாங்க. நீ மயக்கமா இருந்தப்ப, அந்த மாமா வந்தார்" என விளக்கமும் சொன்னான்.

"அந்தப் பெரியம்மா வருவாங்களா, பயமாக இருக்கு" என்றாள். "பயப்படாத, சமாளிக்கலாம். நம்ம பக்கத்துக்கு உங்கள் ஆத்தாவை இறக்கிடலாம்" என்றான் ஆதி. "இங்க என்ன குத்துச் சண்டையா நடக்கப் போகுது. ஓவர் பில்டப் விடுறீங்க" எனக் கேட்டாள்.

"வெயிட் அண்ட் வாச் மை டியர், ஒரு பாசப் போராட்டத்துக்குத் தயாரா இருந்துக்கோ. அப்புறம் இன்னொன்னுடி வர்ஷி, யாராவது நம்ம உறவை சொல்லிப் பேசினாலும், மௌனமா இருந்துடு. நான் சமாளிச்சுக்கிறேன்" என்றான் ஆதித்யன்.

வரும் பொழுதுகள் எப்படிப் போகும். நாகநாதன், விஜயன் கடைசி நேர ஆடியோ, திவ்யா, கேட்பாளா, அவளைப் பாதிக்குமா. பொறுத்திருந்துப் பார்ப்போம்.

மனம்-35

தஞ்சை வல்லத்தில் ஜமீன் இல்லம், மாலையில் டிபன் பலகாரம் என அமர்க்களப் பட்டுக்கொண்டிருந்தது. அன்று மாலையே, சொர்ணத்தின் மகள் ராஜாத்தி, மகன் மருமகளோடு, திவ்யாவைப் பார்க்க வந்தார். இவர்கள் மருத்துவமனையில் திவ்யாவை உயிருக்குப் போராடிய நிலையில், ஐசியுவில் பார்த்தது தான்.

மாலையில், திவ்யாவின் அறையைத் தட்டி விட்டு மங்கை வெளியே நின்றாள். ஆதித்யன் தான் வந்து திறந்தான். "அக்கா தூங்குறாங்களா, அங்கை பார்க்கனும்னா அதுதான் பார்த்திட்டு வேற ஏதாவது ஹெல்ப் வேணும்னா செய்யலாம் னு வந்தேன்" என மெல்லமாகவே பேசினாள்.

"உள்ளே வா, உங்க அக்கா எந்திரிச்சிட்டா. பசங்களை வெளியே விட்டா, உங்களை டிஸ்டர்ப் பண்ணுவாங்களேன்னு, அதுகளைப் பிசியா வச்சிட்டு இருக்கா" என்றான்.

"அங்கை வா" என அவள் அக்காவை அழைக்கவும், அவளும் இவர்களைப் பார்க்கும் ஆவலில் வந்து,"வணக்கம் அத்தான். " என்றாள்.

"என்னைத் தெரியுமா" எனக் கேட்டான் ஆதித்யன். அவள் தெரியும் எனப் புன்னகையோடு தலையசைத்தாள். அதற்குள் "உங்களை எப்படித் தெரியாமல் போகும், உங்களை வச்சுத் தானே தினமும் எனக்கு அர்ச்சனை நடக்குது" எனப் பதில் தந்த படி வந்த இளைஞனை யாரெனக் கேள்வியோடு பார்த்தான் ஆதித்யன்.

"என் அக்கா அங்கை, அவள் கணவன் சோமு அத்தான். எங்கள் அத்தை மகன். அக்கா அடிபட்ட அன்னைக்குப் புதுக்கோட்டை ஹாஸ்பிடலுக்கு வந்தாங்க" என மங்கை அறிமுகம் செய்து வைத்தாள். "ஓ வாங்க, சாரி நான் அன்னைக்குக் கவனிக்கலை" என்றான்.

"அன்னைக்கு நீங்க இருந்த நிலைமையில் , அண்ணியைத் தவிர வேற என்ன நினைப்பு இருக்க முடியும்" எனச் சோமு ஆதித்யன் அடையாளம் காண இயலாததுக்குச் சமாதானம் சொன்னான்.

திவ்யா, அநி, ஆதுவுடன் ப்ளாக்ஸ் வைத்து வெவ்வேறு வடிவங்களைச் செய்யச் சொல்லிக்கொடுத்துக் கொண்டிருந்தாள். தனது கட்டிலில் அவள் அமர்ந்திருக்கப் பிள்ளைகள் எதிரில் இருந்த கட்டிலில் வைத்து விளையாடிக் கொண்டிருந்தன.

திவ்யா மங்கையோடு இருந்தவளைப் பார்த்து, அவள் அக்காவாக இருக்க வேண்டும் என அறிந்து கொண்டாள். தலையை அசைத்துப் புன்னகை புரிய, மங்கை மற்ற இருவரையும் அறிமுகம் செய்து வைத்தாள்.

அங்கை, "அக்கா உங்களை அன்னைக்கு ஐசியுவில் பார்த்தது, என்ன தான் போனில் விசாரிச்சுக்கிட்டாலும், அன்னைக்குப் பார்த்ததே கண்ணில் நின்றது. ஒரே கவலையா இருந்தது, இப்போ காயம் ஆறியிருக்கா" என விசாரித்தாள்.

ஆதித்யன், சோமுவுடன் ஷோபாவில் அமர்ந்திருந்தான். திவ்யா சிறிது தயக்கத்திற்குப் பின் பேசிப் பழகினாள். பிள்ளைகளுக்கு, மற்றொரு சித்தி, சித்தப்பாவை பார்த்த மகிழ்ச்சியிலிருந்தன. வீரா, ஜெய், ஸ்ரீ வந்தனர்,

"வாங்கத்தான், ஹாலில் அத்தையைப் பார்த்தோம். இப்ப தான் வந்தீங்களா" எனக் கேட்டான் வீரா. "மதிய சாப்பாட்டுக்கே வந்திருக்கலாம்ல அத்தான்" என ஜெய் கேட்டான்.

" காலையில் வேலை இருந்தது. உரக்கடையில் மூட்டை இறங்குச்சு. அதையும் பார்க்கனுமே" என்றான் சோமு. ஆதித்யன் அவனுடைய தொழிலைப் பற்றிக் கேட்டு அறிந்து கொண்டான். "சோமு உள்ளே வரும் போது, என்னை வச்சு உங்களுக்கு அர்ச்சனைனு சொன்னீங்களே அது என்ன"

என்றான் ஆதித்யன்

" அதை ஏண்ணே கேட்கிறீங்க, எதற்காவது ஒரு வார்த்தை அதட்டி என்னம்மான்னு கேட்டுடக் கூடாது. திவ்யா அக்காவுக்காக, அந்த அத்தான் எப்படி உயிரா இருந்தாங்க. உங்களுக்கு என் மேல் பாசமே இல்லைனு ஆரம்பிச்சுடுவா அங்கை" என்றான்.

திவ்யா,"அங்கை அன்னைக்கு இருந்ததை வச்சு நித்யனை எடைப் போட்டுறாதே, கோபம் வந்தாலும் இதுக்கும் மேல் வெறுத்த முகத்தைக் காட்டுவார்" என அவனைப் பார்த்தவாறு சொல்லவும்,

"நித்யன் யார், அண்ணன் பேர் ஆதித்யன் தானே" எனச் சோமு குழப்பமாகக் கேட்கவும். தாண்டிக்குடி கதையை எடுத்து விட்டான் ஆதித்யன்.

அநி, ஆதியோடு விளையாடிக் கொண்டே இவர்கள் கதையையும் கேட்டனர் இளையவர்கள். ஆதித்யன் ஜீப் ஓட்டியவாறு வந்த வர்ஷினியைப் பார்த்தது, திரும்ப வரும் போது ஃப்ரேக் பிடிக்காதது, தான் காப்பாற்றியது எனத் தங்கள் காதல் காவியத்தை ரசனையோடு சொல்லிக் கொண்டிருந்தான்.

"அக்கா, அதுலையே உங்க கிட்ட ஃப்ளாட் ஆகிட்டாங்களா" எனக் கேட்டாள் மங்கை.

"ம்க்கூம், பார்த்தோடனே காதலிச்சது நான் தான். உங்க அக்கா அதுக்கப்புறம் ஆறு மாசம்அவள் பின்னாடியே சுத்த விட்டாள்" எனச் சலித்தான்.

"அக்கா, நிஜமாவா. அத்தான் இவ்வளவு செய்தும் உங்களுக்கு லவ் சொல்லத் தோணலையா" எனக் கேட்டாள் அங்கை.

"உங்கள் அக்கா, ஸ்ட்ரிட் ஆபீஷர், டாக்டர் படிப்பு தான் முக்கியம்னுட்டா. ஆனால் விஜயன் அங்கிள், அதான் உங்கள் பெரியப்பா நான் பொண்ணுக் கேட்டவுடன் சரி மாப்பிள்ளைன்னுட்டார்" எனச் சிலாகித்தான் ஆதித்யன். பிறகு விஜயனைப் பற்றியும், அவரது குணத்தைப் பற்றியும் சொன்னான்.

"நாங்கள் தான் பெரியப்பாவை மிஸ் பண்ணிட்டோம். இப்ப அவங்க இருந்திருந்தா, இன்னும் ஸ்ட்ராங்கான ஃபேமலியா இருந்திருப்போம்" என வீரா ஏக்கமாகச் சொல்ல, திவ்யாவும் கண்கலங்கினாள்.

அதே நேரம், விஜயனைப் பற்றிய பேச்சைக் கேட்டுக் கொண்டே வந்த ராஜாத்தி, "எங்க அண்ணன் இந்த ரூமில் தான் தங்குவாங்க. அப்பா இதைப் பூட்டியே வச்சிருப்பார். இன்னைக்கு இதைப் பார்க்கவும், அண்ணனைப் பார்த்த மாதிரி இருக்கு. உடம்புக்கு இப்பப் பரவாயில்லையா திவ்யாம்மா" என்றபடி வந்தவர் திவ்யாவின் அருகில் அமர்ந்தார்.

திவ்யா புன்னகைத்தவள்,"இப்ப உடம்புக்குக் கொஞ்சம் தேவலை. நீங்க தான் ராஜாத்தி அத்தையா. தாத்தா உங்களைச் சொல்லி இருக்காங்க. "என்றாள்.

"எங்க அப்பாரு, இதை மட்டும் சொன்னாராக்கும். போகுது போ மகள்னு நினைப்பிருக்கே. ஒரு நாளும் மகள், மகன்னு பாசத்தை வெளியே காட்ட மாட்டார். ஜமீன் கவுரவம் கீழே இறங்கிடும்ல" எனச் சலித்தவர்,

"சரி அதை விடு, உனக்குன்னு நாட்டுக் கோழி புடிச்சாந்தேன். இரண்டு நாள் செண்டு , உங்க ஆத்தாவை வைக்கச் சொல்லிச் சாப்பிடு. அருமையா செய்வாங்க எங்கம்மா. எனக்குக் கூட அந்தப் பக்குவம் வராது" என்றவர்.

"தலை சீவாமல் காஞ்சுக் கிடக்கே நான் சீவி விடவா " எனக் கேட்டார் ராஜாத்தி.

"அக்கா, நீங்க ரெஸ்ட் எடுங்க. நாங்கள் வெளியே இருக்கோம்" என ஆண்கள் நால்வரும் கிளம்பவும் ஆதியும் திவ்யாவிடம் நயனபாஷையில் அனுமதி வாங்கி ஹாலுக்குச் சென்றான்.

ஆதிரையிடம், "சித்தி உனக்குக் குடுமிப் போட்டு விடவா" என அங்கை பேசி, ஆதிரையை மடியில் அமர்த்தி அலங்கரித்து விட அநியை மங்கை தயார் செய்தாள். ஆதிரை ட்ரெஸ் மாற்ற வேண்டும் என அநியையும் வெளியே போகச் சொன்னது.

கலாம்மா திவ்யாவுக்கு ஹார்லிக்ஸ் கலந்த பால் ஆற்றிக் கொண்டு வந்தார். "கலாம்மா, இப்பவாவது காபிக் கொடுக்கலாம்ல. காபி டீயையே கண்ணில் காட்ட மாட்டேங்கிறீங்க" எனத் திவ்யா குறைபடவும்.

"எனக்குத் தெரியாதும்மா, ஆதி தம்பியிடம் பர்மிஷன் வாங்கிக் கொடு. நான் தர்றேன்" எனச் சிரித்துவிட்டு அநியைக் கூட்டிச் சென்றார்.

ராஜாத்தி அத்தை, திவ்யாவுக்கு, லேசாக எண்ணெய் வைத்து அந்தக் காலத்துப் பெண் போல் வழித்துச் சீவி விட்டிருந்தார். அதைப் பார்த்த, அங்கை, மங்கை தங்களுக்குள் சிரித்துக் கொண்டனர்.

உடை மாற்றிய ஆது, தன்னைக் கண்ணாடியில் பார்த்து பெருமையான லுக் விட்டுக் கொண்டது. "அம்மா, நீங்க அந்தப் பிச்சரில் இருக்கப் பாட்டி மாதிரி இருக்கீங்க" என்றது.

"என்னடா ஆதும்மா பாட்டின்னு சொல்ற" என்ற திவ்யாவிடம் அங்கை சிறிய கண்ணாடியை நீட்டவும், அதில் பார்த்த தன் பிம்பத்தைத் தன்னாலே நம்பமுடியவில்லை. "அத்தை என்ன பண்ணி வச்சிருக்கீங்க" என அதிர்ந்தாள்.

"திவ்யா, நல்லாத் தான் இருக்கு, இவுளுங்க கிடக்கிறாளுங்க. பார்க்கப் பெரியம்மா மாதிரியே இருக்க" என்றார் ராஜாத்தி."அத்தை, அக்காவுக்குப் பிடிக்கலைனா மாத்திக்கட்டுமே" என அங்கை சிபாரிசு செய்தாள்.

"அங்கை, இருக்கட்டும், அவங்க ஆசையா பின்னிவிட்டிருக்காங்க, இப்படியே இருக்கட்டும்" எனத் திவ்யா சொல்லவும், அத்தைக்கு அளவில்லாத மகிழ்ச்சி.

அதே நேரம் வனிதா, ஈகையை அழைத்து வந்தார். திவ்யாவின் சிகை அலங்காரத்தைப் பார்த்துச் சிரித்தவர்," யாரு உங்க அத்தை வேலையா,

மதினி நீங்க வாங்க, ஜெயந்தி அக்கா ஏதோ கேட்கனுன்னு சொன்னாங்க" என இழுத்துச் சென்றார். ஆதிரை, "செல்வி அத்தை" என்றது.

" என் செல்ல மருமகளே, அத்தையை ஞாபகம் வச்சிருக்கியா" எனக் கொஞ்சினாள். "அத்தை பவுடரெல்லாம் போயிடும்" என இறங்கி வெளியே ஓடியது.

"ஆது பார்த்து மெதுவாப் போ" எனத் திவ்யா குரல் கொடுத்தாள். "அண்ணி நல்லா இருக்கீங்களா." என ஈகை வந்து திவ்யா கையைப் பிடித்துக் கொண்டாள்.

"அன்னைக்கு, உங்களை அப்படிப் பார்க்கவும், பதறிடுச்சு. அண்ணன் வேற இரத்தம் படிஞ்ச சட்டையோடு இருந்ததா பயந்திட்டேன்" எனத் தனது கோலிக் குண்டு கண்களில் பயத்தைக் காட்டிப் பேசிக் கொண்டிருந்தாள்.

"அண்ணன் வந்திருக்காங்களா அண்ணி" எனக் கேட்டாள்."ஆமாம் அண்ணி, எங்க அத்தை மாமாவும் வந்திருக்காங்க. " எனச் சத்தத்தைக் குறைத்துச் சொன்னாள் ஈகை.

அதைப் பார்த்து, அங்கை, மங்கை "அண்ணி, உங்கள் மாமியாருக்கு அவ்வளவு பயமா" என அதே போல் குரலை அடக்கிக் கேட்டனர். திரும்பிப் பார்த்துவிட்டு, "சொர்ணத்தம்மாவுக்கு, ஈக்வெல் டஃப் பைட் குடுப்பாங்க, மரகதத்தம்மா" எனச் சொல்லவும், சகோதரிகள் சிரிக்க, திவ்யா கலவரமானாள். அவள் முகத்தைப் பார்த்த ஈகை.

"அண்ணி, நீங்க பயப்படாதீங்க. நீங்க அவங்களுக்கு மகள் முறைதானே, உங்களை ஒண்ணும் சொல்ல மாட்டாங்க. ஆதி அண்ணனை வாய்ப்புக் கிடைக்கும் போது விளாசுவாங்க, அதுவும் பதிலுக்கு வாழைப்பழத்தில் ஊசி ஏத்துற மாதிரி பேசும். நாங்க என்ஜாய் பண்ணுவோம்" என்றாள் ஈகை. திவ்யா முகம் தெளிவடையவில்லை.

இவர்கள் பேசிக் கொண்டிருக்கும் போதே, மகள் சொன்ன மனைவியின் பாட்டி அலங்காரத்தைப் பார்க்க வந்துவிட்டான் ஆதித்யன். அவளைப் பார்க்கும் போதே சிரிப்பு பீரிட்டது. நீண்டப் பிரிவுக்குப் பிறகு திவ்யாவைப் பார்த்த போது, குட்டை முடி கிளிப் போட்டு, காட்டன் சேலையில் அமர்த்தலாக இருந்தாள். இப்போதைய சிகையை ஒப்பிட்டுச் சிரித்தபடி வந்தான்.

கண்களில் குசும்பு கூத்தாட, "ஈகை உங்கள் அண்ணியைப் பார்த்திட்டியா. எங்கக் காணோம்" எனக் கண் பார்வை அவளைத் தாண்டிய பாவனையில் கேட்டான்.

"அண்ணன், நீங்களா உங்க பொண்டாட்டியை, அடையாளம் தெரியாமல் இருப்பீங்க. பொய் சொன்னாலும் பொருந்த சொல்லுங்க. உங்கள் ஆட்டத்துக்கு நாங்கள் வரலைப்பா " என ஈகை ஆதித்யனுக்குப் பதில் கொடுத்தாள்.

திவ்யா ஆதித்யனை முறைத்தாள், பின்னர்க் கண்களில் கலவரத்தோடு "ரொம்ப ஆக்வேர்டா இருக்கேனா, நல்லா இல்லையா" எனக் கவலையாகக் கேட்டாள்.

எல்லாரும் இருப்பதையும் மறந்தவன் போல், இயல்பாக அவளருகில் வந்து முகத்தைக் கைகளில் ஏந்தியவன். "உன் மகள் சொன்னாளேன்னு பார்க்க வந்தேன். செமயாஇருக்கடி வர்ஷி. நீ எப்படி இருந்தாலும் எனக்குச் சந்தோஷம் தான்" என முன் நெற்றியில் முத்தமிட்டான்.

"ஓ... ஹோ.. நாங்களும் இருக்கோம்" என மூவரும் கோரஸ் பாடினர்.

"தெரியுது அதனால் தான் நெற்றியில் கொடுத்தேன்" என ஆதித்யன் சொல்லவும் திவ்யா கன்னங்கள் செம்மையுற்றது, தன் முகத்தை அவன் கரத்திலிருந்து விடுவித்துக் கொண்டாள்.

"அத்தான், கல்யாணம் ஆகாத சின்னப் பொண்ணு இங்க நிற்கிறேன், அதையும் மனதில் வச்சுக்குங்க. மீ பாவம்" என்றாள் மங்கை.

" வர்ஷிக்கு நானும், அங்கைக்குச் சோமுவும் மாட்டின மாதிரி, உனக்கும் தரமான அடிமைக் கிடைப்பான் கவலைப் படாதே" என்றான் ஆதித்யன்.

"நீங்க அடிமையாக்கும், எப்படி மிரட்டுனீங்க" எனத் திவ்யா அவன் கைகளில் அடிக்கவும், "செல்வி உன் முன்னாடியே உன் அண்ணனை அடிக்கிறா கேட்கமாட்டியாடி" என அண்ணி, நாத்தனாருக்கு சிண்டு மூட்டிவிடப் பார்த்தான் ஆதித்யன்.

"அண்ணே, உங்களைப் பற்றி எனக்குத் தெரியாதா, சொல்ல வந்ததைச் சொல்லுங்க" என ஈகைச்செல்வி எடுத்துக் கொடுக்கவும், அவளை ஒரு பார்வை பார்த்துவிட்டு,

" வர்ஷி, உனக்குச் சிரமம் இல்லைனா, ஹாலுக்கு வர்றியா உங்க பெரியப்பா, பெரியம்மா உன்னைப் பார்க்க வந்திருக்காங்க" என அழைத்தான்.

"ஏன் அண்ணே, அண்ணி சிரமமா இருக்குன்னு சொன்னால், விட்டுடுவிங்க. கூட்டிட்டுப் போக மாட்டிங்க. என்ன நடிப்புடா சாமி" என ஈகை ஆதியை வம்பிழுத்தாள்.

"ஏய் சும்மா இருடி, அவளே பயந்துகிட்டு இருக்கா. அவளைக் கலவரப் படுத்தாத" என்றான் ஆதித்யன்.

"நித்யன், வாங்கப் போகலாம். எப்படியும் ஃபேஸ் பண்ணித்தானே ஆகனும்" என எழுந்தாள் திவ்யா. நைட்டி போல் இல்லாமல், காலர் வைத்த நீண்ட ப்ராக் தான் போட்டிருந்தாள். அதனால் அவனோடு நடக்க, ஈகை, அங்கை, மங்கை பின்னோடு சென்றார்கள்.

அங்கிருந்து வரும் போதே, திவ்யாவிடம், "அந்த அத்தை, மாமாவைப் பார்த்து வணக்கம் சொல்லுடி" எனக் காதில் ஓதிக் கொண்டே வந்தான் ஆதித்யன்.

பின்னால் வந்த பெண்களுக்குக் காதில் விழ, அத்தான் நிலையை எண்ணிச் சிரித்தனர். ஈகை,"எங்க அண்ணன் நிலைமை உங்களுக்குச் சிரிப்பா இருக்கா. உங்கள் பிறந்த வீட்டில் சொல்லிக் கொடுக்க வேண்டியதை , எங்க அண்ணன் சொல்லிக் கொடுக்குது" எனக் கண்களை உருட்டி மிரட்டினாள் ஈகை.

"அண்ணி, இப்படி முறைச்சாலும் நீங்க டெரராவே இல்லை" என்றாள் மங்கை.

"எங்கத்தை முன்னாடி, மடங்கி, மடங்கி டெரர் லுக்கே வரமாட்டேங்குது" என அங்கலாய்த்தபடி வந்தாள். சத்தமாகச் சிரிக்கவும் முடியாமல் சிரிப்பை அடக்கி வந்தனர். அங்கை, மங்கை சிஸ்டர்ஸ்.

ஹாலில் ஒற்றை ஷோபாக்களில் தாத்தா சௌந்தர ராகவனும், சந்திர சேகரும் அமர்ந்திருக்கப் பெரிய ஷோபாவில், மரகதமும் விஷ்வாவும் அமர்ந்திருந்தனர். மற்றொரு பெரிய ஷோபாவில் சொர்ணம் மட்டும் இருந்-தார்.

ஆதித்யன் திவ்யாவை அழைத்து வந்தான். அவள் தயங்கியபடியே வந்-தாள். இவள் வரும் முன்னே பிள்ளைகள் ஏற்கனவே பார்த்த அத்தை மாமா-வான விஷ்வாவுன் பேசிக் கொண்டிருந்தன. விஷ்வா, ஆதிரையை மடியில் வைத்துக் கொஞ்சிக் கொண்டிருக்க, அநிருத்தா சந்திர சேகரிடம் இருந்தான்.

"திவிம்மா வந்தாச்சு" என இரண்டும் அறிவித்தன. அவளும் வரவும், அவளின் சிகை அலங்காரத்தில் சிறுநகைப் புரிந்தவர் "திவ்யாம்மா, இது உங்கள் பெரியப்பா, பெரியம்மா "என அறிமுகப்படுத்தி வைத்தார் தாத்தா சௌந்தர ராகவன்.

"வணக்கம் பெரியப்பா, வணக்கம் பெரியம்மா" எனச் சம்பிரதாயமாகச் சொன்னவள் விஷ்வாவிடம்,"வாங்க அண்ணன், பசங்களைக் கூட்டிட்டு வரலையா" எனக் கேட்டாள்.

"இல்லைமா, நாங்கள் மட்டும் தான் வந்தோம். இதே ஏரியா தானே பத்து நிமிச நடையில் நம்ம வீடு வந்திடும். அடுத்து, அடுத்து வரும் போது கூட்-டிட்டு வர்றேன். உட்காரும்மா" என்றான் விஷ்வா.

ஆதித்யன், அவளைச் சொர்ணம் ஆத்தாவின் பக்கத்தில் கையைப் பிடித்து அமர வைத்தான். ஒரு கையால் வயிற்றைப் பிடித்தபடியே அமர்ந்-தாள்.

ஜெயந்தியும், வனிதாவுமாக அனைவருக்கும் காபி பலகாரங்களைப் பரி-மாறினர். நடுவே அங்கை, மங்கை வீட்டில் உள்ளவர்களுக்கும் தட்டில் வைத்துக் கொடுத்த வந்தனர்.

திவ்யாவுக்குத் தனியாகப் பால் கொழுக்கட்டை செய்து, கின்னத்தில் போட்டுக் கொண்டு வந்து கொடுத்தனர்.இவள் பருப்பு வடையை மறுத்து-விட்டாள்.

அநி, ஆதுவை ஈகை கடத்திச் சென்று, டைனிங்கில் அமர்த்திப் பால் கொழுக்கட்டையை ஊட்டி விட்டுக் கொண்டே பேசிக் கொண்டிருந்தாள். "இப்ப உடம்பு பரவாயில்லையாம்மா" எனச் சந்திர சேகர் விசாரித்தார்.

"தையல் கொஞ்சம் ஆறியிருக்குன்னு தான் ட்ராவல் பண்ண டாக்டர் அனுமதி கொடுத்தாங்க. பரவாயில்லை பெரியப்பா" என்றாள். "சாப்பாடு சாதாரணமா சாப்பிட ஆரம்பிச்சிட்டியா" எனக் கேட்டார் மரகதம். "சீக்கிரம்

டைஜஷன் ஆகிறதா எடுத்துக்குறேன்" எனப் புன்னகைத்தவள்.

"விஷ்வா அண்ணா, பெரிய ஆத்தா இருக்காங்கன்னு சொன்னாங்களே. நல்லா இருக்காங்களா" எனக் கேட்டாள்.

"நல்லா இருக்காங்க. உன்னைப் பற்றித் தெரிய வந்ததிலிருந்து, உன்னைப் பார்க்கனும்னு நிறைய ஆசை. உனக்கு அடிப்பட்டது தெரிஞ்சதும், ரொம்பக் கலங்கிட்டாங்க" என்றார் சந்திர சேகர்.

"எனக்காக இவ்வளவு பேர் இருக்கீங்கங்கிறதே சந்தோஷம் தான் பெரியப்பா. நான் தான் தேவையில்லாமல் ஒரு தீபாவளி நாளை கெடுத்திட்டேன். என்னால் தான் எல்லாருக்கும் கஷ்டம்" என்றாள்.

" நீ நல்லது செய்யத் தானே போயிருக்க. காவாளிப் பயலுக, இப்படிச் செய்யக் காத்திருப்பாங்கன்னு யாருக்குத் தெரியும்" என விஷ்வா அவளைத் தேற்றினான்.

"ஏன் மருமகனே, உங்கள் கனகு மாமா பொறுப்பில் தானே திவ்யா இருந்தது. இப்படிப் போகும் போது துணைக்கு ஆள் அனுப்ப மாட்டாரா" எனக் கேட்டார் மரகதம்.

"அப்பா மேல் தப்பில்லை, நான் தான் , சின்னப் பையன் வெடி வைக்கும் போது, முகத்தில் வெடிச்சதுன்னு சொல்லவும். காப்பாத்த ஓடினேன். " எனத் தன்னிலை விளக்கம் தந்தாள்.

"கிளினிக் மில்லுக்குள்ள தான் இருக்கு அத்தை. சில நேரம் பேஷன்ட்ஸ் வரமுடியாத அர்ஜென்டா இருந்தால் மட்டும் போவாள். இவள் மில்லுக்கு வெளியே போகனும்னா, ஒரு கம்போன்டர், ட்ரைவரைப் போட்டுத் தான் கனகு மாமா அனுப்புவாங்க. நானே எத்தனையோ தரம் கூட்டிட்டும் போயிருக்கேன். இருட்டினப் பிறகுன்னா நான் கூட வருவேன்னு ப்ளான் பண்ணி சாய்ந்திரம் கூப்பிட்டு இருக்கானுங்க" என்றான் ஆதித்யன்.

"ஆனால் , சந்தேகம் வந்து திரும்பிட்டாள் உங்கள் மகள். நடுவில் மடக்கவும், எனக்கும், இனியனுக்கும் போன் போட்டுட்டாள். ஒரு அரை மணி நேரத்தில் நடந்திடுச்சு. கத்திக் குத்தோடு ஒரு மோட்டார் ரூமில் சுருண்டு கிடந்தாள்." என வேதனையோடு அந்த நாளை பகிர்ந்தான்.

"அத்தனை பேரும் பதறிட்டு வந்தோம். ஆதி மாப்பிள்ளையைக் கண் கொண்டு பார்க்க முடியலை" என்றார் சந்திர சேகர்.

" மறுபடியும் இவளைத் தொலைச்சிடுவேனோன்னு பயம் மாமா, பிள்ளைகளுக்கு என்ன பதில் சொல்கிறது" என அதே நினைவில் உடல் சிலிர்த்தான்.

"காலகாலத்தில், உங்கள் வீட்டுக்கு மருமகளாக் கூட்டிட்டுப் போற வழியைப் பாருங்க. இப்படியே தள்ளிப் போயிடக் கூடாது. தனியா இருந்ததெல்லாம் போதும். " என்றார் மரகதம்.

"இப்ப என்ன, என் பேத்தியா, பிறந்த வீட்டில் தானே இருக்கு. நாங்க உடம்பத் தேற்றி அப்புறம் அனுப்பி வைப்போம்" என்றார் சொர்ணம்.

"இப்பத்தான் உங்களுக்கு, உங்கள் பேத்தியை தெரிஞ்சிதா, அன்னைக்குக் கல்யாணம் பேசும் போது வாயைத் திறக்காமல் இருந்தீங்க" என்றார் மரகதம்.

"உங்கள் சின்ன மாமனார், இப்பத் தானே வாயைத் திறந்தார். பேத்திக்கு, கண் காணாமல் பிரசவம் பார்த்திருக்கார். ஒரு வார்த்தை சொன்னாரான்னு கேளு. உன் கொழுந்தன் ஒட்டாமல் போனதுக்கும் என் மேல் தான் பழி , அவன் ஆக்சிடெண்ட் ஆனதுக்கு என் மகன்கள் மேல் பழி . இந்தச் சின்னப் பொண்ணை நாங்கள் என்ன பண்ணிடுவோம், வாயும் வயிறுமா ரோட்டில் போகிறவளுக்குக் கூடக் கூப்பிட்டு வச்சு, சோறு போடுவேன். இவரு வம்சம், பார்க்காமல் விட்டுடுவேனா. ஒரு வார்த்தை சொல்லலை. தலை மறைவா வச்சுப் பிரசவம் பார்த்திருக்கார்" எனச் சொர்ணம் சௌந்தர ராகவன் மீது பாய்ந்தார். எத்தனை முறை பேசினாலும் அந்தக் கோபம் அடங்கவே இல்லை.

"ஆத்தா, தாத்தா மேல் எந்தத் தப்பும் இல்லை. நித்யனும், என் பிள்ளைகளும் இருக்கும் போதே, நான் உங்களை எல்லாம் பார்க்கத் தயங்கினேன். அன்னைக்கு இருந்த சூழ்நிலையில் நான் தான், தாத்தாக்கிட்ட சொல்லக் கூடாதுன்னு சத்தியம் வாங்கினேன். அதனால் உங்கள் மனசுக்கு இவ்வளவு சங்கடம் வந்திருக்கும்னு தெரிந்திருந்தால், தாத்தாவையும் அனுப்பி இருப்பேன்" என அவள் கண்கள் கலங்கவும்.

ஆதித்யன் அவளருகில் வந்தவன்," வர்ஷி , எமோசனல் ஆகாதே. ஆத்தா உன்னை எதுவும் சொல்லலை. தாத்தாவைத்தான் கேட்கிறாங்க. நான் உன்கிட்ட மறைச்சேன்னு கோபம் வந்து தானே பிரிஞ்சுப் போனே, அதே மாதிரி தாத்தா சொல்லலைங்கிற கோபம் ஆத்தாவுக்கு." எனச் சொர்ணத்தின் நிலையைப் புரிந்தவனாகப் பேசினான் ஆதித்யன்.

"ஆமாம் பேராண்டி, இவர் மட்டும் என்கிட்ட சொல்லியிருந்தா, அன்னைக்கே நாடி பிடிச்சிருக்க மாட்டேன். உன் பிள்ளைகள், பிறந்து வளர்ந்ததை நீயும் பார்த்து சந்தோஷத்தை அனுபவிச்சு இருப்பேயில்லை" என ஆதியின் நிலையை உணர்ந்து சொர்ணம் பேசினார்.

"விடுங்க ஆத்தா, நம்ம தலையில் அப்படி எழுதியிருந்தால் என்ன பண்றது. ஏதோ இவள் வெளிநாடு போகும் முன்னே கண்டுபிடிச்சேனே. அதுவே சந்தோஷம் தான்" என்றான் ஆதித்யன்.

"பொம்பளை பிள்ளைக்குக் கொஞ்சம் பொறுமை வேண்டாமா, உங்கள் தாத்தா வந்து சேரலைனா, இன்னும் அவதிப் பட்டு நிற்கனும். நீ கஷ்டப்படுறது பத்தாதுன்னு, உன் பிள்ளைகளையும் கஷ்டப் பட விட்டிருப்ப" என மரகதம் சற்றே கடுமையாகத் திவ்யாவிடம் பேசவும்,

சந்திரசேகர், "போனது போகட்டும், நீ விடு. அதுக்கு என்ன தெரியும். ஒரே நேரத்தில் பெற்றவங்களைப் பறிகொடுத்திருந்தால், நம்மளே புத்தி பேதலிச்சிடுவோம் . படித்த பிள்ளை, டாக்டருங்கிறதால் தைரியமா இருந்திடுச்சு"

என்றார்.

"நீ சொன்னது தான் சரி சந்திரா. நான் அதுக்கு ஆறுதலா இருந்தனோ இல்லையோ, திவ்யாம்மா தான் எனக்கு ஆறுதல். கேரளா வைத்திய சாலையில் அந்த நிலையிலும் வர்மம் எல்லாம் கற்றுக் கொண்டது. இன்னும் பத்துநாள், வீட்டில் இருக்கிற ஆளுங்களுக்கு டாக்டரா மாறிடும். அது திவ்யாவின் இயல்பு." எனப் பேத்தியை உயர்த்திப் பிடித்தார்.

இவர்கள் பேசிக் கொண்டிருக்கும் போதே, இராஜேந்திரன், லலிதா, இனியனோடு வந்தனர். ஒரே இடத்தில் இரண்டு சம்பந்திகளையும் பார்த்து நலம் விசாரித்தனர்.

லலிதா நேராகத் திவ்யாவிடம் வந்தார், ஆதி சேரிலிருந்து எழுந்து அம்மாவுக்கு இடம் தந்தான். திவ்யா எழ முயன்றவளை, "திவ்யாம்மா பேசாமல் இரு. " என அவள் கையைப் பிடித்து நலம் விசாரித்தார்.

இனியன் ஆதி அருகில் வந்து நின்று "அண்ணி எப்படி இருக்கீங்க" என்றான்.

"அண்ணிக்கு எமர்ஜென்சினா மட்டும் தான் வருவீங்களா. அதுக்கப்புறம் ஆளையே காணோம்" என்றாள்."அண்ணி, இனி உங்களுக்கு எமர்ஜென்சி எல்லாம் கிடையாது. அந்த நிலைமையே வேண்டாம்" என்றான்.

சந்திரசேகர், "சித்தப்பா, நாங்கள் கிளம்புறோம். நீங்க உங்கள் சம்மந்தியைப் பாருங்க" என மூவரும் கிளம்ப, விஷ்வா ஈகையைத் தேடினான்.

"அத்தான், நாங்கள், உங்கள் வீட்டுக்கு வந்திட்டுத் தான் போவோம். நாங்கள் செல்வியைக் கூட்டிட்டு வருகிறோம். என்னங்க அத்தை, சரிதானே" என்றான் இனியன்.

"அதுதான் மருமகப்பிள்ளை சொல்லிட்டீங்கல்ல, நாங்கள் கிளம்புறோம்" என்றார் மரகதம்.

"பெரியம்மா, பெரிய ஆத்தாக்கிட்ட சொல்லுங்கள். இன்னும் கொஞ்சம் சரியாகவும், அவங்களை வந்து பார்க்கிறேன்" என்றாள் திவ்யா.

" வரும் போது ஒரு வாரம் தங்குற மாதிரி வா. உன் நாத்தனாரும் இருக்கு. இன்னும் இரண்டு அண்ணன், அண்ணி இருக்காங்க. இனி ஒவ்வொருத்தரா உன்னைப் பார்க்க வருவாங்க. " என்றவர், "சின்னத்தை, உங்கள் பேத்தியை எங்கள் வீட்டுக்கு அனுப்பி வைங்க. நாங்களும் அதுக்குப் பிறந்த வீடுதானே. அங்க வந்து ஒருவாரம் இருந்தால் அத்தை சந்தோஷப் படுவாங்க" எனச் சொர்ணத்திடமும் கேட்டுக் கொண்டார் மரகதம்.

"அது சரி, பேத்திக்குத் தெம்பு வரவுட்டி அனுப்பிவைக்கிறேன்" என்றார் சொர்ணம். ஈகை, தங்கள் வீட்டினர் கிளம்பும் அரவம் உணர்ந்து, அண்ணன் மக்களோடு ஹாலுக்கு வந்தாள்.

அநி, "இனியாப்பா" என இனியனிடம் தாவ, ஆதிரை, "ஆத்தா" என லலிதாவை உரசியது. இருவரும் அவர்களை வாரி அணைத்துக் கொண்டனர். ஈகைக் குடும்பத்தினர் கிளம்பிச் சென்றிருக்க, ராஜாத்தி, லலிதா,

ஜெயந்தி , வனிதா என டைனிங்கில் பேசிக் கொண்டிருந்தனர். இனியனுக்குச் சோமு மற்றும் மச்சினன்களை அறிமுகம் செய்து வைத்தான் ஆதித்யன்.

ராஜேந்திரன் மருமகளிடம் நலம் விசாரித்தார். "சீக்கிரம் உடம்பைத் தேத்திட்டு நம்ம வீட்டுக்கு வந்திடுடாம்மா" என்றார்.

"ஆமாம் மாமா, என்னால் உங்கள் மகனுக்கும் சிரமம். ஃபேக்டரி பார்க்கிறதா, எங்களைப் பார்க்கிறதா, குடும்பத்தைப் பார்க்கிறதான்னு அலையிறாங்க" என்றாள் திவ்யா.

"நீயும், பிள்ளைகளும் தான் அவன் குடும்பம். இப்ப எவ்வளவு நிம்மதியா, சந்தோஷமா இருக்கான்னு,நாலு வருஷமா அவனைப் பார்த்திருந்த எங்களுக்குத் தான் தெரியும். " என்றவர் அன்பு வீல் சேர் இல்லாமல் நடக்க எதுவாக வாக்கிங் ஸ்டிக் கேட்டதைச் சொல்லி மகிழ்ந்தார்.

"நீ நம்ம வீட்டுக்கு வந்து காலடி எடுத்து வை. மகாலட்சுமி வந்த மாதிரி, எல்லாமே சுபமா நடக்கும்" என்றார் ராஜேந்திரன்.

"அது நல்ல ராசியான பொண்ணு தான், இந்த வீட்டுக்கு அது காலடி படவும், வராதவுக எல்லாம் வர்றீங்க" என்றார் சொர்ணம்.

"எங்க, சம்மந்திகளை, திவ்யா சித்தப்பாக்களைக் காணோம்" என்றார்.

"ரியல் எஸ்டேட்டும் பார்க்கிறாங்கல்ல, ஒரு பார்ட்டி வந்திருக்குன்னு போயிருக்காங்க. பேத்தியா வந்த நேரமெல்லாம் நல்லபடியா முடியட்டும்" என்றார் சொர்ணம்.

" ராஜேந்திரா, இப்ப கார்த்திகை பிறந்திடுச்சு, திவ்யா உடம்புத் தேறட்டும், தையில் கல்யாணம் வச்சிக்கலாமா" எனக் கேட்டார் சௌந்தர ராகவன்.

"வச்சுக்கலாம் மாமா, எனக்கும் அதுதான் சரின்னு படுது" என்றார்.
"அப்பா, கார்த்திகை கடைசி முகூர்த்தம் பாருங்களேன். இதே வீட்டில் வச்சுச் சுருக்கமா கல்யாணம் வச்சுக்கலாம்" என்றான் ஆதித்யன்.

"பேராண்டி, நீ பாட்டுக்கு இங்க வந்து உன் பிள்ளைகளோடு இருந்துக்க. திவ்யாவை நாங்கப் பார்த்துக்குறோம், தையிலேயே கல்யாணத்தை வச்சுக்குவோம். வீட்டோடு மாப்பிள்ளை கௌரவக் குறைச்சல்னு நினைக்கிறீங்களா" எனக் கேட்டார் சொர்ணம்.

"அதுக்கு இல்லை, அம்மா திவ்யாவையும் பிள்ளைகளையும் பக்கத்தில் வச்சுப் பார்க்கனும்னு நினைப்பாங்க" என்றான் ஆதித்யன். சொர்ணம் லலிதாவையும் அழைத்தார்.

"ஏம்மா லலிதா, இவங்க கல்யாணத்தை எப்ப வச்சுக்கலாம்" என்றார் சொர்ணம்.

"எப்பன்னாலும் சரி தான் அம்மா. என் மருமகளையும் , பேரன், பேத்தியையும் இப்பவே அனுப்பினாலும் கூட்டிட்டுப் போயிடுவேன். " என ஆர்வ மிகுதியில் பேசினார்.

"நீ பார்த்துக்குவத்தா, நான் இல்லைனு சொல்லலை. தை மாசம் கல்யாணம் வச்சுக்குவோமா. அதுவும் ஒத்தையிலேயே வளர்ந்த பிள்ளை, தம்பி,

தங்கச்சி, சித்தப்பா, சித்தின்னு இருந்திட்டுப் போகுது. பிள்ளைகள் பழகுற வரை ஆதி தம்பியும் இங்க இருக்கட்டும். இராத்திரியில் பிள்ளைகள் துணைக்குத் தம்பி வேணும்ல்ல" என நயமாகப் பேசினார். லலிதாவும் சரி-யெனச் சில தயக்கங்களுக்குப் பின் சம்மதித்தார்.

"அம்மா, ஆனால் தை முதல் முகூர்த்தத்தில் கல்யாணத்தை வச்சி-டனும்" என லலிதாவின் கண்டிசனுடன், ஆதித்யன் குடும்பம் ஜமீன் இல்-லத்தில் தங்கினர்.

திவ்யா தனியாக மாமியாரிடம், ஆதியை அங்குத் தங்க அனுமதித்தற்கு நன்றி சொன்னாள். " திவ்யா, ஆதி அவன் குடும்பத்தோடு இருக்கிறது தான் எனக்குச் சந்தோஷம். ஒண்டிக் கட்டையா எத்தனை நாள் கிடப்பான். பொண்டாட்டின்னு ஒருத்தி இருந்தால் தான், நல்லது, கெட்டது எல்லாத்தை-யும் பகிர்ந்துக்க முடியும். நீ அங்க முறையோடு வந்திடு. என் பிள்ளையை நீ சந்தோஷமா வச்சுக்க. அநி, ஆதிரைக்குப் பார்க்காததை ஈடு கட்டுற மாதிரி, நீ இன்னும் எத்தனை பிள்ளை பெற்றாலும், நான் பார்த்துக்கிறேன்" என்று விட்டுச் சென்றார்.

லலிதா பேசியதில், திவ்யாவின் மனதில் பாரம் ஏறியது. அவளே ஆதித்-யனுக்காகக் கலங்கி இருக்க, தனது மகனின் சுகமான வாழ்வைக் கோரிக்-கையாக வைக்கும் தாயை நான் எப்படி ஏமாற்றுவேன் என யோசிக்கலா-னாள். எல்லா வழியிலும் சத்தியங்கள் அவளை இறுக்கியது.

தை பிறந்தால் வழி பிறக்கும் என்பார்கள். ஆதித்யன் திவ்யவர்ஷினி குடும்ப வாழ்க்கையிலும் வழி பிறக்குமா பொறுத்திருந்து பார்ப்போம்.

மனம்- 36

புதுவருடப் பிறப்பு, தை பிறக்க இன்னும் பதினைந்து நாட்கள் இருந்தன. அந்த வருடத்தின் கடைசிப் பின் மாலைப் பொழுது. நாகநாதன் காரிலிருந்து இறங்கி ஓடி வந்தனர் அநியும், ஆதுவும் கைகளில் பார்சல் இருந்தது. பின்னாடியே, "பார்த்து மெதுவா போங்கடா" என்றபடி ஜெயந்தி வந்தார். ஹாலில், தாத்தாவுடன் பேசிக் கொண்டிருந்த திவ்யாவிடம் ஓடிவந்தனர். "திவிம்மா இங்க பாருங்க" என ஓடிவந்து காட்டினர்.

"இது என்னடா, புது டாய்சா, எந்தத் தாத்தா தலையில் ஐஸ் வச்சு வாங்குனீங்க" என முறைத்தாள் திவ்யா.

"அம்மா ஐஸை எப்படித் தாத்தா தலையில் வைக்கிறது. அவங்க வாயில் தான் வைக்கனும்" எனக் கிலுக்கிச் சிரித்தது ஆதிரை.

"இதுக்கு ஒன்னும் குறைச்சல் இல்லை, எல்லாரும் செல்லம் குடுங்கு-றாங்கல்ல அது தான் இந்தப் பேச்சு பேசிறீங்க" எனவும்.

"விடுமா, பேரன் பேத்திக்கு வாங்கிக் கொடுக்காமல் யாருக்குச் செய்யப் போறாங்க" என்ற தாத்தாவிற்கு மகன்களின் மாற்றம் நிம்மதியைத் தந்தது.

"திவிம்மா, என் புதுக் கார் பாருங்க. " என அநிருத்யா காட்டினான்.

"பாத்தையா நல்லா இருக்கா, நாகு தாத்தா வாங்கித் தந்தாங்க" எனச் சொன்னக் கொள்ளுப்பேரனைத் தூக்கி மடியில் வைத்துக் கொண்டு, "இந்தக் காருக்கு பேர் என்னடா தங்கம்" எனக் கேட்டுக் கொஞ்சினார்.

"திவிம்மா என்னுடைய புதுப் பார்பி" எனக் காட்டியது ஆதிரை. அதே நேரம் உள்ளே வந்த சித்தப்பா சித்தியிடம், திவ்யா "சித்தப்பா இந்த ஒன்றரை மாதத்தில் இது எத்தனாவது பொம்மை. தினம் ஒன்னு வாங்கித் தர்றதுன்னு கணக்கு வச்சிருக்கீங்களா" என்றாள்.

" உங்கள் சித்தி போறக் கோயிலுக்குப் பக்கத்தில் இந்தப் பொம்மைக் கடை இருக்கு. அங்க உங்க சித்தி பேரப் பிள்ளைகள் இல்லாமல் வராது. பிள்ளைகளைக் கூட்டிட்டுப் போயிட்டு வெறும் கையாவா கூட்டிட்டு வற்றது" என்றார் நாகநாதன்.

"உங்களோடு வந்தால் புதுப் பொம்மை வாங்கலாம்னு நல்லா கண்டு வச்சிருக்குதுங்க. அதே மாதிரி சின்னச் சித்தப்பாக் கூடப் போய்ட்டு ஐஸ்கிரீம் சாப்பிட்டு வருதுங்க" என்றாள்.

"பொம்மைனா பரவாயில்லை, ஐஸ்கிரீம் சளி பிடிக்குமே, இந்தப் பூமிக்கு அறிவே இல்லை" என்றார் நாகநாதன்.

"நாகுதாத்தா, பூமித் தாத்தாக்கு நிறைய அறிவு இருக்கு. புதுப் புதுச் சாக்லேட், ஐஸ்கிரமா வாங்கித் தருவாங்க" எனச் சிலாகித்தான் அநிருத்யா. அதில் சிரித்துவிட்டார் நாகு.

" பேராண்டி, நீ தாண்டா என்னைச் சரியா புரிஞ்சு வச்சிருக்க. இத்தனை வருஷம் கூடவே இருக்க எங்க அண்ணன் எனக்கு அறிவில்லைங்கிறார். நேற்று பிறந்த பேரன் எனக்கு அறிவு நிறைய இருக்குன்னு கண்டுபிடிச்சிட்டானே " என்றபடி உள்ளேயிருந்து வந்தார் பூமி நாதன்.

"சித்தப்பா, ஐஸ் சாக்லேட்டு எல்லாம் யார் சாப்பிட வாங்குறீங்க. உங்கள் பேரன், பேத்திக்கா இல்லை உங்களுக்கா" எனக் கேட்டாள் திவ்யா.

"உங்க சித்தப்பன் சாப்பிடத் தான் வாங்கியிருப்பான்" எனச் சௌந்தர ராகவன் சொல்லவும், "உன் தாத்தாவும் தான் சாப்பிடுறார். கேட்டுப் பார்" என மெதுவாகப் பெரிய மகள் காதில் ஓதினார் பூமி நாதன்.

"அநி, ஆது பேரைச் சொல்லி அப்பாவும் மகனும் ஐஸ்கிரீம், சாக்லேட் சாப்பிடுறீங்களா. அதுகளுக்குச் சளி தான் பிடிக்கும். உங்கள் இரண்டு பேருக்கும் சுகர் லெவல் என்ன ஆகிறது" என இருவரையும் ஒரு சேர கடிந்தாள்.

ஆசிரியை மாட்டிய மாணவன் போல் இருவரும் திருட்டு முழியோடு இருக்க, இன்ஸ்டென்ட் சுகர் செக்கரை வைத்து இருவரையும் பரிசோதித்தாள். போன முறையை விட அதிகம் காட்டியது.

"இங்க பாருங்க. இதுக்கு என்ன செய்யலாம்" என அவர்களையே கேள்வியாகக் கேட்டாள்."பாகற்காயை அரைச்சு ஊத்து" என வந்தார் சொர்ணம்.

"ஆத்தா சொல்றது தான் நாளைக்குப் பாகற்காய் ஜூஸ் தான்" என்றாள் திவ்யா.

"திவ்யாம்மா, நாளைக்கு வேணாம்டா புது வருடம் பிறக்குது. இரண்டு நாள் கழிச்சுக் குடிக்கலாம்" என்றார் தாத்தா.

"ஆமாம்டா, இந்த வருஷம் நீ இருக்க, பேரன் பேத்தி இருக்கு சந்தோ-ஷமா நியூஇயர் கொண்டாடுவோம்" என்றார் பூமி நாதன்.

"ஆத்தா, சித்தப்பா நீங்க இரண்டு பேரும் சாட்சி, நாளான்னைக்குக் காலையில் பாகற்காய் ஜூஸ் இவங்க இரண்டு பேரும் குடிக்கனும்" என்றாள்.

"நீ சொன்னால் சரி தான், நான் ஞாபகப்படுத்துறேன்" என நாகநாதனும் வாக்குறுதி தந்தார். ஜெயந்தி சிரித்துக் கொண்டே உள்ளே சென்றார்.

"அக்கா நம்ம வீடுதானான்னு சந்தேகமா இருக்கு. இரண்டு குட்டிங்க, ஒரு மகள் நம்ம வீட்டையே மாத்திட்டாங்க" என்றார் வனிதா."மருமகனை விட்டுட்ட. ஆளுக்கு ஒரு பக்கம் ஒட்டாமல் இருந்த, சித்தப்பா, மகள் உறவை அவர் தானே இழுத்துப் பிடித்துக் கொண்டு வந்தார்" என்றார் ஜெயந்தி.

"ஆமாம் அக்கா, ஆனால் இரண்டு நாளா ஆதி தம்பியைக் காணோமே. " என்றார் வனிதா.

"ஃபேக்டரியில் வேலை அதிகம் இருக்குமா இருக்கும். இப்ப தான் திவ்யா பிள்ளைகளைத் தூங்க வச்சிட்டு தலையணையை அண்டக் குடுத்தி-டுது. அதுகளும் சமத்து தான். அவங்க அம்மா முகம் வாட பொறுக்கு துங்க இல்லை" என்றார்.

இரவு சாப்பிட அமர்ந்த போது ஆதித்யன் வந்து சேர்ந்தான். "நித்-துப்பா"என ஓடி வந்து கட்டிக் கொண்டன. இரண்டு பேரையும் இரண்டு கைகளில் தூக்கிக் கொண்ட ஆதித்யன். "அப்பாவைக் காணோம்னு தேடு-னீங்களா. அப்பாவை எவ்வளவு மிஸ் பண்ணீங்க" எனக் கேட்டு மாற்றி, மாற்றி இரட்டையருக்கு முத்தம் தந்தான். "இவ்வளவு மிஸ் பண்ணோம்" எனக் கையை விரித்தனர்.

திவ்யாவும் அவனை நோக்கி வந்தாள். பிள்ளைகள் இறங்கிச் சாப்பிட ஓடின. "வர்ஷி, ஒரு நிமிஷம் வாடி" எனத் தங்களது அறைக்கு அழைத்துச் சென்றான்.

திவ்யா திரும்பிக் கோபித்து நின்றாள்."நீங்க ஒண்ணும் பேச வேண்டாம். எங்க இருக்கீங்கன்னு கேட்டால், சரியான பதில் இல்லை. போங்க" என்றாள். கதவை அடைத்து வந்தவன், பின்னின்று அவளைக் கட்டிக் கொண்டு, கழுத்தில் , இதழொற்றியவன்,

"எங்கடி போறது. எங்கப் போனாலும் என் பொண்டாட்டி கிட்டத் தானே வரனும்" என இழைந்தான். இத்தனை நாளில் ஆதித்யன் அவளை இவ்-வாறு நெருங்கவே மாட்டான். தன் உணர்வுகளையும் காட்ட மாட்டான். ஏதோ வித்யாசம் தோன்ற, "என்ன காதல் மழை பொழிகிறார் நித்துப்பா,

திவிம்மாவால் ஒண்ணும் முடியாது மறந்துப் போச்சா" என்றாள்.

"அதெல்லாம் திவிம்மா, ஆல்ஃபிட் ஆகிடுவாங்க" என அவள் காதில் ரகசியம் சொல்லவும். அவள் அவன் புறம் வேகமாகத் திரும்பினாள்.

"ஏய் மெதுவா திரும்புடி. " என்றவன் அவள் கண்களை நேராகப் பார்த்து, கண் கலங்க, காதலாகிக் கசிந்துருகி, "உன் மருத்துவச் சேவைக்கான பலன் கிடைச்சிருச்சுடி. உன் ரிப்போர்ட்டை டாக்டர் சார், கேஸ் ஹிஸ்டரியோட டாக்டர் குழுவில் ஷேர் பண்ணி இருந்தாங்க. அதில் ஒரு ஃபாரின் சர்ஜரி ஸ்பலிஸ்ட், ஒரு சின்ன லேபராஸ்கோப்பி மூலமாகவே இதைச் சரி பண்ணலாம்னு ரிப்ளை பண்ணியிருந்தாராம்.

ஆனால் அதற்கான வசதி இங்கே இல்லைனாங்க. அவர் சென்னை வந்திருந்தார். அவரைப் பார்க்கத் தான் நானும் டாக்டர் சாரும் போயிருந்தோம். அடுத்த மாசக் கடைசியில் சிங்கப்பூர் வரேன்னு சொல்லியிருக்கார். நான் டிக்கெட் போட்டுட்டேன். அதுக்குள்ள கல்யாணத்தை முடிச்சிட்டு , ஹனிமூன்னு சொல்லிப் போயிடுவோம். அதிகப் பட்சம் ஒரு வாரம் வந்திடலாம்" என்றான். அவளிடம் ஒரு ரிபோர்ட்டையும் நீட்டினான். அதில் செய்ய இருக்கும் ட்ரீட்மெண்ட்கான விவரம் இருந்தது. அதைப் படித்தவள், அவன் மார்பில் சாய்ந்தாள்.

"ரொம்ப நல்ல நியூஸ், இது தான் எனக்கு நீயுர் கிப்ட், தாங்க்ஸ், தாங்க்ஸ் நித்யன்" என அவனை இறுக்கிக் கொண்டாள்.

"வர்ஷி, மெல்லடி உனக்கு வலிக்கப் போகுது" என அவள் முதுகை வருடினான். "அது நல்லா ஆறிடுச்சு நீங்க சும்மா பயப்படாதீங்க" என்றாள்.

"நீ சொன்னால் சரிதான். ஆனாலும் என் வர்ஷியைக் கஷ்டப்படுத்த கூடாதுன்னு மனசு துடிச்சுக்கிட்டே இருக்கு" என அவள் முகத்தை நிமிர்த்தி நெற்றியில் முத்தமிட்டான்.

"யோவ், இனிமே அங்கே இல்லை, இங்கே" என அவன் இதழோடு, இவள் இதழை லேசாக உரசிக் காட்டினாள். மின்னல் பாய்ந்தது. இருவருள்ளும் அது தீண்டிச் சென்ற அதிர்வுகள் இனித்தது. ஆதித்யன் பிடி இறுக, அவள் குழைந்தாள். அதே நேரம் பிள்ளைகள் கதவைத் தட்டினர்.

ஆதித்யன் அவளை ரசனையோடு பார்த்து , அவள் இதழை ஓர் விரலால் தீண்டி விட்டு, "அப்புறம் வாங்கிக்கிறேன் நீயுயர் கிப்ட்" என மெல்ல மொழிந்து கண் சிமிட்டி விட்டு, " இதோ வந்துட்டேன்" எனக் கத்திச் சொல்லிக் கொண்டே கதவைத் திறந்தான். "அம்மத்தா சாப்பிடக் கூப்பிட்டாங்க" என ஆதிரை அழைத்தது.

"வர்ஷி அதைப் பத்திரமா வச்சிட்டு வா" என அழைத்தான். ரிப்போர்ட்டைப் பார்த்திருந்தவள் அதைப் பத்திரப்படுத்தி விட்டுச் சென்றாள்.

சாப்பிட்டு அமர்ந்திருந்த போது, வீரா வந்தான். அத்தான் காதை ரகசியமாகக் கடித்தான். "அத்தான் நைட் நியுயர் பார்ட்டி இருக்கு வர்றீங்களா" என்றான். ஆதித்யன் திருட்டு முழியே திவ்யாவிடம் விசயத்தைக் காட்டிக்

கொடுத்தது.

"டேய், அவர் வர மாட்டார். நீயும் போகக் கூடாது பிச்சிடுவேன்" என மிரட்டினாள் திவ்யா. "அக்கா, ஒரு நாள் தானே ப்ளீஸ்" என்றான். அவள் முறைத்து விட்டு, பிள்ளைகளை அழைத்துக் கொண்டு அறைக்குச் சென்று விட்டாள்.

"இல்லை மாப்பிள்ளை, உங்கள் அக்கா நோ சொல்லிட்டா, அவளை மீறிப் போக முடியாது. நீ வேணும்னா போய்ட்டு வா, நான் அவளைச் சமாளிச்சுக்கிறேன்" என ஆதித்யன் வீராவிடம் சொல்லவும்.

"உங்களுக்கு உள்ளது தான் எனக்கும், என்ன உங்களுக்கு அடி விழும், என் கிட்டப் பேச மாட்டாங்க. நீயுயர் அதுவுமா எனக்குத் தேவையா. விடுங்க" என வீராவும் வெளியே கிளம்புவதைத் தவிர்த்தான்.

மங்கை பால் கொண்டு வந்து கொடுத்தாள். பிள்ளைகள் குடித்து விட்டு, அவர்களுடைய இரவு படுக்கும் முன் கடைப்பிடிக்கும் நெறிமுறைகளைக் கடைப் பிடித்துப் படுக்கத் தயாரானார்கள். மங்கை உட்கார்ந்து பேசிக் கொண்டிருந்தாள்.

"ஜெய்,ஃப்ரீ வந்தாச்சா" எனக் கேட்டாள் திவ்யா."நைட் சுத்தி அலைஞ்சிட்டு வருவாங்க" என்றாள்.

"போன் போடு, நான் பேசனும்" என்றாள். "எங்கடா இருக்கீங்க, அக்கா கூப்பிடுறாங்க" என மங்கை அழைக்கவும், அவர்களிடம் சரி, சரி எனப் பேசி விட்டு, "அக்கா வர்றேன்னு சொன்னானுங்க" என்றாள்

மணி பதினொன்றான போது,கலாம்மாவை அநி, ஆதுவுக்குத் துணைக்குப் படுக்க வைத்து விட்டு, ஆதித்யன் திவ்யாவை மாடிக்கு அழைத்துச் சென்றான். ஓர் அறையில் நியுயருக்கான அலங்காரங்கள் செய்யப் பட்டு இருந்தன. வீரா, ஜெய், ஃப்ரீ , மங்கை இல்லாமல் அங்கை சோமு அவன் தம்பி, தங்கை எனச் சௌந்தர ராகவனின் வாரிசுகள் அத்தனையும் இருந்தது.

திவ்யா ஆச்சரியமாகப் பார்க்கவும், "இது திவ்யாக்கா ஸ்பெஷல் நியூயர் செலபரேஷன்" என மகிழ்ந்தனர். அதே நேரம் இனியனும் வந்து சேர்ந்தான்.

ஹாட் ட்ரிங்க்ஸ் தவிர்க்கப்பட்ட, கூல்ட்ரிங்க்ஸ் பார்ட்டியாகக் கேக் வெட்டி கொண்டாடி மகிழ்ந்தனர் ஜமீன் வாரிசுகள். "ஹாப்பி நியுயர்" என வாழ்த்தி மகிழ்ந்தனர். சரியாகப் பன்னிரண்டு மணிக்கு ராஜி இனியனுக்குக் கால் செய்து பேசினாள். அதோடு ஒரு ரவுண்டு அனைவரிடமும் பேசி ஓய்ந்தவள், "திவ்யாக்கா, அடுத்த வருஷம் நம்ம வீட்டில் இப்படிக் கொண்டாடுவோம். நாம இரண்டு பேரும் அங்க இருப்போமே" என்றாள்.

"ஆமாம் ராஜி, வீட்டில் தானே இருக்க. அப்பா, அம்மா பண்ணையை நாங்கள் ரொம்ப மிஸ் பண்றோம்" என்றாள் திவ்யா.

"நீங்க இல்லாமல், ஒரு ஊரே உங்களை மிஸ் பண்ணுது. அப்பா, அம்மா கேட்கவே வேண்டாம்" எனப் பேசி ராஜி போனை வைத்தாள்.

ஆன்லைனில் இருந்ததைப் பார்த்து தேவகி , திவ்யாவுக்குப் போன் செய்தார். "ஹேப்பி நியுயர் மை டியர்" எனத் தேவகி, திவியை வாழ்த்தி, ஆதித்யன் சொன்னதை விவரித்து. உண்மையில் திவ்யாவுக்கு மிகவும் சந்தோஷமான வருடம் தான் என டாக்டர் தம்பதி இருவருமாக வாழ்த்தி வைத்தனர்.

நேரம் ஒரு மணியை எட்டவும், திவ்யா, அங்கை, மங்கை கீழே இறங்கினர் , இனியன் வீட்டுக்குக் கிளம்ப, மற்றவர் தங்கள் சஸ்பென்ஸ் பார்ட்டியை ஆரம்பித்தனர். திவ்யா கண்டு கொள்ளாமல் இறங்கி விட ஆதித்யன் பின்னோடு வந்துவிட்டான். கலாம்மாவை அனுப்பி விட்டு, தான் பிள்ளைகள் அருகில் படுத்துத் தூங்கும் பிள்ளைகளைப் பார்த்திருந்தாள். ஆதித்யன் அவளுக்கும் அடுத்து பெட்டின் விழும்பில் படுத்து அவள் இடையில் கை போட, "நீங்க பார்ட்டி அட்டண்ட் பண்ணலையா" என்றாள்.

"எதுக்கு, ஒரு தடவைப் பட்டது பத்தாதா. எனக்கு என் ஸ்வீட் இராட்சசி தான் வேணும்"என அவளை உரசிக் கொண்டிருந்தான். "இன்னும் தாலி கட்டலை ஞாபகம் இருக்கட்டும்" என்றாள்.

"தேஞ்ச ரெக்கார்ட் மாதிரி அதையே சொல்லாத. நீ என் பொண்டாட்டி தான். இதை எல்லாரும் ஏத்துக்கிட்டாங்க. தாலி கட்டும் சம்பிரதாயம் தான் பாக்கி" என்றவன் எழுந்து கொண்டான்.

"உன் கட்டில்லப் போய்ப் படு. நான் என் பிள்ளைகளோடு படுத்துத் தூங்கனும்" என எழுப்பி விட்டான். "இது அன்ஃபேர், ஸ்டிச் ஆறிடுச்சு. இங்கயே படுத்துக்கிறேன்" என ஓர் அம்மா அங்கே சிறுமியானாள்.

"பிடிவாதம் பிடிக்காதடி. நான் ரிஸ்க்கே எடுக்க விரும்பலை. நம்ம வீட்டுக்குப் போன பிறகு பார்க்கலாம்" எனக் கண்டிசனாகச் சொல்லி விட்டான். அவள் மனதில் குமைந்து கொண்டே தனது கட்டிலுக்குச் சென்றாள். அவள் படுக்கவும் போர்வையை எடுத்துப் போர்த்தி விட்டான். "நானே போர்த்திக்குவேன். நீங்க ஒண்ணும் செய்ய வேண்டாம்" என்றவளின் கடுப்பைப் பார்த்துச் சிரித்தவன், "ஆதுமா கூட இப்படிப் பிடிவாதம் பிடிக்க மாட்டாள். " என்றான்.

"ஆதிரையுடைய அம்மா இப்படித் தான் பிடிவாதம் பிடிப்பாள்" என்றாள்.

"இது என்னடி நியூயர் ரிலல்யூசனா. எப்பவும் பிடிக்கிற பிடிவாதம் இல்லாமல் இது வேற ஸ்டைல் " என்றான்.

அவள் பேசாமல் போர்வையால் மூடிக் கொள்ளவும் , அருகில் அமர்ந்தவன் முகத்தை மூடியிருந்த போர்வையை விலக்கினான். அவள் முறைத்தே படுத்திருக்கவும்.

"வர்ஷி, பஞ்சு மிட்டாய் சாப்பிடுவோமாடி" எனக் கண்களில் ரசனையோடு கேட்கவும். "ஒண்ணும் வேண்டாம் போயா" என்றாள்.

"ஐஸ்கிரீம்"- "நோ"

"சாக்லேட்" - "நோ"

"ஸ்வீட் பீடா"-"நோ"

"ஆனால் எனக்கு வேணுமே" என அவன் ஒற்றை விரலால் அவள் மொத்த முக வடிவையும் அளந்து , அவளின் மென் உணர்வுகளைக் கண் வழியாக மனதில் நிறைத்துக் கொண்டவன். இதழ் வழியாக மறுபடி அளந்து அவளை அவதிக்கு உள்ளாக்கினான்.

"வர்ஷி ஐ லவ்யூ டி" என்ற மந்திரத்தை ஜபிக்க அவளும் இந்த முறைப் பதில் மந்திரத்தை ஜபித்து விட்டாள். அதில் உள்ளம் நிறைந்தவன். "இந்தப் புதுவருடத்தில், நாம் இழந்ததைப் பெற்று நிறைந்து வாழ்வோம் கண்மணி" என மனம் நிறைந்து வார்த்தைகளை உதிர்த்து, அவள் உள்ளம் குளிர அணைப்பையும் தந்தான். அவள் மயங்கி விழி மூட. தலையைக் கோதி அவளைத் தூங்க வைத்து, "இனி நம் வாழ்க்கையில் இனிய தருணங்கள் மட்டுமே இடம் பெறட்டும்" என வாய் விட்டு வாழ்த்தி நின்றான்.

அன்றைய பகல் பொழுதில் திவ்யவர்ஷினியையும், மகன், மகளையும் அழைத்துக் கொண்டு, ஈகைச் செல்வியின் வீட்டுக்கு வந்தான் ஆதித்யன். வாசலுக்கே வந்து வரவேற்றனர் ஈகையும் விஷ்வாவும். திவ்யா இப்போது உடலளவிலும், மன அளவிலும், பழக்க வழக்கத்திலும், உறவு முறைச் சொல்வதிலும் தேறியிருந்தாள்.

சந்திரசேகர், மரகதத்திற்கு வணக்கம் சொன்னாள். இவளை அடிக்கடி வந்து பார்த்திருந்த அண்ணன்கள், மகேஷ்வரன், பிரகதீஸ்வரன், கலக்கலான அண்ணிகள் வளர், மலர் பிள்ளைகள் என அனைவரும் முகமன் கூறி வரவேற்றனர்.

ஈகை ஒருநாள் தன் ஓரகத்திகளை மட்டும் திவ்யாவைப் பார்க்க அழைத்து வந்திருந்தாள், அதனால் நல்ல பரிச்சயமும் , புவனா ஏற்கனவே சொல்லி இருந்ததால் அவர்களுடன் ஆவலாகப் பழகி இருந்தாள். ஒரு நாத்தனாரைப் பார்க்க இப்படி ஓடோடி வருகிற அண்ணிகள் நாம் தான் என அவர்களே கலாய்த்துக் கொள்ள,

அண்ணி கார்ல வந்தோம்னு சொல்லுங்க, ஓடி வந்தோம்னா, உங்கள் ஃபிகருக்கு ஒத்துக்க முடியலை எனத் திவ்யாவும் சரிக்குச் சரி பேசி பழகி இருந்தாள். அதனால் மரகதம் மேல் கொஞ்சம் பயமிருந்தாலும், மற்றவர்களுடன் உறவாட ஆவலாகவே வந்தாள். புத்தாண்டு வாழ்த்துக்களைப் பரிமாறிக் கொண்டனர். ஆதித்யன் அங்கிருந்த மருமகன், மருமகள்களுக்குச் சாக்லேட், கேக் விளையாட்டுப் பொம்மைகள், என அள்ளிக் கொண்டு தான் வந்திருந்தான்

"வணக்கம் பெரிய ஆத்தா" என அமிர்தத்தம்மாளிடம் வந்து கை கூப்பி நின்றாள். அவளைக் கண்ட அந்த ஆயிரம் பிறைக் கண்ட மூத்த பெண்ணரசி, தன் தங்கை வம்சமான பேத்தியைக் கண்டு மனம் பூரித்தார். ஆதித்யனும் பிள்ளைகளும் வணங்கி எழ, திவ்யாவை ஆதித்யன் குனிய விட்டான் இல்லை.

"நல்லா மகராசனா, மகராசியா தீர்க்காயுசா இருங்கள்" என வாழ்த்திய மூதாட்டி, பேத்தியைப் பக்கத்தில் அமர்த்திக் கொண்டார். போட்டோவில் பார்த்த ஆத்தாவின் சாயல் இவரிடமும் இருந்தது.

"உன்னைய பார்க்கனும்னு தான் துடியா துடிச்சிக்கிட்டு இருந்தேன். காய-மெல்லாம் ஆறிடுச்சா" எனப் பாசமழைப் பொழிந்து கொண்டிருந்தார். இத்-தனை பேரையும் பார்க்கவும், 'இத்தனை சொந்தத்தையும் விட்டு, அப்பா ஏன் வனவாசம் இருந்தார் எனும் எண்ணம் தோன்றியது'

சந்திர சேகர் பேசிக் கொண்டிருக்கும் போது, "காலம் தான் சிறந்த மருந்து. காலப் போக்கில் உறவு, பகை எல்லாமே மாறிடும். சில இழப்புகள் அதை, மண்டையில் அடித்துச் சொல்லித் தரும் போது நமக்கு வேதனையா இருக்கு" என விஜயனைப் பற்றிப் பேசினார்.

திவ்யா எந்த உறவுகளைக் காணப் பயந்தாலோ அவர்கள் அவள் மேல் பாசத்தைப் பொழிந்தனர். மறைமுகமாகச் சிலர் தூற்றவும் செய்தார்கள் தான். ஜெயந்தியும், வனிதாவும் மாமியார் சொர்ணத்திடம் ஒரு நாள் மற்றவர் திவ்-யாவைப் பேசுவதைக் கோபமாகச் சொல்லிக் கொண்டிருந்தனர்.

"அட விடுங்கடி, வீட்டுக்கு வீடு வாசப்படி. இதையெல்லாம் காதுலையே போட்டுக்கக் கூடாது. என்னைப் பேசாதப் பேச்சையா திவ்யாவைப் பேசிடப் போறாளுங்க. நான் உங்கள் மாமாவை மயக்கி கட்டிக்கிட்டேன்னு தான் பேசுவாங்க. ஆனால், அவர் முதல் சம்சாரம் இறந்து உடைஞ்சு கிடந்தார். அவுக மேல் அவ்வளவு பிரியம். இது எல்லாம் தெரிஞ்சு தான் அவர் மேல் இருந்த , இப்ப சொல்லுதுகளே லவ், அதனால் கட்டிக்கிட்டேன்.

ஆதியும், திவ்யாவும் ஒருத்தர் மேல் ஒருத்தர் வைத்திருக்கப் பிரியம் மற்-றவர்களுக்குப் புரியாது,பிள்ளைகள் தான் கண்ணில் படும், அதையெல்லாம் கண்டுக்காதீங்க. உங்கள் மகள் கேட்டால் அது மனசும் கஷ்டப்படும். நத்-தைக் கூட்டுக்குள்ள சுருங்கின மாதிரி சுருங்கிடும்" எனச் சொல்லிக் கொண்-டிருந்தார். இதைக் கேட்ட திவ்யா சொர்ணத்தின் பார்வையில் உலகைக் காணவும் மனதளவில் தயாராகிக் கொண்டாள்.

அடுத்தச் சில நாட்களும் சிறகு விரித்துப் பறந்தது. அறுவடைத் திரு-நாளைக் கொண்டாடத் தஞ்சை தயாராகிக் கொண்டிருந்தது. நெல் வாழைக் கரும்பெனச் செழித்து வளர்ந்தோங்கும், சோழர் போற்றி வளர்த்த, பொன்னி புனலாகப் பாயும் நெற்களஞ்சிய பூமியில் இந்த வருடம் முப்போகம் உழவு கண்டு செழுமையான பொங்கல் காணத் தயாரானது. தஞ்சை வாழ் இந்தக் குடும்பங்களும், தங்களுக்குள் உள்ள துவேஷம் மறந்து நட்புறவை வளர்த்தி-ருந்தனர்.

காலையில் ஜமீன் இல்லத்தில் மருமகள்கள் பொங்கல் வைத்தனர். விடி-யும் முன் சூரியப் பொங்கல் வைத்தனர். சொர்ணத்தம்மால் தலைமையில் சித்திகளான ஜெயந்தி, வனிதா இரண்டு பாணைகளில் வெளியே அடுப்பு மூட்டிப் பொங்கலிட்டனர்.

அதைப் பார்த்திருந்த திவ்யாவுக்கும் தனது வீடு, உரிமையாகப் பொங்கல் கொண்டாடும் ஆவல் வந்தது. ஆதித்யன் இன்று ராஜன் இல்லத்தில் தங்கி விட்டான். திவ்யா அவனை அழைத்தாள். "வர்ஷி, அம்மா பொங்கல் வைக்கவும் வர்றேன்டி" என்றான்.

"பொங்கல் வைக்க என்னைக் கூட்டிட்டுப் போக மாட்டீங்களா. பிள்ளைகளும், நானும் அங்க வரக் கூடாதா. பொண்டாட்டி, பொண்டாட்டி ன்னு வார்த்தைக்கு வார்த்தை சொல்றீங்க. தாலி கட்டினால் தான் கூட்டிட்டுப் போவீங்களா" என அவள் வரிசையாகக் கேள்வியை அடுக்கவும். வாயடைத்துப் போனான் ஆதித்யன்.

"ரெடியா இரு பத்து நிமிஷத்தில் வர்றேன்" என்றவன், லலிதாவிடம் சென்றான். "அம்மா வர்ஷியையும், பிள்ளைகளையும் கூட்டிட்டு வரவா. அவளே வர்றேன்னு கேட்கிறா" எனத் தயங்கிக் கேட்டான்.

லலிதா, தன் இளைய பேரன் பேத்தி மருமகள் இங்கு இல்லையே என வருத்தத்திலிருந்தவர், ஆதித்யன் இப்படிக் கேட்கவும். "நானே உன்கிட்ட சொல்லனும் னு இருந்தேன். கேட்கனுமா என்ன கூட்டிட்டு வா" என அகம் மகிழ்ந்து போனார்.ஆதித்யன் பதினைந்தாம் நிமிடம் ஜமீன் இல்லத்திலிருந்தான்

. தாத்தாவிடம் சொல்லிவிட்டு திவ்யாவையும் பிள்ளைகளையும் அழைத்தான். வெகு நாட்கள் கழித்துத் திவ்யா மெல்லிய கரை வைத்த பட்டுப்புடவை அணிந்திருந்தாள். ஜெயந்தியிடம் தளரப் பின்னலிட்டுக் கொண்டு, தலை நிறைக்க மல்லிகைப் பூ வைத்திருந்தாள். ஆதிரையும் பட்டுப் பாவாடைச் சட்டையில் குடுமிப் போட்டு மல்லிகை சூடி இருந்தது.

அநி,"நித்துப்பா போகலாமா" என ஆதித்யனை பிடித்து உலுக்கி அழைக்கவும் தான், இவ்வளவு நேரம் இமைக்க மறந்து திவ்யாவைப் பார்த்திருந்ததை உணர்ந்தான். மச்சினன்கள் கேலி பேசவும், "நீங்களும் ஒரு நாள் இப்படி நிப்பிங்கடா" என ஆதித்யன் அவர்களை வாழ்த்தித் தன் குடும்பத்தை அழைத்துச் சென்றான்.

அநி, ஆதுவை பின்னிருக்கையில் அமர வைத்தவன், முன் பக்கக் கார் கதவைத் திறந்து, நாடக பாணியில் அவளை உள்ளே ஏறச் சொன்னான். அவளும் மிடுக்காகவே ஏறி அமர்ந்தாள்.

மனதில் நிறைந்தவளை, கண்ணிலும் நிறைத்துக் கொண்டு காரை எடுத்தான். "இப்ப எங்கப்பாப் போகிறோம்" என அநிக் கேட்டான். "நம்ம வீட்டுக்குடாத் தங்கம். அங்க தான் ஆனந்த் அண்ணா, பெரிய தாத்தா, ராஜ தாத்தா, அன்புப்பா, இனியப்பா, ஆத்தா, புவிம்மா எல்லாரும் இருக்காங்க" என்றான்.

"ஐயா ஜாலி. அம்மா அப்ப இது யார் வீடு" என ஆதிரை சந்தேகம் கேட்டது. "பாட்டையா தாத்தா வீடு" எனத் திவ்யா விளக்கம் அளித்துக் கொண்டு இருந்தாள். ஆதித்யன் அவளைப் பார்த்ததிலிருந்து நேராக ஒரு

வார்த்தைப் பேச வில்லை. ஆனால் திரும்பித் திரும்பிப் பார்த்துக் கொண்டு கார் ஓட்டவும், "ஒழுங்கா ரோட்டைப் பார்த்து காரை ஓட்டுங்க. அப்புறம் சைட் அடிக்கலாம்" என அவனுக்கும் மட்டும் கேட்கும் படி சொன்னாள்.

" தீபாவளிக்கு அப்புறம் இன்னைக்குத் தானே சேலைக் கட்டுகிற அது தான். " என்றவனின் புன்னகையில் மயங்குவது அவள் முறையானது.

"வர்ஷி, மச்சானை இப்படிச் சைட் அடிச்சா அவன் எப்படி ரோட்டைப் பார்த்து ஓட்டுவான்" எனக் கேட்கவும், அவன் கையில் கிள்ளினாள்."வர்ஷி கிள்ளாதடி வலிக்குது" எனக் கத்தினான், " திவிம்மா , நித்துப்பா என்ன செஞ்சாங்க" என ஆதிரைக் கேட்டது.

"ஆதும்மா, இதுல்லாம் நியாயமே இல்லைடா, உங்கம்மா என்னைக் கிள்றா, நான் என்ன பண்ணேன்னு கேட்கிறியே" என்றான். "திவிம்மா, தப்புப் பண்ணினாத்தான் பனிஷ்மென்ட் தருவாங்க. நீங்க என்ன தப்பு பண்ணீங்க" என்றான் அநி.

"நல்லா வளர்த்து வச்சிருக்கடி, நல்ல அம்மா கோண்டா வளர்ந்து இருக்குதுங்க. உங்க அம்மாவையே ஏன் கிள்ளுனான்னு கேளுங்கடா" என எடுத்துக் கொடுத்தான்.

" திவிம்மா நித்துப்பா என்ன தப்பு செய்தாங்க" எனக் கேட்டது ஆதிரை. திவ்யா திணறுவாள் என எதிர் பார்த்ததுக்கு மாறாக, " அப்பா ரோட்டைப் பார்த்துக் கார் ஓட்டாமல் உங்களைத் திரும்பி பார்த்துக்கிட்டே இருந்தாங்க, ரோட்டில் யாரு மேலையாவது கார் இடிச்சா பாவம் தானே" என்றாள்.

"நித்துப்பா, திவிம்மா கரெக்தா சொன்னாங்க, நீங்க திரும்பிப் பார்க்காமல் காரை ஓத்துங்க" என அநி தீர்ப்பு வேறு சொன்னான். அதற்குள் ராஜன் இல்லத்தின் ஓடு பாதையில் கார் நுழைந்திருந்தது. கார் நின்றது

புவனாவும், லலிதாவும் ஆரத்தித்தட்டோடு காத்திருந்தனர். இனியன் பிள்ளைகளுக்கும் அண்ணிக்கும் கார் கதவைத் திறந்து விட்டான். "வெல்கம் ஹோம் அண்ணி" என்றான். "இனியா வர்ஷி கையைபிடிச்சுக்கோ, இல்லைனா உன்னி எந்திரிப்பா, வலிக்கும்" என்றான்.

"அண்ணி வாங்க" என அவள் கையைப் பிடித்தான், "உங்க அண்ணனுக்கு என்ன வேலை" என்றவள் இனியனின் கையில் பேலன்ஸ் செய்தே, இறங்கினாள். ஆதித்யன் காரைப் பார்க் செய்து வந்து சேர்ந்து நின்றான்.

"திவ்யா வாடாம்மா" என ராஜேந்திரனும் வந்தார். லலிதாவும் புவனாவோடு மூன்றாவது கையாக ஆனந்த்தை பிடிக்கச் சொல்லி ஆரத்தி எடுத்தனர்.

"வாடாக் கண்ணுங்களா. வாம்மா திவ்யா நீ வந்தது எனக்குப் பரம சந்தோஷம். மனசு நிறைஞ்சு இருக்கு" என அழைத்துச் சென்றார். தாத்தாவுக்குத் திவ்யா வணக்கம் சொல்லக் இரட்டையும் சொன்னது. ஹாலுக்குள் இவள் நுழைய, வாக்கிங் ஸ்டேண்டின் உதவியோடு அன்பு நடந்துவந்தான். திவ்யாவுக்குக் கண்கள் கலங்கி விட்டது.

" வாம்மா, நீ வரும் போது நடக்கனும்னே பயிற்சி எடுத்துக்கிட்டேன்" என்றான் அன்பு. சூப்பர் ஃபிரண்ட் உங்களை இப்படிப் பார்க்கிறது ரொம்பச் சந்தோஷம்" என அவன் நிற்பதை உற்று நோக்கினாள்.

"ஏய் , அன்புவை கண் வைக்காதடி" என்றான் ஆதி. "இது டாக்டர் கண், அவருக்கு நல்லது தான் செய்யும்" என அவன் வந்து அமர்ந்த ஷோபாவுக்குப் பக்கவாட்டில் அமர்ந்தாள்.

"பொங்கல் வச்சிட்டிங்களா அத்தை, அங்க சித்தி இரண்டு பேரும் வைக்கிறதைப் பார்க்கவும், நாமலும் நம்ம வீட்டில் இது மாதிரி வைக்கனும்னு ஆசை வந்திடுச்சு" என்றாள்.

"நீ வந்ததே எனக்குச் சந்தோஷம் தான், அடுத்தத் தடவை மூன்று பொங்கல் வச்சிடுவோம். இப்ப அரிசி அள்ளிப் போடும் போது வந்து ஒரு பிடிப் போடு போதும்" என்ற லலிதா உற்சாகமாக அதற்கான ஏற்பாட்டைச் செய்யப் போனார்.

ஆதித்யனுக்குத் தனது வர்ஷியை பார்க்க, பார்க்க மனம் கொள்ளவில்லை. எவ்வளவு மாறிவிட்டாள். நவராத்திரி சமயம் வர மறுத்தவள், இப்போது தானே வந்திருக்கிறாளே எனப் பூரித்து இருந்தான்.

குடும்பமாகச் சேர்ந்து பொங்கல் வைத்தனர், பால் பொங்கும் போது சூடம் காட்டி நீர் விளாவிப் பொங்கலோ பொங்கல் எனக் கோஷத்தோடு அரிசி அள்ளிப் போட்டனர் புவனாவும், திவ்யாவும். பொங்கல் வைத்து, சாமி கும்பிட்டு ஒன்றாக டைனிங்கில் அமர்ந்தனர். பிள்ளைகள் மூவரும் ஒன்றாக ஆடித் திரிந்தன. அவர்களைப் பற்றிய கவலையில்லாமல் ஃபீரியா இருந்தாள் திவ்யா. அந்த உணர்வே அவளுக்குப் புதுமையாக இருந்தது. பிள்ளைகளும் நீண்ட நாள் பழகிய இடம் போல் பொருந்திப் போனார்கள்.

திவ்யாவைத் தனது அறைக்கு அழைத்துச் சென்றான் ஆதித்யன். "வர்ஷி, இந்த மேல்மாடத்தில் நின்று தினம் உன்கிட்டப் பேசுவேன், புலம்புவேன். " என நினைவுகளைப் பகிர்ந்தான். அவன் தோளில் சாய்ந்து நின்றாள். ஒரு கையால் அணைத்தவன் அவளில்லாத நான்கு வருடத்தைப் பகிர்ந்தான்.

"ரொம்பக் கஷ்டப் படுத்திட்டேனா" என்றாள். "என்னுடைய கஷ்டம் என்னடி பெரிசா, நீ எவ்வளவு கஷ்டப் பட்டிருக்கே. அதில் உன் கூட இல்லையேன்னு வருத்தம்." எனத் தங்கள் வாழ்க்கையைப் பற்றிப் பேசிக் கொண்டிருந்தனர்.

"கொஞ்ச நேரம் படுக்கிறியா" எனத் தனது படுக்கையை அவளுக்குத் தட்டி விரித்துத் தந்தான். "ம்" என மையலாகப் பார்க்கவும், "என்னடி பார்வையே சரியில்லை " என்றான்.

அவள் பெட்டில் ஏறித் தள்ளி ஒருக்களித்துப் படுத்தாள். ஐந்தில் சுழன்ற மின்விசிறி தன் வேலையைக் காட்ட, சேலை மறைக்காத இடை அவனைச் சோதித்தது. " இது ஆகாது" என மெலிதானப் போர்வையை அவளது

இடைத் தாண்டி போர்த்தி விட்டான். அவள் விரிந்த புன்னகையோடு, "நடுவில் பத்துநாள் இருக்கு என்ன பண்ணுவிங்கலாம்" என்றாள்.

" தைப்பூசத்துக்கு வருகிறதா வேண்டிக்கிட்டு முருகனுக்கு மாலைப் போட்டுக்குறேன்" என்றான். "மாலைப் போட்டுட்டே ஹனிமூன் வருவீங்களா" எனக் கேட்டாள்.

"முருகா, என்னைச் சோதிக்காதே. காப்பாற்று" என வேண்டினான். திவ்யா சோவி கொட்டியது போல் சிரித்தாள். தொடரட்டும் இவர்கள் மகிழ்ச்சி. திருமணத்தில் சந்திப்போம்

மனம்-37

பொங்கல் முடிந்த ஐந்தாம் நாள் ஆதித்யனுக்கும், திவ்யவர்ஷினிக்கும் திருமணம் செய்வதாக நிச்சயித்து இருந்தார்கள். சொர்ணத்தம்மாளும் சரி, லலிதாவும் சரி தங்கள் பிள்ளைகள் குறைவின்றி வாழ வேண்டும் என ஒவ்வொரு செயலும் சிந்தித்தே செய்தார்கள்.

திவ்யாவின் பெரிய பாட்டியான அமிர்தத்தம்மாளை வெகு வருடங்களுக்குப் பிறகு சென்று அழைத்தார் சௌந்தர ராகவன். தனது முதல் மனைவியின் அக்காவான அவருடைய குடும்பத்துக்கும், இவருடைய குடும்பத்துக்கும் விஜயனை இட்டுப் பிரச்சினை இருந்து கொண்டே தான் இருந்தது. அதில் பிரிந்த குடும்பம் நீண்ட காலத்திற்குப் பிறகு, சந்திரசேகர் , நான்கு மாதங்களுக்கு முன் தான் ஜமீன்தார் அழைத்ததின் பேரில் சித்தப்பாவைக் கண்டு வந்திருந்தார். இன்று திவ்யாவிற்காக சௌந்தர ராகவன் இறங்கி வந்தார்.

"நீங்க வந்து, லட்சுமி ஸ்தானத்தில் உங்க பேத்தியை வாழ்த்தி ஆசீர்வாதம் செய்யனும்" என அமிர்தத்தம்மாளைக் கேட்டுக் கொண்டார். அவரும் முதலில் முகம் கொடுக்காமலிருந்தவர், தங்கையின் பெயரைச் சொல்லி அழைக்கவும் உருகிப் போனார்.

"கட்டாயம், விஜயனைத் தான் கண் முன்னாடி வச்சுக்க முடியாமல் தொலைச்சாச்சு, அவன் மகள் நல்லா வாழறதையாவதுப் பார்க்கனும். அதுவும் எவ்வளவு வேதனையை அனுபவிச்சிடுச்சு" என வருத்தப் பட்டார்.

"அம்மா, சித்தப்பா நல்ல விசயத்துக்கு அழைக்க வந்திருக்காங்க, நீங்க கண் கலங்க வைக்காதீங்க" எனச் சந்திரசேகர் தனது தாயைக் கடிந்தார். அவர்கள் குடும்பத்தோடு, வந்து சிறப்பிக்கக் கேட்டுக் கொண்டார்.

மகன்கள், மகள் திருமணத்துக்கு ஓடி ஆடி வேலை செய்யாத ஜமீன்தார், இன்று பேத்திக்காக அத்தனையும் முன்னே நின்று செய்தார். சொர்ணம் வக்கணை பேசியதில், தாத்தா தனக்காக இத்தனையும் செய்கிறார் என உணர்ந்தாள் திவ்யா. இப்போது அவரைப் பார்த்துக் கொள்வது அவளது தலையாயக் கடமையாக, அவருடைய டயட்டில் கூடுதல் கவனம் செலுத்தினாள். அவரும் பேத்தி இட்ட சட்டங்களைத் தவறாமல் கடைப் பிடித்தார்.

திவ்யாவும், ஆதித்யனும் சம்பிரதாயமான தாலி கட்டும் சடங்கு மட்டும் எளிமையாக நடந்தால் போதும் , மற்ற சடங்குகளை இழுத்துக் கொள்ள

வேண்டாம் என்றனர். ஆனால் வீட்டுப் பெரியவர்கள் கேட்டபாடு இல்லை.

முகூர்த்தக் கால் ஊன்றி மாமன் சீர் கட்டாயம் செய்தாக வேண்டும் எனக் கனகரத்தினம் பிடிவாதம் பிடித்தார். எனவே மூன்று நாள் முன்பே ராஜன் இல்லத்தில் அந்தச் சடங்குகளைச் செய்தார்கள். கனகரத்தினம், ஆதித்யனுக்குத் தாய் மாமன் சீர் செய்ய ,அங்கு வந்து விட்டார். காலையில் அந்தச் சடங்கை எளிமையாக முடித்தனர். தமிழ்செல்வியின் பிறந்த வீடும் அருகிருக்கும் இவர்களது பங்காளிகள் என்பதால் அவர்களையும் அழைத்திருந்தனர்.

ஜமீன் இல்லத்திலும் அந்தச் சடங்குகளைச் செய்தனர். மாலையில் மாமன் சீர் செய்ய, ராஜேந்திரன், லலிதாவோடு வந்து விட்டார். மற்றவர் அதிசயமாகப் பார்க்கவும், "விஜயன் , கார்த்திகையைக் கை பிடிக்கக் கேட்டபோது, இதைச் செய்திருந்தா என் நண்பனும், தங்கையும் என் பக்கத்திலிருந்திருப்பாங்க . எப்படி வச்சாலும் நான் தான் உனக்கு மாமன்" என உணர்ச்சி வயப் பட்டார் ராஜேந்திரன்.

ராஜாத்தியும் தனது கணவர் மற்றும் குடும்பத்தோடு, திவ்யாவுக்கு அத்தை முறை சீர் செய்தார்.

தஞ்சையைச் சுற்றியுள்ள நவகிரகத் தளங்களில் எல்லாம், ஆதித்யன், திவ்யவர்ஷினி அவர்களது பிள்ளைகள் பெயரில் அர்ச்சனை செய்யத் தாத்தா சௌந்தர ராகவன் ஏற்பாடு செய்திருந்தார். ஒவ்வொரு கோவில்களிலிருந்தும் பிரசாதம் வந்த வண்ணம் இருந்தது. எந்தக் குறையும் வைக்கக் கூடாது எனக் கவனமாக இருந்தார்.

கொடைக்கானலிலிருந்து பொன்னுசாமி, அவரது மகன் டாக்டர் ரவி குடும்பம் வந்து சேர்ந்தனர். தேவகி, சேது மாதவனும் கட்டாயம் கலந்துகொள்வதாக வாக்களித்து இருந்தனர்.

தை மாதத்தின் சுபமான வளர்பிறை வெள்ளிக் கிழமை, ஜமீன் இல்லத்தில் ஷோபாக்கள் ஓரங்களில் போடப்பட்டு, நடுவில் மணமேடை அமைக்கப்பட்டிருந்தது .வீடு நிறைய நெருங்கிய உறவினர்கள் இருந்தனர்.

காலையில், ராஜன் இல்லத்திற்குச் சென்று பூமிநாதன், வனிதா ஆதித்யனை முறைப்படி பணம் பாக்குத் தாம்பூலம் வைத்து மாப்பிள்ளை அழைத்தனர்.

ஈகையும், விஷ்வாவும், மாப்பிள்ளை வீட்டுக்காரர்களாகி ராஜன் குடும்பத்தோடு வருகின்றனர். அவளது ஓரகத்திகள்,வளர்மதியும் மலர்விழியும் பெண் வீட்டினராக மணப்பெண்ணைப் பாடாய்ப் படுத்திக் கொண்டிருந்தனர்.

திவ்யா மறுப்பு சொன்ன எதுவும் எடுபட வில்லை. அழகுநிலையத்திலிருந்து பெண்களை அழைத்து வந்து, முதல் நாள் மெஹந்தி இட்டனர். ஆதிரைக்கும் இரண்டு கை கால்களில் அம்மாவைப் போல மெஹந்தி இடப்பட்டது. இன்றும் காலையிலிருந்து சந்தனம் நிறம் கொண்ட திவ்யவர்ஷினியை மெருகேற்றிக் கொண்டிருந்தனர்.

ஒற்றை நெற்றிச்சூடி பிறை நெற்றியை அலங்கரிக்க , திவ்யாவின் இயற்கையான நீண்ட முடி தற்போது வளர்ந்திருந்தது, அதில் பூவைச் சுற்றி விட்டிருந்தனர். ராக்குடி வைத்து மணப் பெண் அலங்காரம் செய்தனர். வரிசையாக அடித்த மேக்கப் பூச்சுக்கள், லேசான அவளது கருவளையத்தையும் ஈடு செய்திருந்தது. பிறந்த வீட்டினரின் கவனிப்பில் சற்றே உடல் பூசித் தேறியிருந்தாள். எனவே பிள்ளைகளின் தாய் எனும் இலக்கணத்திற்கு மாறாக , செந்தூர் விளம்பர அழகியாகவே இருந்தாள். கடைசியாக, திவ்யாவிற்கே தன்னைக் கண்ணாடியில் காணும் போது, இது வேறு யாரோ எனும் அளவு தேவதையாக இருந்தாள். அதுவே அவளுக்குச் சங்கடமாக இருந்தது.

"மேக்கப் ரொம்ப ஓவரா இருக்கு அண்ணி. உங்க தம்பி பார்த்திட்டு 'ப்பே' ன்னு சொல்லப் போறாரு. ம்கூம் இரட்டைப் பிள்ளைகளை வச்சிக்கிட்டு கல்யாணமே பண்றதே, வித்தியாசமா தோனுது. இதில் இப்படி எல்லாம் மேக்கப் பண்ணி விடுறீங்களே" எனப் புலம்பினாள்.

அந்த நேரம் உள்ளே வந்த சொர்ணம், "என் கண்ணே பட்டுடும் போல இருக்கு. சாதாரணமா சொல்ல மாட்டேன், என் மூத்தாரின் அம்சம் உன் கிட்ட இருக்கு.உங்க தாத்தா சொன்னதை வச்சு சொல்றேன், உன் அம்மா சாயல், ஆனால் அவங்க அம்சம் தான். சும்மா புலம்பிக்கிட்டு முகத்தைச் சுழித்து வைக்காத. நல்லா சிரித்த முகமா இரு. தன் பொண்டாட்டியை இப்படிச் சிங்காரிச்சுப் பார்க்காமல் போனமேன்னு, உன் புருஷனுக்குத் தோனக்கூடாது பார். அதுக்குத் தான் இதெல்லாம். பேராண்டி பாடு இன்னைக்குக் கஷ்டம் தான்" என்று விட்டு, ஒரு மோதிரத்தை அவள் கையில் மாட்டியவர்,

"பிறந்த வீட்டை விட்டு பொண்ணு வெள்ளிக் கிழமையும் அதுவுமா போகுதுன்னா, மகாலட்சுமியே போன மாதிரி, பிறந்த வீடு நல்லா இருக்கனும்னு ஒரு செல்வத்தைக் கழட்டிக் கொடுக்கும். நாளை பின்ன உன் தம்பிகள் நல்லா இருக்கனும்,அதனால் நீ போகும் போது உங்க சித்திக் கிட்ட, இதைக் கழட்டிக் கொடு" என அணிவித்தார்.

திவ்யா மௌனமாக நிற்கவும், "இதுவும் சாஸ்திரம் தான். நீயும் உங்கள் ஆத்தா மாதிரி திவ்யா லட்சுமி தான். மனசைப் போட்டு குழப்பிக்காம, சந்தோஷமாத் தாலியைக் கடிக்க" என அவர் சொன்னதில் கொஞ்சமே தெளிந்திருந்தாள்.

"ஏன் நாத்தனாரே,சொர்ணத்தம்மா வாக்குப் போதுமா இல்லை, மரகதத்து அம்மாளையும் வரச் சொல்லவா" என்றாள் வளர்.

"ஏன் அக்கா, நம்ம அத்தை என்ன சொல்லுவாங்க." என யோசித்தாள் மலர்.

வளர் அந்த நேரம், மாமியார் போல் பேசப் போனாள், "ம்ம், மேக்கப் பரவாயில்லை நல்லாத் தான் பண்ணியிருக்காளுங்க" என ஆரம்பிக்கும் போதே,

"அக்கா ரூம் இங்க தான் வாங்கப் பெரியம்மா" என மங்கை கட்டியம் கூறிக் கொண்டே, மரகதத்தை அழைத்து வரவும் வளர் தப்பித்தேன், பிழைத்தேன் என வாயைக் கப்பென மூடினாள். மலர் திரும்பி நின்று சிரிப்பை அடக்கினாள்.

அதே நேரம் உள்ளே வந்த மரகதம், "ம், பரவாயில்லை நல்லா அலங்காரம் பண்ணியிருக்காளுங்க., பிள்ளை பெத்துட்டமேன்னு மருமகனை கண்டுக்காம விட்டுடாத. என்ன தான் டாக்டரா இருந்தாலும் உன் புருஷனை நீ தான் பார்க்கனும். முகத்தைச் சிரித்த மாதிரி வை. " எனக் கட்டளையிட்டுச் சென்றார்.அவர் சென்றதும், அடக்கி வைத்த சிரிப்பை அவிழ்த்து விட்டனர் பெண் மக்கள். வளரைக் கிண்டலடித்து ஓய்ந்தனர். அதில் இத்தனை நேரம் கவிழ்ந்திருந்த திவ்யாவின் முகமும் மலர்ந்தது.

சின்ன வேஷ்டி சட்டையில் வந்த அநி, ஓடி வந்து திவிம்மாவைப் பார்த்தவன், "திவிம்மா அழக்கா இருக்கீங்க. " எனக் கன்னத்தில் முத்தமிடப் போனான். மற்றவர்கள் ஆகா, மேக்கப் கலைஞ்சுடுமே எனப் பதட்டப்பட்டனர் திவ்யாவோ மகன் சொன்னதில் மகிழ்ந்திருந்தாள். ஆதிரை தான், அநியை இழுத்தது.

"அநி திவிம்மா மேக்கப் எல்லாம் கலைஞ்சிடும். நம்ம நித்துப்பா, திவிம்மாவோட சேர்ந்து போட்டோ எடுத்த பிறகு முத்தம் கொடுக்கலாம்" என அவனிடம் சொல்லவும். "ஓகே, நான் நித்துப்பா வர்றாங்களான்னு பார்க்கிறேன்" என வெளியே ஓடினான்.

ஆதித்யன், பட்டு வேஷ்டி சட்டையில் அம்சமான மாப்பிள்ளையாக, அதிகப்படியான செயின் மோதிரம் எனக் கனகரத்தினம் போட்டதையும் சேர்த்துப் போட்டுத் தயாராகி இருந்தான். வீரா, ஜெய், ஃப்ரீ என மச்சினன்கள் துணைக்கு வர மாப்பிள்ளையாய் இலட்சணமாகப் பின்னிருக்கையில் அவர்களோடே அமர்ந்துவந்தான். ராஜன் குடும்பம் பங்காளிகள், சம்பந்திகளோடு வரிசையாகக் காரில் வந்திறங்கினர்.

அங்கை, மங்கை ,அவர்கள் அத்தை மகளுமாக ஆதித்யனுக்கு ஆலம் சுற்றி, கப்பம் வசூலித்து வரவேற்றனர்.

ஜமீன்தார் சௌந்தர ராகவன், பழைய கம்பீரத்தோடு தலைப்பாகைக் கட்டி நின்று ரகுநாத ராஜனை வரவேற்றார். சந்திர சேகர், நாகநாதன், மகேஷ்வரன் பிரகதீஸ்வரன் எனப் பெண் வீட்டினராக நின்று வரிசையாக ரோஜா மாலை அணிவித்துச் சம்பந்தி வீட்டினரை வரவேற்றனர்.

ஆதி அன்பு வருவதற்காகத் தயங்கி நின்றான். "ஆதி நீ முன்னே போடா, நான் அத்தான், இனியனை பிடிச்சிட்டு வந்துடுவேன்" என்றான்.

"நீயும் வா. நீதான் முதன் முதலில் விஜயன் அங்கிளோடு சம்பந்தம் பேசினவன்" என ஒரு பக்கம் அவன் தோள் கொடுக்க, மறுபுறம் இனியன் தோளைப் பற்றியவாறு அன்பு படியைக் கடந்தான்.

கனகரத்தினம், "ஆதி மாப்பிள்ளை, நான் கூட்டிட்டு வர்றேன். நீங்க மேடைக்குப் போங்க" எனத் தான் மருமகனைத் தாங்கிக் கொண்டார். ராஜன் குடும்பத்துப் பெண்களும் வரச் சொர்ணம் அனைவரையும் வரவேற்றார். புவனாவின் கையைப் பிடித்தவாறு ஆனந்த் வந்தான்.

ஆதித்யன் வராண்டாவில் வரும் போதே, "நித்துப்பா" என அநியும், ஆதுவும் ஓடி வந்தனர். மூன்று நாட்களாகப் பிள்ளைகளைப் பார்க்காமலிருந்தவன் இரு கைகளிலும் இரண்டையும் அள்ளி அணைத்துக் கொண்டான். பார்த்தவர் கண்கள் வியந்து இருந்தன. இப்படி ஒரு கல்யாணத்தை எவரும் பார்த்தது இல்லை. அறுபதாம் கல்யாணம் தான் நம் நாட்டில் பிள்ளைகளோடு நடக்கும், இங்கே விதி செய்த சதியில் இரட்டைப் பிள்ளை பெற்ற ஜோடி மணமக்களாகி நின்றனர்.

திவ்யாவுக்குத் தான் தயக்கம் எல்லாமே, ஆதித்யனுக்குத் தனது உயிரான வர்ஷியையும் பிள்ளைகளையும் சட்டப்படி தனதாக்கிக் கொள்ளும் சடங்கு அவ்வளவு தான். இதில் கண்ணுக்கு விருந்தாக, அவனின் வரர்ஷியை இன்று அலங்காரத்தோடு பார்க்கலாம். ஏற்கனவே செய்தி மட்டும் அவனை அடைந்திருந்தது. உபயம் சோமு.

ஆதித்யன் போட்டோ எடுத்து அனுப்பச் சொன்னான், ஆனால் அது சோமுவின் எல்லைக்கு அப்பாற்பட்ட விசயம் அதனால் தன்னால் முடிந்த அளவு சகலையின் ஆர்வத்தை மட்டும் தூண்டி விட்டிருந்தான். அநிருத்தா, "நித்துப்பா, திவிம்மா பூவெல்லாம் வச்சு, அழகா இருக்காங்க. நம்ம அம்மா கூத சேர்ந்துப் போத்தோ எடுக்கலாம்" என்றான்.

"சரிடாத் தங்கம். என் ஆது டார்லிங் இன்னைக்குச் சூப்பரா ரெடி ஆயிருக்காங்களே, என்ன விசேசம்" என வர்ஷி சொல்லித் தந்ததைப் போல் முன் குடுமியில் சிகையில் முத்தமிட்டான்.

"நித்துப்பா, இது கூடத் தெரியாதா, இன்னைக்குத் திவிம்மாக்கும், உங்களுக்கும் கல்யாணம். உங்க கல்யாணத்தை இந்தப் பாட்டி பார்க்கலையாம், நாங்களும் பார்க்கலையா, அதுக்குத்தான் கல்யாணம்" என ஆதிரை தலையை ஆட்டி, ஆட்டி பேசியது.

"என் பேத்தி மாதிரி அறிவு ,அவங்க அப்பனுக்கும் கிடையாது" எனக் கொஞ்சித் தூக்கிக் கொண்டார் ராஜேந்திரன். இதுவரை வேறெதுவும் சொல்லாத தந்தையின் இந்தக் குட்டில் அவன் திரும்பிப் பார்த்தான். அவர் பேத்தியைக் கொஞ்சுவதில் மும்மரமாக இருந்தார். கனகரத்தினத்திடம் அநி, "தாத்தா" என அழைத்து நின்றான். அவரும் அவனைக் கொஞ்சி மகிழ்ந்தார்.

மாப்பிள்ளை வீட்டினரை அழைத்து இருக்கையில் அமர வைத்தனர். லலிதா, சொர்ணம், ஜெயந்தி, மரகத்திடம் சடங்குகளைச் செய்வதைப் பற்றிக் கலந்து கொண்டார். தங்கள் குடும்பம் பங்காளிகளை அறிமுகப்படுத்தி வைத்தனர்.

தமிழ் முறைப்படி, தேவாரம் ஓதி திருமணம் நடந்தது. அம்மையப்பனை ஆவாகனம் செய்து மந்திரம் ஓதிக் கொண்டிருந்தனர். ஆதித்யனை வீராவும், விஷ்வாவுமாக அழைத்து மேடையில் அமர வைத்தனர். அவன் கண்கள் வர்ஷியைத் தேடின.

புவனா, ராஜி திவ்யாவின் அறைக்குச் சென்றனர். அவள் அலங்காரத்தில் ராஜி வாயைப் பிளந்தாள், "அடி ஆத்தி, நாங்க ஒரு டாக்டரக்காவை அனுப்பி வச்சமே அவுக எங்க" என நடிகை ராதிகா போல் பேசிக் காட்டினாள்.

ஆனந்த், "திவிம்மா, ஐ லவ்யூ, ரொம்ப அழகா இருக்கீங்க." என்றான். "அடேய் ஆதியப்பா கூடப் போட்டிப் போடாதடா" என்றாள் புவனா.

"புவனா நீயுமா, அடேய் மகனே ஐ லவ் யூ டூ. அம்மா சாய்ந்திரம் அங்க வந்திடுவேன், அப்புறம் நம்ம லவ் பண்ணிட்டே இருக்கலாம்" என ஆனந்த் கன்னத்தைப் பிடித்துக் கொஞ்சினாள் திவ்யா.

" ஆனந்த் கண்ணு, திவிம்மா சொன்னதை அப்படியே போய் ஆதியப்பாகிட்ட சொல்லிடு" என்றாள் வளர்மதி. அவன் சரி எனத் தலையாட்டி ஓடினான்.

"அண்ணி, நான் நிஜமாவே ஆனந்தை தான் சொன்னேன்" எனக் கன்னம் சிவந்தாள் திவ்யா. மற்றவர் கொள்ளெனச் சிரித்தனர்.

ஈகையும், அங்கையும் திவ்யாவை அழைத்து வர வந்தனர். போகும் முன் கலாம்மாவைத் தேடி வரச் சொன்ன திவ்யா, "என்னை ஆசீர்வாதம் பண்ணுங்க கலாம்மா" எனக் கைக் குவித்தாள். கலாம்மா நெகிழ்ந்து போனார், " தாலிக் கட்டிக்கப் போற, வாவரசியைப் பார்துட்டுப் போ கண்ணு. என் ஆசீர்வாதம் என்றைக்குமே உனக்கு உண்டு" என அங்கிருந்த பூவை உருவித் தூவினார்.

"நீங்க சொல்றது எங்கள் அம்மா சொல்ற மாதிரி கலாம்மா, உங்கள் ஆசீர்வாதம் என்னை வாழவைக்கும்" எனத் திவி கண்கலங்க. அதே சமயம் டாக்டர் தேவகியும், தமிழ்ச்செல்வியும் வந்து சூழ்நிலையை இயல்பாக்கினர். தேவகியைக் கண்ட திவி மீண்டும் உணர்ச்சி வயப்பட, பொண்ணை அழைச்சுட்டு வாங்கோ எனும் குரல் கேட்டது.

அடர் சிவப்பு வண்ணப்பட்டில் பச்சை கரையிட்ட வெள்ளி ஜரிகை சேலை சரசரக்க, ஈகை ஒருபுறம் , புவனா ராஜி அங்கை மங்கை புடை சூழ நிலம் பார்த்து வந்த மடந்தையவளை, ஆதித்யன் பார்த்த விழி பார்த்தபடி தன் கண்ணில் நிறைத்திருந்தான். அருகில் அமர்ந்திருந்த அநிருத்யா, ஆதிரை செவியில் அவன் ஏதோ சொல்லவும், இரண்டும் எழுந்து அம்மாவிடம் ஓடி வந்தன.

"திவிம்மா வாங்க" என ஆளுக்கு ஓர் கையைப் பற்றிக் கொள்ளப் பிஞ்சு பாதங்கள், தன் அன்னையைத் தந்தையிடம் அழைத்துச் சென்றன. அபூர்வமான இந்தத் திருமணத்தை அனைவர் கேமராக்களும் படம் பிடித்தன.

மேடையில் மூன்று புறமும் சிறிய பென்ஞ் போட்டிருந்தனர். ஒரு புறம் ராஜேந்திரன், லலிதா தாரை வாங்குவதற்கு அமர்ந்திருந்தனர். பின்னால் ராஜன் குடும்பம் இருந்தது. அன்புவுக்கும் அருகில் நாற்காலிப் போட்டிருந்-தனர்.

மறுபுறம் தாரை வார்ப்பதற்கு, சௌந்தரராகவனும், சொர்ணத்தம்மாளும் நின்றனர். விஜயனுக்குக் கொடுத்த வாக்கை நிறைவேற்ற உணர்ச்சிப் பொங்க நின்றார் தாத்தா, அவருக்குப் பின்னே இரு மகன், மருமகள்கள், பேரப் பிள்-ளைகள் இருந்தனர்.

வழியில் கனகரத்தினம் நிற்கவும், "அப்பா" என அழைத்ததில் திவ்யா-வின் தலையில் கைவைத்து ஆசி வழங்கினார். பதுமையாக வந்த திவ்யா ஆதித்யனை ஏற்றெடுத்துப் பார்த்தாள் இல்லை , ஆயிரம் விமர்சனம் கேலி வந்த போதும், அவளிடமிருந்து ஆதித்யன் தன் விழியை அகற்றினான் இல்லை. அவனருகில் வந்து அமர்ந்தாள். பிள்ளைகள் இருவருக்கும் நடு-வில் நின்றன. ஆதித்யன் பிள்ளைகளை அணைப்பதைப் போல் அவளையும் அணைத்தான்.

அவன் கைப் பட்டதில் மின்சாரம் தீண்டியது போல் இருந்தது . அவன் கையால் தாலி கட்டிக் கொள்ளப் போகும் உணர்வு. புது மணப்பெண் போல் உணர்ந்தாள். பேச்சுக்குப் பேச்சு, தாலி கட்டினியா எனும் அவள் கேள்-வியை, இன்று சொந்தங்கள் புடை சூழ அவளின் பூர்வீக விட்டில் வந்து தாலி கட்டி, தனது சரி பாதி உரிமையை நிலை நாட்ட இருக்கிறான். அவள் முகத்தின் உணர்வுகளைப் படித்தவன், "கூல்டி வர்ஷி, எல்லா நேரமும், மச்சான் உன் சேவைக்குத் தயாரா இருப்பேன்" என்றான்.அவள் குளிர்ந்த உள்ளங்கை, அவன் வெதுவெதுப்பான கைகள் ஸ்பரிசித்ததில் ஆசுவாசம் அடைந்தது.

ஓதுவார் கூறிய பாடல்களைக் கூறி சடங்குகள் செய்தவன், அவள் புறம் சாய்ந்து, "திவிம்மா சாய்ந்திரம் வந்ததிலிருந்து லவ் பண்ணிக்கிட்டே இருப்-பாங்களாம்மே, ஆனந்த் சொன்னான், அப்படியா" என அவளுக்கு மட்டுமே கேட்கும் விதத்தில் சொல்ல, திவ்யாவின் முகம் அவள் சேலையின் வண்-ணத்துக்குப் பொருந்திப் போனது.

இனியன், ஆதித்யன் வியர்வையைத் துடைப்பது போல், "அண்ணேன் கொஞ்சம் அடங்குங்க. நம்ம வீட்டுக்குப் போய் வச்சுக்கலாம்" என்றான்.

"உன் கல்யாணத்துக்கும் இதே டயலாக் அடிப்போம். என்னடா வர்ஷி" எனச் சொல்லவும்."மாப்பிள்ளை மந்திரத்தைச் சொல்லுங்கோ, சம்சாரத்தோடு பேச ஆயுசு முழுதும் இருக்கு" என ஓதுவார் கேலி பேசினார்.

தாரை வார்க்கும் சடங்குக்கு, பெரியவர்கள் வசதிக்காக எழுந்து நிற்கச் சொன்னார். லலிதா, ராஜேந்திரன் கைக்கு மேல் ஆதித்யன் கை வைத்து, திவ்யாவை வைக்கச் சொல்ல, பிள்ளைகளும் பெஞ்ச் மேல் ஏறி நின்று கையை நீட்டின. "பொண்ணு மட்டும் தான் பிள்ளைகள் தேவையில்லை"

என ஓதுவார் சொல்லவும்.

"வாத்தியாரே, அவங்களும் நம்ம பொறுப்பிலிருந்து தான், அவர்கள் வீட்டுக்குப் போறாங்க. அதனால் சேர்த்தே கொடுத்துடுவோம்" என ஜமீன்தார் சொல்லவும். ஓதுவார் சம்மதிக்க, அநி, ஆது கைகளிலும் சேர்த்து, சௌந்தர ராகவன் கையை நீட்டினார், சொர்ணத்தம்மாள், கெண்டியிலிருந்த பாலை வார்க்க, சௌந்தர ராகவன் மகன், மருமகள் பெயரைச் சொல்லி, தனது பேத்தி திவ்யாவையும், கொள்ளுப் பேரப் பிள்ளைகளையும், ஆதித்யராஜன் குடும்பத்திற்குத் தாரை வார்த்தார். அங்கிருந்த அத்தனை நெஞ்சமும் கலங்கி மறைந்த திவ்யாவின் பெற்றவரை நினைத்து இவர்களை வாழ்த்தினர்.

மங்கள நாண் பூட்டும் சடங்கு, மேளம் கொட்ட, நாதஸ்வர ஓசை காதை நிறைக்க," மண்ணில் நல்ல வண்ணம் வாழ" வாழ்த்தி ஓதுவார் மங்களப் பாடல் இசைக்க, இருபத்தியோரு பிரி நூல் கொண்டு கோர்க்கப்பட்ட பொன் திரு மாங்கல்யத்தை, ஆதித்யன் திவ்ய வர்ஷினியின் கழுத்தில் கட்டினான், ஈகை பின்னிருந்து மூன்றாவது முடிச்சைப் போட்டாள்.

அட்சதைத் தூவி, பூ மழை பொழிய, தான் நேசித்தவளை, காதலுக்காகத் தன்னையே தந்தவளை, தனது பிள்ளைகளின் தாயை, தன்னில் சரி பாதி மனைவியாக ஆக்கிக் கொண்டான் ஆதித்யன். திருமாங்கல்யம் கழுத்தில் தொங்க உணர்வு முகிழ்ந்த நிலையில் கண்கலங்கி இருந்தாள் திவ்யா.

மாலை மாற்றி, அக்னி வலம் வந்தனர். இரட்டையர் இருவரோடும், ஒற்றைப் படைக்காக ஆனந்தையும் சேர்த்து, ஐவராக அக்னி வலம் வந்தனர்.

இனியன், அருகிருந்த ராசியின் காதில் மற்றவர் கவனம் பதியா வண்ணம், "கங்கிராட்ஸ்ட்டி, ராசுக்குட்டி நம்ம ரூட் கிளியர்" என்றான்."ம்க்கூம், இதே முகூர்த்தத்தில் தாலியைக் கட்டியிருந்தால் பரவாயில்லை. என்னை இன்னும் ஆறு மாசம் படிக்கச் சொல்றீங்க. போயா, உன் கட்சிக் கா" என்றாள் ராஜி.

"என்னடி பொசுக்குனு இப்படிச் சொல்லிட்ட, இன்னும் ஆறு மாசம் லவ்வர்ஸா இருப்போம். ஆதி மதுரையைச் சுற்றினான், நம்ம திருச்சியைச் சுற்றுவோம்" என்றான்."அதெல்லாம் உங்க அண்ணன் ஸ்பீடு உங்களுக்கு வராது" என்றாள். "அவன் என்ன ஸ்பீடு, நாலரை வருஷம் கழித்துக் கல்யாணம் பண்ணியிருக்கான்" என்றான்.

"ஆனால் மூன்று வயசில் இரட்டைப் பிள்ளை வச்சிருக்காரு" என அவனைச் சவாலாகப் பார்க்கவும். " அம்மாடி,இந்த ஆட்டைக்கு நான் வரலை, நீ என் கட்சி காயாகவே இருந்துக்க" என்றான். அவள் வக்கணை காட்டி வேறுபுறம் திரும்பிக் கொண்டாள்.

மணமக்கள் மேடையிலேயே இருக்க, முதலில் தாத்தாவும், ஆத்தாவும், ராஜேந்திரன் தம்பதியும் மேடையிலேயே ஆசீர்வாதம் செய்தனர்,

மணமக்கள் பிள்ளைகளோடு ரகுநாதராஜன், அமிர்தத்தம்மாளிடம் இருக்குமிடம் வந்து ஆசி வாங்கினர். ஓதுவார் வந்திருந்த அனைவர் கையிலும்

அட்சதையைத் தந்து இவர்களை நடுவில் நிறுத்து, பண் இசைத்துப் பாடிய படியே அட்சதைத் தந்து ஆசி வழங்கச் சொன்னார். விருந்தும் தடபுடலா-கவே அமைந்தது.

களைத்திருந்த சௌந்தர ராகவன், முன் வராண்டாவில் போடப்பட்டிருந்த ஷோபாவில் அமர்ந்து , கண் மூடி மனதில் மகனிடம் பேசிக் கொண்டிருந்-தார்.

'விஜயா, நீ சொன்ன மாதிரி நானே என் கையால், உன் மகளை இந்த வீட்டுப் பொண்ணாத் தாரை வார்த்துக் கொடுத்திட்டேன்டா. இப்ப சந்தோ-ஷம் தானே' எனக் கேட்கும் போது, அசரிரீ போல் வாக்கு வந்தது.

"ரொம்பச் சந்தோஷம்பா, கல்யாணம் நல்லபடியா முடிந்தது. விஜயன் ஆத்மா சந்தோசமடைஞ்சிருக்கும். மகளுக்குக் கல்யாணம் பண்ணத்தானே வந்தான். ரொம்ப நிறைவா நடந்தது" எனப் போனில் பொன்னுசாமி யாரி-டமோ பேசிக் கொண்டிருந்தார். சௌந்தர ராகவன் அவர் கையைப் பிடித்துக் கொண்டார்.

"என் மகன் சந்தோஷப் பட்டிருப்பான் தானே. அவனுக்கு வாக்கு கொடுத்த மாதிரியே ,அவன் மகள் கல்யாணத்தை முடிச்சிட்டேன்" எனக் கண்ணீர் வடித்தார். பொன்னுசாமி, அதிர்ந்தவர் பின்னர்ச் சுதாரித்து, "அதில் சந்தேகம் என்னப்பா. விஜயன் ஆத்மா குளிர்ந்து இருக்கும்" என அவரை ஆசுவாசம் செய்தார். பெரியவர் அப்படியே மயங்கவும்.

"ரவி, ரவி இங்க வாடா" எனக் கூவினார் பொன்னுசாமி. ரவி, சேது மாதவன் இருவரும் அவர் இருந்த இடம் ஓடினர். நாடியைப் பிடித்தவர்கள், " ஒண்ணும் இல்லைப்பா, ப்ரஷர் கூடியிருக்கு. லோ சுகர் " என்றனர் மருத்-துவர்கள்.

தாத்தா மயக்கமான செய்தி பரவத் திவ்யா பறந்து தான் வந்-தாள்."அண்ணா தள்ளிக்கிங்க" என ரவியை விலக்கியவள், அவர் அருகில் அமர்ந்து கையில் சில வர்மப் புள்ளிகளை அமுக்கவும் கண் திறந்தார். ஆதித்யன் அவள் மெடிக்கல் கிட்டை எடுத்து வந்தான். அநிருத்யா கையி-லிருந்து சாக்லேட்டை வாங்கி ஊட்டி விட்டாள் திவ்யா. ஜமீன்தார் இயல்-புக்கு வந்தார். "தாத்தா, காலையில் சாப்பிட்டிங்களா இல்லையா, இப்படியா பயமுறுத்துறது. வாங்கச் சாப்பிட " என அழைத்துச் சென்றாள்.

வந்த விருந்தினர்கள் மதியம் சாப்பிட்டுக் கிளம்பினர். ராஜன் குடும்பமும், ஈகை விஷ்வா, கனகரத்தினம் குடும்பத்திடம், ஆதித்யன் குடும்பத்தை அழைத்து வரும் பொறுப்பை ஒப்படைத்து முன்னால் கிளம்பினர். மகளை வழி அனுப்பி விட்டுக் கிளம்புவதற்காகச் சந்திரசேகர் குடும்பமும் காத்திருந்-தது. ஜமீன் இல்லத்தினர் வந்தவர்களைக் குறையின்றி உபசரித்து அனுப்பி-னர்.

திவ்யா கிளம்பும் நேரம் வந்தது. அவளது பெட்டிகள் காரில் ஏற்றப்-பட்டன. வரிசையாக ஒவ்வொருவரிடமும் சொல்லிக் கொண்டவள், சொர்-

ணத்திடம் வந்தாள், "பெரியப்பா அந்தப் பத்திரத்தைக் கொடுங்கள்" எனச் சந்திர சேகரிடம் வாங்கியவள்.

"இந்தாங்க ஆத்தா. வெள்ளிக் கிழமையும் அதுவுமா பிறந்த மகள் கொடுத்திட்டுப் போகும் செல்வம்" எனச் சொத்துப் பத்திரத்தையும் மோதிரத்-தையும் தந்தாள்.

"இது தாத்தா என் பேரில் எழுதிவைத்த சொத்துக்கள். எங்க ஆத்தா-வுடைய நிலம். இதை ஆறு பாகமா போட்டிருக்கு. ஒன்னு எனக்கு, மற்-றது என் தம்பி தங்கைகளுக்கு. இது விவசாய நிலம் அதனால் ஒரே ஆள் விவசாயம் பார்ப்பாங்க அதன் லாபம் எங்கள் ஆறு பேருக்கும் வரும்" என நீட்டினாள். சொர்ணம் அதிர்ந்து பார்த்திருக்க.

நாகநாதன் முன்னே வந்து, "இது உன்னுடைய உரிமை, மற்றவர்களுக்கு வேண்டாம்மா. சொத்துக்காக உன்னை வச்சுப் பார்த்த மாதிரி ஆகிடும். இது வேண்டாம். அண்ணன் திவ்யா பேருக்கே திரும்ப மாத்திடுங்க" எனச் சொர்-ணத்திடமிருந்த பத்திரத்தை வாங்கிச் சந்திர சேகரிடம் நீட்டினார்.

"ஆமாம் சித்தப்பா, இது என்னுடைய உரிமை, அதனால தான் என் தம்பி, தங்கைகளுக்குக் கொடுக்கிறேன். நாங்க எல்லாருமே இந்த வீட்டுப் பிள்ளைகள் தான். ஆத்தா இரண்டு பேரா இருந்தா என்ன. உங்கள் இரத்தம் தானே என் உடம்புலையும் ஓடுது. நீங்க என்னை மங்கை, அங்கை மாதிரி தான் நினைக்கிறீங்கன்னா, இதை ஏத்துக்குங்க. இல்லைனா, ஊர் சொல்லும் பழிச்சொல்லிலிருந்து தப்பத் தான் என்னை வச்சுப் பார்த்தீங்கன்னு நினைச்-சுக்கிறேன். தாத்தா இருக்கிறவரை வந்து போகிற உரிமை இருக்கு. அப்படித் தானே" என அவள் பேசவும் நாகநாதன், பூமி நாதன் ஸ்தம்பித்து நின்றனர்.

தாத்தாவின் மார்பில் சாய்ந்து அழுதவள், "இனிமே, என்னைப் பற்றிக் கவலைப் படாதீங்க தாத்தா. உங்கள் தோளில் சுமையா இருந்த நான் இறங்-கிட்டேன்" என்றாள்.

"என்ன பேச்சுடா இது திவ்யாம்மா. உன்னைப் பிறந்ததிலிருந்து பார்த்துச் சீராட்டாமல் இந்தக் கிழவன் செய்த பாவத்துக்கு, கடவுளா பார்த்துக் கொடுத்த வாய்ப்பு. நீ நல்லா இருப்ப. பேராண்டி, உன் அப்பனையும், என்-னையும் விடவே நல்லா பார்த்துக்குவார்" எனப் பேத்தியை உச்சி முகர்ந்தவர், ஆதித்யன் கைகளில் அவளைத் தந்தார்.

"புறப்படுங்க, நேரமாச்சு " என்றார். திவ்யாவின் தம்பி தங்கைகள் ஐவரும் சந்திர சேகரிடமிருந்து பத்திரத்தை வாங்கிக் கையில் ஆளுக்-கொன்று வைத்துக் கொண்டு, " உங்களோட, சொத்து மட்டும் இல்லை பாசத்தையும் ஒரே மாதிரி பகிர்ந்துக்குறோம் அக்கா. நாங்க வேற, நீங்க வேற இல்லை" என அவள் முன் நின்றனர்.

ஐவரையும் அணைத்துக் கொண்டவள், " எங்கப்பா மாதிரி நான் ஒதுங்க மாட்டேன். எதுவா இருந்தாலும் அக்காவும், உங்கள் அத்தானும் இருக்கோம்" என ஆதித்யனை கண்ணீர் ததும்பிய கண்களால் பார்த்து

அவள் பதிலுரைக்க. அவனும் பெருமையோடு மனைவியைப் பார்த்திருந்-தான். "மாமா நாங்களும் இருக்கிறோம். திவிம்மா எங்களை விட்டுட்டிங்க" என அநி, ஆது வரவும்.

"நீங்க தான் எங்கத் தங்கக் கட்டிங்க" என ஜெய்,ஃப்ரீ தூக்கிக் கொள்ள, பாசமலர்களோடு ஆதி செல்பி எடுத்துக் கொண்டான்.

"திவ்யாம்மா, உங்கள் ஆத்தா சொத்தை உன் தம்பி, தங்கையோடு பகிர்ந்துக்கிட்டியே, இந்த ஆத்தா சொத்து உனக்கு வேண்டாமா" என்றார் சொர்ணம்.

"நான் கேட்காமலே எனக்குத் தருவீங்கன்னு தெரியும் ஆத்தா" என்றாள் திவ்யா. அவரின் ட்ரேட் மார்க்கான பெரிய முகப்பு வைத்த இரட்டை வடச் சங்கிலியை , தன் கழுத்திலிருந்து கழட்டி திவ்யாவுக்குப் போட்டார் சொர்-ணம். சௌந்தர ராகவன், அதிசயமாகப் பார்த்தார், இது சொர்ணத்துக்காக அவர் வாங்கித் தந்த முதல் பரிசு. "சொர்ணம்" என்றார் ராகவன்.

"சொர்ணத்துக்கிட்ட இருந்து, திவ்யத்துக்கிட்ட தான் போயிருக்கும் பதறாதீங்க" எனச் சொர்ணம் பூடகமாக உரைக்கவும், கனிந்த கண்களுடன் சௌந்தர ராகவன் புன்னகைப் புரிந்தார்.

அதைப் பார்த்திருந்த திவ்யா, "நித்யன், தாத்தா மனதில் ஓரமா இடம் கிடைச்சாலும் போதும்னு இந்த ஆத்தா மாதிரி கிடையாது நான். எனக்கு நித்யனின் ஃபுல் ஹார்ட்டும் வேணும்" என அவனிடம் மெல்லச் சொல்ல, "மச்சான் மனதில், எப்பவுமே நீ மட்டும் தாண்டி வர்ஷி டியர்" என்றான் ஆதித்யன்.

மீண்டும் அனைவரிடமும் விடை பெற்று, கலாம்மாவையும் சேர்த்து அழைத்துக் கொண்டு தன் புகுந்த வீட்டுக்குப் புறப்பட்டாள் திவ்யவர்ஷினி.

இவர்கள் இல்லறம் சிறக்க, திவ்யவர்ஷினி முழுமையான வாழ்வு வாழ வாழ்த்துவோம்.

தளிர் மனம்-முடிவுரை

ஆறு மாதங்களுக்குப் பிறகு, தாண்டிக்குடி மலையில் உள்ள விஜயராகவனின் வீடு, புதுப் பொழிவுடன் பெயிண்ட் அடித்து, தயாராக இருந்தது. பொன்னு-சாமி இந்த ஏற்பாடுகளைப் பார்த்திருந்தார். அவர் வீட்டின் மாடியிலிருந்து, கார் வரும் பாதையைப் பார்த்த வண்ணம் இருந்தார். இதோ அடுத்தடுத்து, மூன்று கார்கள் வந்தன. பொன்னுசாமி அவசரமாக இறங்கி கீழே வந்தார். கேட்டின் வழியாக வாகனங்கள் உள்ளே நுழைந்தது.

முதல் காரிலிருந்து, ஆதித்யனும் திவ்யாவும் இறங்கினர். அவர்களைத் தொடர்ந்து, ராஜன் குடும்பத்தினர் தாத்தாவைத் தவிர மற்றவர்கள், லலிதா, ராஜேந்திரன் தம்பதியினரின் மகள் மருமகன், மகன்கள், மருமகள்கள், பேரப் பிள்ளைகள் சகிதமாக விஜயன் இல்லத்துக்கு வந்திறங்கினர்.

திவ்யா வீட்டைப் பார்த்தவுடன் கலங்கி நிற்க, ஆதித்யன் அவளை அணைத்துத் தேற்றினான். "அப்பா ஒவ்வொரு தடவையும் ஊத்துக்கு வந்து கூட்டிட்டு வருவாங்க. அம்மா வாசல்லையே காத்திருப்பாங்க" என அவள் கண்களின் பார்வையைக் கண்ணீர் மறைத்தது.

"திவ்யா, அப்பா, அம்மா தெய்வமா இருந்து உன்னை வாழ வைக்கி-றாங்கடா. அழக் கூடாது" என்றார் லலிதா. "திவ்யாம்மா, உங்க அப்பாவுக்கு யார் அழுதாலும் பிடிக்காது. அவன் வீட்டில் நின்னுகிட்டு அவன் மகள், நீ கண்ணீர் விடலாமா" என்றார் ராஜேந்திரன்.

"இல்லை மாமா, அழமாட்டேன். வாங்க, பொன்னு மாமா இருப்பாங்க. உள்ளே போகலாம்" என அழைத்தாள்.அதற்குள், பொன்னுசாமியும் வந்து வரவேற்றார். பொன்னுசாமியைப் பின் தொடர்ந்து எல்லாரும் உள்ளே சென்-றனர்.

அங்கே வேலை செய்தவர்கள், திவ்யாவை அழைக்கப் பேசி அனுப்பி விட்டு வந்தாள். "திவ்யாக்கா, சூப்பரான லொகேசன், இங்கிருந்தா எப்பவுமே ஹனிமூன் தான்" எனச் சத்தமாகச் சொன்னவள் சுற்றுப் புறம் உணர்ந்து, நாக்கைக் கடித்துக் கொண்டாள் திருமதி ராஜேஸ்வரி இனிய நாத ராஜன். ஆம் இவர்கள் திருமணமாகி ஒருவாரம் ஆகியிருந்தது.

புவனா அவள் முதுகில் அடி போட்டு, "வாயைக் கட்டுடி, அத்தை, மாமா எல்லாம் இருக்காங்க" என மெதுவாகக் கடிந்தாள். "புவனா அவளா-வது சந்தோஷமா இருக்கட்டும் விடு" என்றாள் திவ்யா. லக்கேஜ் இறக்கிக் கொண்டிருந்த, ஆதித்யனை முறைத்தான் இனியன். ஆதி திவ்யாவை யோசனையாகப் பார்த்தான்.

வீட்டுக்குள் போனதும் திவ்யாவின் கண்கள், அப்பா அம்மாவைத் தேடி-யது. ஒவ்வொரு அறையாக, இடமாக விஜயன், கார்த்திகையின் இருப்பை உணர முயன்றாள்.

"காத்து, மலைக்குப் போய்ட்டு வர்றேன்" என விஜயன் அடுப்படியில் வந்து சொல்ல. "இந்தக் காபியை குடிச்சிட்டு போங்க" எனக் கார்த்திகை நீட்டினார்.

"இது தாண்டி என் காத்து" என மேடையில் இலகுவாக ஏறி அமர்ந்து ரசித்துக் குடித்தவர், "வர்றேன் டியர்" கார்த்திகையின் முன் நெற்றியில் முத்-தமிட்டார் .

"அப்பா நான் எதுவுமே பார்க்கலை" என்றாள் திவ்யா. விஜயனின் சிரிப்பு மட்டும் நிறைந்தது.

அதே மேடையைத் தொட்டுப் பார்த்த திவ்யாவின் உதடுகள், "அப்பா நான் எதுவுமே பார்க்கலை" என உதிர்க்க, ஆதித்யன் அவளைத் தோளோடு அணைத்துக் கொண்டான். "அங்கிள் இதில் ஏறி உட்கார்ந்து ஆண்டியை ரசிச்சுகிட்டு இருப்பாரில்லை" என அவளிடம் பகிர்ந்தான்.

"எல்லாமே கனவா இருக்குப்பா. ஐந்து வருஷம் ஆகிடுச்சு. அப்பா, அம்மா மேல வச்ச அன்பு, இருபத்தைந்து வருஷம் ஆகியும், மாறவே-யில்லை நித்யன். ஒரு தடவை கூடச் சொந்தங்களைப் பிரிந்ததைப் பற்றியும் பேசினதே இல்லை. அம்மா முகம் வாடியதும் இல்லை. இவ்வளவு சொந்-தக்காரர்களைப் பார்த்த பிறகு தான், இவ்வளவு பேர் இருக்காங்களான்னு தோனிச்சு. அதுக்கு முன்ன நாங்கத் தனிமையை உணர்ந்ததே இல்லை" என்றாள் திவ்யா.

"அது தான் அங்கிள். அவர் ஒருத்தரே பத்து பேருக்குச் சமம்" என அவர்கள் உரையாடிக் கொண்டே இருக்கும் போதே, ஆதிரை ஓடி வந்தது. "இது யார் வீடும்மா" என்றது.

"இது நம்மத் தாத்தா வீடுடா. நம்ம விஜயன் தாத்தா வீடு. போட்டோல இருப்பாங்களே. அம்மா இங்க தாண்டா பிறந்து வளர்ந்தேன்." என்றாள். ஆதிரைக்கு என்ன புரிந்ததோ, ஓடிவிட்டது.

"மாமா, இந்த ரூம் உங்கள் ஃப்ரண்டோடது இங்க தங்கிக்கிங்க. அப்பா நினைவுகள் அங்க இருக்கும்" என லலிதா, ராஜேந்திரனுக்கு அந்த ரூமைக் காட்ட அவர்கள், அங்கே ஓய்வெடுக்கச் சென்றனர்.

ஹாலில் வந்த களைப்பு நீங்க அனைவருமாக டீக் குடித்துக் கொண்டு அமர்ந்திருந்தனர். பிள்ளைகள் கௌரித் தலைமையில் ஓடித் திரிந்தன. "கௌரி, எல்லாம் பிள்ளைகளும் உன்னைவிடச் சின்னதுங்க பார்த்துக்கடா" என்றாள் ஈகை.

"இங்க ஒண்ணும் பயமில்லை அண்ணி. நீங்க கவலைப் படாதீங்க" என்-றாள் திவ்யா.

"நீங்க சொன்னா சரிதான் அண்ணி. இங்கிருந்து ஸ்கூல், காலேஜ்க்கு எல்லாம் எப்படிப் போவீங்க. கடைக்குப் போகனும்னாலும் ரொம்பத் தூரம் போகனும் போலயே" எனக் கேட்டாள் ஈகை.

"கார், ஜீப் , டூவீலரும் இருக்கு. அப்பா கூட்டிட்டுப் போய் விடுவாங்க. எங்களுக்குப் பழகிடுச்சு" என்றாள் திவி. "அக்கா, இந்தக் காட்டுக்குள்ள பழகினது தான், வடகாடு பண்ணையிலும் இருந்துட்டீங்க" என்றாள் ராஜி.

"நீங்க இந்த மலையிலையும் ஜீப் ஓட்டிடுவியாம்மா" என ஆச்சரியமாக விஷ்வா கேட்கவும், "ஐயோ, இந்தக் கேள்விய கேட்டுட்டிங்களே" எனக் குடும்பமே கோரஸ் பாட, ஆதித்யன் முறைத்தான்.

"ஏம்பா, கேட்கக் கூடாததைக் கேட்ட மாதிரி பதட்டமாகுறீங்க" என விஷ்வா கேட்கவும்."இருங்க அத்தான்" என்ற இனியன், "ஆனந்தா இங்க வாடா" எனவும் ஆனந்த், அநி, ஆதிரை, கௌரி, சித்தார்த் என வரிசையாக வந்து நின்றனர்.

"ஆனந்தா,ஆதியப்பா திவிம்மாவை ஃபர்ஸ்ட் டைம் எங்கப் பார்த்தாங்க" எனக் கேட்டான். நான் சொல்றேன், நானு, நானு என மூன்று பிள்ளைகளும் போட்டிப் போட. "ஒவ்வொருத்தரா சொல்லுங்கடா" என அன்பு ஐடியாக்

கொடுத்தான்.

திவ்யா, ஆதித்யனை கொஞ்சம் நக்கலாகப் பார்த்துச் சிரிக்கவும். "ஏண்டி சிரிக்கிற" என நயன பாஷையில் மிரட்டினான். அதற்குள் ஆனந்த் ஆரம்பித்தான். இது அவர்கள் பெட் டைம் ஸ்டோரி.

"ஆதியப்பா நம்ம எஸ்டேட் வேலையைப் பார்த்துக்கிட்டு நின்னாங்களா, அப்ப கீழே இருந்து ஒரு ஜீப் வந்தது. அதைத் தேவதை மாதிரி திவிம்மா ஓட்டிட்டு வந்தாங்க. ஐ லவ் யூ திவிம்மா" என ஆனந் திவ்யாவுக்கு முத்தம் கொடுக்க. "ஐ லவ் யூடாத் தங்கம்" எனத் திவி ஆனந்த்துக்கு முத்தம் கொடுத்தான்.

"பொசுங்காதடா, அவன் உன் மகன் தான்" என அன்பு ஆதியைக் கிண்டலடித்தான்."திவிம்மா மேலே போகும் போது , நித்துப்பா பார்த்திட்டே இருந்தாங்க" என ராகம் இழுத்தது.

"மாப்பிள்ளை இவ்வளவு நேரம் பார்த்தியா. மருமகள் இழுக்குதே" என விஷ்வா ஆதியை ஓட்டினான்.

"கொஞ்ச நேரம் கழிச்சு, ஒரு ஜீப் சத்தம் ஹாரன் அதிச்சிகித்தே வந்தாங்க. நித்துப்பா, மேலே வரும் போதே பார்த்திட்டாங்க" என்றான் அநி.

"திவிம்மா ஜீப்பில், ப்ரேக் பிடிக்கலை, என்னம்மா" என ஆதிரை தீவியைப் பார்த்து தலை ஆட்டிக் கேட்டது. அவளும் ஆம் எனத் தலை ஆட்டினாள்.

"நித்துப்பா ரெடி ஆகிட்டாங்க. ஸ்பைடர் மேன் மாதிரி, ரோப் கட்டிட்டு திவிம்மா க்ராஸ் பண்ணவும் டூ த்ரி ஜம் பண்ணாங்க" என்ற ஆனந்தைத் தொடர்ந்த ஆதிரை. "திவிம்மா, அவ்வளவு தான், விழுகப் போறோம்னு நினைக்கும் போது, நித்துப்பா, ஹீரோ வாகி ஒரு ஹக் பண்ணித் தூக்கிட்டாங்க"

"ஜீப்பும் நின்னுடுச்சு. திவிம்மாவும் சேஃப்" எனக் கதையை முடித்தனர்.

"திவி அத்தை, நிஜமாவே மாமா பறந்து வந்தாங்களா" எனக் கேட்டது கௌரி.

" மருமகளே, ஆதி மாமா மேல் நம்பிக்கை இல்லையா" எனக் கேட்டான் ஆதி.

"நீங்க சொல்லுங்கத்தை " எனக் கேட்டது கௌரி. "ஆமாம்டா தங்கம், நிஜமாகவே மங்கி மாதிரி ஜம் பண்ணி வந்து காப்பாத்துனாங்க" என்றாள் திவி.

"அண்ணி, எங்கண்ணன் உயிரைப் பணயம் வச்சு காப்பாற்றி இருக்கு. நீங்க மங்கின்னு சொல்றீங்க" என ஈகை குறை பட்டாள். "நல்லாக் கேளுடா ஈகா. மங்கியாம் மங்கி" என்றான் ஆதித்யன்.

"ஏய் குண்டு முழி, என் தங்கச்சி மங்கி மாதிரின்னு தான் சொல்லுச்சு. மங்கின்னா சொல்லுச்சு" என விஷ்வா சண்டைக்கு வந்தான். "அத்தான் உங்க தங்கச்சி அதையும் சொல்லுவா" எனக் கம்ப்ளைன்ட் செய்தான்

ஆதித்யன்.

"ஏ மாப்பிள்ளை, வீட்டுக்கு வீடு வாசப்படி தான். மரகதத்தம்மா மகனே அடி வாங்குறேன், நீ எம்மாத்திரம். இதெல்லாம் பப்ளிக்குட்டி பண்ணாதே" என விஷ்வா கேலி செய்யவும் ஈகைக் குண்டுக் கண்ணைக் காட்டினாள்.

ராஜி, "அண்ணி, என்ன கண்ணை உருட்டுறீங்க. உங்கள் அண்ணன்கள் இருக்கிற தெம்பா. எங்க அண்ணனுக்குச் சப்போர்ட் மூனு தங்கச்சி இருக்-கோம்" என வம்பிழுத்தாள்.

"அப்படிச் சொல்லுடா ராஜிக் கண்ணு. " என விஷ்வா சொல்லவும். "அத்தான் எங்க ஈகைக் கண்ணே அப்படித்தான். அதுல விழுந்து தானே கட்டிக்கிட்டிங்க" என அன்பு சொல்லவும்.

பெருமூச்சுடன். " மச்சானுங்களா, பேசியே பொழுதைக் கழிக்கிறதா உத்-தேசமா, ரூமைக் காட்டுங்கடா" என மூவரையும் சகட்டு மேனிக்கு விஷ்வா காய்ச்சவும். புவனா பிள்ளைகளைப் பார்ப்பது போல் செல்ல, சிரிப்பை அடக்கியபடி திவ்யாவும், ராஜியும் கிச்சனுக்குள் ஓடினர்.

"அத்தான் உங்களுக்கு மாடி ரூம். நோ டிஸ்டபென்ஸ் கிளம்புங்க" என்-றான் ஆதித்யன். "ஈகை என் பேக் எங்கடி" எனக் கேட்டுக் கொண்டே மேலே ஏறவும், "வர்றேன் போங்க" எனக் கடுப்படித்தபடி மேலே ஏறினாள்.

பெரிய பெட் கிடந்த இடத்தை அன்பு தம்பதி எடுத்துக் கொண்டனர். "எங்கள் குடும்பம் ரொம்பப் பெரிசு. அப்பா, அம்மா மூன்று பிள்ளைகள். அதனால் எங்களுக்குத் தான்" என்றாள் புவனா. தனித்திருந்த புவனாவிடம் அன்பு," புவி உனக்கு ஆசை இல்லையாடி" என ரகசியமாகக் கேட்டான்.

"நாள் தள்ளியிருக்கு, இப்ப வேண்டாம்" என அவன் மார்பில் சாய, அவள் முகத்தை நிமிர்த்திக் கண்ணைப் பார்த்தவன், "நிஜமாவா" என நெற்-றியில் முத்தமிட்டான். ஏதோ சொல்ல வந்த திவ்யா, "நான் எதுவும் பார்க்-கலை" எனத் திரும்பிக் கொண்டாள். புவனா வெட்கத்தோடு அன்புவின் பின்னால் மறைந்து கொள்ள "ஹலோ ஃப்ரண்ட் வாங்க. உங்க லெவலுக்கா ரொமான்ஸ் பண்றோம்" என அன்பு ஓட்டவும்.

"ஆமாம், உங்க தம்பி ரொமான்ஸை நீங்க தான் மெச்சிக்கனும்." என்-றவள் புவனாவின் முகப் பூரிப்பில், "புவிம்மா, எதையோ மறைக்கிறீங்களோ" என நாடியைப் பிடித்துப் பார்த்தாள். அன்பு ஆவலாகத் திவ்யாவின் சொல்-லுக்காக அவள் முகத்தைப் பார்த்திருந்தான்.

"ரெட்டை நாடிதான் ஓடுது. வாழ்த்துக்கள் புவனா, வாழ்த்துக்கள் ஃப்-ரண்ட். ஆனால் கிட் வச்சுக் கன்பார்ம் பண்ணிக்குவோம்" எனப் புவனாவைக் கட்டிக் கொண்டாள். அன்புக்கு மனம் நிறைந்து மகிழ்ச்சியாக இருந்தது.

"நீ கொடுத்த தைரியம் தான்மா. இன்னைக்கு நடக்கிறேன். புவனாவை-யும் சந்தோஷமா வச்சுக்க முடிஞ்சது" என நெகிழ்ந்தான் .திவ்யாவின் பார்-வையில், "சரி இனிமே சொல்லலை" என்றான்.

"திவி, வீட்டுக்கு போனபிறகு சொல்லுவோம். அத்தை மலை மேல் இருக்கோம்னு பயப்படுவாங்க" என்றாள் புவனா. "சரி நீ வேலை எல்லாம் இழுத்துக்காத. இங்க எல்லாத்துக்கும் ஆள் வந்திடுவாங்க. அப்ப பசங்க என் கூட இருக்கட்டும்" என்றாள் திவ்யா.

"வேண்டாம், பிள்ளைகள் இங்கயே இருக்கட்டும். எனக்கு அப்பத் தான் திருப்தியா இருக்கும்" என்றாள். பெட்சீட், கம்பளியை எடுத்துக் கொடுத்தாள் திவ்யா.

"அண்ணி மற்ற ரூம் எல்லாம் தூசியா இருக்கு. இன்னும் சுத்தம் பண்ணணும், அதனால் நம்ம நாலு பேரும் நம்ம எஸ்டேட் போய்விடலாம்" என்றான் இனியன்.

"நீங்க , ராஜியைக் கூட்டிட்டுப் போங்க. எனக்கு இந்த வீட்டில் எங்கப் படுத்தாலும் தூக்கம் வரும். இந்த க்ளைமேட்டும் பழக்கம். ஹாலில் இருந்துக்குவேன்" என்றாள் திவ்யா.

இரண்டு நாட்களுக்கு முன் இனியனை , ஹனிமூன் அனுப்ப அன்புவும், ஆதியும் திட்டமிட, இனியன் மறுத்து விட்டான். "டேய் மடையா, ஹனிமூன் வாழ்க்கையில், ஒருத்தரை ஒருத்தர் புரிஞ்சுக்கிறதுக்காகப் போறது. போய்ட்டு வா" என்றான் ஆதி.

"எப்படி, நீ போய்ட்டு வந்தியே, சிங்கப்பூர் ஹனிமூன், அண்ணி ட்ரீட்மெண்ட் க்கு அப்படியா" எனக் கோபமாகவே கேட்டான் இனியன்.

"இனியா, இதுக்கு எதுக்குடா கோபப்படுற, திவ்யா ட்ரீட்மெண்ட்ன்னு சொன்னா எல்லாரும் பயப்பட மாட்டாங்களா. ஆனால் போய்ட்டு வந்து தானே ஆல் ஃபிட் ஆனாள்" எனக் கண் சிமிட்டினான் ஆதித்யன்.

"அவன் சொல்றது சரி தானடா, இதுக்கு எதுக்கு அவ்வளவு கோபப் படுற" என்றான் அன்பு." நீ தான் சொல்லுவியே, ஆதி வயித்துக்குள்ள இருந்ததிலிருந்து ஒன்னா இருக்கோம்னு. இப்ப எப்படி இருக்கான்னு தெரியாதா" என அன்புவிடம் பாய்ந்தான் இனியன்.

"இவன் என்னத்தடா சொல்றான். ஆதி எல்லாம் சரியாயிடுச்சு தானே. திவ்யா ஓகே தானே. இன்னும் ஏதாவது காம்பிளிகேஷனா" எனக் கவலையாகக் கேட்டான் அன்பு.

"பிரச்சினை அண்ணி கிட்ட இல்லை, உன் உடன் பிறப்புக் கிட்ட" எனவும். "டேய் நிஜமாகவே படாத இடத்தில் பட்டுடுச்சா" என அன்பு பதறவும்.

"நீ ஒருத்தன், அவங்களைக் கஷ்டப் படுத்திடுவோம்னே தொடாமல் வச்சிருக்கான். ஓவர் ப்ரொக்டிவ்" எனப் போட்டு உடைத்தான் இனியன். ஆதித்யன் தலை கவிழ்ந்து நின்றான்.

"ஆதி, இனியன் சொல்றது நிஜமா. திவ்யா டாக்டர் டா, அதுக்குத் தெரியாதா, அது உடம்பைப் பற்றி. உனக்கு எப்படிடா விசயம் தெரியும்" என ஆதியிடம் ஆரம்பித்து இனியனிடம் முடித்தான் அன்பு.

"அண்ணிக்குத் தனிக் கட்டில் வாங்கிக் கொடுத்திருக்கிறானே. பிள்ளைகளையும் வயிற்றில் இடிச்சிடுங்கன்னு பக்கத்தில் விடுறது இல்லை. இவன் ஒரு இம்சை அவங்க பால்கனியில் நின்று, தேவகி டாக்டர் கிட்ட பேசிட்டு இருந்தாங்க. 'நித்யன், ரொம்பத் தயங்குறார் அக்கா, ஸ்கேன் அனுப்புறேன் பார்க்குறீங்களா' ன்னு கேட்டாங்க. " என்றான்.

"ஆதி என்ன இதெல்லாம். நல்ல வேலை இவனுக்குத் தெரியாமல் பிள்ளை பிறந்திடுச்சு. அவன் அப்படி இருக்கான்னு, நீயும் அப்படி இருக்காதடா. நீ போய்ட்டு வா" என அன்பு இனியனிடம் வலியுறுத்தினான்.

அண்ணன்கள் முறைக்கவும். தாண்டிக்குடி ஐடியாவைச் சொன்னான். மற்ற எல்லாரும் விஜயன் அங்கிள் வீட்டில் தங்கிக்குங்க. நாங்க நம்ம எஸ்டேட்டில் இருந்துக்குறோம். அதுக்குள்ள ஆதி நல்ல முடிவாக எடுக்கனும்" எனத் தாண்டிக்குடிக்கு வந்து சேர்ந்தனர்.

இரவு உணவுக்குப் பின், பிள்ளைகளோடு விளையாடித் தூங்க வைத்தனர். இனியன் காரில் ராஜியோடு காத்திருந்தான். குளிருக்கு இதமாகக் கார் கண்ணாடிகளை ஏற்றி விட்டவன், கை வளைவில் ராசு குட்டியையும் அணைத்து சரசமாடிக் கொண்டிருந்தான்.

திவ்யா தனக்கு ஹாலில் கணப்புக்கு அருகில் ஷோபாவில் விரித்துக் கொண்டாள். "வர்ஷி, நான் எங்கடிப் படுப்பேன்" என்ற ஆதித்யனிடம்.

" எஸ்டேட்டுக்குப் போறதா இனியன் சொன்னாரே. இரண்டு ப்ளாக் இருக்குதில்ல ஒன்னுல நீங்க இருந்துக்குங்க. இன்னோன்ல அவங்க இருந்துப்பாங்க. காலையில் அவங்களை எழுப்பிக்கிட்டு இருக்காமல் சீக்கிரம் வந்து சேருங்க" எனத் தனது படுக்கையை விரித்தாள். அதைச் சுருட்டியவன், அவளருகில் அமர்ந்து, "நீயும் வாடி." என்றான்.

"அங்க வந்து என்ன செய்யறது. அதெல்லாம் முடியாது நீங்க போங்க." எனத் திரும்பிக் கொண்டாள்.

அதே நேரம் அன்பு ஸ்டிக்கோடு நடந்து வந்தவன், "டேய், ஆதி நீங்க இரண்டு பேரும் இன்னும் கிளம்பலையா? கிளம்புங்க. நான் கதவை சாத்திக்கிறேன்" என்றான்.

"உங்கள் தம்பியை மட்டும் போகச் சொல்லுங்க, ப்ரண்ட். அஞ்சு வருசமாச்சு, இன்னைக்காவது நிம்மதியாத் தூங்கறேன் " என்றாள் திவ்யா.

"இங்கே படுத்து இராத்திரிப் பூரா, அங்கிள், ஆண்டியை நினைச்சுக்கிட்டு இருப்ப, கிளம்பு. இது ஃப்ரண்டோட ஆர்டர்" என்றான். அதே நேரம் இனியனும் ஹாரன் அடித்தான். ஆதி கண்ணால் இறைஞ்சவும் கிளம்பினாள்.

ராஜன் கார்டனில், செடி கொடி மரங்கள் மட்டுமே வளர்ந்திருந்தன. அதே பவளமல்லி மரம் இன்னும் வளர்ந்து தன் மணத்தைப் பரப்பிக் கொண்டிருந்தது. அன்று தங்கிய அதே காட்டேஜில், ஆதித்யன் தம்பதி தங்க, இனியன் தன் ராசுக்குட்டியுன் மற்றதில் குடி புகுந்தான்.

போகும் முன் ஆதித்யனிடம், "ஆதி காஃப் சிரப், இல்லை லோடட் வேணுமா. எதுக்கும் வச்சுக்கோ" எனப் பெண்கள் அறியாமல் பாட்டிலை அவனிடம் தந்தான். அவன் முறைக்கவும், "வெறும் கோலா தான். பயப்படாமல் போ" என அனுப்பி வைத்தான்.

திவ்யா, அந்த அறையில் மோன நிலையில் அமர்ந்திருந்தாள். கதவை அடைத்து வந்த ஆதித்யன், அறையை ஒரு முறை சுற்றிப் பார்த்துக் கொண்டான். அவள் ஷோபாவில் அமர்ந்திருக்க, அவள் மடியில் படுத்து, வயிற்றைக் கட்டிக் கொண்டான்.

"ஸ், வலிக்குது விடுங்க" என அவளின் கோபக் குரலில், "ஸாரிடி, ஸாரிடி வர்ஷி. இதுக்குத் தான் பயந்தேன். இனியன் ஒரு முட்டாள், நான் தான் வீணாப் பயப்படுறதாகத் திட்டுறான்" எனப் படபடப்பாகப் பேசினான்.

திவ்யா, அவனைக் கண்டு கொள்ளாமல், "நீங்க இங்க படுங்க. நான் அங்க படுத்துக்கிறேன். " என அடுத்த ரூமிற்குள் செல்லவும், ஆதித்யனுக்கு எதுவும் புரியவில்லை. அவள் கதவை அடைக்கப் போனால், உள்ளே வந்தவன், "என்னடி எல்லாரும் என்னையவே முறைக்குறீங்க." என அவள் வழியை மறைத்தான்.

"எப்பவும், இன்னொரு கட்டிலில் தானே படுக்குறேன். இப்ப என்ன புதுசா. இங்கயும் பசங்களைக் கூட்டிட்டி வந்திருக்க வேண்டியது தானே, உங்க அண்ணனும், அண்ணியுமாவது சந்தோசமா இருந்திருப்பாங்க. நமக்குத்தான் எதுக்கும் வாய்கலை, எரியிற நெஞ்சில் நெருப்பைக் கொட்டுற மாதிரி அதே ரூம் வேற .குளிரும் கம்பளியை இழுத்துப் பொத்திட்டுத் தூங்குங்க " என வகையாகத் திட்டினாள் அவனை வர்ஷி.

"என்னடி பேச்சு ஓவராப் போகுது, உனக்காகத்தான் பார்க்கிறேன்.என்னைத் திட்டுற வாய்க்குத் தண்டனை கொடுக்கிற ரூல் இன்னும் அமலில் இருக்கு, ஞாபகம் வச்சுக்க" என அவளை முறைத்தான்.

"போடா ஃப்ராடு பக்கிரி. எனக்கு முடியாமல் போனது உனக்கு ஒரு சாக்கு. நீ கல்யாணத்தைத் தள்ளிப் போட, படாத இடத்தில் பட்டதா பொய் சொல்லலை. அது தான் நிஜம். ஒண்ணும் முடியலைனாப் போய்ப் படுங்க. என்னை டார்ச்சர் பண்ணாதீங்க " என அவள் அவனைத் தாண்டிச் செல்லவும். ஆதித்யன் பொறுமை காற்றில் பறந்தது.

அவளைச் சுவரோரம் தள்ளிச் சென்றவனின் இதழும், கையும் அவளிடம் அத்துமீறின. முதலில் திமிறியவள் பின்பு இயைந்துக் கொடுத்தாள். கண்கள் புன்னகையில் சுருங்க, அவளின் சாகசம் புரிந்தது.

" நீ தாண்டி பிராடு, நீ கேட்டு எதையாவது மறுத்து இருக்கேனா, வாயைத் திறந்து கேட்க வேண்டியது தானே" என்றவாறே அவளை அள்ளிக் கொண்டான். பக்குவமாகப் படுக்கையில் அவளைக் கிடத்தியவன், மென்மையாக அவள் முகத்தை ஆராய்ந்து கொண்டே, தாம்பத்திய வாழ்வை சுய நினைவோடு துவங்கினான். இத்தனை நாளின் பயமெல்லாம் இனிய

தருணத்தின் இன்பத்தில் கரைந்தது. எல்லை மீறும் உணர்வுப் பெருக்கிலும் அவள் மேனி வருத்திடக் கூடாது என அவளைக் காத்தான்.

இவர்கள் வாழ்வு தான் எத்தனை விசித்திரமானது. அதிரடியாக ஆக்சனில் அவளைக் காப்பாற்றியதில் ஆரம்பித்த காதல், ஊடல், கூடல், பிரிவு, வலி, வேதனை, பிள்ளைகள், பந்த பாசம், காயம், திருமணம் என்பதைத் தாண்டி, அவள் மீது அவன் கொண்ட காதல், கூடலின் சுகம் கூட அவளுக்குத் துன்பம் தரக் கூடாது எனத் துடித்தது. பெண்மையை மென்மையாகக் கையாளத் தெரிந்த நல்ல ஆண்மகன் அவன். விதி செய்த சதியையும் அவன் காதல் வென்றது.

அவன் நெஞ்சமெனும், மஞ்சத்தில் துயில் கொண்டிருந்த வர்ஷி பூரணமாக அவனோடு மகிழ்ந்திருந்தாள். அவன் தந்த காதலுக்கு அவள் எதிர் வினையும் குறைந்தது இல்லை. அவன் அவளுக்கு மட்டுமே சொந்தம் என ஐயம் திரிபுர அறிந்த நாளிலிருந்து அவனுக்காகவே வாழத் தொடங்கினாள்.

அவள்,தனது தந்தையின் கடைசித் தருணத்தில் சித்தப்பாக்களின் பேச்சு அடங்கிய டேப்பைக் கேட்ட பொழுதில் ஜமீன் இல்லத்தைத் துறக்க நினைத்தாள். ஏற்கெனவே அறிந்த உண்மை எனினும், அந்த ஆடியோ அவளை உலுக்கியது. ஆதித்யன் தான் அவளை மடி தாங்கினான். அவளைச் சமாதானப் படுத்திப் புரியவைத்தான். அதன் விளைவாக, இந்தத் தலைமுறையிலும் அது தொடரக்கூடாது என்றும், அவர்களிடமிருந்து விலகவும் கூடாது என்றும் புரிய வைக்கவும், அவர்களுக்குச் சமமாகத் தானும் சொத்தைப் பங்கிட்டுக் கொண்டாள். ஆதித்யனின் ஓர் வார்த்தை அவளை அங்குசமாகக் கட்டிப் போட்டது.

காலையில், பறவைகளின் ஒலி அவளை எழுப்பியது. ஐந்து வருடம் முன் அவனோடு பகிராமல் போன, அந்த இரவின் இனிமையை இன்று கன்னம் சிவக்க , கேலியும் கிண்டலுமாக அவனோடு பகிர்ந்திருந்தாள். அவளின் மலர்ந்த முகத்தில், இவனுக்கு நிறைவு கிட்டியது.

"நித்துப்பா, திரும்பவும் இரட்டை பிறந்தால் என்ன பண்றது" என அவன் மார்பில் புதைந்த வண்ணம், முகத்தை நிமிர்த்திக் கேட்டாள். "பிறக்காதுடி. அதுக்கு வாய்பில்லை" என்றான்.

"அது எப்படி நானே டாக்டர், என் உடம்பைப் பற்றி எனக்குத் தெரியாதா" என்றாள்.

" உனக்குத் தெரியாதுடி. விஜயன் அங்கிளை விட அவர் மருமகன் , தன் பொண்டாட்டி மேல் அளவுகடந்த காதலை வச்சிருக்கான்" என அவளை அணைத்த வண்ணம் சொன்னான்.

அவள், அவன் மீதே தன் முழுப் பாரத்தையும் சுமத்தி, அவன் மேல் பாய்ந்தாள், முகத்தில் முகம் பார்க்க. "என்னத்தையா செஞ்சு வச்ச" எனச் சந்தேகத் தொனியில் அவன் தாடையை இறுக்கி கோபமாகக் கேட்டாள்.

"நமக்குத் தான் அநி, ஆதுன்னு இரண்டு தங்கள் கட்டிகள் இருக்கே, அது தான், என் வர்ஷி பட்டதெல்லாம் போதும்னு குடும்பக் கட்டுப்பாடு, சிங்கப்பூரிலேயே பண்ணிக்கிட்டேன்" என்றான்.

"யூ சீட்டர், போடா டுபாக்கூர். நான் இன்னும் இரண்டு பிள்ளை பெத்துக்கலாம்னு நினைச்சிருந்தேன். உன்னை யார்..." என அவளின் வார்த்தைகள் வெளியே வராமல் ஆதித்யனின் தண்டனையில் அவனுள் சென்றது. அவள் கோபத்தையும், அவளையும் ஆளத் தெரிந்து கொண்டான் ஆதித்யன். அவளும் அவனுள் தொலைந்து அவனை வென்றாள்.

அந்த ஒரு வாரமும் ராஜன் குடும்பம், விஜயனின் இல்லத்தை நிறைத்தது. தனி மரமாகத் தனித்திருந்த அந்தத் தம்பதியினர், தாங்கள் விண்ணுலகம் சென்று, தங்கள் மகளைச் சொந்தங்கள் நிறைந்த கூட்டுக்குள் சேர்த்து வைத்திருந்தனர்.

குறுந் தளிராய் தாத்தா சௌந்தர ராகவன் கைகளில் அடைக்கலம் புகுந்த அநிருத்யா, ஆதிரை எனும் இளந் தளிர்கள், தங்கள் தாய் தந்தையரைச் சேர்த்து வைத்து, தங்கள் குடும்பத்தோடு சேர்ந்தனர்.

ஆதித்யனும், திவ்யவர்ஷினியும் தங்கள் இரட்டையருடன் நிறைவான வாழ்வை வாழட்டும், நாம் இவர்களை வாழ்த்தி விடை பெறுவோம்.

தளிர் மனங்களின் தேடலும் இனிதே நிறைவு பெற்றது!

****

www.ingramcontent.com/pod-product-compliance
Lightning Source LLC
LaVergne TN
LVHW010649051026
849532LV00001B/234
* 9 7 9 8 8 8 6 6 7 9 5 1 9 *